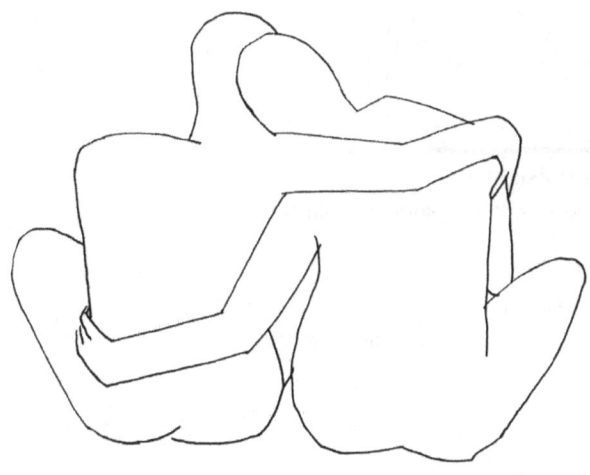

ಮೋಹನಸ್ವಾಮಿ

ಕಥಾಸಂಕಲನ

ವಸುಧೇಂದ್ರ

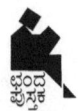

ಛಂದ ಪುಸ್ತಕ

ಓದಿ ಓದಿ ಮರುಳಾಗಿ!

MOHANASWAMY
-Collection of Short Stories in Kannada
by Vasudhendra,
Published by Chanda Pustaka,
I-004, Mantri Paradise,
Bannerughatta Road, Bangalore-560 076
ISBN: 978-81-963238-2-0

ಹಕ್ಕುಗಳು: ಲೇಖಕರವು

ಮೊದಲ ಮುದ್ರಣ: 2013
ಮರು ಮುದ್ರಣ: 2014, 2015, 2017, 2017, 2020, 2023
ಮುಖಪುಟ ಚಿತ್ರ: ನೀಲ್ಸ್ ಹೆನ್ರಿಕ್ ಪೀಡೆರ್‌ಸನ್
ಮುಖಪುಟ ವಿನ್ಯಾಸ: ಸೌಮ್ಯ ಕಲ್ಯಾಣಕರ್
ಒಳಚಿತ್ರಗಳು: ವೆಂಕಟ್ರಮಣ ಭಟ್
ಕರಡು ತಿದ್ದುವಿಕೆ: ಶ್ಯಾಮ ಭಟ್, ಡಾ. ಎಚ್ ಎಸ್ ಸತ್ಯನಾರಾಯಣ
ಪುಟಗಳು: 228 ಬೆಲೆ: ₹ 270
ಕಾಗದ: ಎನ್‌ಎಸ್ ಮ್ಯಾಪ್ಲಿತೊ 70 ಜಿಎಸ್‌ಎಂ, 1/8 ಡೆಮಿ

ಪ್ರತಿಗಳಿಗಾಗಿ ಸಂಪರ್ಕಿಸಿ:

ಛಂದ ಪುಸ್ತಕ
ಐ–004, ಮಂತ್ರಿ ಪ್ಯಾರಡೈಸ್
ಬನ್ನೇರುಘಟ್ಟ ರಸ್ತೆ
ಬೆಂಗಳೂರು–560 076
ಸೆಲ್: 98444 22782
me@vasudhendra.com

ಮುದ್ರಣ:

ಟ್ರಿನಿಟಿ ಅಕಾಡೆಮಿ, ಕುಡ್ಲು ಗೇಟ್, ಹೊಸೂರು ರಸ್ತೆ, ಬೆಂಗಳೂರು

ವಸುಧೇಂದ್ರ

1996ರಿಂದ ಕನ್ನಡದಲ್ಲಿ ಸಾಹಿತ್ಯ ರಚಿಸುತ್ತಿರುವ ಇವರು, ಮೂಲತಃ ಬಳ್ಳಾರಿ ಜಿಲ್ಲೆಯ ಸಂಡೂರಿನವರು. NITK ಸೂರತ್ಕಲ್‌ನಿಂದ BE ಮತ್ತು IISc ಬೆಂಗಳೂರಿನಿಂದ ME ಪದವಿಯನ್ನು ಪಡೆದಿದ್ದಾರೆ. 20 ವರ್ಷಗಳ ಕಾಲ ಸಾಫ್ಟ್‌ವೇರ್ ಪ್ರಪಂಚದಲ್ಲಿ ಕೆಲಸ ಮಾಡಿ, ಈಗ ತಮ್ಮ ಸಮಯವನ್ನು ಪ್ರವಾಸ, ಓದು ಮತ್ತು ಬರೆಹಗಳಲ್ಲಿ ವಿನಿಯೋಗಿಸುತ್ತಾರೆ. ತಾವು “ಗೇ” ಎಂದು ಹೆಮ್ಮೆಯಿಂದ ಹೇಳಿಕೊಂಡ ಕನ್ನಡದ ಮೊಟ್ಟ ಮೊದಲ ಸಾಹಿತಿ ಇವರಾಗಿದ್ದಾರೆ.

ಕತೆ ಮತ್ತು ಪ್ರಬಂಧ ಕ್ಷೇತ್ರದಲ್ಲಿ ಪುಸ್ತಕಗಳನ್ನು ರಚಿಸಿರುವ ಇವರ ಪುಸ್ತಕಗಳು ಹಲವಾರು ಮರು ಮುದ್ರಣಗಳನ್ನು ಕಂಡಿವೆ. ‘ನಮ್ಮಮ್ಮ ಅಂದ್ರೆ ನಂಗಿಷ್ಟ’ ಎನ್ನುವ ಈ ಕೃತಿಯು 20 ಕ್ಕೂ ಹೆಚ್ಚು ಮುದ್ರಣಗಳನ್ನು ಕಂಡಿದೆ. ‘ಮೋಹನಸ್ವಾಮಿ’ ಎಂಬ ಕಥಾಸಂಕಲನ ‘ಗೇ’ ಜೀವನದ ನೋವು ನಲಿವನ್ನು ಚಿತ್ರಿಸುವದರಿಂದ, ಸಾಕಷ್ಟು ಚರ್ಚೆಗೆ ಒಳಗಾಗಿದೆ. ಈ ಕೃತಿಯು ಇಂಗ್ಲಿಷ್, ಸ್ಪಾನಿಷ್, ಮಲಯಾಳಂ, ತೆಲುಗು, ಮರಾಠಿ, ಹಿಂದಿ ಮತ್ತು ತಮಿಳು ಭಾಷೆಯಲ್ಲಿ ಪ್ರಕಟವಾಗಿದೆ. ಇವರ ಕಾದಂಬರಿ ‘ತೇಜೋ ತುಂಗಭದ್ರಾ’ ವಿಜಯನಗರ ಸಾಮ್ರಾಜ್ಯದ ಇತಿಹಾಸದ ಅಧ್ಯಯನದಿಂದ ರಚನೆಗೊಂಡಿದ್ದು, ಸಾಕಷ್ಟು ಚರ್ಚೆ ಮತ್ತು ಮೆಚ್ಚುಗೆಯನ್ನು ಗಳಿಸಿದೆ.

ಕರ್ನಾಟಕ ಸಾಹಿತ್ಯ ಅಕಾಡೆಮಿಯ “ಸಾಹಿತ್ಯಶ್ರೀ” ಪ್ರಶಸ್ತಿಯೂ ಸೇರಿದಂತೆ ಹಲವಾರು ಪ್ರಶಸ್ತಿಗಳು ಮತ್ತು ಬಹುಮಾನಗಳು ಅವರ ಪುಸ್ತಕಗಳಿಗೆ ದಕ್ಕಿವೆ. ‘ಛಂದ ಪುಸ್ತಕ’ ಎಂಬ ಪ್ರಕಾಶನ ಸಂಸ್ಥೆಯನ್ನು ಪ್ರಾರಂಭಿಸಿ, ಅದರ ಮೂಲಕ ನಾಡಿನ ಹಲವಾರು ಹೊಸ ಕನ್ನಡ ಬರಹಗಾರರ ಪುಸ್ತಕಗಳನ್ನು ಪ್ರಕಟಿಸಿದ್ದಾರೆ. ಆ ಪುಸ್ತಕಗಳ ಜೊತೆಗೆ, ತಮ್ಮ ಪುಸ್ತಕಗಳ ಮುದ್ರಣ ಮತ್ತು ಮಾರಾಟವನ್ನು ಸ್ವತಃ ನೋಡಿಕೊಳ್ಳುತ್ತಾರೆ.

ಚಾರಣದಲ್ಲಿ ಆಸಕ್ತಿಯಿರುವ ಇವರು ತಾಂಜಾನಿಯಾ ದೇಶದಲ್ಲಿರುವ ಕಿಲಿಮಂಜಾರೋ ಪರ್ವತವನ್ನೂ ಮತ್ತು ಹಿಮಾಲಯದ ಹಲವು ಪರ್ವತಗಳನ್ನೂ ಹತ್ತಿದ್ದಾರೆ. ಕೈಲಾಶ–ಮಾನಸಸರೋವರದ ಚಾರಣವನ್ನೂ ಮಾಡಿದ್ದಾರೆ. ಅಂತಾರಾಷ್ಟ್ರೀಯ ಸಿನಿಮಾ, ಮಹಾಭಾರತದ ಓದು, ಶಾಸ್ತ್ರೀಯ ಸಂಗೀತವನ್ನು ಕೇಳುವುದು ಅವರ ಇತರ ಹವ್ಯಾಸಗಳಾಗಿವೆ.

me@vasudhendra.com | 98444 22782

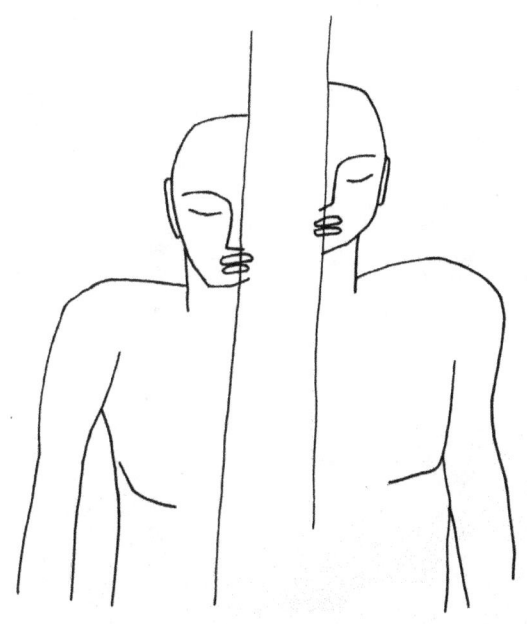

ಮೋಹನಸ್ವಾಮಿಯ ಗೆಳೆಯರಿಗೆ
ಮೋಹನಸ್ವಾಮಿಯ ಮಕ್ಕಳು, ಮೊಮ್ಮಕ್ಕಳು, ಮರಿಮೊಮ್ಮಕ್ಕಳಿಗೆ
ಮೋಹನಸ್ವಾಮಿಯ ಅಪ್ಪ, ಅಜ್ಜ, ಮುತ್ತಜ್ಜರಿಗೆ

ಪರಿವಿಡಿ

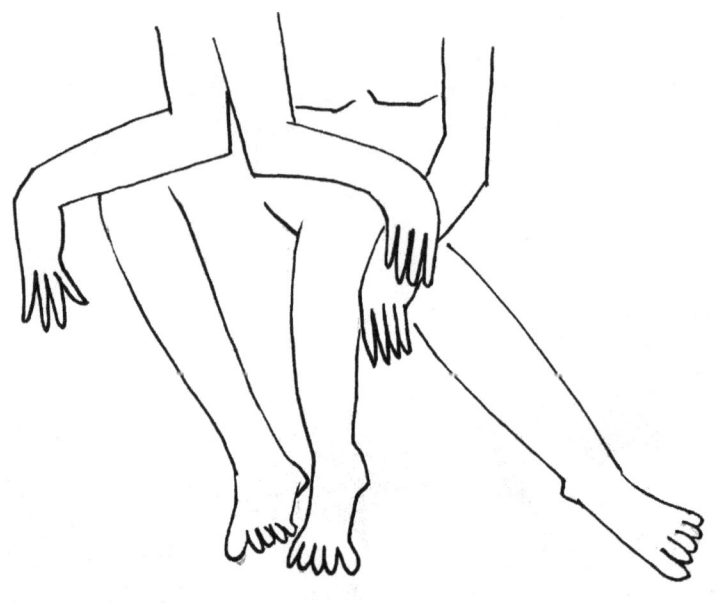

ತುತ್ತತುದಿಯಲಿ ಮೊತ್ತಮೊದಲು

ಸರಿಯಾಗಿ ಒಂಬತ್ತೂ ಮೂವತ್ತಕ್ಕೆ ಮೋಹನಸ್ವಾಮಿಯ ವಿಮಾನ ಬೆಂಗಳೂರಿನಿಂದ ಹೊರಡುವುದಿತ್ತು. ಅವನ ಮನೆಯಿಂದ ವಿಮಾನ ನಿಲ್ದಾಣಕ್ಕೆ ಏನಿಲ್ಲವೆಂದರೂ ಸುಮಾರು ಅರ್ಧತಾಸಿನ ಹಾದಿ. ಬೇಕೆಂದೇ ಟ್ಯಾಕ್ಸಿಗೆ ಹೇಳಿರಲಿಲ್ಲ. ಹೇಗೂ ಸಾಕಷ್ಟು ಬಿಟಿಎಸ್ ಬಸ್‌ಗಳು ಆ ದಿಕ್ಕಿಗೆ ಓಡಾಡುತ್ತವಾದ್ದರಿಂದ, ಅದನ್ನೇ ಬಳಸಿಕೊಳ್ಳೋಣ ಎಂದು ಮೋಹನಸ್ವಾಮಿ ಆಲೋಚಿಸಿದ್ದ. ಬರೀ ಒಂದು ದಿನದ ಟ್ರೇನಿಂಗ್‌ಗಾಗಿ ಹೋಗುತ್ತಿದ್ದರಿಂದ ಒಂದು ಲ್ಯಾಪ್‌ಟಾಪಿನ ಬ್ಯಾಗಿನ ಹೊರತಾಗಿ ಬೇರೆ ಲಗೇಜಿರಲಿಲ್ಲ. ಸುಮ್ಮನೆ ಆಫೀಸಿಗೆ ದುಂದುವೆಚ್ಚ ಹೊರಿಸುವುದೇಕೆ ಎಂದು ಇವನೇ ಟ್ಯಾಕ್ಸಿ ಬೇಡವೆಂದಿದ್ದ. ದೆಹಲಿಯ ಆಫೀಸಿನ ಸಹೋದ್ಯೋಗಿಗಳಿಗೆ ತರಬೇತಿ ಕೊಡಬೇಕೆಂದು ಇವನನ್ನು ಕಳುಹಿಸುವ ಏರ್ಪಾಟನ್ನು ಕಂಪನಿಯೇ ಮಾಡಿತ್ತು. ದೆಹಲಿಗೆ ಹೋಗುತ್ತಿರುವುದರಿಂದ ಡೊಮೆಸ್ಟಿಕ್ ಚೆಕ್‌ಇನ್ ಮಾಡಲು ಅಷ್ಟೇನೂ ಸಮಯ ತೆಗೆದುಕೊಳ್ಳಲಿಕ್ಕಿಲ್ಲ. ಆದರೂ ಒಂದರ್ಧ ಗಂಟೆಯಾದರೂ ಮೊದಲೇ ಹೋಗಬೇಕು. ಆಗಲೇ ಏಳೂವರೆ; ಆದರೂ ಮನೆಯಿಂದ ಅವನು ಹೊರಟಿರಲಿಲ್ಲ.

ಸ್ನಾನಕ್ಕೆಂದು ಹೋದ ಕಾರ್ತಿ ಇನ್ನೂ ಮುಗಿಸಿ ಹೊರಬಂದಿರಲಿಲ್ಲ. ಅವನದು ಯಾವಾಗಲೂ ಅಷ್ಟೇ, ಗಂಟೆಗಟ್ಟಲೆ ಸ್ನಾನ. ಒಂದೇ ಸಮನೆ ಮೈಮೇಲೆ ನೀರು

ಸುರಿದುಕೊಂಡರೆ ಏನು ಲಾಭ? ಅಂತ ಮೋಹನಸ್ವಾಮಿ ಆಗಾಗ ತಕರಾರು ಮಾಡುತ್ತಾನೆ. ಕಾರ್ತಿ ಆ ಮಾತುಗಳನ್ನು ಕಿವಿಗೆ ಹಾಕಿಕೊಳ್ಳುವುದಿಲ್ಲ. 'ಬೇಗನೆ ಬಾ ಕಾರ್ತಿ, ನಾನು ಹೊರಡಬೇಕು. ಫ್ಲೈಟ್‌ಗೆ ತಡ ಆಗುತ್ತೆ' ಅಂತ ಎರಡೆರಡು ಬಾರಿ ಕೂಗಿ ಹೇಳಿದ್ದ. ಅವನು ಮಾತು ಕೇಳದ ಮೊಂಡ. ಬಚ್ಚಲು ಮನೆಯ ಚಿಲಕ ಹಾಕಿಕೊಂಡು ಬೇರೆ ಸ್ನಾನ ಮಾಡುತ್ತಿದ್ದ. ಮೋಹನಸ್ವಾಮಿ ಬೇರೇನು ತಾನೇ ಮಾಡಿಯಾನು? ನಿರ್ಲಕ್ಷಿಸಿ ಹೊರಟುಬಿಟ್ಟರೆ ಮನೆಯ ಬಾಗಿಲು ಹಾಕಿಕೊಳ್ಳುವವರು ಯಾರು?

ಮೋಹನಸ್ವಾಮಿ ಬೆಳಗ್ಗೆ ಬೇಗನೆ ಎದ್ದು ಎಲ್ಲಾ ತಯಾರಿ ಮಾಡಿಕೊಂಡಿದ್ದ. ತರಬೇತಿಗಾಗಿ ಒಂದಿಷ್ಟು ಪವರ್ ಪಾಯಿಂಟ್ ಪ್ರೆಜೆಂಟೇಷನ್ ಸಿದ್ಧಪಡಿಸಿಕೊಂಡು, ತಾನು ಹಾಕಿಕೊಳ್ಳುವ ಬಟ್ಟೆಗಳನ್ನು ಇಸ್ತ್ರಿ ಮಾಡಿ, ಹಾಲು ತಂದು ಕಾಸಿ, ಕಾಫಿ ಮಾಡಿ ಕುಡಿದು, ರಾತ್ರಿ ಕಾರ್ತಿಗೆ ಊಟಕ್ಕೆಂದು ಒಂದಿಷ್ಟು ಸಾಂಬಾರು ತಯಾರಿಸಿ ಫ್ರಿಜ್ಜಿನಲ್ಲಿಟ್ಟು, ಸ್ನಾನ ಮಾಡಿ ಮುಗಿಸಿದಾಗ ಇನ್ನೂ ಬೆಳಗಿನ ಆರೂ ಮೂವತ್ತು ಆಗಿತ್ತು. ಕಾರ್ತಿ ಇನ್ನೂ ಎದ್ದಿರಲಿಲ್ಲ. ಅವನು ಏಳುವುದು ಯಾವತ್ತೂ ತಡ. ಮೋಹನಸ್ವಾಮಿ ಮೂರು ನಾಲ್ಕು ಬಾರಿ ಕೂಗಿ, ಒಂದೆರಡು ಸಾರಿ ಮೈಕೈ ಅಲ್ಲಾಡಿಸಿ ಎಚ್ಚರಿಸಿದಾಗಲೇ ಏಳುವುದು. ತಾನಿಲ್ಲದೆ ಹೋದರೆ ಇವನು ಏಳುವುದೇ ಇಲ್ಲವೇನೋ ಎಂದು ಒಮ್ಮೊಮ್ಮೆ ಮೋಹನಸ್ವಾಮಿಗೆ ಆತಂಕವಾಗುತ್ತದೆ. ಒಳ್ಳೆ ಕುಂಭಕರ್ಣನ ನಿದ್ದೆಯವನದು. ಯಾವ ಜವಾಬ್ದಾರಿಯನ್ನೂ ಮೈಗೆ ಹಚ್ಚಿಕೊಳ್ಳುವುದಿಲ್ಲ, ಎಲ್ಲದಕ್ಕೂ ನಾನೇ ಒದ್ದಾಡಬೇಕು ಎಂದು ಮೋಹನಸ್ವಾಮಿ ಆಗೊಮ್ಮೆ ಈಗೊಮ್ಮೆ ಅವನ ಮೇಲೆ ಜೋರು ಮಾಡುತ್ತಾನೆ. ಕಾರ್ತಿ ಸುಮ್ಮನೆ ನಕ್ಕುಬಿಡುತ್ತಾನೆ. ಅವನ ವಟವಟ ಇನ್ನೂ ನಿಲ್ಲದಿದ್ದರೆ ಹತ್ತಿರ ಬಂದು ಬಿಗಿಯಾಗಿ ಅಪ್ಪಿಕೊಂಡು ಒಂದು ಬಿಸಿ ಮುತ್ತು ಕೊಟ್ಟು ಬಾಯಿ ಮುಚ್ಚಿಸಿಬಿಡುತ್ತಾನೆ.

ಇವತ್ತೂ ಹಾಗೇ ಆಯಿತು. ಅವನು ಸ್ನಾನ ಮುಗಿಸಿ, ಕೆಂಪು ಟರ್ಕಿ ಟವೆಲನ್ನು ಸುತ್ತಿಕೊಂಡು, ಪಿಯರ್ಸ್ ಸೋಪಿನ ಘಮದೊಡನೆ ಹಬೆಯಾಡುವ ದೇಹದಿಂದ ಹೊರಬಂದಾಗ ಆಗಲೇ ಏಳೂ ನಲವತ್ತು ಆಗಿತ್ತು. ಸೂಟು, ಬೂಟು, ಟೈ, ಸುಗಂಧ ಲೇಪಿಸಿಕೊಂಡು ತಯಾರಾಗಿ ಆತಂಕದಿಂದ ಕಾಯುತ್ತಿದ್ದ ಮೋಹನಸ್ವಾಮಿ "ಏನು ಕಾರ್ತಿ ಇದು, ನಂಗೆ ಫ್ಲೈಟ್‌ಗೆ ತಡವಾಗಿದೆ ಗೊತ್ತಾ? ಈವತ್ತೂ ಇಷ್ಟೊತ್ತು ಸ್ನಾನ ಮಾಡ್ತೀಯಲ್ಲಾ? ನಂಗೆ ಫ್ಲೈಟ್ ಮಿಸ್ ಆದ್ರೆ ಏನು ಮಾಡೋದೋ? ನಿಂಗೆ ಎಷ್ಟು ಬಿಡಿಸಿ ಹೇಳಿದ್ರೂ ಜವಾಬ್ದಾರಿಯೇ ಇಲ್ಲ ನೋಡು..." ಇನ್ನೂ ಏನೇನೋ ಹೇಳುತ್ತಲೇ ಇದ್ದ. ಕಾರ್ತಿ ಒಂದಿಷ್ಟೂ ಪ್ರತಿಕ್ರಿಯಿಸದೆ ಸುಮ್ಮನೆ ಹೋಗಿ ಅವನನ್ನು ಹಿಂದಿನಿಂದ ಬಳಸಿ, ಕುತ್ತಿಗೆ, ಕೆನ್ನೆಗೆ ಮುತ್ತಿಡಲಾರಂಭಿಸಿದ. "ನೋ ನೋ ಕಾರ್ತಿ... ಇಸ್ತ್ರಿ ಬಟ್ಟೆ ಎಲ್ಲಾ ಒದ್ದೆ ಆಗ್ತದೆ... ಪ್ಲೀಜ್... ಪ್ಲೀಜ್..." ಅಂತ ಗೋಗರೆಯಲು

ಶುರುಮಾಡಿದಾಗ ಕಾರ್ತಿ ಇನ್ನಷ್ಟು ಉತ್ಸಾಹದಿಂದ ಅವನನ್ನು ಮಿಸುಕಾಡದಂತೆ ಗೋಡೆಗೆ ಒತ್ತಿ ಅವನ ಮೈಯೆಲ್ಲಾ ಮೂಸಲಾರಂಭಿಸಿದ. ಆಗಷ್ಟೇ ಸ್ನಾನ ಮಾಡಿ ಬಿಸಿ ಮೈಯ ಘಮದೊಡನೆ ಅಮೋಘವಾಗಿದ್ದ ಕಾರ್ತಿಯ ಪ್ರೀತಿಯನ್ನು ಮೋಹನಸ್ವಾಮಿ ಅದೆಷ್ಟು ತಾನೆ ವಿರೋಧಿಸಿಯಾನು? ಹತ್ತು ಸೆಕೆಂಡಿಗೆಲ್ಲಾ ಅವನ ವಿರೋಧ ನಿಂತು ಸ್ಪರ್ಶಸುಖಕ್ಕೆ ನರಳಲಾರಂಭಿಸಿದ.

ತನ್ನ ಬಿಗಿತವನ್ನು ಸಡಿಲಿಸಿ, ಮೋಹನಸ್ವಾಮಿಯನ್ನು ಬಿಡುಗಡೆ ಮಾಡಿ, ಮತ್ತೆ ಟವೆಲನ್ನು ಸುತ್ತಿಕೊಂಡು, ಮಂಚದ ಮೇಲೆ ಹೋಗಿ ಕುಳಿತು ಗೋಡೆಗೆ ಆತುಕೊಂಡು ಕಾಲು ಚಾಚಿ ದಿನಪತ್ರಿಕೆ ಓದಲು ಶುರು ಮಾಡಿದ ಕಾರ್ತಿಯ ಮುಖದಲ್ಲಿ ಕಿರುನಗೆಯಿತ್ತು. ಇನ್ನು ಮೋಹನಸ್ವಾಮಿಯಿಂದ ಶುರುವಾಗುವ ಸಿಟ್ಟಿನ ಮಾತುಗಳನ್ನು ಎದುರಿಸಲು ಮಾನಸಿಕವಾಗಿ ಸಿದ್ಧನಾಗಿ ಕೂತ. ಮೋಹನಸ್ವಾಮಿ ವಾಚನ್ನು ನೋಡಿಕೊಂಡು ಹೌಹಾರಿದ. ಆಗಲೇ ಎಂಟು ಗಂಟೆಯಾಗಿತ್ತು. ಜೊತೆಗೆ ಹಾಕಿಕೊಂಡ ಗರಿಮುರಿ ಬಟ್ಟೆಗಳೆಲ್ಲಾ ಮುದುರಿ ಹೋಗಿ, ಒದ್ದೆಒದ್ದೆಯಾಗಿ ಬಿಟ್ಟಿದ್ದವು. ಬೇರೆ ಇಸ್ತ್ರಿ ಬಟ್ಟೆಗಳೂ ಮನೆಯಲ್ಲಿರಲಿಲ್ಲ. ಮೋಹನಸ್ವಾಮಿಗೆ ಈಗ ಅಸಹಾಯಕತೆಯಿಂದ ಸಿಟ್ಟು ಬಂತು. "ಈಗ ಏನು ಮಾಡ್ಲಿ ಹೇಳು ಕಾರ್ತಿ? ಹೊತ್ತು ಗೊತ್ತು ಇಲ್ಲದಂಗೆ ನೀ ಹಿಂಗೆ ಶುರು ಹಚ್ಚಿಕೊಂಡರೆ ನನ್ನ ಗತಿಯೇನು?" ಎಂದು ಕೂಗಾಡಿದ. ಅದಕ್ಕೆ ಪ್ರತಿಕ್ರಿಯಿಸದೆ ಸುಮ್ಮನೆ ತನ್ನ ಓದಿನಲ್ಲಿ ತಲ್ಲೀನನಾಗಿದ್ದ ಕಾರ್ತಿಯನ್ನು ಕಂಡು ರೇಗಿತ್ತು. ಅವನ ಹತ್ತಿರ ಹೋಗಿ ಪತ್ರಿಕೆಯನ್ನು ಕಿತ್ತುಕೊಂಡು "ಮಾತಾಡು?" ಎಂದು ಒತ್ತಾಯಿಸಿದ. ಮುಖದ ನಗೆಯನ್ನು ಹತ್ತಿಕ್ಕದ ಕಾರ್ತಿಕ "ನೀನ್ಯಾಕೆ ನಾನು ಸ್ನಾನ ಮಾಡಿ ಬರೋ ತನಕ ಕಾದೆ ಹೇಳು? ಸುಮ್ಮನೆ ಹೋಗಿದ್ರೆ ಇದೆಲ್ಲಾ ಆಗ್ತಿರಲಿಲ್ಲ ಅಲ್ವಾ?" ಎಂದು ಪ್ರಶ್ನಿಸಿದ.

"ಬಾಗಿಲು ಯಾರೋ ಹಾಕ್ಕೊಳ್ಳೋರು? ಯಾರಾದ್ರೂ ಬಂದು ಮನೆಯಲ್ಲಿ ಕಳ್ಳತನ ಮಾಡಿದ್ರೆ ಗತಿಯೇನು?"

"ಸುಮ್ಮನೆ ನೆಪ ಹೇಳಬೇಡ. ಏನಿದೆ ಈ ಮನೆಯಲ್ಲಿ ಕಳ್ಳತನ ಮಾಡೋ ಅಂತಹದ್ದು? ಬೆಳ್ಳಿ-ಬಂಗಾರ, ದುಡ್ಡು-ಧೂಪ... ಒಂದೂ ಇಲ್ಲ. ಇರೋದು ನಿನ್ನದೊಂದಿಷ್ಟು ಬಟ್ಟೆ, ನನ್ನದೊಂದಿಷ್ಟು ಬಟ್ಟೆ, ಒಂದಿಷ್ಟು ಪಾತ್ರೆ ಪಡಗ. ಅವನ್ನ ಕದಿಯೋಕೆ ಯಾರೋ ಬರ್ತಾರೆ? ಬರೀ ಕಳ್ಳನೆಪ ನಿಂದು. ಮನೆಯಿಂದ ಹೊರಗೆ ಹೋಗಬೇಕಾದರೆ ನನ್ನ ಜೊತೆ ಮುದ್ದು ಮಾಡಿಸ್ಕೊಳ್ಳದೆ ಹೋಗೋ ಮನಸ್ಸು ನಿಂಗಿಲ್ಲ. ಅದಕ್ಕೇ ಏನೇನೋ ಹೇಳ್ತಿ, ಅಷ್ಟೇ..." ಕಾರ್ತಿ ತುಂಟತನದಿಂದ ನಕ್ಕ.

ಹತ್ತಿರದಲ್ಲಿದ್ದ ತಲೆದಿಂಬನ್ನು ಕೈಗೆತ್ತಿಕೊಂಡು ಅವನ ಮೈಕೈ ನೋಡದೆ ರಪರಪನೆ ಬಾರಿಸಿದ ಮೋಹನಸ್ವಾಮಿ "ಈಡಿಯಟ್..." ಎಂದು ಬೈದ. ನಗುನಗುತ್ತಲೇ ಅವನ

ಪ್ರಹಾರವನ್ನು ಸ್ವೀಕರಿಸಿದ ಕಾರ್ತಿ, "ಬೇಗನೆ ಹೊರಡು ಮೋಹನ. ಫ್ಲೈಟ್ ಖಂಡಿತಾ ಮಿಸ್ ಆಗುತ್ತೆ ನೋಡು. ಈಗ ನಾನಂತೂ ನಿನ್ನ ತಡೆದಿಲ್ಲ" ಎಂದು ಎಚ್ಚರಿಸಿದ. ಮೋಹನಸ್ವಾಮಿ ಮತ್ತೆ ವಾಸ್ತವಕ್ಕೆ ಬಂದ. "ಯಾವ ಬಟ್ಟೆ ಹಾಕ್ಕೊಳ್ಳಿ ಹೇಳು?" ಎಂದು ಗೋಗರೆದ. "ನನ್ನ ಬಟ್ಟೆ ಡ್ರೈಕ್ಲೀನ್ ಮಾಡಿಸಿ ಇಟ್ಟೀನಿ ನೋಡು, ಅವನ್ನೇ ಹಾಕಿಕೊಂಡು ಹೋಗು" ಎಂದು ಕಾರ್ತಿ ಸಲಹೆ ಕೊಟ್ಟ. "ನಿನ್ನ ಸೈಜು ದೊಡ್ಡದು, ನಾನು ಹೆಂಗೆ ಹಾಕಿಕೊಳ್ಳಲಿ?" ಎಂದು ಮೋಹನಸ್ವಾಮಿ ಅಪಸ್ವರವೆತ್ತಿದ. "ಒಂದು ದಿನ ಹಾಕ್ಕೊಂಡ್ರೆ ಏನೂ ಆಗಲ್ಲ ಹೋಗೋ... ಸುಮ್ಮನೆ ಎಲ್ಲಾದಕ್ಕೂ ಗಲಾಟೆ ಮಾಡಬೇಡ" ಎಂದು ಕಾರ್ತಿ ಮತ್ತೊಮ್ಮೆ ಹೇಳಿದ ಮೇಲೆ ಮೋಹನಸ್ವಾಮಿಗೆ ಬೇರೆ ದಾರಿಯಿಲ್ಲದೆ ಅವನ ಬಟ್ಟೆಗಳನ್ನು ತೆಗೆದುಕೊಳ್ಳಲು ಬೇರೊಂದು ಕೋಣೆಯ ಕಡೆಗೆ ಹೊರಟ.

ಪಡಸಾಲೆಗೆ ಬಂದಿದ್ದೇ ಮೋಹನಸ್ವಾಮಿ ಹೌಹಾರಿಬಿಟ್ಟ! ಮನೆಯ ಬಾಗಿಲು ಲಕ್ಷಣವಾಗಿ ತೆಗೆದುಕೊಂಡೇ ಇತ್ತು. "ಓ ಮೈ ಗಾಡ್, ಓ ಮೈ ಗಾಡ್..." ಎಂದು ಭಯದಿಂದ ಕೂಗುತ್ತಾ ಕೋಣೆಗೆ ಓಡಿ ಬಂದು ಮಂಚವನ್ನು ಹತ್ತಿ ನಡುಗುತ್ತಾ ಕುಳಿತುಬಿಟ್ಟ. "ಏನಾಯ್ತೋ... ಯಾಕಷ್ಟು ಕಿರುಚ್ತೆ?" ಎಂದು ಅವನನ್ನು ಹತ್ತಿರಕ್ಕೆಳೆದುಕೊಂಡು ಕಾರ್ತಿ ಕಳಕಳಿಯಿಂದ ಕೇಳಿದ. ಮುಖದಲ್ಲಿ ತಲ್ಲಣವನ್ನು ಸೂಸುತ್ತಾ, "ಬಾಗಿಲು ಹಂಗೇ ತೆರೆದೇ ಇದೆಯೋ ಕಾರ್ತಿ, ನಂಗೇ ಗೊತ್ತೇ ಆಗಲಿಲ್ಲ..." ಎಂದು ನಡುಗುವ ಧ್ವನಿಯಲ್ಲಿ ಹೇಳಿದ. ಕಾರ್ತಿಗೆ ಅದು ಅಂತಹ ಭೀಕರ ವಿಷಯವಾಗಿರಲಿಲ್ಲ. "ತೆಗೆದಿದ್ರೆ ಇರ್ತದೆ ಬಿಡು. ನೀನ್ಯಾಕೆ ಇಷ್ಟು ತಲೆ ಕೆಡಿಸಿಕೊಳ್ತಿ?" ಎಂದು ಸಾವಧಾನದಲ್ಲಿ ಹೇಳಿದ.

"ಯಾರಾದ್ರೂ ಒಳಗೆ ಬಂದು ನಮ್ಮಿಬ್ಬರನ್ನ ನೋಡಿದ್ರೆ ಗತಿಯೇನಿತ್ತೋ?"

"ನೋಡಿದ್ರೆ ನೋಡಿಕೊಂಡು ಹೋಗ್ತಿದ್ರು. ಏನೂ ಆಗಲ್ಲ ಸುಮ್ಮನಿರು."

"ನಿಂಗೆ ಟೆನ್ಶನ್ ಅನ್ನೋದೇ ಇಲ್ಲ ನೋಡು ಕಾರ್ತಿ. ಯಾರಾದ್ರೂ ನೋಡಿ, ಓನರ್‌ಗೆ ಹೇಳಿದ್ರೆ ಮನೆ ಬಿಟ್ಟು ಓಡಿಸ್ತಾರೆ ಗೊತ್ತಾ?"

"ನನ್ನ ಎದೆ ಬಡ್ಕೊಳ್ತಾ ಇದೆ. ನಿಂಗೆ ನೋಡಿದ್ರೆ ತಮಾಷೆ. ಇದು ಇಲ್ಲೀಗಲ್ ಅಂತೆ ಗೊತ್ತಾ? ಪೊಲೀಸ್ ಸ್ಟೇಷನ್‌ಗೆ ಕರಕೊಂಡು ಹೋಗ್ತಾರಂತೆ... ಜೈಲಿಗೆ ಹಾಕ್ತಾರಂತೆ..."

ಮೋಹನಸ್ವಾಮಿ ಈಗ ನಿಜಕ್ಕೂ ಹೆದರಿಕೆಯಿಂದ ಮತ್ತು ಅಸಹಾಯಕತೆಯಿಂದ ಕಂಗಾಲಾಗಿದ್ದ. ಕಾರ್ತಿ ಅವನನ್ನು ಇನ್ನಷ್ಟು ಹತ್ತಿರಕ್ಕೆ ಎಳೆದುಕೊಂಡು, ಅವನ ಎದೆಯನ್ನು ಸವರುತ್ತಾ, ಕೆನ್ನೆಗೆ ಮುತ್ತನ್ನು ಕೊಡುತ್ತಾ ಸಂತೈಸಿದ. "ಈಗಂತೂ ಯಾರೂ ನೋಡಿಲ್ಲ ಅಲ್ವಾ? ಸ್ವಲ್ಪ ಸಮಾಧಾನ ಮಾಡ್ಕೋ... ಯಾವತ್ತೋ ಒಂದು ದಿನ

ಇದನ್ನೆಲ್ಲಾ ನಾವು ಹೇಳ್ಲೇಬೇಕಾಗುತ್ತೆ ಮೋಹನ. ನೀನು ಸ್ವಲ್ಪ ಧೈರ್ಯ ಮಾಡಬೇಕು" ಎನ್ನುತ್ತಾ ಕಾರ್ತಿ ಅವನ ಕಿವಿಯಲ್ಲಿ ಸಮಾಧಾನದ ನುಡಿಗಳನ್ನು ಉಲಿದ.

ಕಾರ್ತಿಯ ಮಾತನ್ನು ಮೋಹನಸ್ವಾಮಿ ಒಪ್ಪಿಕೊಳ್ಳಲಿಲ್ಲ. "ಇಲ್ಲ ಕಾರ್ತಿ, ನಾನು ಸತ್ತರೂ ಚಿಂತೆಯಿಲ್ಲ, ಈ ವಿಷಯ ಮಾತ್ರ ಯಾರಿಗೂ ಹೇಳಲ್ಲ. ನಮ್ಮಿಬ್ಬರ ಮಧ್ಯಾನೇ ಇದು ಇರಬೇಕು. ಈ ನಾಲ್ಕು ಗೋಡೆಯಿಂದ ಆಚೆ ಇದು ಹೋಗಬಾರದು. ಜನ ಸುಮ್ಮನೆ ಇರೋಲ್ಲ. ನಮ್ಮನ್ನ ಓಡಾಡಿಸಿ ಸಾಯಿಸಿಬಿಡ್ತಾರೆ. ನಂಗೆ ಚೆನ್ನಾಗಿ ಗೊತ್ತು" ಎಂದು ಭವಿಷ್ಯವನ್ನು ಊಹಿಸಿದವನಂತೆ ಹೆದರಿಕೆಯ ಧ್ವನಿಯಲ್ಲಿ ಹೇಳಿದ. ಕಾರ್ತಿಗೆ ಆ ವಿಷಯವಾಗಿ ಮತ್ತಷ್ಟು ಕೆದಕುವ ಆಸಕ್ತಿಯಿರಲಿಲ್ಲ. "ಹೋಗಲಿ ಬಿಡು, ಈವಾಗ್ಯಾಕೆ ಅದರ ಆಲೋಚನೆ? ಈಗ ಫ್ಲೈಟ್‌ಗೆ ತಡವಾಗಿದೆ, ಮೊದಲು ಸಿದ್ಧನಾಗು. ಬಟ್ಟೆ ಹಾಕಿಕೊಂಡು ತಯಾರಾಗು. ನಾನೇ ಬೈಕಿನಲ್ಲಿ ಬಿಟ್ಟು ಬರ್ತೀನಿ" ಎಂದು ಅವನನ್ನು ಹುರಿದುಂಬಿಸಿದ. ಮೋಹನಸ್ವಾಮಿ ಒಲ್ಲದ ಮನಸ್ಸಿನಿಂದ ಎದ್ದ. "ಫ್ಲೈಟ್ ಇನ್ನ ಸಿಗಲಿಕ್ಕಿಲ್ಲ ಅನ್ನಿಸ್ತದೆ. ತುಂಬಾ ತಡ ಆಯ್ತು..." ಎನ್ನುತ್ತಾ ಎದ್ದು ಇನ್ನೊಂದು ಕೋಣೆಗೆ ಹೋದ. "ಅದು ಹೋಗಿತ್ತು ಅಂದ್ರೆ ಮುಂದಿನ ಫ್ಲೈಟ್‌ಗೆ ಹೋಗುವಿಯಂತೆ. ಯಾವುದರಲ್ಲೋ ಸೀಟು ಸಿಕ್ಕೇ ಸಿಗ್ತದೆ" ಎಂದು ಕಾರ್ತಿ ಅವನ ಆತಂಕವನ್ನು ಕಡಿಮೆ ಮಾಡಿದ.

>>>

ಮೋಹನಸ್ವಾಮಿ ಹೊಸ ಬಟ್ಟೆಗಳನ್ನು ಧರಿಸಿ ಬರುವುದರೊಳಗೆ ಕಾರ್ತಿ ವಿಮಾನ ನಿಲ್ದಾಣಕ್ಕೆ ಫೋನ್ ಮಾಡಿ, ಮೋಹನಸ್ವಾಮಿ ಹೋಗಬೇಕಾದ ವಿಮಾನ ಒಂದು ತಾಸು ತಡವಾಗಿ ಹೊರಡುತ್ತದೆಂಬ ಮಾಹಿತಿಯನ್ನು ಪಡೆದುಕೊಂಡಿದ್ದ. ಎಂತಹದೋ ಚಿಕ್ಕ ತಾಂತ್ರಿಕ ತೊಂದರೆಯನ್ನು ಸರಿಪಡಿಸುತ್ತಿದ್ದಾರಂತೆ; ಒಂದು ತಾಸಿಗಿಂತಲೂ ಹೆಚ್ಚು ತಡವಾದರೆ ಬೇರೊಂದು ವಿಮಾನದಲ್ಲಿ ಪ್ರಯಾಣಿಕರನ್ನು ಕರೆದುಕೊಂಡು ಹೋಗಲಾಗುವುದು ಎಂದು ಹೇಳಿದ್ದರು. ಕಾರ್ತಿಗೆ ಸಮಾಧಾನವಾಗಿತ್ತು. ಮೋಹನ ದಿರಿಸನ್ನು ತೊಟ್ಟು ಬರುವುದರೊಳಗೆ ತನ್ನ ಬರ್ಮುಡಾ, ಟೀಶರ್ಟ್ ಧರಿಸಿ ತಯಾರಾದ.

ಸ್ವಲ್ಪ ಸಡಿಲವೆನ್ನಿಸುವ ಉಡುಗೆಗಳನ್ನು ಧರಿಸಿ ನಾಚಿಕೆಯಿಂದ ಬಂದ ಮೋಹನಸ್ವಾಮಿ "ಪರ್ವಾಗಿಲ್ಲೇನೋ?" ಎಂದು ಕಾರ್ತಿಯ ಮುಂದೆ ನಿಂತ. "ಸೂಪರ್..." ಎಂದು ಕೈಯಿಂದ ಸಂಜ್ಞೆ ಮಾಡಿ ತೋರಿಸಿ, "ಸ್ಮಾರ್ಟ್ ಆಗಿ ಕಾಣಿಸ್ತಾ ಇದೀಯ" ಎಂದು ಕಾರ್ತಿ ಅವನ ಹತ್ತಿರ ಸುಳಿದ. ಅಪಾಯವನ್ನು ಅರಿತವನಂತೆ ಅವನಿಂದ ತಕ್ಷಣ ದೂರ ಸರಿದ ಮೋಹನಸ್ವಾಮಿ, "ಏಯ್, ಏಯ್, ಏಯ್...

ನೀನು ಮತ್ತೆ ಶುರು ಮಾಡಬೇಡ” ಎಂದು ಕಿರುಚಿದ. ಅವನ ಹೆದರಿಕೆಗೆ ನಕ್ಕ ಕಾರ್ತಿ, “ತಥ್ ನಿನ್ನ, ನಂಗೇನು ಬೇರೆ ಕೆಲಸ ಇಲ್ಲೇನೋ... ಆ ಟೈ ಗಂಟು ಸರಿ ಮಾಡ್ತೀನಿ ಬಾ...” ಎಂದು ಅವನ ಹತ್ತಿರ ಹೋಗಿ, ಟೈ ಪಿನ್ನನ್ನು ತೆಗೆದು ಹಲ್ಲಿನಲ್ಲಿ ಸಿಗಿಸಿಕೊಂಡು, ಟೈಯನ್ನು ಬಿಚ್ಚಿ ಸರಿಯಾಗಿ ಗಂಟು ಹಾಕಿ, ಟೈ ಪಿನ್ ಕಟ್ಟಿದ. “ನೌ ಯು ಆರ್ ಸ್ಮಾರ್ಟ್ ಮೋಹನ” ಎಂದು ಹೇಳಿ ಅವನ ಹಣೆಗೆ ಹೂಮುತ್ತನ್ನಿತ್ತು, “ಹ್ಯಾವ್ ಎ ಸೇಫ್ ಟ್ರಿಪ್. ನಿನ್ನ ಫ್ಲೈಟ್ ಒಂದು ತಾಸು ತಡ ಅದೆ ಅಂತ ಹೇಳಿದ್ರು, ಯಾವ ಟೆನ್ಷನ್ ಇಲ್ಲದೆ ಏರ್‌ಪೋರ್ಟಿಗೆ ಹೋಗು” ಎಂದು ಹೇಳಿದ. ಆ ಸುದ್ದಿಯನ್ನು ಕೇಳಿ ಮೋಹನನಿಗೆ ಖುಷಿಯಾಯ್ತು. “ರಿಯಲಿ?” ಎಂದು ನಂಬಲಾರದವನಂತೆ ಕೇಳಿದ. ಕಾರ್ತಿ ಸುಮ್ಮನೆ ಗೋಣು ಹಾಕಿ, ಆ ಮಾಹಿತಿ ಸತ್ಯವೆಂದು ತಿಳಿಸಿದ. ತನಗಾಗಿ ವಿಮಾನ ನಿಲ್ದಾಣಕ್ಕೆ ಫೋನಾಯಿಸಿ ಇಂತಹ ಒಳ್ಳೆಯ ಸುದ್ದಿಯನ್ನು ಕಂಡುಕೊಂಡ ಕಾರ್ತಿಯ ಮೇಲೆ ಮೋಹನಸ್ವಾಮಿಗೆ ಇನ್ನಿಲ್ಲದಂತೆ ಪ್ರೀತಿಯುಕ್ಕಿ ಬಂತು. “ಹಾಗಿದ್ರೆ ನೀನು ಅಲ್ಲೀ ತನಕ ಬರೋದೇನೋ ಬೇಕಿಲ್ಲ. ನಾನು ಬಸ್ಸಿನಲ್ಲಿಯೇ ಹೋಗ್ತೀನಿ. ಮತ್ತೆ ನಿಂಗೆ ಆಫೀಸಿಗೆ ತಡ ಆಗ್ತದೆ” ಎಂದು ಹೇಳಿ, ತನ್ನ ಲ್ಯಾಪ್‌ಟಾಪ್ ಬ್ಯಾಗನ್ನು ಎತ್ತಿಕೊಂಡು ಮನೆಯ ಹೊರಗೆ ಅಡಿಯಿಟ್ಟ. ನಾಲ್ಕೈದು ಮೆಟ್ಟಿಲುಗಳನ್ನು ಇಳಿದವನು ಏನೋ ನೆನಪಾದವನಂತೆ, “ರಾತ್ರಿಗೆ ಸಾಂಬಾರ್ ಮಾಡಿ ಫ್ರಿಜ್‌ನಲ್ಲಿ ಇಟ್ಟೀನಿ. ನೀನು ಆಫೀಸಿಂದ ಬಂದ ಮೇಲೆ ಬರೀ ಅನ್ನ ಮಾಡಿಕೋ ಸಾಕು. ಮೊಸರಿನ ಪಾಕೇಟ್ ಇದೆ. ಮೆಸ್‌ಗೆ ಹೋಗಬೇಡ. ಅಲ್ಲಿ ಅನ್ನಕ್ಕೆ ಸೋಡಾ ಹಾಕ್ತಾರೆ. ಮತ್ತೆ ನಿಂಗೆ ಅಸಿಡಿಟಿ ಜಾಸ್ತಿ ಆಗ್ತದೆ. ನಾನು ಬರೋದು ತಡ ಆಗಬಹುದು. ನಂಗಾಗಿ ಕಾಯಬೇಡ. ನಂಗೆ ಫ್ಲೈಟ್‌ನಲ್ಲೇ ಊಟ ಕೊಡ್ತಾರೆ” ಎಂದು ಹೇಳಿ ಬಡಬಡನೆ ಮೆಟ್ಟಿಲುಗಳನ್ನು ಇಳಿದು ಬಸ್ ನಿಲ್ದಾಣದ ಕಡೆ ಓಡಿದ.

>>>

ಬಿಟಿಎಸ್ ಬಸ್ ಬೇಗನೆ ಬರಲಿಲ್ಲ. ಏರ್‌ಪೋರ್ಟ್ ರಸ್ತೆಯ ಕಡೆಗೆ ಹೋಗುವ ಬಸ್ಸುಗಳು ಬಂದರೂ, ಪೂರ್ತಿ ವಿಮಾನ ನಿಲ್ದಾಣದ ತನಕ ಹೋಗುವ ಬಸ್ಸುಗಳು ಬರಲಿಲ್ಲ. ಎಚ್‌ಎಎಲ್ ಕಂಪನಿಯ ಬಸ್ಸುಗಳು ಒಂದೆರಡು ಬಂದು ನಿಂತವು. ಅದರಲ್ಲಿ ಹೋದರೆ ವಿಮಾನ ನಿಲ್ದಾಣದ ತನಕ ತುಂಬಾ ನಡೆಯಬೇಕಾಗುತ್ತದೆ; ತಡವಾಗಬಹುದು ಎಂದು ನಿರಾಕರಿಸಿದ. ಇನ್ನೂ ಹತ್ತು ನಿಮಿಷ ಕಾಯುವುದು, ಬಸ್ಸು ಬರದಿದ್ದರೆ ಆಟೋ ಹಿಡಿಯುವುದೆಂದು ನಿರ್ಧರಿಸಿ ಬೆಂಚಿನ ಮೇಲೆ ಕುಳಿತು ಹಗೂರಕ್ಕೆ ಪಕ್ಕದಲ್ಲಿದ್ದ ಸ್ಕೂಟರ್ ಗ್ಯಾರೇಜ್ ಕಡೆಗೆ ಕಣ್ಣು ಹಾಯಿಸಿದ. ಮೋಹನಸ್ವಾಮಿ ಅಲ್ಲಿಂದ ಕಣ್ಣು ಕೀಳಲಾಗದಂತಹ ದೃಶ್ಯವೊಂದು ಅಲ್ಲಿತ್ತು.

ಮೈಕೈ ತುಂಬಿಕೊಂಡ ಯುವಕನೊಬ್ಬ ಮೋಹನಸ್ವಾಮಿಗೆ ಬೆನ್ನು ಮಾಡಿ ನೆಲದಲ್ಲಿ ಕುಳಿತು ಸ್ಕೂಟರ್ ರಿಪೇರಿ ಮಾಡುತ್ತಿದ್ದ. ತುಂಡು ತೋಳಿನ ಟೀಶರ್ಟ್ ಹಾಕಿಕೊಂಡಿದ್ದರಿಂದ ಅವನ ಬಲಿಷ್ಠ ತೋಳುಗಳು ಕಾಣುತ್ತಿದ್ದವು. ಬಲಗೈಯ ತೋಳಿಗೆ ಬಿಗಿಯಾದ ತಾಯಿತವೊಂದನ್ನು ಕಟ್ಟಿದ್ದು, ಅವನು ಸ್ಪಾನರ್‌ನಿಂದ ಏನನ್ನೋ ಗಟ್ಟಿಯಾಗಿ ತಿರುಗಿಸುವಾಗ ತಾಯಿತದ ದಾರದ ಇಕ್ಕೆಲಗಳ ಮಾಂಸಖಂಡಗಳು ಮಿಸುಕಾಡುತ್ತಿದ್ದವು. ಅವನ ಕೈಯಲ್ಲಿ ತಾಮ್ರದ ಬಳೆಯೊಂದಿದ್ದು, ಹಿಂಗೈನ ಉಬ್ಬಿಕೊಂಡ ನರಗಳ ಮೇಲೆ ಹೊರಳಾಡುವಾಗ ಆಗೊಮ್ಮೆ ಈಗೊಮ್ಮೆ ಸೂರ್ಯನ ಪ್ರಕಾಶಕ್ಕೆ ಅದು ಪ್ರತಿಫಲಿಸುತ್ತಿತ್ತು. ಅತ್ಯಂತ ಸಡಿಲವಾದ ಜೀನ್ಸ್ ಹಾಕಿಕೊಂಡಿದ್ದರಿಂದ ಅದು ಜಾರಿ ಅವನ ತಿಕದ ಸೀಳನ್ನು ಸ್ಪಷ್ಟವಾಗಿ ಕಾಣಿಸುತ್ತಿತ್ತು. ಗಿಡ್ಡ ಟೀಶರ್ಟ್ ಬೆನ್ನಿನ ಮೇಲೇರಿದರೆ, ಸಡಿಲ ಪ್ಯಾಂಟು ಕೆಳಕ್ಕಿಳಿಯುತ್ತಾ ಅವನ ಹಿಂಭಾಗವನ್ನು ಬಹು ಆಯಾಮಗಳಲ್ಲಿ ತೋರಿಸುತ್ತಿತ್ತು. ಒಳಚಡ್ಡಿ ಹಾಕಿಲ್ಲವೆಂಬ ಸತ್ಯ ಗೊತ್ತಾಗಿ, ಮೋಹನಸ್ವಾಮಿ ಆಸೆಯ ಕಂಗಳಿಂದ ಅತ್ತಲೇ ನೋಡಲಾರಂಭಿಸಿದ. ಆ ನೋಟ ಮೂಡಿಸಿದ ತಲ್ಲಣಕ್ಕೆ ಆಗೊಮ್ಮೆ ಈಗೊಮ್ಮೆ ಉಗುಳು ನುಂಗಿಕೊಳ್ಳತೊಡಗಿದ. ಪ್ಯಾಂಟು ಇನ್ನಷ್ಟು ಕೆಳಕ್ಕೆ ಇಳಿಯುತ್ತಿದ್ದರೂ ಆ ಯುವಕನಿಗೆ ಅದರ ಧ್ಯಾನವೇ ಇರಲಿಲ್ಲ. ಬೆತ್ತಲೆ ಕಾಣುವ ಅವನ ದೇಹದ ಭಾಗವನ್ನು ಹಗುರವಾಗಿ ಸವರುವ ಬಯಕೆ ಮೋಹನಸ್ವಾಮಿಗೆ ಒತ್ತಿಕೊಂಡು ಬಂತು. ದೇಹ ಬಿಸಿಯಾಗಿ, ಬಿಗಿಯಾಗಿ ಎಲ್ಲೋ ಜೀವದ್ರವ ಹನಿದಂತೆ ಆಯ್ತು.

ಯಾರಾದರೂ ತನ್ನ ನೋಟವನ್ನು ನೋಡಿಬಿಟ್ಟರೆ ಗತಿಯೇನು ಎಂಬ ಭಯ ಅವನಿಗೆ ಒಮ್ಮೆ ಕಾಡಿತು. ಕಣ್ಣೋಟವನ್ನು ಒಮ್ಮೆ ಬಲವಂತದಿಂದ ಕಿತ್ತು ಸುತ್ತಲೂ ನೋಡಿದ. ಎಲ್ಲರೂ ತಮ್ಮದೇ ಲೋಕದ ಧ್ಯಾನದಲ್ಲಿದ್ದರು. ಬಸ್ಸು ಬರುವ ದಿಕ್ಕಿನತ್ತಲೇ ಎಲ್ಲರ ದೃಷ್ಟಿಯಿತ್ತು. ಸಕ್ಕರೆಯ ಡಬ್ಬಿಯನ್ನು ಹುಡುಕಿಕೊಂಡು ಬರುವ ಮಗುವಿನಂತೆ ಮೋಹನಸ್ವಾಮಿ ಮತ್ತೆ ಕಣ್ಣೋಟವನ್ನು ಆ ಯುವಕನ ಬೆನ್ನಗುಂಟ ಹರಿಸಿ ಸವಿಯಲಾರಂಭಿಸಿದ. ತಾನು ಹೀಗೆ ಮತ್ತೊಬ್ಬ ಯುವಕನನ್ನು ನೋಡಿ ಸವಿಯುವುದು ಕಾರ್ತಿಗೆ ಬೇಸರ ಮೂಡಿಸುತ್ತದೇನೋ ಎಂಬ ಭಯ ಮೋಹನಸ್ವಾಮಿಗೆ ಈ ಮುಂಚೆ ಆಗುತ್ತಿತ್ತು. ಆದರೆ ತನಗಿಂತಲೂ ಹೆಚ್ಚಾಗಿ ಚಂದದ ಹುಡುಗಿಯರನ್ನು ಎವೆಯಿಕ್ಕದೆ ನೋಡುವ ಕಾರ್ತಿಯನ್ನು ಅವನು ಬಲ್ಲ. ಒಮ್ಮೊಮ್ಮೆ ಉತ್ಸಾಹ ಉಕ್ಕಿ ಬಂದಾಗ ಕಾರ್ತಿ ತಾನು ಆ ದಿನ ನೋಡಿದ ಹುಡುಗಿಯರ ಅವಯವಗಳ ವರ್ಣನೆಯನ್ನು ರಾತ್ರಿಯ ಅಡಿಗೆ ಮಾಡುತ್ತಾ ಇರುವ ಮೋಹನಸ್ವಾಮಿಯ ಹಿಂದೆ ಮುಂದೆ ಸುಳಿದಾಡುತ್ತಲೋ, ಹಾಸಿಗೆಯಲ್ಲಿ ಮಲಗಿದಾಗಲೋ ಹೇಳುತ್ತಿರುತ್ತಾನೆ. ಅವನು ಹಾಗೆ ಬಾಯಿ ಚಪ್ಪರಿಸುತ್ತಾ ಹುಡುಗಿಯರ ವರ್ಣನೆ ಮಾಡುವುದನ್ನು

ಕಂಡಾಗ ಮೋಹನಸ್ವಾಮಿ ಹುಸಿಮುನಿಸನ್ನು ತೋರಿಸುತ್ತಾನೆ. ಆದರೆ ಕಾರ್ತಿ ಹುಡುಗಿಯರನ್ನು ನೋಡಿ ಸವಿಯುತ್ತಾನೆನ್ನುವ ಭಾವವೇ ಮೋಹನಸ್ವಾಮಿಗೆ ಅವನ ಮೇಲಿನ ಆಕರ್ಷಣೆಯನ್ನು ಹೆಚ್ಚಿಸುತ್ತದೆ ಎಂಬ ಸತ್ಯ ಅವನಿಗೆ ಮಾತ್ರ ಗೊತ್ತು.

ಆ ಯುವಕ ಅಚಾನಕ್ಕಾಗಿ ಹಿಂತಿರುಗಿ ನೋಡಿದಾಗ ಕಣ್ಣೋಟ ಕೂಡಿಬಿಟ್ಟಿತು. ಆ ಯುವಕನಿಗೆ ಆ ನೋಟದ ಹಿಂದಿನ ಉದ್ದೇಶ ಅರ್ಥವಾಗಿ, ತನ್ನ ಪ್ಯಾಂಟನ್ನು ಮೇಲೇರಿಸಿಕೊಂಡ. ಮೋಹನಸ್ವಾಮಿ ತಕ್ಷಣ ಮುಖವನ್ನು ಬೇರೆ ಕಡೆಗೆ ತಿರುಗಿಸಿಬಿಟ್ಟ. ತಪ್ಪು ಮಾಡಿ ಸಿಕ್ಕಿಬಿದ್ದವನಂತೆ ಅವನ ಎದೆ ಢವಢವನೆ ಹೊಡೆದುಕೊಳ್ಳಲಾರಂಭಿಸಿತು.

"ಲೇ ಗಾಂಡೂ..." ಎಂಬ ಕೂಗು ಅತ್ತಲಿಂದ ಕೇಳಿಬಂತು. ಬಸ್ಸಿಗಾಗಿ ಕಾಯುತ್ತಿದ್ದ ಒಂದಿಷ್ಟು ಜನ ಧ್ವನಿ ಬಂದ ದಿಕ್ಕಿನತ್ತ ತಿರುಗಿದರು. ತನಗೆ ಸಂಬಂಧವೇ ಇಲ್ಲವೆಂಬಂತೆ ಆ ಕಡೆ ಮೋಹನಸ್ವಾಮಿ ನೋಡಲಿಲ್ಲ. ಆ ಯುವಕ ಅಲ್ಲಿಗೇ ಅದನ್ನು ನಿಲ್ಲಿಸಲು ತಯಾರಿರಲಿಲ್ಲ. "ಲೇ ಗಾಂಡೂ... ಸೂಟು ಬೂಟು ಹಾಕಿಕೊಂಡಿರೋ ಚಕ್ಕಾ ನನ್ನ ಮಗನೆ..." ಎಂದು ಮತ್ತೊಮ್ಮೆ ಕೂಗಿದ. ಜನರು ಈಗ ಮೋಹನಸ್ವಾಮಿಯ ಕಡೆ ನೋಡಲಾರಂಭಿಸಿದರು. ಬೇರೇನೂ ಮಾಡುವ ಸಾಧ್ಯತೆಯಿಲ್ಲದೆ ಮೋಹನಸ್ವಾಮಿ ಈಗ ಆ ಯುವಕನತ್ತ ನೋಡಿದ. "ನಾನೇನು ಮಾಡಿದೆ? ನೀವ್ಯಾಕೆ ಕೂಗಾಡ್ತಾ ಇದ್ದೀರ?" ಅಂತೇನೋ ಮೆತ್ತನೆಯ ಧ್ವನಿಯಲ್ಲಿ ಬೆಬ್ಬೆಬ್ಬೆ ಮಾಡಲಾರಂಭಿಸಿದ. ಕೈಯಲ್ಲಿ ಸ್ಪಾನರ್ ಹಿಡಿದುಕೊಂಡಿದ್ದ ಆ ಯುವಕ ಈಗ ನಾಲ್ಕು ಹೆಜ್ಜೆ ಮುಂದೆ ಬಂದು, ಯಾವುದೇ ಲಂಗು ಲಗಾಮು ಇಲ್ಲದಂತೆ ಮೋಹನಸ್ವಾಮಿಯ ಮೇಲೆ ಕೂಗಾಡಲಾರಂಭಿಸಿದ. "ನನ್ನ ತಿಕಾ ನೋಡ್ತೀಯೇನಲೇ ಗಾಂಡೂ... ಬಾರಲೆ ಒಳಗೆ... ಸರೀಗೆ ತಿಕ ಹೊಡೀತೀನಿ ಬಾ... ಇಂಜಿನ್ ಆಯಿಲ್ ಹಾಕಿ ಹೊಡೀತೀನಿ ಬಾರಲೇ ಸೂವರ್... ಗಂಟಲು ಹರಿಯೋ ಮಟ ತುರುಕ್ತೀನಲೇ ಮಾದರ್‌ಚೋತ್... ಇಷ್ಟುದ್ದ ಐತೆ ನಂದು... ತೋರಿಸ್ತೀನಿ ಬಾ..." ಯಾವುದೇ ಸಂಕೋಚವಿಲ್ಲದೆ ಆ ಯುವಕ ಕೈಯಲ್ಲಿದ್ದ ಸ್ಪಾನರನ್ನು ಎಡಗೈಯ ಮುಷ್ಟಿಯಲ್ಲಿ ತೂರಿಸಿ ವೇಗವಾಗಿ ಹಿಂದೆ-ಮುಂದೆ ಉಜ್ಜಿ ತೋರಿಸಿ ಕೇಕೆ ಹಾಕಿ ಕೂಗಿದ.

ಮೋಹನಸ್ವಾಮಿಗೆ ಜೀವ ಕೈಗೆ ಬಂದಂತಾಯ್ತು. ಆಗುತ್ತಿರುವ ಅವಮಾನಕ್ಕೆ ಮೈ ನಡುಗಲಾರಂಭಿಸಿತು. ಅಲ್ಲಿ ನೆರೆದ ಎಲ್ಲರೂ ಮೋಹನಸ್ವಾಮಿಯ ಕಡೆಗೇ ನೋಡಲಾರಂಭಿಸಿದರು. ಅವರಿಗೀಗ ನಡೆದಿರಬಹುದಾದ ಸನ್ನಿವೇಶದ ಕಲ್ಪನೆ ಬರಲಾರಂಭಿಸಿತ್ತು. ಒಂದಿಬ್ಬರು ಕಿಸಕಿಸನೆ ನಗಲಾರಂಭಿಸಿದರು. ಅಷ್ಟರಲ್ಲಿ ಯಾವುದೋ ಬಸ್ಸು ಬಂತು. ಅದು ಎಲ್ಲಿಗೆ ಹೋಗುತ್ತದೆ ಎಂಬುದನ್ನೂ ಗಮನಿಸದೆ ಮೋಹನಸ್ವಾಮಿ ಓಡಿ ಹೋಗಿ ಅದನ್ನು ಹತ್ತಿಕೊಂಡ. ಬಸ್ಸು ಅಪರೂಪಕ್ಕೆ ಖಾಲಿಯಿತ್ತು. ಬಸ್ಸಿನ ಆ ಬದಿಯ ಸೀಟಿಗೆ ಹೋಗಿ ಕುಳಿತು, ಗಾಜಿನ

ಕಿಟಕಿಗೆ ತಲೆಯಾನಿಸಿದ. ನಡೆದ ಅವಮಾನವನ್ನು ಭರಿಸುವ ಶಕ್ತಿ ಅವನಿಗಿರಲಿಲ್ಲ. ಕಣ್ಣಿಂದ ಒಂದೇ ಸಮನೆ ಸುರಿದ ನೀರು ಗಾಜಿನ ಗುಂಟ ಇಳಿಯತೊಡಗಿತು. ಬಸ್ಸು ತಕ್ಷಣವೇ ಹೊರಟಿತು. ಆ ಯುವಕನ ಕಠೋರ ಧ್ವನಿ ಮೋಹನಸ್ವಾಮಿಯ ಕಿವಿಯಲ್ಲಿ ರಿಂಗಣಿಸುತ್ತಲೇ ಹೋಯ್ತು – "ಲೇ ಗಾಂಡೂ... ಚಕ್ಕಾ ನನ್ನ ಮಗನೆ... ತಿಕ ಹೊಡೀತೀನಿ ಬಾರಲೆ... ಸೂವರ್... ಮಾದರ್‌ಚೋತ್...". ಅವನು ಮಾಡಿದ ಆ ಅಸಹ್ಯ ಭಾವ–ಭಂಗಿ, ಜನರ ಕುಹಕ ನೋಟ, ನಗು ಎಲ್ಲವೂ ಅವನನ್ನು ಬೇಟೆಯಾಡಲಾರಂಭಿಸಿದವು.

"ಚೀಟಿ ತೊಗೊಳ್ರಿ... ಯಾರ್‍ರೀ ಈಗ ಹತ್ತಿದೋರು... ಚೀಟಿ..." ಎನ್ನುತ್ತಾ ಬಂದ ಕಂಡಕ್ಟರ್, ಕಿಟಕಿಗೆ ತಲೆಯಿಟ್ಟು ದುಃಖದಿಂದ ಅಳುತ್ತಾ ಕುಳಿತಿದ್ದ ಮೋಹನಸ್ವಾಮಿಯನ್ನು ನೋಡಿ, ಅವನನ್ನು ಮಾತನಾಡಿಸುವ ಧೈರ್ಯ ಸಾಲದೆ, ಟಿಕೇಟ್ ಅನಂತರ ಕೊಟ್ಟರಾಯ್ತೆಂದು ಅಲ್ಲಿಂದ ಹಿಂದಕ್ಕೆ ಹೊರಟ.

>>>

ವಿಮಾನ ಒಂದೂವರೆ ಘಂಟೆ ತಡವಾಗಿಯೇ ಹೊರಟಿತು. ಮೋಹನಸ್ವಾಮಿ ಲಾಂಜಿನಲ್ಲಿ ಕಾಯುತ್ತಾ ಕುಳಿತಾಗ ಕಾರ್ತಿಯ ಫೋನ್ ಬಂತು. ಮೊಬೈಲಿನ ಒಳಬರುವ ಮತ್ತು ಹೊರಹೋಗುವ ಎರಡೂ ಕರೆಗಳಿಗೆ ವಿಪರೀತ ಹಣ ವ್ಯಯವಾಗುತ್ತದಾದ್ದರಿಂದ, ಅವನ ಕಾಲ್ ಕಟ್ ಮಾಡಿ, ಅಲ್ಲಿಯೇ ಇದ್ದ ಎಸ್‌ಟಿಡಿ ಬೂತಿಗೆ ಹೋಗಿ, ಕಾರ್ತಿಯ ಆಫೀಸಿನ ಲ್ಯಾಂಡ್‌ಲೈನಿಗೆ ಫೋನ್ ಮಾಡಿದ. ಎಸ್‌ಟಿಡಿ ಬೂತಿಗೆ ಹೋಗಲು ಮತ್ತೊಂದು ಮಹತ್ವದ ಕಾರಣವೆಂದರೆ, ತಮ್ಮ ಮಾತುಗಳನ್ನು ಅಕಸ್ಮಾತ್ತಾಗಿ ಯಾರಾದರೂ ಅಕ್ಕಪಕ್ಕದಲ್ಲಿರುವವರು ಕೇಳಿಸಿಕೊಂಡುಬಿಟ್ಟರೆ ಗತಿಯೇನು ಎಂಬ ಭಯ ಯಾವಾಗಲೂ ಮೋಹನಸ್ವಾಮಿಯನ್ನು ಕಾಡುತ್ತದೆ. ಆದ್ದರಿಂದ ಎಸ್‌ಟಿಡಿ ಬೂತಿನಲ್ಲಿ ಹೊಕ್ಕು, ಬಾಗಿಲನ್ನು ಭದ್ರವಾಗಿ ಹಾಕಿಕೊಂಡ ನಂತರವೇ ಮಾತನಾಡುತ್ತಾನೆ. ಕಾರ್ತಿಗೆ ಅಂತಹ ಯಾವ ಹಿಂಜರಿಕೆಯೂ ಇಲ್ಲ. ಆಫೀಸಿನ ಫೋನಿನಲ್ಲಿಯೇ ಮೋಹನಸ್ವಾಮಿಗೆ 'ಐ ಲವ್ ಯೂ' ಎಂದು ಸಾಕಷ್ಟು ಬಾರಿ ಹೇಳಿದ್ದಾನೆ. ತನಗೆ ಅಂತಹ ಧೈರ್ಯ ಈ ಜನ್ಮದಲ್ಲಿ ಸಾಧ್ಯವಿಲ್ಲವೆಂದು ಮೋಹನಸ್ವಾಮಿ ಎಷ್ಟೋಬಾರಿ ಅಂದುಕೊಂಡಿದ್ದಾನೆ.

ಮೋಹನಸ್ವಾಮಿಯ 'ಹಲೋ...' ಎನ್ನುವ ಸ್ವರವನ್ನು ಕೇಳಿಯೇ ಕಾರ್ತಿಗೆ ಏನೋ ಸರಿಯಿಲ್ಲ ಎನ್ನುವುದು ಗೊತ್ತಾಗಿಹೋಯ್ತು.

"ಏನಾಯ್ತು ಮೋಹನ, ಎನಿಥಿಂಗ್ ರಾಂಗ್?" ಎಂದು ಪ್ರೀತಿಯಿಂದ ವಿಚಾರಿಸಿದ.

ಅವನ ಕಾಳಜಿಯ ಮಾತು ಕೇಳಿದ್ದೇ ಮೋಹನಸ್ವಾಮಿಗೆ ದುಃಖ ಒತ್ತರಿಸಿಕೊಂಡು ಬಂತು. ಆದರೆ ಅಳಬಾರದೆಂದು ನಿರ್ಧರಿಸಿದ. ಆ ಪುಟ್ಟ ಎಸ್‌ಟಿಡಿ ಬೂತಿನಲ್ಲಿಯ ಅವನ ಅಸಹಾಯಕ ನಿಟ್ಟುಸಿರು ಹೊರಗಿರುವ ಜನರಿಗೆ ಕೇಳಿಸುವುದು ಸಾಧ್ಯವಿರಲಿಲ್ಲ. ಅವನಿಂದ ಯಾವುದೇ ಧ್ವನಿ ಕೇಳಿಸದಾದಾಗ ಕಾರ್ತಿ ಒಂದೆರಡು ಕ್ಷಣ ಸುಮ್ಮನಾದ. ನಡೆದ ಸಂಗತಿಯೇನಾಗಿರಬಹುದೆಂದು ಅವನು ಊಹಿಸಬಲ್ಲವನಾಗಿದ್ದ. ಇದೇನೂ ಮೊದಲ ಸಲವಲ್ಲ.

"ಅವಮಾನ ಆಯ್ತಾ ಮೋಹನ?" ಎಂದು ಹಗೂರಕ್ಕೆ ಕೇಳಿದ.

"ಹೂಂ..." ಮೋಹನಸ್ವಾಮಿ ಮೂಗಿಂದ ಜಾರುತ್ತಿದ್ದ ನೀರನ್ನು ಕರವಸ್ತ್ರದಿಂದ ಒರೆಸಿಕೊಂಡ.

ಕಾರ್ತಿ ಅತ್ತ ಕಡೆ ನಿಟ್ಟುಸಿರು ಬಿಟ್ಟ.

"ಪಬ್ಲಿಕ್‌ನಲ್ಲಿ ಯಾಕೆ ಸುಮ್ಮನೆ ಇಲ್ಲದ ಸಾಹಸಕ್ಕೆ ಹೋಗ್ತಿ? ಸ್ಟ್ರೇಟ್ ಮೆನ್ಸ್ ಸಿಟ್ಟು ಮಾಡಿಕೊಳ್ತಾರೆ."

"ನಾ ಏನು ಮಾಡ್ಲಿ ಹೇಳು? ಒಂದೊಂದು ಸಲ ಆಸೆಯನ್ನ ನನ್ನ ಕೈಲಿ ತಡ್ಕೊಳಕ್ಕೆ ಆಗಲ್ಲ. ನನ್ನ ಶಕ್ತಿ ಮೀರಿದ್ದದು" ಎಂದು ಮೋಹನಸ್ವಾಮಿ ಅಸಹಾಯಕತೆಯಿಂದ ನುಡಿದ.

ಹತ್ತಾರು ಕ್ಷಣ ಅಲ್ಲಿ ಮಾತುಗಳಿರಲಿಲ್ಲ. ಒಬ್ಬರಿಗೊಬ್ಬರ ಉಸಿರುಗಳ ಸದ್ದನ್ನು ಕೇಳಿಸಿಕೊಳ್ಳುತ್ತಾ ಸಮಾಧಾನ ಮಾಡಿಕೊಂಡರು. ಕಾರ್ತಿಯೇ ಮೌನ ಮುರಿದ.

"ಇಗ್ನೋರ್ ಇಟ್... ನಿರ್ಲಕ್ಷ್ಯ ಮಾಡು... ಇದೆಲ್ಲಾ ಸಹಿಸ್ಕೋಬೇಕು ನೀನು. ದುಃಖ ಮಾಡ್ತಾ ಕೂತ್ರೆ ನಿಂಗೇ ಕೆಟ್ಟದ್ದಾಗ್ತದೆ. ಅವರಿಗೇನೂ ಆಗಲ್ಲ. ಡು ಯು ಗೆಟ್ ಮಿ?"

ಅರ್ಥವಾದವನಂತೆ ಮೋಹನಸ್ವಾಮಿ ತಲೆಯಲ್ಲಾಡಿಸಿದ. ಕಾರ್ತಿಗೆ ಅದು ಕಾಣಿಸುವುದಾದರೂ ಹೇಗೆ?

"ಅರ್ಥ ಆಯ್ತೇನೋ?" ಎಂದು ಮತ್ತೊಮ್ಮೆ ವಿಚಾರಿಸಿಕೊಂಡ.

"ಹೂಂ" ಎಂದು ಮೋಹನಸ್ವಾಮಿ ಶಬ್ದ ಹೊರಡಿಸಿದ.

"ಈಗ ಅದೆಲ್ಲಾ ಮರೆತು ವಿಮಾನದಲ್ಲಿ ಪ್ರಯಾಣ ಮಾಡು... ಚಿಯರ್ ಅಪ್... ಆಕಾಶ ಏನೂ ನಿನ್ನ ತಲೆ ಮೇಲೆ ಕಳಚಿ ಬಿದ್ದಿಲ್ಲ... ಒಂದು ಸಲ ನಗು..."

ಮೋಹನಸ್ವಾಮಿ ಕಷ್ಟದಿಂದ ನಕ್ಕ.

"ನಕ್ಕೆಯಾ?" ಕಾರ್ತಿ ವಿಚಾರಿಸಿದ.

"ಹೂಂ... ಹೆಂಗೆ ಪುರಾವೆ ಕೊಡಲಿ ನಿಂಗೆ?" ಎಂದು ಸ್ವಲ್ಪ ಉತ್ಸಾಹದ ಧ್ವನಿಯಲ್ಲಿ ಕೇಳಿದ. ಕಾರ್ತಿಗೆ ಈಗ ಸ್ವಲ್ಪ ಸಮಾಧಾನವಾಯ್ತು.

"ನೀನೇನೂ ಅದರ ಬಗ್ಗೆ ಯೋಚನೆ ಮಾಡಬೇಡ... ಇವೊತ್ತು ಆಫೀಸಿನಲ್ಲಿ ಒಂದು ಟೆಕ್ನಿಕಲ್ ಆರ್ಟಿಕಲ್ ಓದಿದೆ... ಮುಂದೊಂದು ದಿನ ಫೋನ್‌ನಲ್ಲಿ ನಮ್ಮ ಮಾತಿನ ಜೊತೆಗೆ ನಮ್ಮ ವೀಡಿಯೋ ಕೂಡಾ ಬರಬಹುದು ಅಂತ ಬರೆದಿದಾರೆ... ಟಿವಿನಲ್ಲಿ ಬರ್ತದಲ್ಲ, ಹಂಗೆ."

"ಬುಲ್‌ಶಿಟ್... ಅದು ಇಂಪಾಜಿಬಲ್... ಮೊಬೈಲ್ ಫೋನ್‌ನ ಟಿವಿ ಮಾಡೋಕೆ ಆಗುತ್ತಾ? ಆಗ ಆ ಮಷಿನ್‌ನ ತಲೆ ಮೇಲೆ ಹೊತ್ತುಗೊಂಡು ಹೋಗುವಷ್ಟು ದೊಡ್ಡದು ಮಾಡಬೇಕಾಗುತ್ತೆ ಅಷ್ಟೇ!" ಎಂದು ಮೋಹನಸ್ವಾಮಿ ಆ ಸುದ್ದಿಯನ್ನು ತಳ್ಳಿಹಾಕಿದ.

"ಯಾವೋನಿಗೊತ್ತು... ಏನೇನೆಲ್ಲಾ ಕಂಡು ಹಿಡೀತಾ ಇದ್ದಾರೆ ಅಂದ್ರೆ, ನಾಳೆ ಬೆಳಗ್ಗೆ ಮೊಬೈಲ್ ಮೂಲಕ ಇಬ್ಬರೂ ಸೆಕ್ಸ್ ಮಾಡಬಹುದು ಅಂದ್ರೂ ನಾನು ನಂಬ್ತೀನಿ" ಎಂದು ನಕ್ಕ. ಅವನ ಜೋಕಿಗೆ ಮೋಹನಸ್ವಾಮಿಗೂ ನಗು ಬಂತು.

"ಆಗ ವರ್ಚುಯಲ್ ಕಾಂಡೋಮ್ ಬಳಸಬೇಕಾಗ್ತದೇನೋ ಅಲ್ವಾ ಕಾರ್ತಿ" ಎಂದು ನಕ್ಕ.

"ಹೂಂ... ಇಲ್ಲಾ ಅಂದ್ರೆ ಇ–ವೈರಸ್ ಅಟ್ಯಾಕ್ ಆಗುತ್ತೆ."

ಇಬ್ಬರ ಮನಸ್ಸೂ ಹೂ ಹಗುರವಾಯ್ತು. ಮೋಹನಸ್ವಾಮಿಯ ವಿಮಾನ ಹೊರಡಲು ಸಿದ್ಧವಾಗಿದೆಯೆಂದು ಅನೌನ್ಸ್ ಮಾಡಲಾರಂಭಿಸಿದರು. ಫೋನ್ ಕತ್ತರಿಸಿದ ಮೋಹನಸ್ವಾಮಿ ಗೇಟಿನ ಕಡೆಗೆ ಹೊರಟ.

>>>

ವಿಮಾನ ಸಾಕಷ್ಟು ಖಾಲಿಯಿತ್ತು. ತಡವಾಗಿ ಹೊರಡುತ್ತಿರುವುದರಿಂದ ಸಾಕಷ್ಟು ಜನ ತಮ್ಮ ಟಿಕೇಟನ್ನು ಕ್ಯಾನ್ಸಲ್ ಮಾಡಿಸಿಕೊಂಡು ಬೇರೆ ವಿಮಾನದಲ್ಲಿ ಪ್ರಯಾಣಿಸಿರಬೇಕೆಂದು ಯಾರೋ ಮಾತಾಡಿಕೊಳ್ಳುತ್ತಿರುವುದು ಮೋಹನಸ್ವಾಮಿಯ ಕಿವಿಗೆ ಬಿತ್ತು. "ಪ್ರೈವೇಟ್ ಏರ್‌ಲೈನ್ಸ್ ಬಂದ ಮೇಲೆ ಎಲ್ಲಾ ಸರಿ ಹೋಗುತ್ತೆ ಅಂತಿದ್ರು. ಶುರುವಾಗಿ ಐದು ವರ್ಷ ಆಯ್ತು. ಇವರ ಹಣೆಬರಹಾನೂ ಇಷ್ಟೇ! ಬರೀ ಎಳೆ ಹುಡುಗಿಯರನ್ನ ಸರ್ವೀಸ್‌ಗೆ ತೊಗೊಂಡಾರೆ ಅನ್ನೋದು ಬಿಟ್ರೆ ಬೇರೆ ಎಲ್ಲಾ ಅದೇ ತಂಗಳು" ಎಂದು ಮತ್ತೊಬ್ಬರು ಅಸಮಾಧಾನದ ಕಿಡಿಕಾರಿದ್ದರು. ಇವನ ಟ್ರೇನಿಂಗ್ ಶುರುವಾಗುವುದು ಮಧ್ಯಾಹ್ನದ ಮೇಲೇ ಆದ ಕಾರಣ ಅಂತಹ ಆತಂಕವೇನೂ ಇರಲಿಲ್ಲ. ಊಟವಾದ ಮೇಲೆ ಹುಡುಗರು ಕ್ಲಾಸಿನಲ್ಲಿ ನಿದ್ದೆ ಮಾಡ್ತಾರೆ, ಬೆಳಗ್ಗೆಯೇ ಟ್ರೇನಿಂಗ್ ಮಾಡೋಣ ಎಂದು ಇವನು ಸಲಹೆ ಕೊಟ್ಟಿದ್ದರೂ, ಪ್ರಾಜೆಕ್ಟ್ ಡೆಲಿವರಿ ಇದೆ, ಸಾಧ್ಯವೇ ಇಲ್ಲ ಎಂದು ಅಲ್ಲಿಯ ಎಚ್ಚಾರ್ ಡಿಪಾರ್ಟ್‌ಮೆಂಟಿನವರು ನಿರಾಕರಿಸಿದ್ದರು.

ಮೋಹನಸ್ವಾಮಿ ಕುಳಿತ ಸಾಲಿನಲ್ಲಿ ಇವನ ಹೊರತಾಗಿ ಮತ್ತೊಬ್ಬರಿದ್ದರು. ಇವನಿಗೆ ಕಿಟಕಿಯ ಮೂಲಕ ನೆಲವನ್ನು ನೋಡುವುದು ಭಯವೆನ್ನಿಸುವುದರಿಂದ ಬಲ ಮಗ್ಗುಲಿನ ಐಲ್ ಸೀಟಿನಲ್ಲಿ ಕೂತಿದ್ದರೆ, ಅವರು ಮಧ್ಯದ ಸೀಟುಗಳ ಆ ತುದಿಯಲ್ಲಿ ಕುಳಿತಿದ್ದರು. ಎಳೆಗಂದು ಬಣ್ಣದ ಅಂಗಿಯನ್ನು ಧರಿಸಿ ಕುಳಿತಿದ್ದ ಅವರು ಯಾಕೋ ತುಂಬಾ ಚಿಂತೆಯಲ್ಲಿದ್ದಂತೆ ಮೋಹನಸ್ವಾಮಿಗೆ ಕಂಡುಬಂತು. ಸುಮಾರು ಐವತ್ತರ ಆಸುಪಾಸಿನ ಹಿರಿಯರವರಾಗಿದ್ದರು. ಸಾಮಾನ್ಯವಾಗಿ ಜೊತೆಯಲ್ಲಿ ಪ್ರಯಾಣಿಸುವವರಿಗೆ "ಹಲೋ" ಹೇಳಿ ಪರಿಚಯವನ್ನು ಮಾಡಿಕೊಳ್ಳುವ ಸಂಪ್ರದಾಯವನ್ನು ಮೋಹನಸ್ವಾಮಿ ಪಾಲಿಸುತ್ತಿದ್ದ. ಅದೇ ರೀತಿ ಅವರಿಗೂ "ಹಲೋ" ಎಂದು ಹೇಳಿ ಅವರ ಗಮನವನ್ನು ಸೆಳೆಯಲು ನೋಡಿದ. ಚಿಂತೆಯಲ್ಲಿ ಮುಳುಗಿದ್ದ ಅವರು ಇವನ ಕಡೆ ತಿರುಗಿನೋಡಲಿಲ್ಲ. ಮೋಹನಸ್ವಾಮಿ ಅವರನ್ನು ಮತ್ತೆ ತಡವದೆ ತನ್ನ ಪಾಡಿಗೆ ತಾನು ಬೆಲ್ಟ್ ಬಿಗಿದುಕೊಂಡು ಕನ್ನಡ ಪುಸ್ತಕವೊಂದನ್ನು ತೆಗೆದುಕೊಂಡು ಓದುತ್ತಾ ಕುಳಿತ.

ವಿಮಾನದ ಪೈಲಟ್ ತಡವಾಗಿದ್ದಕ್ಕೆ ಕ್ಷಮೆ ಕೇಳಿ, ವಿಮಾನದ ಸುರಕ್ಷಾ ವಿಧಾನಗಳನ್ನು ವಿವರಿಸಲಾರಂಭಿಸಿದರು. ಹಲವು ಬಾರಿ ವಿಮಾನದಲ್ಲಿ ಪ್ರಯಾಣ ಮಾಡಿದ್ದರೂ ಮೋಹನಸ್ವಾಮಿ ಈ ವಿವರಗಳನ್ನು ಕಿವಿಗೊಟ್ಟು ಕೇಳುತ್ತಾನೆ. ಅವರು ಸೀಟ್‌ಬೆಲ್ಟನ್ನು ಬಿಗಿದುಕೊಳ್ಳಿ ಎಂದರೆ, ಹಾಕಿಕೊಂಡ ಸೀಟ್‌ಬೆಲ್ಟನ್ನು ಒಮ್ಮೆ ಸಡಿಲಿಸಿ, ಮತ್ತೊಮ್ಮೆ ಹಾಕಿಕೊಳ್ಳುತ್ತಾನೆ. ಅಕ್ಕಪಕ್ಕದವರು ಸರಿಯಾಗಿ ಸೀಟ್‌ಬೆಲ್ಟ್ ಹಾಕಿಕೊಂಡಿದ್ದಾರೆಯೇ ಎಂದು ಪರೀಕ್ಷಿಸಿ ಎಂದ ತಕ್ಷಣ, ಅತ್ತ ಕಡೆ ಕಣ್ಣು ಹಾಕಿದ. ಆ ಹಿರಿಯ ವ್ಯಕ್ತಿ ಸೀಟ್‌ಬೆಲ್ಟ್ ಹಾಕಿಲ್ಲವೆಂದು ಮೋಹನಸ್ವಾಮಿಗೆ ತಿಳಿಯಿತು. ಎಂತಹದೋ ಚಿಂತೆಯಲ್ಲಿದ್ದ ಅವರು ಇನ್ನೂ ಅದರಿಂದ ಹೊರಬಂದಿರಲಿಲ್ಲ. ತಾನೇ ಕೂಗಿ ಹೇಳೋಣವೆ ಎಂದುಕೊಂಡನಾದರೂ, ಅವರು ಸ್ವಲ್ಪ ದೂರದಲ್ಲಿದ್ದ ಕಾರಣ ಬೇಡವೆಂದು ಸುಮ್ಮನಾದ.

ಅಷ್ಟರಲ್ಲಿ ಹದಿಹರೆಯದ ಗಗನಸಖಿಯೊಬ್ಬಳು ಇವನ ಸೀಟಿನ ಪಕ್ಕವೇ ಬಿರುಸು ನಡಿಗೆಯಿಂದ ಹೊರಟಿದ್ದಳು. ಅವಳಿಗಾದರೂ ಆ ವಿಷಯವನ್ನು ತಿಳಿಸೋಣ ಎಂದುಕೊಂಡು, ಅವಳ ಗಮನವನ್ನು ಸೆಳೆಯುವುದಕ್ಕಾಗಿ ಮೋಹನಸ್ವಾಮಿ ಅವಳ ನಡುವನ್ನು ಮುಟ್ಟಿ "ಹಲೋ..." ಎಂದ. ಆಕೆ ಮೋಹನಸ್ವಾಮಿಯ ವರ್ತನೆಯಿಂದ ಸಿಟ್ಟಿಗೆದ್ದು ಕನಲಿ ಹೋದಳು. ಇವನ ಹತ್ತಿರ ಬಂದು, "ನೀವು ಹಂಗೆಲ್ಲಾ ನನ್ನ ಮೈ ಮುಟ್ಟೋ ಹಾಗಿಲ್ಲ. ಹೌ ಕ್ಯಾನ್ ಯು ಟಚ್ ಮಿ? ಏನು ಬೇಕಿದ್ರೂ ಮಾತಿನಲ್ಲಿ ಕೇಳಬೇಕು" ಎಂದು ಜೋರು ಮಾಡಿಬಿಟ್ಟಳು. ಅಕ್ಕಪಕ್ಕದವರಿಗೂ ಅವಳ ಮಾತುಗಳು ಕೇಳಿಸಿ, ಇವರತ್ತ ದೃಷ್ಟಿ ಹಾಯಿಸಿದರು.

ಮೋಹನಸ್ವಾಮಿ ಈ ಅನಿರೀಕ್ಷಿತ ಆರೋಪದಿಂದ ಕಂಗಾಲಾಗಿ, "ಕ್ಷಮಿಸಿ, ನಾನು ಯಾವುದೇ ಕೆಟ್ಟ ಉದ್ದೇಶದಿಂದ ನಿಮ್ಮನ್ನು ಮುಟ್ಟಿಲ್ಲ. ಆ ಕಡೆ ಕುಳಿತವರು ಸೀಟ್‌ಬೆಲ್ಟ್ ಹಾಕಿಕೊಂಡಿಲ್ಲ. ಅದಕ್ಕೆಂದೇ..." ಎಂದು ವಿವರಿಸಲಾರಂಭಿಸಿದ. ಅವನ ಮಾತುಗಳನ್ನು ಕೇಳಿಸಿಕೊಳ್ಳುವುದಕ್ಕೇ ಸಿದ್ಧವಿಲ್ಲದ ಆ ಗಗನಸಖಿ, "ಎಲ್ಲಾ ಗಂಡಸರ ಹಣೆಬರಹ ಇಷ್ಟೇ! ಮುಟ್ಟೋದಕ್ಕೆ ಏನೋ ಒಂದು ನೆಪ ಬೇಕು!! ಜಸ್ಟ್ ಸಮ್ ಎಕ್ಸ್‌ಕ್ಯೂಜ್" ಎಂದು ಸಿಡುಕಿ ಬಿರಬಿರನೆ ಹೊರಟುಹೋದಳು.

ಹಿಂದಿನ ಸಾಲಿನ ಮಧ್ಯದಲ್ಲಿ ಕುಳಿತಿದ್ದ ನಡುವಯಸ್ಸಿನ ಸರ್ದಾರ್ಜಿಯೊಬ್ಬರು ಇವನತ್ತ ನೋಡಿ ಕಣ್ಣು ಹೊಡೆದು, "ಮಜಾ ಕರ್ ಬೇಟಾ, ಕುಛ್ ನಹೀ ಹೋಗಾ" ಎಂದು ಹೇಳಿ ಉತ್ತೇಜನ ಕೊಟ್ಟರು. ಅವರ ಪಕ್ಕ ಕುಳಿತ ಮತ್ತೊಬ್ಬ ವ್ಯಕ್ತಿ "ಎಂಜಾಯ್" ಎಂದು ಥಮ್ಸ್ ಅಪ್ ಮಾಡಿದ. ನಡೆದ ಸಂಗತಿಗೆ ನಗಬೇಕೋ, ಸಿಟ್ಟಾಗಬೇಕೋ ತಿಳಿಯದೆ ಮೋಹನಸ್ವಾಮಿ ಗೊಂದಲಗೊಂಡ. ಹತ್ತಾರು ಅಪರಿಚಿತ ಜನರ ಮಧ್ಯೆ ತನ್ನನ್ನು 'ಪೋಲಿ ಹುಡುಗ' ಮಾಡಿದ ಈ ದಡ್ಡ ಗಗನಸಖಿಗೆ ಧನ್ಯವಾದಗಳನ್ನು ಅರ್ಪಿಸಬೇಕೋ, ಸಿಟ್ಟಿನಿಂದ ರೇಗಬೇಕೋ ತಿಳಿಯಲಿಲ್ಲ. ಸಂಪೂರ್ಣ ಬೆತ್ತಲೆಯಾಗಿ ತನ್ನ ಮುಂದೆ ಅವಳು ನಡೆದು ಬಂದರೂ, ಅವಳನ್ನು ಸ್ಪರ್ಶಿಸಲು ಅಸಹ್ಯ ಪಟ್ಟುಕೊಳ್ಳುವ ತನಗೆ ಎಂತಹ ಮರ್ಯಾದೆಯನ್ನು ಮಾಡಿಬಿಟ್ಟಳಲ್ಲಾ ಎಂದು ನಗು ಬಂತು. ಅಷ್ಟರಲ್ಲಿ ಅವನದೇ ಸಾಲಿನಲ್ಲಿ ಕುಳಿತ ವ್ಯಕ್ತಿ ಇವನ ಗಮನವನ್ನು ಸೆಳೆದು ತಾನು ಸರಿಯಾಗಿ ಬೆಲ್ಟ್ ಹಾಕಿಕೊಂಡಿದ್ದೇನೆ ನೋಡು ಎಂದು ಸಂಜ್ಞೆಯ ಮೂಲಕ ತೋರಿಸಿ, 'ಥಮ್ಸ್ ಅಪ್' ಮಾಡಿ ಧನ್ಯವಾದಗಳನ್ನು ತಿಳಿಸಿದ. ಇವನೂ ಮುಖವನ್ನು ಅರಳಿಸಿದ. ಇಡೀ ಪ್ರಸಂಗ ಅವನಿಗೆ ಕಚಗುಳಿ ಇಟ್ಟು, ಮನಸ್ಸನ್ನು ಹಗುರ ಮಾಡಿತು. ವಿಮಾನ ರನ್‌ವೇ ಕಡೆಗೆ ನುಗ್ಗಿತು. ಮೋಹನಸ್ವಾಮಿ ಮತ್ತೆ ತನ್ನ ಕನ್ನಡ ಪುಸ್ತಕದಲ್ಲಿ ಮುಳುಗಿಹೋದ.

ವಿಮಾನ ಆಕಾಶದಲ್ಲಿ ಹೂಹಗುರವಾಗಿ ಚಲಿಸಲು ಪ್ರಾರಂಭಿಸಿ, "ನೀವಿನ್ನು ಸೀಟ್‌ಬೆಲ್ಟನ್ನು ಸಡಿಲಿಸಿಕೊಳ್ಳಬಹುದು..." ಎಂದು ಪ್ರಕಟಣೆಯಾದ ಮೇಲೆ, ಎದ್ದು ಶೌಚಾಲಯಕ್ಕೆ ಹೋದ. ಶೌಚಕಾರ್ಯ ಮುಗಿಸಿ ಕೈ ತೊಳೆದುಕೊಳ್ಳಲು ವಾಷ್‌ಬೇಸಿನ್ನಿನ ಬಳಿ ಬಂದಾಗ ಕನ್ನಡಿಯಲ್ಲಿ ಒಂದು ಕ್ಷಣ ಕಾರ್ತಿ ಕಂಡಂತಾಯ್ತು. "ಹೇಯ್..." ಎಂದು ಉದ್ಗಾರ ಬಾಯಿಂದ ಹೊರಟು, ತಕ್ಷಣವೇ ಈ ದಿನ ತಾನು ಅವನ ಉಡುಪನ್ನು ಹಾಕಿಕೊಂಡಿದ್ದೇನೆಂಬುದು ನೆನಪಾಗಿ, ತನ್ನದೇ ಪ್ರತಿಬಿಂಬ ತನಗೆ ಮೋಸ ಮಾಡಿದ್ದು ಕಂಡು ನಗು ಬಂತು. ಸ್ವಲ್ಪ ಅಳ್ಳಕವಾಗಿದ್ದ ಉಡುಪನ್ನು ಮತ್ತೊಮ್ಮೆ ಸರಿಪಡಿಸಿಕೊಂಡು ಹೊರಬಂದ. ಆಗ ಅಚಾನಕ್ಕಾಗಿ ಮತ್ತೊಂದು ಘಟನೆ ನಡೆಯಿತು.

ಅದೇ ಎಳೆಯ ಗಗನಸಖಿ ಡ್ರಿಂಕ್ಸ್ ಟ್ರಾಲಿಯನ್ನು ಹಿಮ್ಮುಖವಾಗಿ ಎಳೆದುಕೊಂಡು ಬರುತ್ತಿದ್ದಳು. ಶೌಚಾಲಯದಿಂದ ಹೊರಬಂದ ಮೋಹನಸ್ವಾಮಿಯ ಸೊಂಟಕ್ಕೆ ಅವಳ ತಿಕ ಜೋರಾಗಿಯೇ ಬಡಿಯಿತು. "ಓ... ಐ ಆಮ್ ಸಾರಿ..." ಎಂದು ಹಿಂದಕ್ಕೆ ತಿರುಗಿ ನೋಡಿ ವಯ್ಯಾರ ಮಾಡಿದಳು. ಈಗ ಜೋರು ಮಾಡುವ ಸರದಿ ಮೋಹನಸ್ವಾಮಿಯದು. "ಹೌ ಕ್ಯಾನ್ ಯು ಟಚ್ ಮಿ ಲೈಕ್ ದಟ್... ಇಟ್ ಇರಿಟೇಟ್ಸ್..." ಎಂದು ಅವಳಿಗೆ ಬೈದ. ಸಪ್ಪೆ ಮುಖ ಮಾಡಿಕೊಂಡ ಅವಳು, "ಐ ಆಂ ಸೋ ಸಾರಿ ಸಾರ್..." ಎಂದು ಇನ್ನೊಮ್ಮೆ ಕ್ಷಮೆ ಕೇಳಿದಳು. ಮೋಹನಸ್ವಾಮಿಗೆ ನಗು ಬಂತು. ಆದರೂ ಅದನ್ನು ಹತ್ತಿಕ್ಕಿಕೊಂಡು, ಸಿಟ್ಟಿನ ಮುಖ ಮಾಡಿಕೊಂಡು, "ಜಸ್ಟ್ ಸಮ್ ಎಕ್ಸ್‌ಕ್ಯೂಜ್..." ಎಂದು ಅವಳಿಗೆ ಬೈದು, ತನ್ನ ಸೀಟಿನ ಕಡೆಗೆ ನಡೆದು ಬಂದ. ಮನಸ್ಸು ಗಾಳಿಪಟವಾಗಿತ್ತು.

ಅವನ ಸಾಲಿನಲ್ಲಿ ಕುಳಿತಿದ್ದ ಎಳೆಗಂದು ಬಣ್ಣದ ಅಂಗಿಯ ಆತ ಈಗ ಮೋಹನಸ್ವಾಮಿಯ ಸೀಟಿನ ಪಕ್ಕದ ಕಿಟಕಿಯ ಕಡೆ ಕುಳಿತು, ಅವನ ಕನ್ನಡ ಪುಸ್ತಕವನ್ನು ಓದುತ್ತಿದ್ದ. ಮೋಹನಸ್ವಾಮಿ ಸೀಟಿನ ಹತ್ತಿರ ಬಂದಿದ್ದನ್ನು ಕಂಡ ತಕ್ಷಣ ಆತ ಪುಸ್ತಕವನ್ನು ಕೆಳಗಿಟ್ಟು ಎದ್ದುಹೋಗಲು ನೋಡಿದ. "ಪರವಾಗಿಲ್ಲ ಇಲ್ಲೇ ಕುಳಿತುಕೊಳ್ಳಿ..." ಎಂದು ಮೋಹನಸ್ವಾಮಿ ಕನ್ನಡದಲ್ಲಿಯೇ ಹೇಳಿ ತನ್ನ ಸೀಟಿನಲ್ಲಿ ಕುಳಿತುಕೊಂಡ. "ಕನ್ನಡ ಪುಸ್ತಕ ಕಂಡರೆ ನಂಗೆ ತುಂಬಾ ಇಷ್ಟ. ಮುಂಚೆ ಸಿಕ್ಕಾಪಟ್ಟೆ ಓದ್ತಾ ಇದ್ದೆ. ಈಗ ಈ ಬ್ಯಾಂಕಿನ ಬಿಜಿಯಲ್ಲಿ ಪುಸ್ತಕ ಓದದೆ ಎಷ್ಟೋ ವರ್ಷ ಆಯ್ತು. ಈ ದೆಹಲಿಯ ವಿಮಾನದಲ್ಲಿ ಕನ್ನಡ ಪುಸ್ತಕ ಓದೋರು ಸಿಕ್ಕಿದ್ದು ಬಹಳ ಅಪರೂಪ. ಅದಕ್ಕೇ ಯಾವ ಪುಸ್ತಕ ಇದ್ದೀತು ಅಂತ ಕುತೂಹಲದಿಂದ ಬಂದು ನೋಡ್ತ ಇದ್ದೆ" ಎಂದು ಆತ ವಿವರಿಸಿದ. ಮೋಹನಸ್ವಾಮಿ ತಕ್ಷಣ, "ನಾನು ಮೋಹನಸ್ವಾಮಿ..." ಎಂದು ಕೈ ಚಾಚಿದ. ಆತ ಮುಖದಲ್ಲಿ ನಗೆಯರಳಿಸಿ, "ನಾನು ರಮೇಶ್... ರಮೇಶ್ ಜಮದಗ್ನಿ ಅಂತ. ಡಾಯಿಶ್ ಬ್ಯಾಂಕಿನಲ್ಲಿ ಕೆಲಸ ಮಾಡ್ತೀನಿ" ಎಂದು ಪರಿಚಯಿಸಿಕೊಂಡ.

"ನಾನು ಆಗಲೇ ನಿಮ್ಮನ್ನ ಪರಿಚಯ ಮಾಡಿಕೊಳ್ಳೋಣ ಅಂತ ಪ್ರಯತ್ನಿಸಿದೆ. ಆದರೆ ನೀವು ಯಾವುದೋ ಚಿಂತೆಯಲ್ಲಿ ಮುಳುಗಿ ಹೋಗಿದ್ದಿರಿ. ನಿಮ್ಮ ಗಮನ ಸೆಳೆಯೋಕೆ ನಂಗೆ ಆಗಲಿಲ್ಲ" ಎಂದು ಮೋಹನಸ್ವಾಮಿ ವಿವರಿಸಿದ. ಅವನ ಮಾತಿಗೆ ರಮೇಶನ ಮುಖ ಸಪ್ಪೆಯಾಯ್ತು. "ಹೌದು ಮೋಹನ್. ವಿಮಾನ ಹತ್ತೋದಕ್ಕೆ ಮುಂಚೆ ಯಾರನ್ನೋ ಅನಿರೀಕ್ಷಿತವಾಗಿ ಭೇಟಿಯಾದೆ. ಮನಸ್ಸು ಖಿನ್ನವಾಗಿ ಹೋಯ್ತು" ಎಂದು ಅದಕ್ಕೆ ಕಾರಣವನ್ನು ವಿವರಿಸಿದ. "ಹೌದಾ, ಸಾರಿ" ಎಂದು ಮೋಹನಸ್ವಾಮಿ ಹೆಚ್ಚಿಗೆ ಕೆದಕದೆ ಅವರ ಮುಖ ನೋಡಿದ. "ಯಾರನ್ನ ನೋಡಿದೆ

ಅಂತ ಕೇಳಲ್ವಾ ಮೋಹನ್?" ಎಂದು ಅವರೇ ಮಾತು ಮುಂದುವರೆಸಿದರು. ಮೋಹನಸ್ವಾಮಿಗೆ ಗೊಂದಲವಾಯ್ತು. "ನಿಮಗೆ ಹೇಳಿಕೊಳ್ಳಬೇಕು ಅನ್ನಿಸ್ತಾ ಇದ್ರೆ ದಯವಿಟ್ಟು ಹೇಳಿ" ಎಂದ. ಅವರು ಒಂದೆರಡು ಕ್ಷಣ ಸುಮ್ಮನೆ ಕಿಟಕಿಯ ಮೂಲಕ ಮೋಡಗಳನ್ನು ವೀಕ್ಷಿಸಿದರು. ಬಿಸಿಲಿಗೆ ಅವು ಪ್ರಖರವಾಗಿ ಹೊಳೆಯುತ್ತಾ ನಿಧಾನಕ್ಕೆ ಸಾಗುತ್ತಿದ್ದವು. ಮೋಹನನ ಕಡೆ ತಿರುಗದೆ ಹೇಳಲಾರಂಭಿಸಿದರು.

"ಸ್ಮಿತಾ ಅಂತ ಅವಳ ಹೆಸರು, ಮೈಸೂರಿನಲ್ಲಿ ಎಂಕಾಂ ಮಾಡುವಾಗ ನನ್ನ ಸಹಪಾಠಿ. ಇಬ್ಬರೂ ತುಂಬಾ ಪ್ರೀತಿ ಮಾಡ್ತಾ ಇದ್ವಿ. ಎರಡು ವರ್ಷ ಒಬ್ಬರನ್ನೊಬ್ಬರು ನೋಡಿ ಮಾತಾಡಿಸದೆ ದಿನವೊಂದನ್ನು ಕಳೆಯೋದು ಸಾಧ್ಯಾನೇ ಇರಲಿಲ್ಲ. ಒಂದೇ ಕಾಲೇಜಿನಲ್ಲಿ ಓದ್ತಾ ಇದ್ರೂ ಇಬ್ಬರೂ ದಿನಾ ಒಂದೊಂದು ಪ್ರೇಮಪತ್ರ ಬರೀತಾ ಇದ್ವಿ. ಈಗಲೂ ನೂರಾರು ಪತ್ರ ನನ್ನ ಹತ್ತಿರ ಅವೆ. ಹೆಂಡತಿ ಕಣ್ಣಿಗೆ ಬೀಳಬಾರದು ಅಂತ ಬ್ಯಾಂಕಿನ ಲಾಕರ್‌ನಲ್ಲಿಟ್ಟೀನಿ. ಎಲ್ಲಾ ಆಗಿ ಆಗಲೇ ಇಪ್ಪತ್ತೈದು ವರ್ಷ ಆಯ್ತು. ಈವತ್ತು ಅಚಾನಕ್ಕಾಗಿ ಅವಳು ವಿಮಾನ ನಿಲ್ದಾಣದಲ್ಲಿ ಸಿಕ್ಕಿಬಿಟ್ಟಳು. ತಬ್ಬಿಬ್ಬಾಗಿ ಹೋದೆ. ಮತ್ತೆ ಅವಳು ನನ್ನ ಬದುಕಿನಲ್ಲಿ ಸಿಗ್ತಾಳೆ ಅಂತ ಅಂದುಕೊಂಡೇ ಇರಲಿಲ್ಲ."

"ಅಷ್ಟು ಪ್ರೀತಿ ಮಾಡ್ತಾ ಇದ್ರೂ ಯಾಕೆ ಮದುವೆ ಆಗಲಿಲ್ಲ?"

"ನಂಗೆ ಧೈರ್ಯ ಇರಲಿಲ್ಲ ಮೋಹನ್, ಆವಾಗ ತುಂಬಾ ಪುಕ್ಕಲ ಆಗಿದ್ದೆ. ನಮ್ಮದು ಬ್ರಾಹ್ಮಣ ಕುಲ... ಯು ನೋ, ಮಾಧ್ವ ಉಪಪಂಗಡ ಅಂತ ಇದೆ..."

"ನಂಗೊತ್ತು, ಹೇಳಿ"

"ಅಪ್ಪ-ಅಮ್ಮ ಸಿಕ್ಕಾಪಟ್ಟೆ ಮಡಿ-ಮೈಲಿಗೆ ಮಾಡೋರು. ಮಹಾ ಸಂಪ್ರದಾಯವಾದಿಗಳು. ಇವಳು ನೋಡಿದ್ರೆ ಕೊಡವರ ಹುಡುಗಿ, ಹಂದಿ ಕರ್ರಿ ಇಷ್ಟಪಟ್ಟು ತಿನ್ನೋಳು. ಆಕೆಯನ್ನ ತಮ್ಮ ಸೊಸೆಯಾಗಿ ಸ್ವೀಕರಿಸಲಿಕ್ಕೆ ಅವರು ಖಂಡಿತಾ ಒಪ್ಪಲ್ಲ ಅಂತ ನಂಗೆ ಗೊತ್ತಿತ್ತು. ಅದಕ್ಕೆಂದೇ ಹೇಳೋದಕ್ಕೆ ಹೋಗಲಿಲ್ಲ. ಮನೆ ಬಿಟ್ಟು ಹೋಗಿ ಮದುವೆ ಮಾಡಿಕೊಳ್ಳೋಣ ಅಂತ ಅವಳು ಬಲವಂತ ಮಾಡಿದ್ಳು; ನಂಗೆ ಧೈರ್ಯ ಆಗಲಿಲ್ಲ. ಇನ್ನೂ ಕೆಲಸ ಅನ್ನೋದು ಸಿಕ್ಕಿರಲಿಲ್ಲ, ಅಂತಹ ಧೈರ್ಯ ಹೇಗೆ ಬರ್ತದೆ ಹೇಳಿ ಮೋಹನ್? ಏನೇ ಮಾಡಿದ್ರೂ ಈ ಸಂಬಂಧ ನಡೆಯಲ್ಲ ಅಂತ ಅನ್ನಿಸಿಬಿಡ್ತು. ಬಲವಂತವಾಗಿ ಅವಳನ್ನ ದೂರ ಮಾಡಿದೆ. ಅವಳಿಗೆ ಪತ್ರ ಬರೆಯೋದು ನಿಲ್ಲಿಸಿಬಿಟ್ಟೆ, ಭೇಟಿಯಾಗೋದು ಬಿಟ್ಟುಬಿಟ್ಟೆ. ಅಲ್ಲೀ ತನಕ ನಾವಿಬ್ಬರೂ ಸುತ್ತದ ಜಾಗಗಳಿಲ್ಲ, ಆಡದ ಮಾತುಗಳಿಲ್ಲ, ನೋಡದ ಸಿನಿಮಾಗಳಿಲ್ಲ. ಮಳೆಗಾಲ ಬಂತು ಅಂದ್ರೆ ಶಿವನಸಮುದ್ರಕ್ಕೆ ಹೋಗಿ, ಒಬ್ಬರಿಗೊಬ್ಬರು ಕೈ ಹಿಡಿದುಕೊಂಡು ಕುಳಿತು ಆ ನೀರಿನ ಭೋರ್ಗರೆತವನ್ನು ಎಷ್ಟು

ಹೊತ್ತು ನೋಡಿದ್ರೂ ನಮಗೆ ಸಮಾಧಾನ ಆಗ್ತಾ ಇರಲಿಲ್ಲ. ಅಂತಹ ಒಂದು ಸ್ನೇಹ ಒಮ್ಮೆಲೆ ನಿಂತು ಹೋದ್ರೆ ಹೇಗೆ ಆಗಬೇಡ ಹೇಳಿ? ಅವಳು ಅತ್ತಳು, ಗೋಗರೆದಳು, ಹೀಗೆ ಮಾಡಬೇಡವೋ ಅಂತ ಬೇಡಿಕೊಂಡಳು. ಎಷ್ಟೇ ನೋವನ್ನು ಅನುಭವಿಸ್ತಾ ಇದ್ರೂ, ನಾನೂ ಯಾವುದಕ್ಕೂ ಕರಗಲಿಲ್ಲ. ಕೊನೆಗೆ ಅವಳು ಬೇಸತ್ತು ಬೇರೆ ಯಾರನ್ನೋ ಮದುವೆ ಮಾಡಿಕೊಂಡು ಹೊರಟುಹೋದಳು. ನಾನೂ ಅಪ್ಪ-ಅಮ್ಮ ತೋರಿಸಿದ ಹುಡುಗಿಯನ್ನ ಇಷ್ಟ ಇಲ್ಲದೇ ಇದ್ರೂ ಮದುವೆಯಾದೆ. ಇಬ್ಬರೂ ಒಬ್ಬರನ್ನೊಬ್ಬರು ಕೊಂದುಕೊಂಡ್ವಿ."

"ಈವತ್ತು ಸಿಕ್ಕಾಗ ಅವರು ಏನು ಹೇಳಿದ್ರು?"

"ಊಹೂಂ, ಮಾತೂ ಆಡಲಿಲ್ಲ ಅವಳು. ಇಪ್ಪತ್ತೈದು ವರ್ಷ ಆದ್ರೂ ಇನ್ನೂ ನನ್ನ ಮೇಲಿನ ಅವಳ ಸಿಟ್ಟು ಮಾಸಿಲ್ಲ. ಅದಕ್ಕೆ ನಂಗೆ ಬೇಸರ ಏನೂ ಇಲ್ಲ. ಸಿಟ್ಟಿನಿಂದ ಅವಳು ಎಲ್ಲರ ಎದುರಿಗೆ ನನ್ನ ಕೆನ್ನೆಗೆ ಎರಡೇಟು ಹೊಡೆದಿದ್ದರೂ ಸಹಿಸಿಕೊಳ್ತಿದ್ದೆ. ಆದರೆ ಅವಳು ನನ್ನ ನಿರ್ಲಕ್ಷಿಸಿಬಿಟ್ಟಳು. ನೀವ್ಯಾರೋ ನಂಗೆ ಗೊತ್ತಿಲ್ಲ ಅಂತ ಮುಖಕ್ಕೆ ಹೊಡೆದಂತೆ ಹೇಳಿ ಹೋಗಿಬಿಟ್ಳು."

"ಇಷ್ಟು ವರ್ಷದಲ್ಲಿ ನೀವು ದೈಹಿಕವಾಗಿ ಸಾಕಷ್ಟು ಬದಲಾಗಿರಬಹುದಲ್ವಾ? ಅವಳಿಗೆ ಗುರ್ತು ಹಿಡಿಯೋದಕ್ಕೆ ಆಗದೇ ಹೋಗಿರಬಹುದು."

"ಅಷ್ಟೊಂದು ಪ್ರೀತಿ ಮಾಡಿದವರು ಒಬ್ಬರನ್ನೊಬ್ಬರು ಗುರುತಿಸದೇ ಇರೋದು ಹೇಗೆ ಸಾಧ್ಯ? ಬಾಹ್ಯರೂಪ ಎಷ್ಟು ಬದಲಾದ್ರೆ ಏನು, ನಮ್ಮಿಬ್ಬರಿಗೂ ಅಂತರಂಗದ ಪರಿಚಯ ಇದೆಯಲ್ವಾ? ವೇಷ ಹಾಕಿಕೊಂಡು ಬಂದ್ರೂ ಗುರ್ತು ಹಿಡೀಬಹುದು."

"ಸಾರಿ, ನಿಮ್ಮ ಮನಸ್ಸಿಗೆ ತುಂಬಾ ನೋವಾಗಿದೆ ಅನ್ನಿಸುತ್ತೆ."

"ನೋವಲ್ಲ ಮೋಹನ್, ಇದು ತಪ್ಪಿತಸ್ಥ ಭಾವ, ಎ ಕೈಂಡ್ ಆಫ್ ಗಿಲ್ಟ್. ಜೀವನಪೂರ್ತಿ ಇದರಿಂದ ತಪ್ಪಿಸಿಕೊಳ್ಳೋದಕ್ಕೆ ಆಗಲ್ಲ. ಅವಳಿಗೆ ನಾನು ಮೋಸ ಮಾಡಿದೆ ಅನ್ನೋ ಕೊರಗು ಉಳಿದು ಹೋಗಿಬಿಡ್ತದೆ. ಸರಿ ಮಾಡೋಕೆ ಆಗೋದೇ ಇಲ್ಲ. ಅವಳ ನಂಬಿಕೆಯನ್ನ ದುರುಪಯೋಗ ಪಡಿಸಿಕೊಂಡ ದ್ರೋಹಿ ನಾನು ಅನ್ನೋದನ್ನ ಯಾರ ಹತ್ತಿರ ಹೇಳಿಕೊಳ್ಳಲಿ ಹೇಳು?"

"ಅಂದ್ರೆ, ನಿಮ್ಮಿಬ್ಬರ ಮಧ್ಯೆ ದೈಹಿಕ ಸಂಬಂಧವೂ ಇತ್ತಾ?"

ಆ ಪ್ರಶ್ನೆಗೆ ರಮೇಶ್ ಬೆಚ್ಚಿಬಿದ್ದ.

"ನೋ, ನೋ, ನೋ... ಆ ತರಹ ಏನೂ ಇಲ್ಲ. ಇಬ್ಬರೂ ತುಂಬಾ ಮರ್ಯಾದಸ್ಥ ಕುಟುಂಬದಿಂದ ಬಂದವರು. ಅಂತಹ ತಪ್ಪೇನೂ ನಾವು ಮಾಡಿರಲಿಲ್ಲ."

"ಓಹ್, ಸಾರಿ" ಅಂತ ಮೋಹನ ತಪ್ಪೊಪ್ಪಿಕೊಂಡ. ಆದರೆ ಒಳಗೊಳಗೇ ರಮೇಶನ ನಂಬಿಕೆಗಳ ಬಗ್ಗೆ ನಗು ಬಂತು.

ಅಷ್ಟರಲ್ಲಿ ಗಗನಸಖಿ ತಂಪು ಪಾನೀಯಗಳ ಟ್ರಾಲಿ ದಬ್ಬಿಕೊಂಡು ಬಂದಳು. ರಮೇಶ್ ಬಿಯರ್ ತೆಗೆದುಕೊಂಡ. ಇವನದು ಆರೆಂಜ್ ಜ್ಯೂಸ್. "ಕುಡಿಯೋದಿಲ್ವಾ?" ಅಂತ ರಮೇಶ್ ಅಚ್ಚರಿ ವ್ಯಕ್ತಪಡಿಸಿದ. "ಇಲ್ಲ, ಅಭ್ಯಾಸ ಇಲ್ಲ" ಎಂದು ನಾಚಿಕೆಯಿಂದ ತಲೆಯಲ್ಲಾಡಿಸಿದ. "ನೀವು ಸಜ್ಜನರು... ಪರವಾಗಿಲ್ಲ" ಎಂದು ಅವರು ನಕ್ಕರು.

ಅನಂತರ ಬಿಯರ್ ಕುಡಿಯುತ್ತಾ ರಮೇಶ್ ಮತ್ತೆ ತನ್ನ ಹಳೆಯ ಪ್ರೇಮದ ನೆನಪಿನ ಗುಂಗಿನಲ್ಲಿ ಮುಳುಗಿಹೋದ. ಕಿಟಕಿಯ ಗಾಜಿಗೆ ತಲೆಯಿಟ್ಟು, ಮುಗಿಲುಗಳನ್ನು ನೋಡುತ್ತಾ ಗತವೈಭವವನ್ನು ಮೆಲುಕುತ್ತಾ ಕುಳಿತ. ಮೋಹನಸ್ವಾಮಿ ತನ್ನ ಕನ್ನಡ ಪುಸ್ತಕಕ್ಕೆ ಮರಳಿದ.

ಐದು ನಿಮಿಷಗಳ ನಂತರ ಅಚಾನಕ್ಕಾಗಿ ಎಚ್ಚರಗೊಂಡ ರಮೇಶ್, "ಮೋಹನ್, ನೀವೂ ಯಾರನ್ನಾದ್ರೂ ಪ್ರೀತಿಸ್ತಾ ಇದೀರ? ಐ ಮೀನ್, ನಿಮಗಿನ್ನೂ ಮದುವೆ ಆಗಿಲ್ಲ ಅಂದ್ಕೊಳ್ತೀನಿ" ಎಂದು ಕೇಳಿಬಿಟ್ಟ. ಮೋಹನಸ್ವಾಮಿಗೆ ಗಂಟಲಲ್ಲಿ ಏನೋ ಸಿಕ್ಕಿ ಹಾಕಿಕೊಂಡಂತಾಯ್ತು. ಒಂದು ಕ್ಷಣ ರಮೇಶ್‌ನ ಮುಖವನ್ನೇ ದಿಟ್ಟಿಸಿ, "ಹೌದು, ಪ್ರೀತಿಸ್ತಾ ಇದೀನಿ" ಎಂದು ಹೇಳಿದ.

"ಆ ಅದೃಷ್ಟದ ಹುಡುಗಿಯ ಹೆಸರೇನೆಂದು ಕೇಳಬಹುದಾ?"

"ಕಾ... ರ್ತಿ... ಕ..." ಅಂತ ನಿಧಾನಕ್ಕೆ ಒಂದೊಂದೇ ಪದವನ್ನು ಉಚ್ಚರಿಸಿದ. ಪೂರ್ತಿ ಸುಳ್ಳು ಹೆಸರು ಹೇಳಲು ಸಾಧ್ಯವಾಗಲಿಲ್ಲ.

"ಸ್ವೀಟ್ ನೇಮ್" ಅಂತ ರಮೇಶ್ ಒಪ್ಪಿಕೊಂಡ. 'ನಿನ್ನ ಹತ್ರ ಇನ್ನೂ ಕಾರ್ ಇಲ್ಲ, ಬರೀ ತಿಕ ಮಾತ್ರ ಅದೆ. ಆದರೂ ನೀನು ಕಾರ್ತಿಕ' ಅಂತ ಮೋಹನಸ್ವಾಮಿ ಆಗೊಮ್ಮೆ ಈಗೊಮ್ಮೆ ಕಾರ್ತಿಕನನ್ನು ರೇಗಿಸುತ್ತಿರುತ್ತಾನೆ.

"ಥ್ಯಾಂಕ್ಸ್..."

"ತುಂಬಾ ದಿನದಿಂದ ಪ್ರೀತಿಸ್ತಾ ಇದ್ದೀರ?"

"ಹೂಂ, ಆಗಲೇ ನಾಲ್ಕು ಐದು ವರ್ಷ ಆಯ್ತು"

"ಎಲ್ಲಿ ಭೇಟಿ ಮಾಡಿದ್ರಿ?"

"ಹೀಗೆ ಒಮ್ಮೆ ರೈಲಿನ ಪ್ರಯಾಣದಲ್ಲಿ ಭೇಟಿ ಆಯ್ತು. ಇಬ್ಬರಿಗೂ ಒಂದೇ ಬರ್ತಿನಲ್ಲಿ ಆರ್.ಎ.ಸಿ. ಸಿಕ್ಕಿತ್ತು. ಅದನ್ನೇ ಹಂಚಿಕೊಳ್ಳಬೇಕಾಯ್ತು. ಆಗ ಆದ ಪರಿಚಯ ಪ್ರೇಮಕ್ಕೆ ತಿರುಗಿಕೊಳ್ತು." ಆ ರಾತ್ರಿಯ ಮೊದಲ ಭೇಟಿಯ ಪ್ರಯಾಣವನ್ನು ನೆನೆಸಿಕೊಂಡರೆ ಈಗಲೂ ಮೋಹನಸ್ವಾಮಿಯ ಮೈ ಬಿಸಿಯೇರುತ್ತದೆ. ಕಾರ್ತಿಕ ಅದೆಷ್ಟು ಸುಲಭವಾಗಿ ಒಂದು ರಾತ್ರಿಯಲ್ಲಿ ತನ್ನನ್ನು ಸ್ವೀಕರಿಸಿ ಸೇರಿಬಿಟ್ಟಿದ್ದ!

"ಓಹ್! ಸೊ ರೊಮ್ಯಾಂಟಿಕ್... ಅಪ್ಪ-ಅಮ್ಮಗೆ ಹೇಳಿದ್ದೀರ?"

"ಹೂಂ... ಮೂರೇ ತಿಂಗಳಿಗೆ ಅಪ್ಪ-ಅಮ್ಮಗೆ ಪರಿಚಯ ಮಾಡಿಕೊಂಡ್ವಿ."

ಪರಿಚಯವಾದ ಮೂರೇ ತಿಂಗಳಿಗೆ ಮೋಹನಸ್ವಾಮಿಯನ್ನು ತನ್ನ ಬೈಕಿನಲ್ಲಿ ಕೂಡಿಸಿಕೊಂಡು ತನ್ನ ಊರಿಗೆ ಕರೆದುಕೊಂಡು ಹೋಗಿ ಅವರ ಅಪ್ಪ-ಅಮ್ಮನಿಗೆ ಪರಿಚಯ ಮಾಡಿಕೊಟ್ಟಿದ್ದ. 'ಒಂದೇ ರೂಮಿನಲ್ಲಿ ಮಲಗುವುದು ಬೇಡವೋ, ಅವರಿಗೆ ಅನುಮಾನ ಬಂದರೆ ಕಷ್ಟ' ಎಂದು ಮೋಹನಸ್ವಾಮಿ ಬೇಡಿಕೊಂಡರೂ ಒಪ್ಪಿಕೊಳ್ಳದೆ, ಅವರ ಮನೆಯಲ್ಲಿಯೂ ಆ ರಾತ್ರಿ ಸಪ್ಪಳವಾಗದಂತೆ ಕೂಡಿದ್ದ. ನಯವಿನಯದ, ಸಂಕೋಚ ಸ್ವಭಾವದ ಮೋಹನಸ್ವಾಮಿಯನ್ನು ಕಾರ್ತಿಕನ ತಂದೆ-ತಾಯಿಯರಿಬ್ಬರೂ ತುಂಬಾ ಮೆಚ್ಚಿಕೊಂಡಿದ್ದರು. ಈಗಲೂ ಫೋನ್ ಮಾಡಿದಾಗ ಅವನನ್ನು ಮಾತನಾಡಿಸುತ್ತಾರೆ. ಯೋಗಕ್ಷೇಮವನ್ನು ವಿಚಾರಿಸುತ್ತಾರೆ.

"ಅಂದ್ರೆ ಅವರು ನಿಮ್ಮನ್ನ ಒಪ್ಪಿಕೊಂಡಿದ್ದಾರ?"

"ಶ್ಯೂರ್... ಅವರ ಅಪ್ಪ-ಅಮ್ಮಗೆ ನನ್ನ ಕಂಡರೆ ತುಂಬಾ ಇಷ್ಟ."

"ಲಕ್ಕಿ... ಹಾಗಿದ್ರೆ ನೀವಿಬ್ಬರೂ ತುಂಬಾ ಸುತ್ತಾಡ್ತಾ ಇರಬೇಕಲ್ಲಾ?"

"ತುಂಬಾ ತಿರುಗಾಡ್ತೀವಿ. ಅವಳಿಗೆ ಬೈಕ್ ರೈಡಿಂಗ್ ಅಂದ್ರೆ ತುಂಬಾ ಇಷ್ಟ. ವೀಕೆಂಡ್ ಬಂತು ಅಂದ್ರೆ ಎಲ್ಲಿಗಾದ್ರೂ ಹೋಗೋಣ ಅಂತ ಹಠ ಹಿಡೀತಾಳೆ. ಮೈಸೂರು, ಬೇಲೂರು-ಹಳೇಬೀಡು, ಊಟಿ ಅಂತೆಲ್ಲಾ ಹೋಗ್ತಾ ಇರ್ತೀವಿ. ಅಲ್ಲೇ ಎರಡು ದಿನ ಕಳೆದು ಬರ್ತೀವಿ." ಕಾರ್ತಿಕನಿಗೆ ವೀಕೆಂಡಿನಲ್ಲಿ ಬೆಂಗಳೂರಿನಲ್ಲಿ ಉಳಿಯುವುದಕ್ಕೆ ಇಷ್ಟವೇ ಆಗುವುದಿಲ್ಲ. ಎಲ್ಲಿಗಾದರೂ ದೂರ ಹೋಗಿ ಒಂದು ರಾತ್ರಿ ಉಳಿದು ಬರಲೇಬೇಕು.

"ಅಂದ್ರೆ ಒಂದೇ ಹೋಟೆಲಿನ ರೂಮಿನಲ್ಲಿ ಉಳ್ಕೋತೀರ?" ಉಗುಳು ನುಂಗುತ್ತಾ ರಮೇಶ್ ಕೇಳಿದ. ಮೋಹನಸ್ವಾಮಿಗೆ ಅವನ ಒದ್ದಾಟವನ್ನು ನೋಡಿ ಮಜಾ ಬಂತು.

"ಹಾಂ... ಪ್ರೇಮಿಗಳಾಗಿ ಬೇರೆ ರೂಮಿನಲ್ಲಿ ಉಳಿದ್ರೆ ಹೇಗೆ?" ಎಂದು ನಕ್ಕ. ಅಂತಹ ಆಲೋಚನೆಗೆ ಕಾರ್ತಿ ಒಪ್ಪುತ್ತಾನೆಯೆ?

"ಅಂದ್ರೆ... ನಿಮ್ಮಿಬ್ಬರ ಮಧ್ಯೆ ದೈಹಿಕ ಸಂಬಂಧ... ಸಾರಿ, ಈ ತರಹ ಕೇಳಿದೆ ಅಂತ ತಪ್ಪು ತಿಳೀಬೇಡಿ" ಎಂದು ರಮೇಶ್ ತಪ್ಪೊಪ್ಪಿಗೆಯ ಧ್ವನಿಯಲ್ಲಿ ಮೆತ್ತಗೆ ಕೇಳಿದ. ಮೋಹನಸ್ವಾಮಿ ಮತ್ತೊಮ್ಮೆ ನಕ್ಕ. ಈಗ ಕತೆ ಕಟ್ಟುವ ಖಯಾಲಿ ಅವನಿಗೆ ಬಂದುಬಿಟ್ಟಿತ್ತು. ಸುಳ್ಳಿನ ಸರಮಾಲೆಗಳ ಸ್ವಾದವನ್ನು ಅನುಭವಿಸಲಾರಂಭಿಸಿದ.

"ಯೆಸ್... ಅವಳಿಗೆ ಅದರಲ್ಲಿ ನನಗಿಂತ ಹೆಚ್ಚು ಇಂಟರೆಸ್ಟ್. ವಾರದಲ್ಲಿ ಒಂದೆರಡು ಬಾರಿ ಕೂಡಲಿಲ್ಲ ಅಂದ್ರೆ ಸಮಾಧಾನವೇ ಆಗಲ್ಲ." ವಾರವೇನು ಬಂತು, ದಿನಕ್ಕೆ ಎರಡೆರಡು ಬಾರಿ ಕೂಡುವ ಚಪಲ ಕಾರ್ತಿಯದು!

"ಓಹ್! ದೊಡ್ಡವನಾಗಿ ಒಂದು ಸಲಹೆ ಕೊಡ್ತೀನಿ. ದಯವಿಟ್ಟು ಏನೂ ಅನಾಹುತ ಆಗದಂತೆ ಜವಾಬ್ದಾರಿ ತೊಗೊಳ್ಳಿ ಪ್ಲೀಜ್. ಬದುಕು ಎಂತಹ ತಿರುವು ತಂದು ಒಡ್ಡಿ ಬಿಡುತ್ತೋ ಹೇಳೋಕಾಗಲ್ಲ" ರಮೇಶ್ ಅತ್ಯಂತ ಸಂಕೋಚದಿಂದ ಈ ಮಾತುಗಳನ್ನು ಹೇಳಿದ.

"ನಾನು ಅದೇ ಹೇಳ್ತೀನಿ. ಆದರೆ ಅವಳು ಮಾತು ಕೇಳಲ್ಲ. ಕಾಂಡೋಮ್ ಬಳಸಬೇಡ ಅಂತ ಹೇಳ್ತಾಳೆ. ಸುಖ ಕಡಿಮೆ ಆಗುತ್ತೆ ಅಂತ ಅವಳ ವಾದ." ಯಾವತ್ತಾದರೂ ಕಾಂಡೋಮ್ ಬಳಸಲು ಕಾರ್ತಿ ಒಪ್ಪುತ್ತಾನೆಯೆ? ಸಾಧ್ಯವೇ ಇಲ್ಲ. ಇಬ್ಬರಿಗೂ ಈವರೆಗೆ ಕಾಂಡೋಮ್ ಕೊಂಡೂ ಅಭ್ಯಾಸವಿಲ್ಲ.

"ಅವಳಾದರೂ ಎಚ್ಚರ ವಹಿಸ್ತಾಳಲ್ವಾ?"

"ನಂಗೇನೂ ಆಗಲ್ಲ, ನೀನು ಸುಮ್ಮನೆ ಯೋಚನೆ ಮಾಡಿ ತಲೆ ಕೆಡಿಸಿಕೊಳ್ಳಬೇಡ ಅಂತಾಳೆ." ಕಾರ್ತಿಕನಿಗೆ ಏನಾಗಲು ಸಾಧ್ಯ? ಅವನು ಬಸುರಿನ ಹೊಟ್ಟೆ ಹೊತ್ತುಕೊಂಡ ವಿಕ್ಷಿಪ್ತ ದೃಶ್ಯ ಮೋಹನಸ್ವಾಮಿಯ ಕಣ್ಣ ಮುಂದೆ ಬಂದು ನಗು ಬಂತು.

"ಆದರೂ ಜವಾಬ್ದಾರಿಯಿಂದಿರಿ ಪ್ಲೀಜ್..."

"ಥ್ಯಾಂಕ್ಸ್..."

"ನಿಮ್ಮ ಮನೆಯ ಹತ್ತಿರಾನೇ ಇರ್ತಾಳಾ?"

"ನೊ ನೊ... ಜೊತೆಯಲ್ಲಿ ಒಂದೇ ಮನೆಯಲ್ಲಿ ಇರ್ತೀವಿ. ಲಿವಿಂಗ್ ಟುಗೆದರ್..."

"ಮೈ ಗಾಡ್... ಯಾರೂ ಏನೂ ಹೇಳಿಲ್ವಾ?"

"ಇಲ್ಲಪ್ಪಾ... ಇನ್‌ಫ್ಯಾಕ್ಟ್ ಅವರ ಅಪ್ಪ-ಅಮ್ಮ ನಾವಿಬ್ಬರು ಜೊತೆಯಲ್ಲಿರೋದಕ್ಕೆ ಸಂತೋಷಪಡ್ತಾರೆ. ಜಗಳ ಆಡದಂತೆ ಹೊಂದಿಕೊಂಡು ಹೋಗಿ ಅಂತ ಹೇಳಿದಾರೆ."

"ಮನೆ ಬಾಡಿಗೆ ಕೊಟ್ಟೋರು ಒಪ್ಪಿಕೊಂಡಿದ್ದಾರಾ?"

"ಓಹ್... ಅವರಿಗೆ ನಮ್ಮಿಬ್ಬರನ್ನು ಕಂಡರೆ ತುಂಬಾ ಇಷ್ಟ. ಆಗೊಮ್ಮೆ ಈಗೊಮ್ಮೆ ಮನೆಯಲ್ಲಿ ಮಾಡಿದ ಸಿಹಿ ತಿಂಡಿಗಳನ್ನು ತಿನ್ನೋದಕ್ಕೆ ಕೊಡ್ತಾರೆ."

"ಇಷ್ಟೆಲ್ಲಾ ಬೆಂಗಳೂರು ಮುಂದುವರೆದಿದೆ ಅಂತ ನಂಗೆ ಗೊತ್ತೇ ಇರಲಿಲ್ಲ... ಪೇಪರಿನಲ್ಲಿ ಓದ್ತಾ ಇದ್ದೆ. ಆದರೆ ನಂಬಿರಲಿಲ್ಲ."

"ಇದರಲ್ಲಿ ನಿಮಗೆ ಏನಾದ್ರೂ ತಪ್ಪು ಕಾಣಿಸುತ್ತಾ?"

"ನೊ, ನೊ... ಅಬ್ಸಲ್ಯೂಟ್ಲಿ ನೊ ಪ್ರಾಬ್ಲಂ... ಐ ಕ್ಯಾನ್ ಅಂಡರ್‌ಸ್ಟಾಂಡ್... ಆದರೆ ದಯವಿಟ್ಟು ಬೇಗನೆ ಮದುವೆ ಮಾಡಿಕೊಂಡು ಬಿಡಿ. ತುಂಬಾ ದಿನ ಹೀಗೇ ಇರೋದು ಒಳ್ಳೇದಲ್ಲ."

"ಓಹ್... ಮದುವೆ ಬಗ್ಗೆ ನಾವಿಬ್ಬರೂ ಯಾವತ್ತೂ ಯೋಚನೆ ಮಾಡಿಲ್ಲ."

ಈ ಮಾತಿಗೆ ರಮೇಶ್ ಬೆಚ್ಚಿಬಿದ್ದ.

"ಆರ್ ಯು ಸೀರಿಯಸ್?"

"ಹಾಂ... ಸುಖ ಪಡೋದಷ್ಟೇ ಈಗ ನಮ್ಮಿಬ್ಬರ ಮುಂದಿರೋ ದಾರಿ. ಸಂಸಾರ, ಮಕ್ಕಳು ಅಂತೆಲ್ಲಾ ರಿಸ್ಕ್ ಬೇಡ ಅಂತ ಅಂದ್ಕೊಂಡಿದೀವಿ."

"ನೊ... ನೊ... ಯು ಆರ್ ರಾಂಗ್. ಸಂಸಾರದಲ್ಲೂ ಸಾಕಷ್ಟು ಸುಖ ಇದೆ. ಅದನ್ನ ನೀವಿಬ್ಬರೂ ಕಳ್ಕೋಬಾರದು."

"ಹಾಗೇ ಆಗಲಿ ಬಿಡಿ. ನಿಮ್ಮ ಮಾತಿನ ಹರಕೆಯಂತೆ ಅದೂ ಆಗುತ್ತೇನೋ ನೋಡೋಣ."

"ಖಂಡಿತಾ... ಬೇಕಂದ್ರೆ ನಾನು ಬಂದು ನಿಂತು ನಿಮ್ಮ ಮದುವೆ ಮಾಡಿಸ್ತೀನಿ... ಒಂದು ಫೋನ್ ಮಾಡಿದ್ರೆ ಸಾಕು" ಎಂದು ಆವೇಶದಿಂದ ಹೇಳಿದ.

"ತುಂಬಾ ಥ್ಯಾಂಕ್ಸ್! ಅಂತಹ ಸಂದರ್ಭ ಬಂದ್ರೆ ಖಂಡಿತಾ ನಿಮ್ಮನ್ನ ಕರೀತೀನಿ."

ರಮೇಶ್‌ಗೆ ಇಷ್ಟೆಲ್ಲಾ ಮಾತುಗಳನ್ನು ಅರಗಿಸಿಕೊಳ್ಳುವುದು ಕಷ್ಟವಾಯ್ತು. ಈಗಿನ ಹುಡುಗರು ತಮಗಿಂತಲೂ ಅದೆಷ್ಟು ಬೇರೆ! ಅಷ್ಟು ದಿನ ಪ್ರೀತಿ ಮಾಡಿದರೂ ನಾನು ಸ್ಮಿತಾಳಿಗೆ ಒಂದು ಮುತ್ತು ಕೊಡಲಿಕ್ಕೇ ಒಂದು ವರ್ಷ ತೆಗೆದುಕೊಂಡಿದ್ದೆ. ಇವರ ಧೈರ್ಯವೇ ಬೇರೆ. ಇವರ ಜಗತ್ತೇ ಬೇರೆ.

ಮೋಹನಸ್ವಾಮಿ ತನ್ನ ಕನ್ನಡ ಪುಸ್ತಕದಲ್ಲಿ ಮತ್ತೆ ಮುಳುಗಿದ. ಹೃದಯ ಖುಷಿಯಿಂದ ಉಬ್ಬಿ ಹೋಗಿತ್ತು. ಅಪರಿಚಿತನೊಬ್ಬನ ಮುಂದೆ ಬಿಳಿ ಸುಳ್ಳಿನ ಸರಮಾಲೆಗಳ ಜೊತೆಗೆ ಬದುಕಿನ ಕನಸುಗಳನ್ನು ಹಂಚಿಕೊಳ್ಳುವುದು ಅದೆಂತಹ ಸುಖ! ದೆಹಲಿ ಬಂದಿದ್ದೇ ಈ ರಮೇಶನೆಲ್ಲೋ, ನಾನೆಲ್ಲೋ... ಆದರೆ ಈ ನಾಲ್ಕು ತಾಸಿನ ವಿಮಾನದ ಪ್ರಯಾಣದ ಒಡನಾಟ ಎಷ್ಟೆಲ್ಲಾ ಖುಷಿ ಕೊಡುತ್ತಿದೆಯಲ್ಲಾ!

ಲಘು ಭೋಜನದ ನಂತರ ರಮೇಶ್ ಮತ್ತೊಮ್ಮೆ ಕಾರ್ತಿಕಳ ವಿಷಯಕ್ಕೆ ಬಂದ. "ಮಿ. ಮೋಹನ್, ನೀವು ತಪ್ಪು ತಿಳಿಯಲ್ಲ ಅಂದ್ರೆ ಕಾರ್ತಿಕಳ ಫೋಟೋ ನೋಡಬಹುದಾ? ಅಷ್ಟೆಲ್ಲಾ ಧೈರ್ಯದ ಹುಡುಗಿ ಹೇಗಿರಬಹುದು ಅನ್ನೋ ಕುತೂಹಲ ನನ್ನದು. ನಿಮ್ಮ ವಾಲೆಟ್‌ನಲ್ಲಿ ಖಂಡಿತಾ ಅವಳ ಫೋಟೋ ಇರುತ್ತೆ ಅಂತ ನಂಗೆ ಗೊತ್ತು" ಎಂದು ಅಂಗಲಾಚಿದ. ಈಗ ಮೋಹನಸ್ವಾಮಿಗೆ ಸುಳ್ಳಿನ ಸವಿಯನ್ನು ಸವಿದದ್ದಕ್ಕೆ ಸರಿಯಾದ ಶಿಕ್ಷೆ ಬಂದಿತ್ತು! ಆದರೆ ಧೈರ್ಯ ಕಳೆದುಕೊಳ್ಳದೆ ಜಾಣತನದಲ್ಲಿ ಸಮಸ್ಯೆಯನ್ನು ಪರಿಹರಿಸಿಕೊಳ್ಳಲು ನಿರ್ಧರಿಸಿದ.

"ವಾಲೆಟ್‌ನಲ್ಲಿ ಅವಳ ಫೋಟೋ ಇಲ್ಲ". ಕಾರ್ತಿಯ ಎರಡು ಫೋಟೋಗಳು ವಾಲೆಟ್‌ನಲ್ಲಿ ಯಾವತ್ತಿನಿಂದಲೋ ಇವೆ! "ಅವಳಿಗೆ ಅದೆಲ್ಲಾ ಇಷ್ಟ ಆಗಲ್ಲ. ನನ್ನ

ಫೋಟೋ ಇರಬೇಕಾದ್ದು ನಿನ್ನ ಹೃದಯದಲ್ಲಿ, ವಾಲೆಟ್‌ನಲ್ಲಿ ಅಲ್ಲ ಅಂತ ಬೈತಾಳೆ. ಆದ್ದರಿಂದ ಯಾವಾಗ್ಲೂ ಅವಳನ್ನ ನನ್ನ ಹೃದಯದಲ್ಲಿಯೇ ಸ್ಥಾಪಿಸಿಕೊಂಡಿದೀನಿ."

"ಓಹ್..." ರಮೇಶ್‌ನ ಧ್ವನಿಯಲ್ಲಿ ಅತ್ಯಂತ ನಿರಾಶೆಯಿತ್ತು. ಮೋಹನಸ್ವಾಮಿಗೂ ಅವನಿಗೆ ನಿರಾಶೆಯಾಗಿದ್ದು ಕಂಡು ಬೇಸರವಾಯ್ತು. ಏನಾದರೂ ಉಪಾಯ ಮಾಡಬೇಕೆನ್ನಿಸಿತು!

"ಅಂದ ಹಾಗೆ ಒಂದು ಕೆಲಸ ಮಾಡಬಹುದು. ಅವಳ ಫೋಟೋ ನನ್ನ ಲ್ಯಾಪ್‌ಟಾಪಿನಲ್ಲಿದೆ. ಅದರಲ್ಲಿ ನೀವು ನೋಡಬಹುದು" ಎಂದು ಧೈರ್ಯ ತೆಗೆದುಕೊಂಡು ಹೇಳಿಬಿಟ್ಟ. ಲ್ಯಾಪ್‌ಟಾಪಿನಲ್ಲಿ ನೂರಾರು ಫೋಟೋಗಳಿವೆಯೆಂಬ ಧೈರ್ಯ ಮೋಹನಸ್ವಾಮಿಗಿತ್ತು. ಅದರಲ್ಲಿ ತೋರಿಸಬಹುದಾದ ಒಂದಾದರೂ ಸುಂದರ ಹುಡುಗಿಯ ಫೋಟೋ ಇರಲಿಕ್ಕಿಲ್ಲವೆ? ಎನ್ನುವುದು ಅವನ ಯೋಜನೆಯಾಗಿತ್ತು.

"ಸೂಪರ್ಬ್! ದಯವಿಟ್ಟು ತೋರಿಸಿ" ಎಂದು ರಮೇಶ್ ಅವಸರಪಡಿಸಿದ. "ಖಂಡಿತಾ, ನೀವು ನನಗೆ ಒಂದೈದು ನಿಮಿಷ ಟೈಮ್ ಕೊಡಬೇಕು. ಆ ಕಡೆ ಕೂತುಕೊಂಡು ನಿಧಾನಕ್ಕೆ ಅವಳ ಫೋಟೋ ಹುಡುಕ್ತೀನಿ" ಎಂದು ಹೇಳಿ, ತಲೆಯ ಮೇಲಿದ್ದ ಲಗೇಜಿನ ಕಪಾಟುಗಳಿಂದ ತನ್ನ ಲ್ಯಾಪ್‌ಟಾಪನ್ನು ತೆಗೆದುಕೊಂಡು ಕೊಂಚ ದೂರ ಹೋಗಿ ಕುಳಿತ.

ಎಲ್ಲಾ ಇಮೇಜ್ ಫೈಲ್‌ಗಳನ್ನು ಹುಡುಕಲಾರಂಭಿಸಿದ. ಬರೀ ಕಾರ್ತಿ ಮತ್ತು ತನ್ನ ಫೋಟೋಗಳೇ ಸಿಗಲಾರಂಭಿಸಿದವು. ಡಿಜಿಟಲ್ ಕ್ಯಾಮೆರಾ ತಂದಾಗಿನಿಂದ ಹೋದ ಕಡೆಯಲ್ಲೆಲ್ಲಾ ಸಾಕಷ್ಟು ಫೋಟೋಗಳನ್ನು ತೆಗೆಸಿಕೊಂಡು ಲ್ಯಾಪ್‌ಟಾಪಿನಲ್ಲಿ ಶೇಖರಿಸಿ ಇಡಲಾಗಿತ್ತು. ಒಂದಿಷ್ಟು ಖ್ಯಾತ ಸಿನಿಮಾ ಹೀರೋಗಳ ಫೋಟೋಗಳು ಅದರಲ್ಲಿದ್ದವು. 'ಧಡ್ಕನ್' ಸಿನಿಮಾದ ಹಂಕ್ ಅಕ್ಷಯ್ ಕುಮಾರ್, 'ಕಹೋ ನಾ ಪ್ಯಾರ್ ಹೈ'ನ ಗಂಧರ್ವ ಹೃತಿಕ್ ರೋಷನ್, 'ಹಮ್ ದಿಲ್ ದೆ ಚುಕೆ ಸನಂ'ನ ಸಲ್ಮಾನ್ ಖಾನ್, 'ಸ್ಪರ್ಶ'ದ ಹೊಸ ಹುಡುಗ ಸುದೀಪ್.. ಒಂದಾದರೂ ಹುಡುಗಿಯರ ಫೋಟೋ ಸಿಗುತ್ತಿಲ್ಲ. ಮೋಹನಸ್ವಾಮಿಗೆ ಆತಂಕವಾಗಲು ಶುರುವಿಟ್ಟಿತು. ಆದರೂ ಸಮಾಧಾನದಿಂದ ಹುಡುಕಿದ. ಹಿಂದೊಮ್ಮೆ ಕುಮಾರಪರ್ವತ ಚಾರಣಕ್ಕೆ ಹೋದಾಗ ತೆಗೆದ ಫೋಟೋಗಳಲ್ಲಿ ಯಾವುದೋ ಹುಡುಗಿ ಕಂಡುಬಂದಳು. ಕಾರ್ತಿಗೆ ಚಾರಣದ ಹುಚ್ಚು, ಮೋಹನಸ್ವಾಮಿಗೆ ಅದು ರುಚಿಸಲ್ಲ. ಕುಮಾರಪರ್ವತಕ್ಕೆ ಹೋಗಿ ಬಂದ ಮೇಲೆ ಎರಡು ದಿನ ಕಾಲು ನೋವಿನಿಂದ ಬಳಲಿದ್ದ. ಕಾರ್ತಿ ಆಗ ನೋವು ಕಡಿಮೆ ಮಾಡಲು ಮಸಾಜ್ ಮಾಡಿದ್ದ. ಆ ಚಾರಣದಲ್ಲಿ ಒಂದಿಬ್ಬರು ಹುಡುಗಿಯರು ಬಂದಿದ್ದರು. ಅವರು ಯಾರೆಂಬುದು ಮೋಹನಸ್ವಾಮಿಗೆ ಮರೆತು

ಹೋಗಿತ್ತು. ಆ ಇಬ್ಬರು ಹುಡುಗಿಯರಲ್ಲಿ ಒಬ್ಬಳು ಮೋಹನಸ್ವಾಮಿಗಿಂತಲೂ ಎತ್ತರವಿದ್ದಳು, ಇನ್ನೊಬ್ಬಳು ಇವನ ಎತ್ತರಕ್ಕೆ ಹೊಂದುವಂತಿದ್ದಳು. ಅವಳನ್ನೇ ಸದ್ಯಕ್ಕೆ 'ಕಾರ್ತಿಕ' ಮಾಡುವುದು ಎಂದು ನಿಶ್ಚಯಿಸಿ ರಮೇಶ್ ಬಳಿ ಹೋದ. ತಮಾಷೆಯೆಂದರೆ ಎಲ್ಲಾ ಫೋಟೋಗಳಲ್ಲೂ ಕಾರ್ತಿ ಕೂಡಾ ಇದ್ದ.

ರಮೇಶ್‌ಗೆ ಆ ಹುಡುಗಿ ಇಷ್ಟವಾದಳು. 'ಒಳ್ಳೆ ಆಯ್ಕೆ' ಎಂದು ಹೇಳಿ, ಎರಡೂ ಕೈಗಳನ್ನು ಎದೆಯ ಹತ್ತಿರ ಹಿಡಿದು ತೋರಿಸಿದ. ಅವಳಿಗೆ ದೊಡ್ಡ ಮೊಲೆಗಳಿವೆಯೆಂದು ಹೇಳಿದನೆಂದು ಮೋಹನಸ್ವಾಮಿಗೆ ಅರ್ಥವಾಯ್ತು. ದೇವರಾಣೆಗೂ ಅವನು ಅದನ್ನು ಚಾರಣದಲ್ಲಿ ಗಮನಿಸಿರಲಿಲ್ಲ. ಈಗ ಫೋಟೋದಲ್ಲಿ ಗಮನಿಸಿ ನೋಡಿದ, ಸತ್ಯವೆನ್ನಿಸಿತು. ಅದು ಹೇಗೆ ತನಗೆ ಅಲ್ಲಿ ಅದು ಗಮನಕ್ಕೇ ಬಂದಿರಲಿಲ್ಲವೆಂದು ಅಚ್ಚರಿಯಾಯಿತು. ಆದರೆ ಅವಳ ಬಾಯ್‌ಫ್ರೆಂಡ್ ಒಬ್ಬ ಚಾರಣಕ್ಕ ಬಂದಿದ್ದ. ಆರು ಅಡಿ ಎತ್ತರದ ಅವನು ಮೈಕೈ ತುಂಬಿಕೊಂಡು ಅತ್ಯಂತ ಆಕರ್ಷಕವಾಗಿದ್ದ. ಅವನ ಮೂಗು ಇಷ್ಟುದ್ದಾ ಇದ್ದು, ಅದನ್ನು ಹಿಡಿದು ಅಲ್ಲಾಡಿಸಬೇಕೆಂಬ ಆಸೆ ಮೋಹನಸ್ವಾಮಿಗಾಗಿತ್ತು. ಕದ್ದು ಮುಚ್ಚಿ ಅವನ ಮೂಗನ್ನೇ ನೋಡಿ ಕಾರ್ತಿಯಿಂದ ಒಮ್ಮೆ ಬೈಯಿಸಿಕೊಂಡಿದ್ದು ನೆನಪಾಯ್ತು.

ಈ ಸಂಭಾಷಣೆಯ ಕೊನೆಯ ವಾಕ್ಯವೆಂಬಂತೆ "ಉಳಿದದ್ದು ಏನೇ ಇರಲಿ, ನೀವಿಬ್ಬರೂ ಆದಷ್ಟು ಬೇಗನೆ ಮದುವೆ ಆಗಬೇಕು" ಎಂದು ರಮೇಶ್ ಮತ್ತೊಮ್ಮೆ ಹೇಳಿ ತನ್ನ ಪಾಡಿಗೆ ತಾನು ನಿದ್ದೆಗೆ ಜಾರಿದ. ಮೋಹನಸ್ವಾಮಿ ಒಂದು ಹತ್ತು ನಿಮಿಷ ಪುಸ್ತಕ ಓದಿದನಾದರೂ ಊಟವಾಗಿದ್ದರಿಂದ ನಿದ್ದೆ ಎಳೆದುಕೊಂಡು ಬಂತು.

>>>

ವಿಚಿತ್ರ ಸದ್ದಿನಿಂದ ಮೋಹನಸ್ವಾಮಿಗೆ ಎಚ್ಚರವಾಯ್ತು. ಕಿವಿ ಮುಚ್ಚಿಕೊಳ್ಳುವಂತಹ ಸದ್ದು ಅದಾಗಿತ್ತು. ವಿಮಾನ ವಿಪರೀತವಾಗಿ ಸದ್ದು ಮಾಡುತ್ತಿತ್ತು. ಗಗನಸಖಿಯರು ಅವಸರ ಅವಸರದಿಂದ ಕ್ಯಾಬಿನ್‌ಗೆ ಓಡಾಡುತ್ತಿದ್ದರು. ಯಾರೋ ಒಬ್ಬರು 'ಏನಾಗ್ತಿದೆ' ಎಂದು ಹೆದರಿಕೆಯಿಂದ ಕೇಳಿದರು. ಅದಕ್ಕೆ ಉತ್ತರ ಕೊಡದೆ ಗಗನಸಖಿ ಕ್ಯಾಬಿನ್‌ಗೆ ಓಡಿದಳು. ಅವಳ ಹಿಂದೆಯೇ ಮತ್ತೊಬ್ಬ ಪ್ರಯಾಣಿಕ ಓಡಿದ. ಒಮ್ಮೆಲೇ ವಿಮಾನ ಬಲಗಡೆಗೆ ವಾಲಿತು. ಆ ವ್ಯಕ್ತಿ ಆಯತಪ್ಪಿ ನೆಲಕ್ಕೆ ಬಿದ್ದು ಬಿಟ್ಟ. ಸೀಟಿನ ಮೇಲಿನ ಕಪಾಟುಗಳೊಂದೆರಡು ತನ್ನಷ್ಟಕ್ಕೇ ತಾನೇ ತೆರೆದುಕೊಂಡು, ಅಲ್ಲಿಟ್ಟಿದ್ದ ಲಗೇಜುಗಳು ದಪದಪನೆ ಬಿದ್ದು ಬಿಟ್ಟವು. ಜನರೆಲ್ಲಾ 'ಹೋ' ಎಂದು ಕಿರುಚಿದರು. ವಿಮಾನ ಇನ್ನಷ್ಟು ಕರ್ಕಶವಾಗಿ ಸದ್ದು ಮಾಡಲಾರಂಭಿಸಿತು. ರಮೇಶ್‌ಗೆ ಎಚ್ಚರವಾಯ್ತು. 'ಏನಾಯ್ತು?' ಎಂದು ಕಣ್ಣು ಹೊಸಕುತ್ತಾ ಕೇಳಿದ. ಮೋಹನಸ್ವಾಮಿ 'ಗೊತ್ತಿಲ್ಲ' ಎಂದ.

ಯಾವುದೋ ಮಗು ಕಿಟ್ಟನೆ ಕಿರುಚಿತು. ಅದರ ತಾಯಿ ಕೂಡಾ ಕೂಗಿ ಅಳಲಾರಂಭಿಸಿದಳು. ಕ್ಯಾಬಿನ್‌ನಿಂದ ಹೊರಬಂದ ಗಗನಸಖಿಯೊಬ್ಬಳು ಅಳುತ್ತಾ ಹೋಗಿದ್ದು ನೋಡಿದ್ದೇ ಪ್ರಯಾಣಿಕರೆಲ್ಲರ ಜಂಘಾಬಲವೇ ಉಡುಗಿಹೋಯ್ತು. ಯಾರೋ ಒಬ್ಬರು ಅವಳನ್ನು ಹಿಡಿದು ನಿಲ್ಲಿಸಿ 'ಏನಾಗ್ತಿದೆ ಹೇಳಿ' ಎಂದು ಸಾವಿನ ಭಯದಲ್ಲಿ ಕಿರುಚಿದರು. 'ಇಂಜಿನ್‌ನಲ್ಲಿ ಪ್ರಾಬ್ಲಂ ಬಂದಿದೆ' ಎಂದು ಅವಳು ಹೆದರಿಕೆಯಲ್ಲಿ ಹೇಳಿ ಕಿಚನ್‌ಗೆ ಅಳುತ್ತಾ ಓಡಿಹೋದಳು. ಅವಳು ಅಷ್ಟು ಹೇಳಿದ್ದೇ ತಡ ಇಡೀ ಪ್ರಯಾಣಿಕ ಸಮುದಾಯ ಸಾವಿನ ಭಯದಲ್ಲಿ ಕಿರುಚಲಾರಂಭಿಸಿತು. ಯಾರೋ ಒಬ್ಬರು ಎಂತಹದೋ ಸ್ತೋತ್ರವನ್ನು ಗಟ್ಟಿ ಗಟ್ಟಿಯಾಗಿ ಒದರಲಾರಂಭಿಸಿದರು. ಒಂದಿಬ್ಬರು ವಾಂತಿ ಮಾಡಿಕೊಂಡು ಬಿಟ್ಟು ಅಸಹ್ಯ ವಾಸನೆ ಇಡೀ ವಿಮಾನವನ್ನು ಹಬ್ಬಿಬಿಟ್ಟಿತು.

ರಮೇಶ್ ಹೆದರಿಕೆಯಿಂದ ಕಿರುಚಲಾರಂಭಿಸಿದ. 'ದೇವರೇ, ದೇವರೇ, ಕಾಪಾಡು...' ಎಂದು ಗಟ್ಟಿಯಾಗಿ ಕೂಗಲಾರಂಭಿಸಿದ. ವಿಮಾನ ಈಗ ಎಡಕ್ಕೆ ಎರ್ರಾಬಿರ್ರಿಯಾಗಿ ವಾಲಿ ಇನ್ನಷ್ಟು ದೊಡ್ಡದಾಗಿ ಸದ್ದು ಮಾಡಿತು. ಮೋಹನಸ್ವಾಮಿ ಕಿಟಕಿಯಿಂದ ಕೆಳಗೆ ನೋಡಿದ. ದೆಹಲಿಯ ಮನೆಗಳು ಕಾಣಲಾರಂಭಿಸಿದವು. ನೆಲಕ್ಕೆ ಇಳಿಯುವ ಭರದಲ್ಲಿ ಒಂದು ರೆಕ್ಕೆ ಹೆಚ್ಚು ಕಡಿಮೆ ಮನೆಯೊಂದಕ್ಕೆ ತಾಕಿದ್ದು ಕಂಡಿದ್ದೇ ಮೋಹನಸ್ವಾಮಿಯ ಜಂಘಾಬಲವೇ ಉಡುಗಿ ಹೋಯ್ತು. 'ಆಯ್ತು, ಇನ್ನ ಆಯ್ತು, ಕಾರ್ತಿ, ಕಾರ್ತಿ, ನನ್ನ ಬದುಕು ಮುಗೀತು' ಎಂದು ಮನಸ್ಸಿನಲ್ಲಿ ಹೆದರಿಕೆಯಿಂದ ಹೇಳಿಕೊಳ್ಳಲಾರಂಭಿಸಿದ. ಹೊಟ್ಟೆಯಲ್ಲಿ ವಿಚಿತ್ರ ಸಂಕಟವಾಗಲಾರಂಭಿಸಿತು. 'ಭಗವಂತ ಕಾಪಾಡಪ್ಪ' ಎಂದು ಪ್ರಾರ್ಥಿಸಿದ. ಇನ್ನೊಂದಿಷ್ಟು ಲಗೇಜುಗಳು ದಬದಬನೆ ಬಿದ್ದವು. ಯಾರೋ 'ಬೆಂಕಿ, ಬೆಂಕಿ' ಎಂದು ಕೂಗಿಕೊಳ್ಳಲಾರಂಭಿಸಿದರು. ಮತ್ತೊಬ್ಬರ್‍ಯಾರೋ ವಿಮಾನದ ಕಿಟಕಿಯನ್ನು ಒಡೆಯಲು ಶುರು ಮಾಡಿದರು. "ಡೋಂಟ್ ಡು ದಟ್ ಪ್ಲೀಜ್..." ಎಂದು ಮತ್ತೆ ಯಾರೋ ಕಿರುಚಿದರು. ಆದರೂ ಕಿಟಕಿ ಒಡೆಯುವುದು ಮುಂದುವರೆಯಿತು. ಮೋಹನಸ್ವಾಮಿ ಕಣ್ಣು ಮುಚ್ಚಿಕೊಂಡು, ಕಿವಿಗಳನ್ನು ಗಟ್ಟಿಯಾಗಿ ಮುಚ್ಚಿಕೊಂಡ. ಚಿಕ್ಕಂದಿನಲ್ಲಿ ಅಪ್ಪ ಕೂಡಿಸಿ ಹೇಳಿಕೊಟ್ಟ ಯಾವುದೋ ಮಂತ್ರವನ್ನು ಪಠಿಸಲಾರಂಭಿಸಿದ.

ವಿಮಾನ ನೆಲಕ್ಕೆ ಧಡಾರನೆ ಕುಕ್ಕಿದಾಗ ಬೆನ್ನು ಮೂಳೆ ಖಂಡಿತಾ ಮುರಿಯಿತೆನ್ನುವಷ್ಟು ನೋವಾಯಿತು. ಸಾಯುವಷ್ಟು ಜೋರಾಗಿ ಕಿರುಚಿದ. ಪಕ್ಕಕ್ಕೆ ನೋಡಿದರೆ ರಮೇಶ್ ಆಗಲೇ ಪ್ರಜ್ಞೆ ತಪ್ಪಿದ್ದಂತೆ ಕಂಡುಬಂತು. ಇಡೀ ವಿಮಾನ ನೋವಿನ, ಭಯದ, ತಲ್ಲಣದ ಕೂಗಾಟಗಳಲ್ಲಿ ತುಂಬಿಹೋಯ್ತು. ವಿಮಾನ ರನ್‌ವೇ ಬಿಟ್ಟು ಯಾವುದೋ ಮಣ್ಣಿನ ರಸ್ತೆಯಲ್ಲಿ ಎರ್ರಾಬಿರ್ರಿಯಾಗಿ ಚಲಿಸಲಾರಂಭಿಸಿತು.

ಮಹಾವೇಗದಲ್ಲಿ ಹೋಗುತ್ತಿದ್ದ ವಿಮಾನ ಯಾವುದೋ ಮರಕ್ಕೆ ಡಿಕ್ಕಿ ಹೊಡೆದು ಬಿಟ್ಟಿತು. ದೊಡ್ಡ ಸದ್ದಾಗಿದ್ದೇ ಎಲ್ಲೆಲ್ಲೂ ಬೆಂಕಿ ಕಾಣಲಾರಂಭಿಸಿತು.

ಅಪಘಾತದಲ್ಲಿ ಹೆಚ್ಚು ಜನ ಉಳಿಯಲಿಲ್ಲ. ವಿಮಾನದ ಮುಂದೆ ಕುಳಿತವರೆಲ್ಲಾ ಸುಟ್ಟು ಕರಕಲಾಗಿ ಹೋದರು. ವಿಮಾನ ಖಾಲಿ ಇದ್ದಿದ್ದರಿಂದ ಹೆಚ್ಚಿನ ಸಾವುಗಳಾಗಿರಲಿಲ್ಲ. ಆದರೆ ವಿಮಾನದ ಪೈಲಟ್, ಅವನ ಸಹಪೈಲಟ್, ಹಲವು ಗಗನಸಖಿಯರು, ನಲವತ್ತಕ್ಕೂ ಹೆಚ್ಚು ಪ್ರಯಾಣಿಕರು ಅಸುನೀಗಿದ್ದರು. ಬಹಳಷ್ಟು ಜನರಿಗೆ ಸುಟ್ಟು ಗಾಯಗಳಾದರೆ, ಹಲವರಿಗೆ ಮೂಳೆಗಳು ಮುರಿದು ಫ್ರಾಕ್ಚರ್ ಆಗಿತ್ತು. ಆದರೆ ಹಿಂದೆ ಕುಳಿತಿದ್ದ ಕೆಲವರು ಮಾತ್ರ ಅಚ್ಚರಿಯಾಗಿ ಅಷ್ಟೇನೂ ಗಾಯಗಳಿಲ್ಲದೆ ಉಳಿದುಕೊಂಡರು. ಮೋಹನಸ್ವಾಮಿ ಮತ್ತು ರಮೇಶ್ ಇಬ್ಬರದೂ ಅದೃಷ್ಟ ಗಟ್ಟಿಯಿತ್ತು. ಮೋಹನಸ್ವಾಮಿಯ ಕೂದಲು ಬೆಂಕಿಗೆ ತಾಕಿ ಸುಟ್ಟಿತ್ತು. ರಮೇಶ್‌ಗೆ ಪ್ರಜ್ಞೆ ತಪ್ಪಿಹೋಗಿತ್ತು. ಹೆಣಗಳ ಜೊತೆಗೆ ಬದುಕುಳಿದವರನ್ನೂ ನಿಧಾನಕ್ಕೆ ಸಾಗಿಸಿದರು. ಮೋಹನಸ್ವಾಮಿಯ ಸ್ಟ್ರೆಚರ್ ಜೊತೆಯಲ್ಲಿಯೇ ಒಂದು ಹೆಣವನ್ನೂ ಪಕ್ಕಕ್ಕೆ ಮಲಗಿಸಿಕೊಂಡು ನಾಲ್ಕು ಜನ ಒಯ್ದರು.

ಮೂರು ತಾಸುಗಳ ಕಾಲ ಆಸ್ಪತ್ರೆಯಲ್ಲಿ ಮೋಹನಸ್ವಾಮಿಯನ್ನು ಪರೀಕ್ಷಿಸಿದರು. ಅವರ ಪ್ರಶ್ನೆಗಳಿಗೆ ಉತ್ತರಿಸುವ ಶಕ್ತಿಯನ್ನೂ ಅವನು ಕಳೆದುಕೊಂಡಿದ್ದ. ಏನಾಗುತ್ತಿದೆ ಎಂಬುದನ್ನು ಜೀರ್ಣಿಸಿಕೊಳ್ಳಲೂ ಸಾಧ್ಯವಾಗದ ಸ್ಥಿತಿಯಲ್ಲಿದ್ದ. ಕಾರ್ತಿಗೆ ಫೋನ್ ಮಾಡುವುದಕ್ಕೂ ಉತ್ಸಾಹವಿಲ್ಲದಂತಾಗಿತ್ತು. ಒಂದಿಷ್ಟು ಜನ ಪತ್ರಕರ್ತರು ಬಂದು ಸುತ್ತುವರೆದರು. ಅವರ ಪ್ರಶ್ನೆಗಳಿಗೆ ರೋಸಿಹೋಗಿ ಸಿಟ್ಟಿನಿಂದ ಕೂಗಾಡಿಬಿಟ್ಟ.

>>>

ಸಂಜೆಯ ವೇಳೆಗೆ ಅವನನ್ನು ಬಿಡುಗಡೆ ಮಾಡಿದರು. ಹೊರಗಡೆಗೆ ಅವನ ಸಹೋದ್ಯೋಗಿಯೊಬ್ಬರು ಕಾರನ್ನು ನಿಲ್ಲಿಸಿ ಕಾಯುತ್ತಿದ್ದರು. ವಿಷಯ ತಿಳಿದು ಭಯದಿಂದ ಆಫೀಸಿಗೆ ಫೋನ್ ಮಾಡಿದ್ದ ಕಾರ್ತಿಗೆ ಅವರೇ ಮಾತನಾಡಿ, ಎಲ್ಲವೂ ಸುರಕ್ಷಿತವೆಂದು ಹೇಳಿದ್ದರು. ಮೋಹನಸ್ವಾಮಿಯೊಡನೆ ಮಾತನಾಡುವುದಾಗಿ ಬೇಡಿಕೊಂಡಿದ್ದ. ಆದರೆ ಯಾವುದೋ ಕೊಠಡಿಯಲ್ಲಿ ತಪಾಸಣೆಗೆ ಒಳಗಾಗಿದ್ದ ಮೋಹನಸ್ವಾಮಿಗೆ ಫೋನ್ ರವಾನಿಸುವುದು ಸುಲಭವಾಗಿರಲಿಲ್ಲ. ಅವನು ತಕ್ಷಣ ಹೊರಟು ಬರುವುದಾಗಿ ತಿಳಿಸಿದ್ದ. ಲ್ಯಾಪ್‌ಟ್ಯಾಪ್ ಎಲ್ಲಿದೆಯೋ ಎಂದು ಕೂಡಾ ಮೋಹನಸ್ವಾಮಿಗೆ ಗೊತ್ತಿರಲಿಲ್ಲ. ಅದರ ಬಗ್ಗೆ ಆಸಕ್ತಿಯೂ ಅವನಿಗೆ ಹೊರಟುಹೋಗಿತ್ತು. ಅಳಬೇಕೆನ್ನಿಸುತ್ತಿತ್ತು, ಆದರೆ ಸಾಧ್ಯವಾಗುತ್ತಿರಲಿಲ್ಲ.

ಸಂಜೆ ಕಾರನ್ನು ಹತ್ತುವಾಗ ದೂರದಲ್ಲಿ ರಮೇಶ್ ಮತ್ತೊಂದು ಕಾರನ್ನು ಹತ್ತುತ್ತಿರುವುದು ಕಂಡುಬಂತು. ದೂರದಲ್ಲಿ ಸೂರ್ಯ ಮುಳುಗುತ್ತಿದ್ದರಿಂದ ಎಲ್ಲೆಲ್ಲೂ ಕೆಂಪು ಹರಡಿತ್ತು. 'ಒಂದು ನಿಮಿಷ ಬಂದೆ' ಎಂದು ಸಹೋದ್ಯೋಗಿಗೆ ಹೇಳಿ ನಿಧಾನಕ್ಕೆ ಹೆಜ್ಜೆಗಳನ್ನಿಡುತ್ತಾ ಅಲ್ಲಿಗೆ ಹೋದ. ಇವನನ್ನು ನೋಡಿದ್ದೇ ರಮೇಶ್ ಸಂತೋಷದ ಕಣ್ಣೀರಿನಲ್ಲಿ ಅಪ್ಪಿಕೊಂಡುಬಿಟ್ಟ. 'ಬದುಕಿಬಿಟ್ವಿ ಮೋಹನ, ದೇವರು ನಮ್ಮನ್ನ ರಕ್ಷಿಸಿಬಿಟ್ಟ' ಎಂದು ಭಾವೋದ್ವೇಗದಲ್ಲಿ ಹೇಳಿದ. ಒಂದಿಷ್ಟು ಕ್ಷಣಗಳು ಅವರಿಬ್ಬರೂ ಹಾಗೇ ಒಬ್ಬರಿಗೊಬ್ಬರು ಅಪ್ಪಿಕೊಂಡು ಸುರಕ್ಷತೆಯ ಭಾವವನ್ನು ಅನುಭವಿಸಿದರು.

ಅವನನ್ನು ಬೀಳ್ಕೊಡುವಾಗ ಮೋಹನಸ್ವಾಮಿ "ನಿಮ್ಮ ಹತ್ತಿರ ಒಂದು ಕ್ಷಮೆ ಕೇಳಬೇಕು" ಎಂದು ಕನ್ನಡದಲ್ಲಿಯೇ ಹೇಳಿದ. ರಮೇಶ್‌ಗೆ ಅರ್ಥವಾಗಲಿಲ್ಲ. "ನಾನು ನಿಮಗೆ ವಿಮಾನದಲ್ಲಿ ಹೇಳಿದ ಕತೆಯೆಲ್ಲಾ ಸುಳ್ಳು. ಕಾರ್ತಿಕ ಅಂದ್ರೆ ಹುಡುಗಿ ಅಲ್ಲ, ಹುಡುಗ. ನಾನೊಬ್ಬ ಗೇ. ಅವನು ನನ್ನ ಪಾರ್ಟನರ್. ನಾವಿಬ್ಬರೂ ಜೊತೆಯಲ್ಲಿ ಸಂಸಾರ ಮಾಡ್ತಾ ಇದ್ದೀವಿ. ನಂಗೆ ಬದುಕಿನಲ್ಲಿ ಯಾವತ್ತೂ ಹುಡುಗಿಯ ಆಕರ್ಷಣೆ ಆಗಿಲ್ಲ. ಸುಮ್ಮನೆ ಕತೆಕಟ್ಟಿ ನಿಮಗೆ ಸುಳ್ಳು ಹೇಳಿದ್ದಕ್ಕೆ ನನ್ನನ್ನು ಕ್ಷಮಿಸಿಬಿಡಿ. ಆ ಕಾರಣಕ್ಕೇ ಭಗವಂತ ಇಂತಹ ಶಿಕ್ಷೆಯನ್ನು ಕೊಟ್ಟನೇನೋ ಎಂದು ನನಗೆ ಅನ್ನಿಸುತ್ತಿದೆ" ಎಂದು ನೋವಿನಿಂದ ಹೇಳಿದ. ಆ ಮಾತುಗಳಿಗೆ ಹೇಗೆ ಪ್ರತಿಕ್ರಿಯಿಸಬೇಕೋ ತಿಳಿಯದೆ ರಮೇಶ್ ತಬ್ಬಿಬ್ಬಾದ. ಅನಂತರ ಪರಿಸ್ಥಿತಿಯನ್ನು ಅರ್ಥ ಮಾಡಿಕೊಂಡು ಅವನ ಬೆನ್ನನ್ನು ಹಗೂರಕ್ಕೆ ಸವರಿ, "ಇಟ್ಸ್ ಆಲ್‌ರೈಟ್... ಕ್ಷಮಿಸಬೇಕಾದಂತಹ ತಪ್ಪು ನೀವೇನೂ ಮಾಡಿಲ್ಲ" ಎಂದ.

04ನೇ ಡಿಸೆಂಬರ್ 2013

ಕಗ್ಗಂಟು

ಸಂಜೆ ಕರಗಿ ರಾತ್ರಿಯಾಗಿತ್ತಾದರೂ ಆ ಮನೆಯಲ್ಲಿ ಇನ್ನೂ ದೀಪ ಹತ್ತಿರಲಿಲ್ಲ. ಐದೂವರೆಗೆಲ್ಲಾ ಮೋಹನಸ್ವಾಮಿ ಆಫೀಸಿನಿಂದ ಬಂದಿದ್ದನಾದರೂ, ಏನೊಂದೂ ತೋಚದೆ ಸೀದಾ ದೇವರ ಮನೆಗೆ ಹೋಗಿ ಕೃಷ್ಣನ ವಿಗ್ರಹದ ಮುಂದೆ ಕುಳಿತುಬಿಟ್ಟಿದ್ದ. ಮೈಯಲ್ಲೆಲ್ಲಾ ಸಣ್ಣಗೆ ನಡುಕವಿತ್ತು. ಕಟ್ಟಿಗೆಯ ಪುಟ್ಟ ಮಂದಾಸನದಲ್ಲಿ ಶ್ರೀಕೃಷ್ಣ ಕೊಳಲನೂದುತ್ತಾ ಮಂದಹಾಸವನ್ನು ಬೀರುತ್ತಾ ನಿಂತುಬಿಟ್ಟಿದ್ದ. ಒಂದಿಷ್ಟು ಹೊತ್ತು ಅವನನ್ನೇ ನೋಡುತ್ತಾ ಕುಳಿತಿದ್ದ ಮೋಹನಸ್ವಾಮಿ, ಮನಸ್ಸಿನಲ್ಲಿಯೇ ಅವನೊಂದಿಗೆ ಸಂವಾದವನ್ನೂ ಮಾಡಿದ್ದ. ಆದರೂ ಎದ್ದು ಮನೆಯ ಕೆಲಸಗಳನ್ನು ನೋಡಿಕೊಳ್ಳುವ ಧೈರ್ಯವಿನ್ನೂ ಆಗಿರಲಿಲ್ಲ. ಮನೆಗೆ ಬಂದ ತಕ್ಷಣ ರೇಡಿಯೋವನ್ನು ಹಾಕಿಕೊಂಡು, ಕುಕ್ಕರನ್ನಿಟ್ಟು, ಹಗೂರಕ್ಕೆ ಮನೆಯ ಕಸವನ್ನೆಲ್ಲಾ ಬಳಿದು, ಕಾರ್ತಿಕನ ಬರುವನ್ನು ನಿರೀಕ್ಷಿಸುವುದು ಅವನ ರೂಢಿ. 'ಎಲ್ಲಿದೀಯಾ?' ಎಂದು ಒಂದು ಮೆಸೇಜ್ ಅವನಿಗೆ ಕಳುಹಿಸಿ, ಅವನ ಉತ್ತರದ ನಿರೀಕ್ಷೆಯಲ್ಲಿಯೇ ಕೆಲಸ ಮಾಡುತ್ತಾ ಮೊಬೈಲು 'ಕುಂಯ್' ಎಂದು ಸದ್ದು ಮಾಡುವದನ್ನೇ ಕಾಯುವುದು ಅವನ ನಿತ್ಯದ ಅಭ್ಯಾಸ. ಆದರೆ ಈವತ್ತು ಅದೊಂದೂ ಇಲ್ಲ.

ಸುಮ್ಮನೆ ಭಯಭೀತನಾಗಿ ಕೃಷ್ಣನ ಮುಂದೆ ಕಣ್ಣುಮುಚ್ಚಿ ಕುಳಿತುಬಿಟ್ಟಿದ್ದ. ಯಾರೇ ಮುಟ್ಟಿ ಮಾತನಾಡಿಸಿದರೂ ಅತ್ತು ಬಿಡುವಷ್ಟು ಆಘಾತಗೊಂಡಿದ್ದ.

ಆಫೀಸಿನ ಕ್ಯಾಬಿನಿಂದಿಳಿದು, ಮನೆಗೆ ಬರುವಾಗ ತರಕಾರಿ ಅಂಗಡಿಯಲ್ಲಿ ಎಳೆಯ ಬೆಂಡೆಕಾಯಿಗಳನ್ನು ನೋಡಿದ್ದೇ "ಕಾರ್ತಿಗಿಷ್ಟ" ಎಂದು ಅರ್ಧ ಕೆ.ಜಿ. ಖರೀದಿಸಿದ್ದ. ಎಣ್ಣೆ ಕೊಂಚ ಹೆಚ್ಚಾಗಿಯೇ ಹಾಕಿ, ಕೆಂಪಗೆ ಹುರಿದು, ಹದವಾಗಿ ಉಪ್ಪು-ಖಾರ ಬೆರೆಸಿದ ಪಲ್ಯವನ್ನು ಕಂಡರೆ ಕಾರ್ತಿಕನಿಗೆ ಪಂಚಪ್ರಾಣ. ಒಂದು ಹೋಳನ್ನೂ ಬಿಡದೆ ಚಪ್ಪರಿಸುತ್ತಾನೆ. ಮೋಹನಸ್ವಾಮಿಗೂ ಬೆಂಡೆಕಾಯಿ ಪಲ್ಯ ಇಷ್ಟವಾದರೂ "ನಂಗೆ ಅಷ್ಟು ಸೇರಲ್ಲ ಕಾರ್ತಿ" ಎಂದು ಸುಮ್ಮನೆ ಸುಳ್ಳು ಹೇಳಿ ಅವನಿಗೇ ಮುಕ್ಕಾಲು ಪಾಲನ್ನು ಬಡಿಸಿ ಬಿಡುತ್ತಾನೆ. ಕಾರ್ತಿಕ ತಟ್ಟೆಗೆ ಅಂಟಿದ ರಸವನ್ನು ಸವರುತ್ತಾ ತಿನ್ನುತ್ತಿದ್ದರೆ ಇವನಿಗೆ ಒಳಗೊಳಗೇ ಹೇಳಿಕೊಳ್ಳಲಾಗದ ಖುಷಿ. "ನಮ್ಮಮ್ಮನಿಗಿಂತಾ ನೀನೇ ರುಚಿಯಾಗಿ ಮಾಡ್ತೀಯಾ ಕಣೋ" ಎಂದು ಅವನು ಆಗೊಮ್ಮೆ ಈಗೊಮ್ಮೆ ಹೊಗಳಿಬಿಟ್ಟರಂತೂ ತೀರಿತು, ಆ ರಾತ್ರಿ ಮೋಹನಸ್ವಾಮಿಗೆ ನಿದ್ದೆಯೂ ಬರುವುದಿಲ್ಲ.

ಈ ದಿನವೂ ಕಾರ್ತಿಕನಿಗೆ ಅಂತಹ ರುಚಿಕಟ್ಟಾದ ಬೆಂಡೆಕಾಯಿ ಪಲ್ಯದ ಸರ್‌ಪ್ರೈಸ್ ಕೊಡೋದು ಅಂತ ಇವನು ಮನಸ್ಸಿನಲ್ಲಿ ಮಂಡಿಗೆ ತಿನ್ನುತ್ತಾ ಮನೆಯ ಬಾಗಿಲು ತೆಗೆಯುವಾಗ ಶೋಭಾ ಆಂಟಿ ಫೋನ್ ಮಾಡಿದ್ದರು. ಕಾರ್ತಿಕನ ದೂರದ ಸಂಬಂಧಿ ಅವರು. ಅವರ ಯಜಮಾನರು ಯಾವುದೋ ದೊಡ್ಡ ಕಂಪನಿಯಲ್ಲಿ ಉನ್ನತ ಹುದ್ದೆಯಲ್ಲಿದ್ದರು. ವಿಜಯನಗರದಲ್ಲಿ ಅವರ ದೊಡ್ಡ ಮನೆಯಿದೆ. ಕಾರ್ತಿಕ, ಮೋಹನಸ್ವಾಮಿ ಇರುವುದು ಮಲ್ಲೇಶ್ವರಂನಲ್ಲಿ. ಕಾರ್ತಿಕನ ಬೈಕಿನಲ್ಲಿ ವಾರಾಂತ್ಯದಲ್ಲಿ ಆಗೊಮ್ಮೆ ಈಗೊಮ್ಮೆ ಅವರ ಮನೆಗೆ ಹೋಗಿ ಬರುತ್ತಾರಾದ್ದರಿಂದ ಮೋಹನನಿಗೂ ಶೋಭಾ ಆಂಟಿ ತುಂಬಾ ಪರಿಚಯವಾಗಿದ್ದರು. ಈಗ ಎರಡು ವಾರದ ಕೆಳಗೆ ಅವರ ಮನೆಗೆ ಹೋದಾಗ ಮೋಹನಸ್ವಾಮಿ ತಾನೇ ತಯಾರಿಸಿದ ಹುಡಿಹುಡಿಯಾದ ಚಟ್ನಿಪುಡಿಯನ್ನು ಕೊಟ್ಟು ಬಂದಿದ್ದ. ಅದು ಅವರೆಲ್ಲರಿಗೂ ತುಂಬಾ ಇಷ್ಟವಾಗಿತ್ತು. ಅದರ ರಿಸೆಪಿಯನ್ನು ಕೇಳಲು ಶೋಭಾ ಆಂಟಿ ನೇರವಾಗಿ ಮೋಹನನಿಗೇ ಕರೆ ಮಾಡಿದ್ದರು. ಅದಕ್ಕೆ ಅತ್ಯಂತ ಉತ್ಸಾಹದಲ್ಲಿ ಮೋಹನಸ್ವಾಮಿ ಚಿಕ್ಕ ಪುಟ್ಟ ವಿವರಗಳನ್ನೂ ಹೇಳಲಾರಂಭಿಸಿದ್ದ. ಆದರೆ ಶೋಭಾ ಆಂಟಿಗೆ ಅದರಲ್ಲಿ ಅಂತಹ ಆಸಕ್ತಿಯಿರಲಿಲ್ಲ. ಅವರ ಯಜಮಾನರು "ಗಂಡು ಹುಡುಗ, ಆದರೂ ಎಷ್ಟು ಚಂದ ಮಾಡಿದಾನಲ್ಲೇ. ಅವನನ್ನ ಕೇಳಿ ಸ್ವಲ್ಪ ರಿಸೆಪಿ ತಿಳ್ಕೋ" ಅಂತ ನಾಲ್ಕಾರು ಬಾರಿ ಹೇಳಿದ್ದಕ್ಕೆ ಕಿರಿಕಿರಿಯಾಗಿ ಫೋನ್ ಮಾಡಿದ್ದರು. ಇಪ್ಪತ್ತೈದರ ಹುಡುಗನೊಬ್ಬ ಮಾಡಿದ ಖಾದ್ಯವೊಂದಕ್ಕೆ ಇವರು ಹೀಗೆ ಬಾಯಿಬಾಯಿ ಬಿಡುವುದು ಶೋಭಾ ಆಂಟಿಗೆ ಸರಿ ಕಂಡಿರಲಿಲ್ಲ. ಹಾಗಂತ ನೇರವಾಗಿ ಹೇಳಲು ಧೈರ್ಯವಿಲ್ಲದೆ ನೆಪಕ್ಕೆ ಫೋನಾಯಿಸಿದ್ದರು.

ಶೋಭಾ ಆಂಟಿ ಅವರ ಯಜಮಾನರಿಗೆ ತುಂಬಾ ಹೆದರುತ್ತಾರೆಂಬುದನ್ನು ಮೋಹನಸ್ವಾಮಿ ಬಲ್ಲ. ಒಮ್ಮೆ ಅವನೊಬ್ಬನೇ ಅವರ ಮನೆಗೆ ಸಂಜೆಯ ಹೊತ್ತಿನಲ್ಲಿ ಏನೋ ಕೊಡಲೆಂದು ಹೋಗಿದ್ದ. ಮನೆಯ ಬಾಗಿಲು ತೆಗೆದಿತ್ತು, ಆದರೆ ದೀಪ ಹಾಕಿರಲಿಲ್ಲ. ಇವನು "ಆಂಟಿ..." ಎನ್ನುತ್ತಾ ನಿಧಾನಕ್ಕೆ ಹೆಜ್ಜೆಯಿಟ್ಟುಕೊಂಡು, ಕಣ್ಣನ್ನು ಹೊಂದಿಸಿಕೊಳ್ಳುತ್ತಾ ಹೋದಾಗ ಶೋಭಾ ಆಂಟಿ ಡೈನಿಂಗ್ ಟೇಬಲ್ ಬಳಿ ಕುಳಿತು ಸಣ್ಣಗೆ ಅಳುತ್ತಿದ್ದರು. ಇವನಿಗೆ ಹೇಗೆ ಪ್ರತಿಕ್ರಿಯಿಸಬೇಕೋ ತಿಳಿಯದೆ ಅವರ ಹತ್ತಿರ ಹೋದಾಗ ಅವರು ತನ್ನ ಬಲಗೈಯನ್ನು ತೋರಿಸಿ "ಬೋಳಿಮಗ, ಕೈ ತಿರುವಿ ಬಿಟ್ಟ. ಎಷ್ಟು ನೋಯ್ತಾ ಅದೆ ಗೊತ್ತಾ?" ಎಂದು ಇನ್ನಷ್ಟು ಅತ್ತಿದ್ದರು. ಆ ಕೈಗೆ ತೈಲವನ್ನು ಹಚ್ಚಿಕೊಂಡು ಎಡಗೈಯಿಂದ ಹಗೂರಕ್ಕೆ ನೀವಿಕೊಳ್ಳುತ್ತಿದ್ದರು. ಮೋಹನಸ್ವಾಮಿಗೆ "ಬೋಳಿಮಗ" ಎಂದರೆ ಅವರ ಯಜಮಾನರು ಎಂದು ಅರ್ಥ ಮಾಡಿಕೊಳ್ಳಲು ಕೆಲವು ಕ್ಷಣಗಳು ಬೇಕಾದವು. ಅವನಿಗೂ ದುಃಖವಾಗಿ "ಯಾಕೆ ಆಂಟಿ?" ಎಂದು ಮೆತ್ತಗೆ ಅವರ ಕೈಯನ್ನು ಮುಟ್ಟಿ ಕೇಳಿದ್ದ. ಅದಕ್ಕವರು ನೋವಿನಿಂದ "ಹಾಂ..." ಎಂದು ಕೈಯನ್ನು ಹಿಂದಕ್ಕೆ ತೆಗೆದುಕೊಂಡಿದ್ದರು. ಆಮೇಲೆ ಅತ್ಯಂತ ಸಿಟ್ಟಿನಿಂದ "ಅವರಿಗೆ ಬೇಕಾದಾಗ ಮಾತ್ರ ನಮ್ಮ ನೆನಪಾಗ್ತದೆ. ಹಾಸಿಗಿ ಮೇಲೆ ನಮ್ಮದೂ ಬೇಕು ಬೇಡ ಅಂತ ಇರ್ತವೆ ಅಂತ ತಿಳಿಯಂಗಿಲ್ಲ ನೋಡು" ಎಂದಿದ್ದರು. ಮೋಹನಸ್ವಾಮಿ ಒಂದಿಷ್ಟು ಹೊತ್ತು ಅವರ ಜೊತೆ ಕುಳಿತು ಎದ್ದು ಬಂದಿದ್ದ. ಅನಂತರ ಕಾರ್ತಿಕನೊಡನೆ ಕೂಡಾ ಅದರ ಬಗ್ಗೆ ಪ್ರಸ್ತಾಪ ಮಾಡಿರಲಿಲ್ಲ. ಮುಂದಿನ ಬಾರಿ ಆಂಟಿಯನ್ನು ಭೇಟಿಯಾದಾಗ ಅವರು ಅಂತಹ ಘಟನೆಯೇ ನಡೆದಿಲ್ಲವೆನ್ನುವಂತೆ ನಗುನಗುತ್ತಾ ಅವನೊಡನೆ ಬೆರೆತುಬಿಟ್ಟಿದ್ದರು. ಮೋಹನಗೂ ನಿರಾಳವೆನ್ನಿಸಿತ್ತು. ಆದರೂ ಆಗೊಮ್ಮೆ ಈಗೊಮ್ಮೆ ಶೋಭಾ ಆಂಟಿ ಕತ್ತಲಲ್ಲಿ ಒಬ್ಬರೇ ಕುಳಿತು ತನ್ನ ತಿರುಚಿದ ಕೈಯ ನೋವನ್ನು ಅನುಭವಿಸುತ್ತಾ ಅಳುತ್ತಿರುವ ದೃಶ್ಯ ಅವನನ್ನು ಕಾಡುತ್ತಿತ್ತು.

ಚುಟುಕಾಗಿ ಚಟ್ನಿಪುಡಿಯ ರಿಸೆಪಿಯನ್ನು ಹೇಳಿ ಮುಗಿಸಿದ ಮೋಹನಸ್ವಾಮಿ "ಮತ್ತೇನು ವಿಶೇಷ ಆಂಟಿ?" ಎಂದಾಗ, ವಿಷಯ ಬದಲಾಗಿದ್ದಕ್ಕೆ ಶೋಭಾ ಆಂಟಿಗೂ ಖುಷಿಯಾಗಿ "ಇನ್ನೇನಿದೆ ಮೋಹನ್, ಮುಂದಿನ ವಾರಕ್ಕೆ ತಯಾರಿ ಮಾಡ್ತಾ ಇದೀನಿ. ಮುಂಬಯಿಗೆ ನಾವೆಲ್ಲಾ ಹೋಗಬೇಕಲ್ಲಾ?" ಎಂದು ಹೇಳಿದ್ದರು. 'ನಾವೆಲ್ಲಾ' ಎನ್ನುವಾಗ ತನ್ನನ್ನೂ ಸೇರಿಸಿದ್ದಾರೇನೋ ಎಂಬ ಅನುಮಾನವಾದಂತಾಗಿ "ಮುಂಬಯಿಗಾ? ಅದ್ಯಾಕೆ ಆಂಟಿ?" ಎಂದು ಪೆದ್ದು ಪೆದ್ದಾಗಿ ಇವನು ಕೇಳಿದ್ದ. "ಯಾಕೆ, ನಿನಗೆ ಕಾರ್ತಿಕ ಹೇಳಿಲ್ವಾ? ಮುಂಬಯಿಯಲ್ಲಿ ಮುಂದಿನ ಭಾನುವಾರ ಅವನ ನಿಶ್ಚಿತಾರ್ಥ ಅಲ್ವೇನೋ?" ಎಂದು ಆಶ್ಚರ್ಯದಿಂದ ಕೇಳಿದ್ದರು. ಇವನಿಗೆ ಆಳವಾದ ಪ್ರಪಾತದಲ್ಲಿ ಬಿದ್ದಂತಾಗಿತ್ತು. "ನಂಗೊತ್ತಿಲ್ಲ ಆಂಟಿ.

ಕಾರ್ತಿಕ ನಂಗೆ ಹೇಳಿಲ್ಲ" ಎನ್ನುವಾಗ ಇವನ ಧ್ವನಿ ಗದ್ಗದವಾಗಿತ್ತು. "ಅದ್ಯಾಕೆ ನಿಂಗೆ ಅವನು ಹೇಳಿಲ್ಲ? ಬಹುಶಃ ಸರ್‌ಪ್ರೈಸ್ ಕೊಡಬೇಕು ಅಂತ ಇರಬೇಕು. ನಾಲ್ಕು ವಾರದ ಕೆಳಗೇ ಹುಡುಗೀನ್ನ ನೋಡಿ ಒಪ್ಪಿಗೆ ಕೊಟ್ಟುಬಿಟ್ಟ. ಆಗ ನಾಲ್ಕಾರು ಹುಡುಗಿಯರನ್ನ ನೋಡಿದ್ದರೂ ಎಲ್ಲರನ್ನೂ ಬೇಡ ಅಂದಿದ್ದ. ಈ ಹುಡುಗಿನ್ನ ಮಾತ್ರ ಎರಡು ಮಾತು ಇಲ್ಲದಂಗೆ ಪಾಸು ಮಾಡಿಬಿಟ್ಟ. ದೊಡ್ಡ ದೊಡ್ಡ ಕಣ್ಣು ಅವೆ ಅವಳಿಗೆ. ಮುಂಬಯಿ ಹುಡುಗಿ ನೋಡು, ಥಳಕು ಬಳಕು ಮಾಡ್ತಾಳೆ. ಮನೆಯಾಗೆ ಕನ್ನಡ ಮಾತಾಡ್ತಾರಂತೆ. ಅವರಪ್ಪ ಧಾರವಾಡದ ಕಡೆಯೋರು. ಇವನೋ ಹಳ್ಳಿಯಲ್ಲಿ ಬೆಳೆದು ಈಗ ಪಟ್ಟಣ ಕಂಡೋನು. ಅವಳು ಎಲ್ಲಿ ಇವನನ್ನ ಬುಟ್ಟಿನಾಗೆ ಹಾಕಿಕೊಂಡು ಬಿಡ್ತಾಳೋ ಅಂತ ನಂಗೆ ಅನುಮಾನ. ಆದರೂ ಯಾವ ಗಂಡಿಗೆ ಯಾವ ಹೆಣ್ಣು ಅಂತ ಹೇಳೋಕಾಗುತ್ತಾ?" ಎಂದು ಮಾತು ಮುಗಿಸಿದ್ದರು.

ಇವನಿಗೆ ಹೇಗೆ ಪ್ರತಿಕ್ರಿಯಿಸಬೇಕೋ ತಿಳಿಯಲಿಲ್ಲ. ಮಾತು ಹೊರಬಂದರೆ ಇನ್ನು ಅತ್ತು ಬಿಡುತ್ತೇನೆ ಎಂದು ಭಯವಾಗಲಾರಂಭಿಸಿತು. ತಕ್ಷಣ ಕರೆಯನ್ನು ಆಫ್ ಮಾಡಿಬಿಟ್ಟ, ಸುಮ್ಮನೆ "ಸಿಗ್ನಲ್ ವೀಕ್ ಆಂಟಿ. ಆಮೇಲಕ್ಕೆ ಮಾತಾಡ್ತೀನಿ" ಎಂದು ಮೆಸೇಜ್ ಮಾಡಿ, ಮೊಬೈಲನ್ನು ಸ್ವಿಚ್ ಆಫ್ ಮಾಡಿ ಮೂಲೆಗೆಸೆದು, ಕೃಷ್ಣನ ಮುಂದೆ ನಡುಗುತ್ತಾ ಕುಳಿತುಬಿಟ್ಟಿದ್ದ. ಇತ್ತೀಚೆಗೆ ಕಾರ್ತಿಕ್ ಗುಟ್ಟು ಗುಟ್ಟಾಗಿ ಮನೆಯ ಹೊರಗೆ ಹೋಗಿ ಮಾತನಾಡುವುದು, ಸ್ನಾನದ ಮನೆಗೆ ಹೋದಾಗಲೂ ಮೊಬೈಲ್ ತೆಗೆದುಕೊಂಡು ಹೋಗುವುದು, ತಡವಾಗಿ ಬಂದಿದ್ದಕ್ಕೆ ಅಸಮಂಜಸ ಕಾರಣಗಳನ್ನು ಕೊಡುವುದು, 'ಎಲ್ಲೋ ಹೋಗಿದ್ದೆ ಬಿಡು' ಎಂದು ಹಾರಿಕೆಯ ಉತ್ತರ ಕೊಡುವುದು – ಎಲ್ಲದಕ್ಕೂ ಅರ್ಥ ಹೊಳೆಯಲಾರಂಭಿಸಿ ಮೋಹನಸ್ವಾಮಿ ಪೂರಾ ಕಂಗೆಟ್ಟ. ಕಾರ್ತಿಕನಿಗೆ ಸರ್‌ಪ್ರೈಸ್ ಕೊಡಲೆಂದು ತಂದ ಎಳೆಯ ಬೆಂಡೆಕಾಯಿಗಳು ಅಲ್ಲೇ ಟಿ.ವಿ.ಯ ಬಳಿ ಅನಾಥವಾಗಿ ಬಿದ್ದಿದ್ದವು.

ಕಾರ್ತಿಕ ಬಂದಾಗ ಎಂಟೂವರೆಯಾಗಿತ್ತು. ಯಾವತ್ತಿನಂತೆ ಬೆಲ್ ಮೊಳಗಿದ್ದೇ ಇವನಿಗೆ ಸಮಾಧಾನವಾಯ್ತು. ಕೃಷ್ಣನ ವಿಗ್ರಹವನ್ನು ಕೈಯಲ್ಲಿ ತೆಗೆದುಕೊಂಡು ಅತ್ಯಂತ ಪ್ರೀತಿಯಿಂದ ಅವನ ಕೆನ್ನೆಗೆ ಒಂದು ಮುತ್ತನ್ನು ಕೊಟ್ಟು, "ನೀನು ನನಗೆ ಎಂದೂ ಮೋಸ ಮಾಡಲ್ಲ. ನಂಗೆ ಗೊತ್ತು" ಎಂದು ಪಿಸುಗುಟ್ಟಿದ. ಕಾರ್ತಿಕ ತನ್ನ ಯಾವತ್ತಿನ ವರಸೆಯಲ್ಲಿ ಐದಾರು ಬಾರಿ ಬೆಲ್ ಬಾರಿಸಿ, ಒಳಗೆ ಕತ್ತಲಿರುವುದನ್ನು ಕಿಟಕಿಯಿಂದ ಗಮನಿಸಿ ಮೊಬೈಲಿಗೆ ಕರೆ ಮಾಡಲಾರಂಭಿಸಿದ. ಆದರೆ ಮೊಬೈಲ್ ಸ್ವಿಚ್ ಆಫ್ ಆಗಿತ್ತು. ಮನೆಯ ಕೀಲಿಕೈ ಕಾರ್ತಿಕನ ಬಳಿಯೂ ಒಂದಿದ್ದರೂ ಅದನ್ನವನು ನೆನಪಿನಿಂದ ಆಫೀಸಿಗೆ ಒಯ್ಯುವುದು ಅಪರೂಪ. ಯಾವುದನ್ನೂ ನಿಯಮಕ್ಕೆ ಅನುಸಾರವಾಗಿ ನಡೆಸುವುದು ಅವನ ಜಾಯಮಾನವಲ್ಲ. ಆ ಕ್ಷಣಕ್ಕೆ ಮನಸ್ಸಿಗೆ ತೋಚಿದಂತೆ

ನಡೆದುಕೊಳ್ಳುವುದರಲ್ಲಿಯೇ ಬದುಕಿನ ಖುಷಿಯಿರುವುದು ಎಂದು ನಂಬಿದವ. ಆದರೆ ಮೋಹನಸ್ವಾಮಿ ಎಲ್ಲದಕ್ಕೂ ತದ್ವಿರುದ್ಧ! ಪಲ್ಯಕ್ಕೆ ಒಂದು ಹರಳು ಉಪ್ಪು ಹೆಚ್ಚಾದರೂ ದಿನವೆಲ್ಲಾ ಕಂಗೆಡುತ್ತಾನೆ. ಮನೆಯಲ್ಲಿ ಎಲ್ಲಾ ವಸ್ತುಗಳೂ ಫಳಫಳ ಹೊಳೆಯಬೇಕು. ಹಾಸಿಗೆಯ ಮೇಲಿನ ಹೊದಿಕೆ ಒಂದಿಷ್ಟೂ ಮಡಚಿರಬಾರದು. ಬಚ್ಚಲು ಮನೆಯನ್ನು ದಿನಕ್ಕೊಮ್ಮೆಯಾದರೂ ತೊಳೆಯದಿದ್ದರೆ ಅವನಿಗೆ ನಿದ್ದೆ ಬಾರದು. ಅಂಡರ್‌ವೇರು, ಬನಿಯನ್ನು, ಪ್ಯಾಂಟು, ಶರಟುಗಳು ಎಲ್ಲೆಂದರಲ್ಲಿ ನೇತಾಡಬಾರದು. ಅದು ತನ್ನದೇ ಆಗಿರಲಿ, ಕಾರ್ತಿಕನದೇ ಆಗಿರಲಿ, ಒಗೆದು ಇಸ್ತ್ರಿ ಮಾಡಿ ಅದರ ಸ್ವಸ್ಥಾನದಲ್ಲಿ ಇಡದಿದ್ದರೆ ಅವನಿಗೆ ಉಂಡ ಊಟ ಅರಗುವುದಿಲ್ಲ.

ದೀಪ ಹಚ್ಚಿ, ಬಾಗಿಲು ತೆರೆದಾಗ ಅದರುದ್ದಕ್ಕೂ ನಿಂತಿದ್ದ ಆರಡಿ ಎರಡು ಇಂಚಿನ ಕಾರ್ತಿಕನನ್ನು ನೋಡಿದ್ದೇ ಮೋಹನಸ್ವಾಮಿಯು "ಇಲ್ಲ, ಅಂತಹದೇನೂ ಇಲ್ಲ. ಸುಮ್ಮನೆ ನಾನು ಭಯಪಡ್ತಿದೀನಿ. ಆ ಕೃಷ್ಣ ನನಗೆಂದೂ ಮೋಸ ಮಾಡುವುದಿಲ್ಲ" ಅಂತ ಮನಸ್ಸಿನಲ್ಲಿಯೇ ಅಂದುಕೊಂಡ. ಯಾವತ್ತಿನಂತೆ ಅವನ ಹೆಲ್ಮೆಟ್ಟನ್ನು ತೆಗೆದುಕೊಂಡು ಮೂಲೆಯಲ್ಲಿ ಇಡುತ್ತಾ "ಯಾಕಿಷ್ಟು ತಡ ಮಾಡಿದಿ ಕಾರ್ತಿ?" ಎಂದು ಅತ್ಯಂತ ಕಾಳಜಿ ಮತ್ತು ಪ್ರೀತಿಯಿಂದ ಕೇಳಿದ. ಕುರ್ಚಿಯ ಮೇಲೆ ಕುಳಿತು ಶೂ ಬಿಚ್ಚುತ್ತಿದ್ದ ಕಾರ್ತಿಕ "ಆಫೀಸಿನ ಕೆಲಸ ಜಾಸ್ತಿ..." ಎಂದೇನೋ ಹೇಳಲಾರಂಭಿಸಿದ. ಅವನ ಬಳಿ ಹೋದ ಮೋಹನಸ್ವಾಮಿ ಅವನ ಮುಖವನ್ನು ತನ್ನೆದೆಗೆ ಒತ್ತಿಕೊಂಡು, ಅವನ ಹುಲುಸಾದ ಕೂದಲಿನಲ್ಲಿ ಕೈಯಾಡಿಸುತ್ತಾ "ಸುಳ್ಳು ಹೇಳಬೇಡ ಕಾರ್ತಿ" ಎಂದ. ಅದಕ್ಕೆ ಉತ್ತರಿಸಲು ತೋಚದ ಕಾರ್ತಿಕ ಸುಮ್ಮನೆ ತನ್ನ ಮೂಗನ್ನು ಅವನೆದೆಗೆ ತಿಕ್ಕುತ್ತಾ, ತನ್ನ ಎಡಗೈಯಿಂದ ಅವನನ್ನು ಮತ್ತಷ್ಟು ಹತ್ತಿರಕ್ಕೆ ಎಳೆದುಕೊಂಡ. ಅವನ ಕೆನ್ನೆ, ಕಿವಿ, ಬೆನ್ನನ್ನೆಲ್ಲಾ ನೇವರಿಸಿದ ಮೋಹನಸ್ವಾಮಿ, "ಶೋಭಾ ಆಂಟಿ ಫೋನ್ ಮಾಡಿದ್ರು, ನಿಜಾನಾ?" ಎಂದು ಕೇಳಿದ. ಕಾರ್ತಿಕನಿಗೆ ಸತ್ಯ ಹೇಳುವ ಮನಸ್ಸಿಲ್ಲದಂತೆ ಮತ್ತೆ ಮೂಗು ಉಜ್ಜುವುದನ್ನು ಮುಂದುವರೆಸಿದ. "ಹೇಳು, ಪರವಾಗಿಲ್ಲ. ನಂಗೇನೂ ಬೇಸರವಿಲ್ಲ ಕಾರ್ತಿ" ಎಂದು ಇವನು ಬೆನ್ನಿನಗುಂಟ ಕೈಯಾಡಿಸುತ್ತಾ ಬಲವಂತಪಡಿಸಿದ. ಎಲ್ಲೋ ಆಳದ ಬಾವಿಯಿಂದ ಬರುವ ಧ್ವನಿಯಂತೆ ಕಾರ್ತಿಕ "ಹೂಂ" ಎಂದು ಉಸುರಿ, ಮೂಗು ಉಜ್ಜುವುದನ್ನು ನಿಲ್ಲಿಸಿದ.

ಮೋಹನಸ್ವಾಮಿಗೆ ಇನ್ನು ದುಃಖ ತಡೆದುಕೊಳ್ಳಲಾಗಲಿಲ್ಲ. ಕಾರ್ತಿಕನನ್ನು ಹಗೂರಕ್ಕೆ ದೂರ ತಳ್ಳಿ ಎದುರಿನ ಗೋಡೆಗೆ ಕುಸಿದು ಕುಳಿತ. ಕಣ್ಣಿಂದ ನೀರು ಬಳಬಳನೆ ಸುರಿಯಲಾರಂಭಿಸಿತು. ಮನಸ್ಸಿಗಾದ ನೋವು, ಹತಾಶೆ, ಭಯಗಳೆಲ್ಲವೂ ಒಟ್ಟಾಗಿ ಅವನನ್ನು ದುಃಖದ ದಳ್ಳುರಿಯಲ್ಲಿ ಬೇಯಿಸತೊಡಗಿದ್ದವು. ಕಾರ್ತಿಕ ಅವನ ಹತ್ತಿರ ಹೋಗಿ ಕುಳಿತು ಅವನ ಕಣ್ಣೀರನ್ನು ಒರೆಸಲಾರಂಭಿಸಿದ. "ಪ್ಲೀಜ್ ಅಳಬೇಡ

ಮೋಹನ್. ನಂಗೆ ಹೆದರಿಕೆ ಆಗ್ತದೆ. ಪ್ಲೀಜ್" ಎಂದು ಸಮಾಧಾನ ಮಾಡಲು ತೊಡಗಿದ. ಮೋಹನ ಧ್ವನಿ ತೆಗೆದು ಅಳಲಾರಂಭಿಸಿದ. ಅತ್ಯಂತ ನೋವಿನಿಂದ ಹೊರಬರುತ್ತಿದ್ದ ಅವನ ಆಕ್ರಂದನವನ್ನು ತಡೆಯುವುದು ಹೇಗೆಂದು ತಿಳಿಯದ ಕಾರ್ತಿಕ್ ಸುಮ್ಮನೆ ಅವನನ್ನು ತಬ್ಬಿ ಕುಳಿತು ಮೈಯನ್ನು ಹಗೂರಕ್ಕೆ ಸವರತೊಡಗಿದ. "ನಾನು ಏನು ಮಾಡ್ಲಿ ಹೇಳು? ಹೀಗೇ ಎಷ್ಟು ದಿನ ಅಂತ ಇರಲಿಕ್ಕೆ ಆಗ್ತದೆ? ನಾನೂ ಮದುವೆಯಾಗೋದು ಬೇಡವಾ?" ಎಂದೆಲ್ಲಾ ಮೃದುವಾಗಿ ಹೇಳತೊಡಗಿದ. ಯಾವ ಸಮಾಧಾನದ ಮಾತೂ ಅವನ ದುಃಖವನ್ನು ಶಮನ ಮಾಡುವಂತಿರಲಿಲ್ಲ. ಅತ್ತೂ ಅತ್ತೂ ಸುಸ್ತಾದ ಮೋಹನ ಸುಮ್ಮನಾದ. ಹಾಗೇ ಸುಮಾರು ಹೊತ್ತು ಅವರು ಒಬ್ಬರನ್ನೊಬ್ಬರು ಅಪ್ಪಿಕೊಂಡು ಕುಳಿತಿದ್ದರು. ಯಾರಿಗೂ ಅರ್ಥವಾಗದ ಮೌನವೊಂದು ಗಾಢವಾಗಿ ಆ ಮನೆಯನ್ನು ಆವರಿಸಿಕೊಂಡಿತ್ತು. ಹೇಳಿಕೊಳ್ಳಲಾಗದ ನೋವುಗಳು ಅಲ್ಲಿ ಮಡುಗಟ್ಟಿದ್ದವು.

ಸುಮಾರು ಹೊತ್ತಿನ ನಂತರ ಮೋಹನಸ್ವಾಮಿಯೇ ಮಾತಾಡಿದ. "ಕಾರ್ತಿ, ಬೇಗನೆ ಮೆಸ್‌ಗೆ ಹೋಗಿ ಊಟಮಾಡಿ ಬರೋಣ ನಡಿ. ನಾನು ಅಡಿಗಿ ಮಾಡಿಲ್ಲ ಇವತ್ತು. ನಿನಗಾಗಿ ಎಳೆ ಬೆಂಡೆಕಾಯಿ ತಂದಿದ್ದೆ. ಅದನ್ನು ಮಾಡೋದಕ್ಕೂ ಮನಸ್ಸು ಆಗಲಿಲ್ಲ" ಎಂದು ಪೇಚಾಡುತ್ತಾ ಎದ್ದ. ಕಾರ್ತಿಕನಿಗೆ ಈಗ ಸಮಾಧಾನವಾಯ್ತು. "ನಾಳೆ ಮಾಡುವಿಯಂತೆ ತೊಗೋ, ಅದಕ್ಕೇನವಸರ? ಈಗ ಹೊಟ್ಟೆ ಹಸೀತಾ ಇದೆ. ಬೇಗನೆ ಹೋಗಿ ಬರೋಣ ನಡೆ" ಎಂದು ಅವನೂ ಲವಲವಿಕೆಯಿಂದ ಎದ್ದು ಮುಖ ತೊಳೆಯಲು ಬಚ್ಚಲು ಮನೆಗೆ ಹೋದ. ಅವನು ಅತ್ತ ಹೋಗಿದ್ದೇ ಮೋಹನಸ್ವಾಮಿ ಅಲಮಾರವನ್ನು ತೆಗೆದು, ಒಗೆದು ಗರಿಮುರಿಯಾದ ಟವೆಲನ್ನು ತೆಗೆದುಕೊಂಡು ಹೋಗಿ ಬಚ್ಚಲು ಮನೆಯ ಕಂಬಿಗೆ ನೇತು ಹಾಕಿದ. "ಟವೆಲ್ ಇಟ್ಟಿದೀನಿ" ಎಂದು ಕೂಗಿದ. "ಓಕೆ, ಓಕೆ" ಎಂದು ಮುಖಕ್ಕೆಲ್ಲಾ ಸೋಪು ಬಳಿದುಕೊಂಡಿದ್ದ ಕಾರ್ತಿಕ ಕೂಗಿದ. "ಸೆ ಥ್ಯಾಂಕ್ಸ್" ಎಂದು ಮೋಹನಸ್ವಾಮಿ ಕೇಳಿಕೊಂಡ. "ಥ್ಯಾಂಕ್ಯೂ ಸ್ವೀಟ್ ಹಾರ್ಟ್" ಎಂದು ಕಾರ್ತಿಕ ಮತ್ತೊಮ್ಮೆ ಕೂಗಿದ.

ಮೆಸ್‌ನಲ್ಲಿ ಸಾಕಷ್ಟು ಗಲಾಟೆಯಿತ್ತು. ಮನೆಗೆ ಬರುವಷ್ಟರಲ್ಲಿ ಆಗಲೇ ಹತ್ತು ಗಂಟೆ ದಾಟಿತ್ತು. ಬೈಕಿನಲ್ಲಿ ಹೋಗುವಾಗ ಕಾರ್ತಿಕನ ಹಿಂದೆ ಕೂಡುವ ಮೋಹನಸ್ವಾಮಿ, ತನ್ನಿಡೀ ದೇಹವನ್ನು ಕಾರ್ತಿಕನ ಬೆನ್ನಿಗೆ ಗಟ್ಟಿಯಾಗಿ ಅಂಟಿಸಿ, ಎಡಗೈಯಿಂದ ಅವನ ನಡುವನ್ನು ಬಳಸಿ, ಬಲಗೈಯನ್ನು ಅವನ ತೊಡೆಯ ಮೇಲೆ ಇಟ್ಟು, ಮುಖವನ್ನು ಅವನ ಬೆನ್ನಿನ ಮೇಲಿರಿಸಿ ನೆಮ್ಮದಿಯಿಂದ ಕಣ್ಣು ಮುಚ್ಚಿರುತ್ತಾನೆ. ತಲೆ ಕೆಟ್ಟವನಂತೆ ಕಾರ್ತಿಕ ಎಷ್ಟೇ ವೇಗವಾಗಿ ಬೈಕ್ ಓಡಿಸಿದರೂ ಮೋಹನಸ್ವಾಮಿಗೆ ಭಯವಾಗುವುದಿಲ್ಲ, ನೆಮ್ಮದಿಯಿಂದಿರುತ್ತಾನೆ. ಸಿಗ್ನಲ್ ಬಳಿ ನಿಂತಾಗ ಕಾರ್ತಿಕ ಹಗೂರಕ್ಕೆ ಅವನ ಕೈಯನ್ನು

ಸವರುತ್ತಾನೆ. ಮೋಹನಸ್ವಾಮಿ ಆ ಸ್ಪರ್ಶಕ್ಕೆ ಪುಳಕಿತನಾಗಿ ನಿಧಾನಕ್ಕೆ ಉಗುಳು ನುಂಗಿ, ಬೆಚ್ಚನೆಯ ಉಸಿರು ಬಿಟ್ಟರೆ ಅದು ಕಾರ್ತಿಕನ ಗಲ್ಲಕ್ಕೆ ತಾಕುತ್ತದೆ.

ಆದರೆ ಇವೊತ್ತು ಅಂತಹದ್ದೇನಕ್ಕೂ ಅವಕಾಶವಿರಲಿಲ್ಲ. ಮೋಹನಸ್ವಾಮಿ ಕಾರ್ತಿಕನನ್ನು ಮುಟ್ಟುವುದು ಬೇಡವೆಂದು ನಿರ್ಧರಿಸಿಬಿಟ್ಟಿದ್ದ. ಕೆಲವೇ ತಿಂಗಳಿನಲ್ಲಿ ಇನ್ನೊಂದು ವ್ಯಕ್ತಿಯ ಜೊತೆ ಹೊರಟು ಹೋಗುವವನ ಜೊತೆ ಎಂತಹ ಸಂಬಂಧ? ಬೇಡವೇ ಬೇಡ. ಕಾರ್ತಿಕನ ಬೆನ್ನಿಗೆ ಒಂದಿಷ್ಟು ಜಾಗವನ್ನು ಬಿಟ್ಟು, ಬೈಕಿನಲ್ಲಿ ಸಾಧ್ಯವಾದಷ್ಟು ಹಿಂದಕ್ಕೆ ಸರಿದು, ಹಿಂಭಾಗದ ಹಿಡಿಕಿಯನ್ನು ಹಿಡಿದು ಕುಳಿತುಬಿಟ್ಟ. ಕಾರ್ತಿಕನಿಗೆ ಹೇಳಿಕೊಳ್ಳಲಾಗದ ಕಸಿವಿಸಿ. ಬೇಕೆಂದೇ ಕೂತ ಭಂಗಿಯನ್ನು ಸರಿಮಾಡಿಕೊಳ್ಳುವ ನೆಪದಲ್ಲಿ ಒಂದಿಷ್ಟು ಹಿಂದಕ್ಕೆ ಸರಿದು ಅವನ ತೊಡೆಗಳನ್ನು ಸ್ಪರ್ಶಿಸಿಕೊಂಡ. ಮೋಹನಸ್ವಾಮಿ ಕರಗಲಿಲ್ಲ. ಇನ್ನಷ್ಟು ಹಿಂದಕ್ಕೆ ಜರುಗಿಕೊಂಡ. ಸಿಗ್ನಲ್ ಬಳಿ ನಿಂತಾಗ ಕೈಯನ್ನು ಹಿಂದಕ್ಕೆ ಚಾಚಿ ಅವನ ಕೈಯನ್ನು ಎಳೆದು ತೊಡೆಯ ಮೇಲಿಟ್ಟುಕೊಂಡ. ಸರಕ್ಕನೆ ಮೋಹನಸ್ವಾಮಿ ಕೈಯೆಳೆದುಕೊಂಡ. ಮೆಸ್‌ನಲ್ಲಿ ಸಿಕ್ಕಾಪಟ್ಟೆ ಜನರು ಸೇರಿರುವುದನ್ನು ಕಂಡು "ವಾಟ್ ಎ 'ಮೆಸ್'" ಎಂದು ಕಾರ್ತಿಕ ಪನ್ ಮಾಡಿ ನಗಿಸಲು ನೋಡಿದ. ಊಹೂಂ, ಮೋಹನಸ್ವಾಮಿ ನಗಲಿಲ್ಲ. ಮನೆಗೆ ಹಿಂತಿರುಗುವಾಗಲೂ ಸ್ಪರ್ಶಕ್ಕೆ ಅವಕಾಶ ಮಾಡಿಕೊಡಲಿಲ್ಲ. ಆದರೆ ಒಂದೇ ಸಮಾಧಾನ. ಊಟಕ್ಕೆ ಕೂತಾಗ ಆ ಖಾರದ ಸಾರನ್ನು ತಿನ್ನುವಾಗ ಕಾರ್ತಿಕನ ಗಂಟಲಿಗೆ ಬಿತ್ತು. ಟೇಬಲ್ಲಿನ ಮೇಲೆ ಇನ್ನೂ ನೀರಿಟ್ಟಿರಲಿಲ್ಲ. ತಕ್ಷಣ ಕಂಗಾಲಾದ ಮೋಹನಸ್ವಾಮಿ, ಎದ್ದುಹೋಗಿ ಬೇರೆ ಟೇಬಲ್ಲಿಂದ ನೀರಿನ ಲೋಟವನ್ನು ತಂದು ಕಾರ್ತಿಕನಿಗೆ ಕೊಟ್ಟು, ಅವನು ನೀರು ಕುಡಿದು ಸಮಾಧಾನಗೊಂಡು ಒಂದು ನಗೆಯನ್ನು ಚೆಲ್ಲುವವರೆಗೆ ಯಾವತ್ತಿನಂತೆ ಅತ್ಯಂತ ಕಳವಳದ ಭಾವವನ್ನು ಹೊತ್ತು ಕುಳಿತುಬಿಟ್ಟಿದ್ದ. ಕಾರ್ತಿಕನಿಗೆ ಅದು ಖುಷಿ ಕೊಟ್ಟಿತ್ತು. "ಈಗ ಪರವಾಗಿಲ್ಲವಾ? ಓಕೆ ಅಲ್ವಾ?" ಅಂತ ಅವನು ಎರಡು ಮೂರು ಬಾರಿ ಕೇಳಿದಾಗ ಕಾರ್ತಿಕ ಬೇಕೆಂದೇ ಉತ್ತರ ಕೊಡದೆ ಕಿರುನಗೆಯನ್ನು ಚೆಲ್ಲುತ್ತಾ, ಕಣ್ಣಲ್ಲಿ ಹೊಳಪನ್ನು ತುಳಕಿಸುತ್ತಾ, ಮೋಹನಸ್ವಾಮಿಯನ್ನು ನೋಡುತ್ತಾ ಕುಳಿತುಬಿಟ್ಟಿದ್ದ.

ರಾತ್ರಿ ಮಲಗುವುದಕ್ಕೆ ಮುಂಚೆ ಇಬ್ಬರಿಗೂ ಒಂದಿಷ್ಟು ಬೆಚ್ಚನೆಯ ಹಾಲನ್ನು ಕುಡಿಯುವ ಅಭ್ಯಾಸವಿದೆ. ಕಾರ್ತಿಕ ಮಂಚದ ಮೇಲೆ ಮಲಗಿಕೊಂಡು ಟಿವಿ ಚಾನಲ್ಲುಗಳನ್ನು ಒಂದರ ನಂತರ ಒಂದು ಬದಲಾಯಿಸುತ್ತಿರುವಾಗ, ಅಡಿಗೆ ಮನೆಯಲ್ಲಿ ಮೋಹನಸ್ವಾಮಿ ಹಾಲನ್ನು ಕಾಸುತ್ತಿದ್ದ. ಉಕ್ಕಿದ ಹಾಲನ್ನು ಹದವಾಗಿ ಬಿಸಿ ಬರುವಂತೆ ಆರಿಸಿ, ಅದಕ್ಕೆ ಬಾದಾಮಿ ಪುಡಿಯನ್ನು ಸೇರಿಸಿ, ಕಾರ್ತಿಕನಿಗೆ ಒಂದಿಷ್ಟು ಜಾಸ್ತಿ, ತನಗೆ ಒಂದಿಷ್ಟು ಕಡಿಮೆ ಹಾಲನ್ನು ಹಾಕಿ ಲೋಟವನ್ನು ಅವನ

ಕೈಗಿತ್ತ. ಹಾಲು ಕುಡಿದು, ಅವನ ಲೋಟವನ್ನೂ ತೆಗೆದುಕೊಂಡು ಹೋಗಿ, ತೊಳೆದು, ಗ್ಯಾಸ್ ಕಟ್ಟೆ ಸ್ವಚ್ಛಮಾಡಿ, ಎಲ್ಲಾ ಬಾಗಿಲುಗಳು ಭದ್ರವಾಗಿವೆಯಾ ಎಂದು ನೋಡಿಕೊಂಡು, ಕೃಷ್ಣನಿಗೆ ಪ್ರೀತಿಯಿಂದ ಗುಡ್‌ನೈಟ್ ಹೇಳಿ, ರೂಮಿಗೆ ಬಂದು ಕಾರ್ತಿಕನಿಂದ ರಿಮೋಟನ್ನು ಕಸಿದುಕೊಂಡು, ಟಿವಿಯನ್ನು ಆರಿಸಿ, ಲೈಟ್ ಆಫ್ ಮಾಡಿ ಅವನ ಪಕ್ಕ ಮಲಗಿಕೊಳ್ಳುವಾಗ ಆಗಲೇ ಹನ್ನೊಂದೂವರೆ.

ಮೋಹನಸ್ವಾಮಿ ಮುಟ್ಟಲು ಇವೊತ್ತು ಬಿಡಲಿಕ್ಕಿಲ್ಲವೆಂದು ಅರ್ಥ ಮಾಡಿಕೊಂಡ ಕಾರ್ತಿಕ ಸ್ವಲ್ಪೇ ಹೊತ್ತಿಗೆ ಸಣ್ಣಗೆ ಗೊರಕೆ ಹೊಡೆಯಲು ಶುರು ಮಾಡಿಬಿಟ್ಟ. ಆದರೆ ಪಕ್ಕ ಮಲಗಿದ ಮೋಹನಸ್ವಾಮಿಗೆ ನಿದ್ದೆಯಿಲ್ಲ. ಸುಮ್ಮನೆ ನನ್ನ ಕಾರ್ತಿಕನ ಮೇಲೆ ಸಿಟ್ಟು ಮಾಡಿಬಿಟ್ಟೆ. ಇದರಲ್ಲಿ ಅವನ ತಪ್ಪೇನಿದೆ? ಮದುವೆ ವಯಸ್ಸು ಬಂದ ಗಂಡು ಹುಡುಗ ಸುಮ್ಮನೆ ಕುಳಿತುಕೊಳ್ಳಲಾಗುತ್ತದೆಯೆ? ಅವನ ಅಪ್ಪ–ಅಮ್ಮ ಬಲವಂತ ಮಾಡಿದರೆ ಅವನಾದರೂ ಏನು ಮಾಡಿಯಾನು? ನನ್ನ ಸ್ವಾರ್ಥಕ್ಕಾಗಿ ಅವನು ಮದುವೆಯಾಗಬೇಡ ಎನ್ನುವುದು ಅತ್ಯಂತ ಕ್ರೌರ್ಯವಲ್ಲವೆ? ನನ್ನ ಕಾರ್ತಿ ಆಳುವ ಗಂಡು. ಅವನಿಗೆ ನೂರಾರು ಜೋಡಿಗಳೂ ಸಾಲದು. ಅವನ ಹುಮ್ಮಸ್ಸಿಗೆ ನಾನು ಅದು ಹೇಗೆ ಬೇಲಿ ಹಾಕಬಲ್ಲೆ? ಹೀಗೆ ಹತ್ತಾರು ಯೋಚನೆಗಳನ್ನು ಮಾಡುತ್ತಾ ನಿದ್ದೆಗೆಡುತ್ತಿದ್ದ. ಇನ್ನು ಯಾವುದೇ ಕ್ಷಣದಲ್ಲಿಯೂ ಕಾರ್ತಿಕ ಮತ್ತೊಮ್ಮೆ ತನ್ನ ದೇಹವನ್ನು ಬಳಸುತ್ತಾನೆ, ಆಗ ಖಂಡಿತಾ ನಿರಾಕರಿಸುವುದಿಲ್ಲ ಎಂದು ಮನಸ್ಸು ಮೃದು ಮಾಡಿಕೊಂಡ. ಆದರೆ ಒಂದೈದು ನಿಮಿಷದಲ್ಲಿ ಕಾರ್ತಿಕನ ಗೊರಕೆಯ ಸದ್ದು ಸಣ್ಣಗೆ ಕೇಳಲಾರಂಭಿಸಿದ್ದೇ ಇವನು ಪೂರ್ತಿ ಕಂಗಾಲಾದ. ಅವನೆಡೆಯೇ ಕತ್ತಲಿನಲ್ಲಿ ನೋಡಲಾರಂಭಿಸಿದ. "ನನ್ನ ಪ್ರೀತಿ ಪ್ರಾಮಾಣಿಕವಾಗಿದ್ದರೆ ಅವನು ಇನ್ನೊಂದೇ ನಿಮಿಷದಲ್ಲಿ ಎಚ್ಚರವಾಗಿ ನನ್ನ ಕಡೆ ಕಣ್ಣು ಬಿಟ್ಟು ನೋಡುತ್ತಾನೆ" ಎಂದು ಮನಸ್ಸಿನಲ್ಲಿ ಅಂದುಕೊಂಡು ಕಾದ. ಒಂದರಿಂದ ನೂರರವರೆಗೆ ಎಣಿಸಿದ. ಮನಸ್ಸಿನಲ್ಲಿಯೇ ಕೃಷ್ಣನ ಧ್ಯಾನ ಮಾಡಿದ. ಊಹೂಂ, ಹತ್ತು ನಿಮಿಷವಾದರೂ ಕಾರ್ತಿಕ ಎಚ್ಚರಗೊಳ್ಳಲಿಲ್ಲ. ಅದಕ್ಕೆ ಬದಲಾಗಿ ಗೊರಕೆ ಸದ್ದು ಇನ್ನಷ್ಟು ಜೋರಾಯ್ತು. ಕೊನೆಗೆ ಬೇರೆ ದಾರಿ ಕಾಣದೆ ಮೋಹನಸ್ವಾಮಿ ತನ್ನೆಲ್ಲಾ ನಿರ್ಧಾರಗಳನ್ನು ಹೊಸಕಿ ಹಾಕಲು ಸಿದ್ಧನಾದ. ಸೋಲುವುದು ಅವನಿಗೆ ಹೊಸತಲ್ಲ. ಗೆಲ್ಲುವ ಹಠ ಮಾಡುವ ಸೌಭಾಗ್ಯ ತನಗಿಲ್ಲವೆಂದು ಅವನು ಅನುಭವದಿಂದ ಬಲ್ಲ. ನಿಧಾನಕ್ಕೆ ಕಾರ್ತಿಕನ ಹತ್ತಿರ ಜರುಗಿ, ಅಪ್ಪಿಕೊಂಡು, ಹಗೂರಕ್ಕೆ ತನ್ನ ಮೂಗನ್ನು ಅವನ ಕಿವಿಯ ಹಿಂಭಾಗಕ್ಕೆ ತಿಕ್ಕಲಾರಂಭಿಸಿದ. ಕಾರ್ತಿಕನಿಗೆ ಎಚ್ಚರವಾಯ್ತು.

ನೂರಾರು ಬಾರಿ ಕೂಡಿದ ದೇಹಗಳಿಗೆ ಹೊಸದಾಗಿ ಏನೂ ಹೇಳಿಕೊಡುವುದು ಬೇಕಿಲ್ಲ. ಎಲ್ಲವೂ ಚಿರಪರಿಚಿತ. ಯಾವ ಸ್ಪರ್ಶ ಯಾರಿಗೆ ಹಿತ, ಯಾವ ಪಟ್ಟು

ಯಾರಿಗೆ ಸುಖ, ಯಾವ ನೋವು ಯಾರಿಗೆ ಆನಂದ, ಯಾರ ಧ್ವನಿ ಯಾರಿಗೆ ಉನ್ಮಾದ – ಎಲ್ಲವೂ ಗೊತ್ತು. ಹೊಕ್ಕುಳಕ್ಕೆ ಬಾಯಿಟ್ಟು ಉಸಿರನ್ನು ಎಳೆದುಕೊಂಡು ಒತ್ತಡವನ್ನು ಉಂಟು ಮಾಡಿದರೆ ಸಾಕು ಅವನು ಪುಳಕಗೊಳ್ಳುತ್ತಾನೆ, ತೊಡೆಯ ಮೇಲಿನ ಪುಟ್ಟ ಕಪ್ಪು ಮಚ್ಚೆಯನ್ನು ನಾಲಿಗೆಯಿಂದ ಹಗೂರಕ್ಕೆ ಸವರಿದರೆ ಸಾಕು, ಇವನು ಉದ್ರೇಕಗೊಳ್ಳುತ್ತಾನೆ. ಮಾತಿಲ್ಲದೆ ಮೌನವಾಗಿ ರಸ ಗಳಿಗೆಗಳನ್ನು ಸವಿಯುವುದು ಒಬ್ಬನಿಗೆ ಸಾಕು, ಮತ್ತೊಬ್ಬನಿಗೆ ಏನಾದರೂ ಹಿತವಾದದ್ದನ್ನು ಸಖನ ಕಿವಿಯಲ್ಲಿ ಪಿಸುಗುಟ್ಟುತ್ತಲೇ ಇರಬೇಕು. ಅಲ್ಲಿ ಯಾವುದೇ ಸಂಕೋಚಗಳಿಲ್ಲ, ಯಾವುದೇ ಪಾಪಪ್ರಜ್ಞೆಗಳಿಲ್ಲ, ಖುಷಿ ಹೊಂದುವುದರಲ್ಲಿ ಎಳ್ಳಷ್ಟೂ ತೂಕ ಕಡಿಮೆಯಿಲ್ಲ. ಮುತ್ತಿಕ್ಕದ ಮೂಲೆಗಳಿಲ್ಲ, ರುಚಿ ನೋಡದ ಭಾಗಗಳಿಲ್ಲ, ಉಸಿರ ಬಿಸಿ ತಾಕದ ಅಂಗವಿಲ್ಲ. ಮನಸ್ಸುಗಳು ಕೂಡಿದ ಮೇಲೆ ದೇಹದ ರಚನೆಗೆ ಕವಡೆಯಷ್ಟೂ ಬೆಲೆಯಿಲ್ಲ. ಆತ್ಮಸಂಗಾತಕ್ಕೆ ಇತರ ದೈಹಿಕ ಸಂಗತಿಗಳ ಗೊಡವೆಯಿಲ್ಲ.

ಅದು ಸುಖ ಸಮಾಧಿಯ ಕೊನೆಯ ಕ್ಷಣ. ಒಂದು ದೇಹ ಮತ್ತೊಂದನ್ನು ಪ್ರವೇಶಿಸಿ ಒಂದಾಗುವ ಹೊತ್ತು. ಕಣಕಣದ ನೋವೂ ಖುಷಿಯ ಉತ್ತುಂಗವನ್ನು ಕೊಡುವ ಅಮೃತ ಘಳಿಗೆ. ಮೋಹನಸ್ವಾಮಿ ಕಣ್ಣಿನಲ್ಲಿಯೇ ಕಾರ್ತಿಕನಿಗೆ ಆಮಂತ್ರಣವಿತ್ತ. ಬೀದಿಯ ದೀಪದ ಬೆಳಕಿನಲ್ಲಿ ಕಾರ್ತಿಕನ ಕಣ್ಣುಗಳು ಫಳಫಳನೆ ಹೊಳೆದವು. ನಡೆವ ದಾರಿಯಲ್ಲಿ ಕಲ್ಲು ಮುಳ್ಳುಗಳ ಒರಟಿಲ್ಲದಂತೆ ನುಣುಪಾಗಿಸಿಕೊಂಡ. ಕಲ್ಲರಳಿಸಿ ಹೂವಾಗಿಸಲು ಸಜ್ಜಾದ.

ಆಗ...

ಕಾರ್ತಿಕನ ಮೊಬೈಲು ಅಪಸ್ವರದಲ್ಲಿ ಅರಚಿತು. ಅದು ಹೊಮ್ಮಿಸಿದ ಬೆಳಕಿನ ಪ್ರಜ್ವಲತೆಗೆ ಕಾರ್ತಿಕ ಕಣ್ಣು ಮುಚ್ಚಿಕೊಂಡ. ಮೋಹನಸ್ವಾಮಿ ಪಕ್ಕನೆ ಮೊಬೈಲನ್ನು ತೆಗೆದುಕೊಂಡು ನೋಡಿದ. "ರಶ್ಮಿ, ಮೈ ಲವ್" ಕರೆ ಮಾಡಿದ್ದಳು. ಕಾರ್ತಿಕ ಅವನ ಕೈಯಿಂದ ಮೊಬೈಲನ್ನು ಕಿತ್ತುಕೊಂಡು ಎದ್ದು ಹೊರ ನಡೆದ. "ಸ್ವಲ್ಪ ನಿದ್ದೆ ಬಂದಿತ್ತು. ನೀನ್ಯಾಕೆ ಇನ್ನೂ ಮಲಗಿಲ್ಲ" ಎಂದು ಮೆತ್ತನೆಯ ಸ್ವರದ ಮಾತುಗಳು ಕೇಳಲಾರಂಭಿಸಿದವು. ಮೋಹನಸ್ವಾಮಿ ಏನು ಮಾಡಬೇಕೋ ತಿಳಿಯದೆ ಕಂಗಾಲಾಗಿ ಹಾಸಿಗೆಯ ಮೇಲೆ ಎದ್ದು ಕುಳಿತ. ಅತ್ತಲಿಂದ ಹೌದೋ ಅಲ್ಲವೋ ಎನ್ನುವಂತೆ ಮಾತು, ನಗು ಕೇಳಿಸಲಾರಂಭಿಸಿದವು. ಎಲ್ಲವೂ ಅಸ್ಪಷ್ಟ. ಎಲ್ಲವೂ ಅಪರಿಚಿತ. ಎಲ್ಲವೂ ಅಪ್ರಿಯ.

ಸುಮಾರು ಒಂದು ಗಂಟೆಯ ಕಾಲ ಕಾರ್ತಿಕ ಹಿಂತಿರುಗಲಿಲ್ಲ. ಮೋಹನಸ್ವಾಮಿ ಕಾದು ಕಾದು ಸುಸ್ತಾಗಿ ಬಟ್ಟೆಗಳನ್ನು ಹಾಕಿಕೊಂಡುಬಿಟ್ಟ. ನಿದ್ದೆಗೆ ಜಾರಲೆಂದು ಕಣ್ಣು ಮುಚ್ಚಿದ. ಊಹೂಂ, ಅಸ್ಪಷ್ಟ ಮಾತು ನಗುಗಳು ಶೂಲದಂತೆ ಬಂದು

ಇರಿಯುವಾಗ ನಿದ್ದೆ ಹೇಗೆ ಸಾಧ್ಯ? ಸುಮ್ಮನೆ ಕಣ್ಣುಗಳನ್ನು ತೆರೆದುಕೊಂಡೇ ಸೂರನ್ನು ದಿಟ್ಟಿಸುತ್ತಾ ಹೆಣದಂತೆ ಹಾಸಿಗೆಯಲ್ಲಿ ಬಿದ್ದುಕೊಂಡಿದ್ದ. ಬಚ್ಚಲಿಗೆ ಹೋಗಿ ಬಂದು, ನೀರು ಕುಡಿದ.

ವಾಪಸಾದ ಕಾರ್ತಿಕ ಒಂದೂ ಮಾತನಾಡದೆ ಬಟ್ಟೆಗಳನ್ನು ಹಾಕಿಕೊಂಡು ಮಲಗಿಬಿಟ್ಟ. ಮೋಹನನ ಮೈಗೆ ಒಂದಿಷ್ಟೂ ಸೋಕದಂತೆ ಸ್ವಲ್ಪ ದೂರಕ್ಕೆ ಜರುಗಿಕೊಂಡ. ಫ್ಯಾನಿನ ವೇಗ ಕಡಿಮೆಯೆನ್ನಿಸಿ ಒಂದಿಷ್ಟು ಜೋರು ಮಾಡಿದ. ಎಷ್ಟೋ ಹೊತ್ತಿನ ತನಕ ಅಲ್ಲಿ ಬರೀ ಬಿಸಿಯುಸಿರಿನ ಸದ್ದು. ಮಗ್ಗಲು ಹೊರಳಿದ ಸದ್ದು. ಕೈ ಬೆರಳುಗಳನ್ನು ಲಟಲಟನೆ ಮುರಿದ ಸದ್ದು.

ಮೋಹನ ಮತ್ತೊಮ್ಮೆ ಸೋಲಲು ಸಿದ್ಧನಾದ. ನಿಧಾನಕ್ಕೆ ಕಾರ್ತಿಕನನ್ನು ಬಳಸಿದ. "ಪ್ಲೀಜ್ ಮೋಹನ್, ಇವೊತ್ತು ಬೇಡ" ಎಂದು ಕಾರ್ತಿಕ ಬೇಡಿಕೊಂಡ. ಮೋಹನ ಹಗೂರಕ್ಕೆ ಬೆರಳುಗಳನ್ನು ಕಾರ್ತಿಕನ ಎದೆಯ ಕೂದಲಿನಲ್ಲಿ ಆಡಿಸಿದ. ಹಾಗೇ ಮುಂದುವರೆದು ಹೊಟ್ಟೆಯನ್ನು ಸವರಿ, ಹೊಕ್ಕಳ ಸುತ್ತಲೂ ತೋರು ಬೆರಳಿಂದ ಚಿತ್ತಾರ ಹಾಕಿ, ಕಿರುಬೆರಳಿಂದ ಕುಣಿಯನ್ನು ಒತ್ತಿದ. "ಪ್ಲೀಜ್ ಬೇಡ" ಎಂದ ಕಾರ್ತಿಕನ ಧ್ವನಿ ಈ ಬಾರಿ ದೊಡ್ಡದಿತ್ತು. ಮೋಹನಸ್ವಾಮಿಗೆ ಆಟ ನಿಲ್ಲಿಸುವುದು ಶಕ್ಯವಿರಲಿಲ್ಲ. ನಿಧಾನಕ್ಕೆ ಬೆರಳುಗಳು ಇನ್ನಷ್ಟು ಕೆಳಕ್ಕೆ ಜರುಗಿದವು. ಹೊಕ್ಕಳಿನಿಂದ ಹಾಗೇ ಇಳಿಜಾರಿನಲ್ಲಿ ಹೋಗಿ, ತೊಡೆಯ ಮಧ್ಯಕ್ಕೆ ಕೈ ತಂದವನೇ ಬೆಚ್ಚಿಬಿದ್ದ. ಒಂದು ತಾಸಿನ ಹಿಂದಿದ್ದ ಉದ್ರೇಕವೆಲ್ಲವೂ ಯಾವ ಕ್ಷಣದಲ್ಲಿ ಮಾಯವಾಗಿ ಹೋಯಿತು? ಕಾರ್ತಿಕ ಈಗ ಸಿಟ್ಟಿನಿಂದ ಕಿರುಚಿ ಬಿಟ್ಟ. "ಬಾಸ್ಟರ್ಡ್, ನನ್ನ ಮುಟ್ಟಬೇಡ ಅಂತ ಹೇಳಿದ್ರೂ ಕೇಳಲ್ಲ ನೀನು" ಎಂದು ಕೂಗುತ್ತಾ ತನ್ನ ಹಾಸಿಗೆ, ಹೊದಿಕೆ, ದಿಂಬು ಎಲ್ಲವನ್ನೂ ತೆಗೆದುಕೊಂಡು ಮತ್ತೊಂದು ರೂಮಿಗೆ ಹೋಗಿ ಬಾಗಿಲನ್ನು ರಪ್ಪೆಂದು ಬಡಿದುಕೊಂಡು ಬಿಟ್ಟ.

ನಡೆದ ಅವಮಾನಕ್ಕೆ ಮೋಹನಸ್ವಾಮಿ ನಡುಗಿಬಿಟ್ಟ. ತನ್ನೊಂದು ಮೆಸೇಜ್ ಬಂದರೂ ಉದ್ರೇಕಗೊಳ್ಳುವ ಕಾರ್ತಿಗೆ ಈಗ ನನ್ನ ಬೆತ್ತಲೆಯ ದೇಹವೂ ನಿರಾಸಕ್ತಿಯನ್ನು ಮೂಡಿಸುವ ಗಳಿಗೆ ಬಂದುಬಿಟ್ಟಿತೆ? ನಿದ್ರೆ ಮಾಡಲೂ ಬಿಡದೆ ರಾತ್ರಿಯೆಲ್ಲಾ ಗೋಳಾಡಿಸುತ್ತಿದ್ದ ಕಾರ್ತಿಗೆ ಎದ್ದು ಬೇರೊಂದು ರೂಮಿನಲ್ಲಿ ಮಲಗಿಬಿಡುವ ಮನಸ್ಸಾಯಿತೆ? 'ಮೋಹನ' ಎಂದು ಆರ್ದ್ರವಾಗಿ ಕರೆಯುವ ಕಾರ್ತಿ 'ಬಾಸ್ಟರ್ಡ್' ಎನ್ನುವಷ್ಟು ಪರಿಸ್ಥಿತಿ ಕೆಟ್ಟುಹೋಯಿತೆ?

ನಿಧಾನಕ್ಕೆ ಎದ್ದು ಹೋಗಿ ಕಾರ್ತಿಕ ಮಲಗಿದ ರೂಮಿನ ಬಾಗಿಲನ್ನು ಮೆಲ್ಲಗೆ ತಟ್ಟಿದ. ಉತ್ತರ ಬರಲಿಲ್ಲ. "ಸಾರಿ ಕಾರ್ತಿ" ಎಂದು ಅಂಗಲಾಚಿದ. ಕಾರ್ತಿಕ ಕರಗಲಿಲ್ಲ. "ಪ್ಲೀಜ್ ಕಣೋ, ಇನ್ನೊಮ್ಮೆ ಯಾವತ್ತೂ ನೀನು ಬೇಡ ಅಂದ್ರೆ ಮುಟ್ಟಲ್ಲ.

ನಂದು ತಪ್ಪಾಯ್ತು. ನೀನು ಸಿಟ್ಟು ಮಾಡಿಕೋಬೇಡ" ಎಂದು ಕೇಳಿಕೊಂಡ. ಉತ್ತರ ಬರಲಿಲ್ಲ. "ನೀನು ಹೇಳಿದಂತೆ ಕೇಳಿಕೊಂಡು ಇರ್ತೀನಿ ಕಾರ್ತಿ. ಇದೊಂದು ದಿನ ಕ್ಷಮಿಸು. ಸುಮ್ಮನೆ ನಿನ್ನ ಪಕ್ಕ ಮಲಗಿಕೊಳ್ತೀನಿ. ದೇವರಾಣೆ, ನಿನ್ನ ಮುಟ್ಟಲ್ಲ. ಬಾಗಿಲು ತೆಗೀ ಕಣೋ" ಎಂದು ದಯನೀಯವಾಗಿ ಯಾಚಿಸಿದ. ಮಂಚದ ಮೇಲಿಟ್ಟಿದ್ದ ತನ್ನ ಮೊಬೈಲನ್ನು ತಂದು ಕಾರ್ತಿಕನಿಗೆ ಕರೆ ಮಾಡಿದ. ಎರಡು ರಿಂಗಾದ ತಕ್ಷಣ ಕಾರ್ತಿಕ ಕಟ್ ಮಾಡಿದ. ಇನ್ನೊಮ್ಮೆ ಪ್ರಯತ್ನಿಸಿದ. ಊಹೂಂ.

ಮೋಹನಸ್ವಾಮಿಗೆ ಬೇರೇನೂ ಮಾಡಲು ತೋಚಲಿಲ್ಲ. ಸೀದಾ ದೇವರ ಮನೆಗೆ ಹೋಗಿ ಕೃಷ್ಣನ ಮುಂದೆ ಕುಳಿತುಕೊಂಡು ಒಂದಿಷ್ಟು ಹೊತ್ತು ಅವನನ್ನೇ ಎವೆಯಿಕ್ಕದೆ ನೋಡುತ್ತಿದ್ದ. ಕೃಷ್ಣನ ವಿಗ್ರಹವನ್ನು ಕೈಗೆ ತೆಗೆದುಕೊಂಡು ಅದರ ತುಟಿಗೆ ಮುತ್ತಿಕ್ಕಿದ. ಅವನ ಕೊಳಲಿಗೊಂದು ಮುತ್ತು. ಅವನ ಎದೆ, ಹೊಕ್ಕುಳ, ನಡು, ತೊಡೆ, ಜಘನ, ಬೆನ್ನು – ಎಲ್ಲಾ ಭಾಗಗಳಿಗೂ ಮುತ್ತಿನ ಮಳೆ ಕರೆದ. ಅತ್ಯಂತ ಪ್ರೀತಿಯಿಂದ ಅವನ ಮೈಯನ್ನು ಸವರಿದ. ಆ ವಿಗ್ರಹವನ್ನು ತೆಗೆದುಕೊಂಡು ತನ್ನಿಡೀ ಮೈಗೆ ಸವರಿಕೊಂಡ. "ಕಾರ್ತಿಯ ಮನಸ್ಸು ಬದಲಾಯಿಸು ಕೃಷ್ಣಾ... ಅವನ ಸ್ಪರ್ಶವಿಲ್ಲದೆ ನಾನು ಹೇಗೆ ಮಲಗಲಿ? ಅವನ ಉಸಿರಿನ ಬಿಸಿ ತಾಕದೆ ನನಗೆ ಸುರಕ್ಷತೆಯಾದರೂ ಎಲ್ಲಿದೆ? ಅವನ ಸಿಟ್ಟಿನ ಜ್ವಾಲೆ ನನ್ನನ್ನು ದಹಿಸಿದರೆ ನಾನು ಹೇಗೆ ಬದುಕಲಿ? ಅವನಿಲ್ಲದೆ ಈ ಜಗದಲ್ಲಿ ನನಗೆ ಉಳಿಯುವುದಾದರೂ ಏನು? ಬೇಡ ಕೃಷ್ಣ, ಇಷ್ಟೊಂದು ಕಠೋರನಾಗಬೇಡ. ನಿನ್ನ ಈ ಗೋಪಬಾಲನ ನೋವನ್ನು ಅರ್ಥ ಮಾಡಿಕೋ. ನನ್ನ ತಪ್ಪುಗಳನ್ನು ಕ್ಷಮಿಸು. ನಿನ್ನ ಪ್ರೀತಿಯ ಗೆಳೆಯನ ಮೇಲೆ ನಿನಗೆ ಕೋಪ ತರವಲ್ಲ" ಎಂದು ಅತ್ಯಂತ ದುಃಖದಿಂದ ಬೇಡಿಕೊಂಡ. ಕೃಷ್ಣ ಯಾವತ್ತಿನಂತೆ ಮಂದಹಾಸವನ್ನು ಬೀರುತ್ತ ಕೊಳಲನೂದುತ್ತಿದ್ದ. "ಕಳ್ಳ ಕಣೋ ಕೃಷ್ಣಾ ನೀನು... ಮೌನದಲ್ಲಿಯೇ ಎಲ್ಲರಿಗೂ ಉತ್ತರವನ್ನು ಕೊಡುತ್ತೀಯ. ಆಗಲಿ. ಈವೊತ್ತು ನಿನ್ನ ಮೌನವನ್ನು ಕ್ಷಮಿಸುತ್ತೇನೆ. ಆದರೆ ಮುಂದೆಯೂ ನನ್ನ ನೋವಿಗೆ ಸ್ಪಂದಿಸದಿದ್ದರೆ ನಿನ್ನನ್ನು ಕ್ಷಮಿಸುವುದಿಲ್ಲ. ಎಚ್ಚರ" ಎಂದು ಕೃಷ್ಣನಿಗೆ ಚಿತಾವಣೆ ಕೊಟ್ಟ.

ತನ್ನ ರೂಮಿಗೆ ವಾಪಸಾದ ಮೋಹನಸ್ವಾಮಿ, ಬಾಗಿಲನ್ನು ಜಡಿದು, ಮೇಲಿನ ಮತ್ತು ಕೆಳಗಿನ ಚಿಲಕಗಳನ್ನು ಹಾಕಿ, "ಕಾರ್ತಿ, ಈವತ್ತು ರಾತ್ರಿ ನಿನಗೆ ಉಪವಾಸ. ನೀನಾಗಿಯೇ ಮತ್ತೆ ಬಂದು ದಮ್ಮಯ್ಯ ಎಂದು ಬೇಡಿಕೊಂಡರೂ ಬಾಗಿಲು ತೆಗೆಯುವುದಿಲ್ಲ. ನನಗೂ ಸಿಟ್ಟು ಬರುತ್ತದೆ ಅಂತ ನೀನು ಅರ್ಥ ಮಾಡಿಕೋ" ಎಂದು ಮನಸ್ಸಿನಲ್ಲಿಯೇ ನಿರ್ಧಾರ ಮಾಡಿಕೊಂಡು ಹಾಸಿಗೆಯ ಮೇಲೆ ಉರುಳಿಕೊಂಡ. ಒಂದೈದು ನಿಮಿಷ ಹೊರಳಾಡಿದ. ಯಾವುದೇ ಕ್ಷಣದಲ್ಲಿಯೂ ಕಾರ್ತಿಕ ಬಾಗಿಲು ಬಡಿಯಬಹುದೆಂದು ಅನಿಸಲಾರಂಭಿಸಿತು. ಅವನು ಬಂದು

ಬಾಗಿಲು ಬಡಿಯುವಾಗ ತಾನು ನಿದ್ರೆಯಲ್ಲಿ ಮುಳುಗಿದ್ದರೆ? ನನ್ನ ಪ್ರೀತಿಯ ಕಾರ್ತಿಕ ಬಾಗಿಲು ಬಡಿದು ಬಡಿದು ಸೋತು ತನ್ನ ಕೋಣೆಗೆ ವಾಪಸಾಗುವಂತಾದರೆ? ಆ ಆಲೋಚನೆಯಿಂದಲೇ ಮೋಹನಸ್ವಾಮಿ ದಿಗಿಲುಗೊಂಡ. ತಕ್ಷಣ ಹೋಗಿ ಚಿಲಕಗಳೆರಡನ್ನೂ ತೆಗೆದು, ಬಾಗಿಲನ್ನು ಪೂರ್ತಿಯಾಗಿ ತೆರೆದು "ಕಾರ್ತಿ ನಿನಗೆ ಯಾವತ್ತೂ ನನ್ನ ಹೃದಯದ ಬಾಗಿಲನ್ನು ಮುಚ್ಚುವುದಿಲ್ಲ ಕಣೋ. ನಿನ್ನ ಯಾವ ತಪ್ಪೂ ನನಗೆ ಕೋಪ ತರಿಸುವುದಿಲ್ಲ. ನನಗೆ ಸಿಟ್ಟಾಗುವ ಅರ್ಹತೆಯೂ ಇಲ್ಲ. ಬಾ ಕಾರ್ತಿ, ನೀನು ಯಾವ ಕ್ಷಣದಲ್ಲಾದರೂ ಬಾ. ನಿನಗಾಗಿ ಕಾಯುತ್ತಾ ಇರುತ್ತೇನೆ" ಎಂದು ಹೇಳಿಕೊಂಡು ಹಾಸಿಗೆಗೆ ಬಂದು ಉರುಳಿದ. ರಾತ್ರಿ ಎರಡು ಗಂಟೆಯಾದರೂ ಹಾಗೇ ಹೊರಳಾಡುತ್ತಿದ್ದನೇ ಹೊರತು ನಿದ್ದೆಯೆನ್ನುವುದು ಹತ್ತಿರ ಸುಳಿಯಲಿಲ್ಲ. ಎರಡು ಮೂರು ಬಾರಿ ಬಚ್ಚಲು ಮನೆಗೆ ಹೋಗಿ ಬಂದು, ನೀರು ಕುಡಿದ. ಪ್ರತಿ ಬಾರಿಯೂ ನೀರು ಕುಡಿದ ಲೋಟವನ್ನು ಸೋಪಿನಿಂದ ಸ್ವಚ್ಛವಾಗಿ ತೊಳೆದು, ಒರೆಸಿ, ಶೆಲ್ಫಿನ ಮೇಲಿಟ್ಟ. ಕೊನೆಗೆ ಬೇರೆ ದಾರಿ ಕಾಣದೆ ಕಾರ್ತಿಕ ಮಲಗಿಕೊಂಡ ರೂಮಿನ ಬಾಗಿಲಿನ ಮುಂದೆ ಹೋಗಿ ಅಡ್ಡಾದ. ನಿದ್ದೆಯಿಲ್ಲದ ಅಸಹಾಯಕತೆಗೆ ಮನಸ್ಸು ರೋಸಿ ಹೋಗುತ್ತಿತ್ತು. ಹಾಗೇ ಹೊರಳಿ ಹೊರಳಿ ಇನ್ನೇನು ಬೆಳಕು ಕಾಣುವ ಹೊತ್ತಿಗೆ ಅವನಿಗೆ ನಿದ್ದೆ ಬಂತು. ಆ ನಿದ್ದೆಯಲ್ಲಿಯೂ ಬೆಚ್ಚಿ ಬೀಳುವಂತಹ ಸ್ವಪ್ನಗಳು ಕಾಣುತ್ತಿದ್ದವು.

ಕಾರ್ತಿಕ ಸಿಟ್ಟಿನಿಂದ ರಾತ್ರಿ ಮೊಬೈಲನ್ನು ಆಫ್ ಮಾಡಿದ್ದೇ ಗಾಢವಾಗಿ ನಿದ್ದೆ ಮಾಡಿದ್ದ. ಎಚ್ಚರವಾದಾಗ ಆಗಲೇ ಬೆಳಗ್ಗೆ ಏಳು ಗಂಟೆ. ಪಕ್ಕಕ್ಕೆ ಹಗೂರಕ್ಕೆ ಕೈ ಚಾಚಿದಾಗಲೇ ಮೋಹನಸ್ವಾಮಿ ಇಲ್ಲದ್ದು ಗೊತ್ತಾಗಿ ರಾತ್ರಿಯ ಘಟನೆಯೆಲ್ಲಾ ಜ್ಞಾಪಕವಾಯ್ತು. ಮೊಬೈಲನ್ನು ಸ್ವಿಚ್ ಆನ್ ಮಾಡಿದ. ಪಟಪಟನೆ ಆರು ಎಸ್‌ಎಂಎಸ್‌ಗಳು ಹರಿದು ಬಂದವು. ಐದು ಮೋಹನಸ್ವಾಮಿಯವು, ಒಂದು ರಶ್ಮಿಯ 'ಗುಡ್ ಮಾರ್ನಿಂಗ್ ಸ್ವೀಟ್ ಹಾರ್ಟ್'. ಆ ಐದನ್ನೂ ಓದುವ ಗೊಡವೆಗೆ ಹೋಗದೆ ಡಿಲೀಟ್ ಮಾಡಿ, ರಶ್ಮಿಗೆ 'ನೀನು ಜೊತೆಯಲ್ಲಿಲ್ಲದೆ ಅದು ಗುಡ್ ಮಾರ್ನಿಂಗ್ ಹೇಗಾದೀತು?' ಎಂದು ಉತ್ತರಿಸಿ ಎದ್ದು ಮೈಮುರಿಯುತ್ತಾ, ಆಕಳಿಸುತ್ತಾ ಹೊರಗೆ ಬಂದ. ಬಾಗಿಲ ಮುಂದೆ ನೆಲದ ಮೇಲೆ ಹಿಡಿಯಾಗಿ ಮೋಹನಸ್ವಾಮಿ ಮಲಗಿದ್ದು ಕಂಡುಬಂತು. ಯಾಕೋ ಜೀವ 'ಚುರ್' ಅಂತು. ಅದು ಯಾಕೆ ನಾನು ಅಷ್ಟೊಂದು ಒರಟಾಗಿ ನಿನ್ನೆ ಅವನೊಡನೆ ವರ್ತಿಸಿದೆ ಎಂದು ಬೇಸರವಾಯ್ತು. ಅವನ ಪಕ್ಕ ನೆಲದ ಮೇಲೆ ಕುಳಿತುಕೊಂಡು, ಅವನ ಹೊದಿಕೆಯನ್ನು ಸರಿಪಡಿಸಿದ. ಹಗೂರಕ್ಕೆ ಅವನ ಕೂದಲಿನಲ್ಲಿ ಕೈಯಾಡಿಸಿದ. ಬಾಗಿ ಅವನ ಕೆನ್ನೆಗೆ ಒಂದು ಮುತ್ತುಕೊಟ್ಟ.

ಆ ಸ್ಪರ್ಶಕ್ಕೆ ಮೋಹನಸ್ವಾಮಿಗೆ ಎಚ್ಚರವಾಯ್ತು. ನಿಧಾನಕ್ಕೆ ಕಣ್ಣು ತೆರೆದು "ಗಂಟೆ ಎಷ್ಟು ಕಾರ್ತಿ?" ಎಂದು ಕೇಳಿದ. "ಇನ್ನೂ ಬೇಕಾದಷ್ಟು ಹೊತ್ತಿದೆ. ನೀನು ಮಲಗಿಕೋ. ಇವೊತ್ತು ನಾನು ಹಾಲು ತಂದು ಕಾಫಿ ಮಾಡ್ತೀನಿ" ಎಂದು ಹೇಳಿ ಅವನ ಕೆನ್ನೆ ಸವರಿದ. "ಬೇಡ ಬೇಡ, ನೀನು ಹಾಲು ಉಕ್ಕಿಸಿಬಿಡ್ತೀಯ" ಎಂದು ಮೋಹನಸ್ವಾಮಿ ಏಳಲು ಹೋದ. "ಚುಪ್ ಈಡಿಯಟ್, ಸುಮ್ಮನೆ ಮಲ್ಕೋ. ನಾನು ಕಾಫಿ ಮಾಡಿ ಎಬ್ಬಿಸ್ತೀನಿ" ಎಂದು ಅವನಿಗೆ ಏಳಲು ಅನುವು ಮಾಡಿಕೊಡದೆ ಕಾರ್ತಿಕ ಅವನನ್ನು ಗಟ್ಟಿಯಾಗಿ ನೆಲಕ್ಕೆ ತಳ್ಳಿದ. ಮೋಹನಸ್ವಾಮಿ ಖುಷಿಯಿಂದ ಕಣ್ಣಿನಲ್ಲಿ ಹೊಳಪನ್ನು ಸೂಸಿ ನಕ್ಕ. "ಸುಮ್ಮನೆ ಮಲ್ಕೋಬೇಕು, ಹಂಗೆಲ್ಲಾ ನಗಬಾರದು" ಎಂದು ಕಾರ್ತಿಕ ಹುಸಿಯಾಗಿ ಗದರಿದ. ಮತ್ತೊಮ್ಮೆ ಮೋಹನಸ್ವಾಮಿ ಚಂದದ ನಗೆಯನ್ನು ನಕ್ಕು ಕಾರ್ತಿಕನ ಕೈಯನ್ನು ತೆಗೆದುಕೊಂಡು ಎದೆಯ ಮೇಲಿಟ್ಟುಕೊಂಡು ಕಣ್ಣು ಮುಚ್ಚಿದ. ಕಾರ್ತಿಕ ಕೈಯನ್ನು ಬಿಡಿಸಿಕೊಂಡು, ಅವನ ಕೆನ್ನೆಯನ್ನು ಮೃದುವಾಗಿ ತಟ್ಟಿ, ಹಾಲು ತರಲು ಕೂಪನ್ ಮತ್ತು ಬ್ಯಾಗನ್ನು ತೆಗೆದುಕೊಂಡು ಹೊರಗೆ ಹೋಗಲು ಬಾಗಿಲು ತೆಗೆದ. ಆ ಬೆಳಕಿನಲ್ಲಿ ಎತ್ತರದ ನಿಲುವಿನ ಕಟ್ಟುಮಸ್ತು ಮೈಕಟ್ಟಿನ ಕಾರ್ತಿಕ ಮೋಹನಸ್ವಾಮಿಯ ಕಣ್ಣಿಗೆ ಅತ್ಯಂತ ಆಕರ್ಷಕವಾಗಿ ಕಂಡ. "ಡು ಯು ಸ್ಟಿಲ್ ಲವ್ ಮಿ" ಎಂದು ಮೃದುವಾದ ಧ್ವನಿಯಲ್ಲಿ ಕೇಳಿದ. ಅದಕ್ಕೆ ಉತ್ತರವಾಗಿ ಕಾರ್ತಿಕ ಬಾಯಿಯ ಮೇಲೆ ಬೆರಳಿಟ್ಟು "ನಾನು ಕಾಫಿ ಮಾಡಿ ಎಬ್ಬಿಸೋ ತನಕ ಸುಮ್ಮನೆ ಮಲಕೋಬೇಕು. ಕಮಕ್ ಕಿಮಕ್ ಅನ್ನೋ ಹಂಗಿಲ್ಲ. ಉಳಿದದ್ದೆಲ್ಲಾ ನಾನು ಬಂದು ಕಾಫಿ ಮಾಡಿದ ಮೇಲೇ..." ಅಂತ ಅಧಿಕಾರದಿಂದ ಹೇಳಿ, ಕಣ್ಣು ಮಿಟುಕಿಸಿ, ಬಾಗಿಲನ್ನು ಹಾಕಿಕೊಂಡು ಹೊರಗೆ ಹೋದ. ಮಲಗಿದಲ್ಲಿಯೇ ಮೋಹನಸ್ವಾಮಿ "ಥ್ಯಾಂಕ್ಸ್ ಕೃಷ್ಣಾ, ನೀನು ಯಾವತ್ತೂ ನನ್ನ ಕೈ ಬಿಡಲ್ಲ. ನನಗೆ ಗೊತ್ತು" ಎಂದು ತನ್ನ ಪ್ರೀತಿಯ ಕೃಷ್ಣನಿಗೆ ಹೃದಯ ತುಂಬಿ ಧನ್ಯವಾದಗಳನ್ನು ಅರ್ಪಿಸಿದ.

ಇತ್ತ ಕಾರ್ತಿಕ ಬಾಲ್ಕನಿಯಿಂದ ನಾಲ್ಕು ಮೆಟ್ಟಲು ಕೆಳಕ್ಕೆ ಇಳಿದಿದ್ದನೋ ಇಲ್ಲವೋ ಮೋಬೈಲ್ 'ಕುಂಯ್' ಅಂತು. ರಶ್ಮಿ ಮೆಸೇಜ್‌ಗೆ ಉತ್ತರಿಸಿದ್ದಳು. "ಹಾಗಿದ್ದರೆ ಹಾರಿ ಬಂದುಬಿಡು ಡಿಯರ್. ಇಡೀ ದಿನ ಖುಷಿಯಿಂದ ಕಳೆಯೋಣ" ಎಂದು ಆಹ್ವಾನವಿತ್ತಿದ್ದಳು. ಪುಳಕಗೊಂಡ ಕಾರ್ತಿಕನ ಮೈಯೆಲ್ಲಾ ಅರಳಿತು. ಹಾಲಿನ ಬೂತಿನ ಹತ್ತಿರ ಹೋಗುವುದರೊಳಗೆ ಅವನು ನಿರ್ಧರಿಸಿಯಾಗಿತ್ತು – ಕಾಫಿ ಕುಡಿದಿದ್ದೇ ಮುಂಬಯಿಯ ವಿಮಾನವನ್ನು ಹತ್ತಿ ಬಿಡಬೇಕು!

>>>

ಕಾರ್ತಿಕನ ಮದುವೆಗೆ ಹೋಗಲು ಮೋಹನಸ್ವಾಮಿಗೆ ಖಂಡಿತಾ ಇಷ್ಟವಿರಲಿಲ್ಲ. ನಿಶ್ಚಿತಾರ್ಥಕ್ಕೆ ಎಂತಹದೋ ಆಫೀಸಿನ ಕೆಲಸದ ನೆವವನ್ನು ಹೇಳಿ ತಪ್ಪಿಸಿಕೊಂಡಿದ್ದ. ಕಾರ್ತಿಕ ಬಲವಂತವೇನೂ ಮಾಡಿರಲಿಲ್ಲ. ಆದರೆ ಶೋಭಾ ಆಂಟಿ ಮತ್ತು ಅವರ ಪತಿ ಸಾಕಷ್ಟು ಬೇಸರ ಪಟ್ಟುಕೊಂಡಿದ್ದರು. "ಕಾರ್ತಿಕನ ಖಾಸಾ ಗೆಳೆಯ ನೀನು. ಬರಲ್ಲ ಅಂದ್ರೆ ಹೇಗೆ?" ಎಂದು ಇವನ ಮೇಲೆ ಆಪಾದನೆ ಹೊರೆಸಿದ್ದರು. ಒಂದು ವೇಳೆ ಕಾರ್ತಿಕನೇನಾದರೂ ಸುಮ್ಮನೆ "ಬಂದುಬಿಡೋ, ಯಾಕೆ ಹಠ ಮಾಡ್ತೀಯ?" ಅಂತ ಒಂದೇ ಒಂದು ಬಾರಿ ಹೇಳಿದ್ದರೂ ಸಾಕಿತ್ತು. ಆದರೆ ಹಾಗೇನೂ ಆಗಿರಲಿಲ್ಲ. ಕಾರ್ತಿಕನ ಬೇರೆ ಗೆಳೆಯರು ಸಾಕಷ್ಟು ಜನ ಮುಂಬಯಿಗೆ ಹೋಗಿ ಬಂದಿದ್ದರು. ಎಲ್ಲರೂ ಇವನಿಗೂ ಪರಿಚಯವಿರುವವರೇ ಆಗಿದ್ದರು. ಆದ್ದರಿಂದ ಇವನಿಗೆ ಫೋನ್ ಮಾಡಿ "ಯಾಕೆ ಬಂದಿಲ್ಲ?" ಎಂದು ಕೇಳಿ ಕೇಳಿ ಸತಾಯಿಸಿದ್ದರು. ಅವರೆಲ್ಲರಿಗೂ ಸುಳ್ಳಿನ ನೆಪವನ್ನು ಹೇಳಿ ಹೇಳಿ ಇವನು ಸುಸ್ತಾಗಿ ಹೋಗಿದ್ದ. ಅಂತಹ ಮತ್ತೊಂದು ಪರಿಸ್ಥಿತಿ ಬೇಡವೇ ಬೇಡವೆಂದು ನಿರ್ಧರಿಸಿ ಮದುವೆಗೆ ಹೋಗಲು ನಿರ್ಧರಿಸಿದ್ದ.

ಈಗ ಒಂದೆರಡು ತಿಂಗಳಿನಿಂದ ಕಾರ್ತಿಕ ಮನೆಗೆ ಬರುವುದೂ ನಿಂತು ಹೋಗಿತ್ತು. ಶೋಭಾ ಆಂಟಿಯ ಮನೆಯಲ್ಲಿಯೇ ಮಲಗಿಬಿಡುತ್ತಿದ್ದ. ಕೇಳಿದರೆ ಮದುವೆಯ ತಯಾರಿ ಕೆಲಸ ಸಿಕ್ಕಾಪಟ್ಟೆ ಇದೆ ಎಂದು ಉತ್ತರ ಕೊಡುತ್ತಿದ್ದ. ಮೋಹನಸ್ವಾಮಿ ಹತ್ತಾರು ಮೆಸೇಜ್‌ಗಳನ್ನು ಕಳುಹಿಸಿ, ಅವನಿಂದ ಉತ್ತರ ಬರದಿದ್ದಕ್ಕಾಗಿ ಕಂಗಾಲಾಗಿ "ನೀನು ಆರೋಗ್ಯವಾಗಿದ್ದೀಯಲ್ವಾ? ನನಗೆ ಬೇರಿನ್ನೇನೂ ಬೇಡ. ನೀನು ಮೆಸೇಜ್‌ಗಳಿಗೆ ಉತ್ತರಿಸದಿದ್ದರೂ ನನಗೆ ಕೋಪವಿಲ್ಲ. ಸುಮ್ಮನೆ 'ಚೆನ್ನಾಗಿದ್ದೇನೆ' ಎಂದು ಒಂದು ಪದವನ್ನು ಕಳುಹಿಸಿಕೊಡು. ನನಗೆ ಅಷ್ಟೇ ಸಾಕು" ಎಂದು ಕಳುಹಿಸಿ ಕಾಯುತ್ತಿದ್ದ. ಮೋಹನಸ್ವಾಮಿಯ ಅದೃಷ್ಟವಿದ್ದರೆ, ಒಂದೆರಡು ಗಂಟೆಯ ನಂತರ "ನಾನು ಆರಾಮಿದ್ದೇನೆ. ಆದರೆ ಬಿಜಿ" ಎಂದಷ್ಟೇ ಉತ್ತರ ಬರುತ್ತಿತ್ತು. ಅಷ್ಟಕ್ಕೇ ಮೋಹನಸ್ವಾಮಿ ಖುಷಿಯಾಗುತ್ತಿದ್ದ. "ಕಾರ್ತಿ ಯಾಕೋ ತುಂಬಾ ಬಿಜಿಯಾಗಿದ್ದಾನೆ ಅನ್ನಿಸುತ್ತೆ. ಮದುವೆ ಕೆಲಸ ಅಂದ್ರೆ ತಮಾಷೆನಾ? ಅದಕ್ಕೇ ಮೆಸೇಜ್‌ಗಳಿಗೆ ಉತ್ತರಿಸುತ್ತಿಲ್ಲ. ಅವನು ಹಾಗೆಂದೂ ನನ್ನನ್ನು ಕಡೆಗಣಿಸುವುದಿಲ್ಲ. ಸುಮ್ಮನೆ ನಾನು ಏನೇನೆಲ್ಲಾ ಅವನ ಬಗ್ಗೆ ಕೆಟ್ಟದಾಗಿ ಯೋಚಿಸಿ ಹೈರಾಣಾಗುತ್ತಿದ್ದೇನೆ. ತಪ್ಪೆಲ್ಲಾ ನಂದೇ. ಕಾರ್ತಿ, ನಿನ್ನದೇನೂ ತಪ್ಪಿಲ್ಲ ಕಣೋ, ನನ್ನನ್ನು ಕ್ಷಮಿಸು" ಎಂದು ಹತ್ತು ಬಾರಿ ಹೇಳಿಕೊಳ್ಳುತ್ತಿದ್ದ. ಮತ್ತೆ ಮೂರು ನಾಲ್ಕು ದಿನ ಕಾರ್ತಿಕನ ಮೌನ. ಮೋಹನಸ್ವಾಮಿ ಯಾವತ್ತಿನಂತೆ ಕಂಗಾಲು.

ಕಾರ್ತಿಕನಿಗೆ ಇಷ್ಟವಾದ ಖಾದ್ಯಗಳನ್ನು ಅತ್ಯಂತ ಮುತುವರ್ಜಿಯಿಂದ ತಯಾರಿಸಿ "ಈವೊತ್ತು ಮನೆಗೆ ಬರುವುದನ್ನು ತಪ್ಪಿಸಬೇಡ. ನಿನಗೆ ಇಷ್ಟವಾದ

ಹಾಗಲಕಾಯಿ ಪಲ್ಯ ಮಾಡಿದ್ದೇನೆ" ಎಂದು ಇವನು ಮೆಸೇಜ್ ಕಳುಹಿಸಿದರೆ ಅದಕ್ಕೆ ಉತ್ತರವೂ ಬರುತ್ತಿರಲಿಲ್ಲ. ಇವನು ಫೋನ್ ಮಾಡಿದರೆ ಎರಡೇ ರಿಂಗಿಗೆ ಅದು ಕಟ್ ಆಗುತ್ತಿತ್ತು. ಮತ್ತೆ ಫೋನ್ ಮಾಡಲು ಪ್ರಯತ್ನಿಸಿದರೆ ಮೊಬೈಲ್ ಸ್ವಿಚ್ ಆಫ್ ಆಗಿರುತ್ತಿತ್ತು. ಮಾಡಿದ ಖಾದ್ಯವನ್ನು ತಿನ್ನುವ ಮನಸ್ಸೂ ಇಲ್ಲದೆ ಇವನು ಉಪವಾಸ ಮಲಗಿಕೊಳ್ಳುತ್ತಿದ್ದ. ಯಥಾಪ್ರಕಾರ ರಾತ್ರಿಯೆಲ್ಲಾ ನಿದ್ದೆಯಿಲ್ಲ. ಕಣ್ಣು, ಕೈಕಾಲುಗಳು ಭಗಭಗನೆ ಉರಿಯುತ್ತಿದ್ದವು.

ಒಂದು ಸಲ ಮಾತ್ರ ಕಾರ್ತಿಕ ರಾತ್ರಿ ಮಲಗಲು ಬಂದಿದ್ದ. ಶೋಭಾ ಆಂಟಿಯ ಮನೆಯ ತುಂಬಾ ಅತಿಥಿಗಳು ಬಂದಿದ್ದರಂತೆ. ಅಲ್ಲಿ ಮಲಗಲು ಜಾಗವಿರಲಿಲ್ಲ. ಮೋಹನಸ್ವಾಮಿಗೆ ಅಷ್ಟೇ ಸಾಕಾಗಿತ್ತು. ಅತ್ಯಂತ ಉತ್ಸಾಹದಿಂದ ಓಡಾಡಿದ. ಹೇಳದೆ ಉಳಿದ ಎಲ್ಲಾ ಸುದ್ದಿಗಳನ್ನು ಲವಲವಿಕೆಯಿಂದ ನಿರೂಪಿಸಿದ. ಕಾರ್ತಿಕನಿಗೆ ಒಂದಿಷ್ಟೂ ಅವಕಾಶ ಕೊಡದಂತೆ ತಾನೇ ವಟವಟ ಮಾತನಾಡುತ್ತಲೇ ಹೋದ. ಆದರೆ ರಾತ್ರಿ ದೀಪವಾರಿ ಮಲಗಿದಾಗ ಮಾತ್ರ ನಿಶ್ಯಬ್ದ. ಮುಟ್ಟಬೇಕೋ, ಬಾರದೋ ಎಂಬ ಆತಂಕ ಮೋಹನಸ್ವಾಮಿಗೆ. ಕಾರ್ತಿಕ ಮಲಗಿಲ್ಲವೆಂದು ಅವನ ಉಸಿರಾಟದಿಂದ ಗೊತ್ತಾಗುತ್ತಿತ್ತು. ಗೊರಕೆಯಿರಲಿಲ್ಲ. ಆದರೆ ಇತ್ತೀಚಿನ ಅವನ ವರ್ತನೆಗಳಿಂದ ಆಘಾತಕ್ಕೆ ಒಳಗಾಗಿರುವ ಮೋಹನಸ್ವಾಮಿಗೆ ಎಂತಹದೋ ಭಯ. ಆದರೆ ದೇಹದ ಬಯಕೆ ಒತ್ತಿಕೊಂಡು ಬರುವಾಗ ಭಯ ಅದೆಷ್ಟು ಹೊತ್ತು ಅವನನ್ನು ನಿಯಂತ್ರಿಸೀತು? ಕಾರ್ತಿಕ ಅಂಗಾತ ಮಲಗಿದ್ದ. ಅವನ ನೀಳವಾದ ಬೆನ್ನು, ಬಲಿಷ್ಠವಾದ ನಿತಂಬಗಳು ಮೋಹನಸ್ವಾಮಿಯನ್ನು ಉನ್ಮತ್ತಗೊಳಿಸುತ್ತಿದ್ದವು. ನಿಧಾನಕ್ಕೆ ಅವನನ್ನು ಮುಟ್ಟಿದ. ಅವನ ತಲೆಯಲ್ಲಿ ಕೈಯಾಡಿಸಿದ. ಹಗೂರಕ್ಕೆ ಬೆನ್ನನ್ನು ಸವರಿದ. ಯಾವುದಕ್ಕೂ ಕಾರ್ತಿಕನಿಂದ ಪ್ರತಿಕ್ರಿಯೆಯಿಲ್ಲ. 'ಮೌನಂ ಸಮ್ಮತಿ ಸೂಚಕಂ' ಎಂದುಕೊಂಡು ಮೋಹನಸ್ವಾಮಿ ಮತ್ತಷ್ಟು ಮುಂದುವರೆದು ಕೈಗಳನ್ನು ಇನ್ನಷ್ಟು ಕೆಳಕ್ಕೆ ತಂದು ಸವರಲಾರಂಭಿಸಿದ. ಅಷ್ಟೇ! ಕಾರ್ತಿಕ ಸಿಟ್ಟಿನಿಂದ ಎದ್ದವನೇ ಮೋಹನಸ್ವಾಮಿಯ ಕೈಯನ್ನು ಗಟ್ಟಿಯಾಗಿ ತಿರುಚಿ ಬಿಟ್ಟ. ಆ ಅನಿರೀಕ್ಷಿತ ನೋವಿಗೆ ಬೆಚ್ಚಿಬಿದ್ದ ಮೋಹನಸ್ವಾಮಿ ಕೂಗಿಕೊಳ್ಳಲಾರಂಭಿಸಿದ. ಇವನು ನೋವಿನಿಂದ ಆರ್ತನಾದ ಮಾಡಿದಂತೆಲ್ಲಾ ಮತ್ತಿಷ್ಟು ಕೋಪಗೊಂಡ ಕಾರ್ತಿಕ ಕೈಯನ್ನು ಇನ್ನಷ್ಟು ತಿರುಚಿದ. ಕೈಯಿನ್ನು ಮುರಿದೇ ಹೋಗಿಬಿಡುತ್ತದೆಂದು ಮೋಹನಸ್ವಾಮಿಗೆ ಹೆದರಿಕೆಯಾಗತೊಡಗಿತು. "ಬೇಡ ಕಾರ್ತಿ, ಪ್ಲೀಜ್. ನೋಯ್ತಾ ಇದೆ" ಎಂದು ಬೇಡಿಕೊಂಡ. ಅದಕ್ಕಿಂತಲೂ ಹೆಚ್ಚಿನದೇನನ್ನೂ ಅವನಿಗೆ ಮಾಡಲು ಸಾಧ್ಯವಿರಲಿಲ್ಲ. ಕಾರ್ತಿಕನಿಗೆ ತಿರುಗಿ ಹೊಡೆಯುವ ಮಾತಂತಿರಲಿ, ಕನಸಿನಲ್ಲಿಯೂ ಅವನಿಗೆ ಒಂದು ಪೆಟ್ಟು ಕೊಡುವ ಶಕ್ತಿ ಮೋಹನಸ್ವಾಮಿಗೆ ಇಲ್ಲ. ಕಾರ್ತಿಕ

ಮನಸ್ಸಿಗೆ ಸಮಾಧಾನವಾಗುವಷ್ಟು ಅವನ ಕೈ ತಿರುಚಿದ ಮೇಲೆ "ಬೋಳಿಮಗನೆ, ಇನ್ನೊಮ್ಮೆ ನನ್ನ ಮೈಯನ್ನು ಮುಟ್ಟು, ನಿನ್ನ ಕೈಗಳನ್ನ ಕತ್ತರಿಸಿ ಹಾಕಿಬಿಡ್ತೀನಿ" ಎಂದು ಉಗಿದು, ತನ್ನ ಬೈಕನ್ನೇರಿ ಎಲ್ಲಿಗೋ ಹೊರಟು ಹೋಗಿಬಿಟ್ಟಿದ್ದ. ನಡೆದ ಘಟನೆಯಿಂದ ಜರ್ಜರಿತನಾದ ಮೋಹನಸ್ವಾಮಿ ಯಥಾಪ್ರಕಾರ ತನ್ನ ಆತ್ಮೀಯ ಗೆಳೆಯ ಕೃಷ್ಣನ ಮುಂದೆ ಕುಳಿತು, ತನ್ನ ಎಡಗೈಯನ್ನು ಅವನ ತಲೆಯ ಮೇಲಿಟ್ಟು (ಬಲಗೈ ಎತ್ತಲೂ ಸಾಧ್ಯವಾಗದಷ್ಟು ನೋವಿನಲ್ಲಿತ್ತು), ಶಪಥ ಮಾಡಿದ –"ಕೃಷ್ಣಾ, ಇಕೋ ನೋಡು ಶಪಥವನ್ನು ಮಾಡುತ್ತಿದ್ದೇನೆ. ಇನ್ನೆಂದೂ ನಾನು ಆ ದುರುಳ ಕಾರ್ತಿಕನನ್ನು ಮಾತನಾಡಿಸುವುದಿಲ್ಲ, ಅವನನ್ನು ಮುಟ್ಟುವುದಿಲ್ಲ, ಅವನ ಬಗ್ಗೆ ಯೋಚನೆಯನ್ನೂ ಮಾಡುವುದಿಲ್ಲ."

ಮರುದಿನ ಅವನ ಬಲಗೈ ಸಾಕಷ್ಟು ನೋಯುತ್ತಿತ್ತು. ಆಫೀಸಿಗೆ ರಜೆ ಹಾಕಿ, ಒಬ್ಬನೇ ಮನೆಯಲ್ಲಿ ಕುಳಿತು, ಎಣ್ಣೆಯನ್ನು ಎಡಗೈಯಿಂದ ಹಚ್ಚಿಕೊಂಡು ಹಗೂರಕ್ಕೆ ನೀವಿಕೊಳ್ಳುವಾಗ ಅವನಿಗೆ ದುಃಖವಾಗುತ್ತಿತ್ತು. ಡಾಕ್ಟರರ ಬಳಿ ಹೋಗೋಣವೆನ್ನಿಸಿದರೂ, ಅವರು ಏನಾಯಿತೆಂದು ಕೇಳಿದರೆ ಹೇಳಲು ಕಷ್ಟವಾಗುತ್ತದೆಂದು ಸುಮ್ಮನಾದ. ಅಷ್ಟೆಲ್ಲಾ ಕ್ರೋಧದಿಂದ ಕೈ ತಿರುವಿದ ಕಾರ್ತಿಕನಿಂದ "ಸಾರಿ" ಎಂಬ ಒಂದು ಪುಟ್ಟ ಮೆಸೇಜ್ ಬಂದಿದ್ದರೂ ಅವನು ನೋವನ್ನು ನುಂಗಿಕೊಳ್ಳಲು ಸಿದ್ಧನಿದ್ದ. ಆದರೆ ಅಂತಹ ಪವಾಡವೇನೂ ಘಟಿಸಲಿಲ್ಲ. ಮಧ್ಯಾಹ್ನದ ಹೊತ್ತಿಗೆ ಶೋಭಾ ಆಂಟಿ ನೆನಪಾಗಿ ಅವರೊಡನೆ ಮಾತನಾಡಬೇಕೆನ್ನಿಸಿತು. ಎಲ್ಲವನ್ನೂ ಅವರ ಮುಂದೆ ಹೇಳಿಕೊಳ್ಳಬೇಕೆನ್ನಿಸಿಬಿಟ್ಟಿತು. ಅವರಿಗೆ ಖಂಡಿತಾ ತನ್ನ ನೋವು ಅರ್ಥವಾಗುತ್ತದೆನ್ನಿಸಿ, ತಕ್ಷಣ ಅವರಿಗೆ "ನಿಮ್ಮೊಡನೆ ಸ್ವಲ್ಪ ಮಾತನಾಡಬೇಕಿತ್ತು" ಎಂದು ಮೆಸೇಜ್ ಮಾಡಿದ. ಒಂದೆರಡು ಕ್ಷಣ ಬಿಟ್ಟು ಅವರು "ಹಾಗೇ ಆಗಲಿ. ಈ ದಿನ ಬೇಡ, ತುಂಬಾ ಬಿಜಿ. ನಾಳೆ ಮಾತನಾಡೋಣ" ಎಂದು ಉತ್ತರಿಸಿದರು. ಆದರೆ ಸಂಜೆಯ ವೇಳೆಗೆ ಇವನಿಗೆ ಅವರೊಡನೆ ಮಾತನಾಡುವುದು ಹಾಸ್ಯಾಸ್ಪದವೆನ್ನಿಸಿಬಿಟ್ಟಿತು. ಖಂಡಿತಾ ಅವರು ತನ್ನನ್ನು ತಪ್ಪಿತಸ್ಥನೆಂದು ಜರಿಯುತ್ತಾರೆಂದು ಭಯವಾಗಲಾರಂಭಿಸಿತು. ಶೋಭಾ ಆಂಟಿಯಿರಲಿ, ಬೇರೆ ಯಾರ ಮುಂದೂ ಈ ಸಂಗತಿಯನ್ನು ಹೇಳಲು ಸಾಧ್ಯವಿಲ್ಲವೆನ್ನಿಸಿತು. ಅದೇನಿದ್ದರೂ ಕೊಳಲನೂದುತ್ತಾ ಮುಗುಳ್ನಗೆ ಬೀರುವ ಈ ಕೃಷ್ಣನ ಮುಂದೆ ಮಾತ್ರ ಹೇಳಲು ಸಾಧ್ಯವೆಂದು ಸ್ಪಷ್ಟವಾಗಿ ನಿರ್ಧಾರಕ್ಕೆ ಬಂದ. ಮರುದಿನ ಹಲವಾರು ಬಾರಿ "ಯಾವಾಗ ಮಾತಾಡೋಣ?" ಎಂದು ಸ್ಮೈಲಿ ಚಿತ್ರದೊಂದಿಗೆ ಮೆಸೇಜ್ ಕಳುಹಿಸಿ ಶೋಭಾ ಆಂಟಿ ಹಲವಾರು ಬಾರಿ ಜ್ಞಾಪಿಸಿದರು. ಇನ್ನೆಲ್ಲಿ ಅವರು ತಾನು ಯಾವುದೋ ಹುಡುಗಿಯೊಡನೆ ಪ್ರೀತಿಸುತ್ತಿರುವಂತಹ

ರೋಚಕ ಸಂಗತಿಗಾಗಿ ಕಾಯುತ್ತಿದ್ದಾರೋ ಎನ್ನಿಸಿ ಇವನಿಗೆ ಕಿರಿಕಿರಿಯೆನ್ನಿಸಿತು. ಸಂಜೆಯ ವೇಳೆಗೆ “ಸಾರಿ ಆಂಟಿ. ಹಾಗೆ ಮಾತನಾಡುವಂತಹ ಮಹತ್ವದ್ದು ಏನೂ ಇಲ್ಲ. ಮತ್ತೊಮ್ಮೆ ಸಿಕ್ಕಾಗ ಹೇಳುತ್ತೇನೆ” ಎಂದು ಮೆಸೇಜ್ ಕಳುಹಿಸಿ ನೆಮ್ಮದಿಯ ನಿಟ್ಟುಸಿರುಬಿಟ್ಟ. “ನಿನ್ನಿಷ್ಟ. ನೀನಾಗಿ ಕೇಳಿಕೊಂಡಿದ್ದಕ್ಕೆ ನಾನು ಆಸಕ್ತಿ ತೋರಿಸಿದ್ದು” ಎಂದು ಅವರು ಕೊಂಕು ಮಾತಿನ ಮೆಸೇಜ್ ಜೊತೆಗೆ ಸಿಟ್ಟಿನ ಸ್ಮೈಲಿಯನ್ನು ಕಳುಹಿಸಿ ಸುಮ್ಮನಾದರು.

ಏನೇ ಆದರೂ ಕಾರ್ತಿಯೊಡನೆ ಇನ್ನು ಮುಂದೆ ಯಾವುದೇ ಮಾತುಕತೆಯಿಲ್ಲವೆಂದು ಮತ್ತೆಮತ್ತೆ ಮನಸ್ಸಿನಲ್ಲಿ ಹೇಳಿಕೊಂಡ. ಮೂರು ದಿನ ಅವನಿಗೆ ಮೆಸೇಜ್ ಕಳುಹಿಸಲಿಲ್ಲ. ಫೋನ್ ಮಾಡಲೂ ಇಲ್ಲ. ಇ–ಮೇಲ್ ಇಲ್ಲ. ಆದರೆ ನಾಲ್ಕನೇ ದಿನವೇ ಆಗಸ್ಟ್ 25. ಸುಮ್ಮನಿರಲು ಹೇಗೆ ಸಾಧ್ಯ? ಆವತ್ತೇ ಕಾರ್ತಿಕನ ಹುಟ್ಟುಹಬ್ಬ. ಪರಿಚಯವಾದ ಇಷ್ಟು ವರ್ಷವೂ ಅದನ್ನೊಂದು ಹಬ್ಬದಂತೆ ಇಬ್ಬರೂ ಆಚರಿಸಿದ್ದಾರೆ. ಆ ದಿನ ರಾತ್ರಿ ಮನೆಯಲ್ಲಿ ಕಳೆಯುವುದು ಬೇಡವೆಂದು ಕಾರ್ತಿಕ ಯಾವತ್ತೂ ದೊಡ್ಡ ಹೋಟಲಿನಲ್ಲಿ ರೂಂ ಬುಕ್ ಮಾಡಿದ್ದಾನೆ. ಅವನಿಗೆ ಗೊತ್ತಾಗದಂತೆ ವಿಶೇಷವಾದ ಮತ್ತು ಬೆಲೆಬಾಳುವ ಉಡುಗೊರೆಯನ್ನು ಖರೀದಿಸಿ, ಮೋಹನಸ್ವಾಮಿ ಕೊಟ್ಟಿದ್ದಾನೆ. ಈ ವರ್ಷ ಹುಟ್ಟುಹಬ್ಬವನ್ನೇ ಮರೆತುಬಿಡಲು ಸಾಧ್ಯವೆ? ಊಹೂಂ. ಸುಮ್ಮನೆ ಒಂದು ಉಡುಗೊರೆಯನ್ನು ಯಾವತ್ತಿನಂತೆ ಖರೀದಿಸಿ ಅವನಿಗೆ ಕೊಟ್ಟು ಬರೋಣ. ಮತ್ತೆ ಮರುದಿನದಿಂದ ಅವನ ಬಗ್ಗೆ ಯೋಚಿಸುವುದು ಬೇಡ. ಅವನಾಗಿ ಮಾತನಾಡಿಸಿದರೆ ಅದು ಬೇರೆ. ಏನೋ ಸಿಟ್ಟಿನ ಭರದಲ್ಲಿ ಕೈ ತಿರುಚಿದ್ದಾನೆಂದ ಮಾತ್ರಕ್ಕೆ ಸಂಬಂಧವನ್ನೇ ಕಡಿದುಕೊಳ್ಳುವಷ್ಟು ಕ್ರೂರಿ ನನ್ನ ಕಾರ್ತಿಯಲ್ಲ. ಅದನ್ನೇ ನೆಪ ಮಾಡಿಕೊಂಡು ಸುಮ್ಮನೆ ಉಳಿದರೆ ಆ ಕೃಷ್ಣನೂ ನನ್ನನ್ನು ಮೆಚ್ಚುವುದಿಲ್ಲ.

ಊರೆಲ್ಲಾ ಜಾಲಾಡಿ, ಮಾಲ್‌ಗಳನ್ನೆಲ್ಲಾ ಸುತ್ತಿ, ಅತ್ಯಂತ ದುಬಾರಿ ಬ್ರಾಂಡಿನ ಅಂಗಿ, ಪ್ಯಾಂಟು, ಟೈ, ಒಳ ಉಡುಪುಗಳನ್ನು ಖರೀದಿಸಿದ. ಆ ದಿನ ಸಂಜೆ ಅವನ ಆಫೀಸಿನ ಬಳಿ ಐದು ಗಂಟೆಗೆಲ್ಲಾ ಹೋಗಿ ಕಾಯುತ್ತಾ ಕುಳಿತ. ಆರಕ್ಕೆಲ್ಲಾ ಅವನು ಹೊರ ಬರುತ್ತಾನೆ. ಅಕೋ ಅಲ್ಲಿ ಮೂಲೆಗೆ ನಿಂತಿದೆಯಲ್ಲಾ, ಬಜಾಜ್ ಪಲ್ಸರ್, ಕಪ್ಪು ಬಣ್ಣದ್ದು, ಅದೇ ಅವನ ಗಾಡಿ. ಅವನು ಅಲ್ಲಿಗೆ ಬಂದಿದ್ದು ಕಂಡ ತಕ್ಷಣ ಫಕ್ಕನೆ ಹೋಗಿ ಅವನಿಗೆ ಉಡುಗೊರೆ ಕೊಟ್ಟು, ಮತ್ತೆ ಒಂದು ಕ್ಷಣವೂ ಅಲ್ಲಿ ನಿಲ್ಲದೆ ಮನೆಗೆ ಹೋಗಿ ಬಿಡಬೇಕು. ಇನ್ನು ಅವನ ಸಹವಾಸ ಬೇಡ. ಅವನೆಲ್ಲೇ ಇರಲಿ, ಸುಖವಾಗಿರಲಿ. ಅವನಿಗೆ ಕೆಟ್ಟದ್ದನ್ನು ಬಯಸುವಷ್ಟು ಕ್ರೂರಿ ನಾನಲ್ಲ. ನಾನೆಷ್ಟೇ ನೋವನ್ನು ಅನುಭವಿಸಿದರೂ ಅಡ್ಡಿಯಿಲ್ಲ, ನನ್ನ ಕಾರ್ತಿಗೆ ಒಳ್ಳೆಯದಾಗಲಿ.

ಕಾರ್ತಿಕ ಆರಕ್ಕೆಲ್ಲಾ ಹೊರಬಂದ. ಆದರೆ ಒಬ್ಬನೇ ಬರಲಿಲ್ಲ! ಜೊತೆಗೊಬ್ಬ ಹುಡುಗಿಯಿದ್ದಳು. ಅವಳ ಹೆಗಲ ಸುತ್ತ ಕೈ ಹಾಕಿದ್ದ. ಒಬ್ಬರಿಗೊಬ್ಬರು ಅತ್ಯಂತ ಪ್ರೀತಿಯಿಂದ ಮಾತನಾಡುತ್ತಿದ್ದರು. ಯಾರೂ ಹೇಳದಿದ್ದರೂ ಅದು ರಶ್ಮಿಯೆಂಬುದು ಮೋಹನಸ್ವಾಮಿಗೆ ತಿಳಿದು ಹೋಯ್ತು. ಕೈ ಕಾಲುಗಳು ಥರಥರ ನಡುಗತೊಡಗಿದವು. ಕಾರ್ತಿಕ ಬೈಕಿನ ಬಳಿ ಹೋದ. ಅದರ ಮೇಲೆ ಕುಳಿತುಕೊಳ್ಳುವುದಕ್ಕೆ ಮುಂಚೆ ಒಮ್ಮೆ ಕನ್ನಡಿಯಲ್ಲಿ ನೋಡಿಕೊಂಡು ಬಾಚಿಕೊಂಡ. ರಶ್ಮಿ ಅವನ ಕೂದಲಿನಲ್ಲಿ ಕೈಯಾಡಿಸಿ ಒಂದಿಷ್ಟು ಒಪ್ಪ ಮಾಡಿದಳು. ಅವನು ಹೆಲ್ಮೆಟ್ ಹಾಕಿಕೊಂಡ. ಅದರ ಕ್ಲಿಪ್ಪನ್ನು ಅವಳು ಹಾಕಿದಳು. ಅವನು ಅದಕ್ಕೆ ಪ್ರತಿಯಾಗಿ ಏನೋ ಹೇಳಿದ. ಆ ಮಾತಿಗೆ ನಾಚಿಕೊಂಡ ಅವಳು ವಿಶಿಷ್ಟವಾಗಿ ನಕ್ಕು, ಅವನ ಬೆನ್ನಿಗೊಂದು ಪಟ್ಟೆಂದು ಹೊಡೆದಳು. ಅವಳ ಏಟಿನಿಂದ ಅತ್ಯಂತ ನೋವಾದಂತೆ ಕಾರ್ತಿಕ ನಟಿಸಿದ. ಅವಳು ನಗುತ್ತಲೇ ಇದ್ದಳು. ಮಿಂಚು ಹೊಳೆದಂತೆ ಅವಳ ನಗು ಪ್ರಕಾಶಮಾನವಾಗಿತ್ತು. ಕಾರ್ತಿಕ ಅವಳ ನಗು ಮುಖವನ್ನು ಅತ್ಯಂತ ಹೆಮ್ಮೆಯಿಂದ, ಖುಷಿಯಿಂದ ನೋಡುತ್ತಿದ್ದ. ಒಂದೇ ಒಂದು ಕಿಕ್ಕಿಗೆ ಬೈಕು ಸ್ಟಾರ್ಟ್ ಆಯಿತು. ರಶ್ಮಿ ಅವನ ಹಿಂದೆ ಎರಡೂ ಕಾಲುಗಳನ್ನು ಆಚೆ ಈಚೆ ಹಾಕಿ ಕುಳಿತಳು. ಅವನ ದೇಹಕ್ಕೆ ತನ್ನ ದೇಹವನ್ನು ಸಾಧ್ಯವಾದಷ್ಟು ಅಂಟಿಸಿ, ಒಂದು ಕೈಯಿಂದ ಅವನ ಹೊಟ್ಟೆಯನ್ನು ಗಟ್ಟಿಯಾಗಿ ಹಿಡಿದುಕೊಂಡು, ಮತ್ತೊಂದು ಕೈಯನ್ನು ಅವನ ತೊಡೆಯ ಮೇಲಿಟ್ಟು, ಗಲ್ಲವನ್ನು ಅವನ ಭುಜದ ಮೇಲಿರಿಸಿದಳು. ಅದು ಸಾಲದೆಂಬಂತೆ ಕಾರ್ತಿಕ ಇನ್ನಷ್ಟು ಹಿಂದಕ್ಕೆ ಜರುಗಿ ಅವಳನ್ನು ಒತ್ತಿಕೊಂಡ. ಹಗೂರಕ್ಕೆ ಅವಳ ಕೈಯನ್ನು ಸವರಿದ. ನೋಡು ನೋಡುತ್ತಲೇ ಅವರಿಬ್ಬರೂ ಜನಸಾಗರದಲ್ಲಿ ಒಂದಾಗಿ ಹೋದರು.

ಇವನೊಬ್ಬ ಅಲ್ಲಿ ಮೂಲೆಯಲ್ಲಿ ತಬ್ಬಲಿಯಂತೆ ಕಂಗಾಲಾಗಿ ನಿಂತಿದ್ದ. ಎಷ್ಟೋ ಹೊತ್ತು ಸಣ್ಣಗೆ ನಡುಗುತ್ತಲೇ ಇದ್ದ. ಅವನ ಕೈಯಲ್ಲಿದ್ದ ಉಡುಗೊರೆಯ ಪ್ಯಾಕೂ ಮೂಕವಾಗಿತ್ತು. ಹೆಜ್ಜೆ ಇಡಲೂ ಶಕ್ತಿಯಿಲ್ಲದಂತೆ ನಿತ್ರಾಣವಾಗಿ ಹೋಗಿದ್ದ. ಸ್ವಲ್ಪ ಹೊತ್ತು ಸುಮ್ಮನೆ ಕುಳಿತಿದ್ದವನು ಸ್ಪರ್ಧೆಯಲ್ಲಿ ಸೋತವನಂತೆ ಎದ್ದು ಮನೆಗೆ ನಡೆದ. ಕೈಯಲ್ಲಿ ಉಡುಗೊರೆ ಅತ್ಯಂತ ಭಾರವೆನ್ನಿಸುತ್ತಿತ್ತು. ಅಲ್ಲಿಯೇ ರಸ್ತೆಯ ಬದಿಯಲ್ಲಿ ಕುಳಿತಿದ್ದ ಭಿಕ್ಷುಕನಿಗೆ ಅದನ್ನು ಕೊಟ್ಟ. ಆ ಭಿಕ್ಷುಕ ಅನಿರೀಕ್ಷಿತ ಕಾಣಿಕೆಗೆ ಕಂಗಾಲಾಗಿ ಕೂಗುತ್ತಿದ್ದರೂ ಹಿಂತಿರುಗಿ ನೋಡದೆ ಸರಸರನೆ ಬಸ್ ನಿಲ್ದಾಣದ ಕಡೆಗೆ ನಡೆದುಬಿಟ್ಟ.

>>>

ಮದುವೆ ಮನೆ ಗಿಜಿಗುಡುತ್ತಿತ್ತು. ಚಂದ ಚಂದದ ಹುಡುಗಿಯರು ಸುಮ್ಮಸುಮ್ಮನೆ ನಗುತ್ತಾ ಛತ್ರದ ತುಂಬೆಲ್ಲಾ ಗಲಗಲ ಸದ್ದು ಮಾಡುತ್ತಾ ಓಡಾಡಿಕೊಂಡಿದ್ದರು.

ಕಳ್ಳ ನೆಪಗಳನ್ನು ಹೂಡಿಕೊಂಡು ಅವರನ್ನು ಮಾತನಾಡಿಸಲು ಹರೆಯದ ಹುಡುಗರು ಇನ್ನಿಲ್ಲದಂತೆ ಪ್ರಯತ್ನಿಸುತ್ತಿದ್ದರು. ಮಕ್ಕಳು ತಮ್ಮದೇ ಲೋಕವನ್ನು ಮಾಡಿಕೊಂಡು ಆಡುತ್ತಿದ್ದರು. ಹರೆಯ ದಾಟಿದವರ ಅಲಂಕಾರದ ಆಡಂಬರ, ಮುಪ್ಪಿನವರ ದೂರು-ಸಲಹೆಗಳು ಹಂದರವನ್ನು ತುಂಬಿಕೊಂಡಿದ್ದವು. ಕಾರ್ತಿಕನ ಗೆಳೆಯರು ಇನ್ನಿಲ್ಲದ ಪೋಲಿ ಮಾತುಗಳಿಂದ ಅವನನ್ನು ರೇಗಿಸುತ್ತಿದ್ದರು. ಅದಕ್ಕೆ ಪುಳಕಗೊಂಡರೂ ಕಾರ್ತಿಕ ಒಮ್ಮಿಂದೊಮ್ಮೆಲೆ ಹಿರಿಯನಾಗಿಬಿಟ್ಟಂತೆ "ಪ್ಲೀಜ್, ಅವೆಲ್ಲಾ ಈಗ ಬೇಡ" ಎಂದು ಮುಗುಳು ನಗುತ್ತಲೇ ಗೆಳೆಯರನ್ನು ಪ್ರೋತ್ಸಾಹಿಸುತ್ತಿದ್ದ. ಎಲ್ಲವೂ ಹೇಗಿರಬೇಕೋ ಹಾಗೆ ಸೊಗಸಾಗಿ ನಡೆಯುತ್ತಿದ್ದವು. ಇವನೊಬ್ಬ ಮಾತ್ರ ಪಾಯಸದಲ್ಲಿ ಸಿಕ್ಕು ಸತ್ತುಹೋದ ನೊಣದಂತೆ ಮೂಲೆಯಲ್ಲಿ ಕುಳಿತುಕೊಂಡುಬಿಟ್ಟಿದ್ದ. ಯಾವ ಹೊತ್ತಿನಲ್ಲಿ ಅಳು ನುಗ್ಗಿ ಬಂದು ಎಲ್ಲರೂ ಸಂಶಯ ಪಡುವಂತಾಗುತ್ತೋ ಎಂಬ ಭಯದಿಂದ "ಕೃಷ್ಣಾ, ದಯವಿಟ್ಟು ಕಣ್ಣೀರನ್ನೆಲ್ಲಾ ಈವೊತ್ತು ಹಿಂಗಿಸಿಬಿಡಪ್ಪಾ. ಎಲ್ಲರ ಎದುರಿಗೆ ಅತ್ತು ನಗಣ್ಯನಾಗುವಂತೆ ಮಾಡಬೇಡ" ಎಂದು ಬೇಡಿಕೊಳ್ಳುತ್ತಿದ್ದ. ಒಂದಿಬ್ಬರು ಗೆಳೆಯರು "ಯಾಕೋ, ಸುಮ್ಮನೆ ಕೂತುಬಿಟ್ಟಿದೀಯ?" ಎಂದು ಕೇಳಿದ್ದರು. "ಮೈಯಲ್ಲಿ ಸರಿ ಇಲ್ಲ" ಎಂದು ಸುಳ್ಳು ಹೇಳಿದ್ದ. ಶೋಭಾ ಆಂಟಿ ಮಾತ್ರ "ಇದೇನಿದು ನಿನ್ನ ಮೌನ! ನೀನೇ ಓಡಾಡದಿದ್ದರೆ ಮದುವೆ ನಡೆಯೋದಾದರೂ ಹೇಗೆ?" ಎಂದು ಕೇಳಿದ್ದರು. "ಅದರ ಪಾಡಿಗೆ ಅದು ನಡೆಯುತ್ತಲ್ಲಾ ಆಂಟಿ, ನಾನು ಬೇಡ ಅಂದ್ರೆ ನಿಲ್ಲುತ್ತಾ ಹೇಳಿ?" ಎಂದು ವಿಷಾದದಿಂದ ಹೇಳಿಬಿಟ್ಟಿದ್ದ. "ನೀನು ಕೆಲವೊಮ್ಮೆ ಅರ್ಥ ಆಗಲ್ಲ ನೋಡು" ಎಂದು ಶೋಭಾ ಆಂಟಿ ಅವನ ತಲೆಗೆ ಮೆತ್ತನೆಯ ಪೆಟ್ಟೊಂದನ್ನು ಕೊಟ್ಟು ಮತ್ತೆ ಯಾವುದೋ ಕೆಲಸದ ಗಡಿಬಿಡಿಯಲ್ಲಿ ಒಳಗೆ ಓಡಿಹೋಗಿದ್ದರು.

ಕಾರ್ತಿಕ ತನ್ನೆಲ್ಲಾ ಗೆಳೆಯರನ್ನೂ ರಶ್ಮಿಗೆ ಪರಿಚಯಿಸಿದ. ಪ್ರತಿಯೊಬ್ಬರೂ ಎಲ್ಲಿ ಕೆಲಸ ಮಾಡುತ್ತಿದ್ದಾರೆ, ಅವರ ವಿಶೇಷತೆಗಳೇನು, ಅವರ ತುಂಟತನಗಳೇನು - ಮುಂತಾದವುಗಳನ್ನು ವಿವರಿಸಿ ಹೇಳುತ್ತಿದ್ದ. ಹಸಿರು ಬಣ್ಣದ ರೇಷ್ಮೆ ಸೀರೆಯನ್ನು ಉಟ್ಟುಗೊಂಡ ರಶ್ಮಿ ಅದ್ಭುತವಾಗಿದ್ದಳು. ಪ್ರತಿಯೊಬ್ಬರನ್ನೂ ಅತ್ಯಂತ ವಿಶ್ವಾಸದಿಂದ, ಸ್ನೇಹದಿಂದ ಮಾತನಾಡಿಸುತ್ತಿದ್ದಳು. ಏನಾದರೂ ಒಂದು ತಮಾಷೆಯ ಮಾತನ್ನು ಹೇಳಿ ನಗಿಸುತ್ತಿದ್ದಳು. ತನ್ನ ಬಯಕೆಯೇ ಅವಳದೂ ಆಗಿರುವಾಗ ಹೇಗೆ ಇಡೀ ಜಗತ್ತು ರಾಜಾರೋಷವಾಗಿ ಅವಳನ್ನು ಖುಷಿಪಡಿಸಲು ಕಂಕಣಕಟ್ಟಿ ನಿಂತುಬಿಟ್ಟಿರುವುದಲ್ಲಾ ಎಂದು ಇವನಿಗೆ ಸಂಕಟವಾಗುತ್ತಿತ್ತು. ತಾನು ಬಾಯಿ ಜಾರಿ ತನ್ನ ಆಸೆಯನ್ನು ಇಲ್ಲಿ ಯಾರ ಮುಂದೆ ಹೇಳಿದರೂ ಇಡೀ ಸಭಾಂಗಣ ತನ್ನನ್ನು ನೆಲಕ್ಕೆ ಕೆಡವಿ ಹೊಡೆಯುತ್ತದೆಂಬ ಭಯವಾಯ್ತು.

ಕಾರ್ತಿಕ ಮೋಹನಸ್ವಾಮಿಯನ್ನು ಹುಡುಕಿಕೊಂಡು ಬಂದ. "ತಿಂಡಿ ತಿಂದೆಯೇನೋ? ಒಬ್ಬನೇ ಯಾಕೆ ಇಲ್ಲಿ ಕೂತಿದೀಯ?" ಎಂದು ವಿಚಾರಿಸಿಕೊಂಡ. ರಶ್ಮಿಗೆ ಅವನನ್ನು ತೋರಿಸಿ ಸುಮ್ಮನೆ "ಗೆಸ್" ಎಂದು ಹೇಳಿದ. ಒಂದು ಕ್ಷಣ ಯೋಚಿಸಿದ ರಶ್ಮಿ "ಮೋಹನಸ್ವಾಮಿ, ರೈಟ್?" ಎಂದು ಕಣ್ಣಲ್ಲಿ ಕುತೂಹಲವನ್ನು ತುಳುಕಿಸಿ ಹೇಳಿದಳು. ಹೌದೆಂದು ಮೋಹನಸ್ವಾಮಿ ತಲೆಯಾಡಿಸಿದ. ಏನೋ ಸಾಧಿಸಿಬಿಟ್ಟಂತಹ ಖುಷಿಯಿಂದ ಅವಳು ಚಪ್ಪಾಳೆ ತಟ್ಟಿ ನಕ್ಕುಬಿಟ್ಟಳು. ಅವನ ಕೈಯನ್ನು ಜೋರಾಗಿ ಕುಲುಕಿ "ನಿನ್ನ ಬಗ್ಗೆ ಅದೆಷ್ಟು ಹೇಳ್ತಾ ಇರ್ತಾನೆ ಕಾರ್ತಿಕ ಅಂದ್ರೆ ನಂಗೆ ಕೆಲವೊಮ್ಮೆ ಅಸೂಯೆ ಆಗುತ್ತೆ. ದಿನಕ್ಕೆ ಒಂದು ಹತ್ತು ಸಲನಾದ್ರೂ ನಿನ್ನ ಜಪ ಅವನಿಗೆ. ಮೋಹನ ಹಂಗಂದಿದ್ದ, ಮೋಹನ ಹಿಂಗೆ ಮಾಡಿದ್ದ ಅಂತ ಹೇಳ್ತಾನೇ ಇರ್ತಾನೆ" ಎಂದು ನಗುತ್ತಾ ಹೇಳಿದಳು. "ಅವಳು ಹೇಳೋದೆಲ್ಲಾ ಬರೀ ಸುಳ್ಳು ಮೋಹನ. ನಾನೇನು ಅಷ್ಟೊಂದು ನಿನ್ನ ಬಗ್ಗೆ ಹೇಳಿಲ್ಲ" ಎಂದು ಕಾರ್ತಿಕ ವಾದ ಹೂಡಿದ. "ನೋಡಿದ್ಯಾ ನೋಡಿದ್ಯಾ, ಆಗಲೇ ಹೆಂಡತಿಗೆ ಸುಳ್ಳು ಹೇಳಲಿಕ್ಕೆ ಶುರು ಮಾಡಿಬಿಟ್ಟ. ಗಂಡಸರ ಬುದ್ಧಿ ಎಲ್ಲಿ ಹೋಗುತ್ತೆ ಅಲ್ವಾ?" ಎಂದು ಹುಸಿ ಕೋಪವನ್ನು ತೋರಿಸಿ, ಮೋಹನನ ಕಡೆ ತಿರುಗಿ "ನೀನು ಮಾತ್ರ ಇವನ ತರಹ ಗಂಡಸಿನ ಕೆಟ್ಟ ಸ್ವಭಾವಗಳನ್ನು ಬೆಳೆಸಿಕೊಳ್ಳಬೇಡ. ಹುಡುಗಿಯರಿಗೆ ತುಂಬಾ ಒಳ್ಳೆಯವನಾಗಿರು" ಎಂದು ಉಪದೇಶ ಮಾಡಿದಳು. ಹಾಗೇ ಆಗಲೆಂದು ಮೋಹನಸ್ವಾಮಿ ತಲೆಯಾಡಿಸಿದ. ಅಷ್ಟರಲ್ಲಿ ಯಾರೋ ರಶ್ಮಿಯ ಗೆಳತಿ ಕರೆದಳು. "ಎಕ್ಸ್‌ಕ್ಯೂಸ್ ಮಿ" ಎಂದು ಅವಳು ಆ ಕಡೆಗೆ ನಡೆದಳು. ಮೋಹನಸ್ವಾಮಿ ಕಾರ್ತಿಕನ ಕೈಕುಲುಕಿ "ಒಳ್ಳೆ ಹುಡುಗಿಯನ್ನ ಆಯ್ಕೆ ಮಾಡಿಕೊಂಡಿದ್ದೀಯ. ಯು ಆರ್ ಲಕ್ಕಿ. ಕಂಗ್ರಾಟ್ಸ್" ಎಂದ. ಕಾರ್ತಿಕ ಆ ಪ್ರಶಂಸೆಗೆ ಭಾವುಕನಾಗಿ "ಥ್ಯಾಂಕ್ಸ್ ಮೋಹನ. ನೀನು ಆ ಮಾತು ಹೇಳಿದ್ರೆ ನಂಗದು ಸ್ಪೆಷಲ್ ಅಲ್ವಾ?" ಎಂದು ಕಣ್ಣು ತುಂಬಿಕೊಂಡು ಅವನ ಹೆಗಲನ್ನು ಪ್ರೀತಿಯಿಂದ ಮುಟ್ಟಿದ.

ನೂರಾರು ಜನ ಮದುವೆಗೆ ನೆರೆದಿದ್ದರು. ರಶ್ಮಿಯ ತಂದೆ ಆಗರ್ಭ ಶ್ರೀಮಂತರಂತೆ. ಜೊತೆಗೆ ಒಬ್ಬಳೇ ಮಗಳು. ಇನ್ನು ಕೇಳಬೇಕೆ? ಒಬ್ಬರ ಮಾತು ಮತ್ತೊಬ್ಬರಿಗೆ ಕೇಳದಷ್ಟು ಗದ್ದಲ ಅಲ್ಲಿ ಹಮ್ಮಿತ್ತು. ಹೊಸ ಬಟ್ಟೆಗಳ ಸರಬರ ಸದ್ದು, ಎಷ್ಟೋ ದಿನದ ನಂತರ ಭೇಟಿಯಾದ ಸಂಭ್ರಮ, ಒಂದಿಷ್ಟು ನಗು, ಒಂದಿಷ್ಟು ಬಿಗು, ಅಲ್ಲಿಷ್ಟು ವ್ಯಥೆ, ಇಲ್ಲಿ ಒಂದಿಷ್ಟು ಕತೆ – ಎಲ್ಲವೂ ಇತ್ತು. ಪುರೋಹಿತರ ಮಂತ್ರವನ್ನು ನಿಷ್ಠೆಯಿಂದ ವೀಡಿಯೋ ಕೇಳುತ್ತಿತ್ತು. ಅರ್ಥ ತಿಳಿಯದ ಹಲವು ತಂತ್ರಗಳನ್ನು ಪ್ರಶ್ನೆ ಕೇಳದೆ ರಶ್ಮಿ–ಕಾರ್ತಿಕ ನಿರ್ವಹಿಸುತ್ತಿದ್ದರು. ಅವೆಲ್ಲವನ್ನೂ ಮರೆತು ಒಂದು ಗುಂಪು ಹೊರಗೆ ಸಿಗರೇಟು ಸೇದುತ್ತಾ ಕ್ರಿಕೆಟ್ ಬಗ್ಗೆ ಮಾತಾಡುತ್ತಿತ್ತು. ಮತ್ತೊಂದು ಗುಂಪು ಕಲ್ಯಾಣ ಮಂಟಪದ ಮೂಲೆಯಲ್ಲಿ ಪಾತ್ರೆ ತೊಳೆಯುತ್ತಾ ಕುಳಿತಿತ್ತು.

'ಗಟ್ಟಿಮೇಳ' ಎಂದು ಯಾರೋ ಕೂಗಿದರು. ಅದನ್ನು ಮತ್ತಾರೋ ಅನುಮೋದಿಸಿದರು. ಕೋಕೋ ಪಡೆದುಕೊಂಡ ಆ ಆಜ್ಞೆ ಮೇಳದವರನ್ನು ತಲುಪಿದ್ದೇ ಸರ್ವ ಸದ್ದುಗಳನ್ನು ಮೀರುವಂತೆ ಮೇಳದ ಗದ್ದಲ ಇಡೀ ಮಂಟಪವನ್ನು ತುಂಬಿಕೊಂಡಿತು. ರಶ್ಮಿ ಬೊಗಸೆ ತುಂಬಾ ಅಕ್ಷತೆಯನ್ನು ಕಾರ್ತಿಕನ ತಲೆಯ ಮೇಲೆ ಹಾಕುವಾಗ ಅವನ ಎತ್ತರ ಸುಲಭವಾಗಿ ದಕ್ಕದ್ದಕ್ಕಾಗಿ ಕೇವಲ ಕಾಲ್ಬೆರಳುಗಳ ಮೇಲೆ ನಿಂತಿದ್ದಳು. ಯಾರು ಮೊದಲು ಹಾಕುತ್ತಾರೆ ನೋಡೇ ಬಿಡೋಣ ಎಂದು ನೆರೆದವರೆಲ್ಲಾ ಕಾದಿದ್ದರೂ ಕಾರ್ತಿಕ ಬೇಕೆಂದೇ ರಶ್ಮಿ ಹಾಕುವ ತನಕ ಕಾದು ನಂತರ ತನ್ನ ದೊಡ್ಡ ಬೊಗಸೆಯಿಂದ ಅಕ್ಷತೆಗಳನ್ನು ಸುರಿದ. ನೆರೆದ ಜನರೆಲ್ಲಾ ಸಂಭ್ರಮದಿಂದ ಅಕ್ಷತೆಯನ್ನು ಉಗ್ಗಿದರು. ನೆರೆದವರ ತಲೆಗಳ ಮೇಲೂ ಅಕ್ಷತೆ ಕಾಳುಗಳು ಬಿದ್ದು ಏನೇನೋ ನೆನಪು, ಏನೇನೋ ಪುಳಕ. ಮೋಹನಸ್ವಾಮಿ ಮಾತ್ರ ಕೈಯಲ್ಲಿ ಅಕ್ಷತೆಯನ್ನು ಹಿಡಿದುಕೊಂಡು ಹಾಕಬೇಕೋ ಬೇಡವೋ ಎಂದು ಗೊಂದಲದಲ್ಲಿ ಮುಳುಗಿದ್ದ.

ಗದ್ದಲ ಕಡಿಮೆಯಾಯ್ತು. ವಧೂ ವರರು ಹಾಕಿಕೊಂಡ ಬಣ್ಣಬಣ್ಣದ ಅಕ್ಷತೆಯ ಕಾಳುಗಳು ಹೂವಿನ ಮಂಟಪದಲ್ಲಿ ರಾಶಿಯಾಗಿ ಬಿದ್ದಿದ್ದವು. ಶೋಭಾ ಆಂಟಿ ಒಂದು ಹಿಡಿಯಷ್ಟು ಆ ಅಕ್ಷತೆಯನ್ನು ತೆಗೆದುಕೊಂಡು ಕಾರ್ತಿಕನ ಗೆಳೆಯರ ಕಡೆಗೆ ಬಂದರು. ಅಲ್ಲಿ ಮೋಹನಸ್ವಾಮಿಯೂ ಇದ್ದ.

"ಇದು ಧಾರೆ ಆದ ಅಕ್ಷತೆ ಕಾಳು. ಯಾರ ತಲೆ ಮೇಲೆ ನಾನು ಹಾಕ್ತೀನೋ ಅವರಿಗೆ ಬೇಗನೆ ಮದುವೆ ಆಗ್ತದೆ. ಛಂದದ ಹುಡುಗಿ ಸಿಗ್ತಾಳೆ" ಎಂದು ಅವರು ಹೇಳಿದ್ದೇ ತಡ ಹುಡುಗರೆಲ್ಲಾ "ಆಂಟಿ ನಂಗೆ", "ಆಂಟಿ ನಂಗೆ" ಎಂದು ಸ್ಪರ್ಧೆಯಿಂದ ಆ ಅಕ್ಷತೆಯ ಕಾಳುಗಳನ್ನು ತಲೆಯ ಮೇಲೆ ಹಾಕಿಸಿಕೊಂಡರು. ಮೋಹನಸ್ವಾಮಿ ಆತಂಕದಿಂದ ಆ ದೃಶ್ಯವನ್ನು ನೋಡುತ್ತಿದ್ದ. ಕೆಲವರು "ಒಂಚೂರು ಜಾಸ್ತಿನೇ ಹಾಕಿ ಆಂಟಿ" ಎಂದು ಬೇಡಿಕೊಂಡರು. "ಹಾಗೆ ಮಾಡಿದ್ರೆ ನಿಂಗೆ ಇಬ್ಬರು ಹೆಂಡಿರೇನೂ ಸಿಗಲ್ಲ. ಅದರ ಬದಲು ದಪ್ಪನೆಯ ಹೆಂಡತಿ ಸಿಗ್ತಾಳೆ ನೋಡು" ಎಂದು ಶೋಭಾ ಆಂಟಿ ತಮಾಷೆ ಮಾಡಿದರು. ಎಲ್ಲರದೂ ಆದ ಮೇಲೆ ಮೋಹನಸ್ವಾಮಿ ಅವರ ಕಣ್ಣಿಗೆ ಬಿದ್ದ. "ನೀನೊಬ್ಬ ಯಾಕೆ ಸುಮ್ಮನೆ ನಿಂತಿದೀಯ. ನಿನ್ನ ತಲೆ ಮೇಲೆ ಅಕ್ಷತೆ ಕಾಳು ಹಾಕ್ತೀನಿ ಬಾರೋ" ಎಂದು ಕರೆದರು. "ಬೇಡ ಆಂಟಿ" ಎಂದು ಮೋಹನಸ್ವಾಮಿ ನಯವಾಗಿ ನಿರಾಕರಿಸಿದ. ಉಳಿದ ಹುಡುಗರು ಸುಮ್ಮನಿರುತ್ತಾರೆಯೆ? ಅವನನ್ನು ಹಿಡಿದುಕೊಂಡು ಶೋಭಾ ಆಂಟಿಯ ಮುಂದೆ ತಂದರು. "ಹಾಕಿ ಆಂಟಿ. ನಮಗೆಲ್ಲಾ ಮದುವೆ ಮಾಡಿಸಿಬಿಟ್ಟು ಇವನೊಬ್ಬ ಹಾಯಾಗಿ ಇದ್ದು ಬಿಡೋದು ಅಂದುಕೊಂಡಿದಾನೆ" ಎಂದು ಬಲವಂತ

ಮಾಡಿದರು. "ಆಂಟಿ ಬೇಡ. ಪ್ಲೀಜ್ ಬೇಡ. ನಿಮ್ಮನ್ನ ಬೇಡಿಕೊಳ್ತೀನಿ" ಎಂದು ಮೋಹನಸ್ವಾಮಿ ಅಂಗಲಾಚಲಾರಂಭಿಸಿದ.

ಉತ್ಸಾಹದ ಆ ಗುಂಪಿಗೆ ಅವನ ಆರ್ದ್ರ ಬೇಡಿಕೆಯ ನೋವು ತಟ್ಟಲೂ ಇಲ್ಲ. ಶೋಭಾ ಆಂಟಿ ಅವನ ತಲೆಯ ಮೇಲೆ ಅಕ್ಷತೆಯನ್ನು ಹಾಕಿಯೇ ಬಿಟ್ಟರು. ಹುಡುಗರೆಲ್ಲಾ ಏನೋ ಸಾಧಿಸಿದಂತೆ "ಹೇ..." ಎಂದು ಕೇಕೆ ಹಾಕಿದರು. ಮೋಹನಸ್ವಾಮಿಗೆ ತಡೆದುಕೊಳ್ಳಲಾಗಲಿಲ್ಲ. ಅವರಿಂದ ಬಿಡಿಸಿಕೊಂಡು ಹೊರಗೆ ಓಡಿದ. ಆ ಅಕ್ಷತೆ ಕಾಳುಗಳು ಬೆಂಕಿಯ ಕಿಡಿಗಳಂತೆ ಅವನನ್ನು ಸುಡಲಾರಂಭಿಸಿದವು. ಕೂದಲು ಸುಟ್ಟು, ಚರ್ಮ ಸುಟ್ಟು, ಮಾಂಸಖಂಡಗಳು ಸುಟ್ಟು, ಹೃದಯ ಸುಟ್ಟು... ಅವನಿಗಾಗಲೇ ಸುಟ್ಟ ವಾಸನೆ ಬರಲಾರಂಭಿಸಿತ್ತು. ಹೊಟ್ಟೆಯಲ್ಲಿ ಅತೀವ ಸಂಕಟವಾಗುತ್ತಿತ್ತು. ಅವನಿಗೆ ಎಲ್ಲದರಿಂದಲೂ ದೂರ ಓಡಿ ಹೋಗಬೇಕಾಗಿತ್ತು. ಮದುವೆಯ ಹಾಲಿನಿಂದ ಹೊರಗೆ ಓಡಿಬಂದ. ಹೊಲಸು ನಾರುತ್ತಿರುವ ತಿಪ್ಪೆಯೊಂದು ಅಲ್ಲಿತ್ತು. ಅದರ ಹತ್ತಿರ ಕುಳಿತುಕೊಂಡವನೇ ತಲೆಯ ಮೇಲಿದ್ದ ಎಲ್ಲಾ ಅಕ್ಷತೆಯ ಕಾಳುಗಳನ್ನು ಜಾಡಿಸಿಕೊಂಡ. ಒಂದೂ ಕಾಳು ಉಳಿಯಕೂಡದು. ಕೈಯಿಂದ ಕೂದಲನ್ನು ಪರಪರನೆ ಬಾಚಿಕೊಂಡು ಅಕ್ಷತೆಯ ಕಾಳುಗಳನ್ನು ಕೆಳಕ್ಕೆ ಚೆಲ್ಲಿದ. ಆದರೆ ಎಷ್ಟೇ ಕೆದಕಿದರೂ ಇನ್ನೊಂದು ಕಾಳು ಎಲ್ಲೋ ತಲೆಯಲ್ಲಿ ಉಳಿದು ಬಿಟ್ಟಿರಬೇಕೆಂಬ ಭಾವವನ್ನು ಜಾಡಿಸಿಕೊಳ್ಳಲು ಸಾಧ್ಯವಾಗಲೇ ಇಲ್ಲ. ಹೊಟ್ಟೆಯಲ್ಲಿ ಸಂಕಟ ಹೆಚ್ಚಾಗಿ ಬೆಳಗ್ಗೆ ತಿಂದಿದ್ದನ್ನೆಲ್ಲಾ ಕಾರಿಕೊಂಡ. ಕಿವಿ, ಮೂಗುಗಳಿಂದಲೂ ವಾಂತಿಯ ನೀರು ಹೊರಬಂದು ಇಡೀ ಮೈಯೇ ಕೆಟ್ಟ ವಾಸನೆಯೆಂದೆನಿಸಿತು. ಅತ್ಯಂತ ನಿಶ್ಶಕ್ತನಾಗಿದ್ದ ಆ ಹೊತ್ತಿನಲ್ಲಿ ಅವನಿಗೆ ಬೆಳಗ್ಗೆಯಿಂದ ತಡೆ ಹಿಡಿದುಕೊಂಡಿದ್ದ ಅಳು ನುಗ್ಗಿಬಂತು. ಅತ್ಯಂತ ಹೊಲಸು ನಾರುವ ಆ ತಿಪ್ಪೆಯ ಮುಂದೆ ಕುಳಿತುಕೊಂಡು, ತಾನೂ ಅಷ್ಟೇ ಹೊಲಸಾಗಿ ನಾರುತ್ತಿರುವ ಮೋಹನಸ್ವಾಮಿ ಒಬ್ಬನೇ ಬಿಕ್ಕಿ ಬಿಕ್ಕಿ ಅಳಲಾರಂಭಿಸಿದ. ನಿಧಾನಕ್ಕೆ ಶುರುವಾದ ಅಳು ತಾರಕವನ್ನು ಮುಟ್ಟಲು ಹೆಚ್ಚು ಸಮಯ ಬೇಕಾಗಲಿಲ್ಲ. ಸಮಾಧಾನ ಮಾಡಲು ಅಲ್ಲಿ ಯಾರೂ ಇರಲಿಲ್ಲ. ಆಗಲೇ ಒಳಗಡೆ ಹಾಲಿನಲ್ಲಿ ಉಡುಗೊರೆಗಳನ್ನು ಕೊಡುವ ಸಂಭ್ರಮ ಶುರುವಾಗಿತ್ತು.

>>>

ಅದು ಕಾರ್ತಿಕ ಮತ್ತು ರಶ್ಮಿಯ ಮೊದಲ ರಾತ್ರಿ. ಮೋಹನಸ್ವಾಮಿಗೆ ಇಡೀ ರಾತ್ರಿ ನಿದ್ದೆ ಬರಲಿಲ್ಲ. ಕಣ್ಣು ಮುಚ್ಚಿದರೆ ಸಾಕು, ಕಾರ್ತಿಕ ಮತ್ತು ರಶ್ಮಿಯ ಮೈಥುನದ ದೃಶ್ಯಗಳು ಅಲೆಅಲೆಯಾಗಿ ನುಗ್ಗಿ ಬರುತ್ತಿದ್ದವು. ಅವರಿಬ್ಬರ ನಗು, ಉತ್ಸಾಹ, ಉನ್ಮಾದಗಳೆಲ್ಲವೂ ಅವನಿಗೆ ಸ್ಪಷ್ಟವಾಗಿ ಕಾಣಿಸುತ್ತಿದ್ದವು, ಕೇಳಿಸುತ್ತಿದ್ದವು.

ಅದೋ ನೋಡಲ್ಲಿ, ಕಾರ್ತಿಕ ತನ್ನೆಲ್ಲವನ್ನೂ ಅವಳಿಗೆ ಅರ್ಪಿಸುತ್ತಿದ್ದಾನೆ. ದೇಹದ ಕಣಕಣವೂ ಈಗವಳ ಸ್ವತ್ತು. ಅವಳೇನು ಬಯಸಿದರೂ ಎತ್ತಿ ಎತ್ತಿ ಕೊಡುತ್ತಿದ್ದಾನೆ. ಅವನ ಮುಖ ನೋಡು, ಅದೆಷ್ಟು ಖುಷಿಯಿಂದ ಕೂಡಿದೆ. ಅವಳದೊಂದು ಸ್ಪರ್ಶಕ್ಕೆ ಯಾವ ತ್ಯಾಗಕ್ಕಾದರೂ ಸಿದ್ಧ. ಅವನಿಗೆ ಈ ಸದ್ಯಕ್ಕೆ ಜಗತ್ತಿನ ಯಾವ ಸಂಗತಿಗಳೂ ಬೇಕಿಲ್ಲ.

ಇಲ್ಲ, ನಾನಿದನ್ನೆಲ್ಲಾ ಯೋಚಿಸುವುದಿಲ್ಲ. ನನ್ನದು ಅತ್ಯಂತ ಕೊಳಕಾದ ಮನಸ್ಸು. ಅದು ಅವನ ಬದುಕು, ಅವನ ಬಯಕೆ. ನನಗೆ ಸಂಬಂಧಿಸಿದ್ದಲ್ಲ.

ಅದೋ ನೋಡಲ್ಲಿ, ರಶ್ಮಿಯ ಆ ತುಂಬು ಸ್ತನಗಳು ಅವನನ್ನು ಹೇಗೆ ಉನ್ಮತ್ತವಾಗಿಸಿವೆ. ಎಷ್ಟು ಮುಟ್ಟಿದರೂ, ಹೇಗೆ ಮುಟ್ಟಿದರೂ ಅವನ ಬಯಕೆ ತೀರುತ್ತಿಲ್ಲ. ಹೇಗೆ ಖುಷಿಯ ಧಾಳಿಗೆ ಕಂಗಾಲಾಗಿ ಕಣ್ಣನ್ನು ಮುಚ್ಚುತ್ತಿದ್ದಾನೆ ನೋಡು. ಸುಖ ಸೂರೆಗೊಳ್ಳುವುದು ಅದೆಷ್ಟು ಬಗೆ. ಒಮ್ಮೆ ಮೃದುವಾಗಿ, ಒಮ್ಮೆ ಶಕ್ತಿಯನ್ನೆಲ್ಲಾ ಸೇರಿಸಿ ಕಠಿಣವಾಗಿ, ಮಗದೊಮ್ಮೆ ಹಾಗೇ ಸುಮ್ಮನೆ, ಇನ್ನೊಮ್ಮೆ...

ಬೇಡ, ಪ್ಲೀಜ್ ಬೇಡ. ಇವೆಲ್ಲಾ ಕೆಟ್ಟ ದೃಶ್ಯಗಳು ನನ್ನ ಕಣ್ಣಿಂದ ಮರೆಯಾಗಲಿ. ನನಗೆ ಸುಮ್ಮನೆ ಸುಖವಾಗಿ ನಿದ್ದೆ ಬರಲಿ. ಕನಸಿನಲ್ಲಿಯೂ ಅವನು ಬರುವುದು ಬೇಡ. ಇನ್ನೆಂದೂ ನನಗೆ ಅವನ ಸ್ಪರ್ಶವೂ ಬೇಡ, ನೆನಪೂ ಬೇಡ.

ನೋಡು ನೋಡು, ಕಾರ್ತಿಕ ಹೇಗೆ ಮುತ್ತಿನ ಮಳೆಗರೆಯುತ್ತಿದ್ದಾನೆ. ದೇಹದ ಯಾವ ಭಾಗವನ್ನೂ ಬಿಡುತ್ತಿಲ್ಲ. ಯಾವ ಮೂಲೆಗಳೂ ಅವನಿಗೆ ಅಸಹ್ಯ ಬರಿಸುವುದಿಲ್ಲ. ಬರೀ ಒಮ್ಮೆ ಮುತ್ತಿಟ್ಟರೆ ಬಯಕೆ ತೀರುವುದೂ ಇಲ್ಲ. ಮತ್ತೆ ಮತ್ತೆ, ಇನ್ನೊಮ್ಮೆ ಮಗದೊಮ್ಮೆ. ಮುತ್ತಿನ ಧಾಳಿಗೆ ನೋಡವಳು ಹೇಗೆ ಖುಷಿಯಿಂದ ನರಳುತ್ತಿದ್ದಾಳೆ. ತನ್ನ ಓರೆಕೋರೆಗಳನ್ನು ಅವನಿಗೆ ಅನುಕೂಲವಾಗುವಂತೆ ಹೇಗೆ ಒಪ್ಪಿಸುತ್ತಿದ್ದಾಳೆ. ಅವನಿಗೀಗ ಅರ್ಥವಾಗಿ ಹೋಗಿದೆ. ಇದು ಅಪ್ಪಟ ಬಂಗಾರ. ಅಪರಂಜಿ. ಇಷ್ಟು ದಿನ ಕಾಗೆ ಬಂಗಾರವನ್ನು ನಂಬಿದ್ದೆನಲ್ಲಾ ಎಂದು ಪಶ್ಚಾತ್ತಾಪವಾಗುತ್ತಿದೆ.

ಕಾರ್ತಿಕ್, ಪ್ಲೀಜ್, ಹಾಗನ್ನಬೇಡ. ಅದು ಅನ್ಯಾಯ. ಐ ಹೇಟ್ ಯು. ನನಗೂ ಚೂರು ಬದುಕಲು ಬಿಡು. ನನ್ನನ್ನು ಕ್ರಿಮಿಯಾಗಿ ನೋಡಬೇಡ. ನಾನೆಂದೂ ನಿನಗೆ ವಂಚನೆ ಮಾಡಿಲ್ಲ.

ಅವಳ ಗಂಜಲದ ಗುಂಡಿಯಲ್ಲಿ ಮುಖವಿಟ್ಟು ನಲಿಯುವ ಅವನಿಗೆ ಇನ್ನೆಂದೂ ಅವಳಿಂದ ರಹಸ್ಯಗಳನ್ನು ಮುಚ್ಚಿಡುವುದು ಸಾಧ್ಯವಿಲ್ಲ. ಒಂದೆರಡೇ ದಿನವಷ್ಟೇ! ಎಲ್ಲವನ್ನೂ ಹೇಳಿ ಬಿಡುತ್ತಾನೆ. ನಿನ್ನ ವಿಕೃತಿಗಳನ್ನೆಲ್ಲಾ ತೆರೆದಿಟ್ಟುಬಿಡುತ್ತಾನೆ. ಅದೆಷ್ಟು ಸಿಲ್ಲಿ ಎಂದು ನಗುತ್ತಾನೆ. ಅವಳಿಗೆ ಅಚ್ಚರಿ, ಅಸಹ್ಯ. ನೀನೀಗ ಅವಳ ಕಣ್ಣಲ್ಲಿ ಕ್ಷುಲ್ಲಕ. ಮುಂದೆ ಎಲ್ಲೇ ನಿನ್ನ ನೋಡಿದರೂ ಸಾಕು, ಮುಸಿ ಮುಸಿ ನಗಲು ಶುರುವಿಡುತ್ತಾಳೆ. ಅವನೂ ಆ ನಗುವಿಗೆ ಪ್ರೋತ್ಸಾಹ ಕೊಡುತ್ತಾನೆ. ಅವಳು ತನ್ನ ನಗುವಿನ ಕಾರಣವನ್ನು ಉಳಿದವರಿಗೂ ಹೇಳಿಬಿಡುತ್ತಾಳೆ. ಅವರೂ ನಗುತ್ತಾರೆ. ನೀನು ಹೊರಗೆ ಕಾಲಿಟ್ಟರೆ

ಸಾಕು, ತಮಾಷೆ, ನಗು ನಿನ್ನನ್ನು ಅಟ್ಟಿಸಿಕೊಂಡು ಬರುತ್ತವೆ. ನೀನು ಇಂದಿನಿಂದ ಸಮಾಜದ ಬಹು ದೊಡ್ಡ ಕುಚೋದ್ಯವಾಗುತ್ತೀಯ. ದಿನದಿನಕ್ಕೆ ನಿನ್ನ ಅಂತಃಶಕ್ತಿ ಕುಸಿಯುತ್ತದೆ. ದೇಹ ಹಿಡಿಯಾಗುತ್ತದೆ. ಬೇಕಿದ್ದರೆ ನೋಡುತ್ತಿರು, ಕೆಲವೇ ದಿನಗಳಲ್ಲಿ ನೀನು ನಿಶ್ಶೇಷನಾಗುತ್ತೀಯ. ಆದರೆ ಅದಕ್ಕೆ ಯಾರಿಗೂ ಬೇಸರವಾಗುವುದಿಲ್ಲ. ಏಕೆಂದರೆ ಯಾರಿಗೂ ನೀನು ಮಹತ್ವದವನಲ್ಲ. ಕ್ಷುಲ್ಲಕ ಹುಳು. ಬೇಡದ ಕ್ರಿಮಿ. ಪಟ್ಟೆಂದು ಕೈಯಲ್ಲಿ ಹೊಡೆದು ಸಾಯಿಸಿದರೆ ಅವರಿಗೆ ಕಿರಿಕಿರಿ ಕಡಿಮೆ.

ಇಲ್ಲ, ಇಲ್ಲ. ನಾನೂ ಬದುಕುತ್ತೀನಿ. ನನಗೂ ಅವಕಾಶ ಕೊಡಿ. ಈ ಕಾಮದ ಸಹವಾಸವೇ ಬೇಡ. ಅದು ಬರೀ ನೋವನ್ನು ಕೊಡುತ್ತದೆ. ಸುಮ್ಮನೆ ಬದುಕುತ್ತೇನೆ. ಊಟ, ಕೆಲಸ, ನಿದ್ದೆ. ಅಷ್ಟೇ! ನನ್ನ ಪಾಡಿಗೆ ನನ್ನನ್ನು ಬಿಟ್ಟು ಬಿಡಿ. ಎಷ್ಟೇ ನೋವಾದರೂ ಚಿಂತೆಯಿಲ್ಲ, ಕಾಮದಿಂದ ದೂರವಿರುತ್ತೇನೆ. ಕಾಮವನ್ನು ಜಯಿಸಿ ಬದುಕುತ್ತೇನೆ. ನಿನ್ನ ಸೃಷ್ಟಿಯನ್ನೇ ವಿರೋಧಿಸುತ್ತೇನೆ.

ಅಯ್ಯೋ ಮೂರ್ಖ, ಸಲ್ಲದ ಸಂಗತಿಗಳನ್ನು ಧ್ಯಾನಿಸಬೇಡ. ಸುಮ್ಮನೆ ಮನಸ್ಸಿನಲ್ಲಿ ಕಾರ್ತಿಕನ ಬೆತ್ತಲೆ ದೇಹದ ಕಲ್ಪನೆಗೇ ಹೇಗೆ ನಿನ್ನ ಮೈಯೆಲ್ಲಾ ಉದ್ರೇಕದಿಂದ ಉನ್ಮತ್ತವಾಗಿದೆ ನೋಡು. ಅವನ ಒಂದು ನಗೆ ಸಾಕು, ನಿನ್ನ ಎಲ್ಲಾ ನಿರ್ಧಾರಗಳನ್ನು ಅಲ್ಲಾಡಿಸಿಬಿಡಲು. ಅವನ ಒಂದು ನಡೆ ಸಾಕು, ನಿನ್ನನ್ನು ಅವನ ದಾಸನನ್ನಾಗಿ ಮಾಡಲು. ಅವನ ಕಡೆದಿಟ್ಟ ನಿಲುವು ಸಾಕು, ನಿನ್ನತನವನ್ನು ನಿರ್ನಾಮ ಮಾಡಲು. ಬರೀ ಅವನ ಆಳಾಗಲು ಸರಿ ನೀನು. ಅವನು ಹೇಳಿದ್ದನ್ನು ಮಾಡುತ್ತಾ, ಅವನು ಹೊಡೆದರೆ ಹೊಡೆಸಿಕೊಳ್ಳುತ್ತಾ, ಬಯ್ದರೆ ಬೈಸಿಕೊಳ್ಳುತ್ತಾ, ಎಂದಾದರೊಮ್ಮೆ ನಿನ್ನನ್ನು ಪ್ರೀತಿಯಿಂದ ಮುಟ್ಟಿಯಾನೋ ಎಂಬ ಬಯಕೆಯಲ್ಲಿ ಕಾದು ಕಾದು ಕಾದು... ಊಹೂಂ, ಅವನು ನಿನ್ನ ಕಾಡುತ್ತಲೇ ಹೋಗುತ್ತಾನೆ. ನಿನ್ನ ಬೆಳಗು, ಮಧ್ಯಾಹ್ನ, ರಾತ್ರಿಗಳಲ್ಲೆಲ್ಲಾ ಕೈಗೆ ಸಿಗದಂತೆ ನಿನ್ನನ್ನು ಆಟವಾಡಿಸುತ್ತಾನೆ. ಹಿಡಿಯಲು ಹೋಗಿ ಹೋಗಿ ಸಿಗದೆ ಹತಾಶನಾಗಿ ನೀನು ನಿತ್ರಾಣನಾಗುತ್ತೀಯ. ಅವನು ಬೇಕೇ ಬೇಕೆಂದು ಗೋಗರೆಯುತ್ತೀಯ. ದುಃಖ ಪಡುತ್ತೀಯ. ಆದರೆ ನಿನ್ನ ದುಃಖ ಯಾರಿಗೂ ಅರ್ಥವಾಗುವುದಿಲ್ಲ. ಅದು ತಮಾಷೆಯ ಸಂಗತಿಯಾಗುತ್ತದೆ. ದುಃಖವೇ ತಿಳಿಯದವರ ಮುಂದೆ ಅದು ಹೇಗೆ ನೋವನ್ನು ತೋಡಿಕೊಳ್ಳುತ್ತೀಯ? ಅಪ್ಪ, ಅಮ್ಮ, ಅಕ್ಕ, ಅಣ್ಣ, ಸ್ನೇಹಿತ, ಸಹೋದ್ಯೋಗಿ, ಗುರು, ಸೇವಕ, ಸಮಾಜ, ಕೋರ್ಟು, ಕಛೇರಿ, ಜಗತ್ತು – ಊಹೂಂ, ಯಾರೂ ನಿನ್ನನ್ನು ಒಪ್ಪುವುದಿಲ್ಲ. ಎಲ್ಲರ ಕಣ್ಣಲ್ಲಿಯೂ ನೀನು ಪರಮ ನೀಚ. ಯಾರಿಗೂ ನಿನ್ನ ಮೇಲೆ ಹನಿ ಕನಿಕರವೂ ಮೂಡುವುದಿಲ್ಲ. ಯಾವುದೇ ಕಟಕಟೆಯಲ್ಲಿ ನಿಂತು ಗೋಗರೆದರೂ ನೀನು ತಪ್ಪಿತಸ್ಥನಾಗುತ್ತೀಯ.

ಬೇಡ, ಬೇಡ. ಈ ಕೆಟ್ಟ ಆಲೋಚನೆಗಳು ನನಗೆ ಬೇಡ. ನನಗೆ ಒಂದಿಷ್ಟು ನಿದ್ದೆ ಸಾಕು. ಹೇ ಕೃಷ್ಣಾ, ನಿನ್ನನ್ನು ಮನಃಪೂರ್ವಕವಾಗಿ ಆರಾಧಿಸಿದ್ದೇನೆ, ಪ್ರೀತಿಸಿದ್ದೇನೆ. ನಿನ್ನ ಈ ಗೋಪಬಾಲನಿಗೆ ಇಂತಹ ಕಠಿಣ ಶಿಕ್ಷೆ ಕೊಡಬೇಡ. ಕಾಪಾಡು. ಒಂದಿಷ್ಟಾದರೂ

ಕರುಣೆ ತೋರು. ನೋವಿನ ಮಡುವಿನಲ್ಲಿ ಮುಳುಗುತ್ತಿರುವ ನನಗೆ ನಿನ್ನ ರಕ್ಷಣೆ ಒದಗಿಸು. ಬೇಡವೆನ್ನಿಸಿದರೆ ನನ್ನನ್ನು ಈ ಕ್ಷಣದಲ್ಲಿಯೇ ನಿರ್ನಾಮ ಮಾಡಿಬಿಡು. ನಿನ್ನೆಡೆಗೆ ಕರೆದುಕೊಂಡು ಬಿಡು. ಸತ್ತರೆ ಅಳುವವರು ಯಾರೂ ಇಲ್ಲವೋ ತಂದೆ. ಜೀವ ಹಿಂಡುವ ನೋವೂ ಪರರ ಕಣ್ಣಲ್ಲಿ ಕ್ಷುಲ್ಲಕವಾಗುವ ಈ ಹೀನ ಅವಸ್ಥೆ ಅದೇಕೆ ಕೊಟ್ಟಿರುವೆಯೋ ಗೆಳೆಯ. ಯಾರು ಮಾಡಿದ ಪಾಪಕ್ಕೆ ನನಗೆ ಈ ಶಿಕ್ಷೆಯೋ ಮಿತ್ರ?

ಹೋಗಲಿ ಬಿಡು, ನೀನು ಸಹಾಯ ಮಾಡುವುದಿಲ್ಲವಲ್ಲವೆ? ಸುಮ್ಮನೆ ಕೆಲಸಕ್ಕೆ ಬಾರದ ಆ ಕೊಳಲನ್ನೂದುತ್ತಿರುವೆಯಲ್ಲವೆ? ನನ್ನ ನೋವಿಗೆ ನಾನು ಪರಿಹಾರ ಕಂಡುಕೊಳ್ಳುತ್ತೇನೆ. ನನಗೆ ತಿಳಿದಂತೆ ನಾನು ವರ್ತಿಸುತ್ತೇನೆ. ಇಕೋ ನೋಡಲ್ಲಿ, ಫಳ ಫಳ ಹೊಳೆಯುವ ಚಾಕು. ನೀನು ಸೃಷ್ಟಿಸಿದ ದೇಹವನ್ನು ಹೇಗೆ ಕತ್ತರಿಸುತ್ತಿದೆ ನೋಡು. ಹೆಬ್ಬೆರಳಿನ ತುದಿಯನ್ನು ಕತ್ತರಿಸಲು ಅದಕ್ಕೆ ಎಷ್ಟೊಂದು ಉತ್ಸಾಹ ನೋಡು. ಅಕೋ ನೋಡಲ್ಲಿ, ಬಳಬಳನೆ ರಕ್ತ ಸುರಿಯುತ್ತಿದೆ. ನನ್ನ ರಕ್ತವೂ ಕಾರ್ತಿಕನದಂತೆ ಕೆಂಪಗಿದೆಯೋ, ಅನುಮಾನ ಬೇಡ. ನಿನಗೆ ನಂಬಿಕೆಯಾಗುತ್ತಿಲ್ಲವಲ್ಲವೆ? ತೊಗೋ, ಅದರದೇ ಅಭಿಷೇಕ ನಿನಗೆ. ಬರೀ ಹಾಲು, ಮೊಸರು, ಜೇನುತುಪ್ಪಗಳ ಸ್ನಾನವನ್ನು ಈವರೆಗೆ ಮಾಡಿದ್ದಿಯಲ್ಲವೇ? ಈ ದಿನ ರಕ್ತದ ರುಚಿಯನ್ನು ನೋಡು. ಬಿಡು ಬಿಡು, ಅದೂ ನಿನಗೆ ಹೊಸತಲ್ಲ. ಪ್ರತಿ ಬಾರಿ ಅವತಾರವೆತ್ತಿ ಭೂಮಿಗೆ ಬಂದಾಗಲೂ ರಕ್ತದೋಕಳಿಯಲ್ಲಿ ಮುಳುಗಿ ತೇಲಿದ್ದೀಯ. ದುಷ್ಟ ಸಂಹಾರವೆಂದು ಕರೆದು ನಿನ್ನ ಮರ್ಯಾದೆ ಉಳಿಸಿಕೊಂಡಿದ್ದೀಯ. ಹತ್ತು ಅವತಾರ ಮುಗಿಸಿದ್ದೀಯಲ್ಲವೆ? ಅದರ ಬಗ್ಗೆ ಅಪಾರ ಹೆಮ್ಮೆ ನಿನಗಿದೆಯಲ್ಲವೆ? ಹನ್ನೊಂದನೆಯ ಅವತಾರಕ್ಕೆ ತುದಿಗಾಲಲ್ಲಿ ನಿಂತಿದ್ದೀಯಲ್ಲವೆ? ಹಾಗಿದ್ದರೆ ನಿನಗೊಂದು ಶಾಪ ಕೊಡುತ್ತಿದ್ದೇನೆ. ಸ್ವೀಕರಿಸು. ನಿನ್ನ ಹನ್ನೊಂದನೆಯ ಅವತಾರದಲ್ಲಿ ನನ್ನಂತೆ ಹುಟ್ಟು. ಹದಿನಾರು ಸಾವಿರ ಹೆಣ್ಣುಗಳನ್ನು ಅನುಭೋಗಿಸಿದ ನಿನಗೆ ಒಂದೂ ಹೆಣ್ಣನ್ನು ಮುಟ್ಟಲಾಗದ ದುಃಖ, ಅಸಹಾಯಕತೆಯ ಅರಿವಾಗಲಿ. ಯಾರನ್ನೂ ಕೈ ಎತ್ತಿ ಹೊಡೆಯಲೂ ಸಾಧ್ಯವಾಗದ ಈ ನಿತ್ರಾಣ ಬದುಕಿನಲ್ಲಿ ಅದು ಹೇಗೆ ದುಷ್ಟ ಸಂಹಾರ ಮಾಡುತ್ತೀಯೋ ನೋಡುತ್ತೇನೆ. ನೊಂದ ಮನಸ್ಸಿನ ಶಾಪ ನಿನಗೆ ತಟ್ಟಿಯೇ ತೀರುತ್ತದೆ. ಮತ್ತೊಮ್ಮೆ ಹುಟ್ಟಿ ಬಾ. ಜನರ ಕಣ್ಣುಗಳಲ್ಲಿ ಕ್ಷುಲ್ಲಕನಾಗು. ಇನ್ನೊಬ್ಬರಿಗೆ ತಟ್ಟದ ನೋವನ್ನು ಏಕಾಂಗಿಯಾಗಿ ಅನುಭವಿಸು.

>>>

ನಾಲ್ಕನೆಯ ದಿನ ಬೆಳಿಗ್ಗೆ ಸುಮಾರು ನಾಲ್ಕರ ಹೊತ್ತಿಗೆ ಮೋಹನಸ್ವಾಮಿಗೆ ನಿದ್ದೆ ಬಂತು. ಅದಕ್ಕೆ ಮುಖ್ಯ ಕಾರಣ ರಘುರಾಮನ್ ಎಂಬ 28ರ ಯುವಕ. ಇಂಟರ್‌ನೆಟ್‌ನಲ್ಲಿ ಸಿಕ್ಕಿದ್ದ. ಕೊಯಂಬತ್ತೂರ್ ಮೂಲದವನು, ಈಗ ಬೆಂಗಳೂರಿನಲ್ಲಿ

ನೆಲಸಿದ್ದಾನೆ. ಯಾವುದೋ ಇಂಟರ್‌ನ್ಯಾಷನಲ್ ಶಾಲೆಯಲ್ಲಿ ಇಂಗ್ಲಿಷ್ ಅಧ್ಯಾಪಕ. ಬಸವನಗುಡಿಯಲ್ಲಿ ಮನೆ ಮಾಡಿಕೊಂಡಿದ್ದಾನೆ. ಒಬ್ಬನೇ ಇರುತ್ತಾನೆ. ಊರಿನಲ್ಲಿ ತಂದೆ-ತಾಯಿ ಮತ್ತು ಒಬ್ಬ ತಂಗಿ ಇರುತ್ತಾರೆ. ಬೆಂಗಳೂರಿಗೆ ಬಂದು ಆಗಲೇ ನಾಲ್ಕು ವರ್ಷವಾಗಿದೆ.

ಇವನ ಫೋಟೋ ಹಂಚಿಕೊಳ್ಳದೆ ಯಾವುದೇ ಮಾತುಕತೆಗೆ ಮುಂದುವರೆಯಲು ಸಿದ್ಧನಿಲ್ಲ ಎಂದು ಖಡಾಖಂಡಿತವಾಗಿ ಚಾಟ್‌ನಲ್ಲಿ ಹೇಳಿಬಿಟ್ಟಿದ್ದ. ಮೋಹನಸ್ವಾಮಿಗೆ ಎಂದೂ ಬೇರೊಬ್ಬನನ್ನು ಹುಡುಕಿಕೊಳ್ಳುವ ಸಂದರ್ಭ ಬಂದಿರಲಿಲ್ಲವಾದ್ದರಿಂದ ಇದು ಹೊಸತು. ಹೀಗೆ ಎಂದೂ ಭೇಟಿಯಾಗದ ವ್ಯಕ್ತಿಗೆ ತನ್ನ ಫೋಟೋ ಕಳುಹಿಸಿಕೊಡಲೆ? ಎಂದು ಹಲವು ನಿಮಿಷ ಅನುಮಾನಿಸಿದ್ದನಾದರೂ ಕೊನೆಗೆ ಕಳುಹಿಸಿಕೊಟ್ಟಿದ್ದ. "ಯು ಆರ್ ಸ್ಮಾರ್ಟ್ ಬಡ್ಡಿ" ಎಂಬ ಉತ್ತರ ಬಂದಿತ್ತು. ರಘುರಾಮನ್ ತನ್ನ ಹದಿನೆಂಟು ಫೋಟೋಗಳನ್ನು ಎಲ್ಲರಿಗೂ ಕಾಣುವಂತೆ ಬ್ಲಾಗಿನಲ್ಲಿ ಹಾಕಿಕೊಂಡಿದ್ದ. ಒಂದೆರಡರಲ್ಲಿ ಚೆನ್ನಾಗಿದ್ದಾನೆ ಎನ್ನಿಸಿತು.

ಶೇಷಾದ್ರಿಪುರಂ ಬಳಿಯಿರುವ ಕಾಫಿ ಡೇನಲ್ಲಿ ಶುಕ್ರವಾರ ಸಂಜೆ 7 ಗಂಟೆಗೆ ಭೇಟಿಯಾಗುವುದೆಂದು ನಿರ್ಧರಿಸಲಾಯಿತು. ಅಲ್ಲಿಗೆ ಬರುವುದು ಹೇಗೆಂದು ಚಿತ್ರಗಳ ಸಮೇತ ಮ್ಯಾಪ್ ಹಾಕಿ ಮೋಹನ ಕಳುಹಿಸಿಕೊಟ್ಟ. ಹತ್ತಿರದಲ್ಲಿರುವ ಸಿನಿಮಾ, ಸೂಪರ್ ಮಾರ್ಕೆಟ್, ಒನ್ ವೇ ದಾರಿ ಎಲ್ಲವನ್ನೂ ನಮೂದಿಸಿದ್ದ. "ಎಷ್ಟು ಛಂದ ದಾರಿಯನ್ನು ಕಳುಹಿಸಿದ್ದೀಯ. ಯು ಆರ್ ಸೋ ಆರ್ಗನೈಜ್ಡ್" ಎಂಬ ಇ-ಮೇಲ್ ಬಂತು. ಜೊತೆಯಲ್ಲಿ ರಘುರಾಮನ್ ತನ್ನ ಮೊಬೈಲ್ ನಂಬರನ್ನು ಕಳುಹಿಸಿಕೊಟ್ಟಿದ್ದ. ಇವನ ನಂಬರನ್ನು ಕೇಳಿದನಾದರೂ ಮೋಹನ ನಿರಾಕರಿಸಿದ. ಇ-ಮೇಲಿನಲ್ಲಿಯೇ ಮಾತನಾಡೋಣವೆಂದು ತಿಳಿಸಿ, ಭೇಟಿಯಾದಾಗ ನಂಬರನ್ನು ಕೊಡುತ್ತೇನೆಂದು ಹೇಳಿಕೊಂಡ. ರಘುರಾಮನ್ ಅದಕ್ಕೆ ಏನೂ ಪ್ರತಿಕ್ರಿಯಿಸಿರಲಿಲ್ಲ.

ಅರ್ಧಗಂಟೆ ಮುಂಚೆಯೇ ಕಾಫಿಡೇಯಲ್ಲಿ ಮೋಹನ ಕಾಯುತ್ತಾ ಕುಳಿತ. ಆ ದಿನದ ಭೇಟಿಗೆಂದೇ ಹೊಸತಾಗಿ ಒಂದು ಸಿಮ್ ತೆಗೆದುಕೊಂಡು, ಅದರ ನಂಬರನ್ನು ಬಾಯಿಪಾಠ ಮಾಡಿಕೊಂಡಿದ್ದ. ಅಗತ್ಯ ಬಿದ್ದರೆ ಇರಲಿ ಎಂದು ಒಂದೆರಡು ಕಾಂಡೋಮ್‌ಗಳನ್ನು ಜೇಬಿನಲ್ಲಿ ತುರುಕಿಕೊಂಡಿದ್ದ. ಹಿಂದೆಂದೂ ಅವನಿಗೆ ಅದರ ಅಗತ್ಯ ಬಿದ್ದಿರಲಿಲ್ಲವಾದ್ದರಿಂದ ಅಂಗಡಿಯಲ್ಲಿ ಅತ್ಯಂತ ಮುಜುಗರದಿಂದ ಕೇಳಿಕೊಂಡಿದ್ದ. ರಘುರಾಮನ್ ಹೇಗೇ ಇರಲಿ, ಅವನನ್ನು ಮನಸಾರೆ ಒಪ್ಪಿಕೊಳ್ಳಬೇಕು. ಅರ್ಧಂಬರ್ಧ ಸ್ವೀಕರಿಸುವ ಹಾಗಿಲ್ಲ. ಪೂರ್ತಿ ಒಪ್ಪಿಕೊಳ್ಳದೆ ದೇಹಗಳು ಕೂಡುವುದು ಶಕ್ಯವಿಲ್ಲ. ಆದರೆ ನನ್ನ ಜಾಗ್ರತೆಯಲ್ಲಿ ನಾನಿರಲೇ ಬೇಕು. ಎಷ್ಟೇ ಬಲವಂತ ಮಾಡಿದರೂ ಓರಲ್ ಸೆಕ್ಸ್ ಬೇಡವೇ ಬೇಡ.

ಒಂದೆರಡು ಬಾರಿ ಒಡನಾಟವಾಗಿ ನಂಬಿಕೆ ಮೂಡಿದ ನಂತರ ಅವನನ್ನೂ ಒಪ್ಪಿಸಿ ಯಾವುದಾದರೂ ಆಸ್ಪತ್ರೆಗೆ ಹೋಗಿ ಏಡ್ಸ್ ಟೆಸ್ಟ್ ಮಾಡಿಸಿಕೊಳ್ಳಬೇಕು. ಅವನದೂ ನೆಗಟಿವ್ ಆದರೆ ಯಾವುದೇ ತೊಂದರೆಯಿರುವುದಿಲ್ಲ. ಏನೇ ಆದರೂ ಅವನನ್ನು ಮನೆಗೆ ಕರೆದುಕೊಂಡು ಹೋಗುವುದು ಬೇಡ. ಅದೇ ರೀತಿ ಅವನೇ ಕರೆದರೂ ಅವನ ರೂಮಿಗೆ ಹೋಗುವುದು ಬೇಡ. ಸುಮ್ಮನೆ ಯಾವುದಾದರೂ ಹೋಟೇಲಿಗೆ ಹೋಗಿ ರೂಮನ್ನು ಬುಕ್ ಮಾಡಿದರಾಯ್ತು. ರಾತ್ರಿ ಪೂರಾ ಕಳೆದು ಬೆಳಗ್ಗೆ ಮನೆಗೆ ಹೋದರಾಯ್ತು. ಹೇಗೂ ಶನಿವಾರವಾದ್ದರಿಂದ ಆಫೀಸಿನ ಕಾಟವಿಲ್ಲ.

ಸರಿಯಾಗಿ 7ಕ್ಕೆಲ್ಲ ರಘುರಾಮನ್ ಬಂದ. ಗುಲಾಬಿ ಬಣ್ಣದ ಸ್ಕೂಟಿಯಲ್ಲಿ ಬಂದಿದ್ದ. ಅವನು ಒಳಗೆ ಬಂದು ಸುತ್ತಲೂ ನೋಡಿ, ಇವನನ್ನು ನೋಡಿ ನಕ್ಕು, ಎದುರಿನ ಕುರ್ಚಿಯಲ್ಲಿ ಬಂದು ಕುಳಿತುಕೊಂಡು, ಎರಡು ಕೈಗಳನ್ನು ಮುಖದ ಮುಂದೆ ತಂದು "ಹಾರಿಬಲ್ ಟ್ರಾಫಿಕ್ ಯು ನೋ" ಎಂದ. ಅವನು ನಡೆದು ಬಂದ ರೀತಿಯನ್ನು ನೋಡಿಯೇ ಮೋಹನಸ್ವಾಮಿಗೆ ನಿರಾಸೆಯಾಗಿ ಹೋಯ್ತು. ಈ ಸಂಬಂಧ ಖಂಡಿತಾ ಸಾಧ್ಯವಿಲ್ಲ ಎನ್ನಿಸಿಬಿಟ್ಟಿತು. ರಘುರಾಮನ್ ನಡೆಯುವಾಗ ಹೆಣ್ಣಿನಂತೆ ಬಳಕುತ್ತಿದ್ದ. ಅತ್ಯಂತ ಅಚ್ಚುಕಟ್ಟಾಗಿ ಅಲಂಕಾರ ಮಾಡಿಕೊಂಡಿದ್ದರಲ್ಲೂ ಒಂದು ರೀತಿಯ ಹೆಣ್ಣುತನ ಇವನಿಗೆ ಕಂಡುಬಿಟ್ಟಿತು.

"ಕೈಗೆ ಏನು ಮಾಡಿಕೊಂಡಿದೀಯ?" ಎಂದು ಅತ್ಯಂತ ಕಳಕಳಿಯಿಂದ ರಘುರಾಮನ್ ಕೇಳಿದ.

"ಸಣ್ಣ ಗಾಯ ಆಯ್ತು. ತರಕಾರಿ ಹೆಚ್ಚುವಾಗ ಕೊಯ್ದುಕೊಂಡೆ" ಎಂದು ಮೋಹನಸ್ವಾಮಿ ಸುಳ್ಳು ಹೇಳಿದ.

"ಓ ಮೈ ಗಾಡ್, ಹುಷಾರಾಗಿರಬೇಕು ನೀನು" ಎಂದು ಎರಡೂ ಅಂಗೈಗಳನ್ನು ಗಲ್ಲದ ಮೇಲಿಟ್ಟು, ಮುಖದಲ್ಲಿ ಅತಿಯಾದ ಭಾವಗಳನ್ನು ಬಿಂಬಿಸಿದಾಗ ಮತ್ತೊಮ್ಮೆ ಅವನ ಹೆಣ್ಣಾಡಂಗಿ ಗುಣ ಹೊರಬಿತ್ತು. ಅವನ ಕೈಯನ್ನು ತನ್ನ ಕೈಯಲ್ಲಿ ತೆಗೆದುಕೊಂಡು, ಹಗೂರಕ್ಕೆ ಅವನ ಗಾಯದ ಬ್ಯಾಂಡೇಜನ್ನು ಸವರಿದ ರಘುರಾಮನ್ "ತುಂಬಾ ನೋಯುತ್ತಿದೆಯಾ?" ಎಂದು ಕೇಳಿದ. ಇಲ್ಲವೆಂದು ಇವನು ತಲೆಯಲ್ಲಾಡಿಸಿದ.

ಇಬ್ಬರೂ ಕೆಪಚಿನೋ ಆರ್ಡರ್ ಮಾಡಿದರು. "ಸಮೋಸ ತರಿಸಲೆ?" ಎಂದು ಮೋಹನ ಕೇಳಿದ್ದಕ್ಕೆ "ನೊ ಬಾಬಾ, ಐ ಆಮ್ ಡಯಟಿಂಗ್" ಎಂದು ರಘುರಾಮನ್ ವಯ್ಯಾರ ಮಾಡಿದ.

ಹೊಂದಾಣಿಕೆಯಿಲ್ಲದಂತೆ ಮಾತುಗಳು ನಡೆದವು. ಅವನು ತಮಿಳು ಸಿನಿಮಾಗಳ ಬಗ್ಗೆಯೇನೋ ಹೇಳಿದ, ಇವನಿಗೆ ರಜನಿಕಾಂತ್ ಬಿಟ್ಟರೆ ಬೇರೇನೂ ತಿಳಿದಿರಲಿಲ್ಲ.

ಇವನು ಅಡಿಗೆಯ ಹೊಸರುಚಿಯ ಬಗ್ಗೆಯೇನೋ ಹೇಳಲು ಹೋದರೆ, ಎಲ್ಲದರಲ್ಲೂ ಬರೀ ಕೊಬ್ಬಿನಂಶದ ಬಗ್ಗೆ ಅವನು ಕೇಳುತ್ತಾ ಹೋದ. ಅವನಿಗೆ ಕರ್ನಾಟಕ ಸಂಗೀತವೆಂದರೆ ಪ್ರಾಣಕ್ಕೆ ಸಮಾನ, ಇವನಿಗೆ ಸಿನಿಮಾ ಹಾಡು ಬಿಟ್ಟರೆ ಸಂಗೀತದ ಗಂಧಗಾಳಿಯಿಲ್ಲ. ಪುಣ್ಯಕ್ಕೆ ಕ್ರಿಕೆಟಿನಲ್ಲಿ ಮಾತ್ರ ಇಬ್ಬರಿಗೂ ಆಸಕ್ತಿಯಿರಲಿಲ್ಲ. ಅರ್ಧ ಗಂಟೆ ಎನ್ನುವಷ್ಟರಲ್ಲಿ ಇಬ್ಬರಿಗೂ ಸಾಕು ಸಾಕಾಗಿ ಹೋಯ್ತು. ಮೋಹನನೇ ಬಿಲ್ಲು ಕೊಡಲು ಹೋದರೆ ರಘುರಾಮನ್ ಬಿಡಲೇ ಇಲ್ಲ. ಬಲವಂತ ಮಾಡಿ ತಾನೇ ಎದ್ದು ಡೆಸ್ಕಿಗೆ ಹೋಗಿ ಹಣ ಸಂದಾಯ ಮಾಡಿ ಬಂದ. ವೇಟರ್‌ಗೆ ತುಸು ಜಾಸ್ತಿಯೇ ಟಿಪ್ಸ್ ಕೊಟ್ಟು, "ವಂಡರ್‌ಫುಲ್ ಇಂಟೀರಿಯರ್ಸ್" ಎಂದು ತಿಳಿಸಿ ಹೊರಬಂದ. ಇನ್ನೇನು ಒಬ್ಬರಿಗೊಬ್ಬರು ಬೀಳ್ಕೊಡುವ ಹೊತ್ತು ಬಂದಾಗ "ನಿನ್ನ ಮೊಬೈಲ್ ನಂಬರ್ ಕೊಡುತ್ತೀಯ?" ಎಂದು ರಘುರಾಮನ್ ಕೇಳಿದ. ಮೋಹನಸ್ವಾಮಿಗೆ ಖಂಡಿತಾ ಕೊಡುವ ಮನಸ್ಸಿರಲಿಲ್ಲ. ಆದರೆ ಅದು ತುಂಬಾ ಒರಟಾಗುತ್ತದೆಂದು ಭಾವಿಸಿ ಒಂದು ಮಿಸ್ ಕಾಲ್ ಕೊಟ್ಟ. 'ಹೇಗೂ ಇದು ಹೊಸ ಸಿಮ್ ಕಾರ್ಡ್. ನಾಳೆ ತೆಗೆದು ಬಿಸಾಡಿದರೆ ಆಯ್ತು' ಎಂದು ಮನಸ್ಸಿಗೆ ಸಮಾಧಾನ ಹೇಳಿಕೊಂಡ.

"ಹೇಗೆ ಬಂದಿದೀಯ? ಬೇಕಂದ್ರೆ ನಿನ್ನ ಮನೆ ತನಕ ಡ್ರಾಪ್ ಮಾಡ್ತೀನಿ" ಎಂದು ರಘುರಾಮನ್ ಆಹ್ವಾನವಿತ್ತ. "ಬೇಡ ಪ್ಲೀಜ್, ನನ್ನ ಮನೆ ದೂರವಿದೆ. ನಾನು ಬಸ್ಸಿನಲ್ಲಿ ಹೋಗ್ತೇನೆ" ಎಂದು ಮೋಹನಸ್ವಾಮಿ ತಪ್ಪಿಸಿಕೊಂಡ. "ಇಟ್ ವಾಜ್ ಎ ವಂಡರ್‌ಫುಲ್ ಟೈಮ್ ವಿ ಸ್ಪೆಂಟ್. ನಿನ್ನ ಪರಿಚಯವಾಗಿದ್ದು ನನ್ನ ಅದೃಷ್ಟ" ಎಂದು ಹೇಳಿದ ರಘುರಾಮನ್, ಇವನ ಕೈಯನ್ನು ತೆಗೆದುಕೊಂಡು ಹಗೂರಕ್ಕೆ ಮುತ್ತೊಂದನ್ನು ಕೊಟ್ಟು ಹೊರಟು ಹೋದ. ಮೋಹನನಿಗೆ ಮೈಯೆಲ್ಲಾ ಮುಳ್ಳೆದ್ದಿತು. ಯಾರಾದರೂ ಇದನ್ನು ನೋಡಿಬಿಟ್ಟರೇನೋ ಎಂಬ ಭಯದಿಂದ ಸುತ್ತಲೂ ಕಣ್ಣಾಡಿಸಿದ. ಯಾರೂ ಪರಿಚಯದವರು ಕಾಣಲಿಲ್ಲ.

ಮನೆಗೆ ವಾಪಾಸಾಗುವಾಗ ಮೋಹನಸ್ವಾಮಿಗೆ ಅತ್ಯಂತ ನಿರಾಸೆಯಾಗಿತ್ತು. ಜೇಬಿನಲ್ಲಿ ಜೋಪಾನವಾಗಿದ್ದ ಕಾಂಡೋಮುಗಳು ಗೇಲಿ ಮಾಡುತ್ತಿದ್ದವು. ಇಷ್ಟೆಲ್ಲಾ ಕಾದು ಕೊನೆಗೆ ಇಂತಹ ಹೆಣ್ಣಿಗನೊಡನೆ ಭೇಟಿಯಾಗುವಂತಾಯಿತಲ್ಲ? ಈ ಮನುಷ್ಯ ಎಂದೂ ಹೆಣ್ಣಿನ ಜೊತೆ ಕೂಡಲು ಸಾಧ್ಯವಿಲ್ಲ. ಹೆಣ್ಣಿನೊಂದಿಗೆ ಕೂಡಲು ಸಾಧ್ಯವಿಲ್ಲದ ಗಂಡಿನೊಂದಿಗೆ ಹೇಗೆ ತಾನೆ ನಾನು ದೇಹ ಹಂಚಿಕೊಳ್ಳಲು ಸಾಧ್ಯ? ಅಂತಹವನು ಮೈ ಮುಟ್ಟಿದರೆ ಅಸಹ್ಯವಾಗುತ್ತದೆ. ಮೈ ಮುಳ್ಳೇಳುತ್ತದೆ. ಇನ್ನು ಉದ್ರೇಕಗೊಳ್ಳುವುದಂತೂ ಕನಸಿನ ಮಾತು. ಬೇಡ, ಇನ್ನಿವನ ಸಹವಾಸವೇ ಬೇಡ. ಮತ್ತೆಂದೂ ಇವನಿಗೆ ಫೋನ್ ಮಾಡುವುದಾಗಲಿ, ಇ-ಮೇಲ್ ಮಾಡುವುದಾಗಲಿ ನನ್ನಿಂದ ಸಾಧ್ಯವಿಲ್ಲ. ಇವನೆಂದೂ ನನ್ನ ಕಾರ್ತಿಯಾಗಲು ಸಾಧ್ಯವಿಲ್ಲ. ಬರೀ ಕಣ್ಣಿನ

ನೋಟದಲ್ಲಿಯೇ ಹೆಣ್ಣನ್ನು ನಾಚಿಕೆಯ ಮೊಗ್ಗಾಗಿಸುವ ನನ್ನ ಕಾರ್ತಿಯೆಲ್ಲಿ, ಮೈ ಬಳಕಿಸುತ್ತಾ ನಡೆವ ಇವನೆಲ್ಲಿ? ಬೇಡವೇ ಬೇಡ. ನಾಳೆಯೇ ಅವನಿಗೆ ಒಂದು ಮೆಸೇಜ್ ಮಾಡಿ ಇಷ್ಟವಿಲ್ಲವೆಂದು ತಿಳಿಸಿಬಿಡೋಣ.

ಅಷ್ಟರಲ್ಲಿ ಮೊಬೈಲ್ ಸದ್ದು ಮಾಡಿತು. ಹೊಸ ಮೆಸೇಜ್ ಬಂದಿತ್ತು. ರಘುರಾಮನ್ದೇ ಇರಬೇಕು. ಬೇರೆ ಯಾರಿಗೂ ಈ ನಂಬರ್ ಕೊಟ್ಟಿಲ್ಲ. "ನೀನು ಬೇಜಾರು ಮಾಡಿಕೋಬಾರದು ಮೋಹನಸ್ವಾಮಿ. ನಾನು ಗೂಳಿಯಂತಹ ಗಂಡಿಗಾಗಿ ಹುಡುಕುತ್ತಿದ್ದೇನೆ. ಆದರೆ ನೀನು ಕೂತ ಭಂಗಿ, ಮಾತಾಡಿದ ರೀತಿಯಲ್ಲಿ ನನಗೆ ನಿನ್ನಲ್ಲಿ ಹೆಣ್ಣಿನ ಗುಣಗಳು ಕಂಡವು. ನಿನ್ನೊಡನೆ ನಾನು ಹೇಗೆ ತಾನೆ ದೇಹ ಹಂಚಿಕೊಳ್ಳಲಿ? ಈ ನಿರ್ಧಾರ ನಿನಗೆ ನೋವು ತಂದರೆ ದಯವಿಟ್ಟು ಕ್ಷಮಿಸು. ನೀನು ತುಂಬಾ ಒಳ್ಳೆಯವನು. ನಿನಗೆ ಒಳ್ಳೆಯ ಗಂಡು ಸಿಗಲಿ" ಎಂದು ಬರೆದಿದ್ದ. ಮೋಹನನಿಗೆ ಒಂದು ಕ್ಷಣ ಏನೂ ತೋಚದಂತಾಯ್ತು. ಆದರೆ ಕೆಲವೇ ಕ್ಷಣಗಳಲ್ಲಿ ಸುಧಾರಿಸಿಕೊಂಡು "ನಿನಗೂ ಒಳ್ಳೆಯದಾಗಲಿ. ನೀನೂ ತುಂಬಾ ಒಳ್ಳೆಯವನು. ಐ ಲವ್ ಯು" ಎಂದು ಉತ್ತರಿಸಿದ. "ಐ ಲವ್ ಯು ಟೂ" ಎಂದು ಮರು ಉತ್ತರ ಬಂತು. ಮೋಹನಸ್ವಾಮಿ ಮೊಬೈಲಿನಿಂದ ಸಿಮ್ ಅನ್ನು ಹೊರತೆಗೆದಿದ್ದೇ, ಅದನ್ನು ಎರಡು ತುಂಡು ಮಾಡಿ ಬಸ್ಸಿನ ಕಿಟಕಿಯಿಂದ ಎಸೆದ. ಯಾಕೋ ಪರಿಸ್ಥಿತಿಯ ವ್ಯಂಗ್ಯಕ್ಕೆ ನಗು ಬಂತು. "ಈವತ್ತು ರಾತ್ರಿ ಖಂಡಿತಾ ಗಾಢವಾಗಿ ನಿದ್ದೆ ಬರುತ್ತದೆ" ಎನ್ನಿಸಿ ವಿಚಿತ್ರ ಖುಷಿಯಾಯ್ತು. ಹಗೂರಕ್ಕೆ ಕಿಟಕಿಗೆ ತಲೆಯಾನಿಸಿ ಕಣ್ಣು ಮುಚ್ಚಿದ.

22ನೇ ಆಗಸ್ಟ್ 2009

ಕಾಶೀವೀರರು

ಮೋಹನಸ್ವಾಮಿಗಿಂತಲೂ ಕಾಶೀವೀರ ಐದು ವರ್ಷ ದೊಡ್ಡವನು. ಓದಿನಲ್ಲಿ ಮಹಾ ದಡ್ಡ, ಆದರೆ ಆಟದಲ್ಲಿ ಬಲೆ ಚುರುಕು. ಅವನ ವಿಚಿತ್ರ ಹೆಸರಿಗೆ ಕಾರಣವನ್ನು ಕಾಶೀವೀರನ ಅಮ್ಮ ವಿಮಲಕ್ಕ ಒಮ್ಮೆ ಮೋಹನಸ್ವಾಮಿಗೆ ವಿವರವಾಗಿ ಹೇಳಿದ್ದಳು. ಆ ದಿನ ಮೋಹನಸ್ವಾಮಿ ಅವರ ಮನೆಗೆ ಹೋದಾಗ ಮನೆಯಲ್ಲಿ ವಿಮಲಕ್ಕನ ಹೊರತಾಗಿ ಯಾರೂ ಇರಲಿಲ್ಲ. ಆಕೆ ಮನೆಯ ಪಡಸಾಲೆಯಲ್ಲಿ ಅಕ್ಕಿಯನ್ನು ಹರವಿಕೊಂಡು ಹಸನು ಮಾಡುತ್ತಿದ್ದಳು. ಭುಜಂಗ ಮಾವ ಆಫೀಸಿಗೆ ಹೋಗಿದ್ದರೆ, ಕಾಶಿವೀರ ಬಿಸಿಲು ಸುರಿದುಕೊಳ್ಳುವ ಉನ್ಮಾದದಲ್ಲಿ ಬುಗುರಿ ಆಡಲು ಹಳ್ಳದೋಣಿಗೆ ಹೋಗಿದ್ದ. ಇಬ್ಬರು ಹುಡುಗಿಯರು ಗೆಳತಿಯರ ಮನೆಗೆ ಶೋಬಳೀಕಾಯಿ ಆಟ ಆಡಲು ಹೋಗಿದ್ದರು.

ಮೋಹನಸ್ವಾಮಿಯನ್ನು ಕಂಡರೆ ವಿಮಲಕ್ಕಗೆ ಎಲ್ಲಿಲ್ಲದ ಪ್ರೀತಿ. ಗೆಳತಿಯ ಮಗ ಎಂಬ ಕಾರಣ ಒಂದಾದರೆ, ತನ್ನ ಮಗನಂತೆ ಓದಿನಲ್ಲಿ ದಡ್ಡನಲ್ಲದ ಮೋಹನಸ್ವಾಮಿ ಪ್ರತಿವರ್ಷವೂ ಒಳ್ಳೆಯ ಅಂಕ ಪಡೆದು ಪಾಸಾಗುತ್ತಿದ್ದ ಎಂಬುದು ಇನ್ನೊಂದು ಕಾರಣವಾಗಿತ್ತು. ಅವನಿಗಿಂತಲೂ ದೊಡ್ಡವನಾದ ಕಾಶೀವೀರ ಈಗಾಗಲೇ ನಪಾಸಾಗುತ್ತಾ ಬಂದು ಮೋಹನಸ್ವಾಮಿಯ ಸಹಪಾಠಿಯಾಗಿ ಬಿಟ್ಟಿದ್ದರೂ

ವಿಮಲಕ್ಕಗೆ ಮೋಹನಸ್ವಾಮಿಯ ಮೇಲೆ ಎಳ್ಳಷ್ಟೂ ಅಸೂಯೆ ಇರಲಿಲ್ಲ. ಯಾವುದೇ ತುಂಟತನವಿಲ್ಲದಂತೆ ಹಿರಿಯರು ಹೇಳಿದ ಮಾತನ್ನು ಕೇಳಿಕೊಂಡು ತೆಪ್ಪಗೆ ಇರುವ, ನಕ್ಕರೆ ಕೆನ್ನೆಯಲ್ಲಿ ಗುಳಿ ಬೀಳುವ ಮುದ್ದುಮುಖದ ಮೋಹನಸ್ವಾಮಿಯನ್ನು ಕಂಡರೆ ಆಕೆಗೆ ತಾಯಿ ಮಮತೆ ಪುಟಿಯುತ್ತಿತ್ತು. ಸಾಮಾನ್ಯವಾಗಿ ಎಲ್ಲ ಹಿರಿಯರೂ ಮೋಹನಸ್ವಾಮಿಯ ಒಳ್ಳೆಯತನವನ್ನು ನಿರ್ಭಿಡೆಯಿಂದ ಹೊಗಳಿ, ತಮ್ಮ ಮಕ್ಕಳು ಅವನಂತೆ ಏಕಿಲ್ಲವೆಂದು ಅಕ್ಕಸದಿಂದ ಆಗಾಗ ಹೇಳಿಕೊಳ್ಳುತ್ತಿದ್ದರು.

ಮೋಹನಸ್ವಾಮಿಯನ್ನು ಪ್ರೀತಿಯಿಂದ ಬರಮಾಡಿಕೊಂಡು, ಅವನಿಗಾಗಿ ಒಂದಿಷ್ಟು ಅರಳು ಹಿಟ್ಟು, ಸಕ್ಕರೆ, ತುಪ್ಪ, ಹಾಲು ಕಲಿಸಿಕೊಟ್ಟು ವಿಮಲಕ್ಕ ತನ್ನ ಕೆಲಸವನ್ನು ಮುಂದುವರೆಸಿದಳು. ಅಕ್ಕಿಯಲ್ಲಿನ ಹರಳುಗಳನ್ನು ಒಂದೊಂದಾಗಿ ಅಂಗಳಕ್ಕೆ ಎಸೆಯುತ್ತಾ ಕಾಶಿವೀರನ ಕತೆಯನ್ನು ಹೇಳಿದ್ದಳು. ಮಧ್ಯಾಹ್ನದ ಹೊತ್ತಾದ್ದರಿಂದ ಸೂರ್ಯನ ಬೆಳಕು ರಾಶಿಯಾಗಿ ಅವರ ಪಡಸಾಲೆಯಲ್ಲಿ ಸುರಿದು, ಆಕೆ ಅಕ್ಕಿ ಆರಿಸಲು ಸಹಾಯ ಮಾಡುತ್ತಿತ್ತು. ಅರಳು ಹಿಟ್ಟಿನ ಒಂದೊಂದೇ ಸಣ್ಣ ಉಂಡೆಗಳನ್ನು ಮಾಡಿ ಗುಳುಂ ಮಾಡುತ್ತಾ, ಆಗಾಗ ಅಲ್ಲಿ ಮುತ್ತಿದ್ದ ನೊಣಗಳನ್ನು ಹಿಡಿಯುವ ಪ್ರಯತ್ನ ಮಾಡುತ್ತಾ ಮೋಹನಸ್ವಾಮಿ ವಿಮಲಕ್ಕನ ಮಾತುಗಳನ್ನು ಕೇಳಿಸಿಕೊಂಡಿದ್ದ.

ಮೊದಲ ಎರಡು ಮಕ್ಕಳು ಹೆಣ್ಣಾದ್ದರಿಂದ, ಮೂರನೆಯ ಬಸಿರಾದಾಗ ವಿಮಲಕ್ಕ ವಿಚಿತ್ರ ಒತ್ತಡಕ್ಕೆ ಒಳಗಾಗಿದ್ದಳು. ಆ ಮಗು ಗಂಡೇ ಆಗಬೇಕೆಂದೂ, ಇಲ್ಲದಿದ್ದರೆ ಹುಟ್ಟಿದ ಮಗುವನ್ನು ಒಯ್ದು ಹಳ್ಳದಲ್ಲಿ ಮುಳುಗಿಸಿ ಬರುವುದಾಗಿಯೂ ಭುಜಂಗ ಮಾವ ಮುಂಚೆಯೇ ಹೇಳಿಬಿಟ್ಟಿದ್ದ. "ಮೂರಕ್ಕೆ ಮುಕ್ತಿ ಅಂತಾರೆ; ಗಂಡೇ ಆಗ್ತದೆ ಸುಮ್ಮನಿರು, ನೀನು ಹೆದರ್ಕೋಬೇಡ. ಸುಮ್ಮನೆ ದೇವರನ್ನ ಬೇಡಿಕೋ" ಎಂದು ಮೋಹನಸ್ವಾಮಿಯ ಅಮ್ಮ ಸಮಾಧಾನ ಮಾಡಿದರೂ, "ಆಗದಿದ್ರೆ ಏನು ಮಾಡ್ಲೆ? ಹಿಂದಿನ ಸಲನೂ ಎಲ್ಲಾ ದೇವರನ್ನ ಬೇಡಿಕೊಂಡಿದ್ದೆ. ಯಾವ ದೇವರೂ ಕೈ ಹಿಡೀಲಿಲ್ಲ" ಎಂದು ಪಿಳಿಪಿಳಿ ಕಣ್ಣು ಬಿಡುತ್ತಾ ಕೇಳಿದ್ದಳು. ಏಳು ತಿಂಗಳು ತುಂಬಿದಂತೆಲ್ಲಾ ಆಕೆ ಹೆದರಿಕೆಯಿಂದ ಬೆಚ್ಚಿಬೀಳುತ್ತಿದ್ದಳು.

ಈ ಹೊತ್ತಿನಲ್ಲಿ ಸರಿಯಾಗಿ ಊರಿನ ದೈವವಾದ ಕುಮಾರಸ್ವಾಮಿಯ ಜಾತ್ರೆ ಬಂತು. ಊರಿನ ಬಹು ದೊಡ್ಡ ಜಾತ್ರೆಯದು. ಗುಡ್ಡದ ಮೇಲೆ ವಾಸವಾಗಿರುವ ಕುಮಾರಸ್ವಾಮಿಯ ಜಾತ್ರೆ ಬರುವುದು ಐದು ವರ್ಷಕ್ಕೆ ಎರಡು ಬಾರಿ ಮಾತ್ರ. ಅಧಿಕಮಾಸ ಬಂದ ವರ್ಷದ ಶ್ರಾವಣದಲ್ಲಿ ಮಾತ್ರ ಆತನ ಜಾತ್ರೆ ಮಾಡುತ್ತಿದ್ದರು. ಊರಿನ ರಾಜಕೀಯ ಧುರೀಣರ ಮನೆದೈವವೂ ಈ ಕುಮಾರಸ್ವಾಮಿಯಾದ್ದರಿಂದ ಸಾಕಷ್ಟು ಹಣವನ್ನು ವೆಚ್ಚ ಮಾಡಿ ವೈಭವದಿಂದ ಜಾತ್ರೆ ನೆರವೇರಿಸಲಾಗುತ್ತಿತ್ತು. ಊರಿನ ವ್ಯಾಪಾರಿಗಳು ಈ ಹೊತ್ತಿನಲ್ಲಿ ಸಾಕಷ್ಟು ದಾನ-ಧರ್ಮ ಮಾಡುತ್ತಿದ್ದರಿಂದ

ದೇಶದ ಮೂಲೆಮೂಲೆಗಳಿಂದ ಹಲವಾರು ಸಾಧು-ಸನ್ಯಾಸಿಗಳು ಅವರ ಊರಿಗೆ ಬರುತ್ತಿದ್ದರು. ಅಂತಹ ಸನ್ಯಾಸಿಗಳು ಸುಮಾರು ತಿಂಗಳುಗಳ ಕಾಲ ಆ ಊರಿನ ಛತ್ರದಲ್ಲಿಯೇ ವಾಸ ಮಾಡುತ್ತಿದ್ದರು. ಜಾತ್ರೆಯ ಒಂದು ವಾರದ ಕಾಲ ಯಥೇಚ್ಛವಾಗಿ ಊಟ-ಉಪಾಹಾರ ಸಿಗುತ್ತಿತ್ತಾದರೂ ಉಳಿದ ದಿನಗಳಲ್ಲಿ ಮನೆಮನೆಗೆ ಭಿಕ್ಷೆಗೆ ಹೋಗುತ್ತಿದ್ದರು.

ಅಂತಹ ಒಬ್ಬ ಸನ್ಯಾಸಿ ಭಿಕ್ಷೆಗೆ ಮನೆಗೆ ಬಂದಾಗ ವಿಮಲಕ್ಕನ ಮುಖದಲ್ಲಿನ ದುಗುಡವನ್ನು ಗುರುತಿಸಿದ್ದ. "ಯಾಕೆ ತಾಯಿ ಅಷ್ಟೊಂದು ಚಿಂತಿ ಮಾಡಲಿಕ್ಕೆ ಹತ್ತಿ? ಬಸುರಿ ಹೆಂಗಸು ಚಿಂತಿ ಮಾಡಬಾರದವ್ವಾ... ಹೊಟ್ಟಿನಾಗಿರೋ ಕೂಸಿಗೆ ಕಸಿವಿಸಿ ಆಗ್ತದೆ" ಅಂತ ಆತ ಹೇಳಿದ ತಕ್ಷಣ, ಅವನ ಮಾತಿನಲ್ಲಿನ ಆರ್ದ್ರತೆಗೆ ಕರಗಿದ ವಿಮಲಕ್ಕ, ಅಲ್ಲಿಯೇ ಹೊಸ್ತಿಲ ಮೇಲೆ ಅನ್ನ ಹಾಕಿದ ತಟ್ಟೆಯನ್ನು ಹಿಡಿದುಕೊಂಡು ಕುಸಿದು ಕುಳಿತವಳು, ಸಂಪೂರ್ಣವಾಗಿ ತನ್ನ ಕಷ್ಟವನ್ನು ಆತನಿಗೆ ನಿವೇದಿಸಿಕೊಂಡು ಬಿಟ್ಟಿದ್ದಳು. ಅಂಗಳದಲ್ಲಿ ಕುಕ್ಕುರುಗಾಲಿನಲ್ಲಿ ಕುಳಿತ ಆ ಸನ್ಯಾಸಿ, ಅವಳ ಮಾತಿನ ಮಧ್ಯೆ ತಲೆ ಹಾಕದೆ ಅಷ್ಟನ್ನೂ ಕೇಳಿಸಿಕೊಂಡು ಕೊನೆಗೆ ಆಕೆಗೊಂದು ಸಲಹೆಯನ್ನು ಕೊಟ್ಟಿದ್ದ. ಹತ್ತಿರದ ದರ್ಗಾದಲ್ಲಿರುವ ಕಾಶಿಂಪೀರನ ಸಮಾಧಿಗೆ ನಡೆದುಕೊಳ್ಳಬೇಕೆಂದೂ, ಆ ದೈವ ಮನಸ್ಸು ಮಾಡಿದರೆ ಖಂಡಿತವಾಗಿಯೂ ಆಕೆಗೆ ಗಂಡು ಮಗು ಆಗುತ್ತದೆಂದೂ ಹೇಳಿಹೋಗಿದ್ದ. ಅವನ ಮಾತಿನಲ್ಲಿ ಅದು ಯಾವ ಮೋಡಿಯಿತ್ತೋ ಗೊತ್ತಿಲ್ಲ; ವಿಮಲಕ್ಕಗೆ ನಾಟಿತು. ಪ್ರತಿನಿತ್ಯ ದರ್ಗಾಕ್ಕೆ ಹೋಗಿ, ನಿಷ್ಠೆಯಿಂದ ಕಾಶಿಂಪೀರನ ಸಮಾಧಿಗೆ ಕೈ ಮುಗಿದು ಬರಲಾರಂಭಿಸಿದಳು. ವಾರಕ್ಕೊಮ್ಮೆ ಬೆಲ್ಲ ಕಳುಹಿಸಿ ಮಂತ್ರಿಸಿಕೊಂಡು ಬಂದು ಪ್ರಸಾದವಾಗಿ ತಿನ್ನುತ್ತಿದ್ದಳು. ಅಲ್ಲಿಯ ಮೌಲ್ವಿಗಳಿಗೆ ತನ್ನ ದುಃಖವನ್ನು ತೋಡಿಕೊಂಡಳು. ಕಾಶಿಂಪೀರ ಆಕೆಯ ನಂಬಿಕೆಗೆ ಯಾವುದೇ ದ್ರೋಹ ಬಗೆಯಲಿಲ್ಲ. ಮೂರನೆಯದು ಗಂಡೇ ಆಯ್ತು. ಭುಜಂಗ ಮಾವನ ಖುಷಿಯನ್ನು ಕಟ್ಟಿ ಹಾಕುವುದು ಸಾಧ್ಯವಿರಲಿಲ್ಲ.

ಆದರೆ ನಾಮಕರಣದ ದಿನವೇ ಮತ್ತೊಮ್ಮೆ ರಾದ್ಧಾಂತವಾಯಿತು. ಪುರೋಹಿತರು, 'ಮಗುವಿಗೆ ಏನು ಹೆಸರಿಡುವಿರಿ?' ಎಂದು ಭುಜಂಗ ಮಾವನನ್ನು ಕೇಳಿದಾಗ, 'ಕಾಶಿಂಪೀರ' ಎಂಬ ವಿಮಲಕ್ಕನ ಉತ್ತರಕ್ಕೆ ಆತ ಎಗರಿ ಬಿದ್ದಿದ್ದ. "ತಲೆ ಕೆಟ್ಟದೇನೆ?" ಎಂದು ಭುಜಂಗಮಾವ ಸಿಡಿದಿದ್ದ. ಆದರೆ ವಿಮಲಕ್ಕ ಯಾರ ಮಾತನ್ನೂ ಕೇಳುವ ಸ್ಥಿತಿಯಲ್ಲಿರಲಿಲ್ಲ. "ನಾನು ಮನಸ್ಸಿನಾಗೆ ಅಂದುಕೊಂಡೀನಿ. ಆ ಹೆಸರು ಬಿಟ್ಟು ಬೇರೆದಕ್ಕೆ ಒಪ್ಪಲ್ಲ" ಎಂದು ಹಠಹಿಡಿದುಬಿಟ್ಟಳು. ಉಳಿದ ಹೊತ್ತಿನಲ್ಲಾದರೆ ಭುಜಂಗ ಮಾವ ಹೊಡೆಯುತ್ತಿದ್ದನೇನೋ! ಆದರೆ ನೂರಾರು ಬಂಧುಬಳಗದ ಎದುರು, ಗಂಡು ಹೆತ್ತು ಕೊಟ್ಟ ಬಾಣಂತಿ ಹೆಂಡತಿಯನ್ನು ಹೊಡೆಯುವ ಧೈರ್ಯವನ್ನು

ಅವನು ಮಾಡಲಿಲ್ಲ. ಕೊನೆಗೆ ಸೋತು, 'ಅದೇ ಹೆಸರು ಇಡ್ರಿ' ಅಂತ ಪುರೋಹಿತರಿಗೆ ಬೇಡಿಕೊಂಡ. ಅವರು ಖಡಾಖಂಡಿತವಾಗಿ ನಿರಾಕರಿಸಿದರು.

"ಎಲ್ಲಾದ್ರೂ ಬ್ರಾಹ್ಮಣರು ತುರುಕರ ಹೆಸರು ಇಡೋದು ಸಾಧ್ಯ ಏನಪ್ಪಾ? ನಾನು ಇಂಥಾ ಪಾಪ ಮಾಡಲ್ಲ" ಎಂದು ಅವರೂ ಹಠ ಹಿಡಿದುಬಿಟ್ಟರು. ಈ ಹಗ್ಗಜಗ್ಗಾಟದಲ್ಲಿ ಮುಹೂರ್ತದ ವೇಳೆ ಮೀರಲಾರಂಭಿಸಿತು. ಕೊನೆಗೆ ಗುಂಪಿನಲ್ಲಿದ್ದ ಕನ್ನಡ ಪಂಡಿತರೊಬ್ಬರು ಒಂದು ಸುಲಭೋಪಾಯವನ್ನು ಹೇಳಿ ಕೊಟ್ಟರು. 'ಕಾಶಿಂಪೀರ' ಬದಲಾಗಿ, 'ಕಾಶೀವೀರ' ಎಂದು ಹೆಸರಿಡುವುದಾಗಿಯೂ, ಕನ್ನಡದಲ್ಲಿ 'ಪ', 'ಬ' ಮತ್ತು 'ವ' ಅಕ್ಷರಗಳನ್ನು ಅದಲು ಬದಲಾಯಿಸಿದರೆ ಅಂತಹ ಅರ್ಥವ್ಯತ್ಯಾಸ ಆಗುವುದಿಲ್ಲವೆಂದೂ ಹೇಳಿದರು. ಎಲ್ಲರೂ ಇದಕ್ಕೆ ಒಪ್ಪಿಕೊಂಡರು. ಅಂತೂ 'ಕಾಶಿಂಪೀರ'ನು 'ಕಾಶೀವೀರ'ನಾಗಿ ನಾಮಕರಣಗೊಂಡಿದ್ದ. ಆದರೆ ವಿಮಲಕ್ಕ ಮಾತ್ರ ಹಠ ಹಿಡಿದವಳಂತೆ ಅವನನ್ನು ಯಾವಾಗಲೂ 'ಕಾಶಿಂಪೀರ' ಎಂದೇ ಕರೆಯುತ್ತಿದ್ದಳು.

ಕಾಶೀವೀರನಿಗೆ ಓದು ಹತ್ತಲಿಲ್ಲ. ಅಕ್ಕಂದಿರಿಬ್ಬರು ಒಳ್ಳೊಳ್ಳೆ ಅಂಕಗಳನ್ನು ಪಡೆದು ಪಾಸಾದರೆ, ಇವನು ಉಡುಪಿಯ ಸ್ವಾಮಿಗಳ ಪರ್ಯಾಯದಂತೆ ಎರಡು ವರ್ಷಕ್ಕೊಮ್ಮೆ ತರಗತಿಯನ್ನು ಬದಲಿಸುತ್ತಿದ್ದ. ತುಂಟತನದಲ್ಲಿ ಅಸಾಧ್ಯ ಚುರುಕಾಗಿದ್ದ ಕಾಶೀವೀರ ಹಲವಾರು ಬಾರಿ ಸಹ ಹುಡುಗರನ್ನು ಹೊಡೆದು ಮನೆಯ ತನಕ ಜಗಳವನ್ನು ತಂದು ಅಪ್ಪ-ಅಮ್ಮನಿಗೆ ತಲೆನೋವು ತರುತ್ತಿದ್ದ. ಆದರೆ ಹತ್ತನೇ ತರಗತಿಗೆ ಬರುವುದರಲ್ಲಿ ಆರು ಅಡಿ ಬೆಳೆದಿದ್ದ ಕಾಶೀವೀರ ವಾಲಿಬಾಲ್ ಆಟದಲ್ಲಿ ತುಂಬಾ ಚುರುಕಾಗಿದ್ದ. ಬೆಳಿಗ್ಗೆ ಮತ್ತು ಸಂಜೆ ನಿರಂತರವಾಗಿ ವಾಲಿಬಾಲ್ ಆಟದಲ್ಲಿ ತೊಡಗಿಸಿಕೊಳ್ಳುತ್ತಿದ್ದ. ಅವರಪ್ಪ ಅದರಲ್ಲಿಯೇ ಅವನನ್ನು ಮುಂದುವರೆಯಲು ಪ್ರೋತ್ಸಾಹ ಕೊಟ್ಟರು. ರಾಜ್ಯಮಟ್ಟದಲ್ಲಿಯೂ ಸ್ಪರ್ಧಿಸಿದ ಅವನಿಗೆ ಒಳ್ಳೆಯ ಹೆಸರೂ ಬಂತು. ಬರೀ ಇಷ್ಟೇ ಆಗಿದ್ದರೆ ಎಲ್ಲವೂ ಸುಖದಾಯಕವಾಗಿಯೇ ಇರುತ್ತಿತ್ತು. ಆಟಕ್ಕೆಂದು ಊರೂರಿಗೆ ತಿರುಗುತ್ತಿದ್ದ ಕಾಶೀವೀರನಿಗೆ ಕೆಟ್ಟ ಚಟಗಳು ಬಹು ಬೇಗನೆ ಅಂಟಿಕೊಂಡವು. ಕುಡಿತ, ಸಿಗರೇಟುಗಳ ಸಹವಾಸವಿರುವುದು ಮನೆಯವರಿಗೆ ಅವರಿವರಿಂದ ಗೊತ್ತಾಗಿತ್ತು. ಡಿಗ್ರಿ ಮೊದಲನೆಯ ವರ್ಷ ಮುಗಿಸುವುದರಲ್ಲಿ, ನೋಡಲು ಸುಂದರನಾಗಿದ್ದ ಕಾಶೀವೀರನಿಗೆ ಹುಡುಗಿಯರ ಸಹವಾಸವೂ ಸೇರಿಕೊಂಡುಬಿಟ್ಟಿತು. ಒಂದಿಷ್ಟು ಪಡ್ಡೆ ಹುಡುಗರನ್ನು ಕಟ್ಟಿಕೊಂಡು, ಸೈಕಲ್ಲಿನಲ್ಲಿ ತಿರುಗುತ್ತಾ ಊರು ಸುತ್ತುವ ಹವ್ಯಾಸವನ್ನು ಬೆಳೆಸಿಕೊಂಡ. ಅಪ್ಪ-ಅಮ್ಮ ಬುದ್ಧಿ ಹೇಳಲು ಪ್ರಯತ್ನಿಸಿದರಾದರೂ ಅದು ಅವನಿಗೆ ತಾಕಲಿಲ್ಲ. "ಅಂಗೈ ಆದ್ರೆ ನೆಕ್ಕಬಹುದು. ನನ್ನ ಮಗ ಮೊಣಕೈ ಆಗ್ಯಾನೆ. ಏನು ಮಾಡಲಿ ಹೇಳು?" ಎಂದು ವಿಮಲಕ್ಕ ಹತಾಶೆಯ ಧ್ವನಿಯಲ್ಲಿ ಮೋಹನಸ್ವಾಮಿಯ ಅಮ್ಮನ ಮುಂದೆ ಹೇಳಿದ್ದಳು.

ದಿನಗಳೆದಂತೆ ಕಾಶೀವೀರನ ದೇಹದ ಸೌಂದರ್ಯ ಮೋಹನಸ್ವಾಮಿಯನ್ನು ಆಕರ್ಷಿಸಲಾರಂಭಿಸಿತು. ಈಗಾಗಲೇ ಬೆಂಗಳೂರಿನಲ್ಲಿ ಒಳ್ಳೆಯ ಸಂಬಳದ ಕೆಲಸಕ್ಕೆ ಸೇರಿಕೊಂಡಿದ್ದ ಮೋಹನಸ್ವಾಮಿ ಊರಿಗೆ ಬಂದಾಗಲೆಲ್ಲಾ ಅವನನ್ನು ನೋಡಲು ಹಪಹಪಿಸುತ್ತಿದ್ದ. ಮರೆಯದೆ ಅವನಿಗಾಗಿ ಏನಾದರೂ ಉಡುಗೊರೆಯನ್ನು ತಂದು ಯಾರಿಗೂ ಗೊತ್ತಾಗದಂತೆ ಕೊಡುತ್ತಿದ್ದ. ಅವನ ದುಶ್ಚಟಗಳ ಬಗ್ಗೆ ಯಾರಾದರೂ ಗೊಣಗಾಡಿದರೆ ಇವನಿಗೆ ಅಂತಹ ಬೇಸರವೇನೂ ಆಗದೆ ಒಳಗೊಳಗೆ ಖುಷಿಯಾಗುತ್ತಿತ್ತು. ವಿಮಲಕ್ಕ ಅಥವಾ ಅವನಮ್ಮ ಕಾಶೀವೀರನ ದುರ್ಗುಣಗಳ ಬಗ್ಗೆ ಬೇಸರದಿಂದ ಮಾತನಾಡಿದರೆ "ನೀವು ಸುಮ್ಮನೆ ಅವನ್ನ ಬೈಯಬೇಡ್ರಿ. ಅಂಥಾ ಹುಡುಗರೇ ಜೀವನದಲ್ಲಿ ಮುಂದೆ ಬರೋದು" ಎಂದು ಅವನನ್ನು ವಹಿಸಿಕೊಂಡು ಮಾತನಾಡುತ್ತಿದ್ದ. ತನ್ನ ಮೇಲೆ ಮೋಹನಸ್ವಾಮಿಗೆ ಆದರವಿರುವುದನ್ನು ಗಮನಿಸಿದ ಕಾಶೀವೀರ, ಅದನ್ನು ಸರಿಯಾಗಿ ಬಳಸಿಕೊಳ್ಳತೊಡಗಿದ. ಆಗೊಮ್ಮೆ ಈಗೊಮ್ಮೆ ಇವನ ಬಳಿ ಹಣ ಪಡೆದುಕೊಳ್ಳಲು ಪ್ರಾರಂಭಿಸಿದ. "ಸಿಗರೇಟು, ಕುಡಿತಕ್ಕೆ ಹಾಳು ಮಾಡಬೇಡವೋ..." ಎಂದು ನಗುತ್ತ ಅವನ ಭುಜದ ಮಾಂಸಖಂಡಗಳನ್ನು ಹಿತವಾಗಿ ಸವರುತ್ತಾ ಕೊಡುತ್ತಿದ್ದ ಮೋಹನಸ್ವಾಮಿಗೆ, "ಏಯ್, ಇಲ್ಲ ಮೋಹನ. ಕಾಲೇಜಿನ ಬುಕ್ಸ್ ತಗೊಳ್ಳಕ್ಕೆ ಬೇಕಿತ್ತು" ಎಂದು ತಲೆಯಲ್ಲಿ ತುಂಬಿದ ಕೂದಲಿನ ಮಧ್ಯೆ ಎಡಗೈಯಿಂದ ಕೆರೆದುಕೊಳ್ಳುತ್ತಾ ತುಂಟನಗೆಯನ್ನು ಅರಳಿಸಿದರೆ ಸಾಕು, ಎದೆ ಹರುಷದಿಂದ ಬಿರಿಯುತ್ತಿತ್ತು. ಅವನೆಂದೂ ಕಾಲೇಜ್ ವಿದ್ಯಾಭ್ಯಾಸವನ್ನು ಮುಗಿಸುವುದು ಸಾಧ್ಯವಿಲ್ಲವೆಂದು ಮೋಹನಸ್ವಾಮಿಗೆ ಗೊತ್ತಿತ್ತು. ಆದರೆ ಅವನ ಕಾಲೇಜು ಪುಸ್ತಕ ಕೊಳ್ಳುವ ನೆಪಕ್ಕೆ ಕರಗುವುದು ಮೋಹನಸ್ವಾಮಿಗೆ ಅಭ್ಯಾಸವಾಗಿ ಹೋಯ್ತು.

ಸಂಜೆಯ ವೇಳೆ ಮೈದಾನಕ್ಕೆ ಹೋಗಿ ಕಾಶೀವೀರನ ವಾಲಿಬಾಲ್ ಆಟವನ್ನು ನೋಡುತ್ತಿದ್ದ. ತುಂಡು ಚಡ್ಡಿ, ನೆಟ್ ಬನಿಯನ್‌ನಲ್ಲಿ ಆಡುವ ಕಾಶೀವೀರನ ಎಲ್ಲ ಅವಯವಗಳನ್ನು ಎವೆಯಿಕ್ಕದೆ ನೋಡುತ್ತಿದ್ದ. ಅವನ ಬಲಿಷ್ಠ ಮೀನಖಂಡ, ತೊಡೆ, ಸರ್ವೀಸ್ ಮಾಡುವಾಗ ಕಾಣುವ ಅವನ ಕಂಕುಳು, ಅಲ್ಲಿನ ರೋಮ, ಭುಜದ ಸ್ನಾಯುಗಳು, ಪಾಯಿಂಟ್ ಬಂದಾಗ ಅಹಂಕಾರದಿಂದ ಅವನು ಮಾಡುತ್ತಿದ್ದ ಹೂಂಕಾರ, ಆಟದ ಮಧ್ಯದಲ್ಲಿ ದಾಹದಿಂದ ನೀರನ್ನು ಅವಸರದಲ್ಲಿ ಕುಡಿಯುತ್ತಾ ಮುಖದ ಮೇಲೆ ಹಾಕಿಕೊಂಡಾಗ ಆ ನೀರು ಎದೆಯ ಮೇಲೆ ಇಳಿದು ಅಂಗಿಯನ್ನು ತೋಯಿಸುತ್ತಿದ್ದ ಬಗೆ, ತಲೆಗೆ ನೀರನ್ನು ಸುರುವಿಕೊಂಡು ಒಮ್ಮೆ ತಲೆಯನ್ನು ಕೊಡವಿದಾಗ ಕೂದಲಿನಿಂದ ಹಾರುತ್ತಿದ್ದ ತುಂತುರು – ಪ್ರತಿಯೊಂದೂ ಮೋಹನಸ್ವಾಮಿಯ ಎದೆಯ ಬಡಿತವನ್ನು ಹೆಚ್ಚಿಸುತ್ತಿದ್ದವು. ರಾತ್ರಿಯ ಅವನ ಕನಸುಗಳಲ್ಲಿ ಕಾಶೀವೀರ ಬೆತ್ತಲೆಯಾಗಿ ಬರಲಾರಂಭಿಸಿದ.

ನಿತ್ಯದ ಭಾವೋನ್ಮಾದದ ಶಮನಕ್ಕೆ ಕಾಶೀವೀರನನ್ನೇ ಅವನು ವಿಭಿನ್ನ ಭಂಗಿಗಳಲ್ಲಿ ಊಹಿಸಿಕೊಳ್ಳುತ್ತಿದ್ದ. ಯಾರಿಗಾದರೂ ಇದು ಗೊತ್ತಾದರೆ ಗತಿಯೇನು ಎಂಬ ಭಯ ಮೋಹನಸ್ವಾಮಿಯನ್ನು ಹೆದರಿಸುತ್ತಿತ್ತು.

ಒಮ್ಮೆ ಅವನ ದೇಹವನ್ನು ನೇರವಾಗಿ ಸ್ಪರ್ಶಿಸುವ ಅವಕಾಶ ಮೋಹನಸ್ವಾಮಿಗೆ ಬಂತು. ಆ ದಿನ ವಿಮಲಕ್ಕನ ಮನೆಗೆ ಹೋದಾಗ ಮಕ್ಕಳು ಯಾರೂ ಇರಲಿಲ್ಲ. ವಿಮಲಕ್ಕ ಇವನಿಗೆ ಕಾಫಿ ಮಾಡಿ ಕೊಟ್ಟು, 'ಬೆಂಗಳೂರಿನಾಗೆ ಒಣ ಹೇಲೂ ಮಾರ್ತಾರೆ ಅಂತಾರಲ್ಲೋ, ಹೌದಾ?' ಎಂದು ಹರಟೆಗೆ ತೊಡಗಿಕೊಂಡಳು. ಭುಜಂಗ ಮಾವ ಸಂತೆಗೆ ಹೋಗಿದ್ದರೆ, ಕಾಶೀವೀರ ಕಟಿಂಗ್ ಸಲೂನಿಗೆ ಹೋಗಿದ್ದ. ಇಬ್ಬರು ಹುಡುಗಿಯರು ದೂರದಲ್ಲಿರುವ ಬಯಲು ಆಂಜನೇಯನ ಗುಡಿಗೆ ಹೋಗಿದ್ದರು. ಮೋಹನಸ್ವಾಮಿಗೆ ಅಲ್ಲಿ ಕೂತು ವಿಮಲಕ್ಕನ ಜೊತೆಗೆ ಹರಟೆ ಹೊಡೆಯಬೇಕೋ, ಮನೆಗೆ ಹೋಗಿಬಿಡಬೇಕೋ ಎಂಬ ದ್ವಂದ್ವ ಶುರುವಾಗಿತ್ತು. ಆ ಹೊತ್ತಿನಲ್ಲಿ ಕಟಿಂಗ್ ಮಾಡಿಕೊಂಡ ಕಾಶೀವೀರ ವಾಪಾಸು ಬಂದ. ಪಡಸಾಲೆಯಿಂದಲೇ "ಅಮ್ಮಾ, ನೀರು ಹಾಕು" ಎಂದು ಕೂಗಿದ. "ಅಡಿಗಿ ಮಾಡೋದಕ್ಕೂ ಈ ಹುಡುಗರು ಬಿಡಂಗಿಲ್ಲ ನೋಡು. ಮೋಹನ, ನೀನೇ ಒಂಚೂರು ಕಾಶಿಂಪೀರಗೆ ಸ್ನಾನಕ್ಕೆ ನೀರು ಹಾಕಿ ಬಿಡಪ್ಪ" ಎಂದು ವಿಮಲಕ್ಕ ಬೇಡಿಕೊಂಡಳು. ಅನಿರೀಕ್ಷಿತವಾಗಿ ಒದಗಿ ಬಂದ ಈ ಸುವರ್ಣಾವಕಾಶದಿಂದ ಮೋಹನಸ್ವಾಮಿಯ ಮೈ ಸಣ್ಣಗೆ ನಡುಗಿತು. ಸಿಹಿ ತಿನಿಸನ್ನು ಬಾಚಿಕೊಳ್ಳುವ ಮಗುವಿನಂತೆ ಬಚ್ಚಲು ಮನೆಯ ಕಡೆ ನಡೆದ. "ಮೈಗೆ ನೀರು ಸಿಡಿಸಿಕೊಳ್ಳದಂಗೇ ನೀರು ಹಾಕು ಮೋಹನ. ನಮ್ಮ ಪೀರ ಬಲೆ ಒರಟ, ಕತ್ತಿಯಂಥಾ ದೇಹ ಬಂದ್ರೂ ಬುದ್ಧಿ ಬಂದಿಲ್ಲ" ಎಂದು ವಿಮಲಕ್ಕ ಕೂಗಿ ಹೇಳಿದಳು.

ಬಚ್ಚಲು ಮನೆಯ ಮೂಲೆಯಲ್ಲಿದ್ದ ಒಲೆಯಲ್ಲಿ ಬೆಂಕಿ ನಿಗಿನಿಗಿ ಉರಿಯುತ್ತಿತ್ತು. ಈಗಾಗಲೇ ಉಟ್ಟ ಬಟ್ಟೆಗಳನ್ನೆಲ್ಲಾ ಕಳಚಿ ಮೂಲೆಗಿಟ್ಟು, ತುಂಡು ಚಡ್ಡಿಯಲ್ಲಿ ಕುಕ್ಕರುಗಾಲಿನಲ್ಲಿ ಕುಳಿತ ಕಾಶೀವೀರನ ಮೈಮೇಲೆ ಬೆಂಕಿಯ ಝಳ ಬಡಿದು, ಅವನನ್ನು ಬಂಗಾರದ ಚರ್ಮದವನಂತೆ ಬಿಂಬಿಸುತ್ತಿತ್ತು. ಕುತ್ತಿಗೆಯಲ್ಲಿ ಅವನು ಹಾಕಿಕೊಂಡ ಒಂದೆಳೆ ಬಂಗಾರದ ಸರ ಸಣ್ಣಗೆ ಅಲ್ಲಾಡುತ್ತಾ ಆಗೊಮ್ಮೆ ಈಗೊಮ್ಮೆ ಫಳಫಳನೆ ಮಿಂಚುತ್ತಿತ್ತು. ಕನಸು-ಮನಸಿನಲ್ಲಿ ಕಾಡುವ ದೇಹ ಇಡಿಯಾಗಿ ತನ್ನ ಕಣ್ಣ ಮುಂದೆ ಕುಳಿತಿರುವುದು ಕಂಡು ಮೋಹನಸ್ವಾಮಿಗೆ ವಿಚಿತ್ರ ಆತಂಕ ಶುರುವಾಯ್ತು. ಹಂಡೆಯಿಂದ ನೀರನ್ನು ತೆಗೆದು ತೋಡುವಾಗ ಕೈ ನಡುಗಲಾರಂಭಿಸಿತು. ಬೇಡ ಬೇಡವೆಂದರೂ ಕಣ್ಣಿನ ನೋಟ ಅವನ ಇಡೀ ದೇಹವನ್ನು ಸ್ಪರ್ಶಿಸಲಾರಂಭಿಸಿತು. ಸೊಗಸಾಗಿ ಕಟಿಂಗ್ ಮಾಡಿಸಿಕೊಂಡು, ನುಣ್ಣಗೆ ಶೇವ್ ಮಾಡಿಸಿಕೊಂಡು, ಮೀಸೆಯನ್ನು ಟ್ರಿಮ್ ಮಾಡಿಸಿಕೊಂಡ ಕಾಶೀವೀರ ಮನ್ಮಥನಂತೆ ತೋರುತ್ತಿದ್ದ.

ಇವನ ಮನಸ್ಸಿನ ಭಾವಗಳ ಅರಿವಿಲ್ಲದ ಕಾಶೀವೀರ ಯಾವುದೋ ಸಿನಿಮಾ ಹಾಡಿನ ವಿಜಿಲ್ ಹಾಕುತ್ತಾ, ಎರಡೂ ಕೈಗಳನ್ನೆತ್ತಿ ಮೈ ಮುರಿದಾಗ ಅವನ ಕೊಂಕುಳದ ಕೂದಲುಗಳನ್ನೂ ಈ ಬಾರಿ ಶೇವ್ ಮಾಡಿಸಿಕೊಂಡಿದ್ದು ಮೋಹನಸ್ವಾಮಿಯ ಅರಿವಿಗೆ ಬಂದು, ಶೇವಿಂಗ್ ಕತ್ತಿ ಅವನ ಕಂಕುಳಗುಂಟ ಅಂಟಿಕೊಂಡೇ ಜಾರಿರುವ ಚಿತ್ರ ಅವನ ಕಣ್ಣ ಮುಂದೆ ಬಂದು ಮೈ ಮತ್ತಷ್ಟು ಬಿಸಿಯಾಯ್ತು.

ಮೊದಲಿಗೆ ಮೋಹನಸ್ವಾಮಿ ತಣ್ಣೀರನ್ನು ಹಾಕಿ, ಅವನು ಬಿಚ್ಚಿಟ್ಟ ಬಟ್ಟೆಗಳನ್ನು ತೊಯ್ಯಿಸುವಂತೆ ಮಾಡಿದ. ಅನಂತರ ಬಿಸಿನೀರನ್ನು ಬೆರೆಸಿ ಅವನಿಗೆ ಹಗೂರಕ್ಕೆ ಸುರುವಿದ. ಸಲೂನಿಗೆ ಹೋಗಿ ಬಂದ ಮೇಲೆ ಇಡೀ ದೇಹದ ಪ್ರತಿಯೊಂದು ಭಾಗಕ್ಕೂ ನೀರಿನ ಸ್ಪರ್ಶವಾಗಬೇಕು. “ಅಲ್ಲಿ ಒರೆಸಿಗೋ, ಇಲ್ಲಿ ಒರೆಸಿಗೋ” ಎಂದು ನೀರನ್ನು ಸುರಿದೇ ಸುರಿದ. “ಸಾಕು ಬಿಡು ಮೋಹನ” ಎಂದು ಕಾಶೀವೀರ ಹೇಳಿದರೂ ಸಾಕು ಮಾಡಲಿಲ್ಲ. ಕೊನೆಗೆ ಆಸೆ ತಡೆಯಲಾರದೆ “ಸರಿಯಾಗಿ ಬೆನ್ನು ಉಜ್ಜಿಕೊಳ್ಳೋದು ನಿಂಗೆ ಬರಲ್ಲಲ್ಲೋ, ಸೋಪು ಕೊಡು ಇಲ್ಲಿ” ಎಂದು ಅವನ ಕೈಯಿಂದ ಸೋಪು ಕಸಿದುಕೊಂಡು ಬಚ್ಚಲಿಗಿಳಿದು ಬಿಟ್ಟ. “ನೀನ್ಯಾಕೆ ಮೋಹನ ಉಜ್ಜುತೀ” ಎಂದು ಕಾಶೀವೀರ ಹೇಳಿದರೂ ಕೇಳದೆ, ಅವನ ಬೆನ್ನಿಗೆ ಸೋಪು ಹಚ್ಚಿ ಉಜ್ಜಲಾರಂಭಿಸಿದ. ಕಾಶೀವೀರನಿಗೆ ಏನೋ ಬೇರೆ ವಾಸನೆ ಹೊಡೆದು ತೆಪ್ಪಗಾದ. ಅವನ ದೇಹದ ಸ್ಪರ್ಶ ಸಿಕ್ಕಿದ್ದೇ ಮೋಹನಸ್ವಾಮಿ ತನ್ನ ಮನಸ್ಸಿನ ಮೇಲಿನ ನಿಯಂತ್ರಣವನ್ನು ಕಳೆದುಕೊಂಡ. ಬೆನ್ನಿಗೆ ಕೈ ಹಚ್ಚಿದವನು ಹಗೂರಕ್ಕೆ ಎದೆ, ಹೊಟ್ಟೆ, ಪಾದ, ಕಾಲು, ತೊಡೆ ಎಲ್ಲವನ್ನೂ ಉಜ್ಜಲಾರಂಭಿಸಿದ. ಕಾಶೀವೀರ ಯಾವುದೇ ಪ್ರತಿಕ್ರಿಯೆಯನ್ನು ತೋರದೆ ತಟಸ್ಥನಾಗಿ ನಿಂತಿದ್ದ. ಮೋಹನನಿಗೆ ಅದ್ಯಾವ ಭೂತ ಮೈಯಲ್ಲಿ ಹೊಕ್ಕಿತ್ತೋ ಗೊತ್ತಿಲ್ಲ. ಅಡಿಗೆ ಮನೆಯಲ್ಲಿ ವಿಮಲಕ್ಕ ಇದ್ದಾಳೆಂಬ ಭಯವನ್ನೂ ಮರೆತು ಅವನ ಚಡ್ಡಿಯಲ್ಲೂ ಕೈ ಹಾಕಿದ. ಗರ್ಭ ಗುಡಿಯನ್ನು ಪ್ರವೇಶಿಸಿ ಮೂಲವಿಗ್ರಹವನ್ನು ಮುಟ್ಟಿದ ವಿಚಿತ್ರ ತಲ್ಲಣ, ಖುಷಿ, ಭಯಗಳು ಮೋಹನಸ್ವಾಮಿಯನ್ನು ಆಕ್ರಮಿಸಿ, ಕಣ್ಣನ್ನು ಗಟ್ಟಿಯಾಗಿ ಮುಚ್ಚಿಕೊಂಡು, ಅವನ ಬೆನ್ನಿಗೆ ತಲೆಯನ್ನು ಆನಿಸಿ, ವಾಸ್ತವದ ಸುಖವನ್ನು ಅರಗಿಸಿಕೊಳ್ಳಲು ಪ್ರಯತ್ನಿಸಿದ. ಬದುಕಿನಲ್ಲಿ ಮೊದಲ ಬಾರಿಗೆ ಸ್ಪರ್ಶಸುಖಕ್ಕೆ ಒಳಗಾಗಿದ್ದ. ಅದರ ಮೋಡಿಗೆ, ಅದರ ತೀಕ್ಷ್ಣತೆಗೆ, ಅದರ ರಭಸಕ್ಕೆ ಎಚ್ಚರ ತಪ್ಪುವಂತಹ ಸ್ಥಿತಿಗೆ ತಲುಪಿದ್ದ. ಆದರೆ ಕಾಶೀವೀರ ಏನೊಂದಕ್ಕೂ ಪ್ರತಿಕ್ರಿಯಿಸದೆ ಸುಮ್ಮನೆ ಅವನ ಒದ್ದಾಟವನ್ನು ನೋಡಲಾರಂಭಿಸಿದ. ಕೊನೆಗೆ ಮುಖಕ್ಕೆ ಸೋಪನ್ನು ಹಚ್ಚುವ ನೆಪದಲ್ಲಿ ತನ್ನ ಮುಖವನ್ನು ಹತ್ತಿರ ತಂದಾಗ ಮಾತ್ರ ಕಾಶೀವೀರನಿಗೆ ಸಹಿಸಲಾಗಲಿಲ್ಲ. ಮುಖವನ್ನು ಅತ್ತ ತಿರುಗಿಸಿ, ಮೋಹನಸ್ವಾಮಿಯ ಮುಖಕ್ಕೆ ತನ್ನ ಇಷ್ಟಗಲದ ಅಂಗೈ ಇಟ್ಟು ದೂರ ತಳ್ಳಿದ.

ಮೋಹನಸ್ವಾಮಿ ದೂರ ಹೋಗಿ ಬಿದ್ದ. 'ದಢ್' ಎಂಬ ಸದ್ದು ಬಂತು. 'ಏನೋ ಅದು ಸದ್ದು' ಎಂದು ಅಡಿಗೆ ಮನೆಯಿಂದಲೇ ವಿಮಲಕ್ಕ ಕೂಗು ಹಾಕಿದಳು. 'ಕಳ್ಳ ಬೆಕ್ಕು' ಎಂದು ಕಾಶೀವೀರ ತಕ್ಷಣ ಉತ್ತರಿಸಿದ. ಮೋಹನಸ್ವಾಮಿ ಉಟ್ಟಿದ್ದ ಬಟ್ಟೆಗಳು ಸಂಪೂರ್ಣ ಒದ್ದೆಯಾಗಿದ್ದವು. ಕಾಶೀವೀರನಿಗೆ ತನ್ನ ದೇಹದಲ್ಲಿ ಇರದ ನಿರಾಸಕ್ತಿಯ ಕಹಿವಾಸ್ತವ ಅವನಿಗೆ ಗೊತ್ತಾಯಿತು. ತಾನು ಅವನ ಕಣ್ಣ ಮುಂದೆ ಅತ್ಯಂತ ಅಗ್ಗದ ವ್ಯಕ್ತಿಯಾದೆನೆಂಬ ಹೀನಭಾವವು ಅವನನ್ನು ಮುತ್ತಿಕೊಂಡಿತು. ಮತ್ತೆ ಅವನನ್ನು ಮುಟ್ಟುವ ಧೈರ್ಯವಾಗಲಿಲ್ಲ. ಕಣ್ಣಿನಲ್ಲಿ ನೀರು ತುಂಬಿಕೊಂಡು, ಬಚ್ಚಲು ಮನೆಯಿಂದ ಸೀದಾ ಹೊರ ನಡೆದುಬಿಟ್ಟ.

ಇಡೀ ದಿನ ಮೋಹನಸ್ವಾಮಿ ಪಾಪಪ್ರಜ್ಞೆಯಲ್ಲಿ ಕಳೆದ. "ಮೋಹನ" ಎಂದು ಪ್ರೀತಿಯಿಂದ ಕರೆಯುತ್ತಿದ್ದ ಅಣ್ಣನಂತಹ ಹುಡುಗನ ಮೈಮುಟ್ಟದ ತಾನು ಎಂತಹ ಧೂರ್ತ? ತನಗೆ ಧಿಕ್ಕಾರವಿರಲಿ. ದೇವರು ತನ್ನ ತಪ್ಪಿಗೆ ಸರಿಯಾದ ಶಿಕ್ಷೆ ಕೊಡಲಿ. ತನ್ನ ಕೆಟ್ಟ ಬುದ್ಧಿಗೆ ಯಾರಿಂದಲೂ ಕ್ಷಮೆ ಸಿಗುವುದಿಲ್ಲ. ತಾನು ಬದುಕಿರಬಾರದು. ತಾನೊಂದು ಕ್ರಿಮಿ, ಕ್ಷುಲ್ಲಕ ಹುಳು. ಹಾಲು ಹಾಕಿ ಸಾಕಿದವರನ್ನೂ ಕಚ್ಚುವ ಕಠೋರ ಸರ್ಪ. ತನ್ನಂತಹ ಕ್ರೂರ ಜೀವಕ್ಕೆ ಈ ವಿಶ್ವದಲ್ಲಿ ಸ್ಥಳವಿಲ್ಲ. ನನಗಿಂತಲೂ ಐದು ವರ್ಷ ಹಿರಿಯನ ದೇಹವನ್ನು ತಾನು ಬಯಸಿದ್ದಾದರೂ ಹೇಗೆ? ನಾನು ಹುಟ್ಟಿದಾಗ ತನ್ನ ತೊಡೆಯ ಮೇಲೆ ಮಲಗಿಸಿಕೊಂಡು ಕಾಶೀವೀರ ಆಡಿಸಿದ್ದನೆಂದು ವಿಮಲಕ್ಕ ಹೇಳಿದ್ದು ಮರೆತು ಹೋಗಿದೆಯೆ? ಈ ತಪ್ಪಿಗೆ ಯಾವ ಪ್ರಾಯಶ್ಚಿತ್ತ ಈ ಲೋಕದಲ್ಲುಂಟು? ಗಂಡು ದೇಹವನ್ನು ಬಯಸುವ ಪಾಪದ ನನ್ನ ದೇಹವನ್ನು ತುಂಡು ತುಂಡು ಮಾಡಿ ಹದ್ದು ಗಿಡುಗಗಳಿಗೆ ಆಹಾರವಾಗಿ ಚೆಲ್ಲಿಬಿಡಬೇಕು. ತನ್ನ ಮನಸ್ಸು ಅತ್ಯಂತ ಕೀಳುತನದಿಂದ ಕೂಡಿದೆ. ತನ್ನದು ಹೇಸಿಗೆಯಂತಹ ಬದುಕು. ಅದಕ್ಕೆ ಯಾರೂ ಗೌರವವನ್ನು ಕೊಡುವುದು ಬೇಕಿಲ್ಲ. ನಾನು ಅಯೋಗ್ಯ. ನಾನು ಅಪವಿತ್ರ. ನಾನು ಅಸ್ವಸ್ಥ. ಈ ತರಹದ ಹಲವಾರು ಸ್ವನಿಂದನೆಯ ಹೊಡೆತಗಳ ಭಾರದಿಂದ ಕುಸಿದು, ತಡೆಯಲಾರದಂತೆ ಕಣ್ಣೀರು ಹರಿದಿತ್ತು. ದೇವರ ಮುಂದೆ ಏಕಾಂತದಲ್ಲಿ ಕುಳಿತು ಬಹಳ ಹೊತ್ತು ಅತ್ತ. ಯಾರಿಗೂ ಮುಖ ತೋರಿಸಲು ಸಾಧ್ಯವಾಗದವನಂತೆ ತಲೆ ಬಗ್ಗಿಸಿಕೊಂಡು ಓಡಾಡಲಾರಂಭಿಸಿದ.

ದುಃಖವೆಲ್ಲಾ ಶಮನವಾಗುವ ಹೊತ್ತಿಗೆ ಸಣ್ಣಗೆ ಭಯವೂ ಅವನಲ್ಲಿ ಶುರುವಾಯ್ತು. ಕಾಶೀವೀರ ಅಪ್ಪ-ಅಮ್ಮಗೆ ಹೇಳಿಬಿಟ್ಟರೆ? ವಿಮಲಕ್ಕ-ಭುಜಂಗ ಮಾವನಿಗೆ ಹೇಳಿಬಿಟ್ಟರೆ? ಊರವರಿಗೆ ಗೊತ್ತಾದರೆ ತನ್ನ ಗತಿಯೇನು? ಇಡೀ ಊರಿನ ಜನ ನನ್ನನ್ನು ಓಡಿಸಿಕೊಂಡು ಹೋಗಿ ಕಲ್ಲು ಹೊಡೆಯುವುದಿಲ್ಲವೆ? ಇಷ್ಟು ದಿನ ವಿನಯವಂತ ಹುಡುಗನೆಂದು ಹೊಗಳಿಸಿಕೊಳ್ಳುತ್ತಿದ್ದ ನನ್ನ ಬಣ್ಣ

ಎಲ್ಲರ ಎದುರಿಗೆ ತೋಳೆದು ಹೋಗುತ್ತದೆ. ಬೇಡ, ಬೇಡ. ಹೀಗಾಗಬಾರದು. ಕಾಶೀವೀರನ ಹತ್ತಿರ ಕ್ಷಮೆ ಕೇಳಿಬಿಡಬೇಕು. ದೊಡ್ಡವರ ಬಳಿ ಕ್ಷಮೆ ಬೇಡುವುದರಲ್ಲಿ ತಪ್ಪಿಲ್ಲ. ಇನ್ನೆಂದೂ ಈ ಪಾಪಿ ಅವನ ಮೈ ಮುಟ್ಟುವುದಿಲ್ಲ ಎಂದು ಅವನಿಗೆ ವಿಶ್ವಾಸ ಕೊಡಬೇಕು. ಅವನ ಪಾದಗಳಲ್ಲಿ ತಲೆಯಿಟ್ಟು ಕಣ್ಣೀರು ಸುರಿಸಿ ಕ್ಷಮೆ ಯಾಚಿಸಬೇಕು. "ಇದೊಂದು ಬಾರಿ ಕ್ಷಮಿಸಿಬಿಡು ಕಾಶೀವೀರ" ಎಂದು ಅವನ ಮನಸ್ಸು ಕರಗುವಂತೆ ಬೇಡಿಕೊಳ್ಳಬೇಕು. ಅವನು ಕ್ಷಮಿಸಿದೆನೆಂದು ಹೇಳಿದ ತಕ್ಷಣ ಬೆಂಗಳೂರಿಗೆ ಹೊರಟು ಬಿಡೋಣ. ಇನ್ನು ಅವನು ನನ್ನ ಕಣ್ಣಿಗೆ ಬೀಳದಂತೆ ಇರೋಣ. ಇನ್ನೆಂದೂ ಅವನು ನನ್ನ ಕನಸಿಗೆ ಬರದಂತೆ ಎಚ್ಚರಿಕೆ ವಹಿಸೋಣ.

ಸಂಜೆಯ ವೇಳೆಗೆ ಮೋಹನಸ್ವಾಮಿ ಒಂದು ಪತ್ರವನ್ನು ಕಾಶೀವೀರನಿಗೆ ಬರೆದ. ಅದರಲ್ಲಿ ತನ್ನ ಅಕೃತ್ಯವನ್ನೆಲ್ಲಾ ಜರಿದುಕೊಂಡು, ತನ್ನನ್ನು ಕ್ಷಮಿಸಬೇಕೆಂದು ಬಗೆಬಗೆಯಿಂದ ಬೇಡಿಕೊಂಡ. ನಿನಗೆ ತಮ್ಮನಾಗುವ ಯೋಗ್ಯತೆಯವನು ನಾನಲ್ಲವೆಂದು ನೇರವಾಗಿ ಹಳಿದುಕೊಂಡಿದ್ದ. ಮೈದಾನಕ್ಕೆ ಬಹು ಬೇಗನೆ ಹೋಗಿ ಅವನಿಗಾಗಿ ಕಾಯುತ್ತಾ ಕುಳಿತ. ಯಾವತ್ತಿನಂತೆ ಕಾಶೀವೀರ ತನ್ನ ಗೆಳೆಯರೊಂದಿಗೆ ನಗುನಗುತ್ತಲೇ ಬಂದು ಕತ್ತಲಾಗುವವರೆಗೆ ವಾಲಿಬಾಲ್ ಆಡಿದ. ಅಲ್ಲಿಯೇ ಕುಳಿತಿದ್ದನಾದರೂ ಮೋಹನಸ್ವಾಮಿಗೆ ಅವನೆಡೆಗೆ ನೋಡುವ ಧೈರ್ಯವಾಗಲಿಲ್ಲ.

ಆಟ ಮುಗಿದು ಕಾಶೀವೀರ ಪ್ಯಾಂಟ್ ಹಾಕಿಕೊಳ್ಳುವ ಹೊತ್ತಿನಲ್ಲಿ ಅವನ ಬಳಿ ಹೋಗಿ ತಲೆ ತಗ್ಗಿಸಿ ನಿಂತ. ಅವನ ಕಣ್ಣನ್ನು ಸಂಧಿಸುವ ಧೈರ್ಯವಂತೂ ಅವನಿಂದ ಸಾಧ್ಯವಿರಲಿಲ್ಲ. "ನಿನ್ನ ಜೊತಿಗೆ ಸ್ವಲ್ಪ ಮಾತಾಡಬೇಕಿತ್ತು ಕಾಶೀವೀರ" ಎಂದು ಅಳುಕು ಧ್ವನಿಯಲ್ಲಿ ಬೇಡಿಕೊಂಡ. "ಯಾವ ವಿಷಯ?" ಎಂದು ಕಾಶೀವೀರ ತನ್ನ ಟೀಶರ್ಟನ್ನು ಒಂದು ಸಲ ಜಾಡಿಸಿ ಮೈಗೆ ಏರಿಸಿಕೊಳ್ಳುತ್ತಾ ಅಸಡ್ಡೆಯಿಂದ ಕೇಳಿದ. ಅಕ್ಕ-ಪಕ್ಕದವರಿಗೆ ಎಲ್ಲಿ ತಮ್ಮ ಮಾತು ಕೇಳಿಸಿಬಿಡುತ್ತದೋ ಎಂಬ ಭಯದಿಂದ ಮೋಹನ ಒದ್ದಾಡಿದರೆ, ಅಂತಹ ಯಾವುದೇ ಭಯವಿಲ್ಲದೆ ಕಾಶೀವೀರ ಮಾತನಾಡುತ್ತಿದ್ದ. ಆರಡಿ ದೇಹದ ಮುಂದೆ ಹಿಡಿದೇಹಿಯಾಗಿ ಯಾವ ಶಾಪವನ್ನಾದರೂ ಸ್ವೀಕರಿಸಲು ಸಿದ್ಧನಾದ ತಪ್ಪಿತಸ್ಥನಂತೆ ನಿಂತಿದ್ದ ಮೋಹನಸ್ವಾಮಿಗೆ, ಮಾತು ಬೆಳಸುವ ಧೈರ್ಯ ಸಾಲದೆ ತಾನು ಬರೆದು ತಂದಿದ್ದ ಪತ್ರವನ್ನು ಅವನಿಗೆ ನೀಡಿ "ಸಾರಿ" ಎಂದು ಸಣ್ಣ ಸ್ವರದಲ್ಲಿ ಹೇಳಿ, ಅಲ್ಲಿ ನಿಲ್ಲಲೂ ಸಾಧ್ಯವಾಗದೆ ಓಡುನಡಿಗೆಯಲ್ಲಿ ಮೈದಾನದಿಂದ ಹೊರಬಿದ್ದ. ಅವನ ಎದೆ ಹತೋಟಿ ಮೀರಿ ಹೊಡೆದುಕೊಳ್ಳುತ್ತಿತ್ತು. ಆ ರಾತ್ರಿ ಅವನಿಗೆ ನಿದ್ರೆ ಹತ್ತಿರವೂ ಸುಳಿಯಲಿಲ್ಲ. ನಾಲ್ಕು ಬಾರಿ ಹಗೂರಕ್ಕೆ ಎದ್ದು, ದೇವರ ಮನೆಯಲ್ಲಿ ಕುಳಿತು "ಕಾಶೀವೀರ ಕ್ಷಮಿಸುವಂತೆ ಮಾಡಪ್ಪಾ ತಂದೆ" ಎಂದು ನಿಶ್ಯಬ್ದದಲ್ಲಿ ಕಣ್ಣೀರು ಸುರಿಸಿ ಬೇಡಿಕೊಂಡ.

ಮರುದಿನ ಬೆಳಿಗ್ಗೆ ಇವನು ಅಂಗಡಿಗೆ ಏನೋ ತರಲು ಹೋಗುವಾಗ, ಫಕ್ಕನೆ ಸೈಕಲ್ಲಿನಲ್ಲಿ ಹಿಂದಿನಿಂದ ಬಂದ ಕಾಶೀವೀರ ಬ್ರೇಕ್ ಹಾಕಿ ನಿಲ್ಲಿಸಿ "ಈವೊತ್ತು ಮಧ್ಯಾಹ್ನದ ಹೊತ್ತಿಗೆ ದುರ್ಗಮ್ಮನ ಗುಡಿ ಹಿಂದಕ್ಕೆ ಸಿಗು. ಏನೋ ಮಾತಾಡಬೇಕು" ಎಂದು ಹೇಳಿ, ಬಂದ ವೇಗದಲ್ಲಿಯೇ ಸೈಕಲ್ ಹತ್ತಿ ಹೊರಟುಹೋದ. ಅವನು ಕ್ಷಮಿಸಿದ್ದಾನೋ ಇಲ್ಲವೋ ಎಂಬ ಗೊಂದಲಕ್ಕೆ ಮೋಹನಸ್ವಾಮಿ ಬಿದ್ದ. ಏನೇ ಆಗಲಿ, ಅವನನ್ನು ಸಂಧಿಸುವುದು ಈಗಿರುವ ಏಕೈಕ ದಾರಿಯೆಂದು ನಿರ್ಧರಿಸಿದ.

ಮಧ್ಯಾಹ್ನಕ್ಕೆ ಕಾಯುತ್ತಿದ್ದವನಂತೆ ದುರ್ಗಮ್ಮನ ಗುಡಿಯ ಹಿಂಭಾಗಕ್ಕೆ ಓಡಿದ. ಆ ಗುಡಿ ಊರ ಹೊರಗಿತ್ತು. ಹುಣಸೆ ಮರಗಳ ಮೆಳೆಯ ಮಧ್ಯದಲ್ಲಿದ್ದ ಆ ಗುಡಿಯ ಬಳಿ ಯಾವತ್ತೂ ಜನ ಸಂಚಾರವಿರುತ್ತಿರಲಿಲ್ಲ. ಮಂಗಳವಾರ ಮತ್ತು ಶುಕ್ರವಾರ ಮಾತ್ರ ಜನರು ಸಂಜೆಯ ವೇಳೆ ಅಲ್ಲಿಗೆ ಹೋಗುತ್ತಿದ್ದರು. ಇವನು ಹೋದಾಗ ಅವನಿನ್ನೂ ಬಂದಿರಲಿಲ್ಲ. ದಾರಿ ಕಾಯುತ್ತಾ ಕುಳಿತ ಮೋಹನಸ್ವಾಮಿಗೆ ವಿಚಿತ್ರ ಅಧೈರ್ಯ ಕಾಡುತ್ತಿತ್ತು. ಕಾಶೀವೀರ ಪೊಲೀಸರಿಗೆ ಹೇಳಿ ತನ್ನನ್ನು ಹಿಡಿಸಬಹುದೆ? ತಾನು ಮಾಡಿದ್ದು ಕಾನೂನಿನ ದೃಷ್ಟಿಯಿಂದ ಅಪರಾಧವೆ? ಹಾಗಾದರೆ ಪತ್ರಿಕೆಗಳೆಲ್ಲವೂ ತನ್ನ ದುಷ್ಕೃತ್ಯವನ್ನು ಪ್ರಕಟಿಸಿಬಿಡುತ್ತವೆಯೆ? ಅಮೆರಿಕಾ, ಯುರೋಪ್‌ಗಳಲ್ಲಿ ಇದು ತಪ್ಪಲ್ಲವಂತೆ. ಆದರೆ ಭಾರತದಲ್ಲಿ ಪೊಲೀಸರು ಒದ್ದು ಒಳಗೆ ದೂಡುತ್ತಾರಂತೆ. ಹಾಗಾದರೆ ತನ್ನ ಗತಿಯೇನು? ಅಪ್ಪ-ಅಮ್ಮನ ಗತಿಯೇನು? ನಮ್ಮ ಮನೆಯ ಮರ್ಯಾದೆಯ ಗತಿಯೇನು? ನಾನು ಇಂತಹವನೆಂದು ತಿಳಿದರೆ ನನ್ನ ಕಂಪನಿ ನನ್ನನ್ನು ಹೊರ ಹಾಕುವುದಿಲ್ಲವೆ? ಬೇರೆ ಎಲ್ಲಿಯೂ ಇದೇ ಕಾರಣಕ್ಕೆ ಮತ್ತೆ ಕೆಲಸ ಸಿಗದೆ ಹೋದರೆ ಏನು ಮಾಡುವುದು? ನೂರಾರು ಯೋಚನೆಗಳಿಂದ ತಲೆ 'ಧಿಂ' ಎನ್ನಲಾರಂಭಿಸಿತ್ತು.

ಅರ್ಧ ಗಂಟೆಯ ಮೇಲೆ ಕಾಶೀವೀರ ಬಂದ. ಅವನನ್ನು ನೋಡುತ್ತಲೇ ಇವನು ತಪ್ಪಿತಸ್ಥ ಭಾವದಿಂದ ಎದ್ದು ನಿಂತ. "ಕೂತ್ಗೋ ಕೂತ್ಗೋ" ಎಂದು ಕಾಶೀವೀರ ಅವನನ್ನು ಒತ್ತಾಯದಿಂದ ಕೂಡಿಸಿದ. ಯಾರೂ ಇಲ್ಲದ ನಿರ್ಜನ ಪ್ರದೇಶವಾದ್ದರಿಂದ ಮೋಹನಸ್ವಾಮಿಗೆ ತಪ್ಪು ತೋಡಿಕೊಳ್ಳಲು ಧೈರ್ಯ ಬಂತು. ಎರಡೂ ಕೈಗಳನ್ನು ಮುಗಿದು "ನಂದು ತಪ್ಪಾಯ್ತು ಕಾಶೀವೀರ" ಎಂದು ಕಳಕಳಿಯಿಂದ ಬೇಡಿಕೊಂಡ. "ಏಯ್, ಅವೆಲ್ಲಾ ಏನೂ ಬೇಡ" ಎಂದು ಅವನ ಮಾತನ್ನು ತುಂಡರಿಸಿದ ಕಾಶೀವೀರ, ಹಗೂರಕ್ಕೆ ಜೇಬಿನಿಂದ ಒಂದು ಸಿಗರೇಟನ್ನು ತೆಗೆದು ಬಾಯಿಗಿಟ್ಟ. "ನೀನೂ ಸೇದ್ತೀಯಾ?" ಎಂದು ಸಿಗರೇಟಿನ ಪ್ಯಾಕನ್ನು ಮುಂದೆ ಹಿಡಿದ. ಮೋಹನಸ್ವಾಮಿ ಎಂದೂ ಸಿಗರೇಟು ಸೇದಿದವನಲ್ಲ. ಆದ್ದರಿಂದ ನಿರಾಕರಿಸಿದ. "ನೀನು ಬಿಡಪ್ಪಾ, ಒಳ್ಳೆ ಹುಡುಗ. ನಮ್ಮ ಹಂಗೆ ಕೆಟ್ಟು ಹೋದವನು

ಅಲ್ಲ. ಎಲ್ಲಾರೂ ನಾನು ನಿನ್ನಂಗೆ ಇರಬೇಕು ಅಂತ ಬುದ್ಧಿಮಾತು ಹೇಳ್ತಾರೆ" ಎಂದು ತನ್ನ ಮಾತಿನಲ್ಲಿ ಅಡಗಿದ್ದ ವ್ಯಂಗ್ಯಕ್ಕೆ ನಕ್ಕ. "ನೀನು ಸೇದಲ್ಲ ಅಂದ್ರೆ ಹೋಗಲಿ ಬಿಡು. ನಂಗೆ ಸ್ವಲ್ಪ ಸಿಗರೇಟು ಹಚ್ಚು" ಎಂದು ಬೆಂಕಿಪೊಟ್ಟಣವನ್ನು ಅವನ ಕೈಗೆ ಕೊಟ್ಟು, ಬಾಯಲ್ಲಿಟ್ಟುಕೊಂಡ ಸಿಗರೇಟನ್ನು ಅವನು ಮುಂದೆ ಮಾಡಿದ. ಮೋಹನಸ್ವಾಮಿ ಎರಡು ಮೂರು ಬಾರಿ ಬೆಂಕಿ ಕಡ್ಡಿ ಗೀರಿ ಗೀರಿ, ಅಂತೂ ಬೆಂಕಿ ಹತ್ತಿದ ಮೇಲೆ ಅವನ ನಡುಗುವ ಕೈಯಿಂದ ಸಿಗರೇಟಿಗೆ ಕಿಡಿಯೊಡ್ಡಿದ. ಸಿಗರೇಟಿನ ಒಂದು ದಮ್ಮು ಎಳೆದು, ಹೊಗೆಯನ್ನು ಬಿಟ್ಟು, ಮೋಹನಸ್ವಾಮಿಯ ಕೈಯಿಂದ ಬೆಂಕಿಪೊಟ್ಟಣವನ್ನು ತೆಗೆದುಕೊಂಡ ಕಾಶೀವೀರ "ನಿನ್ನ ಪತ್ರ ಓದಿದೆ. ಎಷ್ಟು ಗುಂಡು ಅಕ್ಷರ ಅವಲ್ಲಾ ಮಾರಾಯ ನಿಂದು. ನಾನು ಬರೀಲಿಕ್ಕೆ ಹೋದ್ರೆ ಬರೀ ಕಾಗಿಕಾಲು, ಗುಬ್ಬಿಕಾಲು" ಎಂದು ನಕ್ಕ.

ಮೋಹನಸ್ವಾಮಿಗೆ ಅದು ನಗುವ ಹೊತ್ತಾಗಿರಲಿಲ್ಲ. "ಯಾರಿಗೂ ನಡೆದ ಸಂಗತಿ ಹೇಳಬೇಡ ಕಾಶೀವೀರ" ಎಂದು ಮತ್ತೊಮ್ಮೆ ಬೇಡಿಕೊಂಡ. "ಏಯ್ ನಿನ್ನ. ಅದಕ್ಕೆ ಎಷ್ಟು ಹೆದರಿಕೊಂತೀಯಲ್ಲಾ ಮಾರಾಯ! ಅದೇನು ಜಗತ್ತಿನಾಗೆ ಯಾರೂ ಮಾಡದ ತಪ್ಪು ನೀನು ಮಾಡಿಯೇನು? ನಾ ಯಾರಿಗೂ ಹೇಳಂಗಿಲ್ಲ ಬಿಡು" ಎಂದು ಆಶ್ವಾಸನೆ ಕೊಟ್ಟ. ಮೋಹನಸ್ವಾಮಿಗೆ ನೆಮ್ಮದಿಯೆನ್ನಿಸಿತು. "ಥ್ಯಾಂಕ್ಸ್ ಕಾಶೀವೀರ. ನೀನು ತುಂಬಾ ದೊಡ್ಡ ಮನುಷ್ಯ" ಎಂದು ಹೃದಯ ತುಂಬಿದ ಕೃತಜ್ಞತೆಯಿಂದ ಹೇಳಿ, ಮತ್ತೊಮ್ಮೆ ಕೈ ಮುಗಿದ. ಸಿಗರೇಟಿನ ಕುಡಿಯನ್ನು ಕೊಡವಿದ ಕಾಶೀವೀರ "ಅದೆಲ್ಲ ಇರಲಿ ಬಿಡು. ಏನೋ ನಿಂಗೆ ಆಸೆ ಆಯ್ತು, ಮುಟ್ಟಿದೆ. ಏನಾಯ್ತು ಈಗ? ನಾನೇನಾದ್ರೂ ನೀನು ಮಾಡಿದ ತಪ್ಪಿಗೆ ಬಸುರಿ ಆಗ್ತೀನೇನು?" ಎಂದು ತನ್ನ ಕೈಯಿಂದ ಹೊಟ್ಟೆಯನ್ನು ಉಬ್ಬಿದಂತೆ ತೋರಿಸಿ, ತನ್ನ ಜೋಕಿಗೆ ತಾನೇ ಜೋರಾಗಿ ನಕ್ಕ. ಮೋಹನಸ್ವಾಮಿ ನಗದೆ, ಅತ್ಯಂತ ಅಸಹಾಯಕತೆಯಿಂದ ಅವನನ್ನು ನೋಡಿದ. "ಎಲ್ಲಾರ್ದೂ ತಪ್ಪು ಆಗ್ತಿರ್ತದೆ. ನಾನೂ ಬೇಕಾದಷ್ಟು ತಪ್ಪು ಮಾಡೀನಿ. ಹಂಗಂತ ನಾನು ಸಿಟ್ಟು ಮಾಡಿಕೊಂಡು ನಿಮ್ಮ ಅಪ್ಪ-ಅಮ್ಮಗೆ ಹೇಳೋದು, ಊರಿನ ಜನರಿಗೆ ಹೇಳೋದು, ಪೊಲೀಸರಿಗೆ ಹೇಳೋದು ಮಾಡಲಿಕ್ಕೆ ಆಗ್ತದೇನು? ನೀನು ಕೊಟ್ಟ ಪತ್ರ ಕೂಡಾ ಯಾರಿಗೂ ಕಾಣಬಾರದು ಅಂತ ಬಚ್ಚಿಟ್ಟೀನಿ" ಎಂದು ವ್ಯಂಗ್ಯದ ನಗೆಯನ್ನು ನಕ್ಕ. ಯಾಕೋ ತನಗೆ ಕೆಟ್ಟ ಕಾಲ ಕಾದಿದೆಯೆಂಬ ಭಾವ ಮೋಹನಸ್ವಾಮಿಗೆ ಬಂತು. ಜಾಸ್ತಿ ಹೊತ್ತು ಅಲ್ಲಿರುವುದು ಕ್ಷೇಮವಲ್ಲವೆಂದು ನಿರ್ಧರಿಸಿ "ನಾನು ಬರ್ತೀನಿ ಕಾಶೀವೀರ. ಇನ್ನ ಯಾವತ್ತೂ ನಿನ್ನ ಮುಟ್ಟಲ್ಲ" ಎಂದು ಹೇಳಿ ಹೊರಡಲು ಅಣಿಯಾದ. ಅವನನ್ನು ತಡೆದು ನಿಲ್ಲಿಸಿದ ಕಾಶೀವೀರ "ಏಯ್ ತಡಿಯೋ ಮಾರಾಯ, ಏನು ಅವಸರ ಅದೆ ಮನೀಗೆ ಹೋಗಲಿಕ್ಕೆ? ನಿಂಗೇನು

ಹೆಂಡತೀನಾ, ಮಕ್ಕಳಾ? ಒಂಚೂರು ಮಾತಾಡ್ಬೇಕು ತಡಿ" ಎಂದು ಸಿಗರೇಟನ್ನು ಪೂರ್ತಿ ಸೇದಿ ಬಿಸಾಕಿ, ಅಲ್ಲಿದ್ದ ಕಲ್ಲಿನ ಕಟ್ಟೆಯ ಮೇಲೆ ಹೋಗಿ ಕುಳಿತು "ಬಾ, ಕೂಡು" ಎಂದು ಮೋಹನಸ್ವಾಮಿಯನ್ನು ಅಲ್ಲಿಗೆ ಕರೆದ. ಹುಣಸೆಯ ಮೆಳೆಯಲ್ಲಿ ಯಾವುದೋ ಪಕ್ಷಿಯೊಂದು ಕೆಟ್ಟದಾಗಿ ಕಿರುಚಿಕೊಂಡಿತು.

"ಸ್ವಲ್ಪ ಕಷ್ಟದಾಗಿದೀನಿ. ಯಾರ ಹತ್ತಿರಾನೋ ಸಾಲ ತೊಗೊಂಡಿದ್ದೆ. ಭಾಳ ಪೀಡಿಸಲಿಕ್ಕೆ ಶುರು ಮಾಡಿದ್ರು. ಅಪ್ಪ ಫೀಸಿಗೆ ಅಂತ ಕೊಟ್ಟಿದ್ದ ದುಡ್ಡು ಅವರಿಗೆ ಕೊಟ್ಟು ಬಿಟ್ಟೆ. ಈಗ ನಂಗೆ ಕಾಲೇಜಿನ ಫೀಜಿಗೆ ದುಡ್ಡಿಲ್ಲದಂಗೆ ಆಗಿಬಿಟ್ಟದ್ದೆ. ನೀನು ಮನಸ್ಸು ಮಾಡಿ ಒಂದು ಐದು ನೂರು ಕೊಟ್ಟರೆ ಈ ವರ್ಷ ಡಿಗ್ರಿ ಮುಗಿಸಿಬಿಡ್ತೀನಿ. ನಿಮ್ಮ ಹಂಗೆ ನಾನೂ ಯಾವುದನ್ನಾ ಕೆಲಸಕ್ಕೆ ಸೇರಿಕೊಂಡು ಬಿಡ್ತೀನಿ. ಓದಿನಾಗೆ ಶತದಡ್ಡ ಬಿಡಪ್ಪಾ ನಾನು. ನಿಮ್ಮ ಹಂಗೆ ಜಾಣ ಅಲ್ಲ. ಆದರೂ ಬದುಕು ಮಾಡಬೇಕಲ್ಲೇನು? ಕೆಲಸ ಇಲ್ಲ ಅಂದ್ರೆ ಯಾವ ಹುಡುಗೀನೂ ಮದುವಿ ಆಗಲಿಕ್ಕೆ ಒಪ್ಪಂಗಿಲ್ಲನೋ" ಎಂದು ಅವನ ತೊಡೆಯನ್ನು ಚಿವುಟಿ, ಹಗೂರಕ್ಕೆ ತನ್ನ ಅಹವಾಲನ್ನು ಬಿಚ್ಚಿಟ್ಟ.

"ಅಷ್ಟೊಂದು ದುಡ್ಡು ಈಗ ಸದ್ಯ ನನ್ನ ಹತ್ತಿರ ಇಲ್ಲ" ಎಂದು ಮೋಹನ ತೊಡೆಯನ್ನು ಸವರಿಕೊಳ್ಳುತ್ತಾ ಪ್ರಾಮಾಣಿಕವಾಗಿ ನುಡಿದ.

"ಎಷ್ಟು ಅದೋ ಅಷ್ಟು ಕೊಟ್ಟಿರು. ಆಮೇಲಕ್ಕೆ ನಾಳೆ ಬ್ಯಾಂಕಿಂದ ಬಿಡಿಸಿ ಉಳಿದದ್ದು ಕೊಡು. ನೀನು ಪ್ರೀತಿಯಿಂದ ಕಾಲೇಜಿನ ಫೀ ತುಂಬಲಿಕ್ಕೆ ಹಣ ಕೊಡಲಿಕ್ಕೆ ಬಂದರೆ, ನಾನು ಅವಸರ ಮಾಡಲಿಕ್ಕೆ ಬರ್ತದೇನು?"

ಮೋಹನ ತನ್ನ ವಾಲೆಟ್ ತೆಗೆದು, ಅದರಲ್ಲಿದ್ದ ನೂರರ ಮೂರು ನೋಟುಗಳನ್ನೂ, ಐವತ್ತರ ಒಂದು ನೋಟು, ಹತ್ತರ ಎರಡು, ಎರಡು ರೂಪಾಯಿಯ ಒಂದು ನೋಟು ಮತ್ತು ಒಂದು ರೂಪಾಯಿಯ ಎರಡು ನೋಟುಗಳನ್ನೂ ಅವನಿಗೆ ಕೊಟ್ಟ. "ಇಷ್ಟೇ ಇರೋದು" ಅಂದ. "ಅಡ್ಡಿ ಇಲ್ಲ ಬಿಡು. ಉಳಿದದ್ದು ನಾಳೆಗೆ ಕೊಡುವಂತಿ" ಎಂದು ಕಾಶೀವೀರ ಅದೆಲ್ಲವನ್ನೂ ಕಸಿದುಕೊಂಡು ತನ್ನ ಪ್ಯಾಂಟಿನ ಕಿಸೆಯಲ್ಲಿ ಇಟ್ಟುಕೊಂಡ. "ನಾನು ಬರ್ತೀನಿ" ಎಂದು ಮೋಹನಸ್ವಾಮಿ ಬೇಡಿಕೊಂಡ. "ನಡಿ, ನಡಿ. ನಿಮ್ಮಮ್ಮ ಕಾಯ್ತಿರ್ತಾಳೆ" ಎಂದು ಅವನ ಕೆನ್ನೆಯನ್ನು ಹಗೂರಕ್ಕೆ ತಟ್ಟಿ ಬೀಳ್ಕೊಟ್ಟ. ಯಾವುದೋ ದೊಡ್ಡ ಜಾಲದಲ್ಲಿ ಸಿಕ್ಕಿಬಿದ್ದ ಭಯದಲ್ಲಿ ಮೋಹನಸ್ವಾಮಿ ಭಾರದ ಹೆಜ್ಜೆಗಳನ್ನಿಡುತ್ತಾ ಅಲ್ಲಿಂದ ಹೊರಬಂದ.

ಅವನು ಒಂದು ನೂರು ಹೆಜ್ಜೆ ಹೋಗಿದ್ದನೋ ಇಲ್ಲವೋ, ಯಾವುದೋ ಹೆಣ್ಣಿನ ಕಿಲಕಿಲ ನಗು ಅವನಿಗೆ ಕೇಳಿ ಬಂತು. ಆ ಧ್ವನಿ ದುರ್ಗಮ್ಮನ ಗುಡಿಯ ಹಿಂದಿನಿಂದಲೇ ಬಂದಿದ್ದೆಂದು ಅವನಿಗೆ ಖಚಿತವಾಯ್ತು. ಮತ್ತೆ ಮೆತ್ತನೆಯ ಹೆಜ್ಜೆಯನ್ನಿಡುತ್ತಾ, ಗುಡಿಯ ಹಿಂಭಾಗದ ಗೋಡೆಗೆ ಬಚ್ಚಿಟ್ಟುಕೊಂಡು ನೋಡಿದ.

ಅಲ್ಲಿನ ದೃಶ್ಯ ನೋಡಿ ಬೆಚ್ಚಿದ. ಹೆಂಗಸೊಬ್ಬಳು ಕಾಶೀವೀರನ ಮುಂದೆ ನಿಂತು ನಗುತ್ತಿದ್ದಳು. ಕಾಶೀವೀರ ತನ್ನ ಬಲಗೈಯ ಎರಡು ಬೆರಳುಗಳಲ್ಲಿ ನೂರರ ಒಂದು ನೋಟನ್ನು ಉದ್ದಕ್ಕೆ ಮಡಸಿ ಇಟ್ಟುಕೊಂಡು, ಅವಳಿಗೆ ನಿವಾಳಿಸುತ್ತಿದ್ದ. ಅದನ್ನು ಕಿತ್ತುಕೊಳ್ಳಲು ಅವಳು ಇನ್ನಿಲ್ಲದಂತೆ ಪ್ರಯತ್ನಿಸುತ್ತಿದ್ದಳು. ಅವಳಿಗೆ ಸಿಗದಂತೆ ಇವನು ನೋಟನ್ನು ಅವಳ ಸುತ್ತ ತಿರುಗಿಸಿ ಆಟವಾಡಿಸುತ್ತಿದ್ದ. ಕೊನೆಗೂ ಅವಳು ಯಶಸ್ವಿಯಾಗಿ ಅವನ ಕೈಯಿಂದ ನೋಟನ್ನು ಎಗರಿ ಕಿತ್ತುಕೊಂಡಳು. ಇವನು ತಕ್ಷಣ ಅವಳ ಸೊಂಟವನ್ನು ಎಡಗೈಯಿಂದ ಬಳಸಿ ಹಿಡಿದು ತನ್ನೆಡೆಗೆ ಎಳೆದುಕೊಂಡ. ಅವಳ ಕಿಲಕಿಲ ನಗು ಇನ್ನಷ್ಟು ಹೆಚ್ಚಾಯ್ತು. ಮೋಹನಸ್ವಾಮಿಗೆ ಹೆಚ್ಚು ಹೊತ್ತು ಅಲ್ಲಿರಲು ಸಾಧ್ಯವಾಗಲಿಲ್ಲ. ಓಡು ನಡಿಗೆಯಲ್ಲಿ ಮನೆಯ ಕಡೆ ಧಾವಿಸಿದ. ಕಾಶೀವೀರನ ಜೊತೆಯಲ್ಲಿಯೇ ಆ ಹೆಂಗಸು ಬಂದಿರಬೇಕು ಮತ್ತು ಅವಳು ತಮ್ಮ ಮಾತುಗಳನ್ನು ಕದ್ದು ಕೇಳಿಸಿಕೊಂಡಿರಬೇಕು ಎಂಬ ವಿಚಾರ ಅವನಿಗೆ ಕಸಿವಿಸಿಯುಂಟು ಮಾಡಲಾರಂಭಿಸಿತು.

ಮೋಹನಸ್ವಾಮಿ ಬೆಂಕಿಯಲ್ಲಿ ಕೈಯಿಟ್ಟಿದ್ದ. ಅದು ನಿಧಾನಕ್ಕೆ ಅವನನ್ನು ದಹಿಸಲಾರಂಭಿಸಿತು.

>>>

ಕಾಶೀವೀರನ ಹಣದ ದಾಹ ಸಾಧಾರಣವಾದದ್ದಾಗಿರಲಿಲ್ಲ. ಐನೂರಕ್ಕೆ ಅದು ನಿಲ್ಲುವಂತೆಯೂ ಇರಲಿಲ್ಲ. ನಿಧಾನಕ್ಕೆ ಪೀಡಿಸಲಾರಂಭಿಸಿದ. ಅವನಿಗೆ ಹೆದರಿಕೊಂಡು ಮೋಹನಸ್ವಾಮಿ ಊರಿಗೆ ಬರುವುದನ್ನು ನಿಲ್ಲಿಸಿದ. ದೊಡ್ಡ ಹಬ್ಬ ದೀಪಾವಳಿಯನ್ನೂ ಬೆಂಗಳೂರಿನಲ್ಲಿ ಒಬ್ಬನೇ ಕಳೆದ. ಅಪ್ಪ-ಅಮ್ಮಗೆ "ಆಫೀಸಿನಲ್ಲಿ ಜಾಸ್ತಿ ಕೆಲಸ. ನಾನು ಏನು ಮಾಡಲಿ?" ಅಂತ ಸಿಟ್ಟಿನಿಂದ ಸುಳ್ಳು ಹೇಳಿ, ತನ್ನ ಮಾತಿನಲ್ಲಿರುವ ಕೃತಕತೆಗೆ ಹೈರಾಣಾಗಿ ಹೋದ. ಆದರೆ ಕಾಶೀವೀರ ಅವನನ್ನು ಅಷ್ಟು ಸುಲಭವಾಗಿ ಬಿಟ್ಟು ಕೊಡುವವನಾಗಿರಲಿಲ್ಲ. ಸೀದಾ ಬೆಂಗಳೂರಿಗೆ ಬಂದು ಅವನ ಮನೆಯ ಕದ ತಟ್ಟಿದ.

"ದೊಡ್ಡಮ್ಮನ ಹತ್ತಿರ ನಿನ್ನೆ ಹೋಗಿದ್ದೆ. ನಿನ್ನ ಮನಿ ವಿಳಾಸ ಕೊಟ್ಟು, ಮಾತಾಡಿಸ್ಕೊಂಡು ಬಾರಪ್ಪ ಅಂತ ಹೇಳಿದ್ಳು. ನೀನು ಭಾಳ ದಿನ ಆದ್ರೂ ಹೋಗಿಲ್ಲ ಅಂತ ದೊಡ್ಡಮ್ಮ ಅತ್ತುಬಿಟ್ಟಳು. ಹಂಗೆ ದೊಡ್ಡವರಿಗೆ ದುಃಖ ಕೊಡಬಾರದು ಮೋಹನ" ಅಂತ ಅವನಿಗೆ ಬುದ್ಧಿ ಹೇಳಿ ಸಾವಿರ ರೂಪಾಯಿ ಪೀಕಿಸಿಕೊಂಡು ಹೋದ. ಹೋಗುವಾಗ "ಕೇಳಿದಷ್ಟು ದುಡ್ಡು ಕೊಟ್ಟೀಯಪ್ಪಾ. ಪುಕ್ಕಟ್ಟೆ ತೊಗೊಳ್ಳೋದು ತಪ್ಪು ಅಂತಾರೆ. ಒಂದು ಸಲ ನನ್ನ ಮುಟ್ಟುತೀಯೇನು ನೋಡು.

ಬೇಕಂದ್ರೆ ಇನ್ನೂ ಒಂದು ತಾಸು ಇದ್ದು ಹೋಗ್ತೀನಿ. ನಂಗೇನೂ ಬೇಜಾರಾಗಲ್ಲ" ಎಂದು ವ್ಯಂಗ್ಯದ ನಗೆಯನ್ನು ತುಳುಕಿಸಿ ಹೇಳಿದ್ದ. ಮೋಹನಸ್ವಾಮಿಯ ಮೈಯೆಲ್ಲಾ ಉರಿದಿತ್ತು. "ಹೊರಟು ಹೋಗು, ಇಲ್ಲಿಂದ ಹೊರಟು ಹೋಗು" ಎಂದು ಸಿಟ್ಟಿನಿಂದ ಮೈಯೆಲ್ಲಾ ನಡುಗುತ್ತಾ ವಿಕಾರವಾಗಿ ಕಿರುಚಿ ಬಾಗಿಲನ್ನು ತೆರೆದು ನಿಂತಿದ್ದ. ಅವನು ಹೊರಗೆ ಹೆಜ್ಜೆ ಇಟ್ಟ ತಕ್ಷಣ ಬಾಗಿಲನ್ನು ರಪ್ಪೆಂದು ಹಾಕಿಕೊಂಡಿದ್ದ. ಮೋಹನಸ್ವಾಮಿ ಮನೆ ಬದಲಾಯಿಸಬೇಕು ಅಂದುಕೊಂಡ. ಆದರೆ ಅಪ್ಪ-ಅಮ್ಮನಿಂದ ಅವನು ಆ ವಿಳಾಸವನ್ನೂ ಪಡೆದುಕೊಳ್ಳುತ್ತಾನೆಂದು ಅನ್ನಿಸಿ ಸುಮ್ಮನಾದ.

ಒಂದು ದಿನ ಬೆಳಗ್ಗೆ ಆಫೀಸಿಗೆ ಹೋಗುವಷ್ಟರಲ್ಲಿ ಕಾಶೀವೀರ ಅಲ್ಲಿಗೂ ಬಂದಿದ್ದ. ಇವನ ಸಹೋದ್ಯೋಗಿಗಳನ್ನು ಮಾತಾಡಿಸಿ, ತಾನು ಅವನ ಊರಿನವನೆಂದೂ, ಬಹಳ ಬೇಕಾದವನೆಂದೂ ಹೇಳಿಕೊಂಡು ಅವರ ಸ್ನೇಹ ಸಂಪಾದಿಸಿದ್ದ. "ಎಷ್ಟು ಡೈನಮಿಕ್ ಇದ್ದಾನಲ್ರಿ ನಿಮ್ಮ ಊರಿನ ಹುಡುಗ" ಎಂದು ಒಂದಿಬ್ಬರು ಅವನನ್ನು ಪ್ರಶಂಸಿಸಿದರು. ಆಫೀಸಿನಲ್ಲಿ ಮಾತುಕತೆ ಬೇಡವೆಂದು ನಿರ್ಧರಿಸಿದ ಮೋಹನ ಅವನನ್ನು ಹತ್ತಿರದ ಹೋಟೆಲಿಗೆ ಕರೆದುಕೊಂಡು ಹೋದ. ಎರಡು ಕಾಫಿಗೆ ಆರ್ಡರ್ ಮಾಡಿದರೆ, ಕಾಶೀವೀರ ಮಾಣಿಯನ್ನು ಕರೆದು ತನಗೊಂದು ಮಸಾಲೆ ದೋಸೆ ಕೊಟ್ಟು ಅನಂತರ ಕಾಫಿ ಕೊಡಬೇಕೆಂದು ಹೇಳಿದ. ಪ್ಯಾಂಟ್ ಜೇಬಿನಿಂದ ಪೊಟ್ಟಣವೊಂದನ್ನು ಹೊರ ತೆಗೆದು "ತಿರುಪತಿಗೆ ಹೋಗಿದ್ದೆ. ವೆಂಕಪ್ಪನ ಪ್ರಸಾದ ನಿನ್ನ ಸಲುವಾಗಿ ತಗೊಂಡು ಬಂದೀನಿ. ತಗೋ ಮೋಹನ. ಎಲ್ಲಾ ಒಳ್ಳೇದಾಗ್ತದೆ" ಎಂದು ಕೊಡಲು ಹೋದ. ಮೋಹನಸ್ವಾಮಿ ಬೇಡವೆಂದು ನಿರಾಕರಿಸಿದ. "ಅಯ್ಯಯ್ಯಯ್ಯೋ... ಬೇಕಂದ್ರೆ ನನ್ನ ಮೇಲೆ ಸಿಟ್ಟು ಮಾಡ್ಕೊಳಪ್ಪ, ಬೇಡ ಅನ್ನಲ್ಲ. ಆದರೆ ಆ ಏಡುಕೊಂಡಲವಾಡನ್ನ ಯಾಕೆ ಬೇಡ ಅಂದು ಕಷ್ಟಕ್ಕೆ ಗುರಿಯಾಗ್ತಿ?" ಎಂದು ಹೇಳಿ ಬಲವಂತವಾಗಿ ಅವನ ಕೈಯಲ್ಲಿ ಪ್ರಸಾದವನ್ನು ಕೊಟ್ಟ. ಮೋಹನ ಒಲ್ಲದ ಮನಸ್ಸಿನಿಂದ ಪೊಟ್ಟಣವನ್ನು ತೆಗೆದು ಲಾಡನ್ನು ತಿಂದ ತಕ್ಷಣ ಆ ಕಾಗದ ಕಣ್ಣಿಗೆ ಬಿದ್ದು ಹೊಟ್ಟೆಯಲ್ಲಿ ತೊಳಸಿದಂತೆ ಆಯ್ತು. ಅವನೇ ಬರೆದುಕೊಟ್ಟಿದ್ದ ತಪ್ಪು ಒಪ್ಪಿಗೆಯ ಪತ್ರದ ನಕಲು ಪ್ರತಿ ಅದಾಗಿತ್ತು. ಹರಿದು ಚೂರು ಮಾಡಿದ. ಕಾಶೀವೀರ ಹಗೂರಕ್ಕೆ ನಕ್ಕ.

"ತಿಮ್ಮಪ್ಪಗೆ ಭಾಳ ದುಡ್ಡಿನ ಆಸಿ ನೋಡು ಮೋಹನ. ನೀನು ಕೊಟ್ಟಿದ್ದೆಲ್ಲಾ ಕಸಗೊಂಡು ಬಿಟ್ಟ. ಈಗ ಒಂದು ಕಾಫಿ ಕುಡಿಯೋದಕ್ಕೂ ನನ್ನ ಹತ್ತಿರ ದುಡ್ಡಿಲ್ಲ. ಒಂದು ಸಾವಿರ ಕೊಟ್ಟಿರಪ್ಪ" ಎಂದು ಪೀಠಿಕೆ ಹಾಕಿದ.

"ನನ್ನ ಹತ್ತಿರ ಅಷ್ಟು ದುಡ್ಡು ಇಲ್ಲ. ಊರಿಗೆ ಕಳುಹಿಸಬೇಕು" ಎಂದು ಮೋಹನ ಬೇಸರದಿಂದಲೇ ಸಿಡುಕಿದ.

"ಇಲ್ಲಾ ಅಂದ್ರೆ ಹೆಂಗೆ ಮೋಹನ? ಅಷ್ಟೊಂದು ಒಳ್ಳೆ ಗೆಳೆಯರು ನಿಂಗೆ ಆಫೀಸಿನಲ್ಲಿ ಇದ್ದಾರೆ. ಯಾರ ಹತ್ತಿರನಾದ್ರೂ ಕೇಳು. ಇಲ್ಲ ಅನ್ನೋ ಜನ ಅಲ್ಲ ಅವರು" ಎಂದ. ಮೋಹನ ಪರ್ಸಿನಿಂದ ಸಾವಿರ ತೆಗೆದು ಅವನಿಗೆ ಕೊಟ್ಟು ಅಲ್ಲಿ ಕಾಫಿಗೂ ಕಾಯದಂತೆ ಬಿರುಸು ನಡೆಯಲ್ಲಿ ಆಫೀಸಿಗೆ ಬಂದು ಬಿಟ್ಟ. ಇಡೀ ದಿನ ಏನೂ ಕೆಲಸ ಮಾಡಲಾಗಲಿಲ್ಲ.

ಯಾವ ದೇಹ ಮೋಹನನ ಕನಸು-ಮನಸಿನಲ್ಲಿ ಬಂದು ಅವನ ಕಾಮತೃಷೆಯನ್ನು ತೀರಿಸುತ್ತಿತ್ತೋ, ಅದೇ ದೇಹ ಈಗ ಅವನಿಗೆ ದುಃಸ್ವಪ್ನವಾಗಿ ಪರಿವರ್ತಿತವಾಗಿತ್ತು. ಕಣ್ಣು ಮುಚ್ಚಿದರೂ ಅವನು ಬರಬಹುದು, ಕಣ್ಣು ತೆರೆದರೂ ಅವನು ಬರಬಹುದು! ಮೋಹನಸ್ವಾಮಿಗೆ ತನ್ನ ದುಃಖವನ್ನು ಯಾರದಾದರೂ ಬಳಿ ಹೇಳಿಕೊಳ್ಳಬೇಕೆಂದು ಆಸೆಯಾಗುತ್ತಿತ್ತು. ಆದರೆ ಯಾರಿಗೆ ತಾನೆ ಇಂತಹ ಸಂಕಟಗಳನ್ನು ಹೇಳಿಕೊಳ್ಳಲು ಸಾಧ್ಯ? ಯಾರು ತಾನೆ ಮೋಹನನ ಪರವಾಗಿ ಮಾತನಾಡಿಯಾರು? ಕಾಶೀವೀರನ ಹಣದ ದಾಹಕ್ಕಿಂತಲೂ ಮೋಹನಸ್ವಾಮಿಯ ವರ್ತನೆಯೇ ಪೈಶಾಚಿಕವೆಂದು ಯಾರಾದರೂ ಹೇಳಿಯಾರು. ಗುಟ್ಟನ್ನು ತನ್ನೊಳಗೆ ಇಟ್ಟುಕೊಂಡು ಮೋಹನಸ್ವಾಮಿ ಕುದಿಯಲಾರಂಭಿಸಿದ. ರಾತ್ರಿಗಳು ನಿದ್ರೆಯಿಲ್ಲದೇ ಕಳೆಯಲಾರಂಭಿಸಿದವು.

ಇತ್ತ ಮನೆಯಲ್ಲಿಯೂ ಮೋಹನಸ್ವಾಮಿಗೆ ಕಷ್ಟಗಳು ಬರಲಾರಂಭಿಸಿದವು. ಪ್ರತಿ ತಿಂಗಳು ಕಳುಹಿಸಬೇಕಾದ ಹಣವನ್ನು ನಿಲ್ಲಿಸಿಬಿಟ್ಟಿದ್ದರಿಂದ ಮನೆಯಿಂದ ಒಂದೇ ಸಮನೆ ಪ್ರಶ್ನೆಗಳನ್ನು ಎದುರಿಸಬೇಕಾಯ್ತು. "ನಾನು ದುಡಿದ ಹಣ. ನನಗೆ ಹೆಂಗೆ ಬೇಕೋ ಹಂಗೆ ಖರ್ಚು ಮಾಡ್ತೀನಿ. ನೀವ್ಯಾರು ಕೇಳೋದಕ್ಕೆ?" ಎಂದು ಅವರಮ್ಮನಿಗೆ ಒರಟಾಗಿ ಉತ್ತರ ಕೊಟ್ಟು ಆಕೆ ಅಳುವಂತೆ ಮಾಡಿದ್ದ. ಆಕೆ ಅತ್ಯಂತ ದುಃಖದಿಂದ, "ನನ್ನ ಮಗಗೆ ಯಾರೋ ಮಾಟ ಮಾಡಿಸ್ಯಾರೆ. ಮೊದಲು ಅವನು ಹಂಗಿರಲಿಲ್ಲ" ಎಂದು ಎಲ್ಲರ ಮುಂದೆ ಹೇಳಿಕೊಂಡು ತಿರುಗಾಡಲಾರಂಭಿಸಿದಳು. ಅವರಪ್ಪ ಸಿಟ್ಟಿನಿಂದ ಎಗರಾಡಿದ್ದ. "ಏನು ಮಾಡ್ತೀಯೋ ಅಷ್ಟೊಂದು ದುಡ್ಡು? ಕೆಟ್ಟ ಚಟ ಏನಾದ್ರೂ ಕಲ್ತಿಯೇನು?" ಎಂದು ವಿಚಾರಿಸಿದ್ದರು. ಅವರ ಸಿಟ್ಟಿನ ಮಾತುಗಳಿಗೆ ಹೆದರಿಕೊಂಡ ಮೋಹನ ಸ್ನೇಹಿತರ ಬಳಿ ಸಾಲ ಮಾಡಿ ಮನೆಗೆ ಕಳುಹಿಸಿದ್ದ.

>>>

ಆವತ್ತು ಮೋಹನಸ್ವಾಮಿಯ ಅತ್ಯಂತ ಕೆಟ್ಟ ದಿನವಾಗಿತ್ತು. ಮೂರು ದಿನದಿಂದ ಸರಿಯಾಗಿ ನಿದ್ದೆ ಬಂದಿರಲಿಲ್ಲ. ಬೆಳಿಗ್ಗೆ ಎಂಟು ಗಂಟೆಗೆ ಸರಿಯಾಗಿ ಅಪ್ಪನಿಂದ ಫೋನ್ ಬಂದಿತ್ತು. ಊರಿನ ಎಸ್‌ಟಿಡಿ ಬೂತ್ ತೆಗೆಯುವುದು ಎಂಟು ಗಂಟೆಗೆ. ಮನೆಗೆ ಫೋನ್ ತರಿಸಲೆಂದು ಅರ್ಜಿ ಹಾಕಿದ್ದನಾದರೂ ಎರಡು ವರ್ಷದಿಂದ

ಟೆಲಿಕಾಂನವರು ಅತ್ತ ಸುಳಿದಿರಲಿಲ್ಲ. ಇವನಿಗೆ ಮಾತ್ರ ಆಫೀಸಿನವರು ಮನೆಗೆ ಟೆಲಿಫೋನ್ ಹಾಕಿಸಿ ಕೊಟ್ಟಿದ್ದರು.

"ಬೆಳಗಾ ಮುಂಜಾನೆ ಎರಡು ಗಂಟೆಗೆ ನಿಮ್ಮಮ್ಮಗೆ ಹೊಟ್ಟೆಸೂಲಿ ಶುರುವಾಯ್ತು. ಒಂದೇ ಸಮನೆ ಬಿದ್ದು ಹೊರಳಾಡಲಿಕ್ಕೆ ಹತ್ತಿಬಿಟ್ಟಳು. ಜ್ವರ ಬಂದ್ರೂ ಅಡಿಗಿ ಮಾಡೋದು ಬಿಡಲ್ಲ ನಿಮ್ಮಮ್ಮ. ಈವತ್ತು ನೀರು ಕುಡಿಲಿಕ್ಕೂ ಆಗಲ್ಲ ಅಂತ ಅಳಲಾರಂಭಿಸಿಬಿಟ್ಟಳು. ನಿನ್ನೆ ರಾತ್ರಿ ಕೂಡಾ ಎಲ್ಲರಿಗೂ ಊಟ ಬಡಿಸಿ, ಎಂಜಲುಗೋಮ ಮಾಡಿ ಮಲಗಿಕೊಂಡಿದ್ಲು. ಈವೊತ್ತು ಆಸ್ಪತ್ರೆಗೆ ಕರಕೊಂಡು ಬಂದು ಸೇರಿಸೀವಿ. ಮೂತ್ರಪಿಂಡದಾಗೆ ಕಲ್ಲುಗಳು ಸೇರಕೊಂಡಾವಂತೆ. ತೆಗೆದ್ರೆ ಸೂಲಿ ಕಡಿಮಿ ಆಗ್ತದೆ ಅಂತ ಡಾಕ್ಟರು ಹೇಳ್ಯಾರೆ. ನೀನು ಬಂದು ಬಿಡಪ್ಪಾ ಮೋಹನ, ಧಂಡಿ ದುಡ್ಡು ಬೇಕಾಗ್ತದೆ. ನನ್ನ ಹತ್ತಿರ ಈಗ ಸದ್ಯಕ್ಕೆ ಅಷ್ಟೊಂದು ಇಲ್ಲ. ನೀನೇ ಒಂದು ಹತ್ತು ಸಾವಿರ ಕ್ಯಾಷ್ ತಂದುಬಿಡು" ಎಂದು ಅಪ್ಪ ಬೇಡಿಕೊಂಡಾಗ ಮೋಹನಸ್ವಾಮಿ ಕರಗಿ ಹೋದ.

"ನೀನೇನೂ ಹೆದರಿಕೊಳ್ಳಬೇಡಪ್ಪ. ನಾನು ಹೆಂಗೋ ಹಣ ಹೊಂದಿಸಿ ಬಂದುಬಿಡ್ತೀನಿ. ಧೈರ್ಯದಿಂದಿರ್ರಿ. ಡಾಕ್ಟರರು ಹೇಳಿದಂಗೆ ಕೇಳ್ರಿ" ಎಂದು ಅಪ್ಪನಿಗೆ ಅಭಯವನ್ನು ಕೊಟ್ಟಿದ್ದ. ಅಮ್ಮನೊಡನೆ ಮಾತನಾಡಬೇಕೆಂಬ ಆಸೆಯಾಗಿತ್ತು. ಆದರೆ ಆಸ್ಪತ್ರೆಯಲ್ಲಿ ಫೋನಿರಲಿಲ್ಲ. ಇನ್ನೆರಡು ತಾಸಿನಲ್ಲಿಯೇ ಹಣ ಜೋಡಿಸಿ, ಆಫೀಸಿಗೆ ರಜೆ ಚೀಟಿಯನ್ನು ಬರೆದುಕೊಟ್ಟು ಬರುವುದಾಗಿ ಮೋಹನಸ್ವಾಮಿ ಹೇಳಿದ.

ಆದರೆ ಅವನ ಬ್ಯಾಂಕಿನ ಖಾತೆಯಲ್ಲಿ ಹಣವಿರಲಿಲ್ಲ. ಸ್ನೇಹಿತರನ್ನು ಕೇಳುವುದಕ್ಕೆ ಸಂಕೋಚವಾಯ್ತು. ಈಗಾಗಲೇ ಸಾಕಷ್ಟು ಜನರ ಬಳಿ ಸಾಲ ತೆಗೆದುಕೊಂಡಾಗಿತ್ತು. ಪ್ರತಿ ತಿಂಗಳು ಒಂದೆರಡು ಬಾರಿಯಾದರೂ ಕಾಶೀವೀರ ಬಂದು ಸಾವಿರಗಟ್ಟಲೆ ಹಣವನ್ನು ತೆಗೆದುಕೊಂಡು ಹೋಗಲು ಶುರುವಿಟ್ಟಿದ್ದ. ಏನು ಮಾಡಬೇಕೆಂದು ತೋಚದೆ ಆತಂಕದಿಂದ ಮನೆಯಲ್ಲಿ ಅತ್ತಿಂದಿತ್ತ, ಇತ್ತಿಂದತ್ತ ಓಡಾಡಿದ. ದೇವರ ಗೂಡಿನ ಬಳಿ ಹೋಗಿ ಎರಡು ಮೂರು ಬಾರಿ ಅವನ ಪ್ರೀತಿಯ ಕೃಷ್ಣನ ವಿಗ್ರಹಕ್ಕೆ "ಕಾಪಾಡಪ್ಪ, ಕಾಪಾಡಪ್ಪ" ಎಂದು ಬೇಡಿಕೊಂಡ. ಕೊನೆಗೆ ಒಂದು ಉಪಾಯ ಹೊಳೆಯಿತು. ಅವನು ದುಡಿಯಲು ಶುರುಮಾಡಿದ ತಕ್ಷಣ ಅವನಮ್ಮ ಅವನಿಗಾಗಿ ಎರಡು ತೊಲೆ ಬಂಗಾರದ ಸರವೊಂದನ್ನು ಮಾಡಿಸಿ ಅವನ ಕುತ್ತಿಗೆಯಲ್ಲಿ ಹಾಕಿದ್ದಳು. ಅದನ್ನು ಒತ್ತೆ ಇಟ್ಟರೆ ಕನಿಷ್ಠಪಕ್ಷ ಹತ್ತು ಸಾವಿರ ಬರಬಹುದೆಂದು ಹೊಳೆದು ಮನಸ್ಸು ಹಗುರಾಯ್ತು. ಬಂಗಾರದ ಬೆಲೆ ಹತ್ತು ಗ್ರಾಂಗೆ ಸುಮಾರು ಐದು ಸಾವಿರದಷ್ಟಿತ್ತು. ಆದರೆ ಈವರೆಗೂ ಒಡವೆಯನ್ನು ಅಡ ಇಡುವ ಅನುಭವ ಮೋಹನಸ್ವಾಮಿಗೆ ಇರಲಿಲ್ಲ. ಅಂತಹ ಅಂಗಡಿಯೊಂದು ತನ್ನ ಆಫೀಸಿನ

ದಾರಿಯಲ್ಲಿರುವುದು ಅವನು ನೋಡಿದ್ದ. ಬೇಗನೆ ಸ್ನಾನ ಮಾಡಿ, ಬಟ್ಟೆಗಳನ್ನು ಚೀಲಕ್ಕೆ ಹಾಕಿಕೊಂಡು ಹೊರಟ.

ಸಿಗ್ನಲಿನ ಹತ್ತಿರ ನಡೆಯುವಾಗ ಯಾವತ್ತಿನಂತೆ ಪರಿಚಿತ ಮಂಗಳಮುಖಿಯೊಬ್ಬಳು ಬಂದು ಅವನ ಕೆನ್ನೆಯನ್ನು ಸವರಿ, ನೆಟಿಗೆ ಮುರಿದು, ಹಣಕ್ಕೆ ಕೈ ಒಡ್ಡಿದಳು. ಪ್ರತಿ ಬಾರಿ ಇವನು ದಾರಿಯಲ್ಲಿ ಹೋಗುವಾಗಲೂ ಆಕೆ ಎದುರಾಗಿ ಬಂದು ಇವನ ಬಳಿ ಹಣ ಕೇಳುತ್ತಿದ್ದಳು. ಇವನದೇ ಜಿಲ್ಲೆಯವಳೆಂದೂ, ಈ ಊರಿಗೆ ಬಂದು ಮಂಗಳಮುಖಿಯಾದಳೆಂದೂ ಒಮ್ಮೆ ಹೇಳಿಕೊಂಡಿದ್ದಳು. ಮೋಹನಸ್ವಾಮಿ ತಪ್ಪದೆ ಅವಳಿಗೆ ಚಿಲ್ಲರೆಯನ್ನು ಕೊಡುತ್ತಿದ್ದ. ಅವಳು ತಲೆಯ ಮೇಲೆ ಕೈಯಿಟ್ಟು ಹರಸುತ್ತಿದ್ದಳು. ಅವಳ ಬಗ್ಗೆ ಮೋಹನಸ್ವಾಮಿಗೆ ವಿಚಿತ್ರ ಅನುಕಂಪ, ಭಯ ಮತ್ತು ಆಕರ್ಷಣೆಯ ಮಿಶ್ರ ಭಾವವಿತ್ತು. ಹೃದಯದ ಮೂಲೆಯಲ್ಲಿ ಎಲ್ಲೋ ಅವಳದೂ ನನ್ನಂತಹದೇ ಸಮಸ್ಯೆಯೇನೋ ಎಂಬ ಅನುಮಾನವಾಗುತ್ತಿತ್ತು. ಕಣ್ಣಿಗೆ ಕಾಣುವ ಗಂಡನ್ನು ಯಾವುದೇ ಅಂಜಿಕೆಯಿಲ್ಲದೆ ಮೈ ಸವರಿ, ಅವರು ಅದಕ್ಕೆ ಸಮ್ಮತಿಸಿದ ಸೂಕ್ಷ್ಮ ಗೊತ್ತಾದರೆ ಇತರ ಅವಯವಗಳನ್ನೂ ಹಗೂರಕ್ಕೆ ಮುಟ್ಟುವ ಅವಳ ಧೈರ್ಯವನ್ನು ಕಂಡು ಅಸೂಯೆಯಾಗುತ್ತಿತ್ತು. ಆದರೆ ಆಕೆಯಂತೆ ತಾನೆಂದೂ ಹೆಣ್ಣಿನ ವೇಷವನ್ನು ಧರಿಸಿ ಬೀದಿಯಲ್ಲಿ ಸುತ್ತುವುದು ಸಾಧ್ಯವೇ ಇಲ್ಲವೆಂದು ಅವನಿಗೆ ಗೊತ್ತು. ಅವರಂತೆ ಲಿಂಗ ಕತ್ತರಿಸಿಕೊಂಡು ಬದಲಾಗುವ ಕ್ರಮ ವಿಕೃತವೆನ್ನಿಸುತ್ತಿತ್ತು. ಅಂತರಂಗದಲ್ಲಿ ಗಂಡಿನ ದೇಹದ ಆಕರ್ಷಣೆ ತನಗಿದ್ದರೂ, ಬಹಿರಂಗದಲ್ಲಿ ಹೆಣ್ಣಿನಂತೆ ಬಾಳುವುದಕ್ಕೆ ಅವನಿಗೆ ಅಸಹ್ಯವೆನ್ನಿಸುತ್ತಿತ್ತು. ತನ್ನ ವರ್ತನೆಯಲ್ಲಿ ಹೆಣ್ಣಿನ ಒಯ್ಯಾರವಿದೆಯೆಂದು ಗೆಳೆಯರು ರೇಗಿಸಲು ಶುರು ಮಾಡಿದ ಮೇಲೆ ಅವನು ಸ್ವಚ್ಛಂದವಾಗಿ ಮಾತನಾಡುವುದಕ್ಕೂ ಅಂಜುತ್ತಿದ್ದ.

ಒಮ್ಮೆ ಕಾಲೇಜಿನ ವಾರ್ಷಿಕೋತ್ಸವದಲ್ಲಿ ಹುಲಿಯ ನೃತ್ಯವೊಂದರಲ್ಲಿ ಭಾಗಿಯಾಗಿದ್ದ. ಆದರೆ ಕಾರ್ಯಕ್ರಮ ಮುಗಿದ ಮೇಲೆ ಅವನಿಗೆ ಎಲ್ಲರೂ 'ಹೆಣ್ಣುಹುಲಿ' ಎಂದು ರೇಗಿಸಲು ಶುರುಮಾಡಿಬಿಟ್ಟರು. ಅದೇ ಹೆಸರಿನ ಸಿನಿಮಾವೊಂದು ಆಗ ತೆರೆಕಂಡಿತ್ತು. ಅಂದಿನಿಂದ ಈ ದಿನದ ತನಕ ಮೋಹನಸ್ವಾಮಿ ಯಾವತ್ತೂ ನೃತ್ಯ ಮಾಡಿಲ್ಲ. ಆಫೀಸಿನ ಪಾರ್ಟಿಗಳಲ್ಲಿ ಎಷ್ಟೇ ಬಲವಂತ ಮಾಡಿದರೂ ಅವನು ನರ್ತಿಸುವುದಿಲ್ಲ. ಮೈ ಬಿಗಿದುಕೊಂಡು, ಕೂತ ಜಾಗದಿಂದ ಕದಲದಂತೆ ಕಲ್ಲಾಗಿ ಬಿಡುತ್ತಾನೆ. ಸಹೋದ್ಯೋಗಿಗಳ ಬಲವಂತ ಹೆಚ್ಚಾದರೆ ಪಾರ್ಟಿಯಿಂದಲೇ ಹೊರಹೋಗಿಬಿಡುತ್ತಾನೆ. ಈ ಸಂಕಟಗಳಿಂದ ಪಾರಾಗಲು ತಾನೂ ಎಲ್ಲ ಗಂಡಸರಂತೆ ವರ್ತಿಸಬೇಕು, ಯಾರಿಗೂ ತನ್ನ ಮನಸ್ಸಿನೊಳಗಿನ ಹೆಣ್ಣಿನ ಭಾವಗಳು ಗೊತ್ತಾಗಬಾರದು ಎಂದು ಬಹಳ ರೀತಿಯಿಂದ ಪ್ರಯತ್ನ ಪಡುತ್ತಿದ್ದ ಮತ್ತು ಸೋಲುತ್ತಿದ್ದ. ದಿರಿಸಿನ

ವಿಷಯದಲ್ಲಿ ಮಾತ್ರ ಅಪ್ಪಟ ಆಧುನಿಕ ಗಂಡಿನಂತೆ ವರ್ತಿಸುತ್ತಿದ್ದ. ಗುಲಾಬಿ, ಕೆಂಪು, ದಟ್ಟ ಹಳದಿ ಬಣ್ಣದ ಬಟ್ಟೆಗಳನ್ನು ಅಪಿತಪ್ಪಿಯೂ ಧರಿಸುತ್ತಿರಲಿಲ್ಲ. ಆದರೆ ದೈಹಿಕ ಬಯಕೆಯ ವಿಷಯ ಬಂದಾಗ ಮಾತ್ರ ಏನೇ ಪ್ರಯತ್ನಿಸಿದರೂ ಹೆಣ್ಣಿನ ದೇಹ ಅವನನ್ನು ಆಕರ್ಷಿಸುವಲ್ಲಿ ಸೋಲುತ್ತಿತ್ತು. ಬಲವಂತದಿಂದ ಒಂದೆರಡು ಬಾರಿ ಹೆಣ್ಣಿನ ಬೆತ್ತಲೆ ದೇಹವನ್ನು ಕಲ್ಪಿಸಿಕೊಂಡು ಕಾಮಶಮನ ಮಾಡಿಕೊಳ್ಳಲು ಪ್ರಯತ್ನಿಸಿ ಸೋತ ಮೇಲೆ, ಹೆಣ್ಣಿನ ಕಡೆ ನೋಡುವುದನ್ನು ನಿಲ್ಲಿಸಿದ್ದ. ಅವನ ಕನಸಿನಲ್ಲಿ ಎಂತಹ ಸುಂದರ ಹೆಣ್ಣಿಗೂ ಪ್ರವೇಶವಿರಲಿಲ್ಲ.

ಮಂಗಳಮುಖಿ ಅವನ ಗಲ್ಲವನ್ನು ಸವರಿದಾಗ, ಪ್ಯಾಂಟಿನ ಜೋಬಿಗೆ ಕೈ ಹಾಕಿ ಚಿಲ್ಲರೆಗಾಗಿ ಹುಡುಕಾಡಿದ. ಕೇವಲ ಐದು ರೂಪಾಯಿಯ ನಾಣ್ಯ ಸಿಕ್ಕಿತು. 'ಜಾಸ್ತಿ ಆಯ್ತು' ಎಂದು ಮನಸ್ಸಿಗೆ ಅನ್ನಿಸಿದರೂ ಪ್ಯಾಂಟಿನಿಂದ ತೆಗೆದಾಗಿದ್ದ ಕಾರಣ ಅವಳಿಗೆ ಅದನ್ನು ಕೊಟ್ಟುಬಿಟ್ಟ. ಅವಳಿಗೂ ಅದು ಹೆಚ್ಚೆಂದು ಅನ್ನಿಸಿ "ಇನ್ನೂ ಎರಡು ಮೂರು ದಿನ ನಿನ್ನ ದುಡ್ಡು ಕೇಳಲ್ಲಣ್ಣ. ಹಂಗೇ ಹರಸ್ತೀನಿ" ಎಂದು ಹೇಳಿಬಿಟ್ಟಳು. ಅನಂತರ ಅವನ ತಲೆಯ ಮೇಲೆ ಕೈಯಿಟ್ಟು "ನಮ್ಮಣ್ಣಗೆ ಎಲ್ಲಾ ಒಳ್ಳೇದಾಗಲಿ. ಯಾವ ಕೇಡುಕೂ ತಾಕದಿರಲಿ" ಎಂದು ಹರಸಿದಳು. ಮೋಹನನಗೆ ನಗು ಬಂತು. "ಹಣ ಕೊಟ್ಟಾಗೆಲ್ಲಾ ಇದೇ ಮಾತು ಹೇಳ್ತಿ. ನನ್ನ ಒದ್ದಾಟ, ದುಃಖ ಮಾತ್ರ ಕಮ್ಮಿ ಆಗಲಿಲ್ಲ ನೋಡು. ಕೆಟ್ಟ ಜನರ ಕಾಟದಿಂದ ಸಾಕಾಗ್ಯದೆ" ಎಂದ. ಅದಕ್ಕೆ ಆಕೆ ಅವನ ಮುಖದ ಮುಂದೆ ಚಪ್ಪಾಳೆ ತಟ್ಟಿ, ಗಲ್ಲದ ಮೇಲೆ ಕೈಯಿಟ್ಟು ಒಯ್ಯಾರ ಮಾಡಿ, "ಅಯ್ಯೋ ಅಣ್ಣ. ನೀನು ಒದ್ದಾಡಬೇಕು, ದುಃಖಪಡಬೇಕು ಅಂದ್ರೆ ಜನ ಅದನ್ನೇ ನಿಂಗೆ ಕೊಡ್ತಾನೆ ಇರ್ತಾರಪ್ಪ. ಒಂದು ದಿನ ಅವೆಲ್ಲಾ ಬೇಡ ಅಂತ ಅಂದ್ಕೊಂಡು ಸಿಡಿದು ನಿಂತ್ಕೋ, ಎಲ್ಲಾ ಹಿಂದಕ್ಕೆ ಸರಕೊಂತಾರೆ. ನೀನು ಸರಕೊಂಡ್ರೆ ಒತ್ತುತಾರೆ, ನೀ ಒತ್ತಿದ್ರೆ ಸರಕೊಳ್ತಾರೆ. ದಿನಾ ಬೆಳಗ್ಗೆ ಎದ್ದ ತಕ್ಷಣ ಒಂದು ಸಲ ಎದಿ ಮೇಲೆ ಕೈಯಿಟ್ಟುಗೊಂಡು 'ನಾನೇನೂ ತಪ್ಪು ಮಾಡಿಲ್ಲ' ಅಂತ ಹೇಳ್ಕೊಳ್ಳಿಕ್ಕೆ ನಿಂಗೆ ಬಂದರೆ ಆಯ್ತು. ಯಾವೋನೂ ನಿನ್ನ ಮಿಸುಕಾಡಿಸೋಕೆ ಆಗಲ್ಲ" ಎಂದಳು. ಆಕೆಯ ಮಾತಿಂದ ಅವನಿಗೆ ನಗು ಬಂತು. ಅವಳೂ ನಕ್ಕು, ಇನ್ನೊಬ್ಬ ಗಂಡಸನ್ನು ಹುಡುಕಿಕೊಂಡು ಹೊರಟಳು.

ಸರವನ್ನು ಒತ್ತೆ ಇಡುವುದು ಅಂತಹ ಕಷ್ಟದ ಸಂಗತಿಯೇನೂ ಆಗಲಿಲ್ಲ. ಅದನ್ನು ಪರೀಕ್ಷಿಸಿದ ಅಂಗಡಿಯಾತ, ಅವನ ಸಹಿ ಪಡೆದುಕೊಂಡು ಒಂಬತ್ತು ಸಾವಿರದ ಎಂಟುನೂರು ರೂಪಾಯಿಗಳನ್ನು ಕೊಟ್ಟ. ಮೋಹನನಿಗೆ ಅಷ್ಟು ಸಾಕಿತ್ತು. ಅಂಗಡಿಯಾತನಿಗೆ ಧನ್ಯವಾದಗಳನ್ನು ತಿಳಿಸಿ, ಆಫೀಸಿಗೆ ರಜೆಯ ಚೀಟಿಯನ್ನು ಕೊಡಲು ಬಂದ. ಆಗಲೇ ಕಾಶೀವೀರ ಅಲ್ಲಿಗೆ ಬಂದು ಕುಳಿತಿದ್ದ. "ಆಫೀಸಿಗೆ

ಯಾಕೋ ತಡ ಮಾಡಿದಿಯಲ್ಲೋ ಮೋಹನ, ಮೈಯಾಗೆ ಆರಾಮಿಲ್ಲೇನು?" ಎಂದು ಅತ್ಯಂತ ಪ್ರೀತಿಯಿಂದ ವಿಚಾರಿಸಿಕೊಂಡ. ಮೋಹನನ ಜೋಬಿನಲ್ಲಿದ್ದ ಹಣ ಕತ್ತಿಯ ಮೊನಚಿನಂತೆ ಚುಚ್ಚಲಾರಂಭಿಸಿತು. ತಲೆ ಗಿರ್ರನೆ ತಿರುಗಿದಂತಾಯ್ತು.

>>>

ಹೋಟೆಲಿನಲ್ಲಿ ಜನ ಯಾವತ್ತಿನಂತೆ ಗಿಜಿಗುಟ್ಟುತ್ತಿದ್ದರು. ಆಫೀಸಿನಲ್ಲಿ ಯಾವ ಗಲಾಟೆಯೂ ಬೇಡವೆಂದು ಮೋಹನ ಅಂತಹ ಸಂಕಷ್ಟ ಪರಿಸ್ಥಿತಿಯಲ್ಲೂ ಹೋಟೆಲಿಗೆ ಬಂದಿದ್ದ. ಎರಡು ಕಪ್ ಕಾಫಿಗೆ ಆರ್ಡರ್ ಕೊಟ್ಟು ಕಾಯುತ್ತಿದ್ದರು. ಮಾಣಿಗಳೆಲ್ಲಾ ತುಂಬಾ ಬಿಜಿಯಲ್ಲಿದ್ದುದರಿಂದ, ಹೋಟೆಲಿನ ಮಾಲೀಕರೇ ಕಾಫಿ ತಂದಿಟ್ಟು ಹೋದರು. ಉದ್ದ ನಾಮ, ಧೋತ್ರ, ಬಿಳಿಯ ಅಂಗಿಯನ್ನು ಧರಿಸಿದ ಅವರಿಗೆ ಮೋಹನಸ್ವಾಮಿಯ ಮೇಲೆ ಅಭಿಮಾನವಿತ್ತು. ಮೋಹನ ದಿನವೂ ಅಲ್ಲಿಗೆ ಬರುತ್ತಾನಾದ್ದರಿಂದ ಅವನ ಪರಿಚಯ ಚೆನ್ನಾಗಿ ಆಗಿತ್ತು. ಅವನಿಗೆ ವಿಶೇಷವಾಗಿ ಉಪಚಾರ ಮಾಡಿ ಮಾತನಾಡಿಸುತ್ತಿದ್ದರು.

"ಕಾಶೀ, ಈವತ್ತು ಅಡ್ಡಿ ಮಾಡಬೇಡ. ಊರಿಗೆ ಹೊಂಟೀನಿ. ಮನಿಯಾಗೆ ಅಮ್ಮಗೆ ಮೈಯಾಗೆ ಸರಿಯಿಲ್ಲ. ಆಸ್ಪತ್ರೆಗೆ ಸೇರಿಸ್ಯಾರೆ. ಈವತ್ತು ಬಳ್ಳಾರಿನಾಗೆ ಆಪರೇಷನ್ ಅದೆ. ಬೇಕಿದ್ರೆ ನನ್ನ ಬ್ಯಾಗ್ ನೋಡು. ಊರಿಗೆ ಹೊಂಟೀನಿ" ಎಂದು ಮೋಹನಸ್ವಾಮಿ ಬೇಡಿಕೊಂಡ.

ಕಾಶೀವೀರ ಮೀಸೆಯ ತುದಿಯಲ್ಲಿ ನಕ್ಕ. "ಮೋಹನ, ಸುಳ್ಳು ಹೇಳೋದು ಅಷ್ಟು ಸುಲಭ ಅಲ್ಲ ಮಾರಾಯ. ಅದನ್ನೂ ಭಾಳ ಪರಿಶ್ರಮ ಮಾಡಿ ಒಲಿಸ್ಕೋಬೇಕಾಗ್ತದೆ. ನಿನ್ನಂತಹ ಒಳ್ಳೆ ಹುಡುಗರಿಗೆ ಅದು ದಕ್ಕಂಗಿಲ್ಲ. ಅಂಥಾವೆಲ್ಲಾ ಏನಿದ್ರೂ ನನ್ನಂಥಾ ಪೋಲಿ ಹುಡುಗರಿಗೆ ನೋಡು" ಎಂದು ಹೇಳಿ, "ನಿನ್ನೆ ನಿಮ್ಮನಿಗೆ ಹೋಗಿದ್ದೆ. ನಿಮ್ಮಮ್ಮ ನಿಂಗೆ ಕೊಡು ಅಂತ ಚಟ್ನಿ ಪುಡಿ ಕೊಟ್ಟಾಳೆ. ಇಕೋ ತೊಗೋ" ಎಂದು ಬ್ಯಾಗಿನಿಂದ ಪೊಟ್ಟಣವೊಂದನ್ನು ತೆಗೆದು ಅವನಿಗೆ ಕೊಟ್ಟ. ಮೋಹನಸ್ವಾಮಿಯ ಸುಳ್ಳನ್ನು ಕಂಡು ಹಿಡಿದ ಅಹಂಕಾರದ ವ್ಯಂಗ್ಯ ಅವನ ವರ್ತನೆಯಲ್ಲಿತ್ತು. ಮೋಹನಸ್ವಾಮಿಯ ಸಹನೆಯ ಕಟ್ಟೆಯೊಡೆಯಿತು.

"ನೀನು ನಂಬಲ್ಲ ಅಂದ್ರೆ ನಾನು ಏನು ಮಾಡ್ಲಿ ಕಾಶಿ? ನಿನ್ನೆ ರಾತ್ರಿ ಕೂಡಾ ಆರಾಮ ಇದ್ಲಂತೆ. ಬೆಳಗಾ ಮುಂಜಾನೆ ಹೊಟ್ಟೆ ನೋವು ಶುರುವಾಗ್ಯದೆ. ಅಪ್ಪ ದುಡ್ಡು ತೊಗೊಂಡು ಬಾ ಅಂತ ಹೇಳಿ ಫೋನ್ ಮಾಡಿದ್ದ. ಗಳಿಸಿದ್ದೆಲ್ಲಾ ನಿಂಗೆ ಕೊಟ್ಟು ಬರಿಗೈ ಆಗೀನಿ. ಅದಕ್ಕೇ ಕೊರಳಾಗಿದ್ದ ಸರ ಒತ್ತೆ ಇಟ್ಟು ಹಣ ತಂದೀನಿ. ನೋಡಿಲ್ಲಿ" ಎಂದು ದಯನೀಯ ಧ್ವನಿಯಲ್ಲಿ ಹೇಳಿ ಪರ್ಸನ್ನು ತೆಗೆದು ತೋರಿಸಿದ.

ಕಾಶೀವೀರನಿಗೆ ಅಷ್ಟು ಸಾಕಿತ್ತು. ಇಡೀ ಪರ್ಸನ್ನು ಕಿತ್ತುಕೊಂಡು, ಅದರಲ್ಲಿದ್ದ ಹಣವನ್ನು ಜೋಪಾನವಾಗಿ ತೆಗೆದುಕೊಂಡು ತನ್ನ ಪ್ಯಾಂಟಿನ ಹಿಂಭಾಗದ ಜೇಬಿಗೆ ತುರುಕಿಕೊಂಡು, ಖಾಲಿ ಪರ್ಸನ್ನು ಮೋಹನಸ್ವಾಮಿಗೆ ಕೊಟ್ಟ. "ದುಡ್ಡು ಬೇಕು ಅಂದ್ರೆ ನಿಮ್ಮಪ್ಪನ ಹತ್ತಿರ ಬೇಕಾದಷ್ಟು ಅದೆ. ನೀನ್ಯಾಕೆ ಒದ್ದಾಡ್ತಿ ಮೋಹನ? ಅವರೆಲ್ಲಾ ದೊಡ್ಡೋರು ನೋಡಿಕೊಳ್ತಾರೆ ಬಿಡು. ನೀನು ಚಿಕ್ಕೋನು, ಇಂಥಾವಕ್ಕೆಲ್ಲಾ ತಲೆ ಕೆಡಿಸಿಕೊಳ್ಳಬಾರದು" ಎಂದು ಹೇಳಿ ಅವನ ಕೈಯನ್ನು ತಟ್ಟಿ ಎದ್ದು ಹೊರಟ. ಮೋಹನಸ್ವಾಮಿಗೆ ನಡೆದ ಘಟನೆಯನ್ನು ಅರ್ಥ ಮಾಡಿಕೊಳ್ಳುವುದಕ್ಕೆ ಒಂದೆರಡು ಕ್ಷಣ ಬೇಕಾಯ್ತು. ಆದ ಅನ್ಯಾಯಕ್ಕೆ ಹೊಟ್ಟೆಯಲ್ಲಿ ಬೆಂಕಿ ಇಟ್ಟಂತಾಯ್ತು. ಅದ್ಯಾವ ಧೈರ್ಯ ಅವನೊಳಗೆ ಅಡಗಿ ಕುಳಿತಿತ್ತೋ ಗೊತ್ತಿಲ್ಲ. ಎದ್ದು ಓಡಿದವನೆ ಕಾಶೀವೀರನ ಹಿಂದಕ್ಕೆ ಹೋಗಿ, ಬಾಗಿಲ ಬಳಿ ಹೋಗುತ್ತಿದ್ದ ಅವನ ಕಾಲುಗಳನ್ನು ಹಿಂದಿನಿಂದ ಹಿಡಿದು ಎಳೆದುಬಿಟ್ಟ. ಅನಿರೀಕ್ಷಿತ ಆಕ್ರಮಣದಿಂದ ಕಾಶೀವೀರ ಬೊಕ್ಕಸ ಬೋರಲಾಗಿ ನೆಲಕ್ಕೆ ಬಿದ್ದ. ಅವನ ಹಣೆ ಬಾಗಿಲಿನ ಹೊಸ್ತಿಲಿಗೆ ಬಡಿದು ನೋವಿನಿಂದ ಕಿರುಚಿದ. ಮೋಹನಸ್ವಾಮಿ ಆ ನೋವಿನ ಆಕ್ರಂದನವನ್ನು ಗಮನಿಸುವ ಸ್ಥಿತಿಯಲ್ಲಿರಲಿಲ್ಲ. ಅವನ ಮೇಲೆ ಹತ್ತಿ ಕುಳಿತು, ಪ್ಯಾಂಟಿನ ಜೇಬಿನಿಂದ ತನ್ನೆಲ್ಲಾ ಹಣವನ್ನೂ ಎಳೆದುಕೊಂಡ. ಕಾಶೀವೀರ ಆ ನೋವಿನಲ್ಲಿಯೇ ಕೊಸರಾಡಿ ಎದ್ದು ನಿಂತ. ಆದರೆ ಮೋಹನಸ್ವಾಮಿಯ ರೌದ್ರಾವತಾರವನ್ನು ನೋಡಿ ಮರು ಪ್ರಹಾರ ಮಾಡಲು ಹಿಂಜರಿದ. ಮೋಹನಸ್ವಾಮಿ ಮನಸ್ಸಿನ ನಿಯಂತ್ರಣವಿಲ್ಲದಂತೆ ಕೂಗಾಡಲು ಶುರುವಿಟ್ಟ.

"ಬೋಳಿಮಗನೆ, ನಾನು ಗಳಿಸಿದ್ದು ಕಸಗೊಂಡು ಹೋಗ್ತೀಯೇನೋ? ನನ್ನ ಬ್ಲಾಕ್‌ಮೇಲ್ ಮಾಡ್ತೀಯೇನು? ಯಾವೊನೋ ನೀನು? ಏನು ತಪ್ಪು ಮಾಡೀನೋ ನಾನು? ಹಿಂಗ್ಯಾಕೆ ಗೋಳು ಹೊಯ್ದುಕೊಳ್ತಿ? ಹೌದೋ, ನೀನು ನನ್ನ ಕಣ್ಣಿಗೆ ಛಂದಾಗಿ ಕಾಣಿಸ್ತಿ. ನಿನ್ನ ಮುಟ್ಟಬೇಕು ಅನ್ನಿಸ್ತದೆ. ಮುತ್ತು ಕೊಡಬೇಕು ಅನ್ನಿಸ್ತದೆ. ನಿನ್ನ ಜೊತೆ ಮಲಕ್ಕೋಬೇಕು ಅನ್ನಿಸ್ತದೆ. ನಿನ್ನ ಸಾಮಾನು ಚೀಪಬೇಕು ಅನ್ನಿಸ್ತದೆ. ನಿನ್ನ ಹತ್ತಿರ ಮಾಡಿಸ್ಕೋಬೇಕು ಅನ್ನಿಸ್ತದೆ. ಅದು ತಪ್ಪೇನೋ? ನಿಂಗೆ ಇಷ್ಟ ಇಲ್ಲ ಅಂತ ಗೊತ್ತಾದ ಮೇಲೆ ನಿನ್ನ ಉಗುರು ಕೂಡ ನಾನು ಮುಟ್ಟಿಲ್ಲ. ಇದೆಲ್ಲಾ ಊರಿನ ಜನಕ್ಕೆ ಹೇಳ್ತೀಯೇನೋ? ಹೇಳ್ಕೋ ಹೋಗಲೆ. ಯಾವನಿಗೆ ಬೇಕಂದ್ರೂ ಹೇಳ್ಕೋ. ಈ ಹೋಟೆಲಿನಾಗೆ ಕೂತಿರೋ ಎಲ್ಲಾ ನನ್ನ ಮಕ್ಕಳಿಗೂ ಹೇಳು. ಪೋಲೀಸರಿಗೆ ಬೇಕಂದ್ರೂ ಹೋಗಿ ಹೇಳು. ಅದೇನು ನನ್ನಿಂದ ಕಿತ್ತುಗೊಳ್ತಾರೋ ನಾನೂ ನೋಡ್ತೀನಿ. ಇನ್ನು ಯಾವತ್ತಾದ್ರೂ ನನ್ನ ಹತ್ತಿರ ದುಡ್ಡಿಗಂತ ಮತ್ತೊಮ್ಮೆ ಬಾರಲೆ ಬೋಸೂಡ್ಕಿ, ನಿನ್ನ ಹುಟ್ಟಲಿಲ್ಲ ಅನ್ನಿಸಿ ಬಿಡ್ತೀನಿ" ಎಂದು ಕಿರುಚಿಬಿಟ್ಟ, ಹಣೆಯಲ್ಲಿ ಬಸಿಯುತ್ತಿದ್ದ ರಕ್ತವನ್ನು ಅಂಗಿಯಿಂದ ಒತ್ತಿಕೊಳ್ಳುತ್ತಾ ಕಾಶೀವೀರ ಬಿಟ್ಟಗಣ್ಣಿಂದ

ಮೋಹನಸ್ವಾಮಿಯ ಹೊಸ ಅವತಾರವನ್ನು ನೋಡಿದ. ಬಿಸಿಯುಸಿರು ಬಿಡುತ್ತಾ ಮೋಹನಸ್ವಾಮಿ ಮುಖವೆಲ್ಲಾ ಕೆಂಪಗಾಗಿಸಿಕೊಂಡು ನಡುಗುತ್ತಾ ನಿಂತಿದ್ದ. ಇಡೀ ಹೋಟೆಲಿನ ಜನರೆಲ್ಲರೂ ತಿನ್ನುವುದನ್ನು ಮರೆತು ಈ ನಾಟಕವನ್ನು ನೋಡುತ್ತಿದ್ದರು. ಕಾಶೀವೀರ ಮುಜುಗರಕ್ಕೆ ಒಳಗಾಗಿ ಅಲ್ಲಿಂದ ಹೊರಟುಹೋದ.

ಮೋಹನಸ್ವಾಮಿ ಹಗೂರಕ್ಕೆ ಟೇಬಲಿಗೆ ಬಂದು ಕುಳಿತುಕೊಂಡ. ಆ ಧೈರ್ಯ, ಆ ಕೀಳು ಭಾಷೆ, ಆ ಆವೇಶ ತನಗೆ ಹೇಗೆ ಬಂತೆಂದು ತಿಳಿಯದೆ ತಬ್ಬಿಬ್ಬಾಗಿದ್ದ. ಆರಿಹೋದ ಕಾಫಿಯಲ್ಲಿ ನೊಣಗಳು ಹರಡಿಕೊಂಡಿದ್ದವು. ಸುತ್ತಲೂ ಒಮ್ಮೆ ನೋಡಿದ. ಎಲ್ಲರೂ ತನ್ನೆಡೆಗೆ ನೋಡುತ್ತಿರುವುದು ಕಂಡು ಅತ್ಯಂತ ಸಂಕಟವಾಯಿತು, ಭಯವಾಯಿತು. ಹೊರಡಲೆಂದು ಎದ್ದ. ಅಷ್ಟರಲ್ಲಿ ಮಾಲೀಕರು ಅವನ ಟೇಬಲಿನ ಹತ್ತಿರ ಬಂದು ನಿಂತು, ಚೌಕದ ಬಿಲ್ಲಿದ್ದ ಪುಟ್ಟ ತಟ್ಟೆಯನ್ನು ಮಾತನಾಡದೆ ಅವನ ಮುಂದಿಟ್ಟರು. ಎಂಟು ರೂಪಾಯಿ ಆಗಿತ್ತು. ಮೋಹನ ಹತ್ತು ರೂಪಾಯಿಯ ನೋಟೊಂದನ್ನು ತಟ್ಟೆಯಲ್ಲಿಟ್ಟು, ಮುಖವೆತ್ತಿ ಅವರೆಡೆಗೆ ನೋಡಿ ನಕ್ಕು "ಚಿಲ್ಲರೆ ನೀವೇ ಇಟ್ಕೊಳ್ಳಿ" ಎಂದ. ಅದಕ್ಕೆ ಪ್ರತಿಯಾಗಿ ನಗದ ಅವರು, ತಮ್ಮ ಜುಬ್ಬಾದ ಜೋಬಿನಿಂದ ಎರಡು ರೂಪಾಯಿ ನಾಣ್ಯವೊಂದನ್ನು ತೆಗೆದು ಆ ತಟ್ಟೆಗೆ ಹಾಕಿದರು. ಅನಂತರ ಅತ್ಯಂತ ಗಂಭೀರ ಮುಖಭಾವದಲ್ಲಿ "ನಾಳೆಯಿಂದ ನಮ್ಮ ಹೋಟೇಲಿಗೆ ಬರಬ್ಯಾಡ್ರಿ. ಬೇರೆ ಕಡೆ ನೋಡಿಕೊಳ್ರಿ. ಇದು ಮರ್ಯಾದಸ್ಥರು ಬರೋ ಜಾಗ" ಎಂದು ಹೇಳಿ ತಮ್ಮ ಟೇಬಲಿನ ಕಡೆಗೆ ಬಿರುಸಿನಿಂದ ಹೆಜ್ಜೆ ಹಾಕಿದರು. ಅವರ ವರ್ತನೆಯನ್ನು ಕಂಡು ಮೋಹನಸ್ವಾಮಿಗೆ ಏನೂ ಪ್ರತಿಕ್ರಿಯಿಸಲಾಗದಂತಹ ದಿಗ್ಭ್ರಮೆಯಾಯ್ತು. ಬದುಕಿನುದ್ದಕ್ಕೂ ತಾನು ಕಾಶೀವೀರರನ್ನು ಎದುರಿಸುತ್ತಲೇ ಇರಬೇಕು, ಇಲ್ಲದಿದ್ದರೆ ಖಂಡಿತಾ ಈ ಭೂಮಿಯಲ್ಲಿ ಬದುಕಲು ಸಾಧ್ಯವಿಲ್ಲ ಎಂಬ ಭಾವ ಸದ್ದಿಲ್ಲದಂತೆ ಅವನಲ್ಲಿ ಮೂಡಿ ಖಿನ್ನನಾದ. ಅತ್ಯಂತ ನಿತ್ರಾಣದಿಂದ ಮೇಲೆದ್ದ ಮೋಹನಸ್ವಾಮಿ, ನಿಧಾನಕ್ಕೆ ಒಂದೊಂದೇ ಹೆಜ್ಜೆಯನ್ನಿಡುತ್ತಾ ಬಾಗಿಲಿನ ಕಡೆ ನಡೆದ.

26ನೇ ನವೆಂಬರ್ 2013

ಒಲ್ಲದ ತಾಂಬೂಲ

ಆ ಕಟ್ಟಡದ ದೈತ್ಯತೆಯನ್ನು ಕಂಡು ಮೋಹನಸ್ವಾಮಿ ಕಂಗಾಲಾದ. ಭೂಮಿಯನ್ನು ಸೀಳಿಕೊಂಡು ಮೇಲಕ್ಕೆ ಎದ್ದು ಬಂದಂತಿತ್ತು. ಎಂಟು ಅಂತಸ್ತುಗಳ ಅಪಾರ್ಟಮೆಂಟ್ ಸಂಕೀರ್ಣವದು. ಇನ್ನೂ ಪೂರ್ತಿಯಾಗಿ ಕಟ್ಟಿರಲಿಲ್ಲ. ನೂರಾರು ಜನರು ಕೆಲಸ ಮಾಡುತ್ತಿದ್ದರು. ಕೂಲಿ ಕಾರ್ಮಿಕರ, ಸೂಪರ್‌ವೈಜರುಗಳ, ಮಷೀನುಗಳ ಹಲವಾರು ಸದ್ದುಗಳು ಆ ಪ್ರದೇಶವನ್ನು ಆಕ್ರಮಿಸಿಕೊಂಡಿದ್ದವು. ಆ ಕಟ್ಟಡಕ್ಕಿಂತಲೂ ಎತ್ತರವಾದ, ನೋಡಿದರೆ ಭಯವಾಗುವಂತಹ ದೈತ್ಯ ಕ್ರೇನ್‌ಗಳು ಎಲ್ಲಿಂದೆಲ್ಲಿಗೋ ಏನನ್ನೋ ಎತ್ತಿಡುತ್ತಿದ್ದವು. ಅಂತಹ ದೈತ್ಯ ಯಂತ್ರಗಳು ಇಲ್ಲಿಯವರೆಗೆ ಅದು ಹೇಗೆ ನಡೆದುಕೊಂಡು ಬಂದವು? ಎಲ್ಲೆಲ್ಲೂ ಧೂಳೋ ಧೂಳು. ಉಸುಕು, ಸಿಮೆಂಟು, ಕಬ್ಬಿಣ, ಇಟ್ಟಿಗೆಗಳೆಲ್ಲಾ ಎಲ್ಲಿ ನೋಡಿದರಲ್ಲಿ ಚೆಲ್ಲಾಡಿದ್ದವು. ಆ ಗಜಿಬಿಜಿಯಲ್ಲಿಯೇ ಒಂದು ಪುಟ್ಟ ದಾರಿಯನ್ನು ಮಾಡಿ "ಅಪಾರ್ಟ್‌ಮೆಂಟ್ ಆಫೀಸಿಗೆ ದಾರಿ" ಎಂದು ಒಂದು ನಾಮಫಲಕವನ್ನು ಧೂಳು ತುಂಬಿದ ಗಿಡವೊಂದಕ್ಕೆ ತಗುಲಿಸಿದ್ದರು. ಆ ನಾಮಫಲಕ ಮಾತ್ರ ಅದು ಹೇಗೋ ಗೊತ್ತಿಲ್ಲ, ಸ್ವಚ್ಛವಾಗಿತ್ತು.

ಮೋಹನಸ್ವಾಮಿಗೆ ಯಾಕೋ ಇಲ್ಲಿಗೆ ಬರಲೇ ಬಾರದಿತ್ತು ಎಂದನ್ನಿಸಿಬಿಟ್ಟಿತು. ಈಗ ಒಂದು ತಾಸಿನ ಹಿಂದೆಯೂ ಅವನಿಗೆ ಅಲ್ಲಿಗೆ ಬರುವ ಯೋಚನೆಯಿರಲಿಲ್ಲ. ನಾಳೆ ಸಂಜೆಯೇ ನಾಲ್ಕು ವರ್ಷದ ದೀರ್ಘ ವಿದೇಶ ಪ್ರವಾಸಕ್ಕೆ ಹೋಗುವ ಮೋಹನಸ್ವಾಮಿಗೆ ಮನೆ ಕೊಳ್ಳುವ ಆಲೋಚನೆ ಬರುವುದಾದರೂ ಹೇಗೆ? ಈ ದಿನ ಸಂಜೆ ಸುಮ್ಮನೆ ಗೆಳೆಯ ಗುರುರಾಜನ ಮನೆಗೆ ಹೋಗಿದ್ದ. ಇನ್ನು ಹಲವು ವರ್ಷ ತಾನು ಸಿಗಲಿಕ್ಕಿಲ್ಲ ಎಂದು ಹೇಳುವುದು ಮುಖ್ಯ ಉದ್ದೇಶವಾಗಿತ್ತು. ಜೊತೆಗೆ ಅವನ ಹೆಂಡತಿ ಸಂಜೆ ತಿನ್ನಲು ರುಚಿಯಾದದ್ದೇನಾದರೂ ಕೊಡಬಹುದು ಎಂಬ ಆಸೆಯಿತ್ತು. ತುಂಬಾ ದಿನದಿಂದ ಮನೆಯೂಟ ಮಾಡದೆ ಅವನ ಬಾಯಿ ಕೆಟ್ಟಿತ್ತು. ಗುರುರಾಜನ ಮನೆಗೆ ಹೋದರೆ ತಪ್ಪದೆ ಏನಾದರೂ ತಿನ್ನಲು ಸಿಗುತ್ತಿತ್ತು. ಇವನು ಕೇಳುವುದಕ್ಕೂ

ಮೊದಲೇ ಗುರುರಾಜ ತನ್ನ ಹೆಂಡತಿಗೋ, ಅಮ್ಮನಿಗೋ ಹೇಳಿ ತಿನ್ನಲು ಏನಾದರೂ ಅಣಿಗೊಳಿಸುತ್ತಿದ್ದ. ಊಟದ ಸಮಯವಾದರೆ ತಪ್ಪದೆ ಊಟ ಮಾಡಿಕೊಂಡು ಹೋಗೆಂದು ಹೇಳುತ್ತಿದ್ದ. "ಬೇಡ ಗುರು, ಸುಮ್ಮನೆ ಯಾಕೆ ತೊಂದರೆ? ಆಗಲೇ ಏನೋ ತಿಂದೀನಿ" ಅಂತ ಸುಳ್ಳೇ ಏನೋ ಹೇಳಲು ಪ್ರಯತ್ನಿಸುತ್ತಿದ್ದನಾದರೂ, "ತಿಂದರೆ ಏನಾಯ್ತು, ಇನ್ನೊಂದು ಸಲ ತಿನ್ನು" ಎಂದು ಗುರುರಾಜ ಅಧಿಕಾರದಿಂದ ಹೇಳುತ್ತಿದ್ದ. ಇವನಿಗೆ ಎಲ್ಲೋ ಹೃದಯದಲ್ಲಿ ಪ್ರೀತಿಯುಕ್ಕಿ ಬಂದಂತಾಗಿ ಮನಸ್ಸು ಆರ್ದ್ರವಾಗುತ್ತಿತ್ತು. ಮತ್ತೆ ಮಾತಾಡಿದರೆ ಧ್ವನಿಯೆಲ್ಲಿ ಗದ್ಗದಿತವಾಗುತ್ತೋ ಎಂಬ ಭಯದಲ್ಲಿ ಸುಮ್ಮನೆ ಗೋಣಲ್ಲಾಡಿಸಿ ಬಿಡುತ್ತಿದ್ದ.

ಅವನ ಮನೆಗೆ ಹೋಗಲು ಶುರು ಮಾಡಿದ ಹೊಸತರಲ್ಲಿ ಹೀಗೆ ಬಾಯಿ ಕೆಟ್ಟು ಅವರು ಕೊಡುವುದನ್ನೇ ಕಾಯುವ ತನ್ನ ಹೀನಾಯ ಸ್ಥಿತಿಗೆ ಖೇದವಾಗಿ ಏನೂ ತಿನ್ನುವುದು ಬೇಡವೆಂದು ಹಠ ಹಿಡಿದವನಂತೆ ಅವರ ಮನೆಯಿಂದ ಹೊರಬಂದು ಹತ್ತಿರದಲ್ಲೇ ಇರುವ ಯಾವುದೋ ದರ್ಶಿನಿಯಲ್ಲಿ ಏನೋ ತಿನ್ನುತ್ತಿದ್ದ. ಆದರೆ ಈಗ ಅಂತಹ ಹಠ, ಪ್ರತಿಷ್ಠೆಗಳು ತನ್ನ ವ್ಯಕ್ತಿತ್ವಕ್ಕೆ ಸಲ್ಲುವುದಿಲ್ಲವೆಂದು ಮೋಹನಸ್ವಾಮಿಗೆ ಗೊತ್ತಾಗಿದೆ. ತೆಪ್ಪಗೆ ಯಾರಾದರೂ ಮನೆಯಲ್ಲಿ ಮಾಡಿದ ಅಡಿಗೆಯನ್ನು ಕೊಟ್ಟರೆ, ಒಂದಿಷ್ಟೂ ತಟ್ಟೆಯಲ್ಲಿ ಉಳಿಸದಂತೆ ತಿನ್ನುತ್ತಾನೆ. ಕೆಲವೊಮ್ಮೆ ಇನ್ನೊಂದಿಷ್ಟು ಬೇಕು ಎಂದು ಸಂಕೋಚ ಬಿಟ್ಟು ಕೇಳಿ ಎರಡನೆಯ ಸಲ ಹಾಕಿಸಿಕೊಳ್ಳುತ್ತಾನೆ.

ಗುರುರಾಜನಿಗೆ ಎಲ್ಲವೂ ಅರ್ಥವಾಗುತ್ತದೆ. ಹಲವು ವರ್ಷಗಳಿಂದ ಏಕಾಂಗಿಯಾಗಿ ಒಣಗುತ್ತಿರುವ ಗೆಳೆಯನ ನೋವು ತಿಳಿಯುತ್ತದೆ. ಆದರೆ ಏನನ್ನೂ ಕೆದಕದೆ ತನ್ನ ಗೆಳೆತನದ ಅಧಿಕಾರವನ್ನು ಬಳಸಿ ಅವನಿಗೆ ತಿನ್ನಲು, ಉಣ್ಣಲು ಹೇಳುತ್ತಾನೆ. ಹದಿನೈದು ವರ್ಷದ ಸ್ನೇಹವದು. ಕಾಲೇಜಿನ ದಿನಗಳಿಂದ ಒಬ್ಬರಿಗೊಬ್ಬರು ಅನ್ಯೋನ್ಯವಾಗಿದ್ದಾರೆ. ಆದರೆ ಎಂದೂ ಈ ಗೆಳೆಯನ ಮೇಲೆ ತನಗೆ ದೇಹಾಕರ್ಷಣೆ ಮೂಡಿಲ್ಲವೆಂಬ ಸಂಗತಿ ಮಾತ್ರ ಮೋಹನಸ್ವಾಮಿಗೆ ಖುಷಿ, ನೆಮ್ಮದಿ. ಎಷ್ಟೋ ಬಾರಿ ಅವನ ಜೊತೆಯಲ್ಲಿ ಒಂದೇ ಮಂಚದಲ್ಲಿ ಮಲಗಿದ್ದರೂ ತನಗೆ ಅವನನ್ನು ಮುಟ್ಟುವ ಆಸೆ ಬಂದಿಲ್ಲವೆಂಬುದು ನೆಮ್ಮದಿಯ ವಿಚಾರ. ಹಲವಾರು ವರ್ಷಗಳಿಂದ ಕಾಪಾಡಿಕೊಂಡು ಬಂದ ಸ್ನೇಹವೂ ಒಂದು ಕಹಿ ಗಳಿಗೆಯಲ್ಲಿ ಮಣ್ಣು ಪಾಲಾಗಿರುವ ಅನುಭವಗಳು ಮೋಹನಸ್ವಾಮಿಗೆ ಹಲವಾರಿವೆ. ಕೈ ಮೀರಿ ನಡೆದ ಕೃತ್ಯಕ್ಕೆ ತಿಂಗಳುಗಟ್ಟಲೆ ಅವನು ಕೊರಗಿದ್ದಾನೆ. ಮುರಿದ ಗೆಳೆತನವನ್ನು ಮತ್ತೆ ಒಂದುಗೂಡಿಸಲು ಪ್ರಯತ್ನಿಸಿ ಸೋತಿದ್ದಾನೆ. ಒಂದು ದಿನ ಎಲ್ಲಾ ಗೆಳೆಯರನ್ನೂ ಕಳೆದುಕೊಂಡು ಬಿಟ್ಟು ಮಾತನಾಡಲೂ ಯಾರಿಲ್ಲದಂತೆ ಏಕಾಂಗಿಯಾಗಿಬಿಡುತ್ತೇನೇನೋ ಎಂಬ ಭಯವೂ ಅವನಿಗಿದೆ. ಗೆಳೆಯರಿಲ್ಲದೆ

ಬದುಕುವುದು ಹೇಗೆ? ಹೇ ಕೃಷ್ಣಾ, ಗುರುರಾಜನ ಗೆಳೆತನವನ್ನು ಕಾಪಾಡು. ನನ್ನ ಈ ಕೆಟ್ಟ ಕಣ್ಣು ಅವನ ಮೇಲೆ ಬೀಳದಂತೆ ನೋಡಿಕೊ.

ಆ ಸಂಜೆ ಗುರುರಾಜನ ಮನೆಯಲ್ಲಿ ಹಲವು ಪುಟ್ಟ ಬಾಲಕರು ಬಂದಿದ್ದರು. ಕಚ್ಚೆಪಂಚೆ ಹಾಕಿಕೊಂಡು, ಬಣ್ಣದ ಶಲ್ಯವನ್ನು ಹೊದೆದುಕೊಂಡು, ನಾಮ-ಮುದ್ರೆಗಳನ್ನು ಢಾಳಾಗಿ ಹಚ್ಚಿಕೊಂಡು ಮನೆಯ ತುಂಬೆಲ್ಲಾ ಓಡಾಡಿಕೊಂಡಿದ್ದರು. ಗುರುರಾಜನ ತಾಯಿಯೇ ಕಾರಣವನ್ನು ತಿಳಿಸಿದರು. “ಈವೊತ್ತು ಸುಬ್ರಾಯನ ಷ್ರಷ್ಠಿ. ಒಂದೈದು ಜನ ವಟುಗಳಿಗೆ ಜನಿವಾರ, ಟವೆಲ್ಲು ಕೊಡೋಣ ಅಂತ ಕರಿಸಿದೀನಿ. ನಂಗೆ ಹುಟ್ಟಿದಾಗಿನಿಂದಲೂ ಸರ್ಪದೋಷ ಅದೆ. ನಮ್ಮ ತಾತ ಯಾವಾಗಲೋ ಮನೆ ಕಟ್ಟುವಾಗ ಜೋಡಿ ನಾಗರಹಾವನ್ನು ಕೊಂದು ಹಾಕಿದ್ದನಂತೆ. ಆ ಪಾಪ ನನ್ನ ಸುತ್ತಿಗೊಂತು. ವಯಸ್ಸಾದರೂ ಮದುವೆ ಆಗಿರಲೇ ಇಲ್ಲ. ಕೊನೆಗೆ ಸುಬ್ರಾಯನ ಷ್ರಷ್ಠಿ ವ್ರತ ಮಾಡಲಿಕ್ಕೆ ಯಾರೋ ಹೇಳಿದ್ರು. ಶುರು ಹಚ್ಚಿಗೊಂಡೆ. ಮದುವೆ ಆಯ್ತು. ಮಕ್ಕಳಾದರು. ಆವತ್ತಿನಿಂದ ತಪ್ಪದಂಗೆ ಈ ವ್ರತ ಮಾಡಿಕೊಂಡು ಬಂದೀನಿ” ಎಂದು ವಿವರವಾಗಿ ತಿಳಿಸಿದರು.

ಗುರುರಾಜನ ಹೆಂಡತಿಯೇ ಮೋಹನಸ್ವಾಮಿಗೆ ದೋಸೆ ಮಾಡಿಕೊಟ್ಟಳು. “ಇನ್ನ ನಾಲ್ಕೈದು ವರ್ಷ ಇವನು ಸಿಗಲ್ಲ. ವಿದೇಶಕ್ಕೆ ಹೋಗ್ತಾ ಇದಾನೆ. ಒಂದೆರಡು ದೋಸೆ ಹೆಚ್ಚೇ ಹಾಕು” ಎಂದು ಗುರುರಾಜ ಉಪಚಾರ ಮಾಡಿದ. ಗುರುರಾಜನ ಪುಟ್ಟ ಮಗ ಅನಿಕೇತನ ಇವನ ತೊಡೆಯನ್ನೇರಿ ಕುಳಿತು ಚಸ್ಮಾವನ್ನು ಕಿತ್ತುತ್ತಿದ್ದ. ಜೇಬಿನಲ್ಲಿದ್ದ ಪೆನ್ನು, ಪೇಪರು, ಮೊಬೈಲುಗಳನ್ನು ಕಿತ್ತು ಕಿತ್ತು ಬಿಸುಟುತ್ತಿದ್ದ. ಅವನ ಪುಟ್ಟ ಕೈಯಿಂದ ತನ್ನ ಗಲ್ಲವನ್ನು ಸವರಿಕೊಳ್ಳುತ್ತಾ ಮೋಹನಸ್ವಾಮಿ ಆ ಮಗುವಿನ ಮೃದು ಚರ್ಮ ಸ್ಪರ್ಶದ ದೈವೀಸುಖವನ್ನು ಅನುಭವಿಸುತ್ತಿದ್ದ. “ಅನೀ, ಅಂಕಲ್‌ನ ಗೋಳಾಡಿಸಬೇಡ” ಎಂದು ಗುರುರಾಜ ಆಗಾಗ ಗದರಿಸುತ್ತಿದ್ದನಾದರೂ ಆ ಪುಟ್ಟ ಕಂದ ತನ್ನ ಆಟವನ್ನು ಮುಂದುವರೆಸಿಕೊಂಡು ಹೋಗುತ್ತಿದ್ದ. ಆಗಾಗ ಕಿಲಕಿಲ ನಗು. ಮೋಹನಸ್ವಾಮಿ ತಿನ್ನುತ್ತಿರುವ ದೋಸೆ ಬೇಕೆಂದು ಕೇಳುತ್ತಿದ್ದ. ಆದರೆ ತಾನು ತಿನ್ನುತ್ತಿರುವ ದೋಸೆಯ ತುಂಡನ್ನು ಅವನ ಬಾಯಿಗಿಡುವ ಧೈರ್ಯ ಮೋಹನಸ್ವಾಮಿಗೆ ಖಂಡಿತಾ ಇರಲಿಲ್ಲ. “ಅಮ್ಮನ್ನ ಕೇಳ್ಬೇಕು, ಜಾಣ ಅಲ್ವಾ ನೀನು” ಎಂದು ಮಗುವಿಗೆ ಸಮಾಧಾನ ಹೇಳುತ್ತಿದ್ದ.

ಇದ್ದಕ್ಕಿದ್ದಂತೆಯೇ ಏನೋ ಹೊಳೆದಂತೆ ಗುರುರಾಜ ಹೇಳಿದ್ದ. “ಅಲ್ಲ ಮೋಹನ, ಹೆಂಗೂ ನಾಲ್ಕಾರು ವರ್ಷ ಬರಲ್ಲ ಅಂತಿದೀಯ. ಒಂದು ಅಪಾರ್ಟ್‌ಮೆಂಟ್ ಯಾಕೆ ನೀನು ಖರೀದಿಸಿ ಹೋಗಬಾರದು? ಹೇಗೂ ಸಾಕಷ್ಟು ಹಣ ಈಗ ನಿನ್ನ ಹತ್ತಿರ ಇದ್ದೇ ಇರುತ್ತೆ. ಇನ್ನೂ ಬೇಕು ಅನ್ನಿಸಿದ್ರೆ ಸ್ವಲ್ಪ ಲೋನ್ ತೊಗೋವಂತಿ. ನೀನು ಬರೋ ತನಕ ತನ್ನ ಪಾಡಿಗೆ ತಾನು ಸಾಲ ತೀರ್ತಾ ಇರುತ್ತೆ. ವಾಪಾಸು

ಬಂದಾಗ ನಿನ್ನದೇ ಒಂದು ಸ್ವಂತ ಮನೆ ಇರ್ತದಲ್ಲ?" ಎಂದಿದ್ದ. ಆ ಮಾತಿಗೆ ಮೋಹನಸ್ವಾಮಿ ಪೂರ್ತಿ ಕಂಗೆಟ್ಟು ಹೋಗಿದ್ದ. ಮನೆ ಖರೀದಿಸುವ ಯೋಚನೆ ಅವನಿಗೆ ಎಂದೂ ಬಂದಿರಲಿಲ್ಲ. ಗೆಳೆಯರೆಲ್ಲರೂ ಆಗಲೇ ಮನೆ ಕಟ್ಟಿಸಿಕೊಂಡು ಭರ್ಜರಿ ಗೃಹಪ್ರವೇಶ ಮಾಡಿ, ಗಡದ್ದಾದ ಊಟವನ್ನು ಹಾಕಿಸಿದ್ದರು. ಮೋಹನಸ್ವಾಮಿ ಈ ಎಲ್ಲಾ ಗೃಹಪ್ರವೇಶಗಳಿಗೂ ತಪ್ಪದೆ ಹೋಗಿ, ಉಡುಗೊರೆ ಕೊಟ್ಟು, ಹೊಟ್ಟೆ ತುಂಬ ಉಂಡಿದ್ದಾನೆ. ಗುರುರಾಜನೇ ತನ್ನ ಈ ಅದ್ಭುತ ಮನೆಯನ್ನು ಕಟ್ಟಿಸುವಾಗ ಪಟ್ಟ ಕಷ್ಟಗಳನ್ನೆಲ್ಲಾ ಮೋಹನಸ್ವಾಮಿಗೆ ಕತೆಯಾಗಿ ಹೇಳುತ್ತಿದ್ದ. ಎಷ್ಟೋ ಬಾರಿ ತನ್ನ ಜೊತೆಗೆ ಮೋಹನಸ್ವಾಮಿಯನ್ನು ಏನೇನೋ ಕೆಲಸಗಳಿಗಾಗಿ ಕರೆದುಕೊಂಡು ಹೋಗಿದ್ದಾನೆ. ಯಾವುದೋ ಕಂಟ್ರಾಕ್ಟರಿಗೆ ಏನೋ ಡಾಕುಮೆಂಟು ಕೊಟ್ಟು ಬರುವುದು, ಅವೆನ್ಯೂ ರಸ್ತೆಗೆ ಹೋಗಿ ಎಂತಹದೋ ಚಿತ್ತಾಕರ್ಷಕ ಬಲ್ಬನ್ನು ತರುವುದು, ಸೆಂಟ್ ಮಾರ್ಕ್ಸ್ ರಸ್ತೆಯಲ್ಲಿರುವ ಯಾವುದೋ ಲಾಯರನ್ನು ಕಾಣುವುದು – ಹೀಗೆ ಏನೇನೋ ಕಾರಣಕ್ಕೆ ಗುರುರಾಜ ಅವನನ್ನು ಜೊತೆಯಲ್ಲಿ ಕರೆದುಕೊಂಡು ಹೋಗಿದ್ದಾನೆ. ಆದರೆ ಎಂದೂ ತನ್ನದೇ ಒಂದು ಸ್ವಂತ ಮನೆಯನ್ನು ಮಾಡಿಕೊಳ್ಳಬೇಕೆಂಬ ಆಸೆಯೇ ಮೋಹನಸ್ವಾಮಿಗೆ ಬಂದಿರಲಿಲ್ಲ. ಅದು ತನಗೆ ಸಂಬಂಧಿಸಿದ ಸಂಗತಿಯೆಂದು ಅವನಿಗೆ ಅನ್ನಿಸಿರಲೇ ಇಲ್ಲ. ಅಪ್ಪ–ಅಮ್ಮ ಇರುವಾಗ ಆಗೊಮ್ಮೆ ಈಗೊಮ್ಮೆ ಮನೆಯ ಬಗ್ಗೆ ಮಾತನಾಡಿದ್ದರಾದರೂ ಅವರೂ ತೀರಿಕೊಂಡ ಮೇಲೆ ಇವನಿಗೆ ತಿಳಿಸಿ ಹೇಳುವವರು ಯಾರೂ ಇರಲಿಲ್ಲ.

"ನಾನೇನು ಮಾಡಲೋ ಮನೆ ತೊಗೊಂಡು, ಅದೆಲ್ಲಾ ನಿನ್ನಂತಹ ಸಂಸಾರಿಗಳಿಗೇ ಸರಿ" ಎಂದು ಪೆಕರನಂತೆ ನಕ್ಕುಬಿಟ್ಟ.

"ಸಂಸಾರಿನೋ, ಬ್ರಹ್ಮಚಾರಿನೋ; ಈ ದರಿದ್ರ ಊರಿನಾಗೆ ಬಾಡಿಗೆ ಹಣ ಕೊಡ್ತಾ ಇರೋದು ಮೂರ್ಖತನ ಅನ್ನಿಸುತ್ತೆ. ಇರೋದಕ್ಕೆ ಒಂದು ಸೂರು ಅಂತ ಇದ್ರೆ ನೆಮ್ಮದಿ. ಇಂಡಿಪೆಂಡೆಂಟ್ ಮನೆ ನಿನಗೆ ಬೇಡ. ಆದರೆ ಒಂದು ಅಪಾರ್ಟಮೆಂಟ್ ಇರಲಿ. ಸೆಕ್ಯೂರಿಟಿ ಇರ್ತದೆ. ಮೆಂಟೇನೆನ್ಸ್ ತಲೆನೋವು ಇರಲ್ಲ. ಇಲ್ಲಿಂದ ನಾಲ್ಕು ಕಿಲೋ ಮೀಟರ್‌ನಾಗೆ ಒಳ್ಳೆ ಅಪಾರ್ಟ್‌ಮೆಂಟ್ ಬರ್ತಾ ಅದಂತೆ. ಕನ್‌ಸ್ಟ್ರಕ್ಷನ್ ಕ್ವಾಲಿಟಿ ಕೂಡಾ ಚೆನ್ನಾಗಿದೆಯಂತೆ. ನಮ್ಮ ಆಫೀಸಿನಾಗೆ ತುಂಬಾ ಜನ ತೊಗೊಂಡಿದಾರೆ. ಅಲ್ಲೇ ಒಂದು ಅಪಾರ್ಟ್‌ಮೆಂಟ್ ಬುಕ್ ಮಾಡಿ ವಿದೇಶಕ್ಕೆ ಹೋಗು. ರಿಜಿಸ್ಟ್ರೇಷನ್‌ಗೆ ಆದರೆ ಬರುವಂತಿ. ಇಲ್ಲಾ ಅಂದ್ರೆ ನಾನೇ ಮಾಡಿಸ್ತೀನಿ" ಎಂದು ಹುರಿದುಂಬಿಸಿದ್ದ. ಮನೆ ಕೊಳ್ಳುವ ಯೋಚನೆಯೇ ಇವನಿಗೆ ವಿಚಿತ್ರ ಕಂಪನವನ್ನು ಉಂಟುಮಾಡಿ ಹೇಗೆ ಪ್ರತಿಕ್ರಿಯಿಸಬೇಕೋ ತಿಳಿಯದಂತೆ ಒದ್ದಾಡಿದ್ದ. ಆದರೆ ಗೆಳೆಯನ ಪ್ರೋತ್ಸಾಹದಿಂದ ಹುರುಪು ಬಂತು. ತನ್ನದೂ

ಅಂತ ಮನೆಯಾಗಿಬಿಟ್ಟರೆ ಈ ಬಾಡಿಗೆ ಯಜಮಾನರ ಕಾಟ ಇರುವುದಿಲ್ಲವಲ್ಲಾ ಅಂತಲೂ ಅನ್ನಿಸಿತು. ಆದರೆ ಹಿಂದೆಯೇ ಬಾಡಿಗೆ ಮನೆಯ ಯಜಮಾನರು ಎಂದೂ ತನಗೆ ಕಷ್ಟ ಕೊಟ್ಟಿಲ್ಲವೆಂದೆನಿಸಿತು. ಬೆಳಗ್ಗೆ ಆಫೀಸಿಗೆ ಹೋದರೆ ಮತ್ತೆ ಸಂಜೆಗೇ ಹಿಂತಿರುಗುವುದು. ಬೇಕೆಂದರೆ ಮಧ್ಯಾಹ್ನದ ಹೊತ್ತು ಮನೆಯನ್ನು ಬಳಸಿಕೊಳ್ಳುವಂತೆ ಕೀಲಿಕೈ ಒಂದನ್ನು ಅವರ ಮನೆಯಲ್ಲಿ ಕೊಟ್ಟಿರುತ್ತಿದ್ದ. ಮನೆಯನ್ನು ಅತ್ಯಂತ ಸ್ವಚ್ಛವಾಗಿ ಇಡುವ ಖಯಾಲಿ ಬೇರೆ. ಕಡಿಮೆ ನೀರಿನ ಬಳಕೆ, ಯಾವುದೇ ಗಲಾಟೆ ಇಲ್ಲ, ಜೊತೆಗೆ ತಿಂಗಳಿಗೆ ತಪ್ಪದೆ ಕೊಡುವ ಬಾಡಿಗೆ, ವರ್ಷಕ್ಕೆ ತಪ್ಪದೆ ಹತ್ತು ಪರ್ಸೆಂಟ್ ಬಾಡಿಗೆ ಜಾಸ್ತಿ. ಯಾವ ಮನೆ ಯಜಮಾನನಿಗೆ ತಾನೆ ಬೇಡ? ಆದರೂ ಸ್ವಂತ ಮನೆಯಿದ್ದರೆ ಒಳ್ಳೆಯದಲ್ಲವೆ?

ಗುರುರಾಜನ ತಾಯಿ ಹೊರಬಂದರು. "ನೋಡಪ್ಪ ಮೋಹನ, ನೀನು ಹೇಳಿ ಕಳುಹಿಸಿದಂಗೆ ಬಂದೀಯ ನೋಡು. ಐದು ಜನ ಬ್ರಹ್ಮಚಾರಿಗಳು ಬೇಕು ಅಂದ್ರೆ ಬರೀ ನಾಲ್ಕು ಹುಡುಗರು ಬಂದಿದಾರೆ. ಐದನೆಯವನಾಗಿ ನೀನೇ ಜನಿವಾರ, ಟವೆಲ್ಲು ತೊಗೊಂಡು ಬಿಡು" ಎಂದರು. ಇವನಿಗೆ ಕಸಿವಿಸಿ. "ಅತ್ತೆ, ನಂಗೆ ಆಗಲೇ ಮೂವತ್ತೈದು ವರ್ಷ. ನಾನೆಂತಹ ಬ್ರಹ್ಮಚಾರಿ ಅಂತ ಎಣಿಸ್ತೀರ" ಎಂದು ನಕ್ಕ. "ಏನಾಯ್ತೀಗ. ಮದುವೆ ಅಂತೂ ಆಗಿಲ್ಲ ಅಲ್ವಾ? ಸುಮ್ಮನೆ ನನ್ನ ವ್ರತ ಕೆಡಿಸಬೇಡ. ಬಾ, ತಾಂಬೂಲ ತೊಗೋ" ಎಂದು ಅಪ್ಪಣೆ ಕೊಟ್ಟರು. ಇವನು ಗುರುರಾಜನ ಕಡೆ ನೋಡಿದ. "ಹೋಗಿ ಇಸ್ಕೊಳ್ಳೋ, ಏನೂ ಆಗಲ್ಲ" ಎಂದು ಗುರುರಾಜ ಗದರಿದ.

ನಾಲ್ಕು ಪುಟ್ಟ ಪುಟ್ಟ ಬಾಲಕರ ಜೊತೆಯಲ್ಲಿ ಕುಳಿತು ಇವನು ಷಷ್ಠಿಯ ತಾಂಬೂಲವನ್ನು ತೆಗೆದುಕೊಂಡ. ಆ ಪುಟ್ಟ ಬಾಲಕರಿಗೆ ತಮ್ಮ ಪಕ್ಕ ಕುಳಿತ ಅಪ್ಪನ ವಯಸ್ಸಿನ ಈ ಅಂಕಲ್‌ನನ್ನು ಕಂಡು ಒಳಗೊಳಗೇ ನಗು. ಅವರ ನಗುವನ್ನು ಕಂಡು ಇವನಿಗೂ ನಗು ಬಂತು. ತಾಂಬೂಲ ತೆಗೆದುಕೊಂಡ ಆ ಹುಡುಗರು ತಾಯಿಗೆ ನಮಸ್ಕಾರ ಮಾಡಿದಾಗ "ಚೆನ್ನಾಗಿ ಓದಿ ರ್‍ಯಾಂಕಿನಲ್ಲಿ ಪಾಸಾಗಬೇಕು" ಎಂದು ಅವರು ಆಶೀರ್ವಾದ ಮಾಡಿದರು. ಆದರೆ ಮೋಹನಸ್ವಾಮಿ ನಮಸ್ಕಾರ ಮಾಡಿದಾಗ, "ಬಡಾನ ಮದುವಿ ಆಗಿಬಿಡಲಪ್ಪಾ" ಎಂದು ಹರಸಿದರು. ಇತ್ತೀಚೆಗೆ ಮೋಹನಸ್ವಾಮಿಗೆ ಮದುವೆಯ ಹರಕೆಯ ಮಾತಿಗೆ ಹೆದರಿಕೆಯಾಗುವುದಿಲ್ಲ. ಅದರ ಬದಲು ಎಲ್ಲೋ ಎದೆಯಲ್ಲಿ ಆಸೆಯೊಂದು ಮೂಡುತ್ತದೆ. ಈ ತಾಯಿಯ ಹರಕೆಯಂತೆ ಏನೋ ನನ್ನಲ್ಲಿಯೇ ಪವಾಡ ಜರುಗಿ, ಹೆಣ್ಣನ್ನು ಪಡೆಯುವ ಸ್ಥಿತಿ ಉಂಟಾದರೆ ಬದುಕು ಅದೆಷ್ಟು ಸುಂದರವಲ್ಲವೆ? ಎಂದು ಕನಸು ಕಾಣುತ್ತಾನೆ. ಆದರೆ ಹಿಂದೆಯೇ ಅದೆಲ್ಲವೂ ಸಲ್ಲದ ಅನಿಸಿಕೆಗಳೆಂದು ಅರ್ಥವಾಗಿ ಸುಮ್ಮನೆ ಒಂದು ಪೆಚ್ಚು ನಗೆಯನ್ನು ಚೆಲ್ಲುತ್ತಾನೆ. "ನಿಮ್ಮ ಹರಕೆಯಂತೇ ಆಗಲಿ ಬಿಡಿ ಅತ್ತೆ.

ನೀವು ಏನು ಕೇಳಿದ್ರೆ ಅದನ್ನ ಕೊಡಿಸ್ತೀನಿ" ಎಂದು ಸೊಗಸಾಗಿ ನಕ್ಕ. "ನೀನು ಸುಮ್ಮನೆ ಹೂಂ ಅಂತನ್ನು. ಕನ್ಯೆಗಳ ಮಾಲೆ ತಂದು ನಿನ್ನ ಕೊರಳಿಗೆ ಹಾಕ್ತೀನಿ" ಎಂದು ಅವರೂ ನಕ್ಕು ಒಳ ಹೋದರು. "ಆಗ್ತೀಯೇನೋ?" ಎಂದು ಗುರುರಾಜ ಅನುಮಾನದಿಂದ ಕೇಳಿದ. "ಸುಮ್ಮನಿರಪ್ಪ, ತಮಾಷೆ ಮಾಡಬೇಡ" ಎಂದು ಮೋಹನಸ್ವಾಮಿ ಹಳೆಯ ರಾಗವನ್ನೆಳೆದ.

ಮೋಹನಸ್ವಾಮಿ ಮನೆಗೆ ಹೋಗುವಾಗಲೂ ಗುರುರಾಜ ಇನ್ನೊಮ್ಮೆ ಮನೆ ಕೊಳ್ಳುವ ವಿಚಾರವನ್ನು ಹೇಳಿ, ಅವನು ತಕ್ಷಣ ಅಪಾರ್ಟ್‌ಮೆಂಟಿನ ಬಳಿ ಹೋಗಲು ಒತ್ತಾಯ ಪಡಿಸಿದ. ಮನೆ ಕೊಳ್ಳದೆ ಈ ಜೀವದ ಗೆಳೆಯ ಸುಮ್ಮನಿರುವುದಿಲ್ಲ ಎಂದು ಅರ್ಥ ಮಾಡಿಕೊಂಡ ಮೋಹನಸ್ವಾಮಿ, ಮನೆಯೊಂದನ್ನು ಕೊಳ್ಳುವುದಕ್ಕೆ ನಿರ್ಧರಿಸಿಬಿಟ್ಟ. ತಕ್ಷಣ ಹೋಗಿ ಮನೆ ನೋಡಿಕೊಂಡು, ಸಾಧ್ಯವಾದರೆ ನಾಳೆಯೇ ಬುಕ್ ಮಾಡಿ ಬಿಡುವಂತೆ ಗುರುರಾಜ ಹುರಿದುಂಬಿಸಿದ. "ನೀನೂ ಜೊತೆಗೆ ಬಾರೋ..." ಎಂದು ಮೋಹನಸ್ವಾಮಿ ಅಂಗಲಾಚಿದ. ಗುರುರಾಜ ಬಿಜಿಯಾಗಿದ್ದ. "ಇವಳು ಎಲ್ಲೋ ಹೋಗಬೇಕು ಅಂತಿದಾಳೆ ಮೋಹನ. ನೀನೇ ಹೋಗಿ ನೋಡಿಕೊಂಡು ಬಿಡು. ನೀರು, ಎಲೆಕ್ಟ್ರಿಸಿಟಿ, ಜೆನರೇಟರ್, ಲಿಫ್ಟ್ ಎಲ್ಲಾ ಸರಿಯಾಗಿ ಇದೆ ಅಂತ ಚೆಕ್ ಮಾಡಿಕೋ. ರಾತ್ರಿ ಬೇಕೆಂದರೆ ಇನ್ನೊಂದಿಷ್ಟು ಟಿಪ್ಸ್ ಹೇಳ್ತೀನಿ" ಎಂದು ಹೇಳಿ ಜಾರಿಕೊಂಡ. ಮೋಹನಸ್ವಾಮಿಗೆ ಅಷ್ಟೊಂದೇನೂ ಬೇಸರವಾಗಲಿಲ್ಲ.

ಈಗ ಏಳೆಂಟು ವರ್ಷದ ಕೆಳಗಾದರೆ ಗೆಳೆಯನೊಬ್ಬ ಜೊತೆಯಲ್ಲಿಲ್ಲ ಎಂದರೆ ಎಲ್ಲಿಗೂ ಹೋಗುತ್ತಿರಲಿಲ್ಲ. ಅಂಗಡಿಗೆ ಹೋಗಿ ಪುಟ್ಟ ಕರವಸ್ತ್ರ ತೆಗೆದುಕೊಳ್ಳುವುದಿರಲಿ, ಸಿನಿಮಾಕ್ಕೆ ಹೋಗುವುದಾಗಲಿ, ದರ್ಶಿನಿಗೆ ಹೋಗಿ ಬೈಟು ಕಾಫಿ ಕುಡಿಯುವುದಕ್ಕಾಗಲಿ – ಎಲ್ಲದಕ್ಕೂ ಗೆಳೆಯರು ಬೇಕೇ ಬೇಕು. ಅವರೊಡನೆ ಹರಟುತ್ತಾ, ನಗುತ್ತಾ, ವಾದಿಸುತ್ತಾ ಇಡೀ ಜಗತ್ತನ್ನೇ ಮರೆಯಬಲ್ಲವನಾಗಿದ್ದ. ಆದರೆ ಗೆಳೆಯರೆಲ್ಲಾ ನಿಧಾನಕ್ಕೆ ಒಬ್ಬೊಬ್ಬರಾಗಿ ಮದುವೆಯಾಗಿ ಕೈಗೆ ಸಿಗಲಾರದಂತಾದರು. ಸುಮ್ಮನೆ ಆಗೊಮ್ಮೆ ಈಗೊಮ್ಮೆ ಫೋನ್ ಮಾಡಿದರೆ ಒಂದಿಷ್ಟು ಹೊತ್ತು ಮಾತನಾಡಿದಂತೆ ಮಾಡಿ "ಸ್ವಲ್ಪ ಬಿಜಿ, ಆಮೇಲಕ್ಕೆ ಮಾತಾಡ್ತೀನಿ" ಎಂದು ಕಟ್ ಮಾಡಿ ಬಿಡುತ್ತಿದ್ದರು. ಒಂದೆರಡು ವರ್ಷ ಕಳೆಯುವುದರಲ್ಲಿ ಅವರೆಲ್ಲರಿಗೂ ಮಕ್ಕಳಾದವು. ಆಗಂತೂ ಫೋನ್‌ಗೂ ಯಾರೂ ಸಿಗುತ್ತಿರಲಿಲ್ಲ.

ಕೊನೆಗೆ ಮೋಹನ ಒಂಟಿತನವನ್ನು ಅಭ್ಯಾಸ ಮಾಡಿಕೊಳ್ಳತೊಡಗಿದ. ಒಂದಿಷ್ಟು ದಿನ ಎಲ್ಲಿಗೂ ಹೋಗದೆ, ಏನೂ ಮಾಡದಂತೆ ಸುಮ್ಮನೆ ಮನೆಯಲ್ಲಿಯೇ ಉಳಿದುಬಿಡುತ್ತಿದ್ದ. ಆದರೆ ಎಷ್ಟು ದಿನ ಹಾಗೆ ಒಬ್ಬನೇ ಕುಳಿತಾನು? ಬೇರೆ ದಾರಿಯಿಲ್ಲದೆ ತಾನೊಬ್ಬನೇ ಸಿನಿಮಾಕ್ಕೆ ಹೋಗುವುದು, ಬಟ್ಟೆ ಖರೀದಿಸುವುದು, ಟೂರಿಸ್ಟ್ ಸ್ಥಳಗಳಿಗೆ

ಹೋಗುವುದನ್ನು ಶುರುವಿಟ್ಟುಕೊಂಡ. ಮೊದಮೊದಲು ಹಾಗೆ ಒಂಟಿಯಾಗಿ ತಿರುಗುವುದು ಹೆದರಿಕೆಯೆನ್ನಿಸುತ್ತಿತ್ತು. ಯಾವುದೋ ಐಸ್‌ಕ್ರೀಂ ಪಾರ್ಲರಿಗೆ ಹೋಗಿ ಒಬ್ಬನೇ ಕುಳಿತು ದೊಡ್ಡ ಗಡ್‌ಬಡ್ ತೆಗೆದುಕೊಂಡು ತಿನ್ನುವಾಗ ವಿಚಿತ್ರ ಮುಜುಗರವಾಗಿ ಐಸ್‌ಕ್ರೀಂ ಕಹಿಯಾಗುತ್ತಿತ್ತು. ಇಡೀ ಪಾರ್ಲರಿನಲ್ಲಿ ಎಲ್ಲರೂ ತನ್ನ ಕಡೆಯೇ ನೋಡುತ್ತಿದ್ದಾರೇನೋ ಎಂದು ಸಂಕೋಚವಾಗುತ್ತಿತ್ತು. ಆದರೆ ನಿಧಾನಕ್ಕೆ ಅದಕ್ಕೂ ಹೊಂದಿಕೊಂಡ. ಎಷ್ಟು ಗಂಟೆಗೆ ಬೇಕಾದರೂ ಮನೆಗೆ ಹೋಗಬಹುದು, ಯಾವಾಗ ಬೇಕಾದರೂ ಏಳಬಹುದು, ಎಲ್ಲಿಗೆ ಬೇಕಾದರೂ ಹೋಗಬಹುದು – ಹೇಳೋರು ಕೇಳೋರು ಯಾರೂ ಇಲ್ಲ ಎಂದು ಸಂಭ್ರಮಿಸುತ್ತಿದ್ದ. ಆದರೆ ಒಮ್ಮೆ ಮಾತ್ರ ತನ್ನ ಒಂಟಿತನ ಅವನಿಗೆ ಅತ್ಯಂತ ದುಃಖವನ್ನು ಕೊಟ್ಟಿತ್ತು.

ಅವತ್ತು ಆಫೀಸಿನಲ್ಲಿ ಇದ್ದಕ್ಕಿದ್ದಂತೆ ಹೊಟ್ಟೆನೋವು ಬಂದು ಹೊರಳಾಡಿ ಬಿಟ್ಟಿದ್ದ. ಹಿಂದೆಂದೂ ಆ ತರಹ ಅವನಿಗಾಗಿರಲಿಲ್ಲ. ಏನೋ ಗಟ್ಟಿಯಾಗಿ ಒಳಗಿನಿಂದ ಹಿಂಡಿದಂತಹ ನೋವದು. ನಡೆಯಲೂ ಸಾಧ್ಯವಾಗದಂತಹ ಸ್ಥಿತಿಗೆ ಬಂದಿದ್ದ. ಆಫೀಸಿನಲ್ಲಿ ಎಲ್ಲರೂ ಅವನ ಸುತ್ತಮುತ್ತ ನೆರೆದಿದ್ದರು. ಆದರೆ ಕೇವಲ ಅರ್ಧ ಗಂಟೆಯಲ್ಲಿ ನೋವು ಮಾಯವಾಗಿತ್ತು. ಆದರೆ ಯಾಕೋ ಆ ನೋವಿಗೆ ವಿಚಿತ್ರ ಹೆದರಿಕೆಯಾಗಿ ಮರುದಿನ ಆಸ್ಪತ್ರೆಗೆ ಹೋಗಿದ್ದ. ಆಸ್ಪತ್ರೆಯೆಂದರೆ ಮೋಹನಸ್ವಾಮಿಗೆ ಇಷ್ಟ. ಡಾಕ್ಟರರು, ನರ್ಸುಗಳು ಅದೆಷ್ಟೊಂದು ಕಳಕಳಿಯಿಂದ ನಮ್ಮನ್ನು ಮಾತನಾಡಿಸುತ್ತಾರೆ! ಅವರೆಲ್ಲರ ಪ್ರಮುಖ ಆಕರ್ಷಣೆ ನಾನೇ ಆಗಿ ಬಿಡುತ್ತೇನಲ್ಲವಾ? ಸೂಜಿ ಚುಚ್ಚಿದ ಮೇಲೆ "ನೋಯ್ತಾ ಇದೆಯಾ?" ಎಂದು ಎಷ್ಟೊಂದು ಕಳಕಳಿಯಿಂದ ನರ್ಸುಗಳು ಮಾತನಾಡಿಸುತ್ತಾರೆ! ಡಾಕ್ಟರರು ಕೂಡಾ ತಾನು ಹೇಳುವುದನ್ನೆಲ್ಲಾ ಎಷ್ಟೊಂದು ನಿಗಾ ಇಟ್ಟು ಕೇಳುತ್ತಾರೆ. ಆಸ್ಪತ್ರೆ ಅಂತಹ ಕೆಟ್ಟ ಸ್ಥಳವೇನೂ ಅಲ್ಲ ಎಂದು ಅವನಿಗೆ ಅನ್ನಿಸುತ್ತಿತ್ತು.

ಈ ಬಾರಿ ಪರೀಕ್ಷಿಸಿದ ಡಾಕ್ಟರರು ಎಂಡೋಸ್ಕೋಪಿ ಮಾಡಿಸಲು ಹೇಳಿದ್ದರು. ಯಾವತ್ತಿನಂತೆ ಒಬ್ಬನೇ ಮರುದಿನ ಧೈರ್ಯದಿಂದ ಆಸ್ಪತ್ರೆಗೆ ಹೋದ. ರಾತ್ರಿಯೆಲ್ಲಾ ಉಪವಾಸವಿದ್ದು ಹೊಟ್ಟೆ ಖಾಲಿಯಿರಿಸಿಕೊಂಡಿದ್ದ. ಎಂಡೋಸ್ಕೋಪಿಯೆಂದರೆ ಎಂತಹ ಪರೀಕ್ಷೆ ಎನ್ನುವುದೂ ಅವನಿಗೆ ಅರಿವಿರಲಿಲ್ಲ. ರಕ್ತ ಪರೀಕ್ಷೆ, ಬಿಪಿ ಪರೀಕ್ಷೆ ತರಹದ್ದೇ ಅದೂ ಇರಬೇಕು ಎಂದು ಭಾವಿಸಿಕೊಂಡಿದ್ದ.

ಆ ಪರೀಕ್ಷೆ ಅವನಂದುಕೊಂಡಷ್ಟು ಸುಲಭದ್ದಾಗಿರಲಿಲ್ಲ. ಇವನನ್ನು ಮಂಚದಲ್ಲಿ ಮಲಗಿಸಿ, ಕೈ ಮತ್ತು ಕಾಲುಗಳು ಅಲ್ಲಾಡದಂತೆ ಕಟ್ಟಿ, ದೊಡ್ಡ ರಬ್ಬರಿನ ಪೈಪನ್ನು ಬಾಯಿಯ ಮುಖಾಂತರ ಹೊಟ್ಟೆಗೆ ಸೇರಿಸಿ, ಆ ಪೈಪಿನ ತುದಿಯಲ್ಲಿದ್ದ ಕ್ಯಾಮರಾದ ಮೂಲಕ ಅವನ ಹೊಟ್ಟೆಯನ್ನು ಟಿವಿ ಪರದೆಯ

ಮೇಲೆ ನೋಡುವುದು ಆ ಪರೀಕ್ಷೆಯ ಲಕ್ಷಣವಾಗಿತ್ತು. ನರ್ಸು ಆ ಪೈಪನ್ನು ಗಂಟಲಿನ ಮೂಲಕ ಹೊಟ್ಟೆಗೆ ಸೇರಿಸಲು ಪ್ರಯತ್ನ ಪಡುತ್ತಿದ್ದಳು. ಅದು ಗಂಟಲು ದಾಟುತ್ತಿದ್ದಂತೆಯೇ ಇವನಿಗೆ ಎಂತಹದೋ ಸಂಕಟವಾಗಿ, ಇನ್ನೇನು ಪ್ರಾಣವೇ ಹೋಗಿಬಿಡುತ್ತದೇನೋ ಎಂಬಂತೆ ಭಯವಾಗಿ, ಉಸಿರಾಟವೇ ನಿಂತಂತಾಗಿ ಕಣ್ಣು ತೇಲಿಸಿಬಿಡುತ್ತಿದ್ದ. ಆ ಪೈಪನ್ನು ಕಿತ್ತು ಒಗೆಯಬೇಕೆಂದರೂ ಕೈಕಾಲುಗಳನ್ನು ಮಿಸುಕಾಡದಂತೆ ಕಟ್ಟಿಬಿಟ್ಟಿದ್ದರು. ಒಂದೇ ಸಮನೆ ಆತಂಕದಿಂದ ಸಾಧ್ಯವಾದಷ್ಟು ಶಕ್ತಿಯಿಂದ ಕೈಕಾಲುಗಳನ್ನು ಪಟಪಟನೆ ಬಡಿದು ವಿಲವಿಲನೆ ಒದ್ದಾಡುತ್ತಿದ್ದ. ಆಗ ನರ್ಸು ಆ ಪೈಪನ್ನು ತಕ್ಷಣ ಹೊರ ತೆಗೆಯುತ್ತಿದ್ದಳು. ಹೊಟ್ಟೆಯಲ್ಲಿ ಏನೂ ಇರದಿದ್ದರೂ ಎಂತಹದೋ ಹೊಲಸು ನೀರು ವಾಂತಿಯಾಗಿ ಇವನಿಗೆ ಅತ್ಯಂತ ವೇದನೆಯಾಗುತ್ತಿತ್ತು. “ನೀವು ರಿಲ್ಯಾಕ್ಸ್ ಮಾಡಿಕೋಬೇಕು. ಅಂದರೇನೆ ಈ ಪರೀಕ್ಷೆ ಸುಲಭವಾಗಿ ಆಗೋದು” ಎಂದು ಆಕೆ ಮತ್ತೆ ಮತ್ತೆ ಹೇಳುತ್ತಿದ್ದಳು. ಇವನು ಎಷ್ಟೇ ಸಮಾಧಾನದಿಂದಿರಲು ನಿರ್ಧರಿಸಿದರೂ ಪೈಪು ಗಂಟಲಿಂದಿಳಿದಿದ್ದೇ ಜೀವ ಹೋದಂತಹ ಅಸಹಾಯಕತೆಯಾಗುತ್ತಿತ್ತು. ಪರೀಕ್ಷೆ ಮುಗಿಸಲು ಸುಮಾರು ಮುಕ್ಕಾಲು ಗಂಟೆ ಕಾಲ ಬೇಕಾಯ್ತು. ನರ್ಸಿಗಂತೂ ಸಾಕು ಸಾಕಾಗಿತ್ತು; ಇವನಿಗೂ. ಪರೀಕ್ಷೆಯೆಲ್ಲಾ ಮುಗಿದ ಮೇಲೆ, ಅವನಿಗೆ ಕೈಕಾಲಲ್ಲೆಲ್ಲಾ ನಡುಕ ಬಂದಾಗಿತ್ತು. “ಸ್ವಲ್ಪ ಹೊತ್ತು ಆರಾಮ ತೊಗೊಳ್ಳಿ. ಜೊತೆಗೆ ಯಾರೂ ಬಂದಿಲ್ವಾ? ಒಬ್ಬರೇ ಯಾಕೆ ಬಂದಿದೀರಿ” ಎಂದಾಕೆ ಬೇಸರ ವ್ಯಕ್ತಪಡಿಸಿದ್ದಳು.

ಹೊರಗಡೆ ಮರದ ಬೆಂಚಿನ ಮೇಲೆ ಕುಳಿತು ಆರಾಮ ತೆಗೆದುಕೊಳ್ಳುವಾಗ ಯಾಕೋ ಅವನಿಗೆ ಅಳು ನುಗ್ಗಿ ಬಂದಿತ್ತು. ಯಾರಾದರೂ ಗೆಳೆಯನನ್ನು ಕರೆದುಕೊಂಡು ಬಂದಿದ್ದರೆ ಚೆನ್ನಾಗಿತ್ತು ಅಂತ ಅನ್ನಿಸಿತ್ತು. ಆದರೆ ಯಾರಾದರೂ ಪೂರ್ತಿದಿನ ರಜೆ ಹಾಕಿ ತನ್ನ ಜೊತೆಗೆ ಆಸ್ಪತ್ರೆಗೆ ಬರುತ್ತಿದ್ದರೆ? ಎಂಬ ಅನುಮಾನವಾಗಿತ್ತು. ಒಬ್ಬನೇ ಬಾರದೆ ಬೇರೆ ದಾರಿಯಿರಲಿಲ್ಲ ಎಂದು ಅನ್ನಿಸಿದಾಗ ಮನಸ್ಸಿಗೆ ಇನ್ನಷ್ಟು ನೋವಾಗಿತ್ತು. ಒಂದೇ ಸಮಾಧಾನದ ವಿಷಯವೆಂದರೆ ಪರೀಕ್ಷೆಯ ಫಲಿತಾಂಶವನ್ನು ನೋಡಿದ ಡಾಕ್ಟರರು, “ನಿಮಗೆ ಯಾವ ತೊಂದರೆಯೂ ಇಲ್ಲ. ಆರೋಗ್ಯವಾಗಿದೀರ. ಗ್ಯಾಸ್ ಟ್ರಬಲ್‌ನಿಂದ ಹೊಟ್ಟೆ ನೋವು ಬಂದಿರಬೇಕು, ಅಷ್ಟೇ” ಎಂದು ಹೇಳಿ ಕಳುಹಿಸಿದ್ದರು. ಆರೋಗ್ಯವೊಂದು ಕೈಕೊಟ್ಟರೆ ತಾನು ಬದುಕಿನಲ್ಲಿ ಪೂರ್ತಿ ಸೋತಂತೆಯೇ ಎಂಬುದು ಮೋಹನಸ್ವಾಮಿಯ ನಂಬಿಕೆ. ಸಣ್ಣಗೆ ಜ್ವರ ಬಂದು ಹಾಸಿಗೆ ಹಿಡಿದರೂ ಗಂಜಿ ಕಾಯಿಸುವವರಿಲ್ಲ. ಮಾತ್ರೆ ತೆಗೆದುಕೊಳ್ಳಲು ಜ್ಞಾಪಿಸುವವರಿಲ್ಲ. ಸುಸ್ತಾದರೆ ಡಾಕ್ಟರರ ಬಳಿ ಕರೆದುಕೊಂಡು ಹೋಗುವವರೂ ಇಲ್ಲ. ಆದ್ದರಿಂದ ಆರೋಗ್ಯದ ಬಗ್ಗೆ ಮೋಹನಸ್ವಾಮಿಗೆ ಯಾವಾಗಲೂ ವಿಪರೀತ ಕಾಳಜಿ.

ಆದರೆ ಈವತ್ತಿನದು ಸುಮ್ಮನೆ ಮನೆ ನೋಡುವ ಕೆಲಸ. ಜೊತೆಗೆ ಗೆಳೆಯರು ಯಾರಾದರೂ ಇರಲೇಬೇಕೆನ್ನುವ ಕಡ್ಡಾಯವಿಲ್ಲ. ಇದು ಸುಲಭ. ಇಷ್ಟವಾದರೆ ತೊಗೊಳ್ಳೋದು, ಕಷ್ಟವಾದರೆ ಬೇಡವೆನ್ನುವುದು; ಅಷ್ಟೇ!

ಅಪಾರ್ಟ್‌ಮೆಂಟಿನ ಆಫೀಸಿನಲ್ಲಿ ಅವನು ತನ್ನ ಸರದಿಗೆ ಮುಕ್ಕಾಲು ಗಂಟೆ ಕಾಯಬೇಕಾಯಿತು. ಎರಡು ಕುಟುಂಬಗಳು ತಾವು ಕೊಳ್ಳಲಿರುವ ಅಪಾರ್ಟ್‌ಮೆಂಟಿನ ಬಗ್ಗೆ ಇನ್ನಿಲ್ಲದ ವಿಚಾರಣೆ ಶುರು ಹಚ್ಚಿಕೊಂಡಿದ್ದರು. ಫ್ರೆಂಚ್ ವಿಂಡೋ ಬೇಕೆಂದು ಗಂಡ, ಮನೆ ತುಂಬಾ ಬೆಳಕಾಗಿ ಬಿಡುತ್ತೆ ಎಂದು ಹೆಂಡತಿ ಜಗಳಾಡುತ್ತಿದ್ದರು. ಇನ್ನೊಂದು ಕುಟುಂಬದಲ್ಲಿ ಗಂಡ-ಹೆಂಡತಿಯರಿಗಿಂತಾ ಹುಡುಗಿಯ ಅಪ್ಪ-ಅಮ್ಮ ಹೆಚ್ಚು ಅಧಿಕಾರದಿಂದ ಪ್ರಶ್ನೆಗಳ ಸುರಿಮಳೆಯನ್ನು ಸುರಿಯುತ್ತಿದ್ದರು. ಬಹುಶಃ ಅವರೇ ಮನೆ ಕೊಳ್ಳಲು ಒಂದಿಷ್ಟು ಹಣ ಕೊಟ್ಟಿರಬೇಕು ಎಂದು ಮೋಹನಸ್ವಾಮಿ ಊಹಿಸಿಕೊಂಡ. ಭಾರತೀಯ ಮಾದರಿಯ ಕಮೋಡ್ ಬೇಕೇ ಬೇಕೆಂದು ಮಾವ ವಾದಿಸುತ್ತಿದ್ದ. ದೇವರ ಮನೆ ಅಂತಲೇ ಇಲ್ಲವೆಂದರೆ ಅದು ಮನೆ ಹೇಗಾಗುತ್ತದೆ ಎಂದು ಅತ್ತೆಯ ವಾದ. ಪರ್ ಸ್ಕ್ವೇರ್ ಫೀಟ್ ಬೆಲೆ ಸ್ವಲ್ಪ ಕಡಿಮೆ ಮಾಡಲಾಗುತ್ತದೆಯೇ ಎಂದು ಯಜಮಾನ ವಿಚಾರಿಸುತ್ತಿದ್ದ. ಅವರ ಮಕ್ಕಳೆಲ್ಲಾ ಬೇಸರಬಂದು ಹೊರಗೆ ಆಡಲು ಹೋಗಿಬಿಟ್ಟಿದ್ದರು. ಅದರ ಅರಿವಿಗೆ ಬಂದಿದ್ದೇ "ಕಬ್ಬಿಣ ಗಿಬ್ಬಿಣ ಚುಚ್ಚೀತು" ಎಂದು ಅವರಮ್ಮ ಓಡಿ ಹೋಗಿ ಎರಡು ಪೆಟ್ಟು ಕೊಟ್ಟು ಮಕ್ಕಳನ್ನು ಒಳಗೆ ಕರೆದುಕೊಂಡು ಬಂದಳು. ಅವು ಅಳಲು ಶುರುವಿಟ್ಟವು. "ನೋಡು ಪಂಡು, ಅಳೋ ಹಂಗಿಲ್ಲ. ಅಂಕಲ್‌ಗೆ ಹೇಳ್ತೀನಿ. ಹೊಸ ಮನೆಯಲ್ಲಿ ನಿಂಗೇ ಒಂದು ಸೆಪರೇಟ್ ರೂಂ ಇರುತ್ತೆ ಗೊತ್ತಾ? ಎಲ್ಲಾ ಕಾರ್ಟೂನ್ಸ್‌ಗಳನ್ನ ಗೋಡೆಗೆ ಅಂಟಿಸೋಕೆ ಹೇಳಿದೀನಿ" ಎಂದು ಸಮಾಧಾನ ಮಾಡುತ್ತಿದ್ದಳು.

ಆ ಎರಡೂ ಕುಟುಂಬಗಳ ನೂರಾರು ಪ್ರಶ್ನೆಗಳು, ಚೌಕಾಸಿ, ಬದಲಾವಣೆಗಳು, ಆಯ್ಕೆಗಳು ಎಲ್ಲಾ ಮುಗಿಯುವುದರಲ್ಲಿ ಮುಕ್ಕಾಲು ಗಂಟೆ ಆಯ್ತು. ಪೂರ್ತಿ ಸುಸ್ತಾಗಿದ್ದ ಮ್ಯಾನೇಜರ್ ಈಗ ಮೋಹನಸ್ವಾಮಿಯ ಬಳಿ ಬಂದ. ಅಷ್ಟು ಸುಸ್ತಾಗಿದ್ದರೂ ಒಂದು ಚಂದದ ನಗೆಯನ್ನು ನಕ್ಕು "ನನ್ನ ಹೆಸರು ರಾಜೇಶ್ ಅಂತ. ಸಾರಿ, ನಿಮ್ಮನ್ನು ತುಂಬಾ ಕಾಯಿಸಬೇಕಾಯಿತು. ನಿಮಗೆ ಎಂತಹ ಮನೆ ಬೇಕಿತ್ತು ಸಾರ್? ನಿಮ್ಮ ಅಗತ್ಯಗಳೇನು?" ಎಂದು ವಿಚಾರಿಸಿಕೊಂಡ. ಆ ಪ್ರಶ್ನೆಗೆ ಮೋಹನಸ್ವಾಮಿ ಖಂಡಿತಾ ತಯಾರಿ ಮಾಡಿಕೊಂಡಿರಲಿಲ್ಲ. ಮನೆ ಬೇಕಿತ್ತು ಎಂದು ಬಂದಿದ್ದನೇ ಹೊರತು, ಮನೆ ಹೇಗಿರಬೇಕು ಎಂಬ ಕಲ್ಪನೆಯನ್ನೂ ಮಾಡಿರಲಿಲ್ಲ. "ಒಂದು ಚಿಕ್ಕ ಮನೆ ಸಾಕು" ಎಂದು ಉತ್ತರಿಸಿದ. "ಕನಿಷ್ಠ ಎರಡು ಬೆಡ್ ರೂಂ ಮನೆ ಮಾತ್ರ ನಮ್ಮಲ್ಲಿ ಇರೋದು. ತೊಗೊಳ್ಳೋದು ತೊಗೊಳ್ತೀರ, ಸುಮ್ಮನೆ ಮೂರು ಬೆಡ್

ರೂಂ ಮನೆ ತೊಗೊಂಡು ಬಿಡಿ ಸಾರ್. ಮುಂದೆ ಮಕ್ಕಳು ಮರಿ ದೊಡ್ಡವರಾದಾಗ ಬೇಕಾಗುತ್ತೆ" ಎಂದ. ಸಂಕೋಚದ ನಗೆಯನ್ನು ನಕ್ಕ ಮೋಹನಸ್ವಾಮಿ "ಅಷ್ಟು ದೊಡ್ಡದು ಬೇಕಾಗಲ್ಲ. ಯಾವುದು ತುಂಬಾ ಚಿಕ್ಕದೋ ಅದನ್ನೇ ತೋರಿಸಿ" ಎಂದು ಬೇಡಿಕೊಂಡ. "ವಾಸ್ತು ನೋಡ್ತೀರ ಸಾರ್?" ಎಂದು ರಾಜೇಶ್ ಅನುಮಾನ ವ್ಯಕ್ತಪಡಿಸಿದ. "ಇಲ್ಲ, ಅಂತಹದ್ದೇನೂ ಇಲ್ಲ. ಮನೆ ಚಿಕ್ಕದಾಗಿ ಚೆನ್ನಾಗಿದ್ದರೆ ಸಾಕು" ಎಂದು ಮೋಹನಸ್ವಾಮಿ ಮತ್ತೊಮ್ಮೆ ಚಿಕ್ಕ ಕೋರಿಕೆಯನ್ನಿಟ್ಟ, "ಅಯ್ಯಪ್ಪಾ, ಒಬ್ಬರನ್ನಾ ಸಿಗ್ತೀರಲ್ಲ ವಾಸ್ತು ಬೇಡ ಅನ್ನೋರು. ಎಂಥಾ ಅರಮನೆಯನ್ನಾದ್ರೂ ಕಟ್ಟಿ ಕೊಡಬಹುದು ಸಾರ್, ಆದರೆ ಈ ವಾಸ್ತು ಪೂರೈಸಿ ಒಂದು ಚಿಕ್ಕ ಶೌಚಾಲಯ ಕಟ್ಟೋಕೂ ಆಗಲ್ಲ ನೋಡಿ" ಎಂದು ನಕ್ಕು ಮೋಹನಸ್ವಾಮಿಯನ್ನು ಮನೆ ತೋರಿಸಲು ಕರೆದುಕೊಂಡು ಹೋದ. ಇನ್ನೂ ಅಪಾರ್ಟ್‌ಮೆಂಟ್ ಸಂಕೀರ್ಣ ಕಟ್ಟುವುದು ಪೂರ್ತಿಯಾಗಿಲ್ಲವಾದರೂ ಒಂದು ಮಾಡೆಲ್ ಹೌಸ್ ಮಾಡಿಟ್ಟಿದ್ದರು. ಅದರಲ್ಲಿ ಎಲ್ಲಾ ಗೃಹೋಪಕರಣಗಳನ್ನೂ ಜೋಡಿಸಿಟ್ಟಿದ್ದರು.

ಬಾಗಿಲು ತೆಗೆದಿದ್ದೇ ಒಂದು ದೊಡ್ಡ ಹಜಾರವಿತ್ತು. ಆ ಹಜಾರದ ವಿಶಾಲತೆಯನ್ನು ನೋಡಿಯೇ ಮೋಹನಸ್ವಾಮಿ ಒಳಗೆ ಹೆಜ್ಜೆ ಇಡಲು ಹಿಂಜರಿದ. ಒಂದು ಕ್ಷಣ ನಾಗಂದಿಗೆಯನ್ನೇ ಗಟ್ಟಿಯಾಗಿ ಹಿಡಿದುಕೊಂಡು ಹೊರಗೇ ನಿಂತು ಬಿಟ್ಟ, "ಒಳಗೆ ಬನ್ನಿ ಸಾರ್. ಷೂ ಏನೂ ತೆಗೆಯೋದು ಬೇಡ" ಎಂದು ರಾಜೇಶ ಎಚ್ಚರಿಸಿದ ಮೇಲೆ ಒಳಗೆ ಅಡಿಯಿಟ್ಟ, ದೊಡ್ಡ ಎಲ್‌ಸಿಡಿ ಟಿವಿಯೊಂದನ್ನು ಮೂಲೆಯಲ್ಲಿಟ್ಟಿದ್ದರು. ಅದನ್ನು ನೋಡಲು ಸುತ್ತಲೂ ದೊಡ್ಡ ದೊಡ್ಡ ಸೋಫಾಗಳಿದ್ದವು. ಅಲ್ಲಿಯೇ ಮತ್ತೊಂದು ತುದಿಯಲ್ಲಿ ಡೈನಿಂಗ್ ಟೇಬಲ್. ಒಟ್ಟಿಗೇ ಆರು ಜನ ಕುಳಿತು ಉಣ್ಣುವಂತಹದ್ದು. ದೊಡ್ಡ ಅಡಿಗೆ ಮನೆ, ಅದಕ್ಕೆ ಅಂಟಿಕೊಂಡಂತೆ ಸ್ಟೋರ್ ರೂಂ. ವಾಷಿಂಗ್ ಮಷಿನ್, ಫ್ರಿಜ್ ಇಡಲು ಜಾಗ. ಪಾತ್ರೆ ಪರಡಿಗಳನ್ನು ಇಡಲು ಹತ್ತಾರು ಸುಂದರ ಮಾಡಗಳು. ಎರಡು ಮಲಗುವ ಕೋಣೆಗಳು. ಒಂದು ಮಾಸ್ಟರ್ ಬೆಡ್ ರೂಂ, ಅದಕ್ಕೆ ಅಂಟಿಕೊಂಡಂತೆ ದೊಡ್ಡ ಟಾಯ್ಲೆಟ್. ಅದರಲ್ಲಿ ಒಂದು ದೊಡ್ಡ ಬಿಳಿಯ ಬಾತ್ ಟಬ್. ಪಡಸಾಲೆಯಲ್ಲಿ ಕಾಮನ್ ಟಾಯ್ಲೆಟ್. ಆಳೆತ್ತರದ ವಾರ್ಡರೋಬ್‌ಗಳು. ನಿಲುವುಗನ್ನಡಿಯ ಡ್ರೆಸ್ಸಿಂಗ್ ಟೇಬಲ್. ಮೇಲೆ ಸಮಸ್ತ ಕಸವನ್ನೂ ಒಟ್ಟುವಂತಹ ಅಟ್ಟಗಳು. ನಡುಮನೆಗೆ ಅಂಟಿಕೊಂಡಂತೆ ವಿಶಾಲವಾದ ಬಾಲ್ಕನಿ.

ಮೋಹನಸ್ವಾಮಿಗೆ ಮಾತಾಡಲೂ ಸಾಧ್ಯವಿಲ್ಲದಂತಾಗಿತ್ತು. ಮಾಸ್ಟರ್ ಬೆಡ್‌ರೂಂನಲ್ಲಿ ಅಟ್ಯಾಚ್ಡ್ ಟಾಯ್ಲೆಟ್ ಇದೆಯಲ್ಲಾ, ನೆಮ್ಮದಿಯಾಗಿ ಬದುಕಲು ಅದಕ್ಕಿಂತಲೂ ಹೆಚ್ಚಿನ ಜಾಗದ ಆವಶ್ಯಕತೆ ಅವನಿಗೆ ಖಂಡಿತ ಇರಲೇ ಇಲ್ಲ. ಅವನ ಎಲ್ಲಾ ಬಟ್ಟೆಗಳನ್ನು ಒಂದು ಸೂಟ್‌ಕೇಸಿನಲ್ಲಿ ಹಾಕಿಟ್ಟು ಬಿಡಬಹುದು.

ಅಷ್ಟು ದೊಡ್ಡ ವಾರ್ಡರೋಬಿನಲ್ಲಿ ಏನಿಡುವುದು? ವಾಷಿಂಗ್ ಮಷೀನ್, ಫ್ರಿಜ್, ಮೈಕ್ರೋ ಓವೆನ್, ಗೀಜರ್ – ಊಹೂಂ, ಒಂದೂ ಅವನಲ್ಲಿಲ್ಲ. ಅವೆಲ್ಲಾ ಕೊಳ್ಳುವ ಆಲೋಚನೆಯೂ ಅವನಿಗೆ ಎಂದೂ ಬಂದಿರಲಿಲ್ಲ. ಕೇವಲ ಒಂದು ಪುಟ್ಟ ಆಟೋದಲ್ಲಿ ಒಟ್ಟಬಹುದಾದ ಅವನ ಸಮಸ್ತಗಳನ್ನೂ ಇಲ್ಲಿ ಯಾವ ಮೂಲೆಯಲ್ಲಿ ಇಡಬೇಕು? ನೆಲದ ಮೇಲೆ ಕುಳಿತು ಕೈಯಲ್ಲಿ ಊಟದ ತಾಟನ್ನಿಟ್ಟುಕೊಂಡು ಟಿವಿ ನೋಡುವ ಇವನು ಆ ದೈತ್ಯ ಸೋಫಾಗಳನ್ನು ಏನು ಮಾಡಬೇಕು? ಡೈನಿಂಗ್ ಟೇಬಲ್ ಸುತ್ತ ಅದು ಯಾರು ಕೂಡಬೇಕು?

ಮೋಹನಸ್ವಾಮಿಗೆ ಸಂಕಟವಾಗತೊಡಗಿತು. ಅದರ ವಿಶಾಲತೆಯ ಮುಂದೆ ತನ್ನ ಕುಬ್ಜತೆಯು ಅತ್ಯಂತ ಕೆಟ್ಟದಾಗಿ ಕಾಣಿಸಲಾರಂಭಿಸಿತು. ರಾಜೇಶ್ ತನ್ನ ಯಾವತ್ತಿನ ಸೇಲ್ಸ್ ಮ್ಯಾನ್ ವರಸೆಯಲ್ಲಿ ಆ ಮನೆಯ ವಿಶೇಷಗಳನ್ನು ಹೇಳುತ್ತಲೇ ಹೋದ. "ನೋಡಿ, ಮಕ್ಕಳು ಬಾಲ್ಕನಿಯಿಂದ ಕೆಳಗೆ ಬೀಳದಂತೆ ಹೇಗೆ ವಿಶೇಷವಾಗಿ ಗ್ರಿಲ್‌ಗಳನ್ನು ಮಾಡಿಸಿದ್ದೇವೆ... ಮಾಸ್ಟರ್ ಬೆಡ್ ರೂಮಿನಲ್ಲಿ ನಿಮ್ಮ ಮನಸ್ಸಿಗೆ ತೃಪ್ತಿಯಾಗುವಂತಹ ದೊಡ್ಡ ಕಾಟನ್ನು ಹಾಕಿಕೊಳ್ಳಬಹುದು (ಒಂದು ಕುಹಕ ನಗೆ)... ಅಡಿಗೆ ಮನೆಯಿಂದಲೂ ಟಿವಿ ಕಾಣಿಸುತ್ತದೆ ನೋಡಿ, ಮನೆಯ ಯಜಮಾನಿಗೆ ಬೇಸರವಾಗಬಾರದೆಂದು ಈ ಡಿಸೈನ್ ಮಾಡಿದ್ದೇವೆ... ನಿಮಗೆ ಇನ್ನೂ ಒಂದೆರಡು ವಾರ್ಡರೋಬ್ ಬೇಕೆಂದರೆ ಅದಕ್ಕೂ ಜಾಗವಿದೆ ನೋಡಿ... ಯಾವ ಪಕ್ಕದ ಮನೆಯಿಂದಲೂ ನಿಮ್ಮ ಮನೆಯ ಒಂದು ಚಿಕ್ಕ ದೃಶ್ಯವೂ ಕಾಣಿಸದಂತೆ ಜಾಗ್ರತೆ ವಹಿಸಿದ್ದೇವೆ, ಕುಟುಂಬದ ಪ್ರೈವಸಿ ಅತ್ಯಂತ ಮುಖ್ಯವೆಂದು ನಮ್ಮ ನಂಬಿಕೆ... ನಿಮ್ಮ ಬಾಲ್ಕನಿಯಿಂದ ಎದುರಿಗೆ ಕಾಣುವುದೇ ಮಕ್ಕಳ ಆಟದ ಮೈದಾನ, ನಿಮ್ಮ ಕಣ್ಣೆದುರಿಗೇ ಮಕ್ಕಳು ಆಡಿಕೊಂಡಿರುತ್ತವೆ... ಎರಡು ಕಾರ್ ಪಾರ್ಕಿಂಗ್‌ಗಳನ್ನು ಕೊಡುತ್ತೇವೆ..." ಮೋಹನಸ್ವಾಮಿ ಎಲ್ಲಾ ಮಾತುಗಳಿಗೂ ಭಯಬೀಳುತ್ತಲೇ ಹೋದ. ಮನೆ ಕೊಳ್ಳುವ ವಿಚಾರವನ್ನೇ ಕೈಬಿಟ್ಟು ಅಲ್ಲಿಂದ ಓಡಿ ಹೋಗುವಷ್ಟು ಹೆದರಿಕೆಯಾಗಲಾರಂಭಿಸಿತು.

ರಾಜೇಶ್ ತನ್ನ ವಾಕ್‌ಪ್ರವಾಹವನ್ನು ನಿಲ್ಲಿಸಿ, "ಬೇರೆ ಏನಾದ್ರೂ ವಿಶೇಷ ಬೇಕಿದ್ರೆ ಹೇಳಿ ಸಾರ್. ಅದನ್ನೂ ಮಾಡಿಸಿ ಕೊಡ್ತೀವಿ. ಟೈಲ್ಸ್, ವಾಲ್ ಕಲರ್, ಕಿಚನ್ ಮೆಟೀರಿಯಲ್ಸ್, ವಾರ್ಡ್ ರೋಬ್ ಪ್ಲೈವುಡ್, ವಿಂಡೋಸ್..." ಎಂದು ಕೇಳಿದ. ಮೋಹನಸ್ವಾಮಿಗೆ ಯಾವ ವಿಶೇಷಗಳೂ ತಿಳಿದಿರಲಿಲ್ಲ. "ಇಷ್ಟೇ ಸಾಕು. ಚೆನ್ನಾಗಿದೆ. ಬೇರೇನೂ ಬೇಕಿಲ್ಲ. ದಯವಿಟ್ಟು ನಾನು ಎಷ್ಟು ಹಣ ಅಡ್ವಾನ್ಸ್ ಆಗಿ ಕೊಡಬೇಕು ಅಂತ ಹೇಳಿದ್ರೆ ಈವತ್ತೇ ಚೆಕ್ಕು ಕೊಟ್ಟು ಬಿಡ್ತೀನಿ" ಎಂದ. ಈಗ ಬೆಚ್ಚಿ ಬೀಳುವ ಸರದಿ ರಾಜೇಶನದಾಗಿತ್ತು. "ಅಯ್ಯಯ್ಯೋ, ಅಂತಹ ಅವಸರ ಏನೂ ಇಲ್ಲ ಸಾರ್. ಇನ್ನೂ ನಿಮ್ಮ ಮನೆಯವರೆಲ್ಲಾ ಬಂದು ನೋಡಲಿ. ಮಕ್ಕಳೂ ನೋಡಲಿ. ಅಪ್ಪ–

ಅಮ್ಮ, ಅತ್ತೆ-ಮಾವ ಎಲ್ಲಾ ನೋಡಬೇಕು. ಒಬ್ಬೊಬ್ಬರದು ಒಂದೊಂದು ಆಸೆ ಇರುತ್ತೆ ಅಲ್ಲವಾ ಸಾರ್? ಒಂದು ವಾರ ಟೈಂ ತೊಗೊಳ್ಳಿ ಸಾರ್, ತೊಂದರೆಯೇನೂ ಇಲ್ಲ. ನಿಮಗಾಗಿ ಮನೆಯೊಂದನ್ನ ಕಾದಿರಿಸುತ್ತೇನೆ. ಅವಸರ ಮಾಡಿದ್ರೆ ಆಮೇಲಕ್ಕೆ ಸುಮ್ಮನೆ ತೊಂದರೆಗೆ ಸಿಕ್ಕಿಬೀಳ್ತೀರ" ಎಂದು ತಿಳಿಹೇಳಿದ. "ಪ್ಲೀಜ್, ಅವೆಲ್ಲಾ ಏನೂ ಬೇಡ. ನಾನು ಒಪ್ಪಿದ್ರೆ ಆಯ್ತು. ದಯವಿಟ್ಟು ಅಡ್ವಾನ್ಸ್ ಎಷ್ಟು ಕೊಡಬೇಕು ಹೇಳಿ" ಎಂದು ಒತ್ತಾಯ ಹೇರಿದ. ರಾಜೇಶ್ ಮತ್ತೆ ತಿಳಿಹೇಳುವ ಸಾಹಸ ತೋರಲಿಲ್ಲ. "ಎರಡು ಲಕ್ಷ ಕೊಡಬೇಕು ಸಾರ್. ಉಳಿದ ಮೂವತ್ತೆಂಟು ಲಕ್ಷ ರಿಜಿಸ್ಟ್ರೇಷನ್ ಹೊತ್ತಿಗೆ ಕೊಟ್ಟರೆ ಆಯ್ತು. ರಿಜಿಸ್ಟ್ರೇಷನ್ ಖರ್ಚು ಬೇರೆ ಕೊಡಬೇಕಾಗುತ್ತದೆ" ಎಂದ. "ಯಾರ ಹೆಸರಿಗೆ ಚೆಕ್ಕನ್ನು ಬರೆಯಬೇಕು?" ಎಂದು ಮೋಹನಸ್ವಾಮಿ ವಿಚಾರಿಸಿಕೊಂಡ. ರಾಜೇಶ್ ಒಂದು ಪಾಂಪ್ಲೆಟ್ ಕೊಟ್ಟು, ಕಂಪನಿಯ ಹೆಸರಿಗೆ ಪೆನ್ನಿಂದ ಗೆರೆ ಎಳೆದು ತೋರಿಸಿದ. ಅತ್ಯಂತ ಅವಸರದಲ್ಲಿ ಚೆಕ್ಕನ್ನು ಬರೆದ ಮೋಹನಸ್ವಾಮಿ, ಅದನ್ನು ನಡುಗುವ ಕೈಯಲ್ಲಿ ಹರಿದು ರಾಜೇಶನಿಗೆ ಕೊಟ್ಟುಬಿಟ್ಟ.

ರಾಜೇಶನಿಗೆ ಹೇಗೆ ಪ್ರತಿಕ್ರಿಯಿಸಬೇಕೋ ತಿಳಿಯದೆ ಗೊಂದಲಕ್ಕೊಳಗಾದ. ನಂತರ ಸಾವರಿಸಿಕೊಂಡು "ಕಂಗ್ರಾಚುಲೇಷನ್ಸ್ ಸಾರ್. ನಿಮಗೆ ಉಡುಗೊರೆಯಾಗಿ ಎರಡು ಸಿಂಗಾಪೂರ್ ರಿಟರ್ನ್ ಏರ್ ಟಿಕೆಟ್‌ಗಳನ್ನು ಕೊಡ್ತೀವಿ. ನಿಮ್ಮ ಮನೆಯವರ ಜೊತೆಗೆ ಅಲ್ಲಿಗೆ ಹೋಗಿ ಮೂರು ದಿನ, ಎರಡು ರಾತ್ರಿಗಳನ್ನು ಕಳೆದು ಬರಬಹುದು. ಅಲ್ಲಿ ಊಟ ವಸತಿಯ ವ್ಯವಸ್ಥೆಯನ್ನೂ ನಾವು ಮಾಡಿದೀವಿ. ಇನ್ನೆರಡು ದಿನಗಳಲ್ಲಿ ನೀವು ಅದರ ಸಂಪೂರ್ಣ ವಿವರಗಳನ್ನು ನಮ್ಮಿಂದ ಪಡೆದುಕೊಳ್ಳಬಹುದು" ಎಂದು ಕೈ ಕುಲುಕಿದ. ಮೋಹನಸ್ವಾಮಿ ಅದಕ್ಕೆ ಪ್ರತಿಕ್ರಿಯಿಸಲಿಲ್ಲ. ರಾಜೇಶ್ ಎರಡು ಪುಟಗಳ ಒಂದು ಅರ್ಜಿಯನ್ನು ಕೊಟ್ಟು "ಸಾರ್, ಇದನ್ನೆಲ್ಲಾ ನೀವು ತುಂಬಿಕೊಡಬೇಕು" ಎಂದು ವಿನಂತಿಸಿಕೊಂಡ. ಮೋಹನಸ್ವಾಮಿ ಅದರ ಮೇಲೆ ಕಣ್ಣಾಡಿಸಿದ. ಮನೆಯ ಒಳಾಂಗಣವನ್ನು ಮಾಡುವಾಗ ಗ್ರಾಹಕರಿಗಾಗಿ ಹಲವಾರು ಆಯ್ಕೆಗಳನ್ನು ಅದು ಕೊಟ್ಟಿತ್ತು. ಟೈಲ್ಸ್‌ಗಳು ಯಾವ ಬಗೆಯವು ಬೇಕು, ಬಚ್ಚಲು ಮನೆಯಲ್ಲಿ ನಲ್ಲಿಯ ಪೈಪುಗಳು ಎಂತಹ ಕಂಪನಿಯವಾಗಿರಬೇಕು, ಮುಖ್ಯ ಕೋಣೆಗೆ ಫ್ರೆಂಚ್ ವಿಂಡೋ ಬೇಕೇನು, ಗೋಡೆಗೆ ಯಾವ ಬಣ್ಣದ ಪೇಂಟನ್ನು ಹಚ್ಚಬೇಕು, ಕ್ರಾಸ್ ವೆಂಟಿಲೇಷನ್ ಬೇಕೆ, ಎಲ್ಲಾ ರೂಮಿಗೂ ಟಿವಿ ಕೇಬಲ್ ಬೇಕೆ, ಓದುವ ಕೋಣೆಯಲ್ಲಿ ಇಂಟರ್‌ನೆಟ್ ಕನೆಕ್ಷನ್ ಆವಶ್ಯಕತೆಯಿದೆಯೆ... ಮುಂತಾದ ಐವತ್ತಕ್ಕೂ ಹೆಚ್ಚು ಪ್ರಶ್ನೆಗಳು ಅದರಲ್ಲಿ ಇದ್ದವು. ಕೆಲವೊಂದು ಆಯ್ಕೆಗಳು ಮನೆಯ ಖರ್ಚನ್ನು ಹೆಚ್ಚು ಮಾಡುತ್ತಿದ್ದವು. ಎಲ್ಲಾ ಪ್ರಶ್ನೆಗಳು ಮುಗಿದ ಮೇಲೆ ಕೊನೆಯಲ್ಲಿ ಮನೆಯೊಡೆಯನ ಸಹಿ ಬೇಕಿತ್ತು.

ಮೋಹನಸ್ವಾಮಿಗೆ ಆ ಪ್ರಶ್ನೆಗಳನ್ನು ಉತ್ತರಿಸುವ ಮನಸ್ಸು, ಶಕ್ತಿ, ಧೈರ್ಯ ಒಂದೂ ಇರಲಿಲ್ಲ. ಇನ್ನೂ ಹೆಚ್ಚು ಹೊತ್ತು ಅಲ್ಲಿಯೇ ಇದ್ದರೆ ತಾನು ಕುಸಿದು ಹೋಗಿ ಬಿಡಬಹುದೆಂಬ ಭಯ ಅವನನ್ನು ಕಾಡುತ್ತಿತ್ತು. ಈ ಅಪರಿಚಿತ ರಾಜೇಶನ ಮುಂದೆ ಖಂಡಿತಾ ಕಣ್ಣೀರು ಹಾಕಬಾರದೆಂದು ದೃಢ ಸಂಕಲ್ಪ ಮಾಡಿಕೊಂಡಿದ್ದ. ಆದರೆ ಅವನ ಸಂಕಲ್ಪ ಚೂರು ಚೂರೇ ಮುರಿದು ಹೋಗುತ್ತಿತ್ತು. ಯಾವ ಆಯ್ಕೆಗಳನ್ನೂ ಮಾಡದೆ, ಸುಮ್ಮನೆ ಅರ್ಜಿಯ ಕೊನೆಯಲ್ಲಿ ಸಹಿಯನ್ನು ಹಾಕಿ ಬಿಟ್ಟ. ಆ ಅರ್ಜಿಯನ್ನು ರಾಜೇಶನಿಗೆ ಹಿಂತಿರುಗಿಸಿ "ದಯವಿಟ್ಟು ಒಂದು ಉಪಕಾರ ಮಾಡಿ. ನಿಮಗೆ ಯಾವುದು ಸರಿ ಅನ್ನಿಸಿತ್ತೋ ಅದನ್ನು ಬಳಸಿ. ನನ್ನದು ಅಂತ ಯಾವ ಆಯ್ಕೆಗಳೂ ಇಲ್ಲ. ನನಗೆ ಹೇಗಿದ್ದರೂ ಅದು ಚಂದವಾಗಿ ಕಾಣುತ್ತದೆ. ಹಣ ಹೆಚ್ಚಾದರೂ ಚಿಂತೆಯಿಲ್ಲ. ಪ್ಲೀಜ್" ಎಂದು ಬೇಡಿಕೊಂಡ. ರಾಜೇಶ್ ಸುಮ್ಮನೆ ತಲೆಯಲ್ಲಾಡಿಸಿದ. "ಇನ್ನೂ ಬೇರೆ ಏನಾದರೂ ಅರ್ಜಿಗಳಿಗೆ ಸಹಿ ಹಾಕಬೇಕೆ?" ಎಂದು ಮೋಹನಸ್ವಾಮಿ ವಿಚಾರಿಸಿಕೊಂಡ. "ಇಲ್ಲ ಸಾರ್, ಮತ್ತೆ ನೀವು ರಿಜಿಸ್ಟ್ರೇಷನ್ ಹೊತ್ತಿಗೆ ಬಂದರೆ ಆಯ್ತು. ದಯವಿಟ್ಟು ನಿಮ್ಮ ವಿಳಾಸ, ಮೊಬೈಲ್ ಸಂಖ್ಯೆಗಳನ್ನು ಕೊಟ್ಟು ಹೋಗಿ" ಎಂದ. "ನಾನು ನಾಳೆಯೇ ವಿದೇಶಕ್ಕೆ ಹೋಗುತ್ತಿದ್ದೇನೆ. ನನ್ನ ಬದಲಿಗೆ ನನ್ನ ಗೆಳೆಯ ಎಲ್ಲದಕ್ಕೂ ನಿಮಗೆ ಸಹಾಯ ಮಾಡುತ್ತಾನೆ. ಅವನಿಗೆ ಪವರ್ ಆಫ್ ಅಟರ್ನಿ ಕೊಟ್ಟು ಹೋಗುತ್ತೇನೆ. ಅವನ ವಿಳಾಸ, ನಂಬರುಗಳು ನಿಮಗೆ ಕೊಡುತ್ತೇನೆ. ಸಾಕಲ್ಲವೆ?" ಎಂದ. ರಾಜೇಶ್ ಒಪ್ಪಿಕೊಂಡ.

ಮೋಹನಸ್ವಾಮಿ ಹುಲಿಯ ಗುಹೆಯಿಂದ ತಪ್ಪಿಸಿಕೊಂಡವನಂತೆ ಆ ಅಪಾರ್ಟ್‌ಮೆಂಟ್ ಕಾಂಪ್ಲೆಕ್ಸ್‌ನಿಂದ ಓಡು ಹೆಜ್ಜೆಯಲ್ಲಿ ನಡೆದುಕೊಂಡು ಬಂದ. ಎಂಡೋಸ್ಕೋಪಿಗಿಂತಲೂ ಇದು ಅತ್ಯಂತ ಕಷ್ಟಕರವಾಗಿತ್ತು ಎಂದು ಅವನಿಗೀಗಾಗಲೇ ಅರ್ಥವಾಗಿತ್ತು. ಸುಮ್ಮನೆ ಬಾಡಿಗೆ ಮನೆಯಲ್ಲಿಯೇ ಬದುಕು ಮುಂದುವರೆಸುವಂತಹ ಕಡಿಮೆ ಸಂಬಳದ ಉದ್ಯೋಗವಿದ್ದರೆ ಸಾಕಿತ್ತು ಎಂದು ಬಲವಾಗಿ ಅನ್ನಿಸಲಾರಂಭಿಸಿತ್ತು. ವಿದೇಶದಿಂದ ಬಂದ ತಕ್ಷಣ ಆ ದೊಡ್ಡ ಮನೆಯಲ್ಲಿ ಒಬ್ಬನೇ ಇರುವುದು ತನ್ನಿಂದ ಸಾಧ್ಯವೆ? ಎಂದು ಹೆದರಿಕೆಯಾಗುತ್ತಿತ್ತು. ಏನೇ ಆಗಲಿ, ಗೃಹಪ್ರವೇಶ ಸಮಾರಂಭವನ್ನು ಮಾತ್ರ ನಾನು ಮಾಡುವುದಿಲ್ಲ, ದೇವರಾಣೆಗೂ ಮಾಡುವುದಿಲ್ಲ ಎಂದು ಎರಡೆರಡು ಬಾರಿ ಹೇಳಿಕೊಂಡ.

ಬಾಲ್ಕನಿಯಲ್ಲಿ ನಿಂತ ರಾಜೇಶ್, ಆ ವಿಚಿತ್ರಪಾರ್ಟಿ ಧೂಳಿನಲ್ಲಿ ಮರೆಯಾಗುವುದನ್ನು ನೋಡುತ್ತಲೇ ಇದ್ದ. ನಲವತ್ತು ಲಕ್ಷದ ಮನೆಯನ್ನು ಕೇವಲ ಮೂವತ್ತು ನಿಮಿಷದಲ್ಲಿ ಖರೀದಿಸಿದನಲ್ಲಾ ಎಂದು ರಾಜೇಶ್ ಅಚ್ಚರಿಗೊಳ್ಳತೊಡಗಿದ.

26ನೇ ಆಗಸ್ಟ್ 2009

ಕಿಲಿಮಂಜಾರೋ

ಸರಿಯಾಗಿ ರಾತ್ರಿ ಹನ್ನೆರಡು ಗಂಟೆಗೆ ಕಿಲಿಮಂಜಾರೋದ ಚಾರಣದ ಕೊನೆಯ ಭಾಗದ ಆರೋಹಣ ಶುರು ಮಾಡುವುದೆಂದು ನಿಶ್ಚಯವಾಗಿತ್ತು. ಆಗಲೇ ಚಾರಣ ಶುರುವಾಗಿ ನಾಲ್ಕು ದಿನವಾಗಿತ್ತು. ಇಷ್ಟು ದಿನ ಬೆಳಕಿನಲ್ಲಿ ಮಾಡಿದ ಚಾರಣ, ಈ ದಿನ ಮಾತ್ರ ರಾತ್ರಿಯ ಕತ್ತಲಿನಲ್ಲಿ ಯಾಕೆ? ಎನ್ನುವುದು ಮೋಹನಸ್ವಾಮಿಯ ತಕರಾರು. "ಇದು ಕಡಿದಾದ ಬೆಟ್ಟ ಮಗೂ. ರಾತ್ರಿಯ ಹೊತ್ತಾದರೆ ಕತ್ತಲಿನಲ್ಲಿ ಏನೂ ಕಾಣುವುದಿಲ್ಲ. ಆದ್ದರಿಂದ ನಿನಗೆ ಹೆದರಿಕೆಯಾಗುವುದಿಲ್ಲ. ಬೆಳಗಿನ ಹೊತ್ತು ಅದನ್ನು ಹತ್ತುವ ಧೈರ್ಯ ನಿನಗಾಗುವುದಿಲ್ಲ" ಎಂದು ಡೇವಿಡ್ ವಿವರಿಸಿದ್ದ. ಅಮಾವಾಸ್ಯೆಯ ದಿನಗಳವು, ಕಿಲಿಮಂಜಾರೋ ಸೀಮೆಯಲ್ಲೆಲ್ಲಾ ಭೀಕರ ಕತ್ತಲೆ. "ಕತ್ತಲೆ ನಿನಗೆ ಧೈರ್ಯ ನೀಡುತ್ತೆ, ಬೆಳಕು ಹೆದರಿಸುತ್ತೆ" ಎಂಬ ವಿಚಿತ್ರ ತರ್ಕವನ್ನು ಆ ನಾಲ್ಕು ಸಾವಿರದ ಏಳುನೂರಾ ಮೂವತ್ತು ಮೀಟರ್ ಎತ್ತರದಲ್ಲಿ ಡೇವಿಡ್ ಹೇಳಿದ್ದ. ಆಫ್ರಿಕಾ ಖಂಡದ, ತಾಂಜಾನಿಯಾ ದೇಶದ ಈ ಅಪರಿಚಿತ ಪರ್ವತದಲ್ಲಿ ಸತ್ಯಗಳು ಬೇರೆಯೇ ಇರಬೇಕು. "ಸುಮ್ಮನೆ ನಾನು ಕಾಲಿಟ್ಟ ಕಡೆಗೆ ನೀನೂ ಕಾಲಿಡುತ್ತಾ ಬಾ ಮಗು. ಬೆಳಕು ಹರಿಯುವುದರೊಳಗೆ ಕಿಲಿಮಂಜಾರೋದ ನೆತ್ತಿಯಲ್ಲಿ ನಿನ್ನನ್ನು ಒಯ್ದು ನಿಲ್ಲಿಸುವುದು ನನ್ನ ಜವಾಬ್ದಾರಿ" ಎಂದು ಪ್ರೀತಿಯಿಂದ ಧೈರ್ಯ ಕೊಟ್ಟಿದ್ದ. ವಯಸ್ಸಿನಲ್ಲಿ ಐವತ್ತನ್ನು ಮೀರಿದ್ದ ಡೇವಿಡ್ ಮೋಹನಸ್ವಾಮಿಯನ್ನು 'ಮಗೂ' ಎಂದು ಕರೆಯುವ ಸ್ವಾತಂತ್ರ್ಯವನ್ನು ಪಡೆದುಕೊಂಡಿದ್ದ. ಅದು ಮೋಹನಸ್ವಾಮಿಗೂ ಒಪ್ಪಿಗೆಯಾಗಿತ್ತು. ಡೇವಿಡ್‌ನ ಧ್ವನಿಯಲ್ಲಿ ತಾಯ್ತನದ ಮಮತೆಯಿತ್ತು. ಕಡುಕಪ್ಪು ಬಣ್ಣದ, ಭರ್ಜರಿ ಮೈಕಟ್ಟಿನ ಈ ಮಸಾಯಿ ಗೈಡಿಗೆ ಹೊಂದದ ವಿಚಿತ್ರ ಮೃದುತ್ವ ಮೋಹನಸ್ವಾಮಿಯನ್ನು ಅಚ್ಚರಿಗೆ ಕೆಡುವುತ್ತಿತ್ತು.

ಎದೆಯ ಹಿಂಡುವ ಕತ್ತಲೆಯ ಜೊತೆಗೆ ಕಲ್ಲು ಸೀಳುವ ಚಳಿ ತಳುಕು ಹಾಕಿಕೊಂಡಿತ್ತು. ಮರುಭೂಮಿಯ ಮಧ್ಯದಲ್ಲಿರುವ ಈ ಕಿಲಿಮಂಜಾರೋ ಪರ್ವತದ ಒಡಲಿನಲ್ಲಿ ನಿಗಿನಿಗಿ ಕೆಂಡವಿದೆಯಂತೆ. ಈ ಜ್ವಾಲಾಮುಖಿ ಯಾವಾಗ

ಸಿಡಿಯುತ್ತೋ ಗೊತ್ತಿಲ್ಲ! ಹಲವು ವರ್ಷಗಳಿಂದ ಬೆಂಕಿಯನ್ನದು ಉಗುಳಿಲ್ಲ. ಒಳಗೇ ಎಲ್ಲವನ್ನೂ ಶೇಖರಿಸಿಟ್ಟುಕೊಳ್ಳುತ್ತಿದೆ. ಸಿಡಿಯುವ ಕ್ಷಣಕ್ಕಾಗಿ ಕಾಯುತ್ತಿದೆ. ಆದರೆ ಹೊಟ್ಟೆಯೊಳಗಿನ ಕೆಂಡದ ಕುರುಹಿಲ್ಲದಂತೆ ತನ್ನ ಮೈಮೇಲೆ ಹಿಮದ ಹೊದಿಕೆ ಹೊದ್ದುಕೊಂಡಿದೆ! ಹೊರನೋಟಕ್ಕೆ ಅದರ ಒಡಲಿನ ಸಂಕಟಗಳು ತಿಳಿಯುವುದಿಲ್ಲ. ಎದೆಯ ಬಗೆದು ನೋಡುವ ಸಮಾಧಾನ ಈ ದಿನಗಳಲ್ಲಿ ಯಾರಿಗಿದೆ? ಬಹಿರಂಗದ ಈ ದಿನಗಳಲ್ಲಿ, ಅಂತರಂಗವೆಂಬುದು ಅಪ್ರಸ್ತುತ.

ಮೈನಸ್ ಹತ್ತು ಡಿಗ್ರಿ ಸೆಲ್ಸಿಯಸ್ ಎಂದು ಒಬ್ಬರು, ಮೈನಸ್ ಎಂಟು ಡಿಗ್ರಿ ಸೆಲ್ಸಿಯಸ್ ಎಂದು ಇನ್ನೊಬ್ಬರು ಹಿಂದಿನ ರಾತ್ರಿ ಊಟದ ಹೊತ್ತಿನಲ್ಲಿ ವಾದಿಸುತ್ತಿದ್ದರು. ಮೋಹನಸ್ವಾಮಿಗೆ ಯಾವುದರಲ್ಲಿಯೂ ಭಾಗವಹಿಸುವ ಉತ್ಸಾಹವಿಲ್ಲದಂತಾಗಿತ್ತು. ಡೇವಿಡ್ ಅವನಿಗಾಗಿ ನೂಡಲ್ಸ್ ಮಾಡಿಸಿ, ತಟ್ಟೆ ತುಂಬಾ ಸೊಗಸಾಗಿ ಜೋಡಿಸಿ ಕೊಟ್ಟಿದ್ದ. ಎರಡು ಚಮಚ ತಿನ್ನುವಷ್ಟರಲ್ಲಿ ಮೋಹನಸ್ವಾಮಿಗೆ ಬೇಡವೆನ್ನಿಸಿಬಿಟ್ಟಿತ್ತು. ಅಸಾಧ್ಯ ತಲೆನೋವು. "ಈ ಎತ್ತರದಲ್ಲಿ ಆಮ್ಲಜನಕ ಕಡಿಮೆ ಇದೆ ಮಗೂ. ಆದ್ದರಿಂದ ನಿನ್ನ ದೇಹ ಒದ್ದಾಡುತ್ತಿದೆ. ಆದರೆ ಚಿಂತೆ ಮಾಡಬೇಡ. ದೇಹ ನಿಧಾನಕ್ಕೆ ಎಲ್ಲ ಪರಿಸ್ಥಿತಿಗೂ ಹೊಂದಿಕೊಳ್ಳುತ್ತೆ. ಅದರ ಶಕ್ತಿ ದೊಡ್ಡದು. ಆದರೆ ಹೊಟ್ಟೆ ತುಂಬಾ ಊಟ ಮಾಡು. ದೇಹಕ್ಕೆ ಶಕ್ತಿ ಬೇಕು. ಶಕ್ತಿಯಿಲ್ಲದೆ ಈ ದೈತ್ಯ ಪರ್ವತವನ್ನು ನೀನು ಹೇಗೆ ಹತ್ತುತ್ತೀಯಾ?" ಎಂದು ಪ್ರೀತಿಯ ಒತ್ತಾಯ ಮಾಡಿದ್ದ. "ಇಲ್ಲ, ಸಾಧ್ಯವಿಲ್ಲ. ನನಗೆ ಹೊಟ್ಟೆಗೆ ಏನೂ ತೆಗೆದುಕೊಳ್ಳುವ ಉತ್ಸಾಹವಿಲ್ಲ" ಎಂದು ಮೋಹನಸ್ವಾಮಿ ತಟ್ಟೆಯನ್ನು ಆಚೆ ಸರಿಸಿಬಿಟ್ಟ, "ಒಂದು ಲೋಟ ಹಾಲನ್ನಾದರೂ ಕುಡಿ" ಎಂದು ಬಲವಂತದಿಂದ ಕುಡಿಸಿದ. ಮೋಹನಸ್ವಾಮಿ ಹಾಲು ಕುಡಿದು ಎದ್ದು ಬರುವುದರೊಳಗೆ, ಅದೇ ತಟ್ಟೆಯಲ್ಲಿ ಇವನು ಉಳಿಸಿದ್ದ ನೂಡಲ್‌ಗಳನ್ನು ಅಡಿಗೆಯ ಹುಡುಗ, ಇವನ ಲಗೇಜನ್ನು ಹೊತ್ತು ತಂದ ಪೋರ್ಟರ್ ಹುಡುಗ ಮತ್ತು ಡೇವಿಡ್ ಗಬಗಬನೆ ತಿನ್ನಲು ಪ್ರಾರಂಭಿಸಿದರು. ಮೋಹನಸ್ವಾಮಿಗೆ ಆ ದೃಶ್ಯ ಸಂಕಟವನ್ನು ತರುತ್ತಿತ್ತು. ಬಡತನ ಕೆಟ್ಟದ್ದು. ಆದರೆ ನಾಲ್ಕು ದಿನದಿಂದ ಅದೇ ದೃಶ್ಯವನ್ನು ನೋಡಿನೋಡಿ ಅಭ್ಯಾಸ ಮಾಡಿಕೊಂಡಿದ್ದ. ಚಾರಣಿಗರು ಉಣ್ಣದೇ ಬಿಟ್ಟ ಆಹಾರವನ್ನು ಯಾವುದೇ ಸಂಕೋಚವಿಲ್ಲದಂತೆ ಈ ಮಸಾಯಿ ಮಂದಿ, ಅದೇ ತಟ್ಟೆಯಲ್ಲಿ ತಿಂದು ಬಿಡುತ್ತಿದ್ದರು. ದಿಟ್ಟಿಸಿ ಅದನ್ನು ನೋಡಲಾಗದೆ ಕಾಟೇಜಿಗೆ ಹಿಂತಿರುಗಿದ್ದ. ಇಪ್ಪತ್ತು ಜನ ಒಂದೇ ಕಡೆ ಮಲಗುವ ವ್ಯವಸ್ಥೆ ಆ ಕಾಟೇಜಿನಲ್ಲಿತ್ತು. ಅಂತಹ ಇನ್ನೂ ಎರಡು ಕಾಟೇಜುಗಳಿದ್ದವು. ಅಕ್ಕಪಕ್ಕ, ಮೇಲೆ–ಕೆಳಗೆ – ಎಲ್ಲ ಕಡೆಯೂ ಮಂಚ, ಹಾಸಿಗೆಗಳಿದ್ದವು.

ಸ್ಲೀಪಿಂಗ್ ಬ್ಯಾಗಿನಲ್ಲಿ ಬೆಚ್ಚಗೆ ಮುದುರಿ ಮಲಗಿಕೊಂಡರೂ ಮೋಹನಸ್ವಾಮಿಗೆ ನಿದ್ದೆಯಿಲ್ಲ. ಹೊರಳಾಡುತ್ತಿದ್ದಾನೆ. ರಾತ್ರಿ ಹನ್ನೆರಡಕ್ಕೆಲ್ಲಾ ಚಾರಣ ಶುರುವಂತೆ!

ಏಳಕ್ಕೆಲ್ಲಾ ಊಟ ಬಡಿಸಿ, "ನಾಲ್ಕು ತಾಸಾದರೂ ನಿದ್ದೆ ಮಾಡು ಮಗೂ. ದೇಹ ಹಗುರಾಗಿ ಚಾರಣ ಸುಲಭವಾಗುತ್ತದೆ" ಎಂದು ಎರಡೆರಡು ಬಾರಿ ಡೇವಿಡ್ ಒತ್ತಿ ಹೇಳಿದ್ದ. ಊಹೂಂ, ಮೋಹನಸ್ವಾಮಿಗದು ಸಾಧ್ಯವಾಗುತ್ತಿಲ್ಲ. ಪಕ್ಕದಲ್ಲಿನ ಮಂಚದಲ್ಲಿ ಒಂದೇ ಸ್ಲೀಪಿಂಗ್ ಬ್ಯಾಗಿನಲ್ಲಿ ತುಸುವೂ ಸಂಕೋಚ ಇಲ್ಲದಂತೆ ತೂರಿಕೊಂಡ ಅಮೆರಿಕಾದ ಗಂಡು-ಹೆಣ್ಣಿನ ಜೋಡಿಯೊಂದು ಆಗಲೇ ಗಾಢ ನಿದ್ದೆಗೆ ಜಾರಿಬಿಟ್ಟಿದೆ. ಮೇಲಿನ ಮಂಚದಲ್ಲಿ ಒಂದಿಷ್ಟು ಹೊರಳಾಡಿದ ಇಟಾಲಿಯ ಸಲಿಂಗಕಾಮಿ ಜೋಡಿಯೊಂದು ಈಗ ನಿಶ್ಯಬ್ದವಾಗಿದೆ. ಡೆನ್ಮಾರ್ಕಿನ ದಂಪತಿ ಮೂಲೆಯ ಮಂಚದಲ್ಲಿ ನಿದ್ರಿಸುತ್ತಿದ್ದಾರೆ. ಈ ಪಕ್ಕ ಇಂಗ್ಲೆಂಡಿನ ಹುಡುಗ, ಇನ್ನೂ ಕಾಲೇಜು ಕಲಿಯುತ್ತಿರುವವನು. ಬೇರೆ ಮಂಚಗಳಿಂದಲೂ ಗೊರಕೆಯ ಸದ್ದು ಕೇಳಿಸುತ್ತಿದೆ. ಕಾಟೇಜಿನ ಹೊರಗೆ ಯಾವ ಸದ್ದೂ ಇಲ್ಲ. ಕಿಲಿಮಂಜಾರೋದಲ್ಲಿ ಯಾವುದೇ ಪ್ರಾಣಿಗಳು ಬದುಕಲು ಸಾಧ್ಯವಿಲ್ಲ. ದಿಢೀರನೆ ಬದಲಾಗುವ ಈ ಹವಾಮಾನವನ್ನು ಯಾವ ಜೀವಿಯೂ ಸಹಿಸಲಾರದು. ಜೀವಿಗಳಿಲ್ಲವೆಂದ ಮೇಲೆ ಅಲ್ಲಿ ಸದ್ದಿರುವುದಿಲ್ಲ. ಕಿಲಿಮಂಜಾರೋ ಏಕಾಂಗಿ! ಒಡಲಾಳದ ನಿಗಿನಿಗಿ ಕೆಂಡಗಳನ್ನು ಸಹಿಸುತ್ತಲೇ, ಮೇಲೆ ಹಿಮದ ತಣ್ಣನೆಯ ಮುಖವಾಡವನ್ನು ಧರಿಸಿ ಒಂಟಿಯಾಗಿ ನಿಲ್ಲುವ ಹಣೆಬರಹವದರದು.

ತಾಂಜಾನಿಯಾದ ಗೆಳೆಯನೊಬ್ಬ ಕಿಲಿಮಂಜಾರೋ ಪರ್ವತಾರೋಹಣಕ್ಕೆ ಬರಲು ಆಹ್ವಾನಿಸಿದ ತಕ್ಷಣ ಅದು ಹೇಗೆ ಸ್ವೀಕರಿಸಿ ಇಲ್ಲಿಗೆ ಹಾರಿ ಬಂದುಬಿಟ್ಟೆ? ಬರೀ ಹದಿನೈದು ದಿನದಲ್ಲಿ ಇಂತಹ ನಿರ್ಧಾರ ಅದು ಹೇಗೆ ಮಾಡಿಬಿಟ್ಟೆ? ಅಪರಿಚಿತ ದೇಶ, ಅಪರಿಚಿತ ಜನ, ಅಪರಿಚಿತ ಭೂಭಾಗ! ಎಲ್ಲಿಯೋ ಒಂದೆರಡು ಬಾರಿ ಮಾತ್ರ ಕಿವಿಯ ಮೇಲೆ ಬಿದ್ದಿರಬಹುದಾದ 'ಕಿಲಿಮಂಜಾರೋ' ಎಂಬ ಶಬ್ದದ ಆಕರ್ಷಣೆ ನನ್ನ ಮೇಲಾಯ್ತೆ? ಇರಲಿಕ್ಕಿಲ್ಲ. ಸದ್ಯದ ಜಗತ್ತಿನಿಂದ ಓಡಿ ಬಂದು ಎಲ್ಲಿಯೋ ಕಳೆದು ಹೋಗುವ ಬಯಕೆಯೆ? ಈ ದೈತ್ಯ ಅಗ್ನಿಪರ್ವತವನ್ನು ಈ ಅಪರಿಚಿತ ಸಹಚಾರಣಿಗರ ಜೊತೆಯಲ್ಲಿ ಹತ್ತುವ ಉತ್ಸಾಹವೇಕೆ? ಇನ್ನೂ ಹಿಮಾಲಯವನ್ನೇ ಕಂಡಿರದ ನನ್ನಲ್ಲಿ ಕಿಲಿಮಂಜಾರೋದ ಬಯಕೆಯೇಕೆ? ಈ ನನ್ನ ಅಗೋಚರ ಮನಸ್ಸು ಬೇರೆಯೇ ಗೌಪ್ಯ ಯೋಜನೆಯೊಂದನ್ನು ಹೆಣೆಯುತ್ತಿದೆಯೆ? ಮತ್ತೊಮ್ಮೆ ಮೋಹನಸ್ವಾಮಿ ಹೊರಳಾಡಿದ. ಗಡಿಯಾರ ಹಗೂರಕ್ಕೆ ಸಾಗುತ್ತಲೇ ಇತ್ತು. ಇನ್ನೇನು ಹನ್ನೊಂದೂವರೆಯಾಗಿ ಬಿಡುತ್ತೆ. ಡೇವಿಡ್ ಬಂದುಬಿಡುತ್ತಾನೆ. ಎದ್ದೇಳಲೇ ಬೇಕು. ಪರ್ವತವನ್ನು ಆರೋಹಿಸಲೇ ಬೇಕು. ಯಾವುದೂ ಎಲ್ಲಿಯೂ ನಿಲ್ಲುವುದಿಲ್ಲ, ಕೊನೆ ಮುಟ್ಟುವುದೂ ಇಲ್ಲ. ಕುವೆಂಪು ಹೇಳೋದು ಸರಿ.

>>>

ಹಣೆಗೆ ಕಟ್ಟಿಕೊಂಡಿದ್ದ ಟಾರ್ಚಿನ ಬೆಳಕಿನಲ್ಲಿ ಅವರ ನಡಿಗೆ ಸಾಗಿತ್ತು. ಡೇವಿಡ್ ಮುಂದೆ, ಅವನ ಹಿಂದೆ ಮೋಹನಸ್ವಾಮಿ. ಉಳಿದಿಬ್ಬರು ಹುಡುಗರು ಬರುವುದಿಲ್ಲ ಎಂದು ಹೇಳಿ ಕೆಳಗೇ ಇವನ ಲಗೇಜನ್ನು ನೋಡಿಕೊಳ್ಳುತ್ತಾ ಉಳಿದಿದ್ದರು. ಡೇವಿಡ್ ಮೊದಲು ಹೆಜ್ಜೆ ಹಾಕಿ, ಇವನು ಎಲ್ಲಿ ಕಾಲಿಡಬೇಕೆಂದು ತನ್ನ ಸ್ಟಿಕ್ಕಿನ ಮೂಲಕ ಬಡಿದು ತೋರಿಸುತ್ತಿದ್ದ. ಪಟ್, ಪಟ್, ಪಟ್... ಪರ್ವತದ ನೀರವದಲ್ಲಿ ಸದ್ದು ಜೋರಾಗಿಯೇ ಕೇಳುತ್ತಿತ್ತು. ಇವನು ಅಲ್ಲಿ ಜಾಗ್ರತೆಯಿಂದ ಕಾಲಿಡುತ್ತಿದ್ದ. ಬದುಕಿನಲ್ಲಿಯೂ ಯಾರಾದರೂ ಹೀಗೆ ಹೆಜ್ಜೆಗಳನ್ನು ಎಲ್ಲಿಡಬೇಕೆಂದು ಹೇಳಿ ಕೊಡುವವರು ಬೇಕು. ಬರೀ ದೈತ್ಯ ಕತ್ತಲೆಯ ಹೊರತಾಗಿ ಬೇರೇನೂ ಮೋಹನಸ್ವಾಮಿಗೆ ಕಾಣಿಸದಿರುವಾಗ, ಡೇವಿಡ್‌ಗೆ ಹೇಗೆ ದಾರಿ ತಿಳಿಯುತ್ತದೆ? "ಕಿಲಿಮಂಜಾರೋ ನನ್ನ ಮನೆ. ಇಲ್ಲಿ ಕತ್ತಲಿನಲ್ಲಿಯೂ ನಾನು ಓಡಾಡಬಲ್ಲೆ" ಎಂದು ಹೇಳಿ ಡೇವಿಡ್ ನಕ್ಕಿದ್ದ. ಲೆಕ್ಕವಿಲ್ಲದಷ್ಟು ಬಾರಿ ಅವನು ಹತ್ತಿ ಇಳಿದಾಗಿದೆ.

ಮೋಹನಸ್ವಾಮಿಯ ಎರಡೂ ಕೈಗಳಲ್ಲಿಯೂ ಸ್ಟೀಲಿನ ಕೋಲಿತ್ತು. ಕಡಿದಾದ ದಾರಿಯದು. ದಪ್ಪ ದಪ್ಪ ಬಂಡೆಗಳ ಮಧ್ಯದಲ್ಲಿ ಬರೀ ಉಸುಕು. ಅಲ್ಲಲ್ಲಿ ಮಂಜುಗಟ್ಟಿದ ಹಿಮ. ಮಂಜು ಕರಗಿದ ನೀರಿಗೆ ಮಣ್ಣು ಸೇರಿ ಎಂತಹದೋ ಅಪರಿಚಿತ ವಾಸನೆ. ನಭದಲ್ಲಿ ಕಿಕ್ಕಿರಿದ ನಕ್ಷತ್ರ ಮಂಡಳ. ಇಷ್ಟೊಂದು ನಕ್ಷತ್ರಗಳನ್ನು ಮೋಹನಸ್ವಾಮಿ ಎಂದೂ ಕಂಡಿರಲಿಲ್ಲ. ಪರ್ವತದ ಮೇಲೆ ಮೇಲೆ ಹತ್ತಿದಂತೆಲ್ಲಾ ಗಾಳಿಯಲ್ಲಿ ಆಮ್ಲಜನಕ ಕಡಿಮೆಯಾಗುತ್ತಿತ್ತು. ದೇಹ ಉಸಿರಿಗಾಗಿ ಒದ್ದಾಡುತ್ತಿತ್ತು. ಆದರೆ ಸ್ವಲ್ಪ ಹೊತ್ತಿಗೆ ಜಾದೂ ನಡೆದಂತೆ ಕಡಿಮೆ ಆಮ್ಲಜನಕದ ಜೊತೆಗೆ ಹೊಂದಾಣಿಕೆ ಮಾಡಿಕೊಳ್ಳುತ್ತಿತ್ತು. ಮತ್ತೆ ಆರೋಹಣ... ಮತ್ತಿಷ್ಟು ಆಮ್ಲಜನಕದ ಕೊರತೆ... ಭೂಮಿಯ ಮೇಲೆ ಬದುಕುವಾಗ ಯಾವತ್ತೂ ನಮಗೆ ಆಮ್ಲಜನಕದ ಮಹತ್ವ ಗೊತ್ತಾಗುವುದಿಲ್ಲವಲ್ಲವೆ? ಹೇರಳವಾಗಿ ದಕ್ಕುವುದೆಲ್ಲವೂ ಮನುಷ್ಯನ ಕಣ್ಣಲ್ಲಿ ತನ್ನ ಮಹತ್ವವನ್ನು ಕಳೆದುಕೊಳ್ಳುತ್ತದೆ. ಬದುಕಿನಲ್ಲಿ ನಾವು ಯಾವತ್ತೂ ಯಾರಿಗೂ ಹೇರಳವಾಗಿ ಸಿಗುವವರಾಗಬಾರದು.

ಒಂದು ತಾಸಿನಲ್ಲಿ ಆಗಲೇ ನಾಲ್ಕು ಬಾರಿ ಮೋಹನಸ್ವಾಮಿ ಬಂಡೆಯ ಮೇಲೆ ಕುಸಿದು ಕುಳಿತು, ದಣಿವಾರಿಸಿಕೊಂಡಿದ್ದ. ಇವನು ಕುಳಿತಿದ್ದು ಗಮನಿಸಿದ್ದೇ ಡೇವಿಡ್ ತನ್ನ ನಡಿಗೆಯನ್ನು ನಿಲ್ಲಿಸಿ, ಮಾತಿಲ್ಲದೆ ಅಲ್ಲಿಯೇ ಎತ್ತಲೋ ನೋಡುತ್ತಾ ನಿಲ್ಲುತ್ತಿದ್ದ. ಕೆಲವೊಮ್ಮೆ ಕುಡಿಯಲು ನೀರು, ಇಲ್ಲವೇ ದಣಿವಾರಿಸಿಕೊಳ್ಳಲು ಪೆಪ್ಪರಮೆಂಟ್ ಕೊಡುತ್ತಿದ್ದ. ಮೋಹನಸ್ವಾಮಿಗೆ ತನ್ನ ಈ ದಣಿವಿನಿಂದ ಕಸಿವಿಸಿಯಾಗುತ್ತಿತ್ತು. ನಿಧಾನ ಮಾಡುತ್ತಿದ್ದೇನೆಯೆ? ಡೇವಿಡ್‌ನ ಮೌನ ತನ್ನ ವೇಗಕ್ಕೆ ಅಸಮ್ಮತಿಯೇನೋ ಎಂಬ ಭಾವ ಮೂಡಿ ನಾಚಿಕೆಯಾಗುತ್ತಿತ್ತು. ಆ ನಾಚಿಕೆಯಿಂದ ಹೊರಬರಲು ಅಸಂಬದ್ಧವಾಗಿ ಏನೇನೋ ಮಾತಾಡುತ್ತಿದ್ದ.

"ಇಷ್ಟು ಕಷ್ಟ ಪಟ್ಟು ಹತ್ತಿ ಮೇಲೆ ಹೋದರೆ ಅಲ್ಲಿ ಏನಿದೆ ಡೇವಿಡ್?"

"ಏನೂ ಇಲ್ಲ ಮಗೂ. ಬರೀ ಕಿಲಿಮಂಜಾರೋದ ನಡುನೆತ್ತಿ"

"ನಮ್ಮ ದೇಶದಲ್ಲಿ ಅಂತಹ ಪರ್ವತದ ತುದಿಯಲ್ಲಿ ದೇವಸ್ಥಾನ ಇರುತ್ತದೆ. ಕಷ್ಟ ಪಟ್ಟು ಹತ್ತಿದ ಮೇಲೆ ದೇವರ ದರ್ಶನವಾದರೂ ಸಿಗಲಿ ಅನ್ನೋ ಉದ್ದೇಶ ನಮ್ಮದು. ನೀವೂ ಒಂದು ದೇವಸ್ಥಾನವನ್ನು ಅಲ್ಲಿ ಕಟ್ಟಬೇಕಿತ್ತು."

ಡೇವಿಡ್ ಒಂದು ಕ್ಷಣ ಸುಮ್ಮನಾದ. ಕೇಳಬಾರದ ಪ್ರಶ್ನೆ ಕೇಳಿದೆನೇನೋ ಎಂದು ಮೋಹನಸ್ವಾಮಿಗೆ ಆತಂಕವಾಯ್ತು. ಆದರೆ ಡೇವಿಡ್ ನಿಧಾನಕ್ಕೆ ಹೇಳಿದ.

"ನಮಗೆ ಕಿಲಿಮಂಜಾರೋ ಪರ್ವತಾನೇ ದೇವರು ಮಗೂ. ಮತ್ತೊಂದು ದೇವಸ್ಥಾನದ ಆವಶ್ಯಕತೆ ಎಲ್ಲಿದೆ?"

ಡೇವಿಡ್ ಮಾತುಗಳು ಕೆಲವೊಮ್ಮೆ ಮೋಹನಸ್ವಾಮಿಯನ್ನು ಗೊಂದಲಕ್ಕೆ ಸಿಕ್ಕಿಸಿ ಬಿಡುತ್ತಿದ್ದವು. ಪ್ರತಿಯೊಂದನ್ನೂ ತನ್ನ ದೇಶದ ಸಂಪ್ರದಾಯಗಳ ಜೊತೆಗೆ ತುಲನೆ ಮಾಡುವ ಹುಚ್ಚು ಮೋಹನಸ್ವಾಮಿಯದು. ಭಾರತ ದೇಶವನ್ನೇ ಕಂಡಿಲ್ಲದ ಡೇವಿಡ್, ತನ್ನದೇ ಆದ ಉತ್ತರವನ್ನು ಕೊಟ್ಟು ಮೋಹನಸ್ವಾಮಿಯನ್ನು ಕಂಗಾಲುಗೊಳಿಸುತ್ತಿದ್ದ. ನಿನ್ನೆ ಹೊರಂಬೋ ಹಟ್‌ಗಳಿಂದ ಹೊರಟಾಗ ಅಂತಹದೇ ಒಂದು ಸಂದರ್ಭ ಎದುರಾಗಿತ್ತು. ಮೋಹನಸ್ವಾಮಿಯ ಸುಮಾರು ಹದಿನೈದು ಕೇಜಿಯಷ್ಟು ಬಟ್ಟೆಬರೆ ಇತ್ಯಾದಿ ಲಗೇಜನ್ನು ಪೋರ್ಟರ್ ಹುಡುಗ ಕಷ್ಟಪಟ್ಟು ಹೊರುತ್ತಾ ಬರುತ್ತಿದ್ದ. ಅವನ ಹಿಂದೆ ಕೆರೋಸಿನ್ ಸ್ಟೌವ್ ಮೊದಲ್ಗೊಂಡು ಐದು ದಿನಗಳ ಆಹಾರ ಪದಾರ್ಥಗಳ ದೊಡ್ಡ ಲಗೇಜನ್ನು ಹೊತ್ತುಕೊಂಡು ಅಡಿಗೆಯ ಹುಡುಗ ಬರುತ್ತಿದ್ದ. ಮೋಹನಸ್ವಾಮಿಯ ಸದ್ಯದ ಆಹಾರ, ನೀರು, ಕಾಫಿ, ತಿಂಡಿ ಇತ್ಯಾದಿಗಳ ಚಿಕ್ಕ ಬ್ಯಾಗನ್ನು ಹೊತ್ತು ಡೇವಿಡ್ ಇವನದೇ ವೇಗದಲ್ಲಿ ಹೆಜ್ಜೆ ಹಾಕುತ್ತಿದ್ದ. ಮೂವರಿಗೂ ದಿನಕ್ಕಿಷ್ಟು ಡಾಲರ್ ಕೊಡಬೇಕೆಂದು ಒಪ್ಪಂದವಾಗಿತ್ತು. ಡೇವಿಡ್‌ಗೆ ಸಿಂಹಪಾಲು, ಉಳಿದವರಿಗೆ ಚೂರುಪಾರು. ಅವರ ಸೇವೆ ಇಷ್ಟವಾದರೆ ಅನಂತರ ಒಂದಿಷ್ಟು ಭಕ್ಷೀಸು.

"ಹಿಮಾಲಯದಲ್ಲಿ ಲಗೇಜ್ ಹೊರಲು ಕತ್ತೆಗಳನ್ನು ಬಳಸುತ್ತಾರಂತೆ. ನೀವು ಯಾಕೆ ಕತ್ತೆಗಳನ್ನು ಇಲ್ಲಿ ಬಳಸಬಾರದು? ನೀವೇಕೆ ಇಷ್ಟೊಂದು ಕಷ್ಟಪಡಬೇಕು?"

"ನೀವು ಕೊಡುವ ಹಣದಲ್ಲಿ ಅರ್ಧದಷ್ಟು ಹಣವನ್ನು ಆ ಕತ್ತೆಯ ಆಹಾರಕ್ಕೇ ಖರ್ಚಾಗಿ ಬಿಟ್ಟರೆ, ನಮ್ಮ ಹೊಟ್ಟೆಗೆ ಏನು ತಿನ್ನೋಣ ಮಗೂ?"

ಮೋಹನಸ್ವಾಮಿ ಸುಮ್ಮನಾಗಿದ್ದ. ತಾನು ತಿಂದು ಬಿಟ್ಟ ಊಟವನ್ನು ಅವರು ಗಬಗಬನೆ ತಿನ್ನುವ ದೃಶ್ಯ ಕಣ್ಣ ಮುಂದೆ ಬಂದು ಯಾಕೋ ತಪ್ಪಿತಸ್ಥ ಭಾವ ಮೂಡಿ ಮುದುರಿಕೊಂಡಿದ್ದ. ನಮ್ಮ ಸೀಮೆಗಳನ್ನು ದಾಟಿ ಮತ್ತೊಂದು ಸೀಮೆಗೆ ಕಾಲಿಟ್ಟರೆ ಸಾಕು, ಅಚ್ಚರಿಗಳ ಜಗತ್ತೇ ಕಾದುಕೊಂಡಿರುತ್ತದೆ. ನಮ್ಮ ಊಹೆಗೂ

ನಿಲುಕದ ನಮ್ಮ ಶಕ್ತಿ ದೌರ್ಬಲ್ಯಗಳ ಪರಿಚಯವಾಗುತ್ತದೆ. 'ದೇಶ ಸುತ್ತು' ಅಂತ ಹಿರಿಯರು ಹೇಳಿದ್ದು ಇದೇ ಕಾರಣಕ್ಕಿರಬೇಕು. ದೇಶ ಸುತ್ತುವವನಿಗೆ ಎಂದೂ ಅಹಂಕಾರವಿರಲು ಸಾಧ್ಯವಿಲ್ಲ.

ರಾತ್ರಿ ಆ ದಿನದ ಕೂಲಿಯನ್ನು ಪಡೆದುಕೊಳ್ಳಲು ಪೋರ್ಟರ್ ಮತ್ತು ಅಡಿಗೆಯ ಹುಡುಗರು ಬಂದಿದ್ದರು. ಏನೊಂದೂ ಮಾತನಾಡದೆ ಮೋಹನಸ್ವಾಮಿಯ ಮುಂದೆ ಕೈಯೊಡ್ಡಿ ನಿಂತಿದ್ದರು. ಅವರ ದಿನಗೂಲಿಯನ್ನು ನೀಡಿ "ನೀವೇಕೆ ಗೈಡ್ ಆಗಬಾರದು? ಡೇವಿಡ್‌ನಂತೆಯೇ ಹೆಚ್ಚು ಹಣ ಸಂಪಾದಿಸಬಾರದೇಕೆ? ನಿಮಗೂ ಈ ಕಿಲಿಮಂಜಾರೋ ಮನೆಯಲ್ಲವೆ?" ಎಂದು ಕೆದಕಿದ್ದ. ಅದಕ್ಕೆ ಆ ಪೋರ್ಟರ್ ಹುಡುಗ "ನೊ ಇಂಗ್ಲಿಷ್, ನೊ ಡಾಲರ್... ಡಾಂಕಿ... ಡಾಂಕಿ..." ಎಂದು ಎರಡು ಅಂಗೈಗಳನ್ನು ಕಿವಿಯ ಬಳಿ ಇಟ್ಟುಕೊಂಡು, ಕತ್ತೆಯಂತೆ ಕಿರುಚಿದ್ದ. ಆ ವ್ಯಂಗ್ಯಕ್ಕೆ ನಗಬೇಕೋ, ವಿಷಾದ ವ್ಯಕ್ತ ಪಡಿಸಬೇಕೋ ತಿಳಿಯದೆ ಮೋಹನಸ್ವಾಮಿ ಕಂಗಾಲಾಗಿದ್ದ. ಅಡಿಗೆಯ ಹುಡುಗ ಮಾತ್ರ ಆಗ ಕೇಕೆ ಹಾಕಿ ನಕ್ಕಿದ್ದ.

"ಮಗೂ, ಹೊರಡೋಣ. ಬೆಳಕು ಮೂಡುವುದರಲ್ಲಿ ನಾವು ನೆತ್ತಿಯಲ್ಲಿರಬೇಕು" ಡೇವಿಡ್ ಎಚ್ಚರಿಸಿದ. ಮನಸ್ಸಿಲ್ಲದ ಮನಸ್ಸಿನಿಂದ ಮೋಹನಸ್ವಾಮಿ ಎದ್ದ. ಮತ್ತೆ ಚಾರಣ ಮುಂದುವರೆಯಿತು. ಬೆಳಕು ಮೂಡಿ ಬದುಕಿನ ದಾರಿಯ ಘೋರವನ್ನು ನೆನಪಿಸುವುದರೊಳಗೆ ದಾರಿ ಸವೆಸಿಬಿಡಬೇಕು. ಕತ್ತಲಿಗೆ ನೂರು ಶರಣು!

ಐದು ಜೊತೆ ಪ್ಯಾಂಟನ್ನು ಒಂದರ ಮೇಲೊಂದರಂತೆ ಮೋಹನಸ್ವಾಮಿ ಧರಿಸಿದ್ದ. ಸ್ವೆಟರನ್ನು ಒಳಗೆ ಹಾಕಿಕೊಂಡು, ಅದರ ಮೇಲೆ ಆರು ಅಂಗಿಗಳನ್ನು ಹಾಕಿಕೊಂಡಿದ್ದ. ಐದು ಕಾಲುಚೀಲ, ಮೂರು ಕೈಗವಸುಗಳನ್ನು ಧರಿಸಿದ್ದ. ಹೆಣ ಭಾರದ ಮುಳ್ಳಿನಂತಹ ಚೂಪು ಹಲ್ಲುಗಳ ತಳವಿದ್ದ ಷೂ ಧರಿಸಿದ್ದ. ಮುಖವನ್ನೆಲ್ಲಾ ಮಫ್ಲರಿನಿಂದ ಸುತ್ತಿ, ಮೇಲೆ ಮಂಕಿ ಕ್ಯಾಪನ್ನು ಧರಿಸಿದ್ದ. ಟಾರ್ಚನ್ನು ಹಣೆಗೆ ಕಟ್ಟಿಕೊಂಡಿದ್ದ. ಪದರು ಪದರುಗಳ ಬಟ್ಟೆಯನ್ನು ಧರಿಸಿದರೆ ಚಳಿ ಮೈಯೊಳಗೆ ನುಗ್ಗುವುದಿಲ್ಲ ಎಂದು ಹೇಳಿದ ಡೇವಿಡ್, ಖುದ್ದಾಗಿ ಅವನೇ ನಿಂತು ಮೋಹನಸ್ವಾಮಿಗೆ ಬಟ್ಟೆಗಳನ್ನು ಹಾಕಿಕೊಳ್ಳಲು ನೆರವಾಗಿದ್ದ. ಎಲ್ಲ ದಿರಿಸುಗಳನ್ನು ಒಂದರ ಮೇಲೊಂದು ಧರಿಸಿ ಇಷ್ಟು ದಪ್ಪ ಡುಮ್ಮಣ್ಣನಾಗಿದ್ದ ಮೋಹನಸ್ವಾಮಿಗೆ ಕಾಲುಚೀಲಗಳನ್ನು ಧರಿಸಿಕೊಳ್ಳಲು ಸಾಧ್ಯವಾಗಲೇ ಇಲ್ಲ. ಆಗ ಯಾವುದೇ ಸಂಕೋಚವಿಲ್ಲದಂತೆ ಕೆಳಗೆ ನೆಲದಲ್ಲಿ ಕುಳಿತು ಡೇವಿಡ್ ಮೋಹನಸ್ವಾಮಿಯ ಕಾಲುಗಳಿಗೆ ಕಾಲುಚೀಲಗಳನ್ನು ಒಂದರ ಮೇಲೊಂದು ನವಿರಾಗಿ ಹಾಕಿದ್ದ. ಷೂಗಳಲ್ಲಿ ಕಾಲನ್ನು ತೂರಿಸಿಸಿ, ಲೇಸನ್ನು ಗಟ್ಟಿಯಾಗಿ ಬಿಗಿದಿದ್ದ. ಹಿರಿಯನೊಬ್ಬ ಹೀಗೆ ಕಾಲುಮುಟ್ಟಿ ಸೇವೆ ಮಾಡುವುದು ಕಂಡು ಮೋಹನಸ್ವಾಮಿಗೆ ವಿಚಿತ್ರ ಮುಜುಗರವಾಗಿತ್ತು. ಆದರೆ ಬೇಡವೆನ್ನುವಂತಿಲ್ಲ.

ಕೊನೆಗೆ ನೆಲದಲ್ಲಿ ಕುಳಿತ ಅವನ ತಲೆಯ ಗುಂಗುರು ಕೂದಲನ್ನು ತನ್ನ ಎರಡೂ ಕೈಯಿಂದ ಮುಟ್ಟಿ, ಅವನಿಗೆ ತಿಳಿಯದಂತೆ ಕಣ್ಣುಗಳಿಗೆ ಒತ್ತಿಕೊಂಡಿದ್ದ.

ವಿಚಿತ್ರವೆಂದರೆ ಡೇವಿಡ್ ತನಗಾಗಿ ಈ ತರಹದ ಮೇಲಂಗಿಗಳನ್ನು ಧರಿಸಿಕೊಂಡಿರಲಿಲ್ಲ. ಒಂದು ಸ್ವೆಟರ್, ಮೇಲೊಂದು ಕೋಟ್ ಹಾಕಿಕೊಂಡಿದ್ದ. ಒಂದು ಜೀನ್ಸ್ ಪ್ಯಾಂಟ್, ದಪ್ಪನೆಯ ಸಾಕ್ಸ್, ಷೂ ಅಥವಾ ಚಪ್ಪಲಿಯೆಂದು ಹೇಳಲಾಗದ ಒಂದು ಜೋಡು. ಅದಿಷ್ಟೇ ಅವನ ಉಡುಗೆ. "ನಿನಗೆ ಸುರಕ್ಷತೆ ಬೇಡವಾ ಡೇವಿಡ್?" ಎಂದು ಕೇಳಿದರೆ, "ಕಿಲಿಮಂಜಾರೋ ನನ್ನ ತಾಯಿಯಂತೆ ಮಗೂ. ಯಾವತ್ತೂ ನನ್ನ ರಕ್ಷಣೆಯ ಜವಾಬ್ದಾರಿ ಅವಳದು" ಎಂದು ನಕ್ಕಿದ್ದ.

ಮೋಹನಸ್ವಾಮಿಗೆ ನಿದ್ದೆ ಹತ್ತದಿದ್ದ ಕಾರಣ ಅತ್ಯಂತ ಬೇಗನೆ ಡೇವಿಡ್ ಜೊತೆ ಹೊರಟು ಬಿಟ್ಟಿದ್ದ. ಉಳಿದ ಚಾರಣಿಗರು ಆಗಿನ್ನೂ ಸಿದ್ಧವಾಗಿರಲಿಲ್ಲ.

ಹೆಜ್ಜೆ ಹೆಜ್ಜೆಗೆ ಮೋಹನಸ್ವಾಮಿಗೆ ಸುಸ್ತಾಗುತ್ತಿತ್ತು. ಉಸಿರಾಟ ಕಷ್ಟವಾಗುತ್ತಿತ್ತು. ರಾತ್ರಿ ನಿದ್ದೆಯಿಲ್ಲದ ಕಾರಣ ದೇಹ ಭಾರವಾಗಿತ್ತು. ಹೊಟ್ಟೆಯಲ್ಲಿ ಎಂತಹದೋ ಸಂಕಟ. ಇಡೀ ದೇಹವೇ ಗರ್ರನೆ ತಿರುಗಿದಂತಾಗಿ ಬಿದ್ದು ಬಿಡುವಂತಾಗುತ್ತಿತ್ತು. ಬಲವಂತದಿಂದ ಕಾಲನ್ನು ಎತ್ತಿ ಎತ್ತಿ ಇಡುತ್ತಿದ್ದ. ಅಂತಹ ಚಳಿಯಲ್ಲೂ ಮೈ ಸಣ್ಣಗೆ ಬೆವರುತ್ತಿತ್ತು. ಐದು ನಿಮಿಷ ನಡೆಯುವಷ್ಟರಲ್ಲಿ ಆರಾಮ ತೆಗೆದುಕೊಳ್ಳಬೇಕೆನ್ನಿಸುತ್ತಿತ್ತು. ಆದರೆ ಡೇವಿಡ್ ಈಗ ಸ್ವಲ್ಪ ಕಟ್ಟುನಿಟ್ಟಾಗಿ ಚಾರಣದ ನಿರ್ದೇಶನ ಕೊಡಲಾರಂಭಿಸಿದ. ಕೂಡಲು ಬಿಡುತ್ತಿರಲಿಲ್ಲ. ಒಂದೆರಡು ಕ್ಷಣ ನಿಂತಲ್ಲಿಯೇ ನಿಂತು ಸುಧಾರಿಸಿಕೊಳ್ಳಲು ಹೇಳುತ್ತಿದ್ದ. ದೂರದಲ್ಲಿ ಐವತ್ತಕ್ಕೂ ಹೆಚ್ಚು ಬೆಳಕುಗಳು ಕತ್ತಲಿನಲ್ಲಿ ಮಿಣಿಕ್ ಮಿಣಿಕ್ ಎಂದು ಹೊಳೆಯುತ್ತಾ ಬೆಟ್ಟದ ಮೇಲಕ್ಕೆ ಚಲಿಸುತ್ತಿದ್ದವು. ಇಡೀ ನಕ್ಷತ್ರ ಲೋಕವೇ ಭೂಮಿಗೆ ಬಂದಿಳಿದಂತಹ ದೃಶ್ಯವದು. ಉಳಿದ ಯಾತ್ರಾರ್ಥಿಗಳು ಹಣೆಗೆ ಟಾರ್ಚ್ ಕಟ್ಟಿಕೊಂಡು ಅವರ ಹಿಂದೆಯೇ ಬರುತ್ತಿದ್ದರು. ಅವರಿಗೆ ಕಾಣದ ಅವರದೇ ಸುಂದರ ನಕ್ಷತ್ರ ಲೋಕ ಸ್ವಲ್ಪ ಎತ್ತರದಲ್ಲಿದ್ದ ಮೋಹನಸ್ವಾಮಿಗೆ ಕಾಣುತ್ತಿತ್ತು. ನಮ್ಮ ನಕ್ಷತ್ರ ಪ್ರಭೆಯ ಸೌಂದರ್ಯ ಕಾಣುವುದು ಯಾವತ್ತೂ ಬೇರೆಯ ಕಣ್ಣುಗಳಿಗೆ.

"ಯಾರನ್ನಾದರೂ ಜೊತೆಯಲ್ಲಿ ಕರೆದುಕೊಂಡು ಬಂದಿದ್ರೆ ಚೆನ್ನಾಗಿತ್ತು ಮಗೂ. ಭಾರತದಿಂದ ಒಬ್ಬನೇ ಯಾಕೆ ಬಂದೆ?"

ಮೋಹನಸ್ವಾಮಿ ಮಾತಾಡಲಿಲ್ಲ. ಮುಖವನ್ನು ಇನ್ನೊಂದು ದಿಕ್ಕಿಗೆ ತಿರುಗಿಸಿದ. ನಕ್ಷತ್ರಗಳು ಹತ್ತಿರ ಹತ್ತಿರ ಬರುತ್ತಿದ್ದವು. ಇನ್ನೇನು ಸ್ವಲ್ಪ ಹೊತ್ತಿನಲ್ಲಿ ಅವೆಲ್ಲವೂ ಮೋಹನಸ್ವಾಮಿಯನ್ನು ದಾಟಿಕೊಂಡು ಮುಂದೆ ಹೋಗಿ ಬಿಡುತ್ತವೆ. ದಾರಿಯಲ್ಲಿ ದಣಿದವನು ಇವನು. ಹೆಜ್ಜೆ ಇಡಲಾಗದಂತೆ ಮಾಡಿಕೊಂಡವನು ಇವನು. ಸಂಬಂಧವಿಲ್ಲದ ಜಗತ್ತಿಗೆ ಏಕಾಂಗಿಯಾಗಿ ನುಗ್ಗಿ ಬಂದವನು ಇವನು. ಅವರಲ್ಲಿ

ಆಯಾಸವಿದೆ, ಆದರೆ ನಿರಾಸೆಯಿಲ್ಲ. ಅವರ ದೇಹ ಬೆವರಿದೆ, ಆದರೆ ಬೇಸರವಿಲ್ಲ. ಅವರ ಸೊಂಟ ನೋಯುತ್ತಿದೆ, ಆದರೆ ಒಂಟಿತನವಿಲ್ಲ.

"ನೀರು..." ಎಂದು ಕೇಳಿದ. ಮೋಹನಸ್ವಾಮಿ ನಿಂತ ಕಡೆಗೆ ಬಂದು, ಫ್ಲಾಸ್ಕನ್ನು ತೆರೆದು ಡೇವಿಡ್ ನೀರನ್ನು ಕೊಟ್ಟ. ಮಾಮೂಲೀ ಪ್ಲಾಸ್ಟಿಕ್ ಬಾಟಲಿನಲ್ಲಿ ನೀರು ತಂದರೆ ಒಂದು ಗಂಟೆಯಲ್ಲಿ ಅದು ಮಂಜಾಗಿ ಬಿಡುತ್ತಿತ್ತು. ಅಂಗಿಯ ಮೇಲೆ ಚೆಲ್ಲಿಕೊಳ್ಳುತ್ತಾ ಒಂದಿಷ್ಟು ನೀರು ಕುಡಿದ. ನೀರಿನ ಬಿಸಿಯಿನ್ನೂ ಆರಿರಲಿಲ್ಲ. ಫ್ಲಾಸ್ಕನ್ನು ವಾಪಾಸು ಡೇವಿಡ್‌ಗೆ ಕೊಟ್ಟ. ಅವನೂ ಒಂದಿಷ್ಟು ನೀರು ಕುಡಿಯಲಾರಂಭಿಸಿದ. ಮೋಹನಸ್ವಾಮಿ ಮುಂದಿನ ಹೆಜ್ಜೆಯಿಟ್ಟ. ಎಂತಹದೋ ಸಂಕಟವಾಯ್ತು. ಇಡೀ ಮೈ ಜೋಲಾಡಿದಂತಹ ಅನುಭವ. ಒಂದೇ ಕ್ಷಣ! ಬಕ್‌ಬಕ್ ಎಂದು ಎಲ್ಲವನ್ನೂ ಕಾರಿಕೊಂಡುಬಿಟ್ಟ. ಒಳಗಿನದೆಲ್ಲವೂ ಹೊರ ಬಂತು. ರಾತ್ರಿ ತಿಂದ ನೂಡಲ್‌ಗಳು ಒಂದಿಷ್ಟೂ ಕರಗಿರಲಿಲ್ಲ. ಕುಸಿದು ಕುಳಿತ. ಜೀವ ಹೋಗೇ ಬಿಡುತ್ತದೇನೋ ಎನ್ನುವಂತೆ ಅನುಮಾನವಾಗಲಾರಂಭಿಸಿತು. ಡೇವಿಡ್ ಓಡಿ ಬಂದ. ಮೋಹನಸ್ವಾಮಿಯ ಬೆನ್ನನ್ನು ಸವರುತ್ತಾ "ಹುಷಾರು ಮಗೂ, ಹುಷಾರು" ಎಂದು ಸಮಾಧಾನ ಮಾಡಲಾರಂಭಿಸಿದ. ಮೂರು ನಕ್ಷತ್ರಗಳು ಹತ್ತಿರ ಬಂದೇ ಬಿಟ್ಟವು. ಇಟಾಲಿಯ ಸಲಿಂಗ ಕಾಮಿಯ ಜೋಡಿ ಮತ್ತು ಅವರ ಗೈಡ್. "ಏನಾಯ್ತು?" ಎಂದು ವಿಚಾರಿಸಿದರು. ಡೇವಿಡ್ ವಿವರಿಸಿದ. ಜೋಡಿಯಲ್ಲೊಬ್ಬನು ಮೋಹನಸ್ವಾಮಿಯ ಹತ್ತಿರ ಕುಳಿತು, ಬೆನ್ನು ಸವರಿ "ಸ್ವಲ್ಪ ಚಾಕೊಲೇಟ್ ತಿನ್ನು, ಶಕ್ತಿ ಬರುತ್ತದೆ" ಎಂದು ಹೇಳಿ, "ಹನಿ, ಪ್ಲೀಜ್..." ಎಂದು ತನ್ನ ಗೆಣೆಕಾರನನ್ನು ಕೇಳಿದ. ಅವನು ತಕ್ಷಣ ತನ್ನ ಹೊಟ್ಟೆಗೆ ಕಟ್ಟಿಕೊಂಡ ಪೌಚಿನಿಂದ ಕ್ಯಾಡ್‌ಬರಿಯನ್ನು ತೆಗೆದು ಇವನಿಗೆ ಕೊಟ್ಟ. "ಹಕೂನ ಮಟಾಟ" ಎಂದು ಹೊಸದಾಗಿ ಕಲಿತ ಕಿಸ್ವಹೇಲಿ ಭಾಷೆಯ "ಹೆದರಿಕೊಳ್ಳಬೇಡ. ಎಲ್ಲಾ ಸುಗಮವಾಗುತ್ತದೆ" ಎಂಬ ಮಾತನ್ನು ಹೇಳಿ, ಅಭಯ ನೀಡಿ ಮುಂದೆ ಹೊರಟು ಬಿಟ್ಟರು. ಉಳಿದ ನಕ್ಷತ್ರಗಳು ಒಂದೊಂದಾಗಿ ನಿಧಾನಕ್ಕೆ ಮೋಹನಸ್ವಾಮಿಯ ಹತ್ತಿರ ಹತ್ತಿರ ಬರಲಾರಂಭಿಸಿದವು. ಯಾರೂ ಯಾರಿಗೂ ಕಾಯುವುದಿಲ್ಲ. ಎಲ್ಲರಿಗೂ ಅವರದೇ ದಾರಿ, ಅವರದೇ ಗುರಿ. ಇನ್ನೇನು ಬೆಳಕು ಹರಿಯಲಾರಂಭಿಸುತ್ತದೆ. ಬೆಳಕು ಅವನನ್ನು ಜಗತ್ತಿಗೆ ತೋರಿಸಿಬಿಡುತ್ತದೆ. ಕತ್ತಲಿನ ಗೌಪ್ಯವನ್ನು ಕಾಪಾಡುವ ಸದ್ಗುಣ ಅದಕ್ಕಿಲ್ಲ. ಎಲ್ಲವೂ ಬಟಾಬಯಲು.

"ನಡಿ ಮಗೂ, ಇನ್ನೂ ಒಂದು ಸಾವಿರ ಮೀಟರ್ ಎತ್ತರವನ್ನು ನಾವು ಹತ್ತಬೇಕು. ನಮಗೆ ಹೆಚ್ಚು ಸಮಯವಿಲ್ಲ" ಎಂದು ಡೇವಿಡ್ ಅವಸರಿಸಿದ. ಮೋಹನಸ್ವಾಮಿ ಒಲ್ಲದ ಮನಸ್ಸಿನಿಂದ ಭಾರದ ಹೆಜ್ಜೆಗಳನ್ನಿಡಲು ಪ್ರಾರಂಭಿಸಿದ. ವಾಂತಿಯಿಂದ ಕಹಿಯಾದ ಬಾಯಿಗೆ ಚಾಕ್‌ಲೇಟ್ ರುಚಿ ಹತ್ತುತ್ತಿರಲಿಲ್ಲ.

>>>

"ಚಾರಣವನ್ನು ಯಶಸ್ವಿಯಾಗಿ ಮಾಡಲು ಎಲ್ಲರಿಗೂ ಬೇಕಾದ್ದು ಒಂದೇ ಸೂತ್ರ ಮಗೂ! ಯಾವುದೇ ಹೊತ್ತಿನಲ್ಲಿಯೂ ಹೆಜ್ಜೆ ಹಿಂದಿಕ್ಕುವ ಆಲೋಚನೆ ಮಾಡಬಾರದು. ಎಷ್ಟೇ ಕಷ್ಟವಾದರೂ ಸರಿ, ಒಂದಿಷ್ಟು ಸುಧಾರಿಸಿಕೊಳ್ಳಬೇಕೇ ಹೊರತು, ಗುರಿ ತಲುಪದೆ ಹಿಂತಿರುಗುವ ಹಾಗೇ ಇಲ್ಲ. ಚಾರಣಕ್ಕೆ ಬೇಕಾದ್ದು ಬರೀ ಗಟ್ಟಿ ದೇಹವಲ್ಲ, ಗಟ್ಟಿ ಮನಸ್ಸು. ಇಲ್ಲಿ ಬೇಕಾದ್ದು ಸಾವಧಾನದ ನಡಿಗೆಯೇ ಹೊರತು ಚಿನ್ನದ ಪದಕವನ್ನು ಗೆಲ್ಲುವ ಓಟದ ಸಾಮರ್ಥ್ಯವಲ್ಲ. ನಾವು ಹತ್ತುವ ಪರ್ವತವನ್ನು ಗೌರವಿಸಬೇಕು ಮಗೂ. ಅದರ ಮನೆಗೆ ಬಂದು ನಮ್ಮ ಅಹಂಕಾರದಿಂದ ಅದನ್ನು ಅವಹೇಳನ ಮಾಡಿದೆವೋ, ಮುನಿಸಿಕೊಂಡು ಬಿಡುತ್ತದೆ. ಪರ್ವತದ ಮುನಿಸನ್ನು ಭರಿಸಲು ಮನುಷ್ಯರಿಗೆ ಸಾಧ್ಯವಿಲ್ಲ."

ಆವತ್ತು ಆಸ್ಟ್ರೇಲಿಯಾದ ಯುವಕನೊಬ್ಬ ಹೊರಂಬೋ ಹಟ್ಸ್‌ನಿಂದ ವಾಪಾಸು ಹೊರಟಾಗ ಡೇವಿಡ್ ಹೇಳಿದ ಮಾತಿದು. ನೋಡಲು ಆ ಯುವಕ ಗಟ್ಟಿಮುಟ್ಟಾಗಿ ಕಾಣುತ್ತಿದ್ದ. ಚಾರಣ ಶುರುವಾದ ದಿನ, ಮಂದಾರ ಹಟ್ಸ್ ತಲುಪುವಷ್ಟರಲ್ಲಿ, ತನ್ನ ತೋಳುಗಳ ಮಾಂಸಖಂಡಗಳನ್ನು ಎಲ್ಲರಿಗೂ ಪ್ರದರ್ಶಿಸಿಕೊಂಡು, ಎಲ್ಲರನ್ನೂ ನಗಿಸುತ್ತಾ, ಆಗಾಗ ಗಟ್ಟಿಯಾಗಿ ಹಾಡು ಹೇಳಿಕೊಂಡು ನರ್ತಿಸುತ್ತಾ, ಕೆಲವೊಮ್ಮೆ ಹೆಂಗಸರ ಮಧ್ಯೆ ಪೋಲಿ ಮಾತನಾಡುತ್ತಾ, ತಾನೇ ಮೊದಲು ಕಿಲಿಮಂಜಾರೋದ ತಲೆಯ ಮೇಲೆ ಕಾಲಿಡುವವನಂತೆ ವರ್ತಿಸಿದ್ದ. ಆದರೆ ಹೊರಂಬೋ ಹಟ್ಸ್‌ಗೆ ಬರುವಷ್ಟರಲ್ಲಿ ಹಣ್ಣುಗಾಯಿ ನೀರುಗಾಯಿ ಆಗಿದ್ದ. ಉಸಿರಾಟದ ತೊಂದರೆಯಿಂದ ಬಳಲಿದ್ದ. ನಿದ್ದೆಯಿಲ್ಲದೆ ಕಂಗಾಲಾಗಿದ್ದ. ತಾಳಲಾರದಂತಹ ತಲೆನೋವು ಬಂದು, ತಿಂದಿದ್ದನ್ನೆಲ್ಲಾ ಕಕ್ಕಿಕೊಳ್ಳುತ್ತಿದ್ದ. ಕೊನೆಗೆ ಬೆಳಕು ಹರಿಯುವುದರೊಳಗೆ ಯಾರಿಗೂ ಮುಖ ತೋರಿಸಲಾರದಂತೆ ತನ್ನ ಗೈಡಿನ ಜೊತೆಯಲ್ಲಿ ವಾಪಾಸು ಓಡಿಹೋಗಿ ಬಿಟ್ಟಿದ್ದ. ವಿಚಿತ್ರವೆಂದರೆ ಡೆನ್ಮಾರ್ಕಿನ ಅರವತ್ತರ ಆಸುಪಾಸಿನ ದಂಪತಿ ನಿಧಾನಕ್ಕೆ ಹೆಜ್ಜೆಗಳನ್ನಿಡುತ್ತಲೇ ಇಲ್ಲಿಯ ತನಕ ಬಂದು ಬಿಟ್ಟಿದ್ದರು.

ಗಿಲ್‌ಮನ್ ಪಾಯಿಂಟ್‌ಗೆ ಬರುವಷ್ಟರಲ್ಲಿ ಮತ್ತೆರಡು ಬಾರಿ ಮೋಹನಸ್ವಾಮಿ ಸುಸ್ತಾಗಿ ಒರಗಿದ. ಗಾಳಿಯಲ್ಲಿನ ಆಮ್ಲಜನಕ ಹಗೂರಕ್ಕೆ ಇನ್ನಷ್ಟು ಕಡಿಮೆಯಾಗುತ್ತಿತ್ತು. ಆ ವೇಳೆಗಾಗಲೇ ಹಲವಾರು ಚಾರಣ ನಕ್ಷತ್ರಗಳು ಮೋಹನಸ್ವಾಮಿಯನ್ನು ಹಾದು ಹೋದವು. ಕತ್ತಲಿನಲ್ಲಿ ಆ ನಕ್ಷತ್ರ ಯಾರೆಂದು ಮೋಹನಸ್ವಾಮಿಗೆ ತಿಳಿಯುತ್ತಲೂ ಇರಲಿಲ್ಲ. ಅವರಾಗಿ ಮಾತನಾಡಿಸಿದರೆ ಮಾತ್ರ ಗೊತ್ತಾಗುತ್ತಿತ್ತು. ದೇಹ ಇನ್ನೊಂದು ಹೆಜ್ಜೆಯಿಡಲೂ ಹಠ ಮಾಡುತ್ತಿತ್ತು. ಮನಸ್ಸಿನಲ್ಲಿ ಬರುತ್ತಿದ್ದ 'ಹಿಂದಕ್ಕೆ ಹೋಗಿ

ಬಿಡೋಣ' ಎನ್ನುವ ಆಲೋಚನೆಯನ್ನು ಬಲವಂತವಾಗಿ ತಳ್ಳುತ್ತಿದ್ದ. 'ಬೇಡ, ಬೇಡ! ಮುಂದುವರೆದು ಬಿಡೋಣ. ಯಾವ ದಿಕ್ಕಿಗೆ ಚಲಿಸಿದರೂ ಈಗ ವ್ಯತ್ಯಾಸವಿಲ್ಲ. ಹೊರಟಾಗಿದೆ. ಹಿಂದಕ್ಕೆ ಹೊರಟರೂ ಅಲ್ಲಿ ಯಾರೂ ನನಗಾಗಿ ಕಾಯುತ್ತಿಲ್ಲ. ಹಾಗಂತ ಮುಂದೆ ಯಾರಾದರೂ ಸಿಗಬಹುದೆಂಬ ನಿರೀಕ್ಷೆಯಿಲ್ಲದಿದ್ದರೂ, ಹೆಜ್ಜೆ ಮುಂದಿಡುತ್ತಿದ್ದೇನೆಂಬ ಭಾವ ನನ್ನನ್ನು ಬೆಚ್ಚಗೆ ಕಾಪಾಡುತ್ತದೆ. ಸೋಲಲಿಲ್ಲ ಎಂದಾದರೂ ಎರಡು ದಿನ ಸಂತೋಷ ಪಡಬಹುದು. ಬದುಕಿನ ಈ ಜಂಜಾಟದಲ್ಲಿ ಸೋತು ಸೋತು ಸುಣ್ಣವಾಗಿದ್ದೇನೆ. ಮತ್ತೊಂದು ಸೋಲು ಬೇಡ'

ಗಿಲ್‌ಮ್ಯಾನ್ ಎನ್ನುವ ಪರ್ವತಾರೋಹಿ ಅಲ್ಲಿಯ ತನಕ ಬಂದು ಅದೇ ಕಿಲಿಮಂಜಾರೋದ ನೆತ್ತಿಯೆಂದುಕೊಂಡನಂತೆ. ತಾನೇ ಈ ಪರ್ವತದ ಆರೋಹಣ ಮಾಡಿದ ಮೊದಲ ಚಾರಣಿಗ ಎಂದು ಬೀಗಿದನಂತೆ. ನಮ್ಮೆಲ್ಲಾ ಸಾಧನೆಗಳನ್ನೂ ತುಂಡರಿಸುವ ಸಂಗತಿಗಳು ಬದುಕಿನಲ್ಲಿ ಜರುಗುತ್ತಲೇ ಇರುತ್ತವೆ. ಮತ್ತೊಬ್ಬ ಬಂದು ಅಲ್ಲಿಂದ ಉಹುರು ಚಪೀಕ್ ಎಂಬ ಸ್ಥಳವನ್ನು ಕಂಡು ಹಿಡಿದು, ಅದೇ ಕಿಲಿಮಂಜಾರೋದ ನೆತ್ತಿ ಅಂತ ನಿರೂಪಿಸಿಬಿಟ್ಟ. ಗಿಲ್‌ಮ್ಯಾನ್ ಮೋಸಹೋದ ವ್ಯಕ್ತಿಯಾಗಿ ಇತಿಹಾಸದಲ್ಲಿ ಉಳಿದುಬಿಟ್ಟ. ಈ ಸದ್ಯಕ್ಕೆ ಉಹುರು ಪೀಕ್ ಕಿಲಿಮಂಜಾರೋದ ತುತ್ತತುದಿ ಅಂತ ನಾವೆಲ್ಲಾ ನಂಬಿದ್ದೇವೆ. ಯಾರಿಗೆ ಗೊತ್ತು, ಭವಿಷ್ಯ ತನ್ನಲ್ಲಿ ಇನ್ನು ಯಾವ ರಹಸ್ಯಗಳನ್ನು ಈ ಪ್ರಕೃತಿ ಅಡಗಿಸಿಕೊಂಡಿದೆಯೋ! ಅದು ಯಾವ ತಿರುವುಗಳನ್ನು ತಂದೊಡ್ಡಿ ನಮ್ಮ ಅಹಂಕಾರವನ್ನು ಮುರಿಯುತ್ತದೆಯೋ!!

ಗಿಲ್‌ಮ್ಯಾನ್ ಪೀಕಿನಲ್ಲಿ ಒಂದು ಹತ್ತು ನಿಮಿಷ ನಿದ್ದೆ ಮಾಡುತ್ತೇನೆಂದು ಮೋಹನಸ್ವಾಮಿ ಹಠ ಮಾಡಿದ. "ಬೇಡ ಮಗೂ. ಇಷ್ಟೊಂದು ಎತ್ತರದಲ್ಲಿ ಮನುಷ್ಯ ನಿದ್ದೆ ಮಾಡಬಾರದು. ಆಮ್ಲಜನಕ ಹೆಚ್ಚಿಲ್ಲದ ಕಾರಣ ನಿದ್ದೆಯಲ್ಲಿ ಸಾಯುವ ಅಪಾಯವಿರುತ್ತದೆ. ಎಷ್ಟೇ ಕಷ್ಟವಾದರೂ ಸುಮ್ಮನೆ ನಡೆಯುತ್ತಾ ಬಾ. ಇನ್ನೇನು ಎರಡು ಮೂರು ತಾಸಿನಲ್ಲಿ ಚಾರಣ ಮುಕ್ತಾಯಗೊಳ್ಳುತ್ತದೆ. ಉಹುರು ಪೀಕ್ ಬಂದು ಬಿಡುತ್ತದೆ. ಅಂತಹ ಕಷ್ಟದ ಹಾದಿ ಇನ್ನಿಲ್ಲ. ನೋಡಲ್ಲಿ, ಪೂರ್ವ ಆಗಲೇ ಕೆಂಪಾಗುತ್ತಿದೆ" ಎಂದು ಡೇವಿಡ್ ಪೂರ್ವ ದಿಕ್ಕನ್ನು ತೋರಿಸಿದ್ದ. "ನಾನು ಸಾಯುತ್ತೇನೆಂದು ನಿನಗೆ ಭಯವಲ್ಲವೆ? ನನಗೆ ಅದರ ಬಗ್ಗೆ ಬೇಸರವಿಲ್ಲ. ಆದರೆ ಈ ಸದ್ಯ ನಾನು ಮಲಗಲೇ ಬೇಕು. ಅದು ಅತ್ಯಗತ್ಯ" ಎಂದಿದ್ದೇ ಅಲ್ಲಿಯೇ ಇದ್ದ ಕಲ್ಲಿನ ಮೇಲೆ ಅಡ್ಡಾದ. ಡೇವಿಡ್ ಏನು ತಾನೆ ಮಾಡಿಯಾನು? ಮೋಹನಸ್ವಾಮಿ ಕೊಡುವ ದಿನಗೂಲಿಯ ಆಸೆಗೆ ಬಂದವನು. ಹೇಳಿದಂತೆ ಕೇಳಬೇಕಲ್ಲವೆ?

ಅಷ್ಟೆಲ್ಲಾ ಸುಸ್ತಾಗಿ ಬಂಡೆಯ ಮೇಲೆ ಒರಗಿದರೂ ನಿದ್ರೆ ಹತ್ತಿರ ಸುಳಿಯಲಿಲ್ಲ. ಮನಸ್ಸು ಜಾಗೃತವಾಗಿ ಬಿಟ್ಟಿತು. ಸಾವಿನ ಭಯ ಸಣ್ಣಗೆ ಆವರಿಸಿಕೊಳ್ಳಲಾರಂಭಿಸಿತು.

ಹೊಕ್ಕಳಿನಿಂದ ಹುಟ್ಟಿ, ಇಡೀ ಬೆನ್ನಹುರಿಗುಂಟ ನಡುಕ ಹುಟ್ಟಿಕೊಂಡಿತು. ಇದೇ ಕಡೆಯ ನಿದ್ದೆಯೆ? ಅಪರಿಚಿತ ದೇಶದ, ಅಪರಿಚಿತ ಪರ್ವತದ ಮೇಲೆ ನಾನು ಕೊನೆಯ ಉಸಿರನ್ನಾಡುತ್ತೇನೆಯೆ? ಈ ದೇಹವನ್ನು ಇಲ್ಲಿಂದ ಹೊತ್ತುಕೊಂಡು ಕೆಳಕ್ಕೆ ಹೋಗುವುದಂತೂ ಅಸಾಧ್ಯ. ಡೇವಿಡ್ ಕಿಲಿಮಂಜಾರೋದ ತುದಿಯಿಂದ ನನ್ನ ದೇಹವನ್ನು ತಳ್ಳಿಬಿಟ್ಟು ಹೋಗಿ ಬಿಡುತ್ತಾನೆಯೆ? ಭಾರತಕ್ಕೆ ಸುದ್ದಿ ಮುಟ್ಟಿದರೆ ಜನ ಏನೆಂದುಕೊಳುಬ್ಬತ್ತಾರೆ? 'ಸೋತುಹೋದ' ಎಂಬ ಹಣೆ ಪಟ್ಟಿಯನ್ನು ನನಗೆ ಕಟ್ಟುತ್ತಾರೆಯೆ? ಕುಹಕವಾಡುತ್ತಾರೆಯೆ? ನಗುತ್ತಾರೆಯೆ? ಬೇಡ, ಬೇಡ, ಬೇಡ...

ಐದೇ ನಿಮಿಷಕ್ಕೆ ಎದ್ದು ಬಿಟ್ಟ. ಎದೆ ಢವಗುಟ್ಟುತ್ತಿತ್ತು. ಮೈಕೊರೆಯುವ ಆ ಚಳಿಯಲ್ಲಿ ದೇಹ ಸಣ್ಣಗೆ ಬೆವರುತ್ತಿತ್ತು. ಸಾವು ಕ್ರೂರಿ. ಎಷ್ಟೇ ಕಷ್ಟದಲ್ಲಿದ್ದೇವೆಂದರೂ ಅದರ ನೆನಪು ನಮ್ಮನ್ನು ಹೆದರಿಸುತ್ತದೆ. "ಡೇವಿಡ್, ಬಾ ಹೋಗೋಣ" ಎಂದು ಮೋಹನಸ್ವಾಮಿ ತಾನೇ ಮುಂದಿನ ಹೆಜ್ಜೆಯಿಟ್ಟ. ಡೇವಿಡ್ ಸಣ್ಣಗೆ ನಕ್ಕ. ಹಲವು ಸಾವಿರ ಜನರನ್ನು ಕಿಲಿಮಂಜಾರೋ ಹತ್ತಿಸಿದ ಅನುಭವ ಅವನದು. ಬೇರೆ ಬೇರೆ ಬಣ್ಣ, ವಾಸನೆಯ ಜೀವಗಳನ್ನು ಕಂಡಿದ್ದಾನೆ. ಕಿಲಿಮಂಜಾರೋದ ದುರ್ಗಮ ಹಾದಿಗಳಲ್ಲಿ ಮನುಷ್ಯ ತನ್ನ ಮುಖವಾಡವನ್ನು ಕಳಚಲೇ ಬೇಕು. ಎಲ್ಲ ಕೃತಕತೆಗಳನ್ನು ಕಳಚದೆ ಈ ಪರ್ವತ ತನ್ನ ತುದಿಯನ್ನು ಮುಟ್ಟಲು ಅವಕಾಶ ಮಾಡಿಕೊಡುವುದಿಲ್ಲ. ತನ್ನ ನೆತ್ತಿಗೆ ಬರುವವನು ಪವಿತ್ರನಾಗಿರಬೇಕು, ಅಪರಂಜಿಯಾಗಿರಬೇಕು. ಕಲುಷಿತ ಮನಸ್ಸಿನಿಂದ ತುದಿ ಮುಟ್ಟಲು ಸಾಧ್ಯವಾಗುವುದಿಲ್ಲ.

ಮತ್ತಷ್ಟು ಚಾರಣದ ನಕ್ಷತ್ರಗಳು ಮೋಹನಸ್ವಾಮಿಯನ್ನು ಹಾದು ಹೋಗಲಾರಂಭಿಸಿದವು.

>>>

ತುತ್ತತುದಿ ಬಂದೇ ಬಿಟ್ಟಿತು!

ಆಗಲೇ ಬೆಳಕೂ ಎಲ್ಲೆಡೆ ಹರಿದಿತ್ತು. ಇನ್ನು ಆರೋಹಣವಿಲ್ಲ. ಇನ್ನು ಆಯಾಸವಿಲ್ಲ. ಇನ್ನು ಕಷ್ಟವಿಲ್ಲ. ಇನ್ನು ಭಯವಿಲ್ಲ. ಸಾವು ಸದ್ಯಕ್ಕೆ ನನ್ನಿಂದ ದೂರ ಹೋಯ್ತು. ಈ ಬಾರಿ ಸೋಲಿಂದ ತಪ್ಪಿಸಿಕೊಂಡೆ. ಎಲ್ಲ ಕಠಿಣ ದಾರಿಗಳು ಮಾಯವಾಗಿ ಬಯಲೊಂದು ಗೋಚರಿಸಿಬಿಟ್ಟಿತು. ಡೇವಿಡ್ ಇನ್ನು ಮೋಹನಸ್ವಾಮಿಗೆ ತನ್ನ ರಕ್ಷಣೆಯ ಆವಶ್ಯಕತೆಯಿಲ್ಲವೆಂದು ನಿರ್ಧರಿಸಿ, ದೊಡ್ಡ ದೊಡ್ಡ ಹೆಜ್ಜೆಗಳನ್ನಿಟ್ಟು "ನೀವೀಗ ಆಫ್ರಿಕಾ ಖಂಡದ ಅತ್ಯಂತ ಎತ್ತರದ ಜಾಗದಲ್ಲಿದ್ದೀರ" ಎಂಬ ಬೋರ್ಡಿನ ಕಡೆ ತಲುಪಿ, "ಬಾ, ಬಾ" ಎಂದು ಮೋಹನಸ್ವಾಮಿಯನ್ನು ಕರೆಯಲಾರಂಭಿಸಿದ. ಮೋಹನಸ್ವಾಮಿ ಒಂದೊಂದಾಗಿ ಹೆಜ್ಜೆಗಳನ್ನಿಡಲಾರಂಭಿಸಿದ.

ಕೊನೆಯ ಹೆಜ್ಜೆಗಳವು. ಭಾರದವು. ದೇಹ ಶಕ್ತಿ ಕಳೆದುಕೊಂಡಿದ್ದರೂ, ಮನಸ್ಸಿನ ಶಕ್ತಿಯಿಂದ ನಡೆಯುವ ನಡಿಗೆಯದು. ಬಂತು, ಬಂದೇ ಬಿಟ್ಟಿತು... ಡೇವಿಡ್‌ನನ್ನು ಅಪ್ಪಿಕೊಂಡು ಕುಸಿದು ಕುಳಿತ.

ದುಃಖ ಒತ್ತರಿಸಿಕೊಂಡು ಬಂತು. ಅವನ ಹೆಗಲ ಮೇಲೆ ತಲೆಯಿಟ್ಟು ಒಂದೇ ಸವನೆ ಅಳಲಾರಂಭಿಸಿದ. ಅದೆಲ್ಲಿ ಅಷ್ಟೊಂದು ಕಣ್ಣೀರಧಾರೆ ಅವನಲ್ಲಿ ಅಡಗಿಕೊಂಡಿತ್ತೋ! ಯಾರು ಏನೆಂದುಕೊಳ್ಳುತ್ತಾರೋ ಎಂಬ ಸಂಕೋಚವಿಲ್ಲದಂತೆ ಅಳಲಾರಂಭಿಸಿದ. ಡೇವಿಡ್‌ಗೆ ಮೋಹನಸ್ವಾಮಿಯ ಅಳುವನ್ನು ಕಂಡು ದುಃಖವಾಯ್ತು. ತುದಿ ಮುಟ್ಟಿದವರು ಸಂಭ್ರಮದಿಂದ ಕೇಕೆ ಹಾಕಿ ಕುಣಿದು, ಫೋಟೋ ತೆಗೆಸಿಕೊಂಡು, ಒಬ್ಬರಿಗೊಬ್ಬರು ಕೈ ಕುಲುಕಿಕೊಂಡು ಸಂತೋಷ ಪಡುತ್ತಾರೆ. ಈ ದುಃಖ ಅಸಹಜ. ಸುಮ್ಮನೆ ಮೋಹನಸ್ವಾಮಿಯ ಬೆನ್ನನ್ನು ಸವರುತ್ತಾ ನಿಂತ. ಮನುಷ್ಯ ಸ್ಪರ್ಶದ ಮೋಡಿಗೆ ಅಳು ಇನ್ನಷ್ಟು ಹೆಚ್ಚಾಯ್ತು. ಸುಮಾರು ಹತ್ತು ನಿಮಿಷ ಅವನು ಅಳುತ್ತಲೇ ಇದ್ದ. ಒಡಲಾಳದ ಸಂಕಟವನ್ನೆಲ್ಲಾ ಮೋಹನಸ್ವಾಮಿ ಹೊರಹಾಕಿಕೊಳ್ಳುತ್ತಿದ್ದ.

ಎಷ್ಟು ವರ್ಷಗಳ ಕಾಲ ಈ ಒಡಲಿನ ಬೆಂಕಿಯನ್ನು ಕಾಪಾಡಿಕೊಂಡಿರಲಿ? ಎಷ್ಟು ದಿನವೆಂದು ತಂಪಿನ ಮುಖವಾಡವನ್ನು ಹಾಕಿಕೊಂಡು ಎಲ್ಲರ ಮುಂದೆ ಪ್ರದರ್ಶಿಸಲಿ? ನನಗೆ ಸಾಕಾಗಿಹೋಗಿದೆ ಕಿಲಿಮಂಜಾರೋ... ಇನ್ನು ಈ ಬೆಂಕಿಯನ್ನು ಹೊಟ್ಟೆಯಲ್ಲಿ ಇಟ್ಟುಕೊಳ್ಳಲಾರೆ. ಅದು ನನ್ನನ್ನು ದಹಿಸುತ್ತಿದೆ. ಎಲ್ಲವನ್ನೂ ಹೊರಹಾಕಿಕೊಂಡು ಬಿಡುತ್ತೇನೆ. ನನ್ನನ್ನು ನಾನು ಕಾಪಾಡಿಕೊಳ್ಳಬೇಕಿದೆ. ನಿನ್ನಂತೆ ಎಲ್ಲವನ್ನೂ ಒಡಲೊಳಗಿಟ್ಟುಕೊಳ್ಳುವ ಶಕ್ತಿ ನನಗಿಲ್ಲ. ಹುಲುಮನುಷ್ಯ ನಾನು. ಮಹಾಪರ್ವತ ನೀನು. ಬೇಡ, ಬೇಡ... ನನಗೆ ಈ ಸಂಕಟ ಬೇಡ. ನನಗೆ ಈ ನೋವು ಬೇಡ. ನನಗೆ ಈ ಅಪಮಾನಗಳು ಬೇಡ. ನನಗೆ ಈ ಒಡಲಾಳದ ಬೆಂಕಿ ಬೇಡ.

"ಮಗೂ! ಯಾಕಷ್ಟು ದುಃಖ? ಈ ರೀತಿ ಅಳುವುದು ಮನಸ್ಸಿಗೆ ಒಳ್ಳೆಯದಲ್ಲ."

"ಸಾಕಾಗಿದೆ ಡೇವಿಡ್. ಎಷ್ಟಂತ ಕಷ್ಟಗಳನ್ನು ಸಹಿಸಲಿ ಹೇಳು? ಎಷ್ಟೊಂದು ನೋವನ್ನು ಏಕಾಂಗಿಯಾಗಿ ಅನುಭವಿಸಲಿ? ದಿನನಿತ್ಯ ಹೋರಾಡಿ ಹೋರಾಡಿ ನಾನು ಸುಸ್ತಾಗಿದ್ದೇನೆ. ದಾರಿ ಯಾವುದೆಂಬುದೂ ನನಗೆ ತಿಳಿಯುತ್ತಿಲ್ಲ"

"ಯಾವುದಕ್ಕೂ ಹೆದರಬೇಡ ಮಗು! ಹೆದರಿದಷ್ಟೂ ಬದುಕು ಹೆಚ್ಚು ಅಸಹನೀಯವಾಗುತ್ತದೆ. ಕಷ್ಟ ಹೆಚ್ಚಾಗಿ, ಸುಖ ಕಡಿಮೆಯಾಗುತ್ತಾ ಹೋದರೂ – ಎಲ್ಲದಕ್ಕೂ ಹೊಂದಿಕೊಳ್ಳುವ ಶಕ್ತಿಯನ್ನು ಬದುಕು ಪಡೆದಿದೆ. ಸ್ವಲ್ಪ ತಾಳ್ಮೆ ಬೇಕು! ಮುಂದೆ ಒಳಿತು ಕಾದಿದೆ ಅಂತ ಸಹನೆಯಿಂದ ಬದುಕಬೇಕು. ಕಾಲದ ಚಕ್ರ ಒಂದಿಷ್ಟು ತಿರುಗುವುದರಲ್ಲಿ ಹೊಂದಾಣಿಕೆಯಾಗಿ ಬಿಡುತ್ತೆ. ಸುಖ-ದುಃಖಗಳು ಬರೀ ನಮ್ಮ ಕಲ್ಪನೆಯಷ್ಟೇ! ಯಾವುದೂ ಇಲ್ಲಿ ಸುಖವಲ್ಲ, ಯಾವುದೂ ಇಲ್ಲಿ ದುಃಖವಲ್ಲ."

“ಹಂಚಿಕೊಂಡರೆ ಸುಖ ಹೆಚ್ಚಾಗುತ್ತದೆ, ದುಃಖ ಕಡಿಮೆಯಾಗುತ್ತದೆ ಅನ್ನುತ್ತಾರೆ. ಆದರೆ ಹಂಚಿಕೊಳ್ಳಲು ನನ್ನವರು ಯಾರೂ ಇಲ್ಲದಿದ್ದರೆ ಏನು ಮಾಡಬೇಕು?”

“ಇಂತಹವರೇ ನನ್ನವರಾಗಲು ಸಾಧ್ಯ ಅನ್ನುವ ಕಠಿಣ ನಿಯಮಗಳನ್ನು ಮಾಡಿಕೊಂಡರೆ ಮಾತ್ರ ನಾವು ಏಕಾಂಗಿಯಾಗೋದು ಮಗು! ನಮ್ಮ ಪಯಣದಲ್ಲಿ ಸಿಕ್ಕವರನ್ನೇ ನನ್ನವರು ಎಂದುಕೊಳ್ಳುವ ಸ್ವಭಾವವನ್ನು ಬೆಳಸಿಕೊಳ್ಳಬೇಕು. ಆಗಲೇ ಸ್ವಲ್ಪಮಟ್ಟಿಗೆ ಏಕಾಂಗಿ ಭಾವ ಕಡಿಮೆಯಾಗೋದು. ಈಗ ಅತ್ತಿದ್ದು ಸಾಕು. ನಡೆ, ನಿನಗೊಂದು ವಿಶೇಷವನ್ನು ತೋರಿಸುತ್ತೇನೆ.”

ಕಣ್ಣೊರೆಸಿಕೊಂಡು ಮೋಹನಸ್ವಾಮಿ ಡೇವಿಡ್‌ನನ್ನು ಹಿಂಬಾಲಿಸಿದ. ಒಂದು ಪುಟ್ಟ ತುದಿಯ ಕೊನೆಯಲ್ಲಿ ಡೇವಿಡ್ ಅವನನ್ನು ನಿಲ್ಲಿಸಿದ. ಮಹಾಸಮುದ್ರದ ನಟ್ಟ ನಡುವೆ ನಿಂತಂತೆ ಮೋಹನಸ್ವಾಮಿ ವಿಸ್ಮಯಗೊಂಡ. ಆ ಮಹಾದೃಶ್ಯದ ಮುಂದೆ ತಾನೊಂದು ಕ್ಷುಲ್ಲಕ ಜೀವಿಯೆನ್ನಿಸಿಬಿಟ್ಟಿತು. ಭಗವಂತನ ವಿರಾಟದರ್ಶನವನ್ನು ಕಂಡ ಭಕ್ತನಂತೆ ಮೂಕವಿಸ್ಮಿತನಾದ.

ಎಲ್ಲೆಲ್ಲೂ ಬಯಲು. ಕಣ್ಣು ಹಾಯಿಸಿದ ಕಡೆಯಲ್ಲೆಲ್ಲಾ ಬಯಲು. ನಾಲ್ಕೂ ದಿಕ್ಕಿನಲ್ಲಿಯೂ ಹಬ್ಬಿಕೊಂಡ ವಿಶಾಲ ಬಯಲು. ಮೊದಲಿನ ಹಿಮದ ರಾಶಿಯ ಬಯಲು, ನಂತರ ಮರಳಿನ ಬಯಲು. ಹೇ ಭಗವಂತ! ಇದೆಂತಹ ವಿಸ್ಮಯ ನೋಟ. ಸಾಧ್ಯವಿಲ್ಲ, ನನ್ನ ಈ ಪುಟ್ಟ ಹೃದಯದಾಲಯದಲ್ಲಿ ಈ ವಿಶಾಲ ಬಯಲನ್ನು ಸ್ವೀಕರಿಸಲಾರೆ. ನಾನು ಚಿಕ್ಕವನು. ಕ್ಷುದ್ರ ಹುಳು. ನೀನು ವಿರಾಟಸ್ವರೂಪದವನು. ನಿನ್ನ ಈ ಬಯಲಿನ ದರ್ಶನವಾದ ನಂತರ ನನ್ನಲ್ಲಿ ಮತ್ತೆಂದೂ ಅಹಂಕಾರ ಪ್ರವೇಶ ಮಾಡಲು ಸಾಧ್ಯವಿಲ್ಲ. ನನ್ನ ರಕ್ಷಣೆ ನಿನ್ನ ಹೊಣೆ. ನಿನ್ನ ಶಕ್ತಿ ದೊಡ್ಡದು. ಎಲ್ಲವನ್ನೂ ನಿಭಾಯಿಸುವವನು ನೀನು. ನಾನು ನಿನ್ನ ಬ್ರಹ್ಮಾಂಡದ ಕಣ. ಇನ್ನು ಎಂದೂ ನಿನ್ನ ಇರುವನ್ನು ನಾನು ಪ್ರಶ್ನಿಸಲಾರೆ. ನಿನ್ನ ಶಕ್ತಿಯ ಬಗ್ಗೆ ಕುಹಕವಾಡಲಾರೆ. ನನ್ನ ಸಾಧನೆಯ ಬಗ್ಗೆ ಬೀಗಲಾರೆ. ನನಗೆ ಈಗ ಎಲ್ಲವೂ ತಿಳಿಯುತ್ತಿದೆ. ನನ್ನ ಕಷ್ಟಗಳ್ಯಾವುವೂ ದೊಡ್ಡವಲ್ಲ, ನನ್ನ ನೋವುಗಳ್ಯಾವುವೂ ದೊಡ್ಡವಲ್ಲ, ನನ್ನ ಸಾಧನೆಗಳು ಯಾವುವೂ ದೊಡ್ಡವಲ್ಲ. ನನ್ನ ಅಹಂಕಾರಗಳು ನಿನ್ನಲ್ಲಿ ಒಂದು ಮುಗುಳುನಗೆ ಚಿಮ್ಮಿಸಲಷ್ಟೇ ಸಾಧ್ಯ. ನನ್ನ ಹಾರಾಟವೂ ಅಷ್ಟೇ, ಹೋರಾಟವೂ ಅಷ್ಟೇ. ಎಲ್ಲ ನಿನ್ನ ಲೀಲೆ. ಎಲ್ಲ ನಿನ್ನ ಆಟ. ನಿನ್ನ ಉಸಿರಿನ ಒಂದು ಕಣ ನಾನು. ನಿನ್ನ ಒಂದು ಉಸಿರಿನಲ್ಲಿ ನನ್ನಂತಹ ಲಕ್ಷಾಂತರ ಕಣಗಳನ್ನು ಹೊರಹಾಕಬಲ್ಲವನು ನೀನು. ಧನ್ಯನಾದೆ ತಂದೆ! ಧನ್ಯನಾದೆ!!

>>>

ಕಿಲಿಮಂಜಾರೋದ ಹೆಬ್ಬಾಗಿಲಾದ ಮರಂಗೋ ಗೇಟಿನಲ್ಲಿ ಚಾರಣಿಗರ ಸಂಭ್ರಮ ಮುಗಿಲು ಮುಟ್ಟಿತ್ತು. ಆರು ದಿನದ ಕೆಳಗೆ ಎಲ್ಲಿಂದ ಚಾರಣ ಆರಂಭಗೊಂಡಿತ್ತೋ, ಅಲ್ಲಿಗೆ ಅವರೆಲ್ಲಾ ತಿರುಗಿ ಬಂದಿದ್ದರು. ಪರ್ವತ ಹತ್ತುವುದು ಕಷ್ಟವೇ ಹೊರತು ಇಳಿಯುವುದಲ್ಲ. ಹತ್ತಲು ಐದು ದಿನ ಬೇಕಾದರೆ, ಇಳಿಯಲು ಎರಡು ದಿನ ಸಾಕು. ಹೆಜ್ಜೆಹೆಜ್ಜೆಗೆ ಗಾಳಿಯಲ್ಲಿನ ಆಮ್ಲಜನಕ ಹೆಚ್ಚಾದಂತೆಲ್ಲಾ ಚಾರಣಿಗರ ಉತ್ಸಾಹ ಇಮ್ಮಡಿಯಾಗುತ್ತಿತ್ತು. ತಲೆನೋವು, ಜ್ವರ, ಸುಸ್ತು ಎಲ್ಲವೂ ಕಡಿಮೆಯಾಗಿ ಮಾಮೂಲಿ ಮನುಷ್ಯರಾಗಿ ಬಿಟ್ಟಿದ್ದರು. ಬಡಿಸಿದ ಊಟದ ಅಗಳನ್ನೂ ಬಿಡದಂತೆ ಹೊಟ್ಟೆತುಂಬ ತಿನ್ನುವ ಶಕ್ತಿಯನ್ನು ಮತ್ತೆ ಗಳಿಸಿಕೊಂಡು ಬಿಟ್ಟರು. ಕೊರೆಯುವ ಚಳಿ ಹೋಗಿ ಬಿಸಿಲು ಮೈ ಸೋಕಿದ್ದೇ ಉಟ್ಟ ಉಣ್ಣೆಯ ಬಟ್ಟೆಗಳನ್ನು ಕಳಚಿ ದೇಹ ಪ್ರದರ್ಶಿಸಲು ಪ್ರಾರಂಭಿಸಿಬಿಟ್ಟರು. ಮತ್ತೊಂದು ಚಾರಣದ ಗುಂಪು ಎದುರಾದಾಗ ಅವರಿಗೆ "ತುಂಬಾ ಸುಲಭ! ಕೇಕ್‌ವಾಕ್!! ಹಕೂನ ಮಟಾಟ. ಕಿಲಿಮಂಜಾರೋ ಈಜ್ ಹೆವೆನ್" ಎಂದು ಹುಮ್ಮಸ್ಸು ತುಂಬಿಸಿ ಕಳುಹಿಸಿದರು. ಹೊಸ ಚಾರಣದ ಗುಂಪಿನಲ್ಲಿದ್ದ ಭಾರತೀಯನೊಬ್ಬ ಮೋಹನಸ್ವಾಮಿಯನ್ನು ನೋಡಿ ಪುಳಕಗೊಂಡ. "ಹೇಗಿತ್ತು? ತುಟ್ಟ ತುದಿಯನ್ನು ಮುಟ್ಟಿದಿರಾ?" ಎಂದು ಕೇಳಿದ್ದಕ್ಕೆ, ಮೋಹನಸ್ವಾಮಿ ಹೆಮ್ಮೆಯ ನಗೆಯನ್ನು ಅರಳಿಸಿದ. "ತುಂಬಾ ಸುಲಭ. ಹೋಗಿ ಬನ್ನಿ" ಎಂದು ಹೇಳಿದ. ಅಚ್ಚರಿಯಿಂದ ಅವನು "ಮತ್ತೊಮ್ಮೆ ಬರುತ್ತೀರಾ?" ಎಂದು ಕೇಳಿದ. "ಶ್ಯೂರ್, ಯಾಕಾಗಬಾರದು?" ಎಂದು ಇವನು ಬಲಗೈ ಹೆಬ್ಬೆಟ್ಟನ್ನು ಎತ್ತಿ ತೋರಿಸಿದ.

ಇಟಾಲಿಯ ಸಲಿಂಗಕಾಮಿ ಜೋಡಿಗೆ ಕಿಲಿಮಂಜಾರೋ ಪರ್ವತ ಹತ್ತಿದ ಪ್ರಶಸ್ತಿ ಪತ್ರ ಕೈಗೆ ಸಿಕ್ಕಿದ್ದೇ ಹರುಷದಿಂದ ಒಬ್ಬರಿಗೊಬ್ಬರು ತಬ್ಬಿ ಮುತ್ತಿಕ್ಕಿ ಸಂಭ್ರಮ ಪಟ್ಟರು. ಉಳಿದವರೂ ಅವರ ಹರ್ಷದಲ್ಲಿ ಭಾಗಿಯಾಗಿ 'ಉಘೇ' ಎಂದು ಚಪ್ಪಾಳೆ ತಟ್ಟಿದರು. ಅಂಗಡಿಯಿಂದ ಒಂದು ಶಾಂಪೇನ್ ಬಾಟಲಿಯನ್ನು ಖರೀದಿಸಿ ಎಲ್ಲರ ಎದುರಿಗೆ ಅದನ್ನು ತೆರೆದು ನೊರೆಯುಕ್ಕಿಸಿದರು. ಡೆನ್ಮಾರ್ಕ್ ದಂಪತಿಗೂ ಪ್ರಶಸ್ತಿ ಪತ್ರ ಸಿಕ್ಕಿತು. ಅವರಿಗೆ ಅದು ನಂಬಲಾರದ ಸಾಧನೆಯಾಗಿತ್ತು. ಅರವತ್ತರ ವಯಸ್ಸಿನಲ್ಲಿ ಇಂತಹ ಸಾಧನೆ ಮಾಡಲು ಸಾಧ್ಯವೆ? ಎಂದು ಬೆರಗಾಗಿ ಕಣ್ಣೀರು ಸುರಿಸುತ್ತಿದ್ದರು. ಇಂಗ್ಲೆಂಡಿನ ಹುಡುಗ ತನ್ನ ಮನೆಗೆ ಕರೆ ಮಾಡಿ ಅಪ್ಪ-ಅಮ್ಮಗೆ ತನ್ನ ಸಾಧನೆಯನ್ನು ತಿಳಿಸುತ್ತಿದ್ದ. ಅಮೆರಿಕಾದ ಗಂಡು-ಹೆಣ್ಣಿನ ಜೋಡಿ ನರ್ತನ ಮಾಡುತ್ತಿತ್ತು. ಮಾಸ್ಕೋದ ಮಹಿಳೆ ಎಲ್ಲರಿಗೂ ಒಂದೊಂದು ಕಪ್ಪು ಐಸ್‌ಕ್ರೀಂ ಕೊಡಿಸಿ ತನ್ನ ಸಂತೋಷವನ್ನು ಹಂಚಿಕೊಂಡಳು. ಅಂತಹ ರುಚಿಯಾದ ಐಸ್‌ಕ್ರೀಂ ಅವನು ಹಿಂದೆಂದೂ ತಿಂದಿರಲಿಲ್ಲ. ಅವರೆಲ್ಲರಿಗೂ ಕಿಲಿಮಂಜಾರೋ ಹತ್ತಿದ ಸಾಧನೆಯ ಹೆಮ್ಮೆಯಿಂದ ಹೃದಯ ತುಂಬಿ ಬರುತ್ತಿತ್ತು.

ಡೇವಿಡ್ ಮೋಹನಸ್ವಾಮಿ ಕುಳಿತ ಕಡೆ, ಪ್ರಶಸ್ತಿ ಪತ್ರವನ್ನು ಹಿಡಿದುಕೊಂಡು ಬಂದ.

"ಮಗೂ! ನೀನು ದೇವರನ್ನು ನಂಬುತ್ತೀಯಾ?"

ಮೋಹನಸ್ವಾಮಿ ಆಲೋಚನೆಗೆ ಸಿಕ್ಕುಬಿದ್ದ. ಗಟ್ಟಿಯಾಗಿ ಒಮ್ಮೆ ಉಸಿರೆಳೆದುಕೊಂಡು, "ಯಾಕೆ ಡೇವಿಡ್?" ಎಂದು ಕೇಳಿದ.

"ಇದು ಕಷ್ಟದ ಚಾರಣ. ಸುರಕ್ಷಿತವಾಗಿ ನೀನು ಅಲ್ಲಿಗೆ ಹೋಗಿ ಬರುವಂತೆ ನೋಡಿಕೊಂಡನಲ್ಲವೆ? ಆದ್ದರಿಂದ ಅವನಿಗೆ ಒಂದು ಥ್ಯಾಂಕ್ಸ್ ಹೇಳಿ ಈ ಪ್ರಶಸ್ತಿ ಪತ್ರವನ್ನು ನನ್ನಿಂದ ತೆಗೆದುಕೋ."

ಆಮ್ಲಜನಕ ಯಥೇಚ್ಛವಾಗಿ ಸಿಗುವಾಗ, ಮೋಹನಸ್ವಾಮಿಯ ವೈಚಾರಿಕತೆ ಪ್ರಬಲಗೊಂಡಿತ್ತು. ಸುಲಭವಾಗಿ ಮೋಹನಸ್ವಾಮಿ ಯಾವುದನ್ನೂ ನಂಬುವವನಲ್ಲ. ಎಲ್ಲವನ್ನೂ ಅನುಮಾನದಿಂದ ನೋಡುವ ಸ್ವಭಾವ ಅವನದು. ವೈಜ್ಞಾನಿಕವಲ್ಲದ್ದನ್ನು ನಂಬಕೂಡದೆಂದು ಅವನ ಶಿಕ್ಷಣ ಕಲಿಸಿಕೊಟ್ಟಿತ್ತು.

"ಇಲ್ಲ ಡೇವಿಡ್. ನನಗೆ ದೇವರಲ್ಲಿ ನಂಬಿಕೆಯಿಲ್ಲ. ಕೆಲವು ದುರ್ಬಲ ಗಳಿಗೆಗಳಲ್ಲಿ ಮಾತ್ರ ಅಂತಹ ಆಲೋಚನೆ ಬರುತ್ತದೆ."

"ಹೋಗಲಿ ಬಿಡು ಮಗೂ! ನಮ್ಮ ಕಿಲಿಮಂಜಾರೋ ಪರ್ವತವನ್ನು ನಂಬುತ್ತೀಯಲ್ಲಾ?"

"ಖಂಡಿತಾ"

"ಹಾಗಿದ್ದರೆ ಕಿಲಿಮಂಜಾರೋಗೆ ಒಂದು ಥ್ಯಾಂಕ್ಸ್ ಹೇಳಿ ಈ ಪ್ರಶಸ್ತಿ ಪತ್ರವನ್ನು ತೆಗೆದುಕೊ."

ಮೋಹನಸ್ವಾಮಿ ಪ್ರಶಸ್ತಿ ಪತ್ರವನ್ನು ಸ್ವೀಕರಿಸಿ, ಕಣ್ಣು ಮುಚ್ಚಿ, "ಥ್ಯಾಂಕ್ಸ್ ಕಿಲಿಮಂಜಾರೋ" ಎಂದ.

ಡೇವಿಡ್ ಅಮಾಯಕ ನಗೆಯನ್ನು ನಕ್ಕು ಅವನ ಕೈಕುಲುಕಿದ. ದೂರದಲ್ಲಿ ತಟಸ್ಥವಾಗಿ ನಿಂತಿದ್ದ ಕಿಲಿಮಂಜಾರೋ ಪರ್ವತ ತನ್ನ ಒಡಲಾಳದ ಕೆಂಡವನ್ನು ಒಮ್ಮೆ ಹೊರಳಾಡಿಸಿತು.

06ನೇ ಸೆಪ್ಟಂಬರ್ 2013

ನಿನ್ನಾಗಮನವೀಗ ಎನ್ನ ಹಕ್ಕು

ಕಣ್ಣ ತುಂಬ ನಿದ್ದೆ, ಮನವೆಲ್ಲಾ ಒದ್ದೆ
ತಣ್ಣಗೆ ಬರಲಿ ಕನಸು, ಒಣಗಿಸದಿರಲಿ ಮನಸು

ಸಂಗಾತಿ ದೊರಕಿದ ಬಳಿಕ, ರಂಗೋಲಿ ಅರಳದೇನೋ ಸಖ?
ಅಂಗಳವಿದೋ ಸಿದ್ಧ, ಅಂಗಾಂಗಗಳೂ ನಿನಗೆಂದೇ ಬದ್ಧ

ಚಿಕ್ಕೆಗಳು ಕೂಡಿ ಹೂವಾಗಲಿ, ಚಿಟ್ಟೆಯೂ ಹಾರಿ ಬಂದು ಬೆಪ್ಪಾಗಲಿ
ಚಿಕ್ಕೆಗಳೊಮ್ಮೆ ನಕ್ಕು ಆಗಸದಿ ಮರೆಯಾಗಲಿ, ಚಿಟ್ಟೆಯ ದೀಪ ಕಂದದಿರಲಿ

ಜೋರಾಗಿ ಬೀಸಿದರೂ ಗಾಳಿ, ನೆಲದ ತಂಪು ಚಿತ್ರವ ಹಿಡಿದಿಡಲಿ
ಬೇರಾವ ನಿಯಮಗಳೂ ಎನಗಿಲ್ಲ, ಚಿಕ್ಕೆಯೂ ನಿನ್ನದು ಚಿತ್ರವೂ ನಿನ್ನದು

ಶಬರಿ ನಾಚುವಂತೆ ಕಾದವನು ನಾನು, ನಿನ್ನ ಹಣ್ಣನು ಕಾಪಾಡಿದವನು
ನೀ ಬರುವುದೀಗ ನಿನ್ನ ಕರುಣೆಯಲ್ಲ, ನಿನ್ನಾಗಮನವೀಗ ಎನ್ನ ಹಕ್ಕು

ಕಾಯಿಸಿದೆ ನೀನೆಂದು ಬೇಸರವೆನಗಿಲ್ಲ, ಯಾವ ಕಹಿಯೂ ಈಗ ನನ್ನೊಳಗಿಲ್ಲ
ಕಾಯಿಸಿದ ಲೋಹ ನಾನೀಗ, ನವ ಎರಕಕೆ ಸಿದ್ಧವಾಗಿಹ ಜೀವ

ಸಿಕ್ಕಾಪಟ್ಟೆ ಬಯಕೆಗಳು ಎನಗಿಲ್ಲ, ಚಿಕ್ಕ ಪುಟ್ಟ ಸಂಗತಿಗಳೇ ಎಲ್ಲಾ
ಫಕ್ಕನೆ ನಡುರಾತ್ರಿ ಎಚ್ಚರವಾದಾಗ, ಪಕ್ಕದಲಿ ನೀನಿರಬೇಕು ಗೆಳೆಯ

ಗೊತ್ತೆನಗೆ ಇಲ್ಲಿ ಯಾವುದೂ ಶಾಶ್ವತವಲ್ಲ
ಬಿಟ್ಟು ಕೊಡುವೆ ಮನವ ಹೊಸ ರಂಗೋಲಿಗೆ ನಾಳೆ
ಕೆಟ್ಟ ಜನರ ಪಾದ ಆತನಕ ಮನವ ಮೆಟ್ಟದಿರಲಿ
ಹುಟ್ಟಬೇಕಿದೆ ನಾನು ಮತ್ತೊಮ್ಮೆ ನಿನ್ನ ಗರ್ಭದಲಿ

18ನೇ ಮಾರ್ಚ್ 2014

ತಗಣಿ

ನನ್ನ ಬಾಲ್ಯದ ಗೆಳೆಯ ಶಂಕರಗೌಡ ನೆನಪಾಗುತ್ತಿದ್ದಾನೆ. ನಮ್ಮ ಊರಿಗೆ ಸುಮಾರು ಎರಡು ಕಿಲೋಮೀಟರ್ ದೂರದಲ್ಲಿದ್ದ ಹಳ್ಳಿಯಿಂದ ಅವನು ಶಾಲೆಗೆ ದಿನವೂ ನಡೆದು ಬರುತ್ತಿದ್ದ. ಆ ಹಳ್ಳಿಯ ಗೌಡರ ಕಿರಿಯ ಮಗನವನು. ಸಾಕಷ್ಟು ಜಮೀನು, ದುಡ್ಡು, ಅಧಿಕಾರಗಳನ್ನು ಹೊಂದಿದ್ದ ದೊಡ್ಡ ಮನೆತನ ಅವರದಾಗಿತ್ತು. ಸುಮಾರು ಆರಡಿ ಎತ್ತರದ, ಗೋದಿ ಬಣ್ಣದ, ಕಟ್ಟು ಮಸ್ತಾದ ದೇಹವನ್ನು ಹೊಂದಿದ್ದ ಅವನು ನಿಸ್ಸಂಶಯವಾಗಿ ಸ್ಫುರದ್ರೂಪಿಯಾಗಿದ್ದ. ಬರೀ ಇಷ್ಟೇ ಆಗಿದ್ದರೆ ಅವನು ಹುಡುಗಿಯರ ಕನಸಿನ ರಾಜನಾಗಿ ಬಿಡುತ್ತಿದ್ದ. ಆದರೆ ಭಗವಂತ ಅವನ ಪರವಾಗಿ ಅಷ್ಟು ದಯಾಮಯಿಯಾಗಿರಲಿಲ್ಲ.

ಶಂಕರನ ಮಾತು, ಧ್ವನಿ, ಹಾವ-ಭಾವ, ಬಯಕೆಗಳೆಲ್ಲವೂ ಹೆಣ್ಣಿನಂತಿದ್ದವು. ಇಡೀ ತರಗತಿಯ ವಿದ್ಯಾರ್ಥಿಗಳೇ ಏಕೆ, ಮಾಸ್ತರರೂ ಅವನ ಹೆಣ್ಣಾಡಂಗಿ ಗುಣವನ್ನು ಲೇವಡಿ ಮಾಡಿ ನಗುವುದು ಅತ್ಯಂತ ಸಹಜ ಸಂಗತಿಯಾಗಿತ್ತು. ಅವನ ಧ್ವನಿಯನ್ನು ಅನುಕರಿಸಿ ಅವನೊಡನೆಯೇ ಮಾತನಾಡುವುದು, ಅವನು ನಡೆಯುವಂತೆ ಹೆಣ್ಣಿನ ನಡಿಗೆಯನ್ನು ವೇದಿಕೆಯ ಮೇಲೆ ಮಾಡುವುದು, ಅವನ ಪುಸ್ತಕಗಳನ್ನು ಹುಡುಗಿಯರು ಕುಳಿತುಕೊಳ್ಳುವ ಬೆಂಚಿನ ಮಧ್ಯದಲ್ಲಿ ಇಟ್ಟು ಅವನು ಹುಡುಕಾಡುವಂತೆ ಮಾಡುವುದು ಸಾಮಾನ್ಯವಾಗಿತ್ತು. ಒಮ್ಮೆ ಜೀವಶಾಸ್ತ್ರದ ಪ್ರಾಧ್ಯಾಪಕರು ಕ್ರೋಮೋಜೋಮ್‌ಗಳ ಬಗ್ಗೆ ಪಾಠ ಮಾಡುತ್ತಾ, ಅವುಗಳು ಒಮ್ಮೊಮ್ಮೆ

ಏರುಪೇರಾಗಿ ಗಂಡೂ ಅಲ್ಲದ, ಹೆಣ್ಣೂ ಅಲ್ಲದ ಮಗುವೊಂದು ಹುಟ್ಟಬಹುದು ಎಂದು ಹೇಳಿ ಕುಹಕ ನಗೆಯಿಂದ ಶಂಕರಗೌಡನ ಕಡೆಗೆ ನೋಡಿದ್ದರು. ಇಡೀ ತರಗತಿಯೇ "ಶಂಕರಗೌಡ" ಎಂದು ಕೂಗಿ ಕೇಕೆ ಹಾಕಿ ನಕ್ಕಿತ್ತು.

ಶಂಕರಗೌಡ ಇಂತಹ ಸಂಗತಿಗಳಿಗೆ ಬೇಸರ ಮಾಡಿಕೊಳ್ಳುತ್ತಿರಲಿಲ್ಲ. ಎಲ್ಲರೊಡನೆ ಸೇರಿ ನಕ್ಕುಬಿಡುತ್ತಿದ್ದ. ಹುಡುಗರು ಲೇವಡಿ ಮಾಡುವುದಕ್ಕೆ ಸರಿಯಾಗಿ ಅವನ ವರ್ತನೆಯೂ ಅತ್ಯಂತ ಹೆಣ್ತನದಿಂದ ಕೂಡಿರುತ್ತಿತ್ತು. ಶಾಲೆಯ ವಾರ್ಷಿಕೋತ್ಸವದಲ್ಲಿ ಹಾಡಿನ ಸ್ಪರ್ಧೆಯಲ್ಲಿ ಪಿ. ಸುಶೀಲಾ ಹೇಳಿದ "ಹೂವು ಚೆಲುವೆಲ್ಲಾ ತಂದೆಂದಿತು" ಎಂದು ಅಪ್ಪಟ ಹೆಣ್ಣಿನ ಧ್ವನಿಯಲ್ಲಿ ಹೇಳಿದ್ದ. ನೋಟ್ ಪುಸ್ತಕಗಳ ಕೊನೆಯ ಪುಟಗಳಲ್ಲಿ ಹೊಸ ಹೊಸ ರಂಗೋಲಿಗಳನ್ನು ಬಿಡಿಸುತ್ತಿದ್ದ. ಬಟ್ಟೆಯ ಅಂಗಡಿಗಳಲ್ಲಿ ನೇತು ಹಾಕಿದ ಹೊಸ ಸೀರೆಗಳನ್ನು ಆಸೆ ಕಂಗಳಿಂದ ನೋಡಿ "ಎಷ್ಟು ಬ್ಯೂಟಿಫುಲ್ ಆಗಿದೆಯಲ್ಲಾ?" ಎಂದು ಹೇಳುತ್ತಿದ್ದ. ಹುಡುಗರು ಆಡುವ ಕಬಡ್ಡಿ, ವಾಲಿಬಾಲ್ ಮುಂತಾದ ಆಟಗಳ ಕಡೆಯೂ ಸುಳಿಯದ ಅವನು, ಹುಡುಗಿಯರ ಜೊತೆ ಸೇರಿ ಟೆನ್ನಿಕಾಯ್ಸ್ ಆಟವನ್ನು ಉತ್ಸಾಹದಿಂದ ಆಡುತ್ತಿದ್ದ. ಅವರ ಹಳ್ಳಿಯಲ್ಲಿದ್ದ ಸೂಳೆಯರು "ಯಣ್ಣಾ, ರಾತ್ರಿ ಬಾರಣ್ಣ" ಎಂದು ಹರೆಯದ ಗಂಡಸರನ್ನು ಕರೆಯುವುದನ್ನು ಮೈ ಬಳುಕಿಸಿ ಅನುಕರಣೆ ಮಾಡಿ ಚತೋರಿಸಿದರೆ ಬರೀ ಹುಡುಗರೊಂದೇ ಅಲ್ಲ, ಹುಡುಗಿಯರೂ ಬಿದ್ದುಬಿದ್ದು ನಗುತ್ತಿದ್ದರು. ನಾವು ಎಷ್ಟು ಬಾರಿ ಕೇಳಿದರೂ ಬೇಸರವಿಲ್ಲದಂತೆ "ಯಣ್ಣಾ, ರಾತ್ರಿ ಬಾರಣ್ಣ" ಎಂದು ಹೇಳಿ ನಗಿಸುತ್ತಿದ್ದ.

ತರಗತಿಯಲ್ಲಿ ಇವನು ಯಾವಾಗಲೂ ನನ್ನ ಪಕ್ಕ ಕುಳಿತುಕೊಳ್ಳುತ್ತಿದ್ದ. ಓದಿನಲ್ಲಿ ಅಷ್ಟೇನೂ ಜಾಣನಲ್ಲದ ಶಂಕರಗೌಡಗೆ ಪಾಠವನ್ನು ಅರ್ಥ ಮಾಡಿಕೊಳ್ಳಲು ನನ್ನ ಸಹಾಯ ಬೇಕಾಗುತ್ತಿತ್ತು. ನನ್ನ ನೋಟ್ ಪುಸ್ತಕಗಳನ್ನು ತೆಗೆದುಕೊಂಡು ಹೋಗಿ ಓದಿ ತಂದು ಕೊಡುತ್ತಿದ್ದ. ನಾನು ಮಾಡಿದ ಹೋಂ ವರ್ಕ್‌ಗಳನ್ನು ಕಾಪಿ ಮಾಡಿಕೊಳ್ಳುತ್ತಿದ್ದ. ಅದಕ್ಕೆಲ್ಲಾ ಪ್ರತಿಫಲವಾಗಿ ತನ್ನ ಹಳ್ಳಿಯಲ್ಲಿ ಸಿಗುವ ನೆಲ್ಲಿಕಾಯಿ, ಬೆಳವಲಕಾಯಿ, ಕವಳೆ ಹಣ್ಣು, ಸಿಹಿ ಹುಣಸೇಕಾಯಿ – ಮುಂತಾದವುಗಳನ್ನು ನನಗೆ ತಂದು ಕೊಡುತ್ತಿದ್ದ. ಕೆಲವೊಮ್ಮೆ ಬಣ್ಣ ತುಂಬಿ ಬಿಡಿಸಿದ ಸೊಗಸಾದ ರಂಗೋಲಿಯ ಚಿತ್ರಗಳನ್ನು ನನಗೆ ಕೊಡುತ್ತಿದ್ದ. ಸ್ವಭಾವದಿಂದ ಅತ್ಯಂತ ಒಳ್ಳೆಯವನಾದ ಅವನನ್ನು ಸ್ನೇಹಿತನಾಗಿ ಸ್ವೀಕರಿಸಲು ನನಗೆ ಯಾವ ಸಂಕೋಚವೂ ಇರಲಿಲ್ಲ. ನಮ್ಮ ಮನೆಗೂ ಒಂದೆರಡು ಬಾರಿ ಬಂದಿದ್ದ ಮತ್ತು ತಮ್ಮ ಹಳ್ಳಿಯ ಮನೆಗೆ ನನ್ನನ್ನು ಕರೆದುಕೊಂಡು ಹೋಗಿ ಊಟ ಹಾಕಿಸಿದ್ದ.

ಅತ್ಯಂತ ದರ್ಪದಿಂದ ಬದುಕು ನಡೆಸುತ್ತಿದ್ದ ಅವರ ಮನೆಗೆ ಇವನು ಬಿಸಿ ತುಪ್ಪವಾಗಿದ್ದ. ಅವನ ಇಬ್ಬರು ಅಣ್ಣಂದಿರು, ಅಪ್ಪ, ಅಮ್ಮ ಎಲ್ಲರೂ ಅವನಿಗೆ

ಬದಲಾಗಲು ಹೇಳುತ್ತಿದ್ದರು. ಆದರೆ ಹೆಣ್ತನ ಅವನ ಮೂಲಭೂತ ಸ್ವಭಾವವಾಗಿತ್ತು. ಅದನ್ನು ಬದಲಾಯಿಸುವುದು ಹೇಗೆ? ಒಮ್ಮೆಯಂತೂ ಅವನು ಮೂರು ದಿನ ಶಾಲೆಗೆ ಬರಲಿಲ್ಲ. ಅವನ ಹಳ್ಳಿಯಿಂದ ಬರುವ ಹುಡುಗರು ಅವನಿಗೆ ಆರೋಗ್ಯ ಸರಿಯಾಗಿಲ್ಲವೆಂದು ಹೇಳಿದರು. ನಾಲ್ಕನೆಯ ದಿನ ಅವನು ಬಂದ. ಅತ್ಯಂತ ಕಳಾಹೀನವಾಗಿ ಕಾಣುತ್ತಿದ್ದ. ಶಾಲೆ ಮುಗಿದ ಮೇಲೆ ನಾನು ಏನಾಗಿತ್ತು ಎಂದು ವಿಚಾರಿಸಿದಾಗ, ನನ್ನೊಬ್ಬನನ್ನೇ ಶಾಲೆಯ ಕಟ್ಟಡದ ಹಿಂದಕ್ಕೆ ಕರೆದುಕೊಂಡು ಹೋಗಿ, ತನ್ನ ಅಂಗಿ ಮತ್ತು ಪ್ಯಾಂಟನ್ನು ಬಿಚ್ಚಿ, ತನ್ನ ಮೈತುಂಬಾ ಮೂಡಿದ್ದ ರಕ್ತಸಿಕ್ತ ಕಪ್ಪು ಕಲೆಗಳನ್ನು ತೋರಿಸಿದ್ದ. ನನಗೆ ಹೆದರಿಕೆಯಾಗಿತ್ತು. ಇನ್ನು ಮುಂದೆ ಹೆಣ್ಣಿನಂತೆ ವರ್ತಿಸಬಾರದು ಎಂದು ಅವರ ಅಪ್ಪ ಮತ್ತು ಅಣ್ಣಂದಿರು ಅವನನ್ನು ಕೋಣೆಯಲ್ಲಿ ಕೂಡಿ ಹಾಕಿ ಬಾರುಕೋಲಿನಿಂದ ಮನಸ್ಸಿಗೆ ಬಂದಂತೆ ಹೊಡೆದಿದ್ದರು. ಅನಂತರ ಆ ಸುದ್ದಿ ಹೊರಗೆ ಬೀಳದಂತೆ ಅವನ ಆರೋಗ್ಯ ಸರಿಯಿಲ್ಲವೆಂದು ಎಲ್ಲರಿಗೂ ಹೇಳಿದ್ದರು. ಡಾಕ್ಟರರ ಬಳಿಯೂ ಹೋಗದೆ, ಅವನ ತಾಯಿಯೇ ಕೊಬ್ಬರಿ ಎಣ್ಣೆಯನ್ನು ಅವನ ಗಾಯಗಳಿಗೆ ಸವರಿ ನೋವನ್ನು ಕಡಿಮೆ ಮಾಡಿದ್ದಳು.

ಈ ಘಟನೆಯ ನಂತರ ಅವನು ಸ್ವಲ್ಪ ದಿನ ಮಂಕಾಗಿದ್ದ. ಇದೇ ಹೊತ್ತಿನಲ್ಲಿ ಶಾಲೆಯ ವಾರ್ಷಿಕೋತ್ಸವವೂ ಬಂತು. ಅದಕ್ಕಾಗಿ ದ್ರೌಪದಿ ವಸ್ತ್ರಾಪಹರಣ ನಾಟಕವನ್ನು ಮಾಡುವುದೆಂದು ಮಾಸ್ತರರು ನಿರ್ಧರಿಸಿದರು. ವಸ್ತ್ರಾಪಹರಣದ ದ್ರೌಪದಿಯ ಪಾತ್ರವನ್ನು ಮಾಡಲು ಯಾವ ಹುಡುಗಿ ತಾನೆ ಒಪ್ಪಿಯಾಳು? ಪ್ರತಿಯೊಬ್ಬ ಹುಡುಗನೂ ಆ ಪಾತ್ರವನ್ನು ಶಂಕರಗೌಡ ಮಾಡಬೇಕೆಂದು ಒತ್ತಾಯ ಹೇರತೊಡಗಿದರು. ಮಾಸ್ತರರೂ ಅವನಿಗೆ ಆ ಪಾತ್ರ ಮಾಡಲು ಹೇಳಿದರು. ಆದರೆ ಶಂಕರಗೌಡ ಒಪ್ಪಲಿಲ್ಲ. "ನಮ್ಮಪ್ಪ ಬೈಯ್ತಾರೆ. ನಾನು ಹೆಣ್ಣಿನ ಪಾತ್ರ ಮಾಡಲ್ಲ" ಎಂದು ಕಣ್ಣೀರು ಸುರಿಸುತ್ತಾ ಹೇಳಿದ್ದ. ಮಾಸ್ತರರು ಒತ್ತಾಯ ಮಾಡುವಷ್ಟು ಮಾಡಿ, ಕಡೆಗೂ ಅವನು ಜಗ್ಗದಿದ್ದಾಗ ಬೇರೆ ಹುಡುಗನಿಗೆ ಆ ಪಾತ್ರ ಮಾಡಲು ಒಪ್ಪಿಸಿದ್ದರು. ವಾರ್ಷಿಕೋತ್ಸವದ ದಿನ ಹುಡುಗರೆಲ್ಲಾ ಅಲಂಕಾರ ಮಾಡಿಕೊಳ್ಳುತ್ತಿದ್ದ ಗ್ರೀನ್ ರೂಮಿಗೆ ಹೋಗಿ, ದ್ರೌಪದಿ ವೇಷ ಹಾಕಿಕೊಂಡ ಹುಡುಗನ ನುಣುಪಾದ ರೇಷ್ಮೆ ಸೀರೆ, ರವಿಕೆ, ಆಭರಣಗಳನ್ನು ಮುಟ್ಟಿ ಮುಟ್ಟಿ ಬಯಕೆ ತೀರಿಸಿಕೊಂಡಿದ್ದ.

ಪಿ.ಯು.ಸಿ. ಮುಗಿದ ನಂತರ ನಾನು ಎಂಜಿನಿಯರಿಂಗ್ ಕಲಿಯಲು ಬೇರೆಯೇ ಊರಿಗೆ ಹೋಗಿಬಿಟ್ಟೆ. ಹೊಸ ಗೆಳೆಯರ ಭರಪೂರದಲ್ಲಿ ಹಳೆಯ ಶಾಲೆಯ ಗೆಳೆಯರು ನೆನಪಿನಿಂದ ಅಳಿಸಿ ಹೋಗಲಾರಂಭಿಸಿದರು. ಶಂಕರಗೌಡನು ಪಿ.ಯು.ಸಿ. ಒಮ್ಮೆ ಫೇಲಾಗಿ, ಮತ್ತೆ ಕಟ್ಟಿ ಪಾಸಾಗಿ, ಸ್ಥಳೀಯ ಕಾಲೇಜಿನಲ್ಲಿ ಬಿ.ಎ. ಮಾಡಲು ಸೇರಿಕೊಂಡಿದ್ದ. ನಾನು ಊರಿಗೆ ಹೋಗುತ್ತಿದ್ದುದೇ ಅಪರೂಪ. ಅದೂ ಒಂದೆರಡು

ದಿನವಿದ್ದಂತೆ ಮಾಡಿ ವಾಪಾಸು ಕಾಲೇಜಿಗೆ ಓಡಿಬಿಡುತ್ತಿದ್ದೆ. ಆದರೆ ನಾನು ಊರಿಗೆ ಬಂದ ಸುದ್ದಿಯನ್ನು ಹೇಗೋ ತಿಳಿದುಕೊಂಡು ಶಂಕರಗೌಡ ನನ್ನನ್ನು ಭೇಟಿಯಾಗಲು ಬರುತ್ತಿದ್ದ. ನನಗೆ ಈಗವನ ಜೊತೆ ಒಡನಾಡಲು ಇಷ್ಟವಾಗುತ್ತಿರಲಿಲ್ಲ. ಹೇಗಾದರೂ ಮಾಡಿ ಅವನಿಂದ ತಪ್ಪಿಸಿಕೊಳ್ಳಲು ಪ್ರಯತ್ನಿಸುತ್ತಿದ್ದೆ. ಅವನು ಈಗಲೂ ತಂದುಕೊಡುತ್ತಿದ್ದ ನೆಲ್ಲಿಕಾಯಿ, ಪೇರಲ, ಹುಣಸೆಹಣ್ಣುಗಳು ನನಗೆ ರುಚಿಸದೆ ಬೇರೆಯವರಿಗೆ ಕೊಟ್ಟುಬಿಡುತ್ತಿದ್ದೆ. ಒಮ್ಮೆಯಂತೂ ನಾನು ಕಾಲೇಜಿಗೆ ವಾಪಸು ಹೋಗುವ ಗಳಿಗೆಯಲ್ಲಿ ಬಸ್ ನಿಲ್ದಾಣಕ್ಕೆ ಬಂದು ನನ್ನ ಕೈಗೆ ಒಂದು ಪುಟ್ಟ ಉಡುಗೊರೆಯ ಡಬ್ಬಿಯನ್ನು ಕೊಟ್ಟುಹೋಗಿದ್ದ. ಬಸ್ಸು ಊರು ದಾಟಿದ ಮೇಲೆ ತೆಗೆದು ನೋಡಿದರೆ ಹೆಚ್ಚಿನ ಬೆಲೆಯ ಸ್ನೋ, ಪೌಡರ್, ಶಾಂಪೂ, ಪರಿಮಳದ ಎಣ್ಣೆಯ ಡಬ್ಬಿಗಳು ಅದರಲ್ಲಿದ್ದವು. ಜೊತೆಗೆ ಒಂದು ಚೀಟಿ "ನನ್ನ ಗೆಳೆಯ ಬ್ಯೂಟಿಫುಲ್ ಆಗಿ ಕಾಣಬೇಕು ಎಂಬುದು ನನ್ನ ಇಷ್ಟ" ಎಂದಿತ್ತು. ಬಸ್ಸಿನಲ್ಲಿದ್ದವರು ಅದನ್ನೆಲ್ಲಿ ನೋಡಿ ಬಿಡುತ್ತಾರೋ ಎಂಬ ಆತಂಕದಲ್ಲಿ ನಾನು ಅದನ್ನು ಮುಚ್ಚಿಟ್ಟುಕೊಂಡು, ಗಂಡಿ ನರಸಿಂಹಸ್ವಾಮಿಯ ಗುಡ್ಡದ ಮೇಲೆ ಬಸ್ಸು ಹಾಯುವಾಗ ಇಡೀ ಉಡುಗೊರೆಯ ಪೊಟ್ಟಣವನ್ನು ಕಣಿವೆಯಲ್ಲಿ ಎಸೆದು ನಿಟ್ಟುಸಿರು ಬಿಟ್ಟಿದ್ದೆ.

ನನ್ನ ಎಂಜಿನಿಯರಿಂಗ್ ಮುಗಿದು, ಒಳ್ಳೆಯ ಸಾಫ್ಟ್‌ವೇರ್ ಕಂಪನಿಯಲ್ಲಿ ಉದ್ಯೋಗ ಸಿಕ್ಕು, ನಗರ ಜೀವನದ ಸಂಕೀರ್ಣತೆಯನ್ನು ಕಂಡು, ಒಂದಿಷ್ಟು ಸಾಹಿತ್ಯವನ್ನು ಅಭ್ಯಾಸ ಮಾಡಿದ ಮೇಲೆ ನನಗೆ ಶಂಕರಗೌಡನ ಮೇಲಿನ ಕಹಿಭಾವ ಕಡಿಮೆಯಾಗಿ, ಅನುಕಂಪ ಮೂಡಲು ಶುರುವಾಯ್ತು. ಈಗಲೂ ನನ್ನನ್ನು ಮಾತನಾಡಿಸಲು ತಪ್ಪದೆ ಬರುವ ಅವನ ಬಗ್ಗೆ ಒಳ್ಳೆಯ ಭಾವ ಮೂಡಲಾರಂಭಿಸಿತು. ಬಿ.ಎ. ಪೂರ್ತಿ ಮುಗಿಸಲು ಸಾಧ್ಯವಾಗದೆ ಅರ್ಧಕ್ಕೆ ನಿಲ್ಲಿಸಿ, ಮನೆಯವರಿಂದ ಅವಗಣನೆಗೆ ಗುರಿಯಾಗಿ, ಸುಮ್ಮನೆ ಬೀದಿ ಬೀದಿ ಸುತ್ತುತ್ತಾ, ಹೇಗೋ ಬದುಕು ಸಾಗಿಸುತ್ತಿರುವ ಅವನನ್ನು ಕಂಡಾಗ ಮನಸ್ಸು ಆರ್ದ್ರವಾಗಲು ಪ್ರಾರಂಭವಾಯ್ತು. ಅವನು ಭೇಟಿಯಾಗಲು ಬಂದರೆ ಸಂತೋಷದಿಂದಲೇ ನಾಲ್ಕು ಮಾತನಾಡಿ ಕಳುಹಿಸುತ್ತಿದ್ದೆ. ಒಮ್ಮೆ ಕುತೂಹಲಕ್ಕೆ "ಈಗ ನಿಮ್ಮಪ್ಪ ಏನಂತಾರೆ?" ಎಂದು ಕೇಳಿದ್ದೆ. ತಕ್ಷಣ ಶಂಕರಗೌಡ, "ಈಗವನ ಆಟ ಎಲ್ಲಾ ನಡಿಯಂಗಿಲ್ಲ. ಒಂದು ಸಲ ಬೈಯಲಿಕ್ಕೆ ಬಂದ. ನಾನೇ ಬಾರುಕೋಲು ತೊಗೊಂಡು ಅವನ ಮುಖಮೂತಿ ನೋಡದಂಗೆ ಬಾರಿಸಿದೆ. ಹದಿನೈದು ದಿನ ಆಸ್ಪತ್ರೆ ಸೇರಿದ್ದ. ಆಮೇಲಕ್ಕೆ ನನ್ನ ತಂಟೆಗೆ ಬರೋದು ನಿಲ್ಲಿಸಿದ ಆ ಬೋಳೀಮಗ" ಎಂದು ನಕ್ಕು ಹೇಳಿದ್ದ.

ಮತ್ತೊಮ್ಮೆ ಭೇಟಿಯಾದಾಗ ಅವನಿಗೆ ಯಾವುದಾದರೂ ಕೆಲಸಕ್ಕೆ ಸೇರಿಕೊಳ್ಳುವುದಕ್ಕೆ ಹೇಳಿದೆ. ಅದಕ್ಕವನು, "ನಂಗ್ಯಾರು ಕೊಡ್ತಾರೆ ಕೆಲಸ?" ಎಂದು

ಕಿಸಕಿಸನೆ ನಕ್ಕಿದ್ದ. ಶ್ರೀಮಂತರ ಮನೆತನದವನಾದ ಅವನಿಗೆ ಊಟತಿಂಡಿಗೆ ಕೊರತೆಯಿರಲಿಲ್ಲ. ಆದರೂ ಒಮ್ಮೆ ಕೆಲಸಕ್ಕೆ ಸೇರಬಾರದೇಕೆ ಎಂದು ಅವನಿಗೂ ಅನ್ನಿಸಿ, ಸ್ಥಳೀಯ ಕಂಪನಿಯೊಂದರ ಜವಾನನ ಕೆಲಸದ ಸಂದರ್ಶನಕ್ಕೆ ಹೋಗಿದ್ದನಂತೆ. ಅಲ್ಲಿ ಮೂರು ಜನ ಪುರುಷ ಸಂದರ್ಶಕರಿದ್ದರಂತೆ. "ನಿಮಗೆ ಏನು ಮಾಡಲು ಚೆನ್ನಾಗಿ ಬರುತ್ತದೆ?" ಎಂದು ಕೇಳಿದ್ದಕ್ಕೆ ಶಂಕರಗೌಡ "ಹಾಡೋದಕ್ಕೆ ಮತ್ತು ಡ್ಯಾನ್ಸ್ ಮಾಡೋದಕ್ಕೆ ಚೆನ್ನಾಗಿ ಬರ್ತದೆ" ಎಂದು ಪ್ರಾಮಾಣಿಕವಾಗಿ ಉತ್ತರಿಸಿದನಂತೆ. ಅದಕ್ಕೆ ನಕ್ಕ ಅವರು, "ಹಾಗಿದ್ದರೆ ಒಂದು ಹಾಡು ಹೇಳಿ ಡ್ಯಾನ್ಸ್ ಮಾಡಿ" ಎಂದು ಆದೇಶವಿತ್ತರಂತೆ. ಇವನು ತಕ್ಷಣ "ಗಿಲ್ ಗಿಲ್ ಗಿಲ್ಲು ಗಿಲ್ಲಕ್ಕು, ಕಾಲಗೆಜ್ಜೆ ಝಲಕ್ಕು..." ಎಂದು ಆ ಸಂದರ್ಶನದ ರೂಮಿನಲ್ಲಿಯೇ ಹಾಡಿ ನರ್ತಿಸಿದನಂತೆ. ಇಡೀ ಹಾಡು ಮತ್ತು ನೃತ್ಯಕ್ಕೆ ಅವರು ಬಿದ್ದು ಬಿದ್ದು ನಕ್ಕರಂತೆ. ನೃತ್ಯ ಮುಗಿದ ಮೇಲೆ ಚಪ್ಪಾಳೆ ತಟ್ಟಿ "ವಂಡರ್‌ಫುಲ್" ಎಂದು ಶಹಬ್ಬಾಸ್‌ಗಿರಿ ಕೊಟ್ಟರಂತೆ. ಕೆಲಸ ಖಂಡಿತಾ ಕೊಡುತ್ತೇವೆಂದು ಅವರು ಹೇಳಿ ಕಳುಹಿಸಿದರೂ ಮತ್ತೆ ಅವರಿಂದ ಯಾವುದೇ ಉತ್ತರ ಬರಲಿಲ್ಲವಂತೆ. ಆಮೇಲೆ ಇವನಿಗೆ ಕೆಲಸದ ಮೇಲೆ ಆಸಕ್ತಿ ಹೋಗಿಬಿಟ್ಟಿತ್ತು.

ಒಮ್ಮೆ ಊರ ಹೊರಗಿರುವ ಹನುಮಂತ ದೇವರ ಗುಡಿಗೆ ನನ್ನನ್ನು ಬಲವಂತದಿಂದ ಕರೆದುಕೊಂಡು ಹೋದ. ಹೋಗುವ ದಾರಿಯಲ್ಲಿ ಮತ್ತೊಬ್ಬ ಗೆಳೆಯ ಕೊಮ್ಮಿ ಅರ್ಥಾತ್ ಕುಮಾರಸ್ವಾಮಿ ಬಟ್ಟೆ ಅಂಗಡಿ ಇಟ್ಟುಕೊಂಡಿದ್ದಾನೆ. ಅವನನ್ನು ಸ್ವಲ್ಪ ಹೊತ್ತು ಮಾತನಾಡಿಸುವ ಅಪೇಕ್ಷೆಯನ್ನು ನಾನು ತೋರಿಸಿದೆ. ಅವನ ಅಂಗಡಿಯ ಮುಂದೆ ನಿಂತು ಶಂಕರಗೌಡ "ಲೇ ಕೊಮ್ಮಿ..." ಎಂದು ಕೂಗಿದ. ಅವನು ಜನರಿಗೆ ಬಟ್ಟೆ ತೋರಿಸುವುದರಲ್ಲಿ ತೊಡಗಿಸಿಕೊಂಡಿದ್ದ. ಇವನ ಧ್ವನಿಯಿಂದಲೇ ಯಾರೆಂದು ಗುರುತಿಸಿದ ಕೊಮ್ಮಿ, ಇವನತ್ತ ಮುಖವನ್ನು ತಿರುಗಿಸದೆ ಭಿಕ್ಷೆಯವರನ್ನು ಅಸಡ್ಡೆಯಿಂದ ಮುಂದಿನ ಮನೆಗೆ ಹೋಗೆಂದು ಕೈ ಸನ್ನೆಯಲ್ಲಿ ಹೇಳುವಂತೆ ಹೇಳಿದ. ಅದಕ್ಕೆ ಒಂದಿಷ್ಟೂ ಕುಂದದ ಶಂಕರಗೌಡ, "ನನ್ನ ಮಾತನಾಡಿಸಬೇಡಪ್ಪೋ ದೊಡ್ಡ ಮನುಷ್ಯ. ಇಲ್ಲಿ ಯಾರು ಬಂದಾರೆ ನೋಡು" ಎಂದು ಮತ್ತೊಮ್ಮೆ ಕೂಗಿದ ಮೇಲೆ ನನ್ನನ್ನು ಗಮನಿಸಿದ ಕೊಮ್ಮಿ, ತಕ್ಷಣ ಗಿರಾಕಿಗಳನ್ನು ಅಲ್ಲಿಯೆ ಬಿಟ್ಟು "ನೀನು ಯಾವಾಗ ಬಂದ್ಯೋ ಮಾರಾಯ? ಒಳಗೆ ಬಾರಪ್ಪ" ಎಂದು ಸಂಭ್ರಮದಿಂದ ನನ್ನ ಕೈಹಿಡಿದು ಒಳಗೆ ಕರೆದುಕೊಂಡು ಹೋದ. ಶಂಕರಗೌಡ ಸುಮ್ಮನೆ ನಮ್ಮಿಬ್ಬರನ್ನು ಹಿಂಬಾಲಿಸಿದ. ಹದಿನೈದು ನಿಮಿಷ ನನ್ನ ಕೈ ಹಿಡಿದುಕೊಂಡೇ ಉತ್ಸಾಹದಿಂದ ಮಾತನಾಡಿದ ಕೊಮ್ಮಿ ಅಪ್ಪಿತಪ್ಪಿಯೂ ಶಂಕರಗೌಡನೆಡೆಗೆ ಮುಖ ಕೊಟ್ಟು, "ಹೆಂಗಿದೀಯಾ?" ಎಂದು ಕೇಳಲಿಲ್ಲ. "ಥಮ್ಸ್ ಅಪ್ ಕುಡೀತಿಯೇನಲೇ... ಬಿಸಿಲು ಭರ್ಜರಿ ಐತೆ" ಎಂದು ಕೇಳಿ,

ನನ್ನ ಒಪ್ಪಿಗೆಯನ್ನೂ ಪಡೆಯದೆ ಅಂಗಡಿಯ ಹುಡುಗನಿಂದ ಒಂದು ಬಾಟಲಿ ಥಣ್ಣನೆಯ ಥಮ್ಸ್ ಅಪ್ ತರಿಸಿ ನನಗೆ ಸಮರ್ಪಿಸಿದ. "ನಿನಗೆ?" ಎಂದು ಕೇಳಿದ್ದಕ್ಕೆ "ನನಗೆ ಇಂಥಾ ಪುಟಗೋಸಿ ಡ್ರಿಂಕ್ಸ್ ಸರಿ ಹೋಗಂಗಿಲ್ಲ ನೋಡು. ಸಂಜೀಗೆ ಬರ್ತೀಯೇನು ಹೇಳು, ಬೇಕಾದಷ್ಟು ಕುಡಿಯೋಣ" ಎಂದು ಉತ್ಸಾಹದಿಂದ ಕೇಳಿದ. ನಾನು ಸುಮ್ಮನೆ ನಕ್ಕು, ಒಂದು ಖಾಲಿ ಗ್ಲಾಸನ್ನು ಅಂಗಡಿಯ ಹುಡುಗನ ಕೈಲಿ ತರಿಸಿಕೊಂಡು, ಅದರಲ್ಲಿ ಅರ್ಧ ಡ್ರಿಂಕ್ಸ್ ಸುರಿದು ಶಂಕರಗೌಡನಿಗೆ ಕೊಟ್ಟೆ. ಕೊಮ್ಮಿಯ ಬಟ್ಟೆ ವ್ಯಾಪಾರ, ಇತ್ತೀಚಿನ ತೆಲುಗು ಸಿನಿಮಾ, ದುರ್ಗತಿಗಿಳಿದಿರುವ ನಮ್ಮ ಶಾಲೆ ಮುಂತಾದವುಗಳನ್ನು ಮಾತನಾಡಿ ನಾವಿಬ್ಬರು ಹೊರಡಲು ಅಣಿಯಾದೆವು. ಶಂಕರಗೌಡ ಹಗೂರಕ್ಕೆ, "ಅಲ್ಲಪ್ಪ ಕೊಮ್ಮಣ್ಣ, ಚಂದ್ರವ್ವನ ಆರೋಗ್ಯ ಹೆಂಗೈತೆ?" ಎಂದು ಕಿರುನಗೆಯನ್ನು ಚೆಲ್ಲಿ ಕೇಳಿದ. ಆ ಮಾತಿಗೆ ಸಿಟ್ಟಿಗೆದ್ದ ಕೊಮ್ಮಿ "ಬೋಸೂಡಿಕೆ..." ಎಂದು ಕೂಗಿ ಶಂಕರಗೌಡನನ್ನು ಹೊಡೆಯಲು ಕೈ ಎತ್ತಿದ. ಆ ಪ್ರತಿಕ್ರಿಯೆಗೆ ಆಗಲೇ ಸಿದ್ಧವಾಗಿರುವಂತೆ ಶಂಕರಗೌಡ ಕಿಲಕಿಲನೆ ನಕ್ಕು ಅಂಗಡಿಯಿಂದ ಓಡಿ ಹೋದ. ಸನ್ನಿವೇಶ ಅರ್ಥವಾಗದ ನಾನು "ಯಾರೋ ಕೊಮ್ಮಿ ಚಂದ್ರವ್ವ ಅಂದ್ರೆ?" ಎಂದು ಕೇಳಿದ್ದಕ್ಕೆ, "ಆ ಸೂವರ್ ಮಾತು ಏನು ಕಟ್ಟಿಗೊಳ್ತಿ ಬಿಡು. ಬಾಯಿಗೆ ಬಂದಿದ್ದು ಬೊಗಳ್ತಾನೆ ಲೌಡಿ ಮಗ" ಎಂದು ಶಂಕರಗೌಡನನ್ನು ಉಗಿದ. ನಾನು ಬೀಳ್ಕೊಂಡು, ಓಣಿಯ ತುದಿಯಲ್ಲಿ ನಿಂತಿದ್ದ ಶಂಕರಗೌಡನನ್ನು ಕೂಡಿಕೊಂಡ ಮೇಲೆ, "ಎರಡು ವರ್ಷದಿಂದ ಆಕಿನ್ನ ಇಟ್ಟುಗೊಂಡಾನೆ. ದುರ್ಗಮ್ಮನ ಗುಡಿ ಹಿಂದಕ್ಕೆ ಆಕಿ ಮನಿ ಅದೆ. ಬಂಗಾರದ ನೆಕ್ಲೇಸ್ ಮಾಡಿಸಿ ಕೊಟ್ಟಾನೆ" ಎಂದು ನಗುತ್ತಾ ಹೇಳಿದ.

ಗುಡಿಯಲ್ಲಿ ಯಾರೂ ಇರಲಿಲ್ಲ. ನಿರ್ಜನವಾಗಿತ್ತು. ತಂಪಾಗಿತ್ತು. ಗುಡಿಯ ಗೋಪುರದ ಮೇಲೆಲ್ಲಾ ಹರಡಿಕೊಂಡಿದ್ದ ನಂದಿಬಟ್ಟಲು ಮರದ ಸಂದಿಯಿಂದೆಲ್ಲೋ ಪಕ್ಷಿಯೊಂದು ಇಂಪಾಗಿ ಉಲಿಯುತ್ತಿತ್ತು. ನಂದಿಬಟ್ಟಲು ಹೂವಿನ ದಟ್ಟ ಪರಿಮಳ ಇಡೀ ಗುಡಿಯನ್ನು ತುಂಬಿತ್ತು. ಇಬ್ಬರೂ ದೇವರಿಗೆ ನಮಸ್ಕಾರ ಮಾಡಿದೆವು. ಅಲ್ಲಿಯೇ ಮೂಲೆಯಲ್ಲಿ ಪ್ರಣತಿಯಲ್ಲಿದ್ದ ದೀಪಕ್ಕೆ ಕೈ ಸವರಿ ಕಣ್ಣಿಗೆ ಹಚ್ಚಿಕೊಂಡೆವು. ಹೊಸ್ತಿಲ ಮೇಲೆ ಒಂದಿಷ್ಟು ಕುಂಕುಮವಿತ್ತು. ಶಂಕರಗೌಡ ತನ್ನ ಹಣೆಗೆ ಹಚ್ಚಿಕೊಂಡು, ಮತ್ತೊಂದು ಚಿಟಿಕೆ ಕುಂಕುಮವನ್ನು ತೆಗೆದುಕೊಂಡು ನನ್ನ ಹಣೆಗೆ ಹಚ್ಚಿದ. ಉದುರಿದ ಹುಡಿಯನ್ನು ಹಗೂರಕ್ಕೆ ಒರೆಸಿದ. ಅನಂತರ ಆ ಮೂಲೆಗೆ ಅವನು, ಈ ಮೂಲೆಗೆ ನಾನು ಕುಳಿತುಕೊಂಡೆವು. ಒಂದಿಷ್ಟು ಹೊತ್ತು ಮೌನವಾಗಿ ಆ ಪ್ರಶಾಂತತೆಯನ್ನು ಅನುಭವಿಸಿದೆವು. ಶಂಕರಗೌಡನನ್ನು ತಮಾಷೆ ಮಾಡುವ ಹುಮ್ಮಸ್ಸಿನಲ್ಲಿ "ಗೌಡ, ನೀನೊಂದು ಮದುವಿ ಮಾಡಿಕೊಂಡು ಬಿಡು" ಎಂದೆ. ನನ್ನ ಮಾತಿಗೆ ಅವನು ಕಣ್ಣಿನಲ್ಲಿ ನೀರು ಬರುವಂತೆ ಬಹಳಷ್ಟು ಹೊತ್ತು ನಕ್ಕ.

ಅನಂತರ ಒಮ್ಮೆಲೆ ಗಂಭೀರನಾಗಿ "ನೀನೂ ನನ್ನ ಕುವಾಡ ಮಾಡೋದಕ್ಕೆ ಶುರು ಮಾಡಬೇಡೋ..." ಎಂದು ಆರ್ದ್ರವಾಗಿ ಬೇಡಿಕೊಂಡ. ನಾನು "ಸಾರಿ" ಹೇಳಿದೆ. ಇಬ್ಬರೂ ಹೆಚ್ಚು ಮಾತಿಲ್ಲದೆ ಮನೆಗೆ ಹಿಂತಿರುಗಿದೆವು.

ಆ ರಾತ್ರಿ ಊಟ ಮುಗಿಸಿ ಸುಮ್ಮನೆ ಹೊರಗೆ ಕಟ್ಟೆಯ ಮೇಲೆ ಗಾಳಿ ಸೇವನೆ ಮಾಡುತ್ತಾ ಕುಳಿತಿದ್ದಾಗ ಕೊಮ್ಮಿ ಬಂದ. "ನಿನ್ನ ಜೋಡಿ ಮಾತನಾಡಬೇಕು" ಎಂದು ನನ್ನನ್ನು ಎಬ್ಬಿಸಿಕೊಂಡು ಸರ್ಕಲ್ ಕಡೆಗೆ ಕರೆದುಕೊಂಡು ಹೋದ. "ನೋಡೋ, ನೀನು ಬೆಂಗಳೂರಿನ ಮನುಷ್ಯ ಆಗಿ ಬಿಟ್ಟಿ. ಇಲ್ಲಿ ಊರಾಗೆ ನಡಿಯೋ ವಿಷಯಗಳು ನಿಂಗೆ ತಿಳಿಯಂಗಿಲ್ಲ. ಸುಮ್ಮನೆ ನಾನು ಹೇಳೋದನ್ನ ಕೇಳು. ನಿನ್ನ ಒಳ್ಳೇದಕ್ಕೇ ಹೇಳ್ತೀನಿ" ಎಂದು ಪ್ರಾರಂಭಿಸಿದ. ನಾನು ಯಾವುದೇ ಕಾರಣಕ್ಕೂ ಇನ್ನು ಮುಂದೆ ಶಂಕರಗೌಡನ ಜೊತೆ ಊರಿನಲ್ಲಿ ತಿರುಗಾಡಬಾರದೆಂದು ಅಪ್ಪಣೆ ಕೊಟ್ಟ. ನಾನು ಅವನ ಮಾತನ್ನು ಅಷ್ಟಾಗಿ ಗಂಭೀರವಾಗಿ ತೆಗೆದುಕೊಳ್ಳದೆ "ಯಾಕೋ ಮಾರಾಯ, ನಮ್ಮ ಜೊತೆಯಲ್ಲಿ ಓದಿದವನು ಅವನು" ಎಂದೆ. ಕೊಮ್ಮಿ ಸಿಟ್ಟಾದ. "ನೀನು ಮಾಸ್ತರಿಗೆ ಪ್ರಶ್ನೆ ಕೇಳೋ ಹಂಗೆ ನಂಗೆ ಕೇಳಬೇಡ ನೋಡು. ಹೇಳಿದ್ದು ಅರ್ಥ ಮಾಡ್ಕೋ. ನೀನು ಜಾಣ. ನಮ್ಮ ಊರಿನಾಗೆ ನಿನ್ನಷ್ಟು ಮಾರ್ಕ್ಸ್ ತೆಗೆದು ಪಾಸಾದೋರು ಹಿಂದೆ ಇಲ್ಲ, ಮುಂದೆ ಇರಲ್ಲ. ನಮ್ಮೂರಿನ ಹೆಮ್ಮೆ ನೀನು. ದೊಡ್ಡ ಕೆಲಸದಾಗೆ ಇದಿ. ಬೆಂಗಳೂರಿನಾಗೆ ಅದಿ. ನಾನು ನಿನ್ನ ಫ್ರೆಂಡ್ ಅಲ್ಲ, ಅಣ್ಣ ಅಂದುಕೊಂಡು ನನ್ನ ಮಾತು ಕೇಳು. ಜಾಸ್ತಿ ಮಾತನಾಡಬೇಡ. ಈ ಊರಾಗೆ ಯಾರೂ ನಿನ್ನ ಬಗ್ಗೆ ಹೊಲಸಾಗಿ ಮಾತಾಡಿದ್ರೆ ನಂಗೆ ಸರಿ ಬರಲ್ಲ. ಆ ಲೌಡಿ ಮಗನ ಸಹವಾಸ ಬಿಟ್ಟು ಬಿಡು" ಎಂದು ನನಗೆ ವಾರ್ನಿಂಗ್ ಕೊಟ್ಟು ಹೊರಟು ಹೋದ.

ಮತ್ತೆ ನಾನು ಊರಿಗೆ ಹೋಗಿದ್ದು ಸುಮಾರು ಐದು ವರ್ಷಗಳ ನಂತರ. ನನ್ನ ತಂದೆ-ತಾಯಿ ನನ್ನೊಡನೆ ಇರಲು ಬೆಂಗಳೂರಿಗೆ ಬಂದು ಬಿಟ್ಟಿದ್ದರು. ಊರಿನ ನಂಟು ಕಡಿಮೆಯಾಗಿತ್ತು. ದೂರದ ಸಂಬಂಧಿಕರ ಮದುವೆಗೆ ಅಪ್ಪ-ಅಮ್ಮಗೆ ಹೋಗಲು ಸಾಧ್ಯವಾಗದ್ದರಿಂದ ನನಗೆ ಹೋಗಿ ಬರಲು ಹೇಳಿದರು. ಆ ಕಾರಣದಿಂದ ಬಂದಿದ್ದೆ. ಈ ಭೇಟಿಯಲ್ಲಿ ತಪ್ಪದೆ ಶಂಕರಗೌಡನನ್ನು ಮಾತನಾಡಿಸಿಕೊಂಡು ಬರಬೇಕೆಂದು ಮನಸ್ಸಿನಲ್ಲಿ ನಿರ್ಧರಿಸಿದ್ದೆ.

ಆದರೆ ಊರಲ್ಲಿ ನನಗೆ ಆಘಾತವೊಂದು ಕಾದಿತ್ತು. ಮದುವೆಯ ಮನೆಯಲ್ಲಿಯೇ ಒಂದಿಬ್ಬರು ಅವನು ನೇಣು ಹಾಕಿಕೊಂಡು ಆತ್ಮಹತ್ಯೆ ಮಾಡಿಕೊಂಡ ವಿಷಯವನ್ನು ತಿಳಿಸಿದರು. ಅಪ್ಪನಿಗೇ ಬಾರುಕೋಲಿನಿಂದ ಬಾರಿಸಿದ ಶಂಕರಗೌಡ ನೇಣು ಹಾಕಿಕೊಳ್ಳುವ ಪರಿಸ್ಥಿತಿ ಏಕೆ ಬಂತೆಂದು ನನಗೆ ತಿಳಿಯಲಿಲ್ಲ. ಮದುವೆಗೆ ಬಂದವರು ಯಾರೂ ನನಗೆ ಸರಿಯಾದ ಮಾಹಿತಿಯನ್ನೂ ಕೊಡಲಿಲ್ಲ. ಹೇಗೂ ಅವರ ಹಳ್ಳಿಯ

ಮನೆ ನನಗೆ ಗೊತ್ತಿತ್ತು. ಆದ್ದರಿಂದ ಸಂಜೆ ವಿಹಾರಕ್ಕಾಗಿ ಸೀದಾ ಅಲ್ಲಿಗೆ ಹೋದೆ. ಅವರ ಮನೆ ತಲುಪಿದಾಗ ಕಪ್ಪು ಆವರಿಸಿಕೊಳ್ಳಲು ಶುರು ಮಾಡಿತ್ತು. ನಡುಮನೆಯಲ್ಲಿ ಅವರ ತಾಯಿ ಮೆಂತೆ ಪಲ್ಯದ ಸೊಪ್ಪನ್ನು ಬಿಡಿಸುತ್ತಾ ಕುಳಿತಿದ್ದರು. ಹತ್ತಿರದಲ್ಲಿಯೇ ಹಾಕಿದ್ದ ಹೊರಸಿನ ಮೇಲೆ ಅವರ ತಂದೆ ಮಲಗಿ, ಬೀಡಿ ಸೇದುತ್ತಿದ್ದರು. ಆ ಕತ್ತಲಲ್ಲಿ ಕಣ್ಣನ್ನು ಕಿರಿದುಗೊಳಿಸಿಕೊಂಡು ನೋಡಿದ ತಾಯಿ "ಯಾರಪ್ಪ? ಯಾರು ಬೇಕಿತ್ತು?" ಎಂದು ನನ್ನನ್ನು ಕೇಳಿದರು. ಆ ಮಾತಿಗೆ ತಂದೆ ಎದ್ದು ಕುಳಿತರು. ನಾನು ಅಲ್ಲಿಯೇ ಇದ್ದ ಕುರ್ಚಿಯ ಮೇಲೆ ಕುಳಿತು ನನ್ನ ಹೆಸರನ್ನು ಹೇಳಿ "ಶಂಕರಗೌಡನ ಜೊತೆ ಓದಿದವನು ನಾನು. ಬೆಂಗಳೂರಿನಲ್ಲಿ ಇರ್ತೀನಿ. ಮದುವೆಯೊಂದಕ್ಕೆ ಬಂದಿದ್ದೆ. ಅವನು ತೀರಿಕೊಂಡ ವಿಷಯ ತಿಳೀತು. ತುಂಬಾ ದುಃಖ ಆಯ್ತು. ಅದಕ್ಕೇ ನಿಮ್ಮನ್ನು ಕಂಡು ಮಾತನಾಡಿಸಿ ಹೋಗೋಣ ಅಂತ ಬಂದೆ" ಎಂದು ಹೇಳಿಕೊಂಡೆ. ನನ್ನ ಮಾತು ಕೇಳಿ ಆ ತಾಯಿಯ ಕಣ್ಣಲ್ಲಿ ನೀರಾಡಿತು. ಸೆರಗಿನಿಂದ ಒರೆಸಿಕೊಂಡರು. ನಾನು ಮಾತು ಮುಂದುವರೆಸಿದೆ. "ದಯವಿಟ್ಟು ಕ್ಷಮಿಸಿ. ನಿಮಗೆ ದುಃಖ ಕೊಡೋದು ನನ್ನ ಉದ್ದೇಶ ಅಲ್ಲ. ಅಷ್ಟೊಂದು ಆರೋಗ್ಯವಾಗಿ ಇದ್ದವನು ಯಾಕೆ ಹಾಗೆ ಆತ್ಮಹತ್ಯೆ ಮಾಡಿಕೊಂಡ ಅಂತ ಕೇಳೋದಕ್ಕೆ ಬಂದೆ. ನನಗೂ ಮನಸ್ಸಿಗೆ ಬಹಳ ದುಃಖ ಆಗಿದೆ" ಎಂದು ವಿನಯದಿಂದ ಕೇಳಿದೆ. ಆ ತಾಯಿ ಮತ್ತಷ್ಟು ಕಣ್ಣೀರು ಹಾಕಿ, ಒಳಗೆ ಎದ್ದು ಹೋದರು. ನಾನು ಬೀಡಿ ಸೇದುತ್ತಿದ್ದ ತಂದೆಯ ಮುಖವನ್ನು ನೋಡಿದೆ. ಅವರು ಒಂದು ದಮ್ಮು ಎಳೆದು, ಹೊಗೆಯನ್ನು ಬಿಟ್ಟು, ಬೀಡಿಯನ್ನು ನೆಲಕ್ಕೆ ಒತ್ತಿ ಆರಿಸಿದರು.

"ಸತ್ತೋರು ಯಾಕೆ ಸತ್ತರು ಅಂತ ಹೆಂಗೆ ಹೇಳೋಣ ಸ್ವಾಮಿ. ಅವನಿಗೆ ಬದುಕು ಬ್ಯಾಡ ಅನ್ನಿಸಿರಬೇಕು, ಹೊಂಟೋದ. ಇಲ್ಲಿ ಇರೋವ್ರು ನಾವು ಅನುಭವಿಸಿ ಸಾಯಲಿ ಅಂತ ಇರಬೇಕು" ಎಂದು ಖಾರವಾಗಿ ಹೇಳಿದರು.

"ಹಾಗಲ್ಲ, ಸಾಯೋದಕ್ಕೆ ಮುಂಚೆ ನಿಮಗೆ ಏನಾದ್ರೂ ಸೂಕ್ಷ್ಮ ಗೊತ್ತಾಗಿರಬೇಕಲ್ಲಾ?"

"ಗೊತ್ತಿಲ್ಲ ರ್ರೀ, ನಮಗೆ ಗೊತ್ತಿಲ್ಲ" ಎಂದಾಗ ಅವರ ಧ್ವನಿಯಾಗಲೇ ಏರಿತ್ತು. ಮನೆಯ ಒಳಗಿದ್ದ ಶಂಕರಗೌಡನ ಅಣ್ಣಂದಿರು, ಅವರ ಹೆಂಡಂದಿರು ಹೊರಬಂದರು. ಪುಟ್ಟ ಮಗುವೊಂದು ಅವರಮ್ಮನ ಸೀರೆಯ ನಿರಿಗೆಯಲ್ಲಿ ಅವಿತುಕೊಂಡು ನನ್ನನ್ನು ಭಯಭೀತನಾಗಿ ನೋಡಲಾರಂಭಿಸಿತು.

"ಅಷ್ಟಕ್ಕೂ ಅದೆಲ್ಲಾ ತಿಳ್ಕೊಳದಕ್ಕೆ ನೀವು ಯಾರು? ಅವನ ಗಂಡನಾ ಇಲ್ಲ ಮಿಂಡನಾ? ನಮ್ಮದೇ ಕಷ್ಟ ನಮಗೆ ಇಲ್ಲಿ ಹಾಸಿ ಹೊದಕೊಳ್ಳೋ ಹಂಗೆ ಆಗ್ಯದೆ. ನೀವು ಬಂದು ಬಿಟ್ಟರಿ ಇಲ್ಲಿ ಕರಡಿ ಬಂದಂಗೆ. ಅಷ್ಟಾಗಿ ನಿಮಗೆ ಅವನು ಯಾಕೆ ಸತ್ತ

ಅಂತ ತಿಳ್ಕೋಬೇಕೆಂಬ ಆಸೆ ಇದ್ರೆ, ನೀವೂ ನೇಣು ಹಾಕಿ ಕೊಳ್ರಿ. ಮೇಲೆ ಸಿಗ್ತಾನೆ. ಹೋಗ್ರಿ, ಹೋಗ್ರಿ..." ಎಂದು ಆವೇಶದಿಂದ ಕಿರುಚಿಬಿಟ್ಟು, ನಡುಗುವ ಕೈಯಿಂದ ನನಗೆ ಬಾಗಿಲನ್ನು ತೋರಿಸಿದರು. ಒಬ್ಬ ಮಗ ಅವರ ಬಳಿ ಬಂದು ಸಮಾಧಾನ ಮಾಡಲಾರಂಭಿಸಿದ. ನಾನು ಮತ್ತೊಂದು ಮಾತನಾಡದೆ ಹಗೂರಕ್ಕೆ ಹೊರಗೆ ಬಂದೆ. ಮನೆಯಿಂದ ಒಂದಿಷ್ಟು ದೂರ ನಡೆದು ಹಿಂದಿರುಗಿ ನೋಡಿದೆ. ಹಿತ್ತಲಿನಲ್ಲಿ ಅವರ ತಾಯಿ ನಿಂತು ನನ್ನನ್ನೇ ನೋಡುತ್ತಿರುವುದು ಮಸುಕಾಗಿ ಕಾಣಿಸಿತು. ಏನಾದರೂ ಹೇಳುತ್ತಾರೇನೋ ಎಂದು ಅವರ ಕಡೆಗೆ ನಡೆಯಲಾರಂಭಿಸಿದೆ. ಅದನ್ನು ಗಮನಿಸಿದ್ದೇ ಅವರು ದುಡುದುಡನೆ ಮನೆಯೊಳಗೆ ಸೇರಿಕೊಂಡು ಬಿಟ್ಟರು. ಮತ್ತೆ ನಾನು ಅಲ್ಲಿಯೇ ನಿಂತು ಎಷ್ಟೇ ಕಾದರೂ ಹೊರಗೆ ಬರಲಿಲ್ಲ. ನಾನು ಹಿಂತಿರುಗಿ ಬಂದುಬಿಟ್ಟೆ.

ದಾರಿಯಲ್ಲಿ ಕೊಮ್ಮಿಯ ಮನೆಯನ್ನು ಹೊಕ್ಕೆ. ಅವನಿಗೀಗ ಮದುವೆಯಾಗಿ ಎರಡು ವರ್ಷದ ಮಗನಿದ್ದ. ಹೆಂಡತಿಯನ್ನು ಪರಿಚಯಿಸಿದ. ಬಿ.ಕಾಂ. ಮಾಡಿದ ಹುಡುಗಿ. ಹಗರಿಬೊಮ್ಮನ ಹಳ್ಳಿಯವಳು. ಅಂಗಡಿಯಲ್ಲಿ ಕೌಂಟರನ್ನು ಸೊಗಸಾಗಿ ನಿರ್ವಹಿಸುತ್ತಾಳೆ. ಮಗನ ಕೈಯಲ್ಲಿ ಒಂದೆರಡು ಆಟಗಳನ್ನು ಆಡಿಸಿ ನನಗೆ ತೋರಿಸಿದ. ಅವನ ತುಂಟತನಗಳನ್ನು ವರ್ಣಿಸಿದ. ಸ್ವಲ್ಪ ಹೊತ್ತು ಸಹನೆಯಿಂದ ಅವನ ಗೃಹವೈಭವವನ್ನು ವೀಕ್ಷಿಸಿದ ಮೇಲೆ "ಶಂಕರಗೌಡ ಯಾಕೆ ನೇಣು ಹಾಕಿಕೊಂಡ?" ಎಂದು ಕೇಳಿದೆ. ಅವನು ಉತ್ತರಿಸಲಿಲ್ಲ. ಮಗನನ್ನು "ಅಮ್ಮನ ಹತ್ತಿರ ಹೋಗಪ್ಪ ರಾಜ" ಎಂದು ಅಡಿಗೆ ಮನೆಗೆ ದಬ್ಬಿದ. ಒಂದೆರಡು ಕ್ಷಣ ಬಿಟ್ಟು "ಯಾವತ್ತು ವಾಪಾಸು ಬೆಂಗಳೂರಿಗೆ ಹೋಗ್ತಿ?" ಎಂದ. "ನಾಳೆ" ಎಂದೆ. "ಮತ್ತೆ ಇವೆಲ್ಲಾ ಯಾಕೆ ಕೆದಕ್ತಿ? ಸುಮ್ಮನೆ ನೆಮ್ಮದಿಯಿಂದ ಊರಿಗೆ ಹೋಗು" ಎಂದ. ನನ್ನ ಕುತೂಹಲ, ಸಂಕಟ ಅದರಿಂದ ಶಮನವಾಗುವಂತಹದ್ದಾಗಿರಲಿಲ್ಲ. ಸುಮ್ಮನೆ ಅವನ ಮುಖ ನೋಡುತ್ತಾ ಕೂತೆ. "ಆಯ್ತು ನಡಿ, ಹೊರಗೆ ಹೋಗೋಣ" ಎಂದು ಹೇಳಿ, ಪ್ಯಾಂಟು ಶರಟು ಏರಿಸಿಕೊಂಡು, ಅಡಿಗೆ ಮನೆಯಲ್ಲಿ ಹೆಂಡತಿಗೆ ಏನೋ ಹೇಳಿಬಂದ.

ಸೀದಾ ಊರ ಹೊರಗಡೆಯಲ್ಲಿದ್ದ ಧಾಬಾ ಮಾದರಿಯ ಹೋಟೆಲಿಗೆ ಕರೆದುಕೊಂಡು ಹೋದ. "ನಾನು ಕುಡಿಯಲ್ಲ" ಎಂದು ಹೇಳಿದೆ. "ಗೊತ್ತದೆ ಬಾರಲೇ, ನಾನು ಕುಡೀಬೇಕು. ಇಲ್ಲಾಂದ್ರೆ ಇಂಥಾವೆಲ್ಲಾ ಹೇಳೋದಕ್ಕೆ ಆಗಂಗಿಲ್ಲ" ಎಂದು ನನಗೆ ಬೈದ. ನಾನು ಮಾಮೂಲೀ ಸಾಫ್ಟ್ ಡ್ರಿಂಕ್ ಹೀರುತ್ತಾ ಕುಳಿತೆ. ಅವನು ತನಗೆ ಬೇಕಾದ ಡ್ರಿಂಕ್ಸ್ ತರಿಸಿಕೊಂಡು, ಜೊತೆಗೆ ನಂಜಿಕೊಳ್ಳಲು ಖಾರದ ಪದಾರ್ಥವನ್ನು ತರಿಸಿಕೊಂಡು ಮಾತಾಡತೊಡಗಿದ. ಮೊದಲಿಗೆ ಏನೋ ಗಹನವಾದ ಆಧ್ಯಾತ್ಮಿಕ ಸಂಗತಿಯನ್ನು ಹೇಳುವಂತೆ, "ತಮ್ಮಾ, ಈ ಊರು ಮೊದಲಿನಂಗೆ ಈಗ ಇಲ್ಲ.

ನೀನು ಸಣ್ಣ ಹುಡುಗ ಇದ್ದಾಗ ಹೆಂಗಿದ್ದೋ, ಈಗಲೂ ಹಂಗೇ ಅದೀಯ. ಬದಲಾಗಿಲ್ಲ. ಒಳ್ಳೆಯವನು ನೀನು. ನಮ್ಮಂಗೆ ಕೆಟ್ಟದ್ದು ಎಲ್ಲಾ ಕಲೀಲಿಲ್ಲ. ಆದರೆ ಊರು ನಿನ್ನ ಹಂಗೆ ಇಲ್ಲ" ಅಂತ ಏನೇನೋ ಸುತ್ತಿ ಬಳಸಿ ಮಾತನಾಡಿದ. ಸ್ವಲ್ಪ ಹೊತ್ತು ಅವನ ಭಾಷಣವನ್ನೆಲ್ಲಾ ಕೇಳಿಸಿಕೊಂಡ ಮೇಲೆ ನನಗೂ ಸಹನೆ ಮೀರಲಾರಂಭಿಸಿತು. ಅವನ ಗ್ಲಾಸನ್ನು ನನ್ನ ಕಡೆಗೆ ಎಳೆದುಕೊಂಡು "ಯಾಕೆ ನೇಣು ಹಾಕಿಕೊಂಡ ಹೇಳು?" ಎಂದು ಕೇಳಿದೆ. ಆಗಲೇ ಅವನಿಗೆ ನಶೆ ಏರಲು ಶುರುವಿಟ್ಟಿತ್ತು. ನನ್ನ ಕಣ್ಣುಗಳಲ್ಲಿ ಕಣ್ಣನ್ನು ನೆಟ್ಟು "ಸಾಯಲಿಲ್ಲ. ಸಾಯಿಸಿದ್ರು" ಎಂದ.

"ಯಾರು?" ನೋಟವನ್ನು ಕದಲಿಸದೆ ಕೇಳಿದೆ.

"ಅವರ ಅಪ್ಪ, ಅಣ್ಣ ಸೇರಿ ಸಾಯಿಸಿ ನೇಣು ಹಾಕಿದ್ರು" ಎಂದು ಹೇಳಿ ನನ್ನ ಕೈಯಿಂದ ಅವನ ಗ್ಲಾಸನ್ನು ಸೆಳೆದುಕೊಂಡು, ಗಟಗಟನೆ ಉಳಿದದ್ದೆಲ್ಲವನ್ನೂ ಒಂದೇ ಸಲಕ್ಕೆ ಕುಡಿದು ಬಿಟ್ಟು ಮತ್ತೆ ಗ್ಲಾಸನ್ನು ತುಂಬಿಸಲಾರಂಭಿಸಿದ. ಅವನ ಮಾತು ಕೇಳಿ ನನಗೆ ದುಃಖ ಉಮ್ಮಳಿಸಿ ಬಂತು. ಕಣ್ಣುಗಳು ಹನಿಗೂಡಿದವು.

"ಮನೆಯಲ್ಲಿಯೇ ಹುಟ್ಟಿ ಬೆಳೆದ ಮಗ ಅವನು. ಅದು ಹೆಂಗೆ ಅವನನ್ನ ಸಾಯಿಸಿದ್ರೋ?" ಎಂದು ದುಃಖದಲ್ಲಿಯೇ ಕೇಳಿದೆ. ಕೊಮ್ಮಿ ಮತ್ತೊಂದೆರಡು ಗುಟುಕು ಕುಡಿದು, ಎಡಗೈಯಿಂದ ಬಾಯಿ ಒರೆಸಿಕೊಂಡು, ಮತ್ತೊಂದೆರಡು ಖಾರದ ಶೇಂಗಾ ಕಾಳನ್ನು ಬಾಯಿಗೆ ಹಾಕಿಕೊಂಡು ನಮಲಿದ.

"ತಗಣಿ ನೆನಪೈತಾ ನಿಂಗೆ? ಹಾಸಿಗೆನಾಗೆ ಸೇರಿ ರಾತ್ರಿಯೆಲ್ಲಾ ಮಲಕೊಂಡವರನ್ನ ಕಚ್ಚಿ ನಿದ್ದೆ ಕೆಡಿಸ್ತದೆ. ಆ ಬೋಳಿಮಗಾನೂ ತಗಣಿ ಹಂಗಿದ್ದ. ಮನೆಯಲ್ಲಿ ನಮ್ಮ ಜತೆಯಲ್ಲಿ ಹುಟ್ಟಿ ಬೆಳದಿದ್ದು ಅಂತ ಯಾರಾದ್ರೂ ಕಚ್ಚೋ ತಗಣಿನ್ನ ಪ್ರೀತಿಯಿಂದ ನೋಡ್ತಾರೇನೋ? ಎಲ್ಲನ್ನಾ ಕಣ್ಣಿಗೆ ಕಂಡರೆ ಸಾಕು, ಹೊಸಕಿ ಹಾಕಿ ಕೈ ತೊಳ್ಕೊತಾರೆ. ಅವರಪ್ಪ ಅಣ್ಣ ಮಾಡಿದ್ದೂ ಅದೇ. ಒಂದು ದಿನ ಮಲಕೊಂಡಿದ್ದನಂತೆ. ಮೂರೂ ಜನ ಸದ್ದಿಲ್ಲದಂಗೆ ಹೋಗಿ ತಲೆದಿಂಬು ಅಮುಕಿ ಉಸಿರುಗಟ್ಟಿಸಿ ಸಾಯಿಸಿದ್ರಂತೆ. ಆಮೇಲಕ್ಕೆ ಅವನ ಹೊದಿಕೆಯಿಂದ ನೇಣು ಹಾಕಿ ಸೂರಿಗೆ ತೂರಾಡಿಸಿ ಬೆಳಗ್ಗೆ ಅತ್ತು ಕರೆದು ನಾಟಕ ಮಾಡಿದ್ರು. ಅಷ್ಟೇ"

"ಇದೆಲ್ಲಾ ನಿಂಗೆ ಯಾರು ಹೇಳಿದ್ರು?"

"ಲೇ... ಇಡೀ ಊರಿಗೆ ಗೊತ್ತೈತೆ, ಬರೀ ನಂಗೊಂದೇ ಅಲ್ಲ. ಇವರು ಮೂರು ಜನ ಗಂಡಸರು ವಿಷಯಾನ್ನ ಗುಟ್ಟಿನಾಗೆ ಇಡಲಿಕ್ಕೆ ಒದ್ದಾಡಿದ್ರು. ಅವರಮ್ಮ ಹೆಂಗೆ ದುಃಖ ತಡಕೊಂಡಾಳು ಹೇಳು? ಅವರ ಮುಂದೆ, ಇವರ ಮುಂದೆ ಹಿಂಗಿಂಗಾಯ್ತು ಅಂತ ಹೇಳಿಕೊಂಡು ಅತ್ತಳು. ಕೇಳಿಸ್ಕೊಂಡವರು ಆಕಿಗೆ ಸಮಾಧಾನ ಮಾಡಿ ಬಂದು, ಇನ್ನೊಂದಿಷ್ಟು ಜನಕ್ಕೆ ಹೇಳಿದ್ರು."

ನಾನು ನಿಟ್ಟುಸಿರು ಬಿಟ್ಟೆ.

"ಅವನ ಪಾಡಿಗೆ ಅವನಿದ್ದ. ಸಾಯಿಸೋ ಅಂಥಾದ್ದು ಏನಾಗಿತ್ತು ಅವರಿಗೆ? ಎಂಥಾ ಕ್ರೌರ್ಯ!"

"ಲೇ ಲೇ ಲೇ... ನೀನು ಅವಸರ ಮಾಡಬೇಡ. ನಾನು ಇನ್ನೂ ಪೂರ್ತಿ ಏನೂ ಹೇಳಿಲ್ಲ ನಿಂಗೆ. ಅವನ ಪಾಡಿಗೆ ಅವನು ಇದ್ದಿದ್ರೆ ಯಾರೂ ಇಂಥಾ ಕೆಲಸ ಮಾಡ್ತಿರಲಿಲ್ಲ."

"ಕೊಲ್ಲುವಂಥಾ ಕೆಟ್ಟ ಕೆಲಸ ಏನು ಮಾಡಿದ ಅವನು?"

"ಬೊಂಬಾಯಿಗೆ ಓಡಿ ಹೋಗಿದ್ದ. ಆರು ತಿಂಗಳು ಅಲ್ಲಿದ್ದ. ಬರುವಾಗ ತುನ್ನಿ ಕತ್ತರಿಸಿಕೊಂಡು, ಸೀರಿ ಕುಪ್ಪಸ ಉಟ್ಟುಗೊಂಡು ಬಂದ."

ನನಗೆ ಆಡಲು ಏನೂ ಮಾತುಗಳು ಉಳಿದಿರಲಿಲ್ಲ. ಕೊಮ್ಮಿ ಹೇಳುತ್ತಲೇ ಹೋದ. "ಅವತ್ತು ಯುಗಾದಿ ತೇರು. ಕುರುಬರ ಹುಡುಗರು ಮೈ ದಣಿಯೋ ಹಂಗೆ ತಪ್ಪಡಿ ಬಾರಿಸ್ತಾ ಇದ್ರು. ನಂದಿ ಕೋಲು ಕುಣೀತಾ ಇತ್ತು. ಅಂಥಾ ಹೊತ್ತಿನಾಗೆ ಬಂದನಪ್ಪ ಈತ. ತಪ್ಪಡಿ ಬಾರಿಸೋ ಹುಡುಗರ ಮುಂದೆ ಕುಣಿಯೋದಕ್ಕೆ ಶುರು ಮಾಡಿದ. ನೋಡಿದ್ರೆ ಒಳ್ಳೆ ಸಿನಿಮಾ ಹೀರೋಯಿನ್ ಇದ್ದಂಗೆ ಇದ್ದ. ಎಲ್ಲಿಂದ ಬಂದ್ಲಪ್ಪ ನಮ್ಮೂರಿಗೆ ಈಕಿ ಅಂತ ಎಲ್ಲಾರಿಗೂ ಆಶ್ಚರ್ಯ. ಹರೆಯದ ಹುಡುಗರಂತೂ ಆಕಿ ಸಮ ಸಮ ಕುಣಿದ್ರು. ಯಾರಿಗೂ ಅದು ಶಂಕರ ಅಂತ ಗೊತ್ತಾಗಿರಲಿಲ್ಲ ನೋಡು. ತೇರು ಬಸವಣ್ಣನ್ನ ಗುಡಿ ಸೇರಿದ ಮೇಲೆ ನಾನು, ನನ್ನ ಹೆಂಡತಿ ದೇವರಿಗೆ ನಮಸ್ಕಾರ ಮಾಡಿ ಹೊರಗೆ ಬಂದು ಮಂಡಾಳು, ಮೆಣಸಿನಕಾಯಿ ಖರೀದಿ ಮಾಡಲಿಕ್ಕೆ ನಿಂತೀವಿ. ಆಗ ನಮ್ಮ ಹತ್ತಿರ ಬಂದು 'ಕೊಮ್ಮಣ್ಣ, ಚಂದ್ರವ್ವ ಹೆಂಗದಾಳೆ?' ಅಂತ ಕೇಳಿ ನಕ್ಕು ಹೋದ. ನಂಗೆ ಯಾರು ಅಂತ ಗೊತ್ತಾಯ್ತು. ಇನ್ನೂ ಹೊಸದಾಗಿ ಮದುವಿ ಆಗೀನಿ. ನನ್ನ ಹೆಂಡತಿ ಒಂದೇ ಸಮನೆ, 'ಚಂದ್ರವ್ವ ಅಂದ್ರೆ ಯಾರು?' ಅಂತ ಸೆಟೆದು ಕುಂತುಬಿಟ್ಟಳು. ಆಕಿನ್ನ ಸರಿ ಮಾಡದ್ರಾಗೆ ನಂದು ನೆಗೆದು ಬಿತ್ತು ನೋಡು.

"ಮರುದಿನದಿಂದ ಶುರುವಾಯ್ತು ನೋಡು ಇವನ ಆಟ. ಸೀದಾ ಅಂಗಡಿಗೆ ಬಂದು ಬಿಟ್ಟ. ಐದು ಬ್ರಾ, ಐದು ಚಡ್ಡಿ ಬೇಕು ಅಂತ ವಯ್ಯಾರ ಮಾಡಿ ಕೇಳಿದ. ನಾನು ಸಿಟ್ಟಿಗೆದ್ದು ಹೊರಗೆ ಹೋಗು ಅಂತ ಬೈದೆ. ನಾಚಿಕೆ ಎಲ್ಲಾ ಬಿಟ್ಟಿದ್ದ. 'ಅಂಗಡಿನಾಗೆ ನಂಗೇನು ಬೇಕೋ ಕೇಳಿ ತೊಗೊಂಡ್ರೆ ನಿಂಗೇನೋ ಕಷ್ಟ?' ಅಂತ ನನಗೇ ಜೋರು ಮಾಡಿ ಖರೀದಿ ಮಾಡಿಕೊಂಡು ಹೋದ. ಊರಾಗೆ ಸುದ್ದಿ ಹರಡಲಿಕ್ಕೆ ಶುರುವಾಯ್ತು. ಹಿರೀ ಗೌಡರನ್ನ, ಅವರ ಮಕ್ಕಳನ್ನ ಜನ ಕೇಳೋದಕ್ಕೆ ಶುರು ಮಾಡಿದ್ರು. ಮಗ ಸೀರಿ ಉಟ್ಟುಗೊಂಡು ಹೆಣ್ಣಾಗಿ ಕುಂತರೆ ಅವರನ್ನಾ ಏನು ಮಾಡ್ತಾರೆ ಹೇಳು? ಮನೆಯಿಂದ ಹೊರಗೆ ಹಾಕಲಿಕ್ಕೆ ನೋಡಿದ್ರು. 'ಈ ಮನಿಯಾಗೆ ನಂದೂ ಆಸ್ತಿ

ಅದೆ' ಅಂತ ಇವ ಹಠ ಹಿಡಿದು ಕುಂತ. 'ಬರೀ ಗಂಡು ಮಕ್ಕಳಿಗೊಂದೇ ಆಸ್ತಿ. ಹೆಣ್ಣಿಗಿಲ್ಲ' ಅಂತ ಅವರಣ್ಣಂದಿರು ಜೋರು ಮಾಡಿದ್ರು. ಇವನಿಗೆ ಬೊಂಬಾಯಿನಾಗೆ ಅದು ಯಾರು ಧೈರ್ಯ ತುಂಬಿದ್ರೋ ಗೊತ್ತಿಲ್ಲ. ಜಪ್ಪಯ್ಯಾ ಅಂದ್ರೂ ಮನೆ ಬಿಟ್ಟು ಹೋಗಲಿಲ್ಲ. ಅಲ್ಲೇ ಊಟ, ಅಲ್ಲೇ ಸ್ನಾನ, ಅಲ್ಲೇ ನಿದ್ದಿ.

"ಅಷ್ಟಕ್ಕೇ ನಿಲ್ಲಲಿಲ್ಲ ನೋಡಪ್ಪ ಅವನ ಆಟ. ಊರಾಗಿನ ಗಂಡಸರನ್ನ ಒಬ್ಬೊಬ್ಬರನ್ನೆ ತನ್ನ ಬಲೆಗೆ ಬೀಳಿಸ್ಕೊಳ್ಳಿಕ್ಕೆ ಶುರು ಮಾಡಿದ. ನೋಡೋದಕ್ಕೆ ಥೇಟ್ ಹೆಣ್ಣು. ನಮ್ಮ ಹೆಂಗಸರನ್ನೂ ನಿವಾಳಿಸಿ ತೆಗೀಬೇಕು, ಅಷ್ಟು ಛಂದ ಇದ್ದ. ಸೊಂಟ, ತೊಡೆ, ಕುಂಡಿ, ಮೊಲೆ – ಎಲ್ಲಾ ಹೆಂಗಸರಂಗೆ ಮಾಡಿಕೊಂಡುಬಿಟ್ಟಿದ್ದ. ಒಬ್ಬರ ನಂತರ ಒಬ್ಬರು ಗಂಡಸರು ಅವನ ಹತ್ತಿರ ಹೋಗೋದಕ್ಕೆ ಶುರುವಿಟ್ಟರು. ಒಳ್ಳೆ ಬಿಜಿನೆಸ್ ಶುರು ಮಾಡಿಕೊಂಡು ಬಿಟ್ಟ. ಚಂದ್ರವ್ವ ಲಾಟರಿ ಹೊಡೆಯೋದಕ್ಕೆ ಶುರು ಮಾಡಿದ್ಲು. ಮನೆಯಾಗಿನ ಹೆಂಗಸರು ಶಾಪ ಹಾಕಲಿಕ್ಕೆ ಶುರು ಮಾಡಿದ್ರು. ಗೌಡರು, ಅವರ ಮನೆಯವರು ಊರಾಗೆ ತಲೆ ಎತ್ತಿಕೊಂಡು ತಿರುಗಲಾರದಂಗೆ ಆಯ್ತು. ಸಾಲದು ಅಂತ ಯಾವತ್ತೂ ಸೋಲದ ಹಿರೇಗೌಡರು ಆ ವರ್ಷದ ಪಂಚಾಯ್ತಿ ಎಲೆಕ್ಷನ್ನಿನಾಗೆ ಸೋತು ಹೋದರು.

"ಎಷ್ಟು ದಿನ ಅಂತ ಅವಮಾನ ಸಹಿಸಿಕೊಂಡು ಬಾಳಬೇಕು? ಒಳ್ಳೆ ಮರ್ಯಾದೆ ವಂಶ ಗೌಡರದು. ಅವರಿಗೂ ಸಹನೆ ಮೀರಿತು. ಒಂದಿನ ಮೂರೂ ಜನ ಸೇರಿ ಹೊಸಕಿ ಹಾಕಿದ್ರು. ಊರಾಗೆ ಎಲ್ಲಾರಿಗೂ ಈಗ ನೆಮ್ಮದಿ."

ಕೊಮ್ಮಿಗೆ ನಶೆ ಜೋರಾಗಿಯೇ ಏರಿತ್ತು. ಏನು ಕೇಳಿದರೂ ವಿವರಿಸುವ ಹಂತವನ್ನು ಮುಟ್ಟಿದ್ದ.

"ಸಾಯಿಸೋ ಬದಲು, ಅವನ ಆಸ್ತಿಯನ್ನ ಅವನಿಗೆ ಕೊಟ್ಟು ಮನೆಯಿಂದ ಹೊರಗೆ ಹಾಕಿದ್ರೆ ಆಗ್ತಿತ್ತು. ಒಂದಿಷ್ಟು ದುಡ್ಡು ಕೊಟ್ಟಿದ್ರೂ ಅವನ ಪಾಡಿಗೆ ಅವನು ಮನೆ ಮಾಡಿಕೊಂಡು ಇರ್ತಿದ್ದ."

"ಅರೆ ಅರೆ ಅರೆ... ಮತ್ತೆ ನೀನು ಹಾದಿ ತಪ್ಪಿದಿ ನೋಡು. ದುಡ್ಡಿಗೆ ಏನೂ ಬರ ಇರಲಿಲ್ಲ ಅವನಿಗೆ. ಭಾರಿ ದೊಡ್ಡ ಧಂಧಾ ಇತ್ತು ಅವನದು. ಸತ್ತ ಮೇಲೆ ಬ್ಯಾಂಕಿನಾಗೆ ಅವನ ಅಕೌಂಟ್‌ನಾಗೆ ಒಂದೂವರೆ ಲಕ್ಷ ಇತ್ತಂತೆ. ಅವರಮ್ಮಂಗೆ ಬರಬೇಕು ಅಂತ ಬರೆದು ಕೊಟ್ಟಿದ್ದನಂತೆ. ದುಡ್ಡನ್ನ ಯಾರು ಬಿಡ್ತಾರೆ ಹೇಳು? ಎರಡೂ ಗಂಡು ಮಕ್ಕಳು ಅವರಮ್ಮನ್ನ ಕರಕೊಂಡು ಹೋಗಿ ಅಷ್ಟೂ ದುಡ್ಡು ಬಿಡಿಸಿಕೊಂಡು ಬಂದರು. ಬ್ಯಾಂಕಿನ ಪೇಪರಿನಾಗೂ ಸೀರಿ ಉಟ್ಟುಗೊಂಡಿರೋ ಫೋಟೋ ಹಾಕಿಸಿಕೊಂಡಿದ್ದನಂತೆ. ತೊಡಕು ಇದ್ದಿದ್ದು ದುಡ್ಡಿಗಲ್ಲ. ಮನೆಯಾಗೆ ನಂದೂ ಹಕ್ಕೈತೆ, ಇರ್ತೀನಿ ಅನ್ನೋದು. ಇದು ಏನು ಹುಚ್ಚು ಹೇಳೋ ಮಾರಾಯ?

ಮನೆಯವರು ಕೊಲ್ಲದೆ ಏನು ಮಾಡಲಿಕ್ಕೆ ಬರ್ತದೆ ಅಂತೀನಿ" ಎಂದು ಗಹಗಹಿಸಿ ನಗಲಾರಂಭಿಸಿದ.

ನನಗೆ ಹೊಟ್ಟೆಯಲ್ಲಿ ತೊಳಸಲು ಶುರುವಾಗಿತ್ತು. ದುಃಖದಿಂದ ಕಣ್ಣಲ್ಲಿ ಒಂದೆರಡು ಹನಿ ನೀರು ಬಂದು ಹಗೂರಕ್ಕೆ ಒರೆಸಿಕೊಂಡೆ.

"ತಮ್ಮಾ, ನೀನು ಅಷ್ಟೊಂದು ದುಃಖಪಡೋ ವಿಷಯ ಇದೇನೂ ಅಲ್ಲ ಬಿಡು. ಕಂಡ ಕಂಡ ಗಂಡಸರ ಜೋಡಿ ಮಲಕೊಳ್ತಿದ್ದ. ಇವತ್ತಲ್ಲ ನಾಳೆ ಅವನಿಗೆ ಏಡ್ಸ್ ಬಂದೇ ಬರ್ತಿತ್ತು. ಊರಿಗೆಲ್ಲಾ ಹರಡಿ, ನರಳಿ ಸಾಯ್ತಿದ್ದ. ಅವರಪ್ಪ ಅಣ್ಣಂದಿರು ಎರಡು ವರ್ಷ ಮುಂಚೇನೇ ಸಾಯಿಸಿ ಉಪಕಾರ ಮಾಡಿದ್ರು. ಅಷ್ಟೇ."

ನನಗೆ ಇನ್ನೂ ಹೆಚ್ಚಿಗೆ ಕೇಳಲು ಆಸಕ್ತಿಯಿರಲಿಲ್ಲ. ಅವನನ್ನು ಎಬ್ಬಿಸಿಕೊಂಡು ಹೊರಟೆ. ನಾನೇ ಬಿಲ್ಲನ್ನು ಪಾವತಿಸಿದೆ. ದಾರಿಯುದ್ದಕ್ಕೂ ಕೊಮ್ಮಿ ಹೆಂಗಸಾದ ಮೇಲೆ ಶಂಕರಗೌಡ ಹೆಂಗಿದ್ದ ಎಂಬ ಸೌಂದರ್ಯೋಪಾಸನೆ ಮಾಡಲಾರಂಭಿಸಿದ್ದ.

"ನೀನು ಏನೇ ಅನ್ನು. ಕೈ ತೊಳಕೊಂಡು ಮುಟ್ಟಬೇಕು ನೋಡು. ಹಂಗಿದ್ಳು ಲೌಡಿ. ಆ ಸೀರಿ ಉಡೋದೇನು, ಮ್ಯಾಚಿಂಗ್ ಬ್ಲೌಜ್ ಏನು, ಕೊರಳಾಗಿನ ಸರ, ಕೈಯಾಗಿನ ಬಳೆ, ಸೆಂಟು, ಪೌಡರು... ಅಬ್ಬಬ್ಬಬ್ಬಾ..."

ಅವನನ್ನು ಮನೆಯ ಬಳಿ ಬಿಟ್ಟೆ. "ಗುಡ್ ನೈಟ್ ದೋಸ್ತ್" ಅಂದು ಕೈಯನ್ನು ಗಟ್ಟಿಯಾಗಿ ಹಿಡಿದುಕೊಂಡು ಕುಲುಕಿದ. "ಕೊಮ್ಮಿ, ಒಂದು ಮಾತು ಕೇಳ್ತೀನಿ. ಸತ್ಯ ಹೇಳ್ತೀಯ?" ಎಂದೆ. "ಕೇಳಪ್ಪ ಧಣಿ, ಏನಾದ್ರೂ ಕೇಳು. ಸತ್ಯವನ್ನೇ ಹೇಳುತ್ತೇನೆ, ಸತ್ಯವನ್ನಲ್ಲದೆ ಬೇರೇನನ್ನೂ ಹೇಳುವುದಿಲ್ಲ" ಎಂದು ಕೋರ್ಟಿನಲ್ಲಿ ಹೇಳುವಂತೆ ಹೇಳಿ ತನ್ನ ಜೋಕಿಗೆ ತಾನೇ ನಗಲಾರಂಭಿಸಿದ.

"ನೀನೂ ಶಂಕರಗೌಡನ್ನ ಅನುಭವಿಸಿದೆಯಾ?" ಎಂದು ಹಗೂರಕ್ಕೆ ಕೇಳಿದೆ. ಅವನ ನಗೆ ನಿಂತಿತು. ನನ್ನ ಕೈಯನ್ನು ಬಿಟ್ಟ. ನಶೆ ಇಳಿದು ಗಂಭೀರನಾದ. ನನ್ನ ಪ್ರಶ್ನೆಗೆ ಉತ್ತರ ಕೊಡದೆ ತನ್ನ ಮನೆಯ ಬಾಗಿಲ ತನಕ ಹೋದ. ನಾನು ಅಲ್ಲಿಯೇ ನಿಂತಿದ್ದೆ. ಅದೇನನ್ನಿಸಿತೋ ಗೊತ್ತಿಲ್ಲ, ಹಿಂತಿರುಗಿ ಬಂದ. ತೊದಲಿಲ್ಲದ ನಿರರ್ಗಳ ಧ್ವನಿಯಲ್ಲಿ ಹೇಳಿದ.

"ಪಕ್ಕಕ್ಕೆ ಮಲಕೊಂಡು ಮುಟ್ಟೋದು, ಹಿಚಕೋದು ಮಾಡಿದ್ರೆ ನಾನಾದ್ರೂ ಹೆಂಗೆ ಸುಮ್ಮನಿರಲಿಕ್ಕೆ ಆಗ್ತದೆ? ತುನ್ನಿ ಇರೋ ಗಂಡಸು ನಾನು. ಊರಿನ ಬೇರೆ ಗಂಡಸರಿಗೆ ಏನು ನ್ಯಾಯಾನೋ, ಅದು ನಂಗೂ ನ್ಯಾಯ ಆಗ್ತದೆ" ಎಂದು ಹೇಳಿ ಬಿರಬಿರನೆ ಮನೆಯೊಳಗೆ ಹೊರಟು ಹೋಗಿ, ರಪ್ಪನೆ ಬಾಗಿಲನ್ನು ಹಾಕಿಕೊಂಡ.

06ನೇ ನವೆಂಬರ್ 2011

ದುರ್ಭಿಕ್ಷ ಕಾಲ

ಅಚಾನಕ್ಕಾಗಿ ಕೇಳಿದ ಆ ಪ್ರಶ್ನೆಗೆ ತಟ್ಟನೆ ದೇವಿಕಾಳ ಕಣ್ಣಲ್ಲಿ ನೀರು ಜಿನುಗಿ, ಅದಕ್ಕೆ ಉತ್ತರವಾಗಿ ಮೌನವಾಗಿ ಅವಳು ತಲೆ ತಗ್ಗಿಸಿ ಅಲ್ಲಾಡಿಸಿದಾಗ ಒಂದು ಹನಿ ಕಣ್ಣೀರು ಆ ಗಾಜಿನ ಮೇಜಿನ ಮೇಲೆ ಬಿದ್ದಿತು. ತಕ್ಷಣ ಎಚ್ಚೆತ್ತುಕೊಂಡ ಆಕೆ "ಐ ಆಂ ಸಾರಿ" ಎಂದು ಹೇಳಿ, ತನ್ನ ಕೈಚೀಲದಿಂದ ಕರವಸ್ತ್ರವನ್ನು ತೆಗೆದು, ತನ್ನ ಕಣ್ಣನ್ನು ಒರೆಸಿಕೊಳ್ಳುವುದಕ್ಕಿಂತಲೂ ಮೊದಲು ಆ ಗಾಜಿನ ಮೇಲೆ ಬಿದ್ದ ಒಂದು ಹನಿ ಕಣ್ಣೀರನ್ನು ಕರವಸ್ತ್ರದಿಂದ ಹಗೂರಕ್ಕೆ ಒತ್ತಿ ಹೀರಿಕೊಂಡು ಸಂದರ್ಶಕರಿಬ್ಬರನ್ನೂ ದಿಟ್ಟಿಸಿ ನೋಡಿ ಮತ್ತೊಮ್ಮೆ ವಿಶ್ವಾಸದ ನಗೆಯನ್ನು ನಕ್ಕಳು. ಕಣ್ಣು ಕುಕ್ಕುವಂತಹ ಟ್ಯೂಬ್ ಲೈಟಿನ ಬೆಳಕು ಅವಳ ಕಣ್ಣಿನಲ್ಲಿದ್ದ ಪಸೆಯಲ್ಲಿ ಪ್ರತಿಫಲಿಸಿತು. ಆ ಪ್ರಶ್ನೆ ಕೇಳಿದ ಕಸ್ತೂರಿಗೆ ಕಸಿವಿಸಿಯಾಗಿ "ಕ್ಷಮಿಸಿ, ನಿಮ್ಮನ್ನು ನೋಯಿಸೋದಕ್ಕಾಗಿ ಈ ಪ್ರಶ್ನೆ ಕೇಳಿದ್ದಲ್ಲ" ಎಂದು ಸ್ಪಷ್ಟವಾಗಿ ತಿಳಿಸಿದಳು. ಪ್ರಶ್ನೆ ಅಂತಹ ಕ್ರೂರವಾದದ್ದಾಗಿರಲಿಲ್ಲ ಎಂದು ವಿಶಾಲ್‌ನಿಗೆ ಅನ್ನಿಸಿತಾದರೂ, ಕಸ್ತೂರಿಯ ಆ ಪ್ರಶ್ನೆ ತೀರಾ ವೈಯಕ್ತಿಕವಾಯ್ತೇನೋ ಎಂಬ ಅನುಮಾನವಾಯ್ತು.

ಬೆಳಗ್ಗೆಯಿಂದ ಹತ್ತಾರು ಅಭ್ಯರ್ಥಿಗಳನ್ನು ಸಂದರ್ಶಿಸಿ ವಿಶಾಲ್ ಮತ್ತು ಕಸ್ತೂರಿಗೆ ಸಾಕಾಗಿ ಹೋಗಿತ್ತು. ಅದು ರಿಸೆಷನ್ ಸಮಯ, ದುರ್ಭಿಕ್ಷ ಕಾಲ. ಖಾಲಿ ಇರುವುದು ಒಂದೇ ಹುದ್ದೆಯಾದರೂ ಐವತ್ತಕ್ಕೂ ಹೆಚ್ಚು ಅಭ್ಯರ್ಥಿಗಳು ಅರ್ಜಿ ಗುಜರಾಯಿಸಿದ್ದರು.

ಎಲ್ಲೆಡೆಯೂ ಕಂಪನಿಗಳು ಲೇ ಆಫ್ ಮಾಡಿದ್ದರ ಪ್ರಭಾವದಿಂದಾಗಿ ಸಾವಿರಾರು ಸಾಫ್ಟ್‌ವೇರ್ ಎಂಜಿನಿಯರುಗಳು ಖಾಲಿಯಾಗಿ ಮನೆಯಲ್ಲಿ ಉಳಿದಿದ್ದರು. ಚಿಕ್ಕ ಕಂಪನಿಯಲ್ಲಿ ಉದ್ಯೋಗ ಲಭ್ಯವಿದೆಯೆಂದರೂ ಸಾಕು, ಅರ್ಜಿ ಗುಜರಾಯಿಸುತ್ತಿದ್ದರು. ಮೊದಲಿಗಿಂತಲೂ ಕಡಿಮೆ ಸಂಬಳವಾದರೂ ಪರವಾಗಿಲ್ಲ, ಅಷ್ಟೇನೂ ಚಾಲೆಂಜಿಂಗ್ ಕೆಲಸವಲ್ಲವೆಂದರೂ ಓಕೆ – ಒಟ್ಟಾರೆ ವಾರದ ದಿನಗಳಲ್ಲಿ ಒಂದು ಕಂಪನಿಗೆ ಹೋಗಿ ಕೆಲಸ ಮಾಡಿ, ಅವರು ಕೊಟ್ಟಷ್ಟು ಪಡೆದುಕೊಂಡರೆ ಸಾಕೆನ್ನಿಸಿಬಿಟ್ಟಿತ್ತು. ಹೇರಳವಾಗಿ ಒಳ್ಳೆಯ ಅಭ್ಯರ್ಥಿಗಳು ಲಭ್ಯವೆಂದ ಕೂಡಲೆ ಆಯ್ಕೆಯ ಕ್ರಮವೂ ಕಠಿಣವಾಗಿತ್ತು. ದೇವಿಕಾಳಿಗೆ ಆಸೆಯನ್ನು ಹುಟ್ಟಿಸಿದ ಈ ಕೆಲಸಕ್ಕೆ ಅವಳು ಈಗಾಗಲೇ ಮೂರು ಹಂತದ ಸಂದರ್ಶನದಲ್ಲಿ ತೇರ್ಗಡೆ ಹೊಂದಿ, ಈಗ ಕಡೆಯ ಸುತ್ತಿನ ಸಂದರ್ಶನಕ್ಕಾಗಿ ವಿಶಾಲ್ ಮತ್ತು ಕಸ್ತೂರಿಯವರ ಪ್ರಶ್ನೆಗಳಿಗೆ ಉತ್ತರಿಸುತ್ತಿದ್ದಳು.

ಸದ್ಯದಲ್ಲಿಯೇ ಶುರುವಾಗುತ್ತಿದ್ದ ಅಮೆರಿಕಾದ ಪ್ರಾಜೆಕ್ಟ್ ಒಂದಕ್ಕೆ ಕ್ವಾಲಿಟಿ ಲೀಡರ್‌ನ ಆವಶ್ಯಕತೆಯಿತ್ತು. ವಿಶಾಲ್ ಆ ಪ್ರಾಜೆಕ್ಟಿನ ಮ್ಯಾನೇಜರ್. ಇದು ಕಡೆಯ ಹಂತದ ಸಂದರ್ಶನವಾದ್ದರಿಂದ ಹೆಚ್.ಆರ್. ವಿಭಾಗದ ಮುಖ್ಯಸ್ಥೆ ಕಸ್ತೂರಿಯೂ ಭಾಗವಹಿಸಿದ್ದಳು. ಮೊದಲಿಗೆ ವಿಶಾಲ್ ತನ್ನ ಕಾರ್ಯಕ್ಷೇತ್ರಕ್ಕೆ ಸಂಬಂಧಿಸಿದ ಎಲ್ಲಾ ತಾಂತ್ರಿಕ ಪ್ರಶ್ನೆಗಳನ್ನು ಕೇಳಿ ಮುಗಿಸಿದ ಮೇಲೆ, ತನಗೆ ಒಪ್ಪಿಗೆ ಎಂಬಂತೆ ಕಣ್ಣಿನಲ್ಲಿಯೇ ಕಸ್ತೂರಿಗೆ ಸೂಚಿಸಿದ್ದ. ಆ ಸಂಜ್ಞೆಯನ್ನು ಅರಿತ ಕಸ್ತೂರಿ ಮಾಮೂಲಿಯಂತೆ ದೇವಿಕಾಳ ವೈಯಕ್ತಿಕ ವಿವರಗಳನ್ನು ತಿಳಿದುಕೊಳ್ಳುವ ಉತ್ಸಾಹದಲ್ಲಿ ಆ ಪ್ರಶ್ನೆ ಕೇಳಿದ್ದಳು. ಆಗಲೇ ಈ ಅನಿರೀಕ್ಷಿತ, ಅನ್‌ಪ್ರೊಫೆಷನಲ್ ಕಣ್ಣೀರಿನ ಪ್ರಹಸನ ನಡೆದದ್ದು.

>>>

ದೇವಿಕಾ ದೂರದ ಬಿಹಾರಿನವಳು. ಬೆಂಗಳೂರಿಗೆ ಬಂದು ಆಗಲೇ ಏಳು ವರ್ಷಗಳಾಗಿವೆ. ತನ್ನ ರಾಜ್ಯದಲ್ಲಿ ಗಳಿಸಿ ಸಂಪಾದಿಸಲು ಯಾವುದೇ ಮಾರ್ಗಗಳೂ ಕಾಣದಾದಾಗ ದಿಗಿಲುಗೊಂಡು ಒಂದು ದಿನ ದಿಢೀರನೆ ಬೆಂಗಳೂರಿಗೆ ಬಂದುಬಿಟ್ಟಿದ್ದಳು. ಮನೆಯಲ್ಲಿ ಅಪ್ಪ–ಅಮ್ಮ ಮೊದಲಿಗೆ ವಿರೋಧಿಸಿದ್ದರು. ಕಾಣದ ಊರಿಗೆ ಒಬ್ಬಳೇ ಹುಡುಗಿ ಹೋಗುವುದು ಬೇಡವೆಂದು ಬುದ್ಧಿಮಾತು ಹೇಳಿದ್ದರು. ಆದರೆ ಮನೆಯ ಸ್ಥಿತಿ ಅಷ್ಟೇನೂ ಉತ್ತಮವಾಗಿರಲಿಲ್ಲ. ತಮ್ಮ ಇದೀಗ ತಾನೇ ಕಾಲೇಜು ಕಟ್ಟೆ ಹತ್ತಿದ್ದ. ದೇವಿಕಾ ಡಿಗ್ರಿ ಮುಗಿಸಿ ಖಾಲಿ ಕೂತಿದ್ದಳು. ಅಪ್ಪನಿಗೆ ಅಂಚೆ ಕಛೇರಿಯಲ್ಲಿ ಕೆಲಸ. ಅಮ್ಮ ಓದಿದವಳಲ್ಲ. ಆದರೆ ಮನೆಯನ್ನು ಸೊಗಸಾಗಿ ನೋಡಿಕೊಂಡಿದ್ದಳು. ಮಗಳಿಗೆ ಮದುವೆ ಮಾಡಬೇಕೆಂದು ಕೊಂಡಿದ್ದರೂ, ದೊಡ್ಡ ವರದಕ್ಷಿಣೆ ಕೊಡುವ ಶಕ್ತಿಯಿಲ್ಲದೆ ಆ ಹೊತ್ತಿಗೆ ಸುಮ್ಮನಿದ್ದು ಬಿಟ್ಟಿದ್ದರು. ಮನೆಯಲ್ಲಿ ಮಡುಗಟ್ಟಿದ ಅಸಹಾಯಕತೆಯನ್ನು

ಕಂಡು ದೇವಿಕಾ ದಕ್ಷಿಣ ಭಾರತಕ್ಕೆ ಬರುವ ನಿರ್ಧಾರವನ್ನು ತೆಗೆದುಕೊಂಡಿದ್ದಳು. ಗೆಳತಿಯರಿಬ್ಬರು ಆಗಲೇ ಬೆಂಗಳೂರಿನಲ್ಲಿ ಕೆಲಸವನ್ನು ಮಾಡುತ್ತಿದ್ದರು. ಅವರ ಧೈರ್ಯದ ಪತ್ರಗಳೂ, ಫೋನ್ ಕರೆಗಳೂ ಅವಳಿಗೆ ಪ್ರೋತ್ಸಾಹವನ್ನು ಕೊಟ್ಟಿದ್ದವು. ಒಂದು ದಿನ ಬರೀ ಐದು ನೂರು ರೂಪಾಯಿಗಳನ್ನು, ಮೂರನೆ ದರ್ಜೆಯ ರೈಲಿನ ಟಿಕೇಟನ್ನೂ ಮತ್ತು ಹತ್ತು ಉಡುಪುಗಳನ್ನು ಜೋಡಿಸಿಕೊಂಡು ಬೆಂಗಳೂರಿಗೆ ಬಂದು ಬಿಟ್ಟಿದ್ದಳು. ಮೆಜೆಸ್ಟಿಕ್ಕಿನಲ್ಲಿ ಇಳಿದಾಗ ಚುಮು ಚುಮು ಬೆಳಕು. ಹವಾಮಾನ ತಣ್ಣಗಿತ್ತು. ಗೆಳತಿಯರು ಪ್ರೀತಿಯಿಂದ ಬರಮಾಡಿಕೊಂಡಿದ್ದರು. ಅವರ ಪೇಯಿಂಗ್ ಗೆಸ್ಟ್ ಮನೆಯ ಕಡೆಗೆ ಬಸ್ಸಿನಲ್ಲಿ ಹೋಗುವಾಗ ನೂರಾರು ವಾಹನಗಳು, ಬಹು ಮಹಡಿಯ ಕಟ್ಟಡಗಳು, ಅಗಾಧವಾದ ರಸ್ತೆಗಳನ್ನು ನೋಡಿ ದಿಗಿಲಾಗಿತ್ತು. ಜೊತೆಗೆ ಲಕ್ಷಾಂತರ ಜನರನ್ನು ಸಂರಕ್ಷಿಸುತ್ತಿರುವ ಆ ಊರಿನ ಬಗ್ಗೆ ಪ್ರೀತಿಯೂ ಮೂಡಿತ್ತು. ಒಮ್ಮೆ ಕಣ್ಣು ಮುಚ್ಚಿ "ಪ್ರಿಯ ಬೆಂಗಳೂರು, ನನ್ನನ್ನೂ ನಿನ್ನ ಒಡಲಿನಲ್ಲಿ ಕರೆದುಕೊಂಡು ರಕ್ಷಿಸು" ಎಂದು ಬೇಡಿಕೊಂಡಿದ್ದಳು.

ಬರೀ ಒಂದು ಸಾದಾ ಡಿಗ್ರಿ ಓದಿದ್ದ ದೇವಿಕಾಗೆ ಒಳ್ಳೆಯ ಕೆಲಸ ಸಿಗುವುದು ಸಾಧ್ಯವಿರಲಿಲ್ಲ. ಮೊದಲಿಗೆ ಯಾವುದೋ ಕಾಲ್ ಸೆಂಟರಿಗೆ ಸೇರಿಕೊಂಡಳು. ಬರೀ ನಾಲ್ಕು ಸಾವಿರ ಸಂಬಳ, ಆದರೆ ಒಂದು ಹೊತ್ತಿನ ಊಟ ಉಚಿತವಾಗಿ ಕೊಡುತ್ತಿದ್ದರು. ತಿಂಗಳಿಗೆರಡು ವಾರ ಮಾತ್ರ ರಾತ್ರಿ ಪಾಳಿಯಿತ್ತು. ಮೊಬೈಲ್ ಬಳಕೆದಾರರಿಗೆ ಇಂಗ್ಲಿಷ್ ಮತ್ತು ಹಿಂದಿಯಲ್ಲಿ ಉತ್ತರಿಸಬೇಕಾದ ಕೆಲಸವದು. ಆಫೀಸಿನ ಹತ್ತಿರದಲ್ಲಿಯೇ ಪೇಯಿಂಗ್ ಗೆಸ್ಟ್ ಒಂದರಲ್ಲಿ ಗೆಳತಿಯರ ಜೊತೆಗೆ ವಾಸವಾಗಿದ್ದಳು. ಮೊದಲ ಸಂಬಳ ಬಂದಾಗ ಸಂತೋಷವಾಗಿತ್ತು. ಊರಿಗೆ ಫೋನಾಯಿಸಿ ಅಪ್ಪ-ಅಮ್ಮಂದಿರನ್ನು ಸಂತಸದಿಂದ ಮಾತನಾಡಿಸಿದ್ದಳು. ಅವರಿಗೊಂದಿಷ್ಟು ಹಣವನ್ನು ಕಳುಹಿಸಿ ಹೆಮ್ಮೆಯಿಂದ ಬೀಗಿದ್ದಳು. ಆದರೆ ಈ ಕೆಲಸ ಹೆಚ್ಚು ದಿನ ಖುಷಿ ಕೊಡುವಂತಿರಲಿಲ್ಲ. ಮೊಬೈಲ್ ಬಳಕೆದಾರರ ಅವೇ ಅವೇ ಪ್ರಶ್ನೆಗಳಿಗೆ ಉತ್ತರಿಸಿ ಹೈರಾಣಾಗುತ್ತಿತ್ತು. ನೀರು ಕುಡಿಯಲು ಹೋದರೂ ಕೂಗಾಡುವ ಸೂಪರ್‌ವೈಜರ್‌ಗಳ ನಡುವೆ ಅವಳಿಗೆ ಒಮ್ಮೊಮ್ಮೆ ಅಳು ಬರುತ್ತಿತ್ತು. ರಾತ್ರಿ ನಿದ್ದೆಗೆಡುತ್ತಿದ್ದರಿಂದ ಜೀರ್ಣಕ್ರಿಯೆಯೂ ಕ್ಷೀಣಗೊಂಡು, ಹಲವು ಕಿಲೋ ತೂಕವನ್ನು ಕಳೆದುಕೊಂಡಿದ್ದಳು. ಜೊತೆಗೆ ನಿಶ್ಶಕ್ತಿ. ಆದರೆ ಏನೇ ಆದರೂ ಮತ್ತೆ ಬಿಹಾರಕ್ಕೆ ಹೋಗಬಾರದೆನ್ನುವ ಹಠ ಅವಳನ್ನು ಬೆಂಗಳೂರಿನಲ್ಲಿ ಉಳಿಸಿತ್ತು. ಆದರೆ ತುಂಬಾ ದಿನ ಈ ಕೆಲಸದಲ್ಲಿ ಬಾಳಲು ಸಾಧ್ಯವಿಲ್ಲವೆಂದು ಅರ್ಥ ಮಾಡಿಕೊಂಡು ಸಾಫ್ಟ್‌ವೇರ್ ಟೆಸ್ಟಿಂಗ್ ಕೋರ್ಸನ್ನು ಮಾಡಿಕೊಂಡಳು. ಜೊತೆಗೆ ಒಂದೆರಡು ಕಂಪ್ಯೂಟರ್ ಕೋರ್ಸುಗಳನ್ನು ಮಾಡಿಕೊಂಡಳು. ಒಂದು ಚಿಕ್ಕ ಸಾಫ್ಟ್‌ವೇರ್

ಕಂಪನಿಯಲ್ಲಿ ಟೆಸ್ಟಿಂಗ್ ಎಕ್ಸಿಕ್ಯೂಟಿವ್ ಆಗಿ ಕೆಲಸ ಸಿಕ್ಕಿತ್ತು. ಸಂಬಳ ಅಷ್ಟೊಂದು ಹೆಚ್ಚಲ್ಲದಿದ್ದರೂ ಎಂಟು ಗಂಟೆಗಳ ಕಾಲ ಫೋನಿನಲ್ಲಿ ಮಾತನಾಡುವ ಕಷ್ಟವಲ್ಲಿರಲಿಲ್ಲ. ಜೊತೆಗೆ ಹೊಸತನ್ನು ಕಲಿಯುವ ಅವಕಾಶಗಳು ಅಲ್ಲಿ ಹೇರಳವಾಗಿದ್ದವು.

ಮೂರು ವರ್ಷದಲ್ಲಿ ದೇವಿಕಾಗೆ ಒಳ್ಳೆಯ ದಿನಗಳು ಕೂಡಿ ಬಂದವು. ಕೆಲಸದಲ್ಲಿ ಎರಡು ಪ್ರಮೋಷನ್‌ಗಳಾಗಿ, ಪಿ.ಜಿ. ತೊರೆದು ಬಿಟಿಎಂನಲ್ಲಿ ಮನೆಯೊಂದನ್ನು ಬಾಡಿಗೆಗೆ ತೆಗೆದುಕೊಂಡಿದ್ದಳು. ಇದೇ ಹೊತ್ತಿನಲ್ಲಿಯೇ ವಿನಾಯಕ ಕುಲಕರ್ಣಿಯ ಪರಿಚಯವಾಗಿತ್ತು. ಮಹಾರಾಷ್ಟ್ರದ ಹುಡುಗ. ಬಹು ಸಂಕೋಚದ ಸ್ವಭಾವದವನಾಗಿದ್ದ. ದೊಡ್ಡ ಕಂಪನಿಯಲ್ಲಿ ಪ್ರಾಜೆಕ್ಟ್ ಮ್ಯಾನೇಜರಾಗಿ ಕೆಲಸ ಮಾಡುತ್ತಿದ್ದ. ಆವತ್ತು ಹೊಸದಾಗಿ ಆರಂಭಗೊಂಡಿದ್ದ ಮಾಲ್ ಒಂದಕ್ಕೆ ಗೆಳತಿಯರೊಡನೆ ದೇವಿಕಾ ಹೋಗಿದ್ದಳು. ಮಾಲ್ ಸಂಸ್ಕೃತಿ ಬೆಂಗಳೂರಿಗೆ ಆಗಿನ್ನೂ ಹೊಸತಾಗಿತ್ತು. ಜನರ ಗುಂಪೋ ಗುಂಪು. ಎಲ್ಲಾ ಕಡೆ ಗದ್ದಲವೋ ಗದ್ದಲ. ಆ ಗದ್ದಲದಲ್ಲಿಯೇ ಮಾಲಿನ ಮಧ್ಯದಲ್ಲಿ ಎಫ್.ಎಂ. ರೇಡಿಯೋ ಕಂಪನಿಯವರು ಹರೆಯದ ಹುಡುಗರನ್ನು ಪ್ರೋತ್ಸಾಹಿಸಿ ನೃತ್ಯ ಮಾಡಿಸುತ್ತಿದ್ದರು. ನೃತ್ಯವೆಂದರೆ ಸಾಕು, ದೇವಿಕಾಳ ಉತ್ಸಾಹ ಪುಟಿಯುತ್ತಿತ್ತು. ಅದೂ ಬಾಲಿವುಡ್‌ನ ಹಾಡಿಗೆ ನರ್ತಿಸುವುದೆಂದರೆ ಇನ್ನಿಲ್ಲದ ಖುಷಿ, ಹುಮ್ಮಸ್ಸು. ಶಾಪಿಂಗ್ ಸಿನಿಮಾ ಎಲ್ಲಾ ಮರೆತು ನರ್ತಿಸಲು ನಿಂತುಬಿಟ್ಟಿದ್ದಳು. ಅದು ಪೇಪರ್ ಡ್ಯಾನ್ಸ್ ನೃತ್ಯ. ಒಂದು ವರ್ತಮಾನ ಪತ್ರಿಕೆಯ ಮೇಲೆ ಜೊತೆಗಾರನೊಡನೆ ನರ್ತಿಸಬೇಕಿತ್ತು. ಜೋಡಿಯಲ್ಲಿ ಯಾರದೇ ಕಾಲು ಕಾಗದದಿಂದ ಹೊರಗೆ ನೆಲಕ್ಕೆ ತಾಕಿದರೂ ಸಾಕು, ಆ ಜೋಡಿಯನ್ನು ಸ್ಪರ್ಧೆಯಿಂದ ಹೊರಗೆ ಹಾಕಲಾಗುತ್ತಿತ್ತು. ಒಂದು ಜೋಡಿ ಹೊರಗೆ ಹೋದ ತಕ್ಷಣ ವರ್ತಮಾನ ಪತ್ರಿಕೆಯನ್ನು ಅರ್ಧಕ್ಕೆ ಮಡಿಸಲಾಗುತ್ತಿತ್ತು. ಮತ್ತೊಂದು ಹೊಸ ಹಾಡು ಸಂಭ್ರಮದಿಂದ ಶುರುವಾಗುತ್ತಿತ್ತು. ಈಗ ಜೋಡಿಗಳು ಮೈ ಚಳಿ ಬಿಟ್ಟು ಇನ್ನಷ್ಟು ಹತ್ತಿರಕ್ಕೆ ಬಂದು ನರ್ತಿಸಬೇಕಾಗುತ್ತಿತ್ತು. ಆವತ್ತು ಅವಳೊಡನೆ ನರ್ತಿಸಲು ಸಿಕ್ಕಿದ್ದು ಈ ವಿನಾಯಕ ಕುಲಕರ್ಣಿಯಾಗಿದ್ದ. ಎಂದೂ ಅಂತಹ ಸಾಹಸಕ್ಕೆ ಕೈ ಹಾಕದ ವಿನಾಯಕನನ್ನು ಗೆಳೆಯರು ಒತ್ತಾಯ ಮಾಡಿ ರಂಗಕ್ಕೆ ನೂಕಿದ್ದರು.

ಕೆಲವೇ ಕ್ಷಣಗಳಲ್ಲಿ ಅವನ ಸಂಕೋಚ ಅವಳಿಗೆ ಅರ್ಥವಾಗಿತ್ತು. ಅವಳ ಅಂಗಗಳು ಸ್ಪರ್ಶಿಸಿದರೆ ಸಾಕು ಹೆಜ್ಜೆ ಮರೆತುಹೋಗುತ್ತಿದ್ದ. ಕಿವಿಗಳು ಕೆಂಪಗಾಗಿ ಅವಳ ಕಣ್ಣಲ್ಲಿ ಕಣ್ಣಿಟ್ಟು ನೋಡದೆ ಬೇರೆಲ್ಲೋ ತಾರಸಿಯಲ್ಲಿ ನೋಟ ನೆಟ್ಟು ಕುಣಿಯುತ್ತಿದ್ದ. "ಏ ಕುಲ್ಕಿ, ಇನ್ನೂ ಹತ್ತಿರ ಬಾರೋ" ಎಂದು ಅವನ ಗೆಳೆಯರು ಹುರಿದುಂಬಿಸುತ್ತಿದ್ದರು. ಅವನ ಸೊಂಟವನ್ನು ಹಿಡಿದು ಅವಳು ಧೈರ್ಯದಿಂದ ಹತ್ತಿರಕ್ಕೆ ಎಳೆದುಕೊಂಡಂತೆಲ್ಲಾ ಅವನು ಮುದುಡಿಕೊಳ್ಳುತ್ತಿದ್ದ. ಮುಟ್ಟಲೋ

ಬೇಡವೋ ಎಂಬಂತೆ ಅವಳ ನಡುವನ್ನು ಹಿಡಿದುಕೊಂಡಿದ್ದ. ಸಂಕೋಚದಿಂದ ಅವನೆಲ್ಲಿ ತನ್ನನ್ನು ಸೋಲಿಸಿ ಬಿಡುತ್ತಾನೋ ಎಂಬ ಭಯ ದೇವಿಕಾಳದು. ಆದ್ದರಿಂದ "ಚೀರ್ ಅಪ್" ಎಂದು ಹುರಿದುಂಬಿಸುತ್ತಲೇ ಹೆಜ್ಜೆ ಹಾಕುತ್ತಿದ್ದಳು. ಕಾಲ ಕೆಳಗಿನ ಪತ್ರಿಕೆ ಸಣ್ಣಗಾದಂತೆಲ್ಲಾ ಅವನ ಸಂಕೋಚವನ್ನು ಹೊರಹಾಕುವಂತೆ ಅವನೊಡನೆ ನೃತ್ಯ ಮಾಡಿ ಕೊನೆಗೂ ದೇವಿಕಾ ಗೆದ್ದಿದ್ದಳು. ವಿನಾಯಕನ ಸಂಕೋಚ ಮೊದಲಿಗೆ ಕಿರಿಕಿರಿಯೆನ್ನಿಸಿದರೂ, ಕೊನೆಕೊನೆಯಲ್ಲಿ ಅದು ತಮಾಷೆಯೆನ್ನಿಸಿ ಅವನು ಇಷ್ಟವಾಗಲಾರಂಭಿಸಿದ. ಆದ್ದರಿಂದ ಕೊನೆಯ ಸುತ್ತಿನಲ್ಲಿ ಅವನ ಕಿವಿಯಲ್ಲಿ ಮೆತ್ತಗೆ ತನ್ನ ಮೊಬೈಲ್ ನಂಬರನ್ನು ಉಸುರಿ ಬಂದಿದ್ದಳು. ಸರಿಯಾಗಿ ರಾತ್ರಿ ಹತ್ತಕ್ಕೆ ಅವನಿಂದ ಫೋನ್ ಬಂದಿತ್ತು. ದೇವಿಕಾ ಅದನ್ನು ತೆಗೆದುಕೊಳ್ಳುವುದಕ್ಕೆ ಮುಂಚೆ ವಿಶೇಷವಾಗಿ ನಕ್ಕಿದ್ದಳು. ಹತ್ತೂ ಅಂಕೆಗಳನ್ನು ತಪ್ಪಿಲ್ಲದಂತ ನೆನಪಿಟ್ಟುಕೊಂಡ ಅವನು ಜಾಣನಿರಲೇ ಬೇಕು ಎಂದು ಮನಸ್ಸಿಗನ್ನಿಸಿತ್ತು.

ಹಲವು ಭೇಟಿಗಳಲ್ಲಿ ವಿನಾಯಕ ಕುಲಕರ್ಣಿ ಅವಳಿಗೆ ಇಷ್ಟವಾಗಲಾರಂಭಿಸಿದ. ಅವನೆಂದೂ ಅವಳ ಸಂಬಳವೆಷ್ಟೆಂದು ಕೇಳಲಿಲ್ಲ. ಅವಳಿಗೆ ಬೇರೆ ಗೆಳೆಯರಿದ್ದಾರೆಯೆ ಎಂದು ಕೆದಕಲಿಲ್ಲ. ತಂದೆಯ ಆಸ್ತಿ-ಅಂತಸ್ತುಗಳನ್ನು ಕೇಳಲಿಲ್ಲ. ಅವಳು ಕಡ್ಡಿ ಮುರಿದಂತೆ ಮಾತನಾಡಿದಾಗ ನಕ್ಕುಬಿಡುತ್ತಿದ್ದ. ತನ್ನ ಅಭಿಪ್ರಾಯವೇ ಸರಿಯೆಂದು ಹಠಮಾಡಿ ಜಗಳ ಮಾಡುವ ಗುಣ ಅವನಿಗೆ ಇರಲೇ ಇಲ್ಲ. ಇವಳು ಏನೇ ಹೇಳಿದರೂ ತಕ್ಷಣ ಒಪ್ಪಿಕೊಂಡು ಬಿಡುವ ಅವನ ವಿಶಿಷ್ಟ ಸ್ವಭಾವ ಅವಳಿಗೆ ಕೆಲವೊಮ್ಮೆ ಕಿರಿಕಿರಿಯೆನ್ನಿಸಿದರೂ, ನಿಧಾನಕ್ಕೆ ಅವನ ಸಮಾಧಾನದ ಗುಣ ಬಹಳ ಇಷ್ಟವಾಗತೊಡಗಿತು. ಪುಟ್ಟ ಮಗುವಿನೊಡನೆ ಒಡನಾಡಿದ ಭಾವ ಅವಳಿಗಾಗುತ್ತಿತ್ತು.

ಮುಂದಿನ ಆರು ತಿಂಗಳು ಅವರು ಸುತ್ತದ ಜಾಗಗಳಿಲ್ಲ. ವಾರಾಂತ್ಯ ಬಂದರೆ ಸಾಕು, ಅವನ ಬೈಕಿನಲ್ಲಿ ಬೆಂಗಳೂರಿನ ಸುತ್ತಮುತ್ತ ತಿರುಗಾಡುತ್ತಿದ್ದರು. ಬೆಳಗ್ಗೆ ಹೊರಟರೆ ತಿರುಗಿ ಬರುವಾಗ ರಾತ್ರಿ ಹತ್ತಾಗುತ್ತಿತ್ತು. ಇಂಟರ್‌ನೆಟ್ಟಿನಲ್ಲಿ ಹುಡುಕಾಡಿ ಹೋಗಬೇಕಾದ ಜಾಗ, ಪ್ರಯಾಣಿಸಬೇಕಾದ ರಸ್ತೆಗಳನ್ನು ಗುರುತಿಸಿಕೊಳ್ಳುತ್ತಿದ್ದರು. ಇವಳಿಗೆ ಹೊಸ ಸ್ಥಳಗಳು ಇಷ್ಟವಾದರೆ, ಅವನಿಗೆ ಬೈಕನ್ನು ಖಾಲಿ ರಹದಾರಿಗಳಲ್ಲಿ ಓಡಿಸಲು ಇಷ್ಟವಾಗುತ್ತಿತ್ತು. ಶಿವನ ಸಮುದ್ರ, ಲೇಪಾಕ್ಷಿ, ಸೋಮನಾಥಪುರ, ಬೇಲೂರು, ಹಳೆಬೀಡು, ಶ್ರವಣಬೆಳಗೊಳಗಳನ್ನೆಲ್ಲಾ ಸುತ್ತಿಬಂದರು. ಒಮ್ಮೆ ಮೈಸೂರಿನಲ್ಲಿ ರಾತ್ರಿ ಹೋಟೆಲಿನಲ್ಲಿ ತಂಗಬೇಕಾಯ್ತು. ಯಥಾಪ್ರಕಾರ ಇಬ್ಬರೂ ಬೇರೆ ಬೇರೆ ರೂಮುಗಳನ್ನು ಮಾಡಿಕೊಂಡು ಉಳಿದರು. ಆದರೆ ರಾತ್ರಿ ಒಂದು ಹೊತ್ತಿನಲ್ಲಿ ವಿನಾಯಕ ನಿದ್ರೆಗೆಟ್ಟು ಅವಳ ರೂಮಿನ ಬಾಗಿಲನ್ನು ಬಡಿದ. ಬಾಗಿಲು ತೆರೆದ ಅವಳಿಗೆ "ಇಲ್ಲೇ ಮಲಗ್ತೀನಿ, ಪ್ಲೀಜ್" ಎಂದು ಬೇಡಿಕೊಂಡ. ಅವನ ಕಣ್ಣಲ್ಲಿನ

ಆರ್ದ್ರ ಬಯಕೆಯನ್ನು ನಿರಾಕರಿಸಲು ಅವಳಿಗಾಗಲಿಲ್ಲ. ಒಳಗೆ ಬಿಟ್ಟುಕೊಂಡಳು. ಆದರೆ ಮರುದಿನ ಅವಳನ್ನು ಮನೆಯ ಹತ್ತಿರ ಬಿಡುವಾಗ ತಪ್ಪು ಮಾಡಿದ ಭಾವದಲ್ಲಿ "ಸಾರಿ" ಎಂದಿದ್ದ. ದೇವಿಕಾ ಅವನ ಗಲ್ಲವನ್ನು ತನ್ನ ಬೊಗಸೆಯಲ್ಲಿ ತೆಗೆದುಕೊಂಡು "ಬೇಗನೆ ಮದುವೆ ಆಗೋಣ" ಎಂದು ಕಣ್ಣಲ್ಲಿ ತುಂಟತನವನ್ನು ತುಳುಕಿಸಿ ಹೇಳಿದ್ದಳು. ವಿನಾಯಕ ಅವಳ ಕಣ್ಣಿನಿಂದ ದೃಷ್ಟಿ ಕದಲಿಸದೆ ತಲೆಯಲ್ಲಾಡಿಸಿದ್ದ.

ಅಂತಹ ಅಡೆತಡೆಗಳಿಲ್ಲದೆ ಮದುವೆ ಮುಗಿದುಹೋಗಿತ್ತು. ಬಿಹಾರ ಮತ್ತು ಮಹಾರಾಷ್ಟ್ರಗಳನ್ನು ಮರೆತು ಬೆಂಗಳೂರಿನಲ್ಲಿಯೇ ಸರಳವಾಗಿ ಮದುವೆಯಾದರು. ಕನ್ನಡದ ಪುರೋಹಿತನೊಬ್ಬನು ಯಾವುದೋ ದೇವಸ್ಥಾನದಲ್ಲಿ ಹತ್ತು ನಿಮಿಷ ಮಂತ್ರ ಹೇಳಿ, ಅಗ್ನಿಯ ಮುಂದೆ ಮಾಂಗಲ್ಯ ಕಟ್ಟಿಸಿ ಹೋಗಿಬಿಟ್ಟ. ಅವಳ ತಂದೆ-ತಾಯಿ ಮತ್ತು ತಮ್ಮ ಬಂದಿದ್ದರು. "ಮಗಳ ಮದುವೆ ಮಾಡುವ ಜವಾಬ್ದಾರಿಯಿಂದಲೂ ನನ್ನನ್ನು ತಪ್ಪಿಸಿದೆ. ಅಪ್ಪನಾಗಿ ನಾನು ಏನೂ ಮಾಡದೆ ಹೋದೆ" ಎಂದು ಅವಳ ತಂದೆ ಗದ್ಗದಿತರಾಗಿದ್ದರು. ದೇವಿಕಾ ಅವಳ ತಂದೆಯನ್ನು ತಬ್ಬಿಕೊಂಡು "ತುಮ್ ಚುಪ್ ರಹೋ" ಎಂದು ಪ್ರೀತಿಯಿಂದ ಗದರಿಸಿದ್ದಳು. ಅವಳ ತಮ್ಮ ಮಾತ್ರ, "ದೀದಿ, ಮೂರು ವರ್ಷಕ್ಕೆ ನಂದೂ ಕಾಲೇಜು ಮುಗಿಯುತ್ತೆ. ನನಗೂ ಒಂದು ಕೆಲಸ ಹುಡುಕಿ ಕೊಡು. ನಾನೂ ಬೆಂಗಳೂರಿಗೆ ಬಂದು ಬಿಡ್ತೀನಿ" ಎಂದು ಕಣ್ಣಲ್ಲಿ ಕನಸನ್ನು ತುಳುಕಿಸುತ್ತಾ ಗೋಗರೆದಿದ್ದ. ಹೊಸ ಭಾವನಿಗೂ ತನ್ನ ಆಸೆಯನ್ನು ನಿವೇದಿಸಿಕೊಂಡಿದ್ದ. ಅವಳ ತಾಯಿ ಮಾತ್ರ ಏನೇನೋ ಮದುವೆಯ ಅಲಂಕಾರದ ವಸ್ತುಗಳನ್ನು ಮಾಡಿಕೊಂಡು ಬಂದಿದ್ದರು. ಆದರೆ ಅಷ್ಟೇನೂ ಜನರಿಲ್ಲದೆ ಯಾವುದೋ ಪುಟ್ಟ ದೇವಸ್ಥಾನದಲ್ಲಿ ಮುಗಿದ ಮದುವೆಯಲ್ಲಿ ಅವನ್ನು ಎಲ್ಲಿ ಬಳಸಬೇಕೆಂದು ತೋರದೆ ಹಾಗೇ ವಾಪಸು ಒಯ್ದರು. ಊರಿಗೆ ಹೋಗುವಾಗ ಮಾತ್ರ ಮಗಳನ್ನು ಹತ್ತಿರ ಕೂಡಿಸಿಕೊಂಡು, "ದೇವಿ, ಪ್ರತಿ ತಿಂಗಳೂ ಹಣ ಕಳುಹಿಸುವುದನ್ನು ನಿಲ್ಲಿಸಬೇಡ. ನಿನ್ನಪ್ಪನ ಆದಾಯ ಯಾವುದಕ್ಕೂ ಸಾಕಾಗುವುದಿಲ್ಲ. ನಿನ್ನ ತಮ್ಮ ಈಗ ದೊಡ್ಡ ಕಾಲೇಜು ಬೇರೆ ಸೇರಿದ್ದಾನೆ" ಎಂದು ಬೇಡಿಕೊಂಡಿದ್ದರು.

ವಿನಾಯಕನಿಗೆ ತಾಯಿಯಿರಲಿಲ್ಲ. ಚಿಕ್ಕಂದಿನಲ್ಲಿಯೇ ಅವರು ತೀರಿಕೊಂಡಿದ್ದರು. ಅವನ ತಂದೆ ಮತ್ತೊಂದು ಮದುವೆಯಾಗಿದ್ದರು. ಇವನು ಬೆಂಗಳೂರಿನ ರೆಸಿಡೆನ್ಶಿಯಲ್ ಶಾಲೆಯಲ್ಲಿಯೇ ಬಾಲ್ಯವನ್ನು ಕಳೆಯಬೇಕಾಯಿತು. ರಜೆಯ ದಿನಗಳಿಗೂ ಅವನು ತನ್ನೂರಿಗೆ ಹೋಗಿದ್ದು ಕಡಿಮೆ. ಮಲತಾಯಿಗೆ ಇವನ ಮೇಲೆ ಅಂತಹ ವಾತ್ಸಲ್ಯವೇನೂ ಇರಲಿಲ್ಲ. ಜೊತೆಗೆ ಇವನ ರಜೆಯ ಹೊತ್ತಿಗೆ ಗಂಡನನ್ನು ಬೇರೆ ಯಾವುದೋ ಊರಿಗೆ ಪ್ರವಾಸಕ್ಕೆ ಕರೆದುಕೊಂಡು ಹೋಗಿ ಬಿಡುತ್ತಿದ್ದಳು. ಆದ್ದರಿಂದ ಇವನ ಮದುವೆಯ ಜವಾಬ್ದಾರಿಯನ್ನು ವಹಿಸಿಕೊಳ್ಳುವ ಉತ್ಸಾಹವೇನೂ

ಆಕೆಗೆ ಇರಲಿಲ್ಲ. ಆದ್ದರಿಂದ ಆಕೆ ಸುಮ್ಮನೆ ಬಂದು, ಯಾವುದೇ ಅಚ್ಚರಿಗಳನ್ನು ವ್ಯಕ್ತಪಡಿಸದೆ ಮದುವೆಯ ಪಾರ್ಟಿಯಲ್ಲಿ ನಗುನಗುತ್ತಾ ಭಾಗವಹಿಸಿ ಬಿಟ್ಟರು. ಆದರೆ ತನ್ನ ಕರ್ತವ್ಯವನ್ನು ನಿಭಾಯಿಸಲಿಲ್ಲ ಎನ್ನುವ ಕೀಳರಿಮೆಯಲ್ಲಿದ್ದ ತಂದೆ ಊರಿಗೆ ಮರಳುವಾಗ ಒಂದು ಒಳ್ಳೆಯ ಸೂಟನ್ನು ಅವನಿಗೆ ಉಡುಗೊರೆಯಾಗಿ ಕೊಟ್ಟು, "ನನಗೆ ಸಾಧ್ಯವಾದಷ್ಟು ಒಳ್ಳೆಯ ಶಾಲೆಯಲ್ಲಿ ನಿನ್ನನ್ನು ಓದಿಸಿದೆ. ಈಗ ದೇವರ ದಯೆಯಿಂದ ನಿನಗೆ ಒಳ್ಳೆಯ ಉದ್ಯೋಗ ಸಿಕ್ಕಿದೆ. ಇನ್ನು ಮುಂದೆ ಹೆಚ್ಚಿನದೇನನ್ನೂ ನನ್ನಿಂದ ನಿರೀಕ್ಷಿಸಬೇಡ ಬೇಟಾ. ನಿಮ್ಮ ಚಿಕ್ಕಮ್ಮನ್ನ ಎದುರಿಸುವುದಕ್ಕೆ ನನಗೆ ಸಾಧ್ಯವಿಲ್ಲ. ಹೇಗೋ ಸುಖವಾಗಿರು" ಎಂದು ಹನಿಗಣ್ಣಾಗಿ ಹೇಳಿಹೋಗಿದ್ದರು.

ಮದುವೆಯ ನಂತರ ಬೆಂಗಳೂರು ಮತ್ತಷ್ಟು ಸುಂದರವಾಗಿ ಕಂಡಿತ್ತು. ನೂತನ ಅಪಾರ್ಟ್‌ಮೆಂಟೊಂದರಲ್ಲಿ ವಿನಾಯಕ ಎರಡು ಕೋಣೆಗಳ ಒಂದು ಮನೆಯನ್ನು ಬಾಡಿಗೆಗೆ ಹಿಡಿದ. ಕಡಿಮೆ ಬಡ್ಡಿ ದರದಲ್ಲಿ ಒಂದು ಹೊಸ ಹೊಂಡಾ ಸಿಟಿ ಕಾರನ್ನೂ ಕೊಂಡ. ಅವನ ಆಫೀಸಿಗೆ ಮನೆ ಸ್ವಲ್ಪ ದೂರವಾದರೂ, ಅವಳಿಗೆ ಹತ್ತಿರದಲ್ಲಿತ್ತು. ಆಫೀಸಿಗೆ ಅವಳನ್ನು ಬಿಟ್ಟು ತನ್ನ ಕಛೇರಿಗೆ ಹೋಗುತ್ತಿದ್ದ. ಆದರೆ ಬರುವಾಗ ಮಾತ್ರ ಅವಳು ಕಛೇರಿಯ ವಾಹನದಲ್ಲಿ ಮನೆಗೆ ಬೇಗನೆ ಬಂದು ತಲುಪಿ ಬಿಡುತ್ತಿದ್ದಳು. ಅವನು ತಡವಾಗಿ ಸುಸ್ತಾಗಿ ಬರುತ್ತಿದ್ದ. ಅಷ್ಟರಲ್ಲಿ ಅಡಿಗೆ ತಯಾರಾಗಿ ಬಿಡುತ್ತಿತ್ತು. ಇವಳು ಪಕ್ಕಾ ಸಸ್ಯಾಹಾರಿಯಾಗಿದ್ದಳು. ಅವನಿಗೆ ಎರಡೂ ಅಭ್ಯಾಸವಿತ್ತು. ಮನೆತನದಿಂದ ಅವನದೂ ಸಸ್ಯಾಹಾರವಾದರೂ, ರೆಸಿಡೆನ್ಶಿಯಲ್ ಶಾಲೆಯಲ್ಲಿ ಗೆಳೆಯರ ಜೊತೆಯಲ್ಲಿ ಮಾಂಸಾಹಾರವನ್ನು ಅಭ್ಯಾಸ ಮಾಡಿಕೊಂಡಿದ್ದ. ಭಾನುವಾರದ ದಿನ ಮಾತ್ರ ಯಾವುದಾದರೂ ಒಳ್ಳೆಯ ಹೋಟೇಲಿಗೆ ಹೋಗಿ ಅವನು ತಪ್ಪದೆ ಮಾಂಸಾಹಾರವನ್ನು ತಿನ್ನುವುದನ್ನು ರೂಢಿಸಿಕೊಂಡಿದ್ದ. ಇವಳೂ ಜೊತೆಯಲ್ಲಿ ಹೋಗುತ್ತಿದ್ದಳು. ಅವನು ಚಪ್ಪರಿಸಿ ಕೋಳಿ, ಕುರಿಗಳ ಮಾಂಸವನ್ನು ತಿನ್ನುವುದನ್ನು ನೋಡುತ್ತಾ "ಥೂ..." ಎಂದೆನ್ನುತ್ತಾ ನಗುತ್ತಿದ್ದಳು. ಅವಳು ಹಾಗೆ ಹೇಳಿದಾಗಲೆಲ್ಲಾ ಇವನಿಗೆ ತಾನು ತಿನ್ನುವ ಆಹಾರದ ರುಚಿ ಮತ್ತಷ್ಟು ಹೆಚ್ಚಾದಂತೆನ್ನಿಸಿ, "ಆಹಾ..." ಎಂದು ಲಟಿಗೆ ಹೊಡೆದು ಸದ್ದು ಮಾಡಿ ನಗುತ್ತಿದ್ದ. ಒಂದೆರಡು ಬಾರಿ ಅವನ ಪ್ರೀತಿಯ ಬಲವಂತಕ್ಕೆ ಅವಳು ಒಂದೆರಡು ಮಾಂಸಾಹಾರದ ತುಂಡುಗಳನ್ನು ತಿಂದಳಾದರೂ ಯಾಕೋ ಅದು ಅವಳಿಗೆ ರುಚಿಸಲಿಲ್ಲ. "ಅದು ಯಾಕೆ ಅಷ್ಟು ಇಷ್ಟಪಟ್ಟು ತಿಂತೀಯೋ ನಂಗೊತ್ತಿಲ್ಲ" ಎಂದು ಅವನನ್ನು ಹಂಗಿಸಿದರೆ, "ರುಚಿ ಅನ್ನೋದು ನಾಲಿಗೆಯಲ್ಲಿರಲ್ಲ, ಇಲ್ಲಿರುತ್ತೆ" ಅಂತ ಅವಳ ತಲೆಯನ್ನು ಎಡಗೈಯಿಂದ ಮುಟ್ಟಿ ತೋರಿಸುತ್ತಿದ್ದ. ಅವನ ಮಾಂಸದ ಆಸೆಯನ್ನು ಕಂಡು "ಮನೆಯಲ್ಲಿ ಮಾಡಲೆ?" ಎಂದು ಕೇಳಿದ್ದಕ್ಕೆ ಅವನು ಬೇಡವೆಂದು ನಿರಾಕರಿಸಿದ್ದ. ಆದರೆ ಆ ಪ್ರಶ್ನೆ ಅವಳ ಮೇಲೆ ವಿಶೇಷ ಪ್ರೀತಿ ಉಕ್ಕುವಂತೆ ಮಾಡಿತ್ತು.

ದೇವಿಕಾಳಿಗೆ ತನ್ನ ದೇಹದ ಸೌಂದರ್ಯವನ್ನು ಕಾಪಾಡುವುದರ ಬಗ್ಗೆ ಅತಿ ವಿಶೇಷವಾದ ಕಾಳಜಿಯಿತ್ತು. ಗೆಳೆಯರ ಬಳಗದಲ್ಲಿ ಬಾಯಿ ಚಪಲಕ್ಕೆ ಸಿಕ್ಕಿಬಿದ್ದು ಅಡ್ಡಗಲ ಬೆಳೆದವರನ್ನು ಕಂಡಾಗ ಅವಳಿಗೆ ದಿಗಿಲಾಗುತ್ತಿತ್ತು. ವಿನಾಯಕ ಕುಲಕರ್ಣಿ ಅವಳ ತಲೆಯನ್ನು ಮುಟ್ಟಿ, "ನಿನ್ನ ರುಚಿ ಇರೋದು ಇಲ್ಲಿ" ಎಂದಿದ್ದು ಅರ್ಥಪೂರ್ಣವಾಗಿತ್ತು. ಅವಳಿಗೆ ಮಾಂಸಾಹಾರ ರುಚಿಸದ್ದಕ್ಕೆ ಅವಳ ಮನಸ್ಸಿನಲ್ಲಿದ್ದ ಬೊಜ್ಜಿನ ಬಗೆಗಿನ ಭೀತಿಯೇ ಮುಖ್ಯ ಕಾರಣವಾಗಿತ್ತು. ಕೇವಲ ಶ್ರೀಮಂತ ಆಹಾರದ ನಿರಾಕರಣೆ ಮಾತ್ರವಲ್ಲ, ಸರ್ವರೀತಿಯಿಂದಲೂ ಆರೋಗ್ಯ ಹೊಂದುವುದರ ಕಡೆ ಅವಳು ಗಮನ ವಹಿಸುತ್ತಿದ್ದಳು. ಆರೋಗ್ಯದ ಬಗ್ಗೆ ಹಲವಾರು ಪುಸ್ತಕಗಳನ್ನು ಓದಿ, ಅಲ್ಲಿರುವ ಸಲಹೆಗಳನ್ನು ಆಚರಣೆಯಲ್ಲಿ ತಂದುಕೊಂಡಿದ್ದಳು. ಆದ್ದರಿಂದಲೇ ಅವಳಿಗೆ ಬೆಳಗಿನ ವ್ಯಾಯಾಮದ ಬಗ್ಗೆ ವಿಪರೀತ ನಂಬಿಕೆಯಿತ್ತು. ಬೆಳಗ್ಗೆ ಐದಕ್ಕೆ ಎದ್ದು, ಒಂದೆರಡು ಕಿಲೋಮೀಟರಿನಷ್ಟು ಓಡಿ, ಮತ್ತೊಂದೆರಡು ಕಿಲೋಮೀಟರ್ ಬಿರುಸಿನ ವಾಕಿಂಗನ್ನು ಮಾಡುತ್ತಿದ್ದಳು. ಮೈ ಬೆವರುವಷ್ಟು ವ್ಯಾಯಾಮ ಮಾಡುತ್ತಿದ್ದಳು. ಯಾವತ್ತೂ ಬೆಳಗಿನ ವ್ಯಾಯಾಮವನ್ನು ತಪ್ಪಿಸುತ್ತಿರಲಿಲ್ಲ. ಅವನಿಗೋ ಬೆಳಗ್ಗೆ ಏಳು ಗಂಟೆಗೆ ಸಕ್ಕರೆ ನಿದ್ದೆಯನ್ನು ಕೆಡಿಸಿಕೊಳ್ಳುವುದಕ್ಕೆ ಮನಸ್ಸಾಗುತ್ತಿರಲಿಲ್ಲ. ಮದುವೆಯ ಮೊದಲು ಅವನಿಗೂ ಆ ರೂಢಿಯನ್ನು ಮಾಡಿಸಲು ಅವಳು ಇನ್ನಿಲ್ಲದಂತೆ ಪ್ರಯತ್ನಿಸಿದ್ದಳು. ಆದರೆ ಸಾಧ್ಯವಾಗಿರಲಿಲ್ಲ. ಮುಸುಕಿಕ್ಕಿದವನು ನೀರು ಹಾಕಿದರೂ ಏಳುತ್ತಿರಲಿಲ್ಲ. ಕೊನೆಗೆ ಅವನ ಆಸೆಯನ್ನು ಬಿಟ್ಟು, ಅವಳು ತನ್ನ ದಿನಚರಿಯನ್ನು ಮುಂದುವರೆಸಿಕೊಂಡಿದ್ದಳು. ಆದರೆ ಅವಳು ವ್ಯಾಯಾಮ ಮಾಡಿ ಮೈಯೆಲ್ಲಾ ಬೆವರಿಳಿಸಿಕೊಂಡು ಮನೆಗೆ ಬಂದ ತಕ್ಷಣ ಅವನು ಬಿಸಿಯಾದ ಚಹಾವನ್ನು ಮಾಡಿಕೊಡುತ್ತಿದ್ದ. ಅದು ಅವಳಿಗೆ ತುಂಬಾ ಇಷ್ಟವಾಗುತ್ತಿತ್ತು. ಬಾಲ್ಕನಿಯಲ್ಲಿ ಪೇಪರು ಓದುತ್ತಾ, ಕಾಫಿಯನ್ನು ಹೀರುವ ಪತ್ನಿಯ ಹಣೆಯಿಂದ ಒಂದೊಂದೇ ಬೆವರ ಹನಿ ಪೇಪರಿಗೆ ಬೀಳುವುದನ್ನು ನೋಡಿದಾಗ ಇವನಿಗೆ ಅಚ್ಚರಿಯಾಗುತ್ತಿತ್ತು. ಒಮ್ಮೆ ಇವನು, "ಅದ್ಯಾಕೆ ಅಷ್ಟು ಹಠ ಹಿಡಿದವರ ಹಾಗೆ ವ್ಯಾಯಾಮ ಮಾಡ್ತಿ? ವಾರಕ್ಕೆ ಒಂದೆರಡು ದಿನವಾದರೂ ನೆಮ್ಮದಿಯಿಂದ ಮಲಗಬಾರದೆ?" ಎಂದು ಕೇಳಿದ್ದ. ಅದಕ್ಕೆ ಅವಳು ವಿಶೇಷ ಕಾರಣವನ್ನು ಕೊಟ್ಟಿದ್ದಳು. "ಸಾವಿರಾರು ಕಿಲೋಮೀಟರ್ ದೂರದಲ್ಲಿ ಅಪ್ಪ-ಅಮ್ಮನನ್ನು ಬಿಟ್ಟು ಬಂದಾಗ ಇಲ್ಲಿ ನನಗೆ ಒಂಟಿತನ ಕಾಡುತ್ತಿತ್ತು. ಏನಾದರೂ ಕಾಯಿಲೆ ಬಂದು ಮಲಗಿದರೆ ನನ್ನನ್ನು ನೋಡಿಕೊಳ್ಳುವವರು ಯಾರೂ ಇಲ್ಲ ಅಂತ ದಿಗಿಲಾಗುತ್ತಿತ್ತು. ಆಗಲೇ ನನಗೆ ಈ ಆರೋಗ್ಯದ ಹುಚ್ಚು ವಿಪರೀತವಾಗಿ ಅಂಟಿಕೊಂಡಿದ್ದು" ಎಂದಿದ್ದಳು. "ಈಗ ನಾನಿದೀನಲ್ಲ?" ಎಂದು ಅವನು ಕೇಳಿದ್ದಕ್ಕೆ ಅವಳ ಬಳಿಯಲ್ಲೂ ಉತ್ತರವಿರಲಿಲ್ಲ.

ಮದುವೆಯಾದ ಮೂರು ವರ್ಷಕ್ಕೆ ಸರಿಯಾಗಿ ವಿನಾಯಕ ಒಂದು ದೊಡ್ಡ ಅಪಾರ್ಟ್‌ಮೆಂಟ್‌ನಲ್ಲಿ ಮೂರು ಕೋಣೆಯ ಮನೆ ಕೊಂಡಿದ್ದ. 76 ಲಕ್ಷ ಸ್ವಲ್ಪ ಜಾಸ್ತಿಯೆನ್ನಿಸಿದರೂ ಸಾಕಷ್ಟು ಅನುಕೂಲಕರವಾದ ಅಪಾರ್ಟ್‌ಮೆಂಟ್ ಅದಾಗಿತ್ತು. ಹತ್ತನೆಯ ಮಹಡಿಯಲ್ಲಿರುವ ಆ ಮನೆಯಲ್ಲಿ ಗಾಳಿ–ಬೆಳಕುಗಳು ಎಲ್ಲಾ ಜಾಗಗಳನ್ನು ಯಥೇಚ್ಛವಾಗಿ ತಾಕುತ್ತಿದ್ದವು. ದೇವಿಕಾಗೆ ಅತ್ಯಂತ ಅವಶ್ಯವಾದ ಜಿಮ್ ಮತ್ತು ಸ್ವಿಮ್ಮಿಂಗ್‌ಪೂಲ್ ಇತ್ತು. ಜನರೇಟರ್, ವಾಟರ್ ಟ್ರೀಟ್‌ಮೆಂಟ್, ಸೋಲಾರ್ ಹೀಟರ್, ಗ್ಯಾಸ್ ಆನ್ ಪೈಪ್, ಸೆಕ್ಯೂರಿಟಿ ಕ್ಯಾಮೆರಾ ಮುಂತಾದ ಎಲ್ಲಾ ಆಧುನಿಕ ಸೌಲಭ್ಯಗಳು ಅಲ್ಲಿದ್ದವು. ಸರ್ಜಾಪುರ ರಸ್ತೆಯಲ್ಲಿ ಹೊಸದಾಗಿ ನಿರ್ಮಿಸಿದ ಬಹುದೊಡ್ಡ ಅಪಾರ್ಟ್‌ಮೆಂಟ್ ಅದು. ಐಟಿಪಿಎಲ್‌ನಲ್ಲಿ ಕೆಲಸ ಮಾಡುವ ವಿನಾಯಕನಿಗೂ ಅದು ಹತ್ತಿರವಾದರೆ, ಎಲೆಕ್ಟ್ರಾನಿಕ್ಸ್ ಸಿಟಿಯಲ್ಲಿ ಕೆಲಸ ಮಾಡುವ ದೇವಿಕಾಗೂ ಅದು ಹತ್ತಿರವಾಗಿತ್ತು.

ಏನೇ ಆದರೂ ಅದಕ್ಕೆ ತಗುಲಿದ ಹಣ ದೇವಿಕಾಳನ್ನು ಕಂಗಾಲಾಗಿಸಿತ್ತು. ಪ್ರತಿ ತಿಂಗಳಿಗೆ ಅರವತ್ತು ಸಾವಿರ ರೂಪಾಯಿಯನ್ನು ಬ್ಯಾಂಕಿಗೆ ಕಟ್ಟಬೇಕಿತ್ತು. "ಇನ್ನೂ ಸ್ವಲ್ಪ ದಿನ ಕಾದರೆ ಆಗುತ್ತಿತ್ತು" ಎಂದು ಹಲವಾರು ಸಲ ವಿನಾಯಕನಿಗೆ ಹೇಳಿದ್ದಳು. ವಿನಾಯಕ ಒಪ್ಪಿರಲಿಲ್ಲ. "ಇಬ್ಬರಿಗೂ ಒಳ್ಳೆಯ ಕೆಲಸವಿದೆ. ಒಂದು ಹತ್ತು ವರ್ಷದಲ್ಲಿ ಸಾಲ ತೀರಿಸಿ ಬಿಡೋಣ. ಮನೆಗಳ ಬೆಲೆ ದಿನದಿಂದ ದಿನಕ್ಕೆ ಮುಗಿಲುಮುಟ್ಟುತ್ತಿವೆ. ಎಂದಾದರೂ ನಮ್ಮ ತಲೆಯ ಮೇಲೊಂದು ಸೂರು ಬೇಕಲ್ಲವೆ?" ಎಂದು ವಾದಿಸಿದ್ದ. ಮನೆಯ ಅಂದಚಂದ ನೋಡಿದ ಮೇಲೆ ಅವಳೂ ಹೆಚ್ಚಿಗೆ ವಾದಿಸಲು ಹೋಗಿರಲಿಲ್ಲ.

ಆದರೆ ಗೃಹಪ್ರವೇಶದ ದಿನ ಅವನು ಅವಳಿಗಾಗಿ ಭಾರಿ ಬೆಲೆಯ ವಜ್ರದ ಸರವೊಂದನ್ನು ತಂದಾಗ ಮಾತ್ರ ವಿರೋಧಿಸಿದ್ದಳು. ಮೊದಲೇ ಮನೆಯ ಸಾಲ ತಲೆಯ ಮೇಲೆ ಕೂತಿದೆ, ಅಂತಹ ಹೊತ್ತಿನಲ್ಲಿ ಈ ಉಡುಗೊರೆಯ ಆವಶ್ಯಕತೆಯೇನಿತ್ತು? ಎಂದು ಜಗಳವಾಡಿದ್ದಳು. ಆದರವನು ಕನ್ನಡಿಯ ಮುಂದೆ ನಿಂತ ಅವಳ ಕೊರಳಿಗೆ ಆ ಸರವನ್ನು ತೊಡಿಸಿ, ಹಿಂದಿನಿಂದ ಹಾಗೇ ಅವಳನ್ನು ಅಪ್ಪಿಕೊಂಡು, ಅವಳ ಕಿವಿಗೆ ಗಲ್ಲವನ್ನು ಸೋಕಿಸುತ್ತಾ "ಮನೆ ಬದುಕಿಗೆ, ಈ ಸರ ಪ್ರೀತಿಗೆ" ಎಂದು ಉಸುರಿದ್ದ.

ಮನೆಯ ಪ್ರವೇಶ ಭರ್ಜರಿಯಾಗಿ ನಡೆದರೂ ದೂರದ ಬಿಹಾರದಿಂದ ಬಂದಿದ್ದ ದೇವಿಕಾಳ ಅಮ್ಮ ಒಂದು ಇರುವೆಯನ್ನು ದೇವಿಕಾಳ ಮನಸ್ಸಿನಲ್ಲಿ ಬಿಟ್ಟುಹೋಗಿದ್ದಳು. "ಮಗಳೇ, ಆಗಲೇ ಮದುವೆಯಾಗಿ ಮೂರು ವರ್ಷ ಆಯ್ತು. ಇನ್ನೂ ಮಗುವೊಂದನ್ನು ಮಾಡಿಕೊಳ್ಳುವ ಮನಸ್ಸು ನಿಮಗೆ ಬಂದಿಲ್ಲವೆ? ಮನೆಗಿಂತಲೂ ಒಂದು ಮಗು ಮುಖ್ಯ. ಆಡುವ ಮಗುವಿಲ್ಲದ ಸ್ವಂತ ಮನೆಯಿಂದ ಯಾವ ಸುಖ

ಹೇಳು?" ಎಂದು ಕೇಳಿದ್ದಳು. "ಹೋಗಮ್ಮ, ಇಷ್ಟು ಬೇಗ ಅವೆಲ್ಲಾ ಬೇಡ. ನಾವೀಗ ಹಾಯಾಗಿದ್ದೇವೆ" ಎಂದು ದೇವಿಕಾ ಹುಸಿ ಮುನಿಸು ತೋರಿದ್ದಳು. ಆದರೆ ಆ ಗಳಿಗೆಯಿಂದಲೇ ತಾಯಿಯ ಮಾತು ಅವಳ ತಲೆಯನ್ನು ಕೊರೆಯಲಾರಂಭಿಸಿತು.

ಮದುವೆಯ ಹೊಸತರಲ್ಲಿ ಸದ್ಯಕ್ಕೆ ಮಗು ಬೇಡವೇ ಬೇಡವೆಂದು ನಿರ್ಧರಿಸಿದ್ದು ಸತ್ಯವಾಗಿತ್ತು. ಮೈಥುನದಲ್ಲಿ ತಪ್ಪದೆ ವಿನಾಯಕ ಕಾಂಡೂಮ್ ಬಳಸುವಂತೆ ನೋಡಿಕೊಂಡಿದ್ದಳು. ಆದರೆ ಕೆಲವು ತಿಂಗಳಿನಲ್ಲಿ ವಿನಾಯಕನಿಗೆ ಆ ಕ್ರಿಯೆ ಬೇಸರ ತರಿಸುತ್ತಿತ್ತು. "ನೀನೇ ಜಾಗ್ರತೆ ವಹಿಸಿ ಬಿಡು" ಎಂದು ಹೇಳಿಬಿಟ್ಟಿದ್ದ. ದೇವಿಕಾ ತಪ್ಪದೆ ಜಾಗ್ರತೆ ವಹಿಸಿದ್ದಳು. ಆದರೆ ವರ್ಷ ಉರುಳುವುದರಲ್ಲಿ ಅವಳೂ ಆಗಾಗ ಮರೆತು ಬಿಡುತ್ತಿದ್ದಳು. ಅನಂತರ ಅದರ ಕಡೆ ಅಷ್ಟಾಗಿ ಗಮನವನ್ನು ಕೊಟ್ಟಿರಲಿಲ್ಲ. ಎಲ್ಲೋ ಒಮ್ಮೊಮ್ಮೆ ಆ ವಿಷಯ ಕಾಡಿತ್ತಾದರೂ, ಬದುಕಿನ ಬೇರೆ ಸಂಗತಿಗಳು ಹೆಚ್ಚಿನ ಪ್ರಭಾವವನ್ನು ಬೀರಿ ಅವಳದನ್ನು ಮರೆಯುವಂತೆ ಮಾಡಿತ್ತು. ಈಗ ಅವಳಮ್ಮನ ಎಚ್ಚರಿಕೆಯ ಮಾತು ಒಮ್ಮಿಂದೊಮ್ಮೆಲೆ ಮಗುವಿನ ಬಯಕೆಯನ್ನು ಅತಿ ಮುಖ್ಯ ಸಂಗತಿಯನ್ನಾಗಿ ಮಾಡಿ ದೇವಿಕಾಳನ್ನು ಕಂಗೆಡಿಸಿಬಿಟ್ಟಿತು.

ವಿನಾಯಕ ಆ ವಿಷಯಕ್ಕೆ ಅಂತಹ ಮಹತ್ವವನ್ನು ಕೊಡಲಿಲ್ಲ. "ಏಯ್ ಭೋಂಡ್ ದೋ. ಒಂದಿಷ್ಟು ದಿನ ಕಾದರೆ ಎಲ್ಲಾ ಆಗುತ್ತೆ" ಎಂದುಬಿಟ್ಟ. ಆದರೆ ದೇವಿಕಾ ಅದನ್ನು ಮರೆಯಲು ಯತ್ನಿಸಿದಷ್ಟೂ ಕಾಡಲಾರಂಭಿಸಿತು. ಟಿ.ವಿ.ಯ ಜಾಹೀರಾತಿನಲ್ಲಿ ಮಗುವೊಂದು ಬಂದರೆ ಸಾಕು ಕಾಲುಗಳು ಸಣ್ಣಗೆ ನಡುಗಲಾರಂಭಿಸಿ, ಏನೋ ಕೆಲಸದ ನೆಪ ಹೇಳಿ ಅಡಿಗೆ ಮನೆಗೆ ಹೋಗಲಾರಂಭಿಸಿದಳು. ಆಫೀಸಿನಲ್ಲಿ ಸಹೋದ್ಯೋಗಿಗಳು ಮಕ್ಕಳ ಶಾಲೆ, ಹುಟ್ಟುಹಬ್ಬಗಳ ಬಗ್ಗೆ ಮಾತನಾಡುವಾಗ ಮನಸ್ಸು ಖಿನ್ನವಾಗುತ್ತಿತ್ತು. ತಾನು ಮದುವೆಯಾದ ಹೊತ್ತಿನಲ್ಲಿಯೇ ಮತ್ತಾರು ಮದುವೆಯಾದರು ಮತ್ತು ಅವರಿಗೆ ಈಗಾಗಲೇ ಮಕ್ಕಳಾಗಿವೆಯೆ ಎಂದು ಲೆಕ್ಕ ಮಾಡಿ ಧೃತಿಗೆಡಲಾರಂಭಿಸಿದಳು. ಕಂಪ್ಯೂಟರ್ ಮುಂದೆ ಕುಳಿತರೆ ಸಾಕು, ಅದೇ ವಿಷಯಕ್ಕೆ ಸಂಬಂಧಿಸಿದ ವೆಬ್‌ಸೈಟುಗಳಿಗಾಗಿ ಹುಡುಕಾಡುತ್ತಿದ್ದಳು. ಮನೆಯ ಅಂದ-ಚಂದದ ಬಗ್ಗೆ ಆಸಕ್ತಿ ಕಡಿಮೆಯಾಯ್ತು, ಆಫೀಸಿನ ಕೆಲಸದಲ್ಲಿ ತಪ್ಪುಗಳು ನುಸುಳಲಾರಂಭಿಸಿದವು, ಸುಮ್ಮನೆ ಗೆಳೆಯರಿಗೆ ಕಳುಹಿಸಿದ ಇ-ಮೇಲಿನಲ್ಲೂ ಸ್ಪೆಲ್ಲಿಂಗ್‌ಗಳು ತಪ್ಪಾದವು. ಎಲ್ಲಕ್ಕೂ ಹೆಚ್ಚಾಗಿ ಮೈಥುನದಲ್ಲಿಯೂ ಮನಸ್ಸು ಬೇರೆ ಸಂಗತಿಗಳನ್ನು ಯೋಚಿಸಲು ಪ್ರಾರಂಭಿಸಿತು.

ದೇವಿಕಾಳ ಸ್ಥಿತಿಯನ್ನು ನೋಡಿ ವಿನಾಯಕ ಗಂಭೀರನಾದ. ಅವಳನ್ನು ಹೇಗೆ ಸಮಾಧಾನಪಡಿಸುವುದು ಎಂದು ತಿಳಿಯದೆ ಗೊಂದಲಗೊಂಡ. ತನ್ನ ಗೆಳೆಯರೊಡನೆ ವಿಚಾರಿಸಿ ಡಾಕ್ಟರರ ಸಲಹೆಯನ್ನು ಪಡೆಯುವುದು ಸರಿಯಾದ ಮಾರ್ಗವೆಂದುಕೊಂಡ. ಹಲವಾರು ಡಾಕ್ಟರುಗಳನ್ನು ಭೇಟಿಯಾದದ್ದಾಯ್ತು. ತಿಂಗಳುಗಟ್ಟಲೆ ಏನೇನೋ

ಪರೀಕ್ಷೆಗಳಿಗೆ ಒಳಪಟ್ಟಿದ್ದಾಯ್ತು. ಪ್ರತಿಯೊಬ್ಬ ಡಾಕ್ಟರೂ ತನ್ನದೇ ಆದ ನಿಟ್ಟಿನಲ್ಲಿ ಏನೇನೋ ಹೇಳಲಾರಂಭಿಸಿದ. ಆದರೆ ಒಬ್ಬರ ಸಲಹೆಗಳು ಮತ್ತೊಬ್ಬರ ಸಲಹೆಗಳಿಗೆ ವ್ಯತಿರಿಕ್ತವಾಗಿರುವುದನ್ನು ಕಂಡು ಕಂಗಾಲಾಗುತ್ತಿದ್ದ. ಮತ್ತೊಂದು ವರ್ಷ ಯಾವುದೇ ಬದಲಾವಣೆಯಿಲ್ಲದಂತೆ ಹಗೂರಕ್ಕೆ ಉರುಳಿಹೋಯ್ತು.

ಈ ಸಮಸ್ಯೆಯನ್ನೇ ಮರೆಯುವಂತೆ ವಿನಾಯಕ ಹಲವು ದಿನಗಳ ರಜೆ ಹಾಕಿ ಹೆಂಡತಿಯನ್ನು ಕರೆದುಕೊಂಡು ಯೂರೋಪ್ ಪ್ರವಾಸ ಮಾಡಿ ಬಂದ. ಕೀನ್ಯಾದ ಹುಲ್ಲುಗಾವಲಿಗೆ ಹೋಗಿ ಪ್ರಾಣಿಗಳನ್ನು ತೋರಿಸಿಕೊಂಡು ಬಂದ. ಎರಡೂ ಪ್ರಯಾಣಕ್ಕೆ ಸಾಕಷ್ಟು ಹಣ ಕೈ ಜಾರಿತ್ತು. ಆದರೆ ದೇವಿಕಾ ಮೊದಲಿನಂತೆ ಸಂತಸವಾಗಿದ್ದರೆ ಸಾಕೆನ್ನಿಸಿಬಿಟ್ಟಿತು. ಅದಕ್ಕಾಗಿ ಅವನು ಯಾವ ತ್ಯಾಗವನ್ನೂ ಮಾಡಲು ಸಿದ್ಧನಾಗಿದ್ದ. ವಾರಾಂತ್ಯಕ್ಕೆ ಸುಮ್ಮನೆ ತಾವಿಬ್ಬರೇ ಉಳಿಯಲು ಅನುಕೂಲವಾಗುವಂತೆ ಮಡಿಕೇರಿಯ ಬಳಿಯಲ್ಲಿ ಫಾರ್ಮ್ ಹೌಸ್ ಒಂದನ್ನು ಕೊಂಡ. ಹದಿನೈದು ದಿನಕ್ಕೊಮ್ಮೆ ತಪ್ಪದೆ ಅಲ್ಲಿಗವಳನ್ನು ಕರೆದುಕೊಂಡು ಹೋಗಿ, ಮನಸ್ಸನ್ನು ಉಲ್ಲಾಸ ಪಡಿಸಲು ನೋಡಿದ. ತಿಂಗಳಿಗೆ ಕಟ್ಟುವ ವಂತಿಗೆಯ ಹಣ ಹೆಚ್ಚಾಗುತ್ತಾ ಹೋಯಿತು. ಆದರೆ ಅದು ಮುಖ್ಯ ಸಂಗತಿ ಅಲ್ಲವೇ ಅಲ್ಲ.

ದೇವಿಕಾಳ ಮನಸ್ಸು ವಿಚಿತ್ರ ತರ್ಕಗಳಿಗೆ ಸಿಕ್ಕಿಬಿಟ್ಟಿತು. ತಾನು ದಿನನಿತ್ಯ ವ್ಯಾಯಾಮ ಮಾಡುವುದು ಈ ತಾಯ್ತನಕ್ಕೆ ಮಾರಕವಾಗುತ್ತಿದೆಯೆ? ಮೈ ಬೆವರಿಳಿಯುವಂತೆ ಮಾಡುವ ದೈಹಿಕ ಕ್ರಿಯೆಯಿಂದ ತಾಯ್ತನವು ಅಂಕುರದಲ್ಲಿಯೇ ಚಿವುಟಿ ಹೋಗುತ್ತಿದೆಯೆ? ಎಂಬ ವಿಚಿತ್ರ ಸಂಶಯ ಅವಳಿಗೆ ಬರಲಾರಂಭಿಸಿತು. ಇಂಟರ್‌ನೆಟ್ಟಿನಲ್ಲಿ ಅದಕ್ಕೆ ಸಂಬಂಧಪಟ್ಟ ವಿಷಯಗಳನ್ನು ಏನೇನೋ ಕೀ ವರ್ಡನ್ನು ಕೊಟ್ಟು ಹುಡುಕಿದಳು. ಲಕ್ಷಾಂತರ ಮಾಹಿತಿಗಳು ಪುಟಿ ಪುಟಿದು ಬಂದು ಅವಳ ಮನಸ್ಸು ಇನ್ನಷ್ಟು ಗೊಂದಲಗೊಂಡಿತು. ಕೊನೆಗೆ ಬೆಳಗ್ಗೆ ವ್ಯಾಯಾಮಕ್ಕೆ ಹೋಗುವುದನ್ನು ನಿಲ್ಲಿಸಿಬಿಟ್ಟಳು. ಐದಕ್ಕೆಲ್ಲಾ ಏಳುವ ಅಭ್ಯಾಸದಿಂದಾಗಿ ಎಚ್ಚರವಾಗುತ್ತಿತ್ತು. ಆದರೆ ಏನು ಮಾಡಬೇಕೆಂದು ತೋಚದಂತಾಗಿ ಸುಮ್ಮನೆ ಕಂಪ್ಯೂಟರ್ ಮುಂದೆ ಕುಳಿತುಬಿಡುತ್ತಿದ್ದಳು. ವಿನಾಯಕನಿಗೆ ಒಂದೆರಡು ದಿನಕ್ಕೆ ಈ ಬದಲಾವಣೆ ಗಮನಕ್ಕೆ ಬಂತು. ಆದರೆ ಹೆಚ್ಚಿಗೆ ಕೆದಕದೆ ಸುಮ್ಮನೆ ಉಳಿದ.

ಆದರೆ ವಾರವೆರಡು ಕಳೆದರೂ ಅವಳು ಬೆಳಗಿನ ವ್ಯಾಯಾಮಕ್ಕೆ ಹೋಗದಿರುವುದನ್ನು ಕಂಡಾಗ ವ್ಯಾಕುಲಗೊಂಡ. ಒಮ್ಮೆ ಸೂಕ್ಷ್ಮವಾಗಿ ಹೇಳಿ ನೋಡಿದ. ದೇವಿಕಾ ಸಿಡುಕಿಬಿಟ್ಟಳು. "ಮನೆಯ ಗಂಡಸು ನೀನು ದಿನಾ ಬೆಳಗ್ಗೆ ವ್ಯಾಯಾಮ ಮಾಡಬೇಕೋ... ನಾನಲ್ಲ. ಆಲಸಿಯಾಗಿ ಹೀಗೆ ಮುಸುಕು ಹೊದ್ದು ಮಲಗಿದರೆ ಮಕ್ಕಳು ಹೇಗಾಗುತ್ತವೆ?" ಎಂದುಬಿಟ್ಟಳು. ಆ ಮಾತಿನ ಕ್ರೂರತೆಗೆ ವಿನಾಯಕ ಎರಡು

ದಿನ ಕನಲಿ ಹೋದ. ಅವನೂ ದೇವಿಕಾಳ ವರ್ತನೆಯಿಂದ ದಿನದಿಂದ ದಿನಕ್ಕೆ ಕಳೆಗುಂದುತ್ತಿದ್ದ. ಹೇಗಾದರೂ ಅವಳೂ ಸಂತೋಷದಿಂದಿದ್ದು ಮೊದಲಿನ ದಿನಗಳೂ ಮರುಕಳಿಸಿದರೆ ಸಾಕೆನ್ನಿಸಿಬಿಟ್ಟಿತ್ತು. ಮರುದಿನದಿಂದ ಒಲ್ಲದ ಮನಸ್ಸಿನಿಂದ ಬೆಳಗ್ಗೆ ಎದ್ದು ವ್ಯಾಯಾಮ ಮಾಡಲು ಜಿಮ್‌ಗೆ ಹೋಗಲಾರಂಭಿಸಿದ. ಅವನ ಒದ್ದಾಟವನ್ನು ನೋಡಿ ದೇವಿಕಾಳ ಮನಸ್ಸಿಗೆ ನೋವಾಯಿತು. "ಅದೆಲ್ಲಾ ಏನೂ ಬೇಡ. ಸುಮ್ಮನೆ ನಿದ್ದೆ ಮಾಡು" ಎಂದು ಒಂದೆರಡು ದಿನಕ್ಕೆ ಹೇಳಿಬಿಟ್ಟಳು. ಮರುದಿನದಿಂದ ಯಥಾಪ್ರಕಾರ ವ್ಯಾಯಾಮಕ್ಕೆ ಬೆಳಗ್ಗೆ ಹೊರಡುವುದನ್ನು ತಾನೇ ಶುರು ಮಾಡಿಕೊಂಡಳು.

ಇಂತಹ ಸಂಕಷ್ಟ ಸ್ಥಿತಿಯಲ್ಲಿಯೇ ಎರಡು ಅನಾಹುತಗಳು ಅವರ ಕುಟುಂಬದಲ್ಲಿ ನಡೆದವು. ಯಾವುದೋ ಡಾಕ್ಟರು ಮಕ್ಕಳಾಗುತ್ತವೆಂದು ಹೇಳಿ ಎಂತಹದೋ ಮಾತ್ರೆಗಳನ್ನು ಆರು ತಿಂಗಳ ಕಾಲ ತೆಗೆದುಕೊಳ್ಳಲು ದೇವಿಕಾಗೆ ಕೊಟ್ಟರು. ಅದರಿಂದಾಗಿ ಖಂಡಿತವಾಗಿಯೂ ಅವಳ ಗರ್ಭ ಕುಡಿಯೊಡೆಯುವ ಸಾಧ್ಯತೆಗಳು ಅತ್ಯಂತ ಹೆಚ್ಚೆಂದು ವಿಶ್ವಾಸ ಹುಟ್ಟಿಸಿದರು. ದೇವಿಕಾ ಎಲ್ಲವನ್ನೂ ನಂಬುವ ಸ್ಥಿತಿಯಲ್ಲಿದ್ದಳು. ಒಂದು ತಿಂಗಳು ತೆಗೆದುಕೊಂಡಳು. ಒಮ್ಮಿಂದೊಮ್ಮೆಲೆ ಅನಿರೀಕ್ಷಿತ ಬದಲಾವಣೆಗಳು ಅವಳ ದೇಹದಲ್ಲಿ ಆಗಿಬಿಟ್ಟವು. ದೇವಿಕಾ ದಪ್ಪಗಾಗಲಾರಂಭಿಸಿದಳು. ಮೈಯ ಎಲ್ಲ ಭಾಗಗಳೂ ಊದಿಕೊಳ್ಳಲಾರಂಭಿಸಿದವು. ಜಿಮ್ಮಿನಲ್ಲಿ ಅರ್ಧ ತಾಸು ಹೆಚ್ಚಿಗೆ ಸಮಯ ವ್ಯಯಿಸಿದರೂ ಉಪಯೋಗವಾಗಲಿಲ್ಲ. ಆಫೀಸಿನಲ್ಲಿ ಎಲ್ಲರೂ ಗಮನಿಸಿ ಅವಳಿಗೆ ವಾರ್ನಿಂಗ್ ಕೊಡುವುದು, ತಮಾಷೆ ಮಾಡುವುದು ಶುರುವಾಯ್ತು.

ಡಾಕ್ಟರರ ಬಳಿ ಓಡಿದರು. ಆತ ಅದನ್ನು ಕ್ಷುಲ್ಲಕ ಸಂಗತಿಯೆಂಬಂತೆ ನಿರಾಕರಿಸಿ ಬಿಟ್ಟ. "ಕೆಲವೊಂದು ಸೈಡ್ ಎಫೆಕ್ಟ್ಸ್ ಇದ್ದೇ ಇರುತ್ತವೆ. ಆದರೆ ಒಂದಿಷ್ಟು ಮೈ ಬಂದಿದ್ದಕ್ಕೆ ನೀವು ಅಷ್ಟೊಂದು ಹೆದರಿಕೊಳ್ಳುವುದ್ಯಾಕೆ? ಅನಂತರ ನಿಧಾನಕ್ಕೆ ಅದನ್ನು ಕರಗಿಸಬಹುದು. ಯಾವ ಕಾರಣಕ್ಕೂ ಮಾತ್ರೆಗಳನ್ನು ಅರ್ಧಕ್ಕೆ ನಿಲ್ಲಿಸಬೇಡಿ" ಎಂದು ಎಚ್ಚರಿಸಿದ. ದೇವಿಕಾ ಮಾತ್ರೆಗಳನ್ನು ಮುಂದುವರೆಸಿದಳು. ಆದರೆ ಕೇವಲ ನಾಲ್ಕು ತಿಂಗಳಿಗೆಲ್ಲಾ ಇಪ್ಪತ್ತು ಕಿಲೋ ಹೆಚ್ಚು ತೂಕವನ್ನು ಗಳಿಸಿಬಿಟ್ಟಳು. ಕನ್ನಡಿಯಲ್ಲಿ ತನ್ನ ದೇಹವನ್ನು ನೋಡಿಕೊಂಡು ದುಃಖಪಡಲು ಶುರು ಮಾಡಿಬಿಟ್ಟಳು. ವಿನಾಯಕ ಅವಳನ್ನು ತಬ್ಬಿ ಸಮಾಧಾನ ಮಾಡುತ್ತಿದ್ದ. ತೆಳ್ಳಗೆ ಬಿದರಿನಂತಿದ್ದ ತನ್ನ ದೇವಿಕಾಳ ಈ ವಿಕಾರ ರೂಪ ಅವನಿಗೂ ನೋವನ್ನು ತಂದಿತು. ಮಾತ್ರೆ ತೆಗೆದುಕೊಳ್ಳುವುದು ನಿಲ್ಲಿಸಿದರು. ಆದರೂ ದೇಹ ಊದುವುದು ನಿಂತಿರಲಿಲ್ಲ. ಹಕ್ಕಿಯ ಹಗುರತೆಯಿಂದ ನಡೆದಾಡುತ್ತಿದ್ದ ದೇವಿಕಾ ಈಗ ದೊಡ್ಡ ದೇಹವನ್ನು ಹೊತ್ತು ಅಡ್ಡಾಡುವಾಗ ಕಷ್ಟ ಪಡುತ್ತಿದ್ದಳು. ಇಷ್ಟೆಲ್ಲಾ ಅನಾಹುತವಾದರೂ ಅವಳ ಗರ್ಭವಂತೂ ಕಟ್ಟಲಿಲ್ಲ.

ಎರಡನೆಯ ಅನಿರೀಕ್ಷಿತವಂತೂ ಜಗತ್ತಿನ ಸಂಕಷ್ಟದಿಂದ ಸಂಭವಿಸಿದ್ದಾಗಿತ್ತು. ಅಮೆರಿಕಾದಲ್ಲಿ ಕಟ್ಟಡಗಳೆರಡು ಉರುಳಿದ್ದೇ ತಡ, ಇಲ್ಲಿ ಕಂಪನಿಗಳಲ್ಲಿ ತಲೆಗಳು ಉರುಳಲಾರಂಭಿಸಿದವು. ಒಂದು ದಿನ ದೇವಿಕಾ ಆಫೀಸಿಗೆ ಹೋದಾಗ ಅವಳ ಆಕ್ಸೆಸ್ ಕಾರ್ಡನ್ನು ಎಷ್ಟು ಬಾರಿ ತೋರಿಸಿದರೂ ಬಾಗಿಲು ತೆರೆದುಕೊಳ್ಳದೆ ಕುಂಯ್‌ಗುಟ್ಟಿತು. ಅವಳು ತಕ್ಷಣ ತನ್ನ ಅಧಿಕಾರಿಗೆ ಫೋನಾಯಿಸಿ ಸಂಗತಿಯನ್ನು ತಿಳಿಸಿದಳು. ಅವರು ಅದಕ್ಕೆ ಹೆಚ್ಚಿನ ಅಚ್ಚರಿಯನ್ನು ತೋರದೆ ಅಲ್ಲಿಯೇ ಸ್ವಲ್ಪ ಹೊತ್ತು ಕುಳಿತಿರುವಂತೆ ಹೇಳಿದರು. ಅರ್ಧ ಗಂಟೆ ಕಾದ ಮೇಲೆ ಸೆಕ್ಯೂರಿಟಿಯವನೊಬ್ಬ ಅವಳ ಡೆಸ್ಕಿನ ಮೇಲಿದ್ದ ಅವಳ ವೈಯಕ್ತಿಕ ವಸ್ತುಗಳನ್ನೆಲ್ಲಾ ಒಂದು ಚೀಲಕ್ಕೆ ಹಾಕಿ ತಂದು ಕೊಟ್ಟ. ಜೊತೆಯಲ್ಲಿ ಅವಳಿಗಾಗಿ ಒಂದು ವಿಶೇಷ ಪತ್ರವೂ ಇತ್ತು. ಅಂದಿನಿಂದ ಅವಳ ಸೇವೆ ಅಗತ್ಯವಿಲ್ಲವೆಂದು ಅವಳ ಕಂಪನಿ ಅಪ್ಪಣೆ ಕೊಟ್ಟಿತ್ತು. ಆ ನಿರ್ಧಾರದಿಂದಾಗಿ ಅವಳಿಗೆ ಬರಬೇಕಾದ ಎಲ್ಲಾ ಹಣವನ್ನು ಒಟ್ಟುಗೂಡಿಸಿ ಒಂದು ಚೆಕ್ಕನ್ನು ನೀಡಿ, ನಾಳೆಯಿಂದ ಬರುವ ಆವಶ್ಯಕತೆಯಿಲ್ಲವೆಂದು ಹೇಳಿತ್ತು. ಸೆಕ್ಯೂರಿಟಿಯವನು ಅವಳ ಲ್ಯಾಪ್‌ಟಾಪ್ ಮತ್ತು ಐಡೆಂಟಿಟಿ ಕಾರ್ಡನ್ನು ಪಡೆದುಕೊಂಡು, ಒಂದೆರಡು ಅರ್ಜಿಗಳಲ್ಲಿ ಅವಳ ಸಹಿ ಹಾಕಿಸಿಕೊಂಡು ಹೊರಟು ಹೋದ.

ಅಲ್ಲಿನ ಹವಾನಿಯಂತ್ರಿತ ಅತ್ಯಾಧುನಿಕ ರೆಸೆಪ್ಷನ್ ಹಾಲಿನಲ್ಲಿ ಹತ್ತು ನಿಮಿಷ ದಿಕ್ಕು ತೋಚದಂತೆ ಕುಳಿತಿದ್ದ ದೇವಿಕಾ ಕೊನೆಗೆ ಬೇರೇನೂ ತೋಚದೆ ತನ್ನ ದಢೂತಿ ದೇಹವನ್ನು ಹೊತ್ತು ಹೊರಗೆ ನಡೆದಳು. ಕಾರನ್ನು ಹತ್ತುವುದಕ್ಕಿಂತಲೂ ಮುಂಚೆ ನಾಲ್ಕು ವರ್ಷ ಕೆಲಸ ಮಾಡಿದ ಆ ಗಾಜಿನ ಕಟ್ಟಡವನ್ನು ಕಣ್ಣು ಕುಕ್ಕುವ ಬಿಸಿಲಿನಲ್ಲಿ ಒಂದೆರಡು ಕ್ಷಣ ದಿಟ್ಟಿಸಿದಳು. ದೈತ್ಯ ರಾಕ್ಷಸನಂತೆ ಕಂಡು ಹೆದರಿಕೆಯಾಯ್ತು.

ಅವಳು ಕೆಲಸ ಮಾಡುವುದು ಅತ್ಯಂತ ಆವಶ್ಯಕವಾಗಿತ್ತು. ತಿಂಗಳ ಸಾಲದ ಕಂತು ಈಗ ಎಂಬತ್ತು ಸಾವಿರವನ್ನು ಮುಟ್ಟಿತ್ತು. ಇವಳಿಗೆ ಅಷ್ಟೊಂದು ಸಂಬಳ ಬರುತ್ತಿರಲಿಲ್ಲ. ಆದರೆ ವಿನಾಯಕನಿಗೆ ಬರುವ ಸಂಬಳವೆಲ್ಲಾ ನೇರವಾಗಿ ಅದಕ್ಕೇ ಹೊಂದಿಸಿ, ಇವಳ ಸಂಬಳದ ಹಣದಲ್ಲಿ ಬದುಕನ್ನು ಸಾಗಿಸುತ್ತಿದ್ದರು. ಜೊತೆಗೆ ಅವಳು ಒಂದಿಷ್ಟು ಹಣವನ್ನು ತನ್ನ ತಾಯಿಗೆ ಕಳುಹಿಸುತ್ತಿದ್ದಳು. ಇನ್ನೂ ಎಂಟು ವರ್ಷಗಳ ಕಾಲ ಇದೇ ಪ್ರಮಾಣದಲ್ಲಿ ಸಾಲ ತೀರಿಸಲೇ ಬೇಕಿತ್ತು. ಹಾಗಿದ್ದರೆ ಬದುಕಿಗೆ ಬೇಕಾದ ಹಣಕ್ಕೇನು ಮಾಡುವುದು? ವಿನಾಯಕನೂ ಕೊಂಚ ಚಿಂತೆಗೀಡಾದ. ಆದರೆ ಧೈರ್ಯಗೆಡದೆ ಹೊಸ ಕೆಲಸವನ್ನು ಹುಡುಕಿಕೊಳ್ಳುವುದಕ್ಕೆ ದೇವಿಕಾಗೆ ಹೇಳಿದ. ಅವನೂ ತನ್ನ ಗೆಳೆಯರಿಗೆಲ್ಲಾ ಪರಿಸ್ಥಿತಿಯನ್ನು ತಿಳಿಸಿ ಅವಳ ಬಯೋಡೇಟಾವನ್ನು ಇ-ಮೇಲ್ ಮಾಡಿ ಕೆಲಸ ಹುಡುಕಲು ತಿಳಿಸಿದ. ಆದರೆ ಆಗಲೇ ದುರ್ಭಿಕ್ಷಕಾಲ ತನ್ನ ತೀಕ್ಷ್ಣತೆಯನ್ನು ತೋರಿಸಲು ಶುರುಮಾಡಿತ್ತು. ಎಲ್ಲಿಂದಲೂ

ಅವಳಿಗೆ ಸಂದರ್ಶನಕ್ಕೆ ಕರೆ ಬರಲಿಲ್ಲ. ಒಂದೆರಡು ಕಡೆ ಬಂದರೂ ಅವರು ಅಂತಹ ಆಸಕ್ತಿಯನ್ನು ದೇವಿಕಾ ಬಗ್ಗೆ ತೋರಲಿಲ್ಲ. ಮಕ್ಕಳಾಗಲಿಲ್ಲ ಎಂಬ ತನ್ನ ಚಿಂತೆಯಲ್ಲಿ ಕೊರಗುತ್ತಾ ಕಛೇರಿಯ ಕೆಲಸಕ್ಕೆ ಬೇಕಾದ ಹೊಸಹೊಸ ಸ್ಕಿಲ್‌ಗಳನ್ನು ಗಳಿಸುವುದನ್ನು ಮರೆತು ಜಡ್ಡು ಹಿಡಿದಂತಾಗಿಬಿಟ್ಟೆನೇನೋ ಎಂದು ದೇವಿಕಾಗೆ ಅನಿಸಲಾರಂಭಿಸಿತು. ಒಂದೆರಡು ಕಡೆ ತನಗೆ ಮೊದಲಿಗಿಂತಲೂ ಕಡಿಮೆ ಸಂಬಳ ಸಿಕ್ಕರೂ ಪರವಾಗಿಲ್ಲವೆಂದು ಬಾಯಿಬಿಟ್ಟು ಹೇಳಿದಳು. ಹಾಗವಳು ಹೇಳಿದ್ದಕ್ಕೇ ಅವರು ಅವಳಿಗೆ ಕೆಲಸ ಕೊಡುವುದನ್ನು ಖಡಾಖಂಡಿತವಾಗಿ ನಿರಾಕರಿಸಿದರು.

ವಿನಾಯಕ ತಿಂಗಳ ಸಾಲವನ್ನು ತೀರಿಸುವುದು ಮತ್ತು ಬದುಕನ್ನು ಸಾಗಿಸುವುದರಲ್ಲಿ ಸುಸ್ತಾಗಲಾರಂಭಿಸಿದ. ಕೂಡಿಟ್ಟ ಹಣ ಕರಗಲಾರಂಭಿಸಿತು. ಮನೆ ಮಾರಿಬಿಡೋಣ ಎಂದು ಪ್ರಯತ್ನಿಸಿದ. ಕೊಳ್ಳುವವರು ಯಾರು? ಎಲ್ಲರಿಗೂ ದುರ್ಭಿಕ್ಷ ಕಾಲದ ಬಿಸಿ ತಟ್ಟುತ್ತಿತ್ತು. ಅಲ್ಲಿಲ್ಲಿ ಗೆಳೆಯರ ಬಳಿ ಮುಜುಗರದಿಂದ ಸಾಲ ಕೇಳಲಾರಂಭಿಸಿದ. ವಾರಾಂತ್ಯದ ವಿಹಾರಗಳು ನಿಂತುಹೋದವು. ಸ್ಟಾರ್ ಹೋಟೆಲಿನ ಭೇಟಿಗಳು ನಿಂತವು. ಮೂರು ವರ್ಷಗಳಿಂದ ಅತ್ಯಂತ ಪ್ರಾಮಾಣಿಕವಾಗಿ ಕೆಲಸ ಮಾಡಿದ್ದ ಡ್ರೈವರನ್ನು ಮನೆಗೆ ಕಳುಹಿಸಿದ. ಅಡಿಗೆಯವಳಿಗೆ ಮತ್ತು ಕೆಲಸದವಳಿಗೆ ಮುಂದಿನ ತಿಂಗಳಿಂದ ಸೇವೆ ಬೇಕಿಲ್ಲವೆಂದು ಹೇಳಿದ್ದಾಯ್ತು. ಬಿಲ್ ಕಟ್ಟಿಲ್ಲವೆಂದು ತಿಳಿಸಿ ಹಲವು ವಾರ್ನಿಂಗ್ ಪತ್ರಗಳು ಬರಲಾರಂಭಿಸಿದವು. ಬದುಕು ದುಸ್ತರವಾಯ್ತು. ಸಂತಸದ ಗಳಿಗೆಗಳಿಲ್ಲದ ಒಂದು ಅಸಹನೀಯ ವರ್ಷ ಉರುಳಿಹೋಯ್ತು. ಈಗವಳನ್ನು ಮಾತೃತ್ವದ ಬಯಕೆ ಅಷ್ಟಾಗಿ ಕಾಡುತ್ತಿರಲಿಲ್ಲ. ಬಂಜೆತನದ ನೋವಿಗಿಂತಲೂ ಬದುಕು ದೂಡುವ ನೋವು ದೊಡ್ಡದಿತ್ತು.

ಇಂತಹ ಪರಿಸ್ಥಿತಿಯಲ್ಲಿಯೇ ಕಸ್ತೂರಿ ಆ ಪ್ರಶ್ನೆಯನ್ನು ಕೇಳಿದ್ದಳು. ಅವಳ ಪ್ರಯತ್ನ ಮೀರಿ ಕಣ್ಣಿಂದ ಹನಿಯೊಂದು ಜಾರಿತ್ತು.

>>>

ಟೆರೇಸಿನಲ್ಲಿ ಟಾರ್ಪಾಲ್ ಹಾಕಿ ಮಾಡಿದ ಕ್ಯಾಂಟೀನಿನಲ್ಲಿ, ಸಂಜೆಯ ತಂಪಾದ ಗಾಳಿಗೆ ಕುಳಿತು, ಕಾಫಿ ಹೀರುತ್ತಾ, ಒಂದು ಪಾಕೆಟ್ ಚಿಪ್ಸನ್ನು ಹಂಚಿಕೊಳ್ಳುತ್ತಾ, ಕಸ್ತೂರಿ ಮತ್ತು ವಿಶಾಲ್ ಮಾತನಾಡುತ್ತಿದ್ದರು. ಎಲ್ಲಾ ಸಂದರ್ಶನಗಳನ್ನು ಮುಗಿಸಿದ ನಂತರ, ದೇವಿಕಾಳಿಗೆ ಆ ಉದ್ಯೋಗವನ್ನು ನೀಡುವುದೆಂದು ಇಬ್ಬರೂ ನಿರ್ಧರಿಸಿ, ಕಿರಿಯ ಸಹೋದ್ಯೋಗಿಗಳಿಗೆ ಪೇಪರುಗಳನ್ನು ಸಿದ್ಧಪಡಿಸಿ ಕೊರಿಯರ್ ಮಾಡಲು ಹೇಳಿಯಾಗಿತ್ತು. ಆದರೆ ಸಂದರ್ಶನದ ಮಧ್ಯೆ ಕಸ್ತೂರಿ "ನಿನಗೆ ಈ ಸದ್ಯದಲ್ಲಿ ಮಕ್ಕಳನ್ನು ಮಾಡಿಕೊಳ್ಳುವ ಆಲೋಚನೆಯಿದೆಯೆ?" ಎಂದು ಸೌಜನ್ಯಯುತವಾಗಿ

ಕೇಳಿದ್ದರೂ, ಅದಕ್ಕೆ ತಲೆ ಬಗ್ಗಿಸಿ ಕಣ್ಣೀರು ಹನಿಸಿದ ದೇವಿಕಾಳ ಚರ್ಯೆಯ ಬಗ್ಗೆ ಮಾತುಕತೆ ಮುಂದುವರೆದಿತ್ತು. ವಿಶಾಲ್ ಆ ಪ್ರಶ್ನೆಯ ಎಥಿಕಾಲಿಟಿಯ ಬಗ್ಗೆ ತಲೆ ಕೆಡಿಸಿಕೊಂಡಿದ್ದ. ಕಸ್ತೂರಿ ಆ ಪ್ರಶ್ನೆಯಲ್ಲಿ ಯಾವ ತಪ್ಪೂ ಇರಲಿಲ್ಲವೆಂದೂ, ವಿಶಾಲ್‌ನ ಹೊಸ ಪ್ರಾಜೆಕ್ಟಿನ ಒಳಿತಿಗಾಗಿಯೇ ತಾನು ಹಾಗೆ ಕೇಳಿದ್ದೆಂದೂ ಸಮರ್ಥಿಸಿಕೊಳ್ಳುತ್ತಿದ್ದಳು.

"ವಿಶಾಲ್, ಸುಮ್ಮನೆ ನನ್ನ ಮೇಲೆ ಗೂಬೆ ಕೂರಿಸಬೇಡ. ಮದುವೆಯಾಗಿ ಅವಳಿಗೆ ಏಳು ವರ್ಷವಾಗಿದೆ. ಮಕ್ಕಳ ಬಗ್ಗೆ ಬಯೋಡೇಟಾದಲ್ಲಿ ನಮೂದಿಸಿಲ್ಲ. ಸಾಕಷ್ಟು ದಂಪತಿಗಳು ಈಗ ಡಿಂಕ್ (ಡಬಲ್ ಇನ್‌ಕಂ, ನೊ ಕಿಡ್ಸ್) ಪದ್ಧತಿಯನ್ನು ಅನುಸರಿಸುತ್ತಾರೆಂದು ನನಗೆ ಗೊತ್ತು. ಆದರೂ ಅವಳು ಮತ್ತೆ ತಾಯಿಯಾಗುವ ಯೋಚನೆ ಮಾಡುತ್ತಿದ್ದಾಳೋ ಇಲ್ಲವೋ ಎಂಬ ಸಂಗತಿ ನಮಗೆ ಮುಖ್ಯವಲ್ಲವೇನು?"

"ನಿನ್ನ ಮಾತು ಸರಿ. ಆದರೂ ಅವಳು ಅತ್ತಿದ್ದು ನೋಡಿ ನಂಗೆ ಬೇಸರವಾಯ್ತು."

"ಅವಳ ಕಣ್ಣೀರಿಗೆ ನಾವು ಕರಗಿ ಹೋಗಿ ತಪ್ಪು ನಿರ್ಧಾರ ಮಾಡಿದರೆ ಮುಂದೆ ನಮ್ಮನ್ನು ಕಾಯುವವರು ಯಾರು ಹೇಳು? ನಮ್ಮ ಕಂಪನಿಗೆ ಇದು ಅತ್ಯಂತ ಮಹತ್ವದ ಪ್ರಾಜೆಕ್ಟ್. ಇನ್ನು ಆರೆಂಟು ತಿಂಗಳಿಗೆ ಸರಿಯಾಗಿ ಪ್ರಾಜೆಕ್ಟ್ ಅಂತಿಮ ಘಟ್ಟವನ್ನು ತಲುಪುತ್ತದೆ. ಅಷ್ಟರ ಹೊತ್ತಿಗೆ ದೇವಿಕಾ ಪ್ರಾಜೆಕ್ಟಿಗೆ ಅತ್ಯಂತ ಮಹತ್ವದ ವ್ಯಕ್ತಿ ಆಗಿರುತ್ತಾಳೆ. ಆ ಹೊತ್ತಿನಲ್ಲಿ ಅವಳು ಮೆಟರ್ನಿಟಿ ಲೀವೆಂದು ಶುರುವಿಟ್ಟರೆ ನಿನ್ನ ಗೋಳನ್ನು ಯಾರು ಕೇಳುತ್ತಾರೆ?"

"ಯಾರಾದರೂ ತಾಯಿಯಾಗಲು ಹೊರಟರೆ ಅದನ್ನು ಬೇಡವೆನ್ನುವ ಅಧಿಕಾರ ನಮಗಿದೆಯಾ? ಅದು ಇಲ್ಲೀಗಲ್ ಅಲ್ಲವಾ?"

"ತಾಯಿಯಾಗುವುದಕ್ಕೆ ನಮ್ಮ ಅಭ್ಯಂತರವೇನೂ ಇಲ್ಲ. ಆದರೆ ಈ ಹೊತ್ತಿನಲ್ಲಿ ಬೇಡ ಎಂಬುದಷ್ಟೇ ನಮ್ಮ ಕಡ್ಡಾಯ."

"ಹೋಗಲಿ ಬಿಡು. ಅಂತಹ ಯೋಚನೆಯೇನೂ ಇಲ್ಲವೆಂದು ಖಂಡಿತವಾಗಿಯೂ ಹೇಳಿದ್ದಾಳಲ್ಲ. ಮತ್ತಿನ್ಯಾಕೆ ಅದರ ಬಗ್ಗೆ ತಲೆ ಕೆಡಿಸಿಕೊಳ್ಳುವುದು? ಬಹುಶಃ ಡಿಂಕ್ ಸಿದ್ಧಾಂತಕ್ಕೆ ಮಾರು ಹೋಗಿರಬೇಕು."

"ಖಂಡಿತಾ ಅಲ್ಲ. ಅವಳು ಡಿಂಕ್ ಆಗಿದ್ದರೆ ಹೆಮ್ಮೆಯಿಂದ ಅದನ್ನು ಹೇಳಿಕೊಳ್ಳುತ್ತಿದ್ದಳು. ಹೀಗೆ ತಲೆ ಬಗ್ಗಿಸಿ ಕಣ್ಣೀರು ಹಾಕುತ್ತಿರಲಿಲ್ಲ. ತುಂಬಾ ಪ್ರಯತ್ನಿಸಿದರೂ ಮಕ್ಕಳಾಗಿಲ್ಲ ಅಂತನ್ನಿಸುತ್ತೆ. ಆ ದುಃಖದಲ್ಲಿ ನಮ್ಮ ಪ್ರಾಜೆಕ್ಟ್ ಅನ್ನು ಹಾಳುಗೆಡವದಿದ್ದರೆ ಸಾಕು."

"ನೊ ನೊ. ಅವಳಿಗೆ ಒಳ್ಳೆ ಆಟಿಟ್ಯೂಡ್ ಇದೆ. ಕ್ವಾಲಿಟಿ ಮ್ಯಾನೇಜರ್‌ಗೆ ಇರಬೇಕಾದ ಜ್ಞಾನವೆಲ್ಲಾ ಅವಳಿಗಿದೆ."

ಸೋಲದ ಕಸ್ತೂರಿ ತುಂಟನಗೆಯನ್ನು ತುಳುಕಿಸುತ್ತಾ ಬೇರೆಯದೇ ಆಯಾಮದ ಸಮಸ್ಯೆಯೊಂದನ್ನು ಹೇಳಿದಳು.

"ಆದರೂ ಒಂದು ಸಮಸ್ಯೆ ಉಳಿಯುತ್ತೆ ನೋಡು. ನಿನ್ನ ಟೀಮಿನ ಎಲ್ಲಾ ಪಡ್ಡೆ ಹುಡುಗರು ಒಳ್ಳೆ ಚಂದುಳ್ಳಿ ಹುಡುಗಿ ತಮ್ಮ ತಂಡವನ್ನು ಸೇರಲಿ ಅಂತ ಆಶಿಸಿರುತ್ತಾರೆ. ನೀನು ನೋಡಿದರೆ ಈ ಡುಮ್ಮಿಯನ್ನು ಆಯ್ಕೆ ಮಾಡಿಬಿಟ್ಟೆ."

ಆ ಮಾತಿಗೆ ವಿಶಾಲ್ ಜೋರಾಗಿ ನಕ್ಕ. "ನೋಡು ನೋಡು, ನಿನ್ನ ಮಾತನ್ನು ಸೆಕ್ಷುಯಲ್ ಹರಾಜ್‌ಮೆಂಟ್ ಅಂತ ಪರಿಗಣಿಸಿ ನಿನ್ನನ್ನು ಈ ತಕ್ಷಣ ಕಛೇರಿಯಿಂದ ಹೊರಗಟ್ಟಬಹುದು. (ಜೋರು ನಗು) ಕಸ್ತೂರಿ ಮೃಗವೇ, ನೀನು ಪರಿಮಳವನ್ನು ಬೀರುತ್ತಿರಬೇಕೇ ಹೊರತು ಈ ತರಹದ ದುರ್ಗಂಧವನ್ನಲ್ಲ" ಎಂದು ನಾಟಕೀಯವಾಗಿ ಕೈ ಮುಗಿದು ಅವಳನ್ನು ಕೆಣಕಿದ.

"ಆದರೂ ವಿಶಾಲ್, ಇನ್ನೂ ಚಿಕ್ಕ ಹುಡುಗಿ ಅವಳು. ಒಂದಿಷ್ಟಾದರೂ ದೇಹದ ಕಾಳಜಿಯನ್ನು ತೆಗೆದುಕೊಳ್ಳುವುದು ಬೇಡವಾ ಹೇಳು? ಬೆಳಗ್ಗೆ ಎದ್ದು ಒಂದರ್ಧ ಗಂಟೆಯಾದರೂ ವ್ಯಾಯಾಮ ಮಾಡುವ ಹವ್ಯಾಸವಿಲ್ಲದಿದ್ದರೆ ಹೆಣ್ಣು ತನ್ನ ಅಂದವನ್ನು ಕಾಪಾಡಿಕೊಳ್ಳುವುದು ಹೇಗೆ ಹೇಳು? ನಾಲಿಗೆಯ ರುಚಿಗೆ ಕಡಿವಾಣ ಹಾಕಿಕೊಳ್ಳದಿದ್ದರೆ ಹೇಗೆ ಹೇಳು? ಮೈಯ ಮೂಲೆ ಮೂಲೆಯಲ್ಲೂ ಫುಟ್‌ಬಾಲಿನಂತೆ ಊದಿಕೊಂಡಿದ್ದಾಳಲ್ಲವಾ?"

"ಹೋಗಲಿ ಬಿಡಮ್ಮಾ, ಅವಳ ಗಂಡ ಅದರ ಬಗ್ಗೆ ತಲೆ ಕೆಡಿಸಿಕೊಳ್ಳಲಿ. ನನಗಂತೂ ನನ್ನ ಪ್ರಾಜೆಕ್ಟ್ ಸುಖವಾಗಿ ಸಾಗಿದರೆ ಸಾಕು. ಮೂರು ವರ್ಷದಿಂದ ನನಗೆ ಇನ್‌ಕ್ರಿಮೆಂಟ್ ಸಿಕ್ಕಿಲ್ಲ. ಈ ದರಿದ್ರ ರಿಸೆಷನ್ ಮುಗಿಯದ ಹೊರತು ಬೇರೆ ಕಡೆ ಕೆಲಸವೂ ಸಿಗುವುದಿಲ್ಲ. ಸಿಂಬಳದಲ್ಲಿ ಸಿಕ್ಕ ನೊಣದಂತೆ ಆಗಿಬಿಟ್ಟಿದೀನಿ."

ಕಸ್ತೂರಿ ಕಾಫಿ ಮುಗಿಸಿ, ವಾಚನ್ನು ನೋಡಿಕೊಂಡು, ಒಮ್ಮೆಲೆ ಗಾಬರಿಯಾದಂತೆ ಹೊರಡಲಣಿಯಾದಳು. "ಆಗಲೆ ಐದೂವರೆ ಆಯ್ತು. ನಾನು ಮಲ್ಲೇಶ್ವರಂ ತನಕ ಹೋಗಬೇಕು. ಈ ದರಿದ್ರ ಬೆಂಗಳೂರಿನ ಟ್ರಾಫಿಕ್ ನೆನೆಸಿಕೊಂಡರೆ ಭಯವಾಗುತ್ತೆ. ಅದಕ್ಕಿಂತಲೂ ನೀನು ಹೇಳೋ ಆ ಸಿಂಬಳಕ್ಕೆ ಅಂಟಿಕೊಂಡು, ಇದ್ದಲ್ಲೇ ತಣ್ಣಗೆ ಇರುವ ನೊಣದ ಸ್ಥಿತಿಯೇ ಸುಖ ಅನ್ನಿಸುತ್ತೆ" ಎಂದು ಹೇಳಿ, ತನ್ನ ಬ್ಯಾಗನ್ನು ಎತ್ತಿಕೊಂಡಳು. ಇನ್ನೂ ನಾಲ್ಕಾರು ಚಿಪ್ಸ್‌ಗಳಿದ್ದ ಆ ಪಾಕೇಟನ್ನು ಅವನೆಡೆಗೆ ತಳ್ಳಿ "ನೀನೇ ತಿನ್ನಪ್ಪ. ಒಂದು ವಾರದಲ್ಲಿ ಆಗಲೇ ಇನ್ನೂರು ಗ್ರಾಂ ತೂಕ ಜಾಸ್ತಿಯಾಗಿದೀನಿ" ಎಂದು ಹೇಳಿ, ಓಡು ನಡಿಗೆಯಲ್ಲಿ ಹೊರಟು ಹೋದಳು.

ವಿಶಾಲ್ ಉಳಿದ ಚಿಪ್ಸ್‌ಗಳನ್ನು ತಿನ್ನುತ್ತಾ, ದೇವಿಕಾ ಕಣ್ಣೀರು ಹಾಕಿದ ಪ್ರಸಂಗವನ್ನು ನೆನೆಯುತ್ತಾ ಸ್ವಲ್ಪ ಹೊತ್ತು ಹಾಗೇ ಕುಳಿತಿದ್ದ. ಕಣ್ಣೀರು ಒರೆಸಿಕೊಳ್ಳುವುದಕ್ಕಿಂತಲೂ

ಮುಂಚೆ ಅವಳು ಕರವಸ್ತ್ರದಿಂದ ಆ ಮೇಜಿನ ಗಾಜಿನ ಮೇಲೆ ಬಿದ್ದ ನೀರ ಹನಿಯನ್ನು ಒರೆಸಿದ್ದು ಅವನಿಗೆ ವಿಚಿತ್ರವೆನ್ನಿಸಿತ್ತು.

>>>

ದೇವಿಕಾ ಕೇವಲ ಎರಡು ತಿಂಗಳಿನಲ್ಲಿ ಟೀಮಿನ ಎಲ್ಲರ ಇಷ್ಟದೇವಿಕಾಳಾಗಿ ಹೋದಳು. ಸರಿಯಾದ ಸಮಯಕ್ಕೆ ಕೆಲಸಕ್ಕೆ ಬರುವ, ಅವಶ್ಯ ಬಿದ್ದರೆ ವಾರಾಂತ್ಯಗಳಲ್ಲೂ ಕೆಲಸ ಮಾಡುವ, ಸಿಟ್ಟಿಗೇಳದ, ಸಿಡುಕದ, ಅತ್ಯಂತ ಸಂಯಮದ ಅವಳ ವ್ಯಕ್ತಿತ್ವ ಪ್ರತಿಯೊಬ್ಬರಿಗೂ ಮೆಚ್ಚುಗೆಯಾಗಿದ್ದರಲ್ಲಿ ಅಚ್ಚರಿಯೇನೂ ಇರಲಿಲ್ಲ. ವಿಶಾಲ್‌ಗಂತೂ ಒಳ್ಳೆಯ ಅಭ್ಯರ್ಥಿಯನ್ನು ಆಯ್ಕೆ ಮಾಡಿಕೊಂಡಿದ್ದಕ್ಕೆ ಒಳಗೊಳಗೇ ಹೆಮ್ಮೆ ಮತ್ತು ಸಂತೋಷವನ್ನು ಪಟ್ಟುಕೊಂಡ. ಇಂತಹ ಚಾಣಾಕ್ಷ ಉದ್ಯೋಗಿಯೊಬ್ಬಳು ಕೆಲಸ ಸಿಗದೆ ಒಂದು ವರ್ಷ ಮನೆಯಲ್ಲಿಯೇ ಕೊಳೆಯುವಂತೆ ಮಾಡಿದ ಈ ರಿಸೆಷನ್ ಎನ್ನುವುದು ಎಂತಹ ಕೆಟ್ಟಕಾಲವೆಂದು ಅಚ್ಚರಿಪಟ್ಟ. ಕೇವಲ ಕ್ವಾಲಿಟಿ ಮ್ಯಾನೇಜರ್ ಆಗಿ ನೇಮಕ ಮಾಡಿಕೊಂಡಿದ್ದರೂ, ಅವಳು ಬೇರೆಲ್ಲಾ ಕೆಲಸಗಳಲ್ಲೂ ಅಷ್ಟೇ ಉತ್ಸಾಹದಿಂದ ತೊಡಗಿಸಿಕೊಂಡಳು. ವಿಶಾಲ್‌ಗೆ ಬಹಳ ಬೇಸರ ಹುಟ್ಟುತ್ತಿದ್ದ ಕೆಲಸವೆಂದರೆ ತನ್ನ ಸಹೋದ್ಯೋಗಿಗಳು ಕಸ್ಟಮರ್‌ಗಳಿಗೆ ಕಳುಹಿಸಬೇಕಾದ ಇ–ಮೇಲಿನ ಇಂಗ್ಲಿಷನ್ನು ತಿದ್ದುವುದಾಗಿತ್ತು. ಅವನ ದಿನದ ಬಹಳಷ್ಟು ಸಮಯ ಈ ಕೆಲಸಕ್ಕೇ ವ್ಯಯವಾಗುತ್ತಿತ್ತು. ಎಷ್ಟೇ ದೊಡ್ಡ ಎಂಜಿನಿಯರಿಂಗ್ ಕಾಲೇಜಿನಿಂದ ಹೊರ ಬಿದ್ದಿದ್ದರೂ ಸಾಕಷ್ಟು ಹುಡುಗರಿಗೆ ಇಂಗ್ಲಿಷ್ ಸರಿಯಾಗಿ ಬರುತ್ತಿರಲಿಲ್ಲ. ಹೊರ ದೇಶದ ಗ್ರಾಹಕರು, ಅದರಲ್ಲೂ ಇಂಗ್ಲೆಂಡ್ ಮತ್ತು ಅಮೆರಿಕಾದವರು, ಇ–ಮೇಲಿನಲ್ಲಿ ಕಾಗುಣಿತ ದೋಷವೋ ಅಥವಾ ವ್ಯಾಕರಣ ದೋಷವನ್ನೋ ಕಂಡುಬಿಟ್ಟರೆ ಅತ್ಯಂತ ಕಿರಿಕಿರಿ ಮಾಡುತ್ತಿದ್ದರು. ಜೊತೆಗೆ ಫೋನಿನಲ್ಲಿ ಮಾತನಾಡುವಾಗ ಅವರ ಉಚ್ಚಾರಣೆಯನ್ನು ಅರ್ಥ ಮಾಡಿಕೊಳ್ಳುವುದು ಎಲ್ಲರಿಗೂ ಸಾಧ್ಯವಾಗುತ್ತಿರಲಿಲ್ಲ. ಜೊತೆಗೆ ಅವರಿಗೆ ಅರ್ಥವಾಗುವಂತೆ ಮಾತನಾಡುವುದೂ ಸುಲಭವಿರಲಿಲ್ಲ.

ಆದರೆ ಆ ಎಲ್ಲಾ ತಲೆನೋವನ್ನು ದೇವಿಕಾ ಬಗೆಹರಿಸಿಬಿಟ್ಟಳು. ಅವಳ ಇಂಗ್ಲಿಷ್ ಅತ್ಯಂತ ಪ್ರಬುದ್ಧವಾಗಿತ್ತು. ಜೊತೆಗೆ ಗ್ರಾಹಕರ ಜೊತೆ ಅತ್ಯಂತ ಸುಲಲಿತವಾಗಿ ಸಂಭಾಷಣೆ ಮಾಡುತ್ತಿದ್ದಳು. ವಿಶಾಲ್ ಬೇರೆ ಕೆಲಸಗಳಲ್ಲಿ ನಿಶ್ಚಿಂತೆಯಿಂದ ತೊಡಗಿಕೊಳ್ಳುವಂತಹ ಸ್ಥಿತಿ ದೇವಿಕಾಳಿಂದಾಯ್ತು. ಒಮ್ಮೆ ಕ್ಯಾಂಟೀನಿನಲ್ಲಿ ಜೊತೆಯಾಗಿ ಊಟ ಮಾಡುತ್ತಿರುವಾಗ ಅವಳಿಗೆ ಅಷ್ಟೊಂದು ಒಳ್ಳೆಯ ಇಂಗ್ಲಿಷ್ ಹೇಗೆ ಸಿದ್ಧಿಸಿತೆಂದು ಸಹಜವಾಗಿ ಕೇಳಿದ. ಬಿಹಾರಿನಲ್ಲಿರುವಾಗ ಐಎಎಸ್ ಪರೀಕ್ಷೆಗಾಗಿ ಸಾಕಷ್ಟು ತಯಾರಿ ಮಾಡಿದ್ದಾಗಿಯೂ, ಆದರೆ ಪಾಸಾಗಲಿಲ್ಲವೆಂದೂ

ಅವಳು ಸಂಕೋಚದಿಂದ ತಿಳಿಸಿದಳು. ಆಗ ಪರೀಕ್ಷೆಯಲ್ಲಿ ಸೋತರೂ, ಆ ವಿಶೇಷ ತಯಾರಿಯೇ ಅವಳಿಗೆ ಬದುಕಿನಾದ್ಯಾಂತ ಬೇರೆ ಬೇರೆ ರೀತಿಯಲ್ಲಿ ಸಹಾಯ ಮಾಡಿದೆಯೆಂದು ಹೇಳಿದಳು.

ಪ್ರಾಜೆಕ್ಟ್ ಸುಗಮವಾಗಿ ನಡೆಯುತ್ತಿದೆಯೆಂದು ಗ್ರಹಿಸಿದ ಅಮೆರಿಕಾದ ಗ್ರಾಹಕರು, ಮೂರು ತಿಂಗಳ ನಂತರ ಟೀಮಿನವರೆಲ್ಲಾ ಔಟಿಂಗ್ ಹೋಗುವುದಕ್ಕೆ ಹಣವನ್ನು ಕಳುಹಿಸಿಕೊಟ್ಟಿದ್ದರು. ಹಗಲು ರಾತ್ರಿ ನಿರಂತರವಾಗಿ ಕೆಲಸ ಮಾಡಿದ ನೀವೆಲ್ಲಾ ಈ ವಾರಾಂತ್ಯದಲ್ಲಿ ಕುಡಿದು, ಕುಣಿದು, ಕುಪ್ಪಳಿಸಿ ಬನ್ನಿರೆಂದು ವಿಶೇಷ ಇ–ಮೇಲನ್ನು ಎಲ್ಲರಿಗೂ ಕಳುಹಿಸಿ ಕೊಟ್ಟಿದ್ದರು. ಕನಕಪುರ ರಸ್ತೆಯಲ್ಲಿ, ಕಾವೇರಿ ತೀರದಲ್ಲಿರುವ ಒಂದು ಒಳ್ಳೆಯ ರೆಸಾರ್ಟಿನಲ್ಲಿ ಎಲ್ಲರೂ ಕುಟುಂಬ ಸಮೇತ ಒಂದು ಶನಿವಾರ ಕಳೆಯುವ ಏರ್ಪಾಟುಗಳನ್ನು ದೇವಿಕಾ ನೇತೃತ್ವದಲ್ಲಿಯೇ ಮಾಡಲಾಯಿತು. ಅಲ್ಲಿ ವಿಶಾಲ್‌ಗೆ ವಿನಾಯಕ ಕುಲಕರ್ಣಿಯ ಪರಿಚಯವಾಯ್ತು. ಪ್ರತಿಷ್ಠಿತ ಕಂಪನಿಯೊಂದರಲ್ಲಿ ಬಹು ದೊಡ್ಡ ಹುದ್ದೆಯಲ್ಲಿರುವ ಈ ಸ್ಫುರದ್ರೂಪಿ ಹುಡುಗ ಅದು ಹೇಗೆ ಈ ದಪ್ಪ ಹುಡುಗಿಯಿಂದ ಆಕರ್ಷಿತನಾದ ಎಂದು ವಿಶಾಲನಿಗೆ ಅಚ್ಚರಿಯಾಯ್ತು. ಆದರೆ ದೇವಿಕಾಳಿಗೆ ಹೋಲಿಸಿದರೆ ಇವನು ಅಷ್ಟೊಂದು ಚುರುಕಲ್ಲವೆಂದು ಅವನಿಗನ್ನಿಸಿತು. ತನ್ನ ಪತ್ನಿ ಶಿಲ್ಪಾ, ಮಕ್ಕಳಾದ ತರುಣ್ ಮತ್ತು ಕಿರಣ್‌ರನ್ನು ಪರಿಚಯಿಸಿದ. ವಿನಾಯಕ ಕುಲಕರ್ಣಿ ಇಡೀ ದಿನ ಆ ಇಬ್ಬರು ಪುಟ್ಟ ಮಕ್ಕಳೊಡನೆ ಆಟವಾಡುತ್ತಾ ಕಳೆದ ಸಂಗತಿ ವಿಶಾಲ್‌ನ ಹೃದಯಕ್ಕೆ ತಟ್ಟಿತು.

ದೇವಿಕಾ ಮತ್ತೊಂದು ಅಚ್ಚರಿಯನ್ನು ತನ್ನೆಲ್ಲಾ ಸಹೋದ್ಯೋಗಿಗಳಿಗೆ ತೆರೆದಿಟ್ಟಳು. ಔಟಿಂಗ್ ಹೆಚ್ಚು ಲವಲವಿಕೆಯಿಂದ ಕೂಡಿರಲೆಂದು ಮತ್ತು ಎಲ್ಲರೂ ಹೆಚ್ಚು ಆತ್ಮೀಯರನ್ನಾಗಿಸಲೆಂದು ಹಲವಾರು ಆಟಗಳನ್ನು ಹಮ್ಮಿಕೊಂಡಿದ್ದರು. ಅದರಲ್ಲಿ ಹೆಚ್ಚು ಕಾಲ ನರ್ತಿಸುವ ಆಟವೂ ಒಂದಾಗಿತ್ತು. ದೇವಿಕಾ ಈ ಆಟದಲ್ಲಿ ಗೆದ್ದುಬಿಟ್ಟಳು! ಅಂತಹ ದಢೂತಿ ದೇಹವಿದ್ದರೂ ಅದು ಅವಳಿಗೆ ಕಿಂಚಿತ್ತೂ ತೊಂದರೆಯನ್ನು ಕೊಡದಿರುವುದು ವಿಶಾಲನಿಗಂತೂ ಬಹು ಅಚ್ಚರಿಯ ಸಂಗತಿಯಾಗಿತ್ತು. ಬಾಲಿವುಡ್‌ನ ಗೀತೆಗಳ ರಿಥಂಗೆ ತಪ್ಪದಂತೆ ಸುಮಾರು ಮುಕ್ಕಾಲು ಗಂಟೆಯ ಕಾಲ ಸುಂದರವಾಗಿ ನರ್ತಿಸಿದ ಅವಳ ಶಕ್ತಿ ಎಲ್ಲರನ್ನೂ ದಂಗುಬಡಿಸಿತ್ತು. ಎಲ್ಲ ಹುಡುಗರ ನಿಲ್ಲದ ಚಪ್ಪಾಳೆಗೆ ಹುರುಪುಗೊಂಡ ದೇವಿಕಾ ಸಾಕಷ್ಟು ಬೆವರು ಸುರಿಯುತ್ತಿದ್ದರೂ ನಿರ್ಲಕ್ಷಿಸಿ ಲವಲವಿಕೆಯಿಂದ ನರ್ತಿಸಿದಳು. "ನಮ್ಮ ಕಂಪನಿಯ ಸರೋಜ್‌ಖಾನ್" ಎಂದು ವಿಶಾಲ್ ಮೆಚ್ಚುಗೆಯನ್ನು ವ್ಯಕ್ತಪಡಿಸಿದ. ಅನಂತರ ಊಟದ ಹೊತ್ತಿನಲ್ಲಿ ಮತ್ತೊಮ್ಮೆ "ನನಗೆ ನಂಬೋದಕ್ಕೇ ಆಗ್ತಾ ಇಲ್ಲ" ಎಂದು ಉದ್ಗಾರ ಮಾಡಿದಾಗ, ಆ ಮಾತಿನಲ್ಲಿ ಅಡಗಿರುವ ತನ್ನ ದೇಹದ ದಢೂತಿಯ ಕುಹಕವನ್ನೂ ಗಮನಕ್ಕೆ

ತೆಗೆದುಕೊಂಡ ದೇವಿಕಾ ಉತ್ತರ ಕೊಡದೆ ಸುಮ್ಮನೆ ನಿರ್ಲಕ್ಷ್ಯದ ನಗೆಯನ್ನು ನಕ್ಕಳು. ಚಿಕನ್ ಕಬಾಬನ್ನು ಬಕಾಸುರನಂತೆ ಕಬಳಿಸುತ್ತಿದ್ದ ವಿನಾಯಕ ಕುಲಕರ್ಣಿ, "ಹೀಗೆ ಕುಣಿದು ಕುಣಿದೇ ನನ್ನ ಏಳು ವರ್ಷದ ಕೆಳಗೆ ಬುಟ್ಟಿಗೆ ಹಾಕಿಕೊಂಡಳು" ಎಂದು ಸಣ್ಣಗೆ ಉಸುರಿದ. ಅದನ್ನು ಕೇಳಿಸಿಕೊಂಡ ದೇವಿಕಾ ಹುಸಿಗೋಪದಿಂದ ಅವನ ಬೆನ್ನಿಗೆ ಪಟ್ಟೆಂದು ಹೊಡೆದು, "ಯು ಈಡಿಯಟ್..." ಎಂದು ಬಯ್ದಳು. ಅವಳ ಆ ಏಟಿಗೆ "ಮರ್ ಗಯಾ..." ಎಂದು ವಿನಾಯಕ ಸತ್ತಂತೆ ನಟಿಸಿದ. ಎಲ್ಲರೂ ನಕ್ಕರು. ದೇವಿಕಾಳೂ ನಕ್ಕಳು.

>>>

ಮತ್ತೆ ಮೂರು ತಿಂಗಳು ಸುಗಮವಾಗಿ ಸಾಗಿದವು. ವಿಶಾಲ್‌ಗೆ ಸಣ್ಣಗೆ ಆತಂಕ ಶುರುವಾಯ್ತು. ಯಾವಾಗ ಎಲ್ಲವೂ ನಿರರ್ಗಳವಾಗಿ ಚಲಿಸುತ್ತಲಿರುತ್ತವೋ, ಅಂತಹದೇ ಹೊತ್ತಿನಲ್ಲಿ ಎಲ್ಲಿಂದಲೋ ವಿಘ್ನದ ಅಲೆಗಳು ಬಂದು ಅಪ್ಪಳಿಸುತ್ತವೆಂಬುದು ಅವನ ವೃತ್ತಿಜೀವನದ ಅನುಭವ. ಅದಕ್ಕಾಗಿ ಅವನು ವೃತ್ತಿ ಪೂರ್ತಿಯಾಗಿ ನೆಮ್ಮದಿಯಾಗಿರುವ ಅಥವಾ ಸಂತೋಷ ಪಡುವ ಪ್ರವೃತ್ತಿಯನ್ನು ಬೆಳೆಸಿಕೊಂಡಿಲ್ಲ.

ಅವನ ಅನುಮಾನ ನಿಜವಾಗುವಂತಹ ಒಂದು ಘಟನೆ ನಡೆದೇ ಹೋಯ್ತು.

ಆವತ್ತು ಅವನು ಮತ್ತು ಕಸ್ತೂರಿ ಮಧ್ಯಾಹ್ನ ಕ್ಯಾಂಟೀನಿನಲ್ಲಿ ಊಟ ಮಾಡುತ್ತಿದ್ದರು. ಆ ಹೊತ್ತಿನಲ್ಲಿ ದೇವಿಕಾ ಕ್ಯಾಂಟೀನಿನ ಒಳಗೆ ಬಂದಳು. ಇವರಿಬ್ಬರನ್ನು ನೋಡಿ ನಕ್ಕು, ಊಟವನ್ನು ತೆಗೆದುಕೊಳ್ಳಲು ಸರದಿಯಲ್ಲಿ ನಿಂತಳು. ಯಾವತ್ತಿನಂತೆ ವಿಶಾಲ್ ಇತ್ತೀಚೆಗೆ ನಡೆದ ಒಂದು ಸಂಗತಿಯಲ್ಲಿ ದೇವಿಕಾ ತೋರಿಸಿದ ಪ್ರಬುದ್ಧತೆಯನ್ನು ಕಸ್ತೂರಿಗೆ ವಿವರಿಸುತ್ತಿದ್ದ. ದೇವಿಕಾ ಅನ್ನ, ಸಾಂಬಾರು, ಪಲ್ಯವನ್ನು ತಟ್ಟೆಗೆ ಹಾಕಿಕೊಳ್ಳುತ್ತಿದ್ದ ದೇವಿಕಾಳ ದೇಹದ ನಿಲುವನ್ನು ಗಮನಿಸುತ್ತಿದ್ದ ಕಸ್ತೂರಿ, ವಿಶಾಲ್‌ಗೆ ಸ್ವಲ್ಪ ಮೌನವಾಗಿರುವಂತೆ ಸನ್ನೆ ಮಾಡಿದಳು. ವಿಶಾಲ್ ಕೂಡಾ ದೇವಿಕಾಳನ್ನು ಗಮನಿಸಿದನಾದರೂ ಹಾಗೆ ಬಿಟ್ಟುಗಣ್ಣಿನಿಂದ ನೋಡುವಂತಹದ್ದು ಅವಳಲ್ಲೇನಿದೆ ಎಂಬುದು ತಿಳಿಯಲಿಲ್ಲ. "ಏನು ನೋಡ್ತಾ ಇದೀಯ?" ಎಂದು ಕೇಳಿದ. ತನ್ನ ನೋಟವನ್ನು ಬದಲಿಸದ ಕಸ್ತೂರಿ "ಮೂರು ತಿಂಗಳು" ಎಂದಳು. ವಿಶಾಲ್‌ಗೆ ತಿಳಿಯಲಿಲ್ಲ. "ವಿಶಾಲ್, ನಿನಗೆ ಕಷ್ಟದ ದಿನಗಳು ಇನ್ನು ಪ್ರಾರಂಭ. ದೇವಿಕಾ ಈಗ ಮೂರು ತಿಂಗಳ ಗರ್ಭಿಣಿ" ಎಂದು ವಿವರವಾಗಿ ಹೇಳಿ ಮತ್ತೆ ತನ್ನ ಊಟವನ್ನು ಮುಂದುವರೆಸಿದಳು. ವಿಶಾಲ್ ಆ ಹೊಸ ಸುದ್ದಿಗೆ ಬೆಚ್ಚಿ ಮತ್ತೊಮ್ಮೆ ದೇವಿಕಾಳ ಕಡೆ ನೋಡಿದ. "ನಂಗೇನೂ ಹಂಗೆ ಅನ್ನಿಸುತ್ತಿಲ್ಲ" ಎಂದು ಬೆಪ್ಪನಂತೆ ಹೇಳಿದ. "ಅದಕ್ಕೆ ಹೆಂಗಸಿನ ಕಣ್ಣು ಬೇಕಾಗುತ್ತೆ. ಮೊದಲೇ ಅವಳು ದಪ್ಪ. ನಿನಗೆ ಖಂಡಿತಾ

ಗೊತ್ತಾಗಲ್ಲ" ಎಂದು ಕಸ್ತೂರಿ ನಕ್ಕಳು. ಟೇಬಲ್ಲನ್ನು ಒಮ್ಮೆ ಎಡಗೈಯಿಂದ ಜೋರಾಗಿ ಕುಟ್ಟಿದ ವಿಶಾಲ್ "ಬಿಚ್..." ಎಂದ. ಕಸ್ತೂರಿ ಮತ್ತೊಮ್ಮೆ ಸುಂದರವಾಗಿ ನಕ್ಕಳು.

>>>

ದೇವಿಕಾ ಆ ವಿಶಾಲವಾದ ಮೀಟಿಂಗ್ ರೂಮಿನ ಒಳಗೆ ಬಂದಾಗ ಅಲ್ಲಿ ಮೂವರು ಕುಳಿತಿದ್ದರು. ಫೈನಾನ್ಸ್ ವಿಭಾಗದ ಮುಖ್ಯಸ್ಥ ಕೇತನ್ ದೇಸಾಯಿ, ಅವನ ಅಕ್ಕಪಕ್ಕ ಕಸ್ತೂರಿ ಮತ್ತು ವಿಶಾಲ್ ಕುಳಿತಿದ್ದರು. ಕೇತನ್ ಆಕೆಗೆ "ದಯವಿಟ್ಟು ಬನ್ನಿ" ಎಂದು ಕರೆದು, ತನ್ನ ಎದುರಿಗಿನ ಕುರ್ಚಿಯಲ್ಲಿ ಕೂಡಲು ಹೇಳಿದ. ದೇವಿಕಾ ನಿಧಾನಕ್ಕೆ ಆಸೀನಳಾಗಿ, ಎಲ್ಲರನ್ನೂ ಒಮ್ಮೆ ನೋಡಿದಳು. ಕಸ್ತೂರಿ ಮಾತನ್ನು ಶುರುವಿಟ್ಟಳು.

"ದೇವಿಕಾ, ಕೆಲವು ವೈಯಕ್ತಿಕ ಪ್ರಶ್ನೆಗಳನ್ನು ಕೇಳಬೇಕಾಗಿ ಬಂದಿದೆ. ದಯವಿಟ್ಟು ನೀವು ತಪ್ಪು ತಿಳಿಯಬಾರದು."

"ಇಲ್ಲ. ದಯವಿಟ್ಟು ಕೇಳಿ."

"ನೀವು ಗರ್ಭಿಣಿಯಾಗಿರಬೇಕೆಂದು ನಾವು ಊಹಿಸುತ್ತಿದ್ದೇವೆ. ಅದು ನಿಜವೆ?"

"ಹೌದು"

ಒಂದೆರಡು ಕ್ಷಣ ನಿಶ್ಯಬ್ದ. ಅನಂತರ ಕಸ್ತೂರಿಯೇ ಮೌನ ಮುರಿದು "ಅಭಿನಂದನೆಗಳು" ಎಂದು ಹೇಳಿದಳು. ಉಳಿದವರಿಬ್ಬರೂ "ಅಭಿನಂದನೆಗಳು" ಎಂದು ಸಣ್ಣ ಧ್ವನಿಯಲ್ಲಿ ಹೇಳಿದರು. ಅಷ್ಟೇ ಸಣ್ಣ ಧ್ವನಿಯಲ್ಲಿ ದೇವಿಕಾ "ಧನ್ಯವಾದಗಳು" ಎಂದು ಮೂವರಿಗೂ ತಿಳಿಸಿದಳು.

"ಮಗುವನ್ನು ಮಾಡಿಕೊಳ್ಳುವ ಸಂಗತಿ ನಿಮ್ಮ ವೈಯಕ್ತಿಕ ಆಯ್ಕೆ. ಕಂಪನಿಯ ನಿಯಮದ ಪ್ರಕಾರ ನಾವು ನಿಮ್ಮ ಯಾವುದೇ ವೈಯಕ್ತಿಕ ಬದುಕಿನ ಆಯ್ಕೆಗಳನ್ನು ಪ್ರಶ್ನಿಸುವಂತಿಲ್ಲ. ಆದರೆ ಇಲ್ಲಿ ನಮ್ಮ ಕಂಪನಿಯ ಪ್ರಾಜೆಕ್ಟ್‌ಗೂ ಧಕ್ಕೆಯಾಗುವಂತಹ ಪರಿಸ್ಥಿತಿ ಬಂದಿದೆಯಾದ ಕಾರಣ ನಿಮ್ಮನ್ನು ಈ ಬಗ್ಗೆ ಪ್ರಶ್ನೆ ಮಾಡಬೇಕಾದ ಒತ್ತಾಯ ನಮಗೆ ಬಂದಿದೆ. ನೀವು ಅನ್ಯಥಾ ತಪ್ಪು ತಿಳಿಯುವುದಿಲ್ಲವೆಂದು ಭಾವಿಸುತ್ತೇನೆ."

"ಖಂಡಿತಾ ಇಲ್ಲ. ಕೇಳಿ."

"ನಿಮ್ಮನ್ನು ಈ ಪ್ರಾಜೆಕ್ಟಿಗೆ ಸೇರಿಸಿಕೊಳ್ಳುವ ಸಮಯದಲ್ಲಿ ನಾವು ಈ ಪ್ರಶ್ನೆಯನ್ನು ಕೇಳಿದ್ದೆವು. ನೀವು ಆಗ ಮಗು ಮಾಡಿಕೊಳ್ಳುವ ಯಾವ ಯೋಜನೆಯೂ ಮಾಡಿಲ್ಲವೆಂದು ತಿಳಿಸಿದ್ದಿರಿ. ಆಯ್ಕೆ ಮಾಡುವುದಕ್ಕೆ ಅದೂ ಒಂದು ಕಾರಣವಾಗಿತ್ತು."

"ನಿಮ್ಮ ಮಾತು ಒಪ್ಪಿಕೊಳ್ಳುತ್ತೇನೆ. ಆದರೆ ಬದುಕಿನಲ್ಲಿ ಎಲ್ಲಾ ಸಂಗತಿಗಳನ್ನೂ ನಾವು ಪ್ಲಾನ್ ಮಾಡಲಾಗುವುದಿಲ್ಲ ಎನ್ನುವುದು ನಿಮಗೂ ಈಗಾಗಲೇ ಅರಿವಿಗೆ ಬಂದಿರುತ್ತದೆ."

“ಅದು ನಿಜ. ಆದರೆ ಇದು ಬಹುಮುಖ್ಯ ಪ್ರಾಜೆಕ್ಟ್ ಆಗಿತ್ತು. ನೀವು ಇದರಲ್ಲಿ ಮಹತ್ವದ ಪಾತ್ರ ವಹಿಸಿರುವುದು ನಿಮಗೂ ಗೊತ್ತೇ ಇದೆ. ಇನ್ನೈದು ತಿಂಗಳಿಗೆ ಈ ಪ್ರಾಜೆಕ್ಟ್ ಪ್ರಮುಖ ಘಟ್ಟವನ್ನು ಮುಟ್ಟುತ್ತದೆ. ಆಗ ನಿಮ್ಮ ಆವಶ್ಯಕತೆ ಅತ್ಯಂತ ಹೆಚ್ಚೆಂಬುದೂ ನಿಮಗೆ ಗೊತ್ತು. ಆ ಹೊತ್ತಿನಲ್ಲಿ ನೀವು ಮೂರು ನಾಲ್ಕು ತಿಂಗಳು ರಜೆಯ ಮೇಲೆ ಹೋದರೆ ಪ್ರಾಜೆಕ್ಟ್ ನೆಲಕಚ್ಚುತ್ತದೆ. ಮೊದಲೇ ಇದು ರಿಸೆಷನ್ ಸಮಯ. ಪ್ರಾಜೆಕ್ಟಿನಲ್ಲಿ ಬಫರ್ ಕೂಡಾ ಇಲ್ಲ. ಎಲ್ಲ ನಿರೀಕ್ಷೆಗಳೂ ತಲೆಕೆಳಗಾಗುತ್ತವೆ.”

“ಕಂಪನಿಯ ಸಮಸ್ಯೆ ನನಗೆ ಅರ್ಥವಾಗುತ್ತಿದೆ. ಆದರೆ ಇದು ನನ್ನ ಬದುಕಿನ ಸಮಸ್ಯೆ. ಸುಮಾರು ಎಂಟು ವರ್ಷಗಳ ಕಾಲ ಪಟ್ಟ ಕಷ್ಟ ನಮಗೆ ಮಾತ್ರ ಗೊತ್ತು. ಭಗವಂತನ ಕೃಪೆಯಿಂದ ಈಗ ಅಮೃತ ಘಳಿಗೆ ಬಂದಿದೆ. ಅದು ನನಗೆ ನಮ್ಮ ಕಂಪನಿ, ನಮ್ಮ ಅಮೆರಿಕನ್ ಗ್ರಾಹಕರಿಗಿಂತಲೂ ಮುಖ್ಯವಾದದ್ದು. ಇದು ನನ್ನ ಬದುಕಿನ ಪ್ರಶ್ನೆ.”

ಅಲ್ಲಿಯವರೆಗೆ ಮಾತಿಲ್ಲದೆ ಮೌನವಾಗಿ ಕುಳಿತಿದ್ದ ವಿಶಾಲ್‌ನನ್ನು ಈ ಮಾತು ಕೆರಳಿಸಿತು. “ನನ್ನ ವೃತ್ತಿ ಜೀವನ ಹಾಳಾದರೂ ನಿಮಗೇನೂ ಬೇಸರವಿಲ್ಲವಾ?” ಎಂದು ಕೇಳಿದ. ಅವನ ಧ್ವನಿ ಹೆಚ್ಚು ಕಡಿಮೆ ಕಿರುಚಿದಂತಿತ್ತು. ಕಸ್ತೂರಿ ಎಚ್ಚೆತ್ತುಕೊಂಡು, “ವಿಶಾಲ್, ಪ್ಲೀಜ್ ಸುಮ್ಮನಿರು” ಎಂದು ಬೇಡಿಕೊಂಡಳು. ಕೇತನ್ ದೇಸಾಯಿ ಅವನ ಬೆನ್ನನ್ನು ತಟ್ಟಿ “ಕೂಲ್ ಡೌನ್ ಮ್ಯಾನ್” ಎಂದು ಸಮಾಧಾನಪಡಿಸಿದ.

ದೇವಿಕಾ ಎದ್ದು ನಿಂತಳು. “ನಿಮ್ಮೆಲ್ಲರ ಸಮಸ್ಯೆಗಳು ನನಗೆ ಖಂಡಿತಾ ಅರ್ಥವಾಗುತ್ತವೆ. ಆದರೆ ಅದಕ್ಕೆ ನಾನು ಯಾವ ರೀತಿಯಿಂದಲೂ ಜವಾಬ್ದಾರಳಲ್ಲ ಮತ್ತು ಅದಕ್ಕಾಗಿ ನಾನು ಅಪರಾಧಿ ಭಾವವನ್ನು ಅನುಭವಿಸುವುದೂ ಇಲ್ಲ. ಈ ನನ್ನ ಬಸಿರು, ನನಗೆ ಮತ್ತು ನನ್ನ ಪತಿ ವಿನಾಯಕನಿಗೆ ಮಾತ್ರ ಸಂಬಂಧಿಸಿದ್ದು” ಎಂದು ಹೇಳಿ ಹೊರಟುಹೋದಳು.

ವಿಶಾಲ್ ಎರಡೂ ಕೈಗಳನ್ನು ಗಾಳಿಯಲ್ಲಿ ಒಗೆದು “ಶಿ ಪುಟ್ ಮಿ ಇನ್ ಸೂಪ್” ಎಂದು ಕನಲಿದ. “ವಿಶಾಲ್, ನಿನ್ನ ಮಾತಿನ ಬಗ್ಗೆ ಗಮನ ಇರಲಿ. ಲೀಗಲ್ ಆಗಿ ನಮಗೆ ಆಕೆಯನ್ನು ಪ್ರಶ್ನಿಸಲು ಯಾವುದೇ ಅರ್ಹತೆಗಳಿಲ್ಲ. ಬಾಯಿ ಜಾರಿದರೆ ಎಲ್ಲರೂ ಕಟಕಟೆ ಹತ್ತಬೇಕಾಗುತ್ತೆ, ಜೋಕೆ” ಎಂದು ಕಸ್ತೂರಿ ಎಚ್ಚರಿಸಿದಳು.

“ಕಸ್ತೂರಿ ಮತ್ತು ವಿಶಾಲ್, ನಡೆದ ಸಂಗತಿಗಳ ಬಗ್ಗೆ ಗೊಣಗಾಡುವುದನ್ನು ನಿಲ್ಲಿಸೋಣ. ಈಗ ಈ ಸಮಸ್ಯೆಯನ್ನು ಹೇಗೆ ಎದುರಿಸುವುದು ಎಂದು ಯೋಚನೆ ಮಾಡಿ” ಎಂದು ಕೇತನ್ ದೇಸಾಯಿ ಪರಿಸ್ಥಿತಿಯನ್ನು ಹದಗೊಳಿಸಲು ನೋಡಿದ.

“ಬೇರಿನ್ನೇನು ಮಾಡೋದು? ಮತ್ತೊಬ್ಬರನ್ನು ಹುಡುಕಬೇಕು. ಅವರಿಗೆ ಪ್ರಾಜೆಕ್ಟಿನ ಎಲ್ಲಾ ಜ್ಞಾನವನ್ನು ಈಕೆಯಿಂದ ರವಾನೆ ಮಾಡಿಸೋದು. ಈಕೆಗೆ

ಪಿಂಕ್ ಸ್ಲಿಪ್ ಕೊಟ್ಟು ಮನೆಗೆ ಕಳುಹಿಸೋದು. ಎಷ್ಟು ಅಂತ ನಷ್ಟವನ್ನು ನಾನು ನಿಭಾಯಿಸಲು ಸಾಧ್ಯ? ಮೊದಲೇ ಕಷ್ಟದ ದಿನಗಳು ಇವು. ಅರ್ಧ ಹಣದಲ್ಲಿ ಪ್ರಾಜೆಕ್ಟ್ ಮಾಡಿಕೊಡಿ ಅಂತ ಆ ಅಮೆರಿಕಾದವರು ತಲೆಯ ಮೇಲೆ ಕೂಡುತ್ತಿದ್ದಾರೆ. ನಷ್ಟವನ್ನು ನುಂಗುವಂತಹ ದೊಡ್ಡ ಕಂಪನಿಯೂ ನಮ್ಮದಲ್ಲ" ಎಲ್ಲವನ್ನೂ ಮೊದಲೇ ಆಲೋಚಿಸಿದಂತೆ ವಿಶಾಲ್ ಹೇಳಿದ.

"ವಿಶಾಲ್, ಹಾಗೆಲ್ಲಾ ಸುಮ್ಮಸುಮ್ಮನೆ ಗರ್ಭಿಣಿಯಾದ ಮಹಿಳೆಯನ್ನು ಪಿಂಕ್ ಸ್ಲಿಪ್ ನೀಡಿ ಮನೆಗೆ ಕಳುಹಿಸಲು ಬರುವುದಿಲ್ಲ. ಈವರೆಗೆ ಅವಳ ಕೆಲಸಗಳೆಲ್ಲವನ್ನೂ ನೀನೇ ಹೊಗಳಿ ಅಟ್ಟಕ್ಕೇರಿಸಿದ ಇ-ಮೇಲ್‌ಗಳು ಎಲ್ಲರ ಇನ್ ಬಾಕ್ಸಿನಲ್ಲಿವೆ. ಅವಳ ಯಾವ ತಪ್ಪುಗಳೂ ಇಲ್ಲ" ಕಸ್ತೂರಿ ಎಚ್ಚರಿಸಿದಳು.

"ತಪ್ಪು ಇಲ್ಲ ಅಂದ್ರೆ ತಪ್ಪು ಮಾಡಿಸಬೇಕು. ಸೆಕ್ಷುಯಲ್ ಹರಾಜ್‌ಮೆಂಟ್, ಇನ್‌ಫಾರ್ಮೇಷನ್ ಥೆಫ್ಟ್... ಯಾವುದೋ ಒಂದರಲ್ಲಿ ಆಕೆಯನ್ನು ಸೇರಿಸೋದು. ಏನೇ ಆದರೂ ನನ್ನ ಪ್ರಾಜೆಕ್ಟ್ ನಷ್ಟವನ್ನು ಅನುಭವಿಸುವುದನ್ನು ನಾನು ಸಹಿಸುವುದಿಲ್ಲ. ಇದು ನನ್ನ ಅಳಿವು ಉಳಿವಿನ ಪ್ರಶ್ನೆ. ಮೊದಲೇ ದೊಡ್ಡ ಸಂಬಳದ ಕುಳ ಅವಳು. ಪುಕ್ಕಟೆ ಏನನ್ನೂ ಕೊಡಲಾಗುವುದಿಲ್ಲ" ಎಂದು ವಿಶಾಲ್ ಖಡಾಖಂಡಿತವಾಗಿ ಹೇಳಿದ. ಕೇತನ್ ಅವನ ಭುಜವನ್ನು ಹಗೂರಕ್ಕೆ ಒತ್ತಿದ.

>>>

ಮನೆಗೆ ಬಂದ ತಕ್ಷಣ ಎರಡೂ ಮಕ್ಕಳನ್ನು ಮಾತಾಡಿಸಿ ನಗಿಸಿದ ನಂತರವೇ ಉಳಿದವರನ್ನು ಮಾತನಾಡಿಸುವುದು ವಿಶಾಲ್‌ನ ಸ್ವಭಾವ. ಆದ್ದರಿಂದ ಅವನ ಕಾರು ಬಂದ ಸದ್ದು ಕೇಳಿದ ತಕ್ಷಣ ಮಕ್ಕಳು ಕಾರಿಡಾರಿಗೆ ಓಡಿ ಹೋಗಿ ಅಪ್ಪನ ಕಾಲನ್ನು ತಬ್ಬಿಕೊಳ್ಳುತ್ತಾರೆ. ಸಾಮಾನ್ಯವಾಗಿ ಮಕ್ಕಳಿಗಾಗಿ ವಿಶಾಲ್ ಏನಾದರೂ ತಂದಿರುತ್ತಾನೆ.

ಆದರೆ ಈ ದಿನ ಕಾಲನ್ನು ತಬ್ಬಿಕೊಂಡ ಮಕ್ಕಳನ್ನು ಸುಮ್ಮನೆ ಅತ್ತ ಸರಿಸಿ, ಪಡಸಾಲೆಗೆ ಬಂದು ಸೋಫಾದಲ್ಲಿ ಕುಸಿದು ಕುಳಿತು ಕಣ್ಣು ಮುಚ್ಚಿದ ವಿಶಾಲ್‌ನನ್ನು ನೋಡಿ ಶಿಲ್ಪಾಗೆ ಏನೋ ಎಡವಟ್ಟಾಗಿದೆ ಎಂಬುದು ತಿಳಿಯಿತು. ಮಕ್ಕಳನ್ನು ಆಡಲು ಕಳುಹಿಸಿ, ಅವನಿಗೆ ತಣ್ಣನೆಯ ನೀರನ್ನು ತಂದುಕೊಟ್ಟು, ಪಕ್ಕದಲ್ಲಿ ಬಂದು ಕುಳಿತಳು. ಅವನು ನೀರನ್ನು ಕುಡಿದ ಅನಂತರ, "ಯಾಕೆ ಇಷ್ಟೊಂದು ಸುಸ್ತಾಗಿದೀರ?" ಎಂದು ಕೇಳಿದಳು. "ಪ್ರಾಬ್ಲಂ" ಎಂದು ಎರಡೂ ಕೈಗಳನ್ನೆತ್ತಿ ಮೈ ಮುರಿದ. "ಯಾಕೆ, ಏನಾಯ್ತು?" ಎಂದು ಕುತೂಹಲ ತೋರಿದಳು.

"ನಮ್ಮ ಕಂಪನಿಯಲ್ಲಿ ದೇವಿಕಾ ಎನ್ನುವಾಕೆ ಕೆಲಸ ಮಾಡುತ್ತಾಳೆ. ನಿನಗೆ ನೆನಪಿದೆಯಾ?"

"ಅವತ್ತು ರೆಸಾರ್ಟಿನಲ್ಲಿ ಸಿಕ್ಕಾಪಟ್ಟೆ ಕುಣಿದಿದ್ಲಲ್ಲ, ಭಾಳ ದಪ್ಪಗಿದ್ಲು."

"ಹೂಂ. ಆಕಿನೇ."

"ಅಯ್ಯೋ ಪಾಪ, ಏನಾಯ್ತು ಆಕಿಗೆ?"

"ಬಸುರಿ ಆಗ್ಯಾಳೆ."

"ಹಂಗಾರೆ ಇನ್ನು ಮುಂದೆ ಕುಣಿಯೋಹಂಗಿಲ್ಲ" ಎಂದು ಶಿಲ್ಪಾ ನಕ್ಕಳು. ತನ್ನ ಹೆಂಡತಿಯ ಹಾಸ್ಯಪ್ರಜ್ಞೆಗೆ ನಕ್ಕ ವಿಶಾಲ್, "ಆಕಿ ಕುಣಿಯಲ್ಲ. ನಮ್ಮನ್ನ ಕುಣಿಸೋಕೆ ಶುರು ಮಾಡಿದಾಳೆ" ಎಂದು ಹೇಳಿ ಪ್ರಸ್ತುತ ಪರಿಸ್ಥಿತಿಯನ್ನು ಕ್ಷಿಪ್ರವಾಗಿ ವಿವರಿಸಿದ. ಎಲ್ಲವನ್ನೂ ಕೇಳಿಸಿಕೊಂಡ ಶಿಲ್ಪಾ, "ಎಂಥಾ ಮೋಸದಾಕಿ ಇದ್ದಾಳಲ್ರೀ. ಬಸುರಿ ಆಗೋದಕ್ಕೂ ಹೊತ್ತು ಗೊತ್ತು ಇಲ್ಲೇನು?" ಎಂದಳು.

ಒಳಗಿನಿಂದ "ವಿಶೂ..." ಎಂದಿದ್ದು ಕೇಳಿಸಿತು. ಅದು ವಿಶಾಲನ ಅಮ್ಮ. ಆಕೆ ನಿಧಾನಕ್ಕೆ ಕೋಲೂರುತ್ತಾ ಪಡಸಾಲೆಗೆ ಬಂದಳು. ಆಕೆಯ ದೇಹ ಸ್ವಲ್ಪ ಬಾಗಿತ್ತು. ಇತ್ತೀಚೆಗೆ ಕಣ್ಣಿನ ಆಪರೇಷನ್ ಆಗಿದ್ದರಿಂದ ಕಪ್ಪು ಕನ್ನಡಕವನ್ನು ಹಾಕಿಕೊಂಡಿದ್ದಳು.

"ವಿಶೂ, ನಿನ್ನ ಮಾತೆಲ್ಲಾ ಕೇಳಿಸಿಕೊಂಡೆ. ಹೆಣ್ಣಿನ ಬಸುರಿಗೆ ನಿಂದಿಸಬೇಡೋ ನಮ್ಮಪ್ಪಾ, ಒಳ್ಳೇದಾಗಲ್ಲ" ಎಂದು ನಿಧಾನಕ್ಕೆ ನುಡಿದಳು. ಅಲ್ಲಿಯವರೆಗೆ ಕೋಣೆಯಲ್ಲಿ ಕುಳಿತ ಆಕೆ ಈ ಮಾತುಗಳನ್ನು ಕೇಳಿಸಿಕೊಂಡಿರಬಹುದೆಂಬ ಅರಿವು ಇವರಿಬ್ಬರಿಗೂ ಬಂದಿರಲಿಲ್ಲ.

"ಅತ್ತೆ, ಅದು ಅವರ ಆಫೀಸಿನ ಕೆಲಸ. ನಿಮಗೆ ಅರ್ಥ ಆಗಲ್ಲ. ಸುಮ್ಮನಿದ್ದು ಬಿಡಿ" ಎಂದು ಶಿಲ್ಪಾ ಅತ್ತೆಯನ್ನು ಸುಮ್ಮನಾಗಿಸಲು ನೋಡಿದಳು.

"ಆಫೀಸಿನ ಕೆಲಸ ನಂಗೆ ತಿಳಿಯಂಗಿಲ್ಲಮ್ಮ, ಒಪ್ಪಿಗೊಳ್ತೀನಿ. ಆದರೆ ಬಸುರು, ಬಾಣಂತನ ತಿಳೀತದೆ. ಏಳು ಮಕ್ಕಳನ್ನ ಹಡದು, ನಾಲ್ಕು ದಕ್ಕಿಸಿಕೊಂಡೀನಿ."

"ಅಮ್ಮಾ, ಇದು ಅಮೆರಿಕಾದವರ ಪ್ರಾಜೆಕ್ಟ್. ಏನಾದ್ರೂ ಹೆಚ್ಚು ಕಡಿಮೆ ಆದ್ರೆ ನಂಗೆ ಸಂಚಕಾರ ಬರ್ತದೆ" ವಿಶಾಲ್ ಪರಿಸ್ಥಿತಿಯನ್ನು ವಿವರಿಸಿದ.

"ಅಮೆರಿಕಾ ಆಗಲಿ, ಅಫಘನಿಸ್ಥಾನ ಆಗಲಿ, ಬಸುರಿ ಬಾಣಂತನ ಅಂದ್ರೆ ಎಲ್ಲಾ ಕಡೀನೂ ಒಂದೇ. ಅದನ್ನು ನಿಂದಾ ಮಾಡೋ ಹಂಗಿಲ್ಲ. ದೇವರನ್ನ ನಿಂದಾ ಮಾಡಿದಂಗೆ ಅದು. ಭಗವಂತನ ದಯದಿಂದ ಎರಡು ಬಂಗಾರದಂಥಾ ಮಕ್ಕಳು ಈ ಜನ್ಮಕ್ಕೆ ದಕ್ಕಿವೆ. ಪಾಪಮಾಡಿ ಜನ್ಮಾಂತರದಲ್ಲಿ ಮಕ್ಕಳಿಲ್ಲದಂಗೆ ಮಾಡ್ಕೋಬೇಡ."

"ನೀನು ಬರೀ ಆಕಿ ಕಷ್ಟ ನೋಡ್ತಿದಿ. ನನ್ನ ಕಷ್ಟ ಏನು ಅಂತ ನಿನ್ನ ಕಣ್ಣಿಗೆ ಕಾಣವಲ್ದು" ಷೂ ಬಿಚ್ಚುತ್ತಾ ವಿಶಾಲ್ ಕೊಸರಿದ.

"ಕೂಸಿನ್ನ ಹಡೆಯೋ ಕಷ್ಟಕ್ಕಿಂತಾ ದೊಡ್ಡ ಕಷ್ಟ ಈ ಜಗತ್ತಿನಾಗೆ ಯಾವುದೂ ಇಲ್ಲ. ಉಳಿದ ಕಷ್ಟ ಏನಿದ್ರೂ ಹೊಂದಾಣಿಕಿ ಮಾಡಿಕೋಬೇಕು" ಎಂದು

ನಿಧಾನವಾಗಿ, ಆದರೆ ಖಚಿತವಾಗಿ ಹೇಳಿದ ಆ ತಾಯಿ, ಮತ್ತೆ ಕೋಲನ್ನೂರುತ್ತಾ ಸದ್ದು ಮಾಡುತ್ತಾ ತನ್ನ ಕೋಣೆಯನ್ನು ಸೇರಿಕೊಂಡಳು.

ವಿಶಾಲ್ ಮತ್ತು ಶಿಲ್ಪಾ ಆಕೆ ಮರೆಯಾಗುವವರೆಗೂ ನೋಡುತ್ತಲೇ ಇದ್ದರು. ಆಕೆ ಕೋಣೆ ಸೇರಿದ್ದೇ ವಿಶಾಲ್ ಸುಸ್ತಾದವನಂತೆ ಮತ್ತೊಮ್ಮೆ ಕಣ್ಣುಮುಚ್ಚಿ ನಿಟ್ಟುಸಿರುಬಿಟ್ಟ. ಅವನ ತಲೆಗೂದಲಿನಲ್ಲಿ ಕೈಯಾಡಿಸಿದ ಶಿಲ್ಪಾ, "ನೀವು ಸುಮ್ಮಸುಮ್ಮನೆ ವಯಸ್ಸಾದವರ ಮಾತು ತಲೀಗೆ ಹಚ್ಚಿಕೊಂಡು ಕೊರಗಬೇಡ್ರಿ" ಎಂದಳು.

>>>

ಮುಂದಿನ ಒಂದು ತಿಂಗಳು ವಿಶಾಲ್‌ಗೆ ದೇವಿಕಾಳ ತಪ್ಪುಗಳನ್ನು ಹುಡುಕಿ ಕಲೆಹಾಕುವ ಕೆಲಸ ಮುತ್ತಿಕೊಂಡಿತು. ಅವಳು ಸೇರಿದಾಗಿನಿಂದ ಹಿಡಿದು ಇಲ್ಲಿಯ ತನಕ ಮಾಡಿದ ಪ್ರತಿಯೊಂದು ಕೆಲಸಗಳನ್ನೂ ಪರಿಶೀಲಿಸಿ ತಪ್ಪುಗಳನ್ನು ಭೂತಗನ್ನಡಿಯಿಟ್ಟು ಹುಡುಕಲಾರಂಭಿಸಿದ. ಅವಳ ಬಯೋಡೇಟಾ ನೋಡಿದ. ಅವಳ ವೃತ್ತಿಪರ ಹಿನ್ನೆಲೆಯನ್ನು ಯಾವುದೋ ಕಂಪನಿಯ ಮೂಲಕ ಮಾಡಿಸಿದ. ಅವಳು ಈವರೆಗೆ ಕಂಪನಿಯ ಐ.ಡಿ.ಯಿಂದ ಕಳುಹಿಸಿದ ಎಲ್ಲಾ ಇ-ಮೇಲ್‌ಗಳನ್ನು ರಿಸ್ಟೋರ್ ಮಾಡಿಕೊಂಡು ಪರೀಕ್ಷಿಸಿದ. ಅವಳು ಮಾಡಿದ ಟೆಸ್ಟಿಂಗ್ ಫಲಿತಾಂಶಗಳು, ನಡೆಸಿದ ರಿವ್ಯೂಗಳು, ಸಹೋದ್ಯೋಗಿ ಜೊತೆ ಅವಳು ನಡೆದುಕೊಂಡ ರೀತಿ, ಎಲ್ಲೋ ಆಫೀಸಿನ ಮೂಲೆಯಲ್ಲಿ ಅವಿಸಿಟ್ಟ ಕ್ಯಾಮೆರಾದಲ್ಲಿ ಶೇಖರಗೊಂಡ ಅವಳಿರುವ ವೀಡಿಯೋ ತುಣುಕುಗಳು, ಕೊನೆಗೆ ತೆರಿಗೆ ವಿನಾಯ್ತಿಗೆಂದು ಕೊಟ್ಟ ಮನೆ ಬಾಡಿಗೆಯ ರಸೀದಿಗಳನ್ನೂ ಬಿಡದೆ ಪರಿಶೀಲಿಸಿದ. ತಪ್ಪುಗಳನ್ನೇ ಹುಡುಕಲು ಹೊರಟಾಗ ಅವು ಸಿಕ್ಕೇ ಸಿಗುತ್ತವೆ. ಗುಣಾವಗುಣಗಳು ನೋಡುವ ಕಣ್ಣಿಗೆ ಸಂಬಂಧಿಸಿದ ಸಂಗತಿಗಳು. ಆದ್ದರಿಂದ ಹಲವಾರು ತಪ್ಪುಗಳು ಅವನ ಕಣ್ಣಿಗೆಬಿದ್ದವು. "ಛೆ, ನಾನು ಅನಾವಶ್ಯಕವಾಗಿ ಇವಳನ್ನು ತಲೆಯ ಮೇಲೇರಿಸಿ ಕೂಡಿಸಿಕೊಂಡು ಬಿಟ್ಟೆ. ಶಿ ಈಜ್ ಬಿಲೋ ಆವರೇಜ್" ಎಂದು ಸಹೋದ್ಯೋಗಿಗಳ ಮುಂದೆಯೂ ಹಲುಬಿದ. ಅಂತಹ ತಪ್ಪುಗಳನ್ನು ಕಸ್ತೂರಿಯ ಮುಂದಿಟ್ಟು, "ಆಕೆಯನ್ನು ಹೊರಹಾಕಲು ಇಷ್ಟು ಸಾಕಾ?" ಎಂದು ಕೇಳುತ್ತಿದ್ದ.

ಆದರೆ ದೇವಿಕಾ ಮಾತ್ರ ಇವನ ಯಾವ ಚಟುವಟಿಕೆಗೂ ಕಂಗೆಡದೆ ತನ್ನ ಪಾಡಿಗೆ ತಾನಿದ್ದು ಬಿಟ್ಟಳು. ಮೊದಲಿನಂತೆ ತನ್ನ ಕೆಲಸಗಳನ್ನು ಶ್ರದ್ಧೆಯಿಂದ ಮಾಡುತ್ತಿದ್ದಳು. ಸಹೋದ್ಯೋಗಿಗಳೊಡನೆ ಏನೂ ನಡೆದಿಲ್ಲವೆಂಬಂತೆ ದಿನನಿತ್ಯದ ಕೆಲಸಗಳಲ್ಲಿ ತೊಡಗಿಕೊಂಡಳು. ಆಗೊಮ್ಮೆ ಈಗೊಮ್ಮೆ ವೈದ್ಯರ ತಪಾಸಣೆಗೆಂದು

ರಜೆಯನ್ನು ತೆಗೆದುಕೊಳ್ಳುತ್ತಿದ್ದಳು. ವಿಶಾಲ್ ಅದನ್ನು ಸಮ್ಮತಿಸುವನೋ ಇಲ್ಲವೋ ಎಂಬುದಕ್ಕೆ ತಲೆ ಕೆಡಿಸಿಕೊಳ್ಳುತ್ತಿರಲಿಲ್ಲ. ಕೆಲವೊಮ್ಮೆ ಬೆಳಗ್ಗೆ ಎದ್ದಾಗಲೇ ಸುಸ್ತಾದಂತೆ ಭಾಸವಾಗಿ, "ಆಫೀಸಿಗೆ ಈ ದಿನ ಬರಲಾಗುವುದಿಲ್ಲ" ಎಂದು ಇ-ಮೇಲ್ ಕಳುಹಿಸಿಬಿಡುತ್ತಿದ್ದಳು. ಅವನು ಅಲ್ಲಿ ಕಛೇರಿಯಲ್ಲಿ ಕೋಪದಿಂದ ಕುದಿಯುವ ಚಿತ್ರ ಅವಳ ಕಣ್ಣ ಮುಂದೆ ಬಂದು ನಗು ಬರುತ್ತಿತ್ತು.

ಇಂತಹ ಹೊತ್ತಿನಲ್ಲಿಯೇ ಮತ್ತೆರಡು ಗ್ರಾಹಕರ ದೊಡ್ಡ ಪ್ರಾಜೆಕ್ಟ್‌ಗಳು ಅನಿರೀಕ್ಷಿತ ಅಂತ್ಯವನ್ನು ಕಂಡವು. ಗ್ರಾಹಕರು ಆ ಕೆಲಸವನ್ನು ಅಲ್ಲಿಗೇ ನಿಲ್ಲಿಸಲು ಹೇಳಿದ್ದಲ್ಲದೆ, ಹಲವು ತಿಂಗಳಿನಿಂದ ಕೊಡಬೇಕಾದ ಹಣದ ಬಾಕಿಯನ್ನು ತೀರಿಸಲು ಮುಂದೂಡಲಾರಂಭಿಸಿದರು. ಕೆಲಸದಿಂದ ಖಾಲಿಯಾದ ಸಹೋದ್ಯೋಗಿಗಳು ಕ್ಯಾಂಟೀನಿನಲ್ಲಿ ಸೇರಿ ಮುಂದೇನಾಗುತ್ತದೆ ಎಂದು ಗಾಸಿಪ್ ಮಾಡಲು ಶುರುವಿಟ್ಟರು. ಸದ್ಯದಲ್ಲಿಯೇ ಕಂಪನಿಯಲ್ಲಿ ದೊಡ್ಡ ಲೇ ಆಫ್ ಆಗುತ್ತದೆಂಬ ಗುಸುಗುಸು ಆಫೀಸಿನ ಮೂಲೆ ಮೂಲೆಯಲ್ಲಿ ಕೇಳಿಬರತೊಡಗಿತು. ಆ ತಿಂಗಳ ಸಂಬಳ ಮೂರು ದಿನ ತಡವಾಗಿ ಬಂದಾಗ 'ಲೇ ಆಫ್' ವಿಚಾರ ಇನ್ನಷ್ಟು ಕಾವನ್ನು ಪಡೆದುಕೊಂಡಿತು. ಯಾರು ಯಾರು ಮನೆಗೆ ಹೋಗಬಹುದೆಂಬ ಪಟ್ಟಿಯ ತಯಾರಿಯನ್ನು ಸಹೋದ್ಯೋಗಿಗಳೇ ಮಾಡಲಾರಂಭಿಸಿದರು. ದೇವಿಕಾಳ ಹೆಸರನ್ನು ಹೆಚ್ಚು ಕಡಿಮೆ ಎಲ್ಲರೂ ಪ್ರಸ್ತಾಪಿಸಲಾರಂಭಿಸಿದರು.

ವಿಶಾಲ್‌ನ ಪ್ರಾಜೆಕ್ಟ್ ಇನ್ನೂ ಜೀವಂತವಿರುವುದರಿಂದ ಅದಕ್ಕೆ ಹೆಚ್ಚಿನ ಮಹತ್ವ ಬರಲಾರಂಭಿಸಿತು. ಕೊನೆಗೊಂಡ ಪ್ರಾಜೆಕ್ಟಿನ ಜನರು ವಿಶಾಲ್‌ನನ್ನು ಭೇಟಿಯಾಗಿ ತಮ್ಮನ್ನು ಅವನ ಪ್ರಾಜೆಕ್ಟಿನಲ್ಲಿ ಸೇರಿಸಿಕೊಳ್ಳಬೇಕೆಂದು ಮನವಿ ಮಾಡಿಕೊಂಡರು. ಒಂದಿಬ್ಬರಂತೂ ಕಣ್ಣೀರು ಹಾಕಿ ತಮ್ಮ ಮನೆಯ ಪರಿಸ್ಥಿತಿಯನ್ನೆಲ್ಲಾ ವಿವರಿಸಿ ವಿಶಾಲ್‌ಗೆ ಕಿರಿಕಿರಿ ಮಾಡಿಬಿಟ್ಟರು. ಆದರೂ ವಿಶಾಲ್‌ಗೆ ಸಂದರ್ಭ ತನಗೆ ಅನುಕೂಲವಾಗಿದೆಯೆನ್ನಿಸುತ್ತಿತ್ತು. ತಕ್ಷಣ ಯಾರನ್ನಾದರೂ ದೇವಿಕಾಳ ಬದಲಿಗೆ ತೆಗೆದುಕೊಂಡುಬಿಡುವುದೆಂದೂ, ಅವಳ ಪ್ರಾಜೆಕ್ಟ್‌ನ ವಿವರಗಳನ್ನೆಲ್ಲಾ ಆಮೂಲಾಗ್ರವಾಗಿ ಹಸ್ತಾಂತರಿಸಿದ ತಕ್ಷಣ ಯಾವುದೋ ನೆಪದಲ್ಲಿ ಅಥವಾ ಲೇ ಆಫ್‌ನಲ್ಲಿ ಆಕೆಯ ಹೆಸರನ್ನು ನೂಕಿ ಕೈ ತೊಳೆದುಕೊಳ್ಳುವುದೆಂದು ಯೋಚಿಸತೊಡಗಿದ. ತಿಂಗಳುಗಟ್ಟಲೆ ಅವಳಿಗೆ ಪುಕ್ಕಟೆಯಾಗಿ ಕೊಡಬೇಕಾದ ಸಂಬಳ ಪ್ರಾಜೆಕ್ಟ್‌ನ ಲಾಭಕ್ಕೆ ಮಾರಕವಾಗುತ್ತದೆಂದೂ, ಅದೂ ನೇರವಾಗಿ ತನ್ನ ವೃತ್ತಿಪರತೆಗೆ ಕಳಂಕವೆಂದೂ ಅವನಿಗೆ ಖಚಿತವಾಗಿ ಗೊತ್ತಿತ್ತು.

ಎಲ್ಲರೂ ರಾಜಾರೋಷವಾಗಿ ತಮ್ಮ ಬಯೋಡೇಟಾಗಳನ್ನು ಇಂಟರ್ನೆಟ್ಟಿನಲ್ಲಿ ತೇಲಿಬಿಟ್ಟರು. ಜಾಬ್ ದಲ್ಲಾಳಿಗಳ ಫೋನ್ ಮತ್ತು ಇ-ಮೇಲ್ ಐಡಿಗಳು

ವಿನಿಮಯವಾದವು. ಬುಧವಾರದ ಟೈಮ್ಸ್ ಪತ್ರಿಕೆಯ ಉದ್ಯೋಗದ ಅಸೆಂಟ್ ಪುರವಣಿ ಮಹತ್ವವನ್ನು ಪಡೆದುಕೊಂಡಿತ್ತು. ಆದರೆ ಎಲ್ಲಾ ಕಂಪನಿಗಳ ಸ್ಥಿತಿಯೂ ಹೀನಾಯವಾಗಿದ್ದ ಆ ಹೊತ್ತಿನಲ್ಲಿ ಸಂದರ್ಶನಕ್ಕೆ ಕರೆ ಬರುವುದು ಅತ್ಯಂತ ಅಪರೂಪದ್ದಾಗಿತ್ತು. ಬಂದರೂ ಒಂದು ಕೆಲಸಕ್ಕೆ ಸಾವಿರಾರು ಜನ ಅರ್ಜಿ ಗುಜರಾಯಿಸಿರುತ್ತಿದ್ದರು. ಹೊಸ ಕಂಪನಿಯವರು ಅರ್ಧ ಸಂಬಳಕ್ಕೆ ಸೇರುವೆಯಾ? ಎಂದು ಮರ್ಯಾದೆ ಬಿಟ್ಟು ಕೇಳಲಾರಂಭಿಸಿದರು. ಆಯ್ಕೆಯಾಗಿದೆಯೆಂದು ಪತ್ರ ಬರೆದರೂ ಕೆಲಸಕ್ಕೆ ಬಂದು ಸೇರಿಕೊಳ್ಳಬೇಕಾದ ದಿನಾಂಕವನ್ನು ಗೌಪ್ಯವಾಗಿಟ್ಟರು.

ಇಂತಹ ಹೊತ್ತಿನಲ್ಲಿಯೇ ದೇವಿಕಾ ಒಂದು ವಾರ ಕಾಲ ಆಫೀಸಿಗೆ ಬರಲಿಲ್ಲ. ಮೊದಲ ದಿನ ವಿಶಾಲ್ ಹಲವು ಮೊಬೈಲ್ ಕಾಲ್‌ಗಳನ್ನು ಮಾಡಿದರೂ ಅವಳು ಸ್ವೀಕರಿಸಲಿಲ್ಲ. ಸಹೋದ್ಯೋಗಿಗಳಿಂದ ಕಾಲ್ ಮಾಡಿಸಿದರೂ ಉತ್ತರಿಸಲಿಲ್ಲ. ಸುದ್ದಿ ಕೊಡದೆ ತಪ್ಪಿಸುವ ಕೆಟ್ಟ ಅಭ್ಯಾಸ ಅವನಿಗೆ ಸಿಟ್ಟು ಬರಿಸುತ್ತದೆ. ಇಡೀ ದಿನ ಅಸಹನೆಯಿಂದ ಉರಿದ. ಆದರೆ ರಾತ್ರಿಯ ಹೊತ್ತಿಗೆ ದೇವಿಕಾಳ ಗಂಡ ವಿನಾಯಕನಿಂದ ಮೆಸೇಜ್ ಬಂತು. ಅವಳ ಆರೋಗ್ಯ ಸರಿಯಿಲ್ಲವೆಂದೂ, ಇನ್ನೆರಡು ದಿನ ಬರಲಿಕ್ಕಿಲ್ಲವೆಂದೂ ತಿಳಿಸಿದ್ದ. ಅವನನ್ನು ತಲುಪಲು ವಿಶಾಲ್ ಫೋನ್ ಮಾಡಿದ. ಆದರವನು ಎತ್ತಿಕೊಳ್ಳಲಿಲ್ಲ.

ಪ್ರಾಜೆಕ್ಟ್‌ನ ಬಹು ಮುಖ್ಯ ಹೊತ್ತಿನಲ್ಲಿ ಹೀಗೆ ಒಂದು ವಾರ ತಪ್ಪಿಸಿದ ದೇವಿಕಾಳ ಮೇಲಿನ ಸಿಟ್ಟನ್ನು ನುಂಗಿ ನುಂಗಿ ವಿಶಾಲ್ ಕನಲಿ ಹೋಗಿದ್ದ. ಇನ್ನು ಯಾವುದೇ ಕಾರಣಕ್ಕೂ ಅವಳನ್ನು ಉಳಿಸಿಕೊಳ್ಳುವಂತಿಲ್ಲ ಎಂದು ಶಪಥ ಮಾಡಿಕೊಂಡಿದ್ದ. ಅವಳ ಬದಲಿಗೆ ಯಾರನ್ನು ತೆಗೆದುಕೊಳ್ಳಬೇಕೆಂದು ನಿಶ್ಚಯಿಸಿ, ಎಲ್ಲ ಯೋಜನೆಯನ್ನು ಕಸ್ತೂರಿಯ ಮುಂದೆ ಚರ್ಚಿಸಿದ್ದ. ಅವಳು ಆಫೀಸಿಗೆ ಬಂದ ತಕ್ಷಣ ಒಳ್ಳೆಯ ಉದ್ಯೋಗಿಯ ಲಕ್ಷಣಗಳ ಬಗ್ಗೆ ಒಂದು ದೊಡ್ಡ ಭಾಷಣ ಕೊಡುವಷ್ಟು ಮಾತುಗಳನ್ನು ಮತ್ತೆ ಮತ್ತೆ ಮನಸ್ಸಿನಲ್ಲಿ ಹೇಳಿಕೊಂಡ. ಇನ್ನು ಮುಂದೆ ಪ್ರಾಜೆಕ್ಟಿನ ಬಹುಮುಖ್ಯ ಕೆಲಸಕ್ಕೆ ಎಂದೂ ಹೆಂಗಸರನ್ನು ತೆಗೆದುಕೊಳ್ಳಬಾರದೆಂದು ನೂರು ಬಾರಿ ಮನಸ್ಸಿನಲ್ಲಿಯೇ ಅಂದುಕೊಂಡ.

ಸೋಮವಾರ ಅವನ ಕ್ಯಾಬಿನ್ನಿನೊಳಗೆ ದೇವಿಕಾ ಹೆಜ್ಜೆಯಿಟ್ಟಾಗ ಅವನು ಯಾವುದೋ ಇ-ಮೇಲಿನಲ್ಲಿ ಗಹನವಾಗಿ ಮುಳುಗಿಹೋಗಿದ್ದ. ಅವಳು ಒಳಗೆ ಬಂದಿದ್ದು ಗೊತ್ತಾದರೂ ಅವಳೆಡೆಗೆ ನೋಡದೆ ಸುಮ್ಮನೆ ಒಂದೆರಡು ಇ-ಮೇಲ್‌ಗಳನ್ನು ಉತ್ತರಿಸಿದ. ಕೀಬೋರ್ಡಿನ ಕೀಲಿಗಳನ್ನು ಪಟಪಟನೆ ಒತ್ತಿ ಸದ್ದು ಮಾಡಿದ. ಆವಾಗಲೇ ಗೊಣಗಿದ ಫೋನನ್ನು ಸ್ವೀಕರಿಸಿ ಒಂದಿಷ್ಟು ಮಾತನಾಡಿದ. ಅವಳು ಅಲ್ಲೇ ಗೋಡೆಗೆ ಒರಗಿ ನಿಂತಿರುವುದು ಅವನ ಒಳಗಣ್ಣಿಗೆ

ತಿಳಿಯುತ್ತಿತ್ತು. ಆದರೆ ಬೇಕೆಂದೇ ಅವಳೆಡೆಗೆ ತಕ್ಷಣ ಮುಖ ತಿರುಗಿಸಲಿಲ್ಲ. ಒಂದು ಐದು ನಿಮಿಷದ ನಂತರ ತನ್ನ ಲ್ಯಾಪ್‌ಟಾಪಿನ ಪರದೆಯನ್ನು ಲಾಕ್ ಮಾಡಿ, "ಐ ಆಂ ಸಾರಿ, ಈಗ ಹೇಳಿ..." ಎಂದು ಅತಿವಿಶ್ವಾಸದ ಧ್ವನಿಯಲ್ಲಿ ಹೇಳಿ ಅವಳೆಡೆಗೆ ತಿರುಗಿದ. ಅವನಿಗರಿಯದಂತೆ "ಔಚ್..." ಎಂಬ ಸದ್ದು ಅವನ ಬಾಯಿಂದ ಬಂತು. ನಂಬಲಾರದವನಂತೆ ಅವಳ ಸಪಾಟಾದ ಹೊಟ್ಟೆಯನ್ನು ಭಯಮಿಶ್ರಿತವಾದ ಕಣ್ಣುಗಳಿಂದ ನೋಡುತ್ತಾ, ನಡುಗುವ ಧ್ವನಿಯಲ್ಲಿ "ಏನಾಯ್ತು?" ಎಂದು ಕೇಳಿದ.

"ವಿನಾಯಕ ಕೆಲಸ ಕಳಕೊಂಡ" ಎಂದು ಹೇಳಿ ಒಂದೆರಡು ಕ್ಷಣ ಸುಮ್ಮನೆ ಕುಳಿತಳು. ಅನಂತರ "ಅವನ ಕಂಪನಿಯಲ್ಲಿ ಮೂರು ವಾರದ ಕೆಳಗೆ ಐದು ನೂರು ಜನರಿಗೆ ಪಿಂಕ್ ಸ್ಲಿಪ್ ಕೊಟ್ಟರು. ಈಗ ಮನೆಯಲ್ಲಿ ಇದಾನೆ" ಅಂತ ದುಃಖದ ಧ್ವನಿಯನ್ನು ತೋರಿಸಿಕೊಳ್ಳದೆ ನಿರ್ಭಾವುಕವಾಗಿ ಹೇಳಲು ಪ್ರಯತ್ನಿಸಿದಳು.

"ಹಾಗಂತ... ನೀವು..." ಎಂದು ಬಡಬಡಿಸಿದ. ಅವಳಿಗೆ ಮಾತು ಅಷ್ಟಾಗಿ ಬೇಕಿರಲಿಲ್ಲ.

"ತುಂಬಾ ಸಾಲ ಇದೆ. ನೀನೂ ನನ್ನ ಕೆಲಸದಿಂದ ತೆಗೆದುಬಿಡ್ತಿ ಅಂತ ಗೊತ್ತು. ಅವನಿಗೆ ಅಷ್ಟು ಸುಲಭವಾಗಿ ಮತ್ತೊಂದು ಕೆಲಸ ಸಿಗುವುದು ಸಾಧ್ಯವಿಲ್ಲ. ಬೇರೆ ದಾರಿ ತಿಳೀಲಿಲ್ಲ. ಇಬ್ಬರೂ ಯೋಚಿಸಿಯೇ ನಿರ್ಧಾರ ಮಾಡಿ ಡಾಕ್ಟರರ ಬಳಿ ಹೋಗಿದ್ವಿ."

"ಒಂದೆರಡು ತಿಂಗಳು ಕಾದಿದ್ದರೆ ಒಳ್ಳೆಯದಿತ್ತಲ್ವಾ?" ಅಂತ ಪ್ರಾಮಾಣಿಕವಾಗಿ ಹಿತ ಹೇಳಲು ಹೊರಟ. ಅವಳು ಗೋಣಲ್ಲಾಡಿಸಿದಳು.

"ಕಾಲ ಹೇಗಿದೆ ಅಂತ ನಿಂಗೆ ಗೊತ್ತು. ಈ ಕೆಲಸಕ್ಕೆ ಒಂದು ವರ್ಷ ಒದ್ದಾಡಿದೀನಿ. ಈಗ ಇದೂ ಹೋದರೆ ತಿನ್ನೋ ಊಟಕ್ಕೂ ನಮ್ಮಿಬ್ಬರಿಗೆ ಕಷ್ಟ ಆಗುತ್ತೆ. ಪ್ಲೀಜ್, ನನಗೆ ಸಹಾಯ ಮಾಡು. ಪ್ರಾಜೆಕ್ಟ್ ಯಶಸ್ವಿಯಾಗಿಸೋದು ನನ್ನ ಜವಾಬ್ದಾರಿ. ದಯವಿಟ್ಟು ನನ್ನನ್ನು ಕೆಲಸದಿಂದ ತೆಗೆಯಬೇಡ" ಎಂದು ಹೇಳಿದ ದೇವಿಕಾ ಎರಡೂ ಕೈಗಳನ್ನು ಜೋಡಿಸಿದಳು.

ಹೆದರಿದ ವಿಶಾಲ್, "ಪ್ಲೀಜ್ ದೇವಿಕಾ, ಅದೆಲ್ಲಾ ಬೇಡ" ಎಂದು ಬೇಡಿಕೊಂಡ. ಅನಂತರ ನಿತ್ರಾಣದ ನಡಿಗೆಯಲ್ಲಿ ದೇವಿಕಾ ಕ್ಯಾಬಿನ್ನಿನಿಂದ ಹೊರಟು ಹೋದಳು.

ಹಲವು ವಾರಗಳ ಕೆಳಗೆ ಹೇಳಿದ ಅಮ್ಮನ ಮಾತುಗಳು ಅವನ ಕಿವಿಯಲ್ಲಿ ಧಿಮಿಗುಡಲಾರಂಭಿಸಿ ವಿಚಿತ್ರ ಪಾಪಭೀತಿಯಲ್ಲಿ ಕುಳಿತಲ್ಲಿಯೇ ನಡುಗಲಾರಂಭಿಸಿದ.

22ನೇ ಮೇ 2011

ಭಗವಂತ, ಭಕ್ತ ಮತ್ತು ರಕ್ತ

ಅವತ್ತು ಸೋಮವಾರ. ಭಾನುವಾರದ ಪಾರ್ಟಿ ತಡರಾತ್ರಿಯವರೆಗೆ ನಡೆದಿದ್ದರಿಂದ ಹೊತ್ತಾಗಿ ಎದ್ದಿದ್ದೆ. ಆಫೀಸಿಗಾಗಲೇ ತಡವಾಗಿತ್ತು. ನಮ್ಮ ಬಾಸಿನ ಕೆಂಗಣ್ಣು ನನಗಾಗಲೇ ಕಾಣಿಸಲು ಶುರುವಾಗಿತ್ತು. ಸಾಲದು ಅಂತ ನನ್ನ ಮೊಬೈಲ್‌ಗೆ ಕರೆ ಮಾಡಿ ನಿದ್ರಾಭಂಗ ಮಾಡಬಾರದೆಂಬ ತಿಳಿವಳಿಕೆಯಿಂದ ನನ್ನ ಡ್ರೈವರ್, "ಈ ದಿನ ಬರಲ್ಲ ಸಾರ್, ಮೈಯಲ್ಲಿ ಹುಷಾರಿಲ್ಲ" ಅಂತ ಪುಟ್ಟ ಮೆಸೇಜ್ ಅನ್ನು ಇಂಗ್ಲಿಷ್ ಲಿಪಿ, ಕನ್ನಡ ಭಾಷೆಯಲ್ಲಿ ಕಳುಹಿಸಿ, ತನ್ನ ಮೊಬೈಲನ್ನು ಸ್ವಿಚ್‌ಆಫ್ ಮಾಡಿಕೊಂಡಿದ್ದ. "ಇನ್ನೆಂದೂ ನನ್ನ ಕೆಲಸಕ್ಕೆ ಮತ್ತೊಬ್ಬರ ಮೇಲೆ ಅವಲಂಬಿತವಾಗಬಾರದು" ಎಂದು ನನ್ನನ್ನು ನಾನೇ ಬೈದುಕೊಳ್ಳುತ್ತಾ ಕಾರನ್ನು ನಡೆಸುತ್ತಿದ್ದೆ. ಟ್ರಾಫಿಕ್ ತಪ್ಪಿಸುವ ಸಲುವಾಗಿ ಯಾವುಯಾವುದೋ ಅನಾಮಿಕ ರಸ್ತೆಗಳಲ್ಲಿ ನುಗ್ಗಿ ವಿಜೇತನಾಗಿ, ಕೊನೆಯ ಹಂತವಾಗಿ ಮಾರತ್‌ಹಳ್ಳಿ ಬ್ರಿಜ್ಜಿನ ಬಳಿ ತಗುಲಿ ಹಾಕಿಕೊಂಡಿದ್ದೆ. ಕಾರುಗಳು ಕೊಳೆತ ಹೆಣಕ್ಕೆ ಮುತ್ತಿಕ್ಕಿದ ಹುಳುಗಳಂತೆ ಎಲ್ಲೆಲ್ಲಿಯೂ ವಿಲವಿಲ ಎನ್ನುತ್ತಿದ್ದವು. ಅವುಗಳ ಮಧ್ಯದಲ್ಲಿಯೇ ಹೇಗೋ ಜಾಗ ಮಾಡಿಕೊಂಡು ಬೈಕ್ ಮತ್ತು ಆಟೋದವರು ನುಗ್ಗುತ್ತಲೇ ಇದ್ದರು. ಎಲ್ಲಿ ನಮ್ಮ ಕಾರಿಗೆ ತಾಕಿಸಿ ನೆಗ್ಗಿಸಿ ಬಿಡುತ್ತಾರೋ ಎಂಬ ಆತಂಕದಲ್ಲಿ ಕ್ಲಚ್ಚು ಮತ್ತು ಬ್ರೇಕು ಹಾಕುತ್ತಾ, ತಂತಿಯ ಮೇಲೆ ನಡೆಯುವ ಡೊಂಬರ ಹುಡುಗಿಯಂತೆ ಕಾರನ್ನು

ನಡೆಸುತ್ತಿದ್ದೆ. ಅಂತಹ ಅಮೃತ ಘಳಿಗೆಯಲ್ಲಿ ರಿಂದತ್ತಿಯ ಫೋನ್ ಬಂದು ನನ್ನ ಮೊಬೈಲ್ ಕಂಪಿಸಲಾರಂಭಿಸಿತು. ಎದುರಿಗೆ ಹತ್ತಾರು ಟ್ರಾಫಿಕ್ ಪೋಲಿಸರು ವಾಹನ ದಟ್ಟಣೆಯನ್ನು ಹತೋಟಿಗೆ ತರಲು ಇನ್ನಿಲ್ಲದಂತೆ ಶ್ರಮಿಸುತ್ತಿದ್ದರು. ಕಾರನ್ನು ಬದಿಯಲ್ಲಿ ನಿಲ್ಲಿಸುವುದೂ ಸಾಧ್ಯವಿರಲಿಲ್ಲ ಅಥವಾ ಫೋನ್ ತೆಗೆದುಕೊಂಡು ಕಾರನ್ನು ಸಂಭಾಳಿಸುವುದೂ ಸಾಧ್ಯವಿರಲಿಲ್ಲ. ಸುಮ್ಮನೆ ಕಂಪಿಸುವ ಮೊಬೈಲನ್ನು ನೋಡುತ್ತಾ ಏನು ಸುದ್ದಿಯಿರಬಹುದು ಎಂದು ಊಹಿಸುವುದಷ್ಟೇ ನನ್ನ ಕೆಲಸವಾಗಿತ್ತು.

ಬ್ರಿಜ್ ದಾಟಿ, ವೈಟ್‌ಫೀಲ್ಡ್ ಕಡೆಗೆ ನನ್ನ ಕಾರನ್ನು ತಿರುಗಿಸಿ ಸ್ವಲ್ಪ ನೆಮ್ಮದಿಯ ಉಸಿರು ಬಿಡುವ ವೇಳೆಗಾಗಲೇ ರಿಂದತ್ತಿ ಹತ್ತು ಬಾರಿ ನನ್ನ ಮೊಬೈಲಿಗೆ ಕರೆ ಮಾಡಿಯಾಗಿತ್ತು. ಅವರಿಗೆ ನನ್ನ ಪರಿಸ್ಥಿತಿಯನ್ನು ಊಹಿಸಿಕೊಳ್ಳುವ ಬುದ್ಧಿಯಾಗಲೀ, ವಯಸ್ಸಾಗಲೀ ಇಲ್ಲವೆಂದು ನನಗೆ ಗೊತ್ತು. ಜೊತಗ ನನ್ನ ಮೇಲೆ ಯಾವಾಗಲೂ ಅವರದು ಅಧಿಕಾರದ ವಾಣಿ. "ನೀನು ಹುಟ್ಟಿದಾಗ ನಿಮ್ಮಮ್ಮನ ಬಾಣಂತನ ನಾನೇ ಮಾಡಿದ್ದು. ನನ್ನ ಎಲ್ಲಾ ಸೀರಿ ಮೇಲೆ ನೀನು ಉಚ್ಚೆ-ಹೇಲು ಮಾಡೀಯಪ್ಪಾ. ಅಸಹ್ಯ ಇಲ್ಲದಂಗೆ ತೊಳಕೊಂಡೀನಿ. ಈಗೇನೋ ದೊಡ್ಡ ಮನುಷ್ಯ ಆಗಿಬಿಟ್ಟೆ ಅಂತ ಪ್ಯಾಂಟು-ಅಂಗಿ ಹಾಕಿಕೊಂಡು ಧಿಮಾಕು ಮಾಡಬೇಡ. ಈಗಲೂ ನಿನ್ನ ಕುಂಡಿ ಮೇಲೆ ಎರಡು ಬಾರಿಸೋ ಶಕ್ತಿ ನಂಗದೆ" ಅಂತ ನೇರವಾಗಿ ನನ್ನ ಮುಖಕ್ಕೆ ಹೊಡೆದಂತೆ ಎಲ್ಲರೆದುರಿಗೆ ಹೇಳುವ ಅಧಿಕಾರವನ್ನು ಅವರು ತಮಗೆ ತಾವೇ ಗಳಿಸಿಕೊಂಡು ಬಿಟ್ಟಿದ್ದರು. ಅಂತೂ ಕಾರನ್ನು ಪಕ್ಕಕ್ಕೆ ನಿಲ್ಲಿಸಿ, ಮೊಬೈಲ್ ಕೈಗೆತ್ತಿಕೊಳ್ಳುವುದರಲ್ಲಿ ಹನ್ನೊಂದನೆ ಬಾರಿ ರಿಂದತ್ತಿ ಕಾಲ್ ಮಾಡಿದ್ದರು.

ರಿಂದತ್ತಿ ಮತ್ತು ರಾಯಮಾಮ ಬೆಂಗಳೂರಿಗೆ ಬಂದು ಎರಡು ವರ್ಷವಾಗಿದೆ. ಅವರ ಮಗ ಅಂಗದ ಬೆಂಗಳೂರಿನಲ್ಲಿ ಐ.ಟಿ. ಕೆಲಸಕ್ಕೆ ಸೇರಿದ ಮೇಲೆ ಅಪ್ಪ-ಅಮ್ಮನನ್ನು ಕರೆಸಿಕೊಳ್ಳಲು ಮೊದಲ ಪ್ರಯತ್ನದಲ್ಲಿಯೇ ಯಶಸ್ವಿಯಾಗಿರಲಿಲ್ಲ. "ನಮ್ಮ ಬಳ್ಳಾರಿಸೀಮಿ ಬಿಟ್ಟು ಇನ್ನೆಲ್ಲೂ ನಮಗೆ ಸರಿ ಹೋಗಂಗಿಲ್ಲಪ್ಪ. ನೀನು ಸುಮ್ಮನೆ ನಮ್ಮನ್ನ ಬಲವಂತ ಮಾಡಬೇಡ. ನಿಂದು ನೀನು ನೋಡ್ಕ" ಎಂದು ಮಗನಿಗೆ ಕಟುವಾಗಿ ಹೇಳಿಬಿಟ್ಟಿದ್ದರು. ಅವನ ಬಲವಂತಕ್ಕೆ ಒಂದೆರಡು ದಿನ ಬೆಂಗಳೂರಿಗೆ ಬಂದಂತೆ ಮಾಡಿ "ಏನು ಚಳಿ ಚಳಿ ಊರಪ್ಪ ಇದು. ಬೆಳಗ್ಗೆ ಎಂಟು ಗಂಟೆ ಆದ್ರೂ ಬಿಸಲೇರಂಗಿಲ್ಲ. ನಮ್ಮ ಮೈಗೆ ಈ ವಾತಾವರಣ ತಡಿಯಂಗಿಲ್ಲ ಬಿಡು. ಮೂರು ದಿನ ಆಯ್ತು, ನಿಮ್ಮ ಮಾಮಗೆ ಸರಿಯಾಗಿ ಭೇದಿ ಆಗಿಲ್ಲ ನೋಡು! ನಮ್ಮ ಬಳ್ಳಾರಿನಾಗೆ ಬೆಳಗ್ಗೆ ಏಳೋದಕ್ಕೆ ಪುರುಸೊತ್ತಿಲ್ಲದಂಗೆ ತಂಬಿಗಿ ಹಿಡಕೊಂಡು ಓಡುತ್ತಿದ್ದರು. ಸೂರ್ಯನ ಬಿಸಿ ತಟ್ಟಿದ್ರೇನೆ ಉಂಡಿದ್ದು ಜೀರ್ಣ ಆಗೋದು" ಎಂದು ವೈದ್ಯಕೀಯ ಶಾಸ್ತ್ರದ ಪಾಂಡಿತ್ಯವನ್ನು ಪ್ರದರ್ಶಿಸಿ, ಮರಳಿ ಸುಡುವ

ಬಳ್ಳಾರಿಗೆ ಹೊರಟುಹೋಗಿದ್ದರು. ಅದೂ ಸಾಲದೆಂಬಂತೆ ಊರು ತಲುಪಿದ ಮರುದಿನವೇ ನನಗೆ ಫೋನ್ ಮಾಡಿ "ಈವತ್ತು ನಿಮ್ಮ ಮಾಮಗೆ ಮನಸ್ಸು ತೃಪ್ತಿ ಆಗೋಷ್ಟು ಭೇದಿ ಆಯ್ತು" ಎಂದು ವರದಿಯನ್ನು ಒಪ್ಪಿಸಿ ಬಳ್ಳಾರಿ ಸೀಮೆಯ ಮಹಿಮೆಯನ್ನು ವಿಜೃಂಭಿಸಿದ್ದರು. ಪಾಪ! ಅಂಗದ ಮಾತ್ರ ಹಾಳು ಬೆಂಗಳೂರಿನ ಹಾದಿ ಬೀದಿಯಲ್ಲಿ ಊಟ ತಿಂಡಿ ತಿಂದು, ಆರು ತಿಂಗಳಲ್ಲಿ ಕಾಮಾಲೆರೋಗ ಗಳಿಸಿಕೊಂಡಿದ್ದ. ಬಳ್ಳಾರಿಯಲ್ಲಿ ಎರಡು ತಿಂಗಳು ರಿಂದತ್ತಿಯ ಕೈಲೆ ಆರೈಕೆಯಾದ ಮೇಲೆ ಕಣ್ಣಿನಲ್ಲಿ ಬಿಳುಪು ಮೂಡಿಸಿಕೊಂಡಿದ್ದ. ಈಗ ಬೇರೆ ದಾರಿಯಿಲ್ಲದೆ ರಿಂದತ್ತಿ, ರಾಯಮಾಮ ಬೆಂಗಳೂರಿಗೆ ಬಂದಿದ್ದರು. "ಇವನಿಗೊಂದು ಬಡಾನ ಮದುವಿ ಮಾಡಿ ಮುಗಿಸ್ಬೇಕು" ಅಂತ ನನ್ನ ಮುಂದೆ ಇನ್ನಿಲ್ಲದಂತೆ ಹಲುಬಿದ್ದರು.

ಆದರೆ ಅಂಗದ ಈ ಬಾರಿ ಒಂದಿಷ್ಟು ಜಾಣತನವನ್ನು ಮಾಡಿದ. ಆಫೀಸಿನ ಹತ್ತಿರವಾಗಿರಲಿ ಎಂದು ಎಲ್ಲೋ ಎಲೆಕ್ಟ್ರಾನಿಕ್ಸ್ ಸಿಟಿಯ ಬಳಿ ಮನೆ ಮಾಡಿಕೊಂಡಿದ್ದವನು, ಅದನ್ನು ಬಿಟ್ಟು, ವಿದ್ಯಾಪೀಠದ ಹತ್ತಿರ ಒಂದು ಮನೆಯನ್ನು ಬಾಡಿಗೆಗೆ ಹಿಡಿದ. ಈ ಬದಲಾವಣೆ ರಿಂದತ್ತಿ ಮತ್ತು ರಾಯಮಾಮನ ಮೇಲೆ ಪರಿಣಾಮವನ್ನು ಬೀರಿತ್ತು. ಕಾಲ್ನಡಿಗಿಯ ದೂರದಲ್ಲಿಯೇ ಎರಡು ರಾಯರ ಮಠಗಳು, ಸಂಜೆಯಾಗುತ್ತಿದ್ದಂತೆಯೇ ಪುರಾಣ ಪ್ರವಚನ, ಗಾಂಧಿ ಬಜಾರಿಗೆ ಬಂದರೆ ಸಾಕು, ಹೂಬತ್ತಿಯಿಂದ ಹಿಡಿದು ಸಕ್ಕರೆ ಅಚ್ಚಿನ ತನಕ ಎಲ್ಲವೂ ಲಭ್ಯ, ಜೊತೆಗೆ ಹಬ್ಬ-ಹರಿದಿನ-ತಿಥಿ-ಪಕ್ಷ ಎಲ್ಲದಕ್ಕೂ ಅನುಕೂಲ. ಹಗೂರಕ್ಕೆ ಇಬ್ಬರೂ ಬೆಂಗಳೂರಿಗೆ ಹೊಂದಿಕೊಳ್ಳಲಾರಂಭಿಸಿದರು. ಆರು ತಿಂಗಳು ಕಳೆಯುವಷ್ಟರಲ್ಲಿ ಪೂರ್ತಿ ಬೆಂಗಳೂರಿಗೆ ಸಮರ್ಪಿಸಿಕೊಂಡು ಬಿಟ್ಟರು. "ನೀನು ಏನೇ ಹೇಳಪ್ಪಾ, ಬೆಂಗಳೂರಿನಲ್ಲಿದ್ದಷ್ಟು ಬ್ರಾಹ್ಮಣಿಕೆ ನಮ್ಮ ಬಳ್ಳಾರಿನಾಗೆ ಇಲ್ಲ ಬಿಡು. ಮೊನ್ನೆ ಸ್ವಾಮಿಗಳು ಉತ್ತರಾದಿ ಮಠಕ್ಕೆ ಬಂದಿದ್ರು. ನೊಣ ಮುಕುರಿದಂಗೆ ಜನ ಸೇರಿದ್ರು ನೋಡು. ಗಂಡು-ಹೆಣ್ಣು, ಮಕ್ಕಳು-ಮರಿ ಎಲ್ಲಾರೂ ಇದ್ರು ನೋಡು. ದೊಡ್ಡ ದೊಡ್ಡ ಕಂಪನಿನಾಗೆ ಲಕ್ಷಗಟ್ಟಲೆ ಹಣ ಸಂಪಾದಿಸೋ ಹುಡುಗರೂ ಬಂದು, ಸ್ವಾಮಿಗಳ ಕೈಲೆ ಸುಡು ಸುಡೋ ಮುದ್ರಿ ಹಾಕಿಸ್ಕೊಂಡು, ಚರ್ಮ ಕೆಂಪಗೆ ಸುಟ್ಟರೂ ನಕ್ಕೊಂತಾ ಕೆಲಕ್ಕೊಂತಾ ಮನೀಗೆ ಹೋದ್ರು ನೋಡು. ಅಬ್ಬಬ್ಬಬ್ಬಾ... ಸ್ವಾಮಿಗಳೂ ಅದೇನು ಚಕಚಕ ಅಂತ ಮುದ್ರಿ ಒತ್ತಿದ್ರೂ ಅಂತೀ, ಪ್ರಿಂಟಿಂಗ್ ಮಷೀನು ನಾಚಿಕೋಬೇಕು ನೋಡು – ಹಂಗೆ" ಎಂದು ಗುಣಗಾನ ಮಾಡಿದರು. ಬಳ್ಳಾರಿಯಲ್ಲಿ ಯಾವತ್ತೋ ಹಬ್ಬ-ಹರಿದಿನಕ್ಕೆ ಒಂಬತ್ತು ಗಜ ಸೀರೆಯನ್ನು ಕಚ್ಚಿ ಹಾಕಿ ಉಡುತ್ತಿದ್ದ ರಿಂದತ್ತಿ ಈಗ ದಿನನಿತ್ಯ ಅದೇ ರೀತಿ ಪರಿಪೂರ್ಣ ಮುತ್ತೈದೆಯ ದಿರಿಸನ್ನು ತೊಡಲು ಶುರುವಿಟ್ಟರು. "ಇದೇನತ್ತಿ ನಿಂದು ಹೊಸ ವೇಷ?" ಅಂತ ನಾನು ಕೆಣಕಿದರೆ,

"ನಾಲ್ಕು ಜನದ ಮಧ್ಯ ಮರ್ಯಾದೆಯಿಂದ ಇರಬೇಕೋ ನಮ್ಮಪ್ಪ. ನಾವು ಮಡಿ–ಮೈಲಿಗಿನಾಗೆ ಕಡಿಮಿ ಅಂತ ಅನ್ನಿಸ್ಗೋಬಾರ್ದು" ಎಂದು ನನಗೆ ಸೂಕ್ಷ್ಮವನ್ನು ವಿವರಿಸಿದರು. ಪಾಪ! ರಾಯಮಾಮ ಮಾತ್ರ ಮೂಲೆಯಲ್ಲಿ ಕುಳಿತುಕೊಂಡು ಸಣ್ಣ ಧ್ವನಿಯಲ್ಲಿ, "ನೀನು ಏನೇ ಹೇಳಪ್ಪಾ, ಕಾವೇರಿ ನೀರಿಗೆ ತುಂಗಮ್ಮನ ತರಹ ಜೀರ್ಣ ಮಾಡೋ ಶಕ್ತಿ ಇಲ್ಲ ನೋಡು. ಬೆಳಗ್ಗೆ ದೊಡ್ಡಿಗೆ ಹೋಗಿ ಬರೋದು ಒಂದು ದೊಡ್ಡ ಯಜ್ಞ ಆಗಿ ಹೋಗ್ತದೆ ನೋಡು" ಎಂದು ಗೊಣಗಿದರು. ಸರಕ್ಕನೆ ಸಿಡುಕಿದ ರಿಂದತ್ತಿ, "ನೀವಂತೂ ಮೊಸರನ್ನದಾಗೆ ಕಲ್ಲು ಹುಡುಕೋ ಜಾತಿಯವ್ರು ನೋಡು. ಮನಿಯಾಗೆ ಗುಂಡುಕಲ್ಲಿನಂಗೆ ಕೂತುಗೊಂಡೇ ಇದ್ರೆ ಜೀರ್ಣ ಹೆಂಗೆ ಆಗ್ತದೆ ಅಂತೀನಿ. ದಿನಾ ರಾಯರಿಗೆ ಹೆಜ್ಜೆ ನಮಸ್ಕಾರ ಹಾಕ್ರಿ. ಎಲ್ಲಾ ಸರಿ ಹೋಗ್ತದೆ" ಎಂದು ರಾಯಮಾಮನನ್ನು ಗದರಿಸಿದರು. ಇವರಿಬ್ಬರೂ ಬೆಂಗಳೂರಿಗೆ ಹೇಗೋ ಹೊಂದಿಕೊಂಡರಾದರೂ ನಿಜವಾದ ಸಮಸ್ಯೆಯನ್ನು ಎದುರಿಸಿದ್ದು ಅವರ ಮಗ ಅಂಗದ. ದಿನವೂ ಮೂವತ್ತು ಕಿಲೋಮೀಟರ್ ಬೈಕಿನಲ್ಲಿ ಓಡಾಡಿ ಅವನಿಗೆ ಹಗೂರಕ್ಕೆ ಮೂಲವ್ಯಾಧಿ ಶುರುವಾಯ್ತು. ಮುಳ್ಳು ಚುಚ್ಚುವುದಲ್ಲದೆ ಸ್ವಲ್ಪ ರಕ್ತವೂ ಬೀಳಲಾರಂಭಿಸಿತು. ಅಪ್ಪ–ಅಮ್ಮನಿಗೆ ಈ ವಿಷಯವನ್ನು ಹೇಳಲು ಸಂಕೋಚಪಟ್ಟ ಅಂಗದ ನನ್ನ ಮುಂದೆ "ಬಡಾನ ಯಾವುದೋ ಒಂದು ಹುಡುಗಿನ್ನ ಕಟ್ಟಿಕೊಂಡು ಇವರಿಬ್ಬರನ್ನೂ ಬಳ್ಳಾರಿಗೆ ದೊಬ್ಬಿ ನಾನು ಆಫೀಸಿನ ಹತ್ತಿರ ಮನಿ ಮಾಡಿಕೊಳ್ತೀನಿ. ಹೆಂಗಾರ ಮಾಡಿ ನನ್ನ ಕುಂಡಿ ಕಾಪಾಡಿಕೊಂಡರೆ ಸಾಕು ಅನ್ನಿಸಿಬಿಟ್ಟದೆ" ಎಂದು ನೋವಿನಿಂದ ಮುಖ ಕಿವುಚುತ್ತಲೇ ಹೇಳಿದ್ದ.

ಇಂತಹ ನಮ್ಮ ರಿಂದತ್ತಿಯ ಫೋನನ್ನು ನಾನು ಹನ್ನೊಂದು ಸಲ ತೆಗೆದುಕೊಳ್ಳದಿದ್ದರೆ ಆಕೆಗೆ ಸಿಟ್ಟು ನೆತ್ತಿಗೇರದೇ ಇದ್ದೀತೇನು?

"ಏನು ರಿಂದತ್ತಿ?"

"ಭಜನಿ ಮಾಡ್ತಿದಿಯೇನೋ? ಆವಾಗಿಂದ ಒಂದು ನೂರು ಸಲ ಫೋನ್ ಮಾಡಿದ್ರೂ ಎತ್ತಿಗೋವಲ್ಲಿ..."

"ಹಂಗಲ್ಲ ರಿಂದತ್ತಿ. ಟ್ರಾಫಿಕ್‌ನಾಗೆ ಇದ್ದೆ. ಪೊಲೀಸಿನವರು ನನ್ನನ್ನೇ ನೋಡ್ತಾ ಇದ್ರು."

"ನೋಡಿದ್ರೆ ನೋಡಿಕೊಳ್ತಿದ್ದರು. ನಿಮ್ಮ ರಿಂದತ್ತಿಗಿಂತಾ ಆತ ನಿಂಗೆ ಮುಖ್ಯ ಆಗಿ ಹೋದನೇನು?"

ಈ ಪ್ರಶ್ನೆಗೆ ಏನೆಂದು ಉತ್ತರಿಸಲು ಸಾಧ್ಯ?

"ಹೋಗಲಿ ಬಿಡು, ಈಗ ಫೋನ್ ಮಾಡಿದ ಉದ್ದೇಶ ಏನು ಹೇಳು?"

"ನಮ್ಮನಿಗೆ ನಾರಾಯಣಾಚಾರ್ಯರು ಅಂತ ಬರ್ತಾ ಇದ್ರು ನೋಡು..."

"ಏನು, ಹೋಗಿ ಬಿಟ್ರಾ?"

"ಥೂ ನಿನ್ನ, ಬಿಡ್ತೂ ಅನ್ನು. ಅನಿಷ್ಟ ಬಾಯಿ ನಿಂದು. ದೇವರ ದಯೆದಿಂದ ಇನ್ನೂ ಜೀವ ಉಳಿಸಿಕೊಂಡಿದ್ದಾರೆ."

"ಮತ್ತೆ ಏನಾಯ್ತು ಅವರಿಗೆ?"

"ನಿನ್ನೆ ಪ್ರವಚನ ಮಾಡುವಾಗ ಹನುಮಂತ ಸಂಜೀವಿನಿ ಪರ್ವತ ಹೆಂಗೆ ಎತ್ತಿಗೊಂಡು ಬಂದ ಅಂತ ತೋರಿಸ್ತಿದ್ರು. ಆಗ ಕೈಮೇಲೆ ಸಾಕ್ಷಾತ್ ಸಂಜೀವಿನಿ ಪರ್ವತಾನೇ ಬಿದ್ದಂಗೆ ಕೈ ಜುಮುಜುಮು ಅಂದು, ಮೈಯೆಲ್ಲಾ ಬೆವತು ಎಚ್ಚರತಪ್ಪಿ ಬಿದ್ದು ಬಿಟ್ರು. ನಾರಾಯಣ ಹೃದಯಾಲಯಕ್ಕೆ ಸೇರಿಸ್ಯಾರೆ. ಐಸಿಯುನಾಗೆ ಇಟ್ಟಾರೆ. ಈವತ್ತು ಮಧ್ಯಾಹ್ನ ಹೃದಯದ ಆಪರೇಷನ್ ಮಾಡಲೇಬೇಕು ಅಂತ ಹೇಳ್ಯಾರೆ. ಬೆಳಗ್ಗಿನಿಂದ ನಾವು ಇಬ್ಬರೂ ಇಲ್ಲೇ ಇದೀವಿ. ಊಟ ಇಲ್ಲ, ತಿಂಡಿ ಇಲ್ಲ. ಸುಮ್ಮನೆ ವಾಯುಸ್ತುತಿ ಹೇಳ್ಕೊಂತಾ ಇದೀವಿ."

"ಛೆ ಪಾಪ! ಮೊನ್ನೆ ಮೊನ್ನೆ ನಿಮ್ಮನಿಯಾಗೆ ಸುಂದರಕಾಂಡ ಪ್ರವಚನ ಹೇಳಿದಾಗ ಛೇಷಿದ್ರಲ್ಲ ರಿಂದತ್ತಿ."

"ಅಯ್ಯೋ ನಮ್ಮಪ್ಪ, ನೀನು ಹೇಳೋದು ಎಂಟು ತಿಂಗಳ ಹಿಂದಿನ ಮಾತು. ನಿನ್ನೆ ಪ್ರವಚನ ಹೇಳೋದಕ್ಕೆ ಮುಂಚೆ ಬಾಳೆಹೊನ್ನೂರಿನವರ ಮನಿಯಾಗೆ ಸತ್ಯನಾರಾಯಣ ಪೂಜಿ ಮಾಡಿಸಿ, ನಾಲ್ಕು ಹೋಳಿಗಿ ಹಿಡಿ ತುಪ್ಪ ಹಾಲು ಹಾಕಿಸ್ಕೊಂಡು ತಿಂದಾರೆ."

"ಆಪರೇಷನ್ನಿಗೆ ಹಣ ಏನಾದ್ರೂ ಬೇಕಿತ್ತೇನು ರಿಂದತ್ತಿ?"

"ಅಯ್ಯೋ ಮಾರಾಯ, ಭಗವಂತನ್ನ ಹಾಡಿ ಸ್ತುತಿಸೋ ಜೀವ ಅದು. ಅವರಿಗೇನು ಕಡಿಮಿ ಅಂತೀನಿ? ಮೊನ್ನೆ ಮೊನ್ನೆ ಭಕ್ತರೆಲ್ಲಾ ಸೇರಿ ಅವರಿಗೆ ಕನಕಾಭಿಷೇಕ ಮಾಡಿ, ಬಂಗಾರದ ಕಡಗ ಮಾಡಿಸಿ ಕೊಟ್ಟಾರೆ."

"ಹಂಗಾರೆ ನಂಗೆ ಈಗ ಯಾಕೆ ಫೋನ್ ಮಾಡಿದಿ?"

"ನಿನ್ನ ರಕ್ತ ಬೇಕಿತ್ತು"

"ಅಯ್ಯಯಮ್ಮಾ..."

"ಚೂರು ಹೇಳೋ ತನಕ ಕೇಳು. ಅವರದೂ ನಿನ್ನ ಹಂಗೆ ಅಪರೂಪದ ರಕ್ತ ಅಂತೆ. ಸುಲಭದಾಗೆ ಸಿಗಂಗಿಲ್ಲ ಅಂತ ಡಾಕ್ಟರು ಹೇಳಿದ್ರು. ಅದೇ ರಕ್ತದ ಗುಂಪಿನವರನ್ನ ಮುಂಚೇನೇ ಇಲ್ಲಿ ಕರೆಸಿಗೊಂಡು ಇರ್ರಿ. ಯಾವುದಕ್ಕೂ ಬೇಕಾಗಬಹುದು ಅಂತ ಹೇಳ್ಯಾರೆ. ಅದಕ್ಕೇ ನಿಂಗೆ ಫೋನ್ ಮಾಡಿದ್ದು. ಮಧ್ಯಾಹ್ನ ಊಟ ಮಾಡಿ ಸೀದಾ ಇಲ್ಲಿಗೆ ಬಂದು ಬಿಡು. ಅಂಥಾ ದೇವರ ಭಕ್ತಗೆ ರಕ್ತ ಕೊಟ್ಟರೆ ನಿಂಗೂ ಪುಣ್ಯ ಬರ್ತದೆ."

"ಹಂಗೇ ಆಗಲಿ ಬಿಡು ರಿಂದತ್ತಿ. ಈವತ್ತು ನಂಗೆ ಅಷ್ಟೊಂದು ಹೆಚ್ಚಿನ ಕೆಲಸಾನೂ ಇಲ್ಲ. ಬರ್ತೀನಿ" ಎಂದು ಆಶ್ವಾಸನೆಯನ್ನು ಕೊಟ್ಟೆ, ರಿಂದತ್ತಿ ಅಂತೂ ಮಾತು ಮುಗಿಸಿದರು.

ಈ ನಾರಾಯಣಾಚಾರ್ಯರ ಪ್ರವಚನವನ್ನು ನಾನೂ ಒಮ್ಮೆ ಕೇಳಿದ್ದೆ. ರಿಂದತ್ತಿ ತಮ್ಮ ಮನೆಯಲ್ಲಿ ಸುಂದರಕಾಂಡ ಹೇಳಿಸಿದ್ದರು. ಅವರು ಅತ್ಯಂತ ಭಾವಾವೇಶದಿಂದ ಕತೆಯನ್ನು ಹೇಳುತ್ತಿದ್ದರು. ಸಾಗರವನ್ನು ಉಲ್ಲಂಘಿಸಲು ಹನುಮಂತನನ್ನು ನೆರೆದ ಕಪಿವೃಂದವೆಲ್ಲಾ ಹೊಗಳಲು ಶುರುವಿಟ್ಟಾಗ ಆತ ಹೇಗೆ ಆಕಾಶದೆತ್ತರ ಬೆಳೆದು ನಿಂತ ಎಂದು ವರ್ಣಿಸುತ್ತಾ, ತಮಗೆ ಅರಿವಿಲ್ಲದಂತೆಯೇ ಎದ್ದು ನಿಂತು, ಕೆನ್ನೆಗಳನ್ನು ಉಬ್ಬಿಸಿ ಹನುಮಂತನ ಮುಖವನ್ನು ಮಾಡಿ, ಬಲಗೈಯಿಂದ ಗದೆಯನ್ನು ಹಿಡಿದಂತೆ ಹೆಗಲ ಮೇಲೆ ಕೈಯಿಟ್ಟು ದೃಶ್ಯ ವೈಭವವನ್ನು ತಮ್ಮ ಪುರಾಣಕ್ಕೆ ನೀಡಿದ್ದರು. ಕೇಳುವವರಿಗೆ ಸಾಕ್ಷಾತ್ ಪ್ರಾಣದೇವರೇ ಕಣ್ಣ ಮುಂದೆ ನಿಂತಂತೆ ಭಾಸವಾಗಿ ಭಕ್ತಿ ಪರವಶತೆಯಿಂದ ಕೈ ಮುಗಿದಿದ್ದರು. ಸೀತಾದೇವಿಯಿಂದ ಚೂಡಾಮಣಿಯನ್ನು ಪಡೆಯುವ ದೃಶ್ಯದಲ್ಲಂತೂ ಆ ಮಹಾಮಾತೆಯ ಸಂಕಟ ಪರಿಸ್ಥಿತಿಗೆ ಕಣ್ಣೀರು ಸುರಿಸಿದ್ದರು. ಕೇಳುಗರ ಕಣ್ಣಲ್ಲೂ ನೀರು ಜಿನುಗಿತ್ತು. ಇಷ್ಟೊಂದು ಭಾವಾವೇಶದ ಮನುಷ್ಯನಿಗೆ ಬೇರೆ ಯಾವುದೋ ಕಾಯಿಲೆ ಬರುವುದರ ಬದಲು ಹೃದಯದ ತೊಂದರೆ ಬಂದಿದ್ದು ಹೆಚ್ಚು ನ್ಯಾಯಸಮ್ಮತವಾದದ್ದು ಎಂದು ನನಗೆ ಅನ್ನಿಸಿತು.

ಇಂತಹ ನಾರಾಯಣಾಚಾರ್ಯರಿಗೆ ಕೆಲವು ತಿಂಗಳ ಹಿಂದೆ ಕಷ್ಟದ ದಿನಗಳೂ ಬಂದಿದ್ದವು. ಅವರ ಇಪ್ಪತ್ತೊಂದು ವರ್ಷದ ಒಬ್ಬಳೇ ಮಗಳು ಯಾರೋ ಒಬ್ಬ ಮುಸಲ್ಮಾನ ಹುಡುಗನನ್ನು ಪ್ರೀತಿಸಿ ಮದುವೆಯಾಗಿಬಿಟ್ಟಳು. ರಿಂದತ್ತಿ ಮತ್ತು ಭಕ್ತಾದಿಗಳಲ್ಲಿ ಹಾಹಾಕಾರ ಎದ್ದಿತು. "ಅಪ್ಪನ ಪ್ರವಚನಕ್ಕೆ ಬರೋ ನೂರಾರು ಲಕ್ಷಣವಾದ ಹುಡುಗರಲ್ಲಿ ಯಾರೊಬ್ಬರನ್ನಾದರೂ ಪ್ರೀತಿಸಿದ್ರೆ ನಡೀತಿತ್ತು. ಈ ಕೆಟ್ಟರಂಡೆಗೆ ಸಾಬರ ಹುಡುಗನೇ ಬೇಕಿತ್ತೇನೋ? ಅಪ್ಪಗೆ ಎಂಥಾ ಕಂಟಕ ತಂದಿಟ್ಟುಬಿಟ್ಟಳು ನೋಡು. ಇನ್ನ ಅವರನ್ನ ಯಾರು ಪ್ರವಚನಕ್ಕೆ ಕರೀತಾರೆ?" ಎಂದು ರಿಂದತ್ತಿ ಫೋನಿನಲ್ಲಿ ಗೋಳಾಡಿದ್ದರು. ಹೆಂಡತಿ ಸತ್ತ ದಿನದಿಂದಲೂ ಅಪ್ಪ-ಅಮ್ಮ ಎರಡೂ ಆಗಿ ಮಗಳನ್ನು ಬೆಳೆಸಿದ ನಾರಾಯಣಾಚಾರ್ಯರು ಅಳುವಷ್ಟು ದಿನ ಅತ್ತು, "ಇನ್ನು ಮುಂದೆ ಆಕಿಗೆ, ನನಗೆ ಯಾವ ಸಂಬಂಧವೂ ಇಲ್ಲ. ಇವತ್ತಿಗೆ ಋಣ ತೀರಿತು" ಎಂದು ಇಡೀ ಭಕ್ತಗಣದ ಮುಂದೆ ಘೋಷಿಸಿಬಿಟ್ಟ ಮೇಲೆ ಮತ್ತೆ ಪ್ರವಚನಗಳು ಶುರುವಾದವು. "ಮಕ್ಕಳು ಹದಿನಾಲ್ಕು ವರ್ಷದ ತನಕ ಮಾಡಿದ ಪಾಪಗಳಿಗೆ ಮಾತ್ರ ಅಪ್ಪ-ಅಮ್ಮಗೆ ಪಾಲು. ಆಮೇಲಕ್ಕೆ ಇಲ್ಲ. ಈಕಿಗೆ ಆಗಲೇ ಇಪ್ಪತ್ತೊಂದು ವರ್ಷ. ನಾರಾಯಣಾಚಾರ್ಯರಿಗೆ ಯಾವ ಪಾಪನೂ ತಟ್ಟಲ್ಲ"

ಎಂದು ಒಂದು ದಿನ ರಿಂದತ್ತಿ ನನಗೆ ಫೋನ್ ಮಾಡಿ ತಿಳಿಸಿದ್ದರು. "ಈ ಲಾಜಿಕ್ ಯಾರು ನಿಂಗೆ ಹೇಳಿದ್ರು ರಿಂದತ್ತಿ?" ಎಂದು ಕೇಳಿದರೆ ತಟ್ಟನೆ, "ಮತ್ತಿನ್ಯಾರೋ ಮಾರಾಯ, ಸಾಕ್ಷಾತ್ ನಾರಾಯಣಾಚಾರ್ಯರೇ ಹೇಳಿದ್ದು. ಪುರಾಣದಾಗೆ ಮಾಂಡವ್ಯ ಋಷಿಗಳು ಸಾಕ್ಷಾತ್ ಯಮಧರ್ಮನ ಮುಂದೆ ಈ ಪ್ರಶ್ನೆ ಎತ್ತಿ ಆತಗೆ ಶಾಪ ಕೊಡ್ತಾರೆ ಗೊತ್ತಾ?" ಎಂದು ನ್ಯಾಯ ಒಪ್ಪಿಸಿದ್ದಳು.

ಒಂದು ದಿನ ಅಚಾನಕ್ಕಾಗಿ ಈ ನಾರಾಯಣಾಚಾರ್ಯರನ್ನು ವಿಶೇಷ ಸಂದರ್ಭದಲ್ಲಿ ಭೇಟಿಯಾಗುವ ಸಂದರ್ಭ ನನಗೆ ಒದಗಿಬಂದಿತ್ತು. ಯಾರೋ ದೂರದ ಸಂಬಂಧಿಗಳ ಮದುವೆಯ ರಿಸೆಪ್ಷನ್‌ಗೆ ನಾನು ಹೋಗಲೇ ಬೇಕಾಗಿತ್ತು. ಮಲ್ಲೇಶ್ವರಂ ದಾಟಿ ಯಶವಂತಪುರದ ಯಾವುದೋ ಓಣಿಯ ಕಲ್ಯಾಣ ಮಂಟಪದಲ್ಲಿ ಕಾರ್ಯಕ್ರಮವಿತ್ತು. ರಾತ್ರಿ ಮನೆಗೆ ವಾಪಸ್ಸು ಹೋಗುವುದು ತುಂಬಾ ತಡವಾಗುವುದು ಬೇಡ ಎಂದು ಆದಷ್ಟು ಬೇಗನೆ ನಾನು ಕಲ್ಯಾಣ ಮಂಟಪ ತಲುಪಿದ್ದೆ. ಅಲ್ಲಿ ಇನ್ನೂ ವಧು-ವರ ಕೂಡಾ ವೇದಿಕೆಗೆ ಬಂದಿರಲಿಲ್ಲ. ಅಲ್ಲಿಯೇ ತಿರುಗುತ್ತಿದ್ದ ಹಿರಿಯರೊಬ್ಬರನ್ನು, "ಬಫೆ ರೆಡಿ ಇದೆಯಾ? ಈಗಲೇ ಊಟ ಮಾಡಬಹುದಾ?" ಎಂದು ಕೇಳಿ, "ವಧು-ವರ ವೇದಿಕೆಗೆ ಬರೋ ತನಕ ಬಫೆ ಶುರು ಮಾಡಲ್ಲ" ಅಂತ ಅವರ ಕೆಂಗಣ್ಣಿನ ಮಾತಿಗೆ ಗುರಿಯಾಗಿದ್ದೆ. ಬೇರೆ ಏನೂ ಮಾಡಲು ತೋಚದೆ ಕಲ್ಯಾಣ ಮಂಟಪದ ಸುತ್ತ ಮುತ್ತ ತಿರುಗುತ್ತಿದ್ದು, ಅಲ್ಲಿ ಕಾಣಿಸಿದ ಒಂದು ಪಾರ್ಕಿನೊಳಗೆ ಹೊಕ್ಕೆ. ಪಾರ್ಕಿನ ಒಂದು ಬೆಂಚಿನಲ್ಲಿ ಕುಳಿತು ಸಿಗರೇಟು ಸೇದುತ್ತಿರುವ ವ್ಯಕ್ತಿ ನಾರಾಯಣಾಚಾರ್ಯರು ಎಂದು ನನಗೆ ಸ್ಪಷ್ಟವಾಗಿ ಗುರುತು ಸಿಕ್ಕಿತು. ರಿಂದತ್ತಿಯ ಈ ಮಹಾಭಕ್ತ ಸಿಗರೇಟು ಸೇದುವ ಸಂಗತಿಯೇ ತಮಾಷೆಯಾಗಿ ಕಂಡು ನಾನು ಅವರ ಹತ್ತಿರ ಹೋಗಿ, "ನಮಸ್ಕಾರ ನಾರಾಯಣಾಚಾರ್ಯರಿಗೆ" ಎಂದೆ. ಅವರಿಗೆ ನನ್ನ ಗುರುತು ಸಿಗಲಿಲ್ಲ. "ಬೃಂದಾವನಮ್ಮ ಮತ್ತು ಸುಬ್ಬರಾಯರು ಅಂತ ಬಳ್ಳಾರಿಯವರು ಇದ್ದಾರಲ್ಲ, ವಿದ್ಯಾಪೀಠದ ಹತ್ತಿರ, ಅವರ ಅಳಿಯ ನಾನು. ನಿಮ್ಮ ಪ್ರವಚನ ಕೇಳೀನಿ" ಎಂದು ಹೇಳಿದೆ. ಅವರು ಲಕ್ಷಣವಾಗಿ ತಮ್ಮ ಜುಬ್ಬದ ಜೇಬಿನಿಂದ ಸಿಗರೇಟಿನ ಪ್ಯಾಕೇಟನ್ನು ತೆಗೆದು ನನ್ನ ಮುಂದೆ ಹಿಡಿದರು. ನಾನು ಸೇದುವುದಿಲ್ಲ ಎಂದು ನಿರಾಕರಿಸಿದೆ. "ಈಗಿನ ಕಾಲದ ಹುಡುಗರ ಸ್ವಭಾವನೇ ನಂಗೆ ಅರ್ಥ ಆಗಲ್ಲ" ಎಂದು ಅವರು ಆಧ್ಯಾತ್ಮಿಕವಾಗಿ ನುಡಿದರು. ಇಲ್ಲಿಯೇ ಹತ್ತಿರದಲ್ಲಿ ಯಾರೋ ಪ್ರವಚನದ ವಿಷಯವಾಗಿ ಮಾತುಕತೆಯಾಡಲು ಕರೆದಿದ್ದಾರೆಂದು ತಿಳಿಸಿದರು. ನಾನೂ ನನ್ನ ರಿಸೆಪ್ಷನ್ ಬಗ್ಗೆ ಹೇಳಿದೆ.

ಅಷ್ಟರಲ್ಲಿ ಪೂರ್ತಿ ಬುರುಕಾ ಹಾಕಿದ ಹೆಣ್ಣು ಮಗಳೊಬ್ಬಳು ಎರಡು ಕೈಗಳಲ್ಲಿ ಲಸ್ಸಿ ಗ್ಲಾಸುಗಳನ್ನು ಹಿಡಿದುಕೊಂಡು ನಾವಿದ್ದ ಬೆಂಚಿನ ಕಡೆ ಬಂದು

ನಾರಾಯಣಾಚಾರ್ಯರಿಗೆ ಒಂದು ಗ್ಲಾಸು ಕೊಟ್ಟು, ತಾನೊಂದು ಗ್ಲಾಸು ಹಿಡಿದುಕೊಂಡು ಅವರ ಪಕ್ಕ ಕುಳಿತುಕೊಂಡಳು. ನಾರಾಯಣಾಚಾರ್ಯರು ಆ ಗ್ಲಾಸನ್ನು ನನಗೆ ಕೊಟ್ಟು, "ಇದನ್ನಾದ್ರೂ ಕುಡೀತಿಯೇನಪ್ಪ?" ಎಂದು ಕೇಳಿದರು. ನಕ್ಕು ತೆಗೆದುಕೊಂಡೆ. ಆ ಹೆಣ್ಣುಮಗಳು ತನ್ನ ಮುಸುಕನ್ನು ಹಿಂದಕ್ಕೆ ಎಳೆದುಕೊಂಡು "ಇವರ ಮಗಳು ನಾನು, ಜುಬೇದಾ ಬೇಗಂ" ಎಂದು ಪರಿಚಯಿಸಿಕೊಂಡಳು. ತಕ್ಷಣ ನಾರಾಯಣಾಚಾರ್ಯರು, "ವೇದವತಿ..." ಎಂದು ಆಕೆಯ ಪೂರ್ವಾಶ್ರಮದ ಹೆಸರನ್ನು ತಿಳಿಸಿದರು. ನಾನು ಹೆಚ್ಚು ಹೊತ್ತು ಕುಳಿತುಕೊಂಡರೆ ಆಚಾರ್ಯರಿಗೆ ಮುಜುಗರವಾಗಬಹುದು ಎಂದುಕೊಂಡು ಬೇಗನೆ ಲಸ್ಸಿ ಕುಡಿದು ಇಬ್ಬರಿಗೂ ನಮಸ್ಕಾರ ಹೇಳಿ ಹೊರಟೆ. ಗೇಟಿನ ತನಕ ಆಚಾರ್ಯರು ನನ್ನ ಜೊತೆಗೆ ಬಂದರು. ಬೀಳ್ಕೊಡುವಾಗ ಕೈಯಲ್ಲಿದ್ದ ಸಿಗರೇಟಿನ ತುಣುಕನ್ನು ಕಾಲುವೆಗೆ ಬಿಸುಟು, "ಈಕಿ ನಾನು ಕೈ ಹಿಡಿದು ನಡೆಸಿದ ಮಗಳು, ಆತ ನನ್ನ ಕೈಹಿಡಿದು ನಡೆಸೋ ಭಗವಂತ. ಇಬ್ಬರನ್ನೂ ಬಿಡೋ ಹಂಗಿಲ್ಲ. ದಯಮಾಡಿ ಎಲ್ಲಾರ ಮುಂದೆ ಹೇಳಬೇಡಪ್ಪ" ಎಂದು ಕೈಮುಗಿದರು. ನಾನು ಅವರ ಕೈಗಳನ್ನು ನನ್ನೆರಡು ಕೈಗಳಲ್ಲಿ ತೆಗೆದುಕೊಂಡು, "ನೀವೇನೂ ಚಿಂತಿ ಮಾಡಬೇಡರಿ. ಯಾರಿಗೂ ಹೇಳಲ್ಲ" ಎಂದು ಆಶ್ವಾಸನೆ ಕೊಟ್ಟು, ಅದರಂತೆ ನಡೆದುಕೊಂಡಿದ್ದೆ.

>>>

ಆಫೀಸಿನ ಮುಂದೆ ಕಾರನ್ನು ಪಾರ್ಕು ಮಾಡಿದ ತಕ್ಷಣ ನನಗೆ ಒಂದು ಅನುಮಾನ ಮೂಡಿತು. ರಿಂದತ್ತಿಗೆ ತನ್ನ ರಕ್ತದ ಗುಂಪು ಯಾವುದೆಂದು ಅದು ಹೇಗೆ ಗೊತ್ತಾಯಿತು? ನಾನಾಗಿಯೇ ಯಾವತ್ತೂ ಆ ವಿಷಯವನ್ನು ಅವರಿಗೆ ಹೇಳಿದ ನೆನಪಾಗಲಿಲ್ಲ. ಬಹುಶಃ ಅಮ್ಮ ಹೇಳಿರಬಹುದು ಅನ್ನಿಸಿತಾದರೂ ಯಾಕೋ ಅದನ್ನು ತಿಳಿದುಕೊಳ್ಳಲೇ ಬೇಕೆಂದು ನನಗನ್ನಿಸಿ ರಿಂದತ್ತಿಗೆ ಫೋನ್ ಮಾಡಿದೆ.

"ಒಂದೇ ರಿಂಗಿಗೆ ನಿನ್ನ ಫೋನ್ ಎತ್ತಿಗೊಂಡೀನಿ ನೋಡು. ನೀನು ಅಂದ್ರೆ ನಂಗೆ ಅಷ್ಟು ಮುಖ್ಯ. ನಿನ್ನ ತರಹ ನೂರಾರು ಸಲ ಫೋನ್ ಮಾಡಲಿ ಅಂತ ನಾನು ಕಾಯಲ್ಲ" ಅಂತ ರಿಂದತ್ತಿ ಶುರುವಿಟ್ಟಳು. ನಾನು ಸುಮ್ಮನೆ ನಕ್ಕೆ.

"ನನ್ನ ರಕ್ತದ ಗುಂಪು ಇದೇ ಅಂತ ನಿಂಗೆ ಹೆಂಗೆ ಗೊತ್ತಾಯ್ತು?" ಎಂದು ಕೇಳಿದೆ. ಅವಳು ನಕ್ಕು ಬಿಟ್ಟಳು.

"ನಿನ್ನ ಬಾಣಂತನಕ್ಕೆ ಬಂದಿದ್ದೆ ಅಂತ ಹೇಳಿದ್ನಲ್ಲ. ನೀನಿನ್ನಾ ಎಂಟು ದಿನದ ಹಸುಗೂಸು. ಕಾಮಣಿ ಬಂದು ಬಿಡ್ತು. ಒಂದೇ ಸವನೆ ಬಿಟ್ಟೂ ಬಿಡದಂಗೆ ಹಠ ಮಾಡಲಿಕ್ಕೆ ಶುರುವಿಟ್ಟಿ. ಕುಡಿದ ಹಾಲೆಲ್ಲಾ ಕಕ್ಕಿಕೊಳ್ತಿದ್ದಿ. ನಿಮ್ಮಮ್ಮಗೆ ಮನಿಯೊಳಗೇ

ಹಡವಣಿಗಿ ಆಗಿತ್ತು. ಮಿಡ್ ವೈಫ್ ಒಬ್ಬಾಕಿ ಮಾಡಿದ್ಲು. ಆಕಿಗೂ ಏನು ಮಾಡಬೇಕು ಅಂತ ಗೊತ್ತಾಗಲಿಲ್ಲ. ಆಗ ಡಾಕ್ಟರ ಹತ್ತಿರ ನಿನ್ನ ಕರಕೊಂಡು ಹೋಗಲೇ ಬೇಕಾಯ್ತು. ನಿಮ್ಮಮ್ಮ ಇನ್ನೂ ಹಸಿ ಬಾಣಂತಿ. ಆಕಿ ಬರೋದು ಬ್ಯಾಡ ಅಂತ ಹೇಳಿ, ನಾನೇ ನಿನ್ನ ದುಬುಟಿನಾಗೆ ಸುತ್ತಿಗೊಂಡು ಕರಕೊಂಡು ಹೋಗಿದ್ದೆ. ಗುಬ್ಬಿಮರಿ ಹಂಗೆ ಇದ್ದಿ. ಎದೀಗೆ ಒತ್ತಿಕೊಂಡು ಕರಕೊಂಡು ಹೋಗಿದ್ದೆ. ಡಾಕ್ಟರು ರಕ್ತ ಪರೀಕ್ಷೆ ಮಾಡಿಸಬೇಕು ಅಂತ ಹೇಳಿದ್ರು. ಅದಕ್ಕೂ ನಾನೇ ಹೋಗಿದ್ದೆ. ನಿನ್ನ ರಕ್ತ ಪರೀಕ್ಷೆ ಮಾಡಿದ ಹುಡುಗ ನನ್ನ ತವರುಮನಿ ಕಡಿಯಾತ. ಆತನೇ ನಂಗೆ ಹೇಳಿದ್ದ – ನಿಂದು ಭಾಳ ಅಪರೂಪದ ರಕ್ತ ಅಂತ. ಅವತ್ತಿನಿಂದ ನಾನು ಮರೆತಿಲ್ಲ ನೋಡು."

ನಂಗ್ಯಾಕೋ ಹೃದಯ ತುಂಬಿ ಬಂತು.

"ಭಲೋ ಜ್ಞಾಪಕ ಶಕ್ತಿ ಅದೆ ಬಿಡು ನಿಂಗೆ" ಎಂದೆ.

"ಅಯ್ಯೋ ಮಾರಾಯ, ನಮ್ಮ ಅಂಗದನ ರಕ್ತದ ಗುಂಪು ಏನು ಅಂತ ಕೇಳಿದ್ರೆ ನಂಗೆ ಖರೇವಂದ್ರೂ ಗೊತ್ತಿಲ್ಲ. ಮಜಾ ಏನಪ್ಪಾ ಅಂದ್ರೆ, ನನ್ನ ರಕ್ತದ ಗುಂಪು ಯಾವುದು ಅಂತಲೂ ನಂಗೆ ಗೊತ್ತಿರಲಿಲ್ಲ. ಈಗ ಒಂದು ವರ್ಷದ ಕೆಳಗೆ ಡಯಾಬಿಟೀಸ್ ಬಂತು ನೋಡು, ಆವಾಗ ರಕ್ತ ಪರೀಕ್ಷೆ ಅಂತ ಡಾಕ್ಟರುಗೋಳು ಭಜನಿ ಮಾಡಲಿಕ್ಕೆ ಶುರುವಿಟ್ಟರು. ಆವಾಗಲೇ ನಂಗೆ ನನ್ನ ರಕ್ತದ ಗುಂಪು ಗೊತ್ತಾಗಿದ್ದು". ಇಬ್ಬರೂ ನಕ್ಕೆವು. ಮತ್ತೊಮ್ಮೆ ರಿಂದತ್ತಿಗೆ ಎರಡು ಗಂಟೆಗೆ ಸರಿಯಾಗಿ ನಾರಾಯಣ ಹೃದಯಾಲಯಕ್ಕೆ ಬರುವುದಾಗಿ ಆಶ್ವಾಸನೆಯನ್ನು ಕೊಟ್ಟು ನಾನು ಆಫೀಸಿನ ಒಳ ಹೊಕ್ಕೆ.

>>>

ಮಧ್ಯಾಹ್ನ ಆಸ್ಪತ್ರೆಗೆ ನಾನು ಹೋಗಲಾರದಂತಹ ಪರಿಸ್ಥಿತಿಯೊಂದು ಆಫೀಸಿನಲ್ಲಿ ಸೃಷ್ಟಿಯಾಗಿತ್ತು. ಸುಮಾರು ಎರಡು ತಿಂಗಳಿನಿಂದ ಇಂಗ್ಲೆಂಡಿನ ಒಬ್ಬ ಗ್ರಾಹಕನಿಗೆ ಮೀಟಿಂಗ್ ಮಾಡುವುದಕ್ಕೆ ನಿಮ್ಮ ಅನುಕೂಲವನ್ನು ತಿಳಿಸಿ ಎಂದು ಕೇಳುತ್ತಲೇ ಇದ್ದೆ. ಆ ಪುಣ್ಯಾತ್ಮ ನನ್ನೆಲ್ಲಾ ಇ–ಮೇಲ್‌ಗಳನ್ನು ಕಸದ ಪುಟ್ಟಿಗೆ ಹಾಕಿ ಉತ್ತರಿಸುವ ಗೋಜಿಗೂ ಹೋಗಿರಲಿಲ್ಲ. ಆದರೆ ಅಚಾನಕ್ಕಾಗಿ ಎಚ್ಚೆತ್ತಂತೆ ಈ ದಿನ ಮಧ್ಯಾಹ್ನ ಮೂರು ಗಂಟೆಗೆ ಒಂದು ತಾಸು ಮೀಟಿಂಗ್‌ಗೆ ತಾನು ಸಿದ್ಧನಾಗಿದ್ದೇನೆಂದು ಇ–ಮೇಲ್ ಕಳುಹಿಸಿದ್ದ. ಅವನು ಬಹುಮುಖ್ಯ ಗ್ರಾಹಕನಾದ್ದರಿಂದ ಆಗಲೇ ಆಫೀಸಿನಲ್ಲಿ ಏನೇನು ಮಾತನಾಡಬೇಕೆಂಬ ಸಿದ್ಧತೆಯ ಬಗ್ಗೆ ಬಯಲಾಟ ನಡೆದಿತ್ತು. ಇಂತಹ ಹೊತ್ತಿನಲ್ಲಿ ನಾನು ರಿಂದತ್ತಿ, ನಾರಾಯಣಾಚಾರ್ಯರ ವಿಷಯವನ್ನು ಹೇಳಿದರೆ ಯಾರೂ ಕೇಳಿಸಿಕೊಳ್ಳುವುದಿಲ್ಲವೆಂದು ತಿಳಿಯಿತು. ಆಸ್ಪತ್ರೆಗೆ ಬರುವುದಿಲ್ಲ ಎಂದು ಹೇಳಿದರೆ ರಿಂದತ್ತಿ ಸಿಟ್ಟಾಗುತ್ತಾಳೆ. ಅದಕ್ಕೂ ಹೆಚ್ಚಾಗಿ ಬೇಸರವಾಗುತ್ತಾಳೆ

ಎಂದೆನ್ನಿಸಿ ನನಗೆ ಅಪರಾಧಿ ಪ್ರಜ್ಞೆ ಕಾಡಲಾರಂಭಿಸಿತು. ಏನು ಮಾಡುವುದೆಂದು ಹತ್ತಾರು ಬಾರಿ ಯೋಚಿಸಿದ ನಂತರ ಒಂದು ಉಪಾಯ ಹೊಳೆಯಿತು. ಆಫೀಸಿನಲ್ಲಿ ಕೆಲಸ ಮಾಡುವವರೆಲ್ಲರ ಡೇಟಾಬೇಸ್ ನೋಡಿ, ನನ್ನ ರಕ್ತದ ಗುಂಪಿನವರನ್ನು ಪತ್ತೆ ಮಾಡಿದೆ. ಕೇವಲ ಇಬ್ಬರು ಹುಡುಗರು ಸಿಕ್ಕರು. ಅದೃಷ್ಟವಶಾತ್ ಇಬ್ಬರೂ ನನ್ನ ಪ್ರಾಜೆಕ್ಟಿನಲ್ಲಿ ಕೆಲಸ ಮಾಡುತ್ತಿದ್ದರು. ಜನಾರ್ದನ ಎಂಬುವ ಟೀಮ್ ಲೀಡರ್ ಒಬ್ಬ, ಮೊಹಮದ್ ಹುಸೇನ್ ಎನ್ನುವ ಟ್ರೇನಿ ಇನ್ನೊಬ್ಬ. ಒಬ್ಬರಿಗಿಂತ ಇಬ್ಬರನ್ನು ಕಳುಹಿಸಿದರೆ ಅತ್ತೆಗೆ ಹೆಚ್ಚು ಸಹಾಯವಾಗುತ್ತದೆಂದು ಯೋಚಿಸಿದೆ. ಇಬ್ಬರನ್ನೂ ನನ್ನ ಕ್ಯಾಬಿನ್ನಿಗೆ ಕರೆಸಿಕೊಂಡೆ. ಪರಿಸ್ಥಿತಿಯನ್ನು ವಿವರಿಸಿ ಅವರ ಸಹಾಯವನ್ನು ಕೇಳಿದೆ. ಜನಾರ್ದನ ತಕ್ಷಣ ಒಪ್ಪಿಕೊಂಡ. ಆದರೆ ಮೊಹಮದ್ ಹುಸೇನ್ ಅನುಮಾನಿಸಿದ.

"ಸಾರ್, ನಂಗೆ ರಕ್ತ ನೋಡಿದ್ರೆ ತಲೆ ತಿರುಗಿದಂಗೆ ಆಗ್ತದೆ. ಒಂದು ಸಲ ಹಿಂಗೇ ರಕ್ತ ಕೊಡಲಿಕ್ಕೆ ಹೋಗಿ ಮೂರ್ಛೆ ತಪ್ಪಿತ್ತು" ಎಂದು ಹೇಳಿದ. ಆರಡಿಯ ಆಜಾನುಬಾಹು ದೇಹದ ಈ ಹುಸೇನಿ ರಕ್ತ ನೋಡಿದರೆ ಎಚ್ಚರ ತಪ್ಪುತ್ತದೆಂದು ಹೇಳುವುದನ್ನು ಕೇಳಿ ನನಗೆ ನಗು ಬಂತು.

"ಆದರೆ ಸಾರ್, ಒಂದು ಉಪಾಯ ಇದೆ" ಎಂದು ಹೇಳಿದ. ಏನೆಂದು ಕೇಳಿದ್ದಕ್ಕೆ ಒಂದಿಷ್ಟು ಸಂಕೋಚ ಪಟ್ಟ. ಬಲವಂತ ಮಾಡಿದ ಮೇಲೆ ಹೇಳಿದ.

"ರಕ್ತ ಕೊಡುವಾಗ ರಂಜನಿ ನನ್ನ ಪಕ್ಕ ನಿಂತು ನನ್ನ ಕೈ ಹಿಡಿದುಕೊಂಡು ಧೈರ್ಯ ನೀಡುತ್ತಿದ್ದರೆ ನನಗೇನೂ ಆಗುವುದಿಲ್ಲ" ಎಂದು ಬೆಕ್ಕನ್ನು ಹೊರಬಿಟ್ಟ. ರಂಜನಿ ಎನ್ನುವವಳು ಅವನು ಪ್ರೀತಿಸುವ ಹುಡುಗಿ ಎಂದು ಎಲ್ಲರಿಗೂ ಗೊತ್ತು. ಇವನ ಕಂತ್ರಿ ಉಪಾಯಕ್ಕೆ ಸ್ವಲ್ಪ ಸಿಟ್ಟು ಬಂದರೂ ಪರಿಸ್ಥಿತಿಯ ಅಸಹಾಯಕತೆಯಿಂದಾಗಿ ಅವಳನ್ನು ಬರ ಹೇಳಿದೆ. ರಂಜನಿಗೆ ಮತ್ತೊಮ್ಮೆ ವಿಷಯವನ್ನು ಪ್ರಸ್ತಾಪಿಸಿ, ಮೊಹಮದ್ ಹುಸೇನಿಯ ಸಮಸ್ಯೆ ಮತ್ತು ಉಪಾಯವನ್ನು ಪ್ರಸ್ತಾಪಿಸಿದೆ. "ಯು ಈಡಿಯಟ್" ಎಂದು ಅವನ ಬೆನ್ನಿಗೆ ಒಂದು ಗುದ್ದು ಕೊಟ್ಟು ತನ್ನ ಒಪ್ಪಿಗೆಯನ್ನು ನೀಡಿದಳು. ಮನಸ್ಸಿಗೆ ನಿರಾಳವಾಗಿ, ಅವರೆಲ್ಲರಿಗೂ ಧನ್ಯವಾದಗಳನ್ನು ತಿಳಿಸಿ, ಈ ವಾರದಲ್ಲಿ ಖಂಡಿತಾ ಮೂವರಿಗೂ ಒಂದು ಪಾರ್ಟಿ ಕೊಡಿಸುವುದಾಗಿ ಆಶ್ವಾಸನೆಯನ್ನು ನೀಡಿದೆ. ಮಧ್ಯಾಹ್ನದ ಊಟ ಮುಗಿಸಿದ ತಕ್ಷಣ ತಾವು ಬೈಕಿನಲ್ಲಿ ನಾರಾಯಣ ಹೃದಯಾಲಯಕ್ಕೆ ಹೋಗುವುದಾಗಿ ತಿಳಿಸಿದ ಅವರು, ರಿಂದತ್ತಿಯ ಮೊಬೈಲ್ ವಿವರಗಳನ್ನು ತೆಗೆದುಕೊಂಡರು. ಮೊಹಮದ್ ಹುಸೇನ್ ಮತ್ತು ರಂಜನಿಗೆ ಕನ್ನಡ ಬರುತ್ತಿರಲಿಲ್ಲ. ಹುಸೇನ್ ಉತ್ತರ ಪ್ರದೇಶದವನಾದರೆ, ರಂಜನಿ ತಮಿಳುನಾಡಿನವಳು. ಆದರೆ ಜನಾರ್ದನ ಬಳ್ಳಾರಿಯವನು. ರಿಂದತ್ತಿಯೊಡನೆ ತಾನೇ ಮಾತನಾಡುವುದಾಗಿ ಹೇಳಿದ. ಮೂವರೂ ನನ್ನ ಕ್ಯಾಬಿನ್ನಿನಿಂದ ತಮ್ಮ ಜಾಗಗಳಿಗೆ ವಾಪಾಸಾದರು.

ರಿಂದತ್ತಿಗೆ ಫೋನ್ ಮಾಡಿದೆ. ಹಗೂರಕ್ಕೆ ನನ್ನ ಅಸಹಾಯಕತೆಯನ್ನು ತಿಳಿಸಿದೆ.

"ಮನುಷ್ಯ ಸಾಯ್ತಾ ಇದಾನೆ, ಸಹಾಯ ಮಾಡ್ರಿ ಅಂದ್ರೆ ಮೀಟಿಂಗ್ ಮಾಡ್ತೀನಿ ಅಂತಾರಲ್ಲೋ... ಏನು ಸುಡುಗಾಡು ಕಂಪನಿನಾಗೆ ಕೆಲಸ ಮಾಡ್ತೀಯೋ ನಮ್ಮಪ್ಪಾ. ಅದನ್ನು ಬಿಟ್ಟು ಯಾವುದನ್ನಾ ಒಳ್ಳೆ ಕಂಪನಿಗೆ ಸೇರಿಕೋ" ಎಂದು ರಿಂದತ್ತಿ ಇಡೀ ಎಂ.ಎನ್.ಸಿ.ಗಳ ಮರ್ಯಾದೆಯನ್ನು ಹರಾಜು ಹಾಕಿದಳು.

"ರಿಂದತ್ತಿ ಅದಕ್ಕೆ ಬೇರೆ ಒಂದು ಉಪಾಯ ಮಾಡೀನಿ. ನಮ್ಮ ಆಫೀಸಿನಿಂದ ಇಬ್ಬರು ಹುಡುಗರು ಬರ್ತಾ ಇದಾರೆ. ಇಬ್ಬರದೂ ನಂದೇ ರಕ್ತದ ಗುಂಪು. ಅವರಿಬ್ಬರೂ ನಾರಾಯಣಾಚಾರ್ಯರಿಗೆ ರಕ್ತ ಕೊಡ್ತಾರೆ" ಎಂದು ಹೇಳಿ, ನನ್ನ ಯೋಜನಾ ಸಾಮರ್ಥ್ಯದ ಬಗ್ಗೆ ರಿಂದತ್ತಿಯ ಶಹಬ್ಬಾಸ್‌ಗಿರಿ ಪಡೆಯಲು ಸಿದ್ಧನಾದೆ.

"ಏನವರ ಹೆಸರು?"

"ಒಬ್ಬಾತ ಮೊಹಮ್ಮದ್ ಹುಸೇನ್..." ಇನ್ನೊಬ್ಬರ ಹೆಸರನ್ನು ನಾನು ಹೇಳುವುದಕ್ಕೂ ಅವಕಾಶವನ್ನು ಕೊಡದೆ ರಿಂದತ್ತಿ "ಶ್ರೀಹರಿ..." ಎಂದು ಉದ್ಗಾರ ಮಾಡಿದಳು.

"ಯಾಕೆ ರಿಂದತ್ತಿ?"

"ಛಲೋ ಮಾಧ್ವ ಉದ್ಧಾಮ ಪಂಡಿತರಿಗೆ ಸಾಬರ ರಕ್ತ ಕೊಡಸಲಿಕ್ಕೆ ಸಿದ್ಧ ಆಗೀಯಲ್ಲೋ? ರೌರವ ನರಕದಾಗೆ ಬೀಳ್ತಿ ನೋಡು" ಎಂದು ರಕ್ತದ ಕತೆಗೆ ಹೊಸ ತಿರುವನ್ನು ಕೊಟ್ಟಳು. ಆಕೆಯ ಮಾತಿನಿಂದ ನನಗೆ ಕೋಪ ಬಂತು.

"ಹೋಗು ರಿಂದತ್ತಿ, ರಕ್ತಕ್ಕೆ ಎಂಥಾ ಜಾತಿ? ಈ ಹುಡುಗನ ರಕ್ತ ಸೇರಿಸಿದ್ರೆ ನಿಮ್ಮ ನಾರಾಯಣಾಚಾರ್ಯರು ಏನಾದ್ರೂ ಜಾತಿ ಕೆಡ್ತಾರೇನೆ?"

"ನೀನು ನಂಗೆ ಬುದ್ಧಿ ಹೇಳಲಿಕ್ಕೆ ಶುರು ಮಾಡಬೇಡ. ನಿಮ್ಮಂಥಾ ಹುಡುಗು ಮುಂಡೇವಕ್ಕೆ ಬ್ರಾಹ್ಮಣಿಕೆ ಗೊತ್ತಾಗಲ್ಲ. ಅಷ್ಟು ಅಧರ್ಮ ಮಾಡೋದಾದ್ರೆ ಅವರ ಮಗಳು ವೇದವತಿಗೇ ಹೇಳಿ ಕಳುಸ್ತಿದ್ವಿ, ರಕ್ತ ಹಂಚಿಕೊಂಡು ಹುಟ್ಟಿದವಳು. ಏನೇ ಆದರೂ ಆಕಿಗೆ ವಿಷಯ ಕೂಡಾ ತಿಳಿಸೋದು ಬೇಡ ಅಂತ ಎಲ್ಲಾ ಭಕ್ತರು ಸೇರಿ ನಿರ್ಧಾರ ಮಾಡೀವಿ, ಗೊತ್ತೇನೋ?"

"ಆಚಾರ್ಯರನ್ನ ಈ ವಿಷಯದಾಗೆ ಒಂದು ಮಾತು ಕೇಳಬೇಕಿತ್ತು."

"ಅವರನ್ನೇನು ಕೇಳೋದು? ಎಂದೋ ಋಣ ಕಳಕೊಂಡೀನಿ ಅಂತ ಹೇಳಿರೋ ಧರ್ಮರಾಯ ಅವರು."

"ನಿನ್ನಿಷ್ಟ. ಈಗ ನಂಗಂತೂ ಬರಲಿಕ್ಕೆ ಆಗಲ್ಲ. ಏನು ಮಾಡು ಅಂತಿ?"

"ಆ ಎರಡನೇ ಹುಡುಗ ಯಾರು?"

"ಜನಾರ್ದನ ಅಂತ ಅವನ ಹೆಸರು"

"ಅವನು ನಮ್ಮ ಪೈಕಿ ಅನ್ನಿಸ್ತದಲ್ಲೇನು?"

"ನಂಗೊತ್ತಿಲ್ಲ ರಿಂದತ್ತಿ. ಅವನೂ ಬಳ್ಳಾರಿ ಕಡಿಯವನು. ಜನಾರ್ದನ ರೆಡ್ಡಿ ಕೂಡಾ ಆಗಿರಬಹುದು."

"ಥೂ ನಿನ್ನ..."

ನಾನು ಸುಮ್ಮನೆ ನಕ್ಕೆ.

"ಒಂದು ಕೆಲಸ ಮಾಡು. ಅವನ್ನ ಕರೆದು ಯಾವ ಜಾತಿ ಅಂತ ಕೇಳು."

"ಅದೊಂದು ಕೆಲಸ ಮಾತ್ರ ನನ್ನ ಕೈಲೆ ಆಗಲ್ಲಮ್ಮ. ಇಂಥಾ ಕಂಪನಿ ಒಳಗೆ ಯಾರೂ ಯಾರ ಜಾತಿನ್ನೂ ಕೇಳಲ್ಲ. ಹಂಗೆಲ್ಲಾ ಕೇಳಿದ್ರೆ ತಪ್ಪು ತಿಳ್ಕೋತಾರೆ."

"ಜಾತಿ ಕೇಳಿದ್ರೆ ಯಾವ ಪಾಪಾನೂ ಬರಲ್ಲ. ಜೀವ ಉಳಿಸೋ ಹೊತ್ತಿನಾಗೆ ಇಂಥಾ ಪ್ರಶ್ನೆ ಕೇಳೋದು ತಪ್ಪು ಆಗಂಗಿಲ್ಲ."

"ನೀನು ಕೋಟಿ ರೂಪಾಯಿ ಕೊಡ್ತೀನಿ ಅಂದ್ರೂ ನಾನು ಅವನ ಜಾತಿ ಕೇಳಲ್ಲ. ಅದು ನನ್ನ ಮರ್ಯಾದೆ ಪ್ರಶ್ನೆ. ಐದು ವರ್ಷದಿಂದ ನನ್ನ ಕೈ ಕೆಳಗೆ ಕೆಲಸ ಮಾಡಿದಾನೆ. ಈವತ್ತಿನವರೆಗೆ ಅವನಿಗೆ ನನ್ನ ಜಾತಿ ಗೊತ್ತಿಲ್ಲ, ನನಗೆ ಅವನ ಜಾತಿ ಗೊತ್ತಿಲ್ಲ. ಇಬ್ಬರೂ ಯಾವತ್ತೂ ಅಂಥಾ ಪ್ರಶ್ನೆ ಕೇಳಲಿಕ್ಕೂ ಹೋಗಿಲ್ಲ."

"ಹಾಗಿದ್ರೆ ಒಂದು ಕೆಲಸ ಮಾಡು. ಕೇಳೋದಕ್ಕೆ ಮುಜುಗರ ಪಡ್ತಿ ಅಂದ್ರೆ ಬ್ಯಾಡ. ಅವನು ಕೆಲಸಕ್ಕೆ ಸೇರುವಾಗ ಯಾವ ಊರು, ಯಾವ ಜಾತಿ ಅಂತ ಬರಕೊಂಡಿರ್ತಾರಲ್ಲೇನು? ಆ ಫೈಲಿನಾಗೆ ನೋಡು."

"ರಿಂದತ್ತಿ, ನಿಂಗೆ ಹ್ಯಾಗೆ ಹೇಳ್ಲಿ? ಈ ಕಂಪನಿಗಳಾಗೆ ಕೆಲಸ ಮಾಡೋನ ಜಾತಿ ಯಾವುದು ಅನ್ನೋದರ ಬಗ್ಗೆ ಯಾರಿಗೂ ಆಸಕ್ತಿ ಇರಂಗಿಲ್ಲ. ಅವನು ಛಂದಾಗಿ ಕೆಲಸ ಮಾಡ್ತಾನೆ ಅಂದ್ರೆ ಉಳಿಸಿಕೊಳ್ತಾರೆ, ಇಲ್ಲಪ್ಪಾ ಅಂದ್ರೆ ಮನೀಗೆ ಕಳಿಸ್ತಾರೆ – ಅಷ್ಟೇ! ಕೆಲಸಕ್ಕೆ ಸೇರುವಾಗಲೂ ಜಾತಿ ಯಾವುದು, ಧರ್ಮ ಯಾವುದು ಅಂತ ಬರಕೊಳ್ಳಂಗಿಲ್ಲ. ಅವರಿಗದು ಬ್ಯಾಡ."

"ಇದೆಂಥಾ ಕಂಪನಿಗಳೋ ಮಾರಾಯ! ನಿಮ್ಮ ಮಾಮ ಕೆಲಸಕ್ಕೆ ಸೇರಿದಾಗ ಛಂದಾಗಿ ಮಾಧ್ವ ಬ್ರಾಹ್ಮಣ ಅಂತ ಬರದು ಬಂದಿದ್ರು. ಅವರ ಆಫೀಸರ್ರು ಎಷ್ಟೋ ಸರ್ತಿ ನಮ್ಮಿಬ್ಬರನ್ನ ಬ್ರಾಹ್ಮಣ ದಂಪತಿ ಅಂತ ಮನೆಗೆ ಊಟಕ್ಕೆ ಕರೆದು ದಕ್ಷಿಣಿ ಕೊಟ್ಟು ಕಾಲಿಗೆ ನಮಸ್ಕಾರ ಮಾಡಿ ಆಶೀರ್ವಾದ ತೊಗೋತಿದ್ರು."

"ಮಾಮ ಸರಕಾರದಾಗೆ ಕೆಲಸ ಮಾಡಿದ್ದು. ಅಲ್ಲಿ ಅವೆಲ್ಲಾ ಬೇಕು. ಇವರಿಗೆ ಕೆಲಸ ಛಂದಾಗಿ ಮಾಡೋದು ಬಿಟ್ಟರೆ ಬೇರೆ ಏನೂ ಬೇಡ."

"ಆಯ್ತಪ್ಪ. ಇನ್ನು ಹೆಚ್ಚಿನ ಮಾತು ಬ್ಯಾಡ. ನೀನು ಬರ್ತೀಯೋ, ಇಲ್ವೋ ಅಷ್ಟು ಹೇಳಿಬಿಡು."

"ರಿಂದತ್ತಿ. ಕ್ಷಮಿಸಿಬಿಡ್ರಿ. ಈ ಮೀಟಿಂಗ್ ತಪ್ಪಿಸಿ ನಂಗೆ ಬರಲಿಕ್ಕೆ ಆಗಲ್ಲ."

"ಹಂಗಾರೆ ಸರಿ ಬಿಡು. ಬೇರೆ ನೋಡೋಣ."

"ನಾರಾಯಣಾಚಾರ್ಯರು ಕಷ್ಟದಾಗೆ ಇದ್ದಾರೆ ಅಂತಿ. ಈ ಹೊತ್ತಿನಾಗೆ ಅವರನ್ನ ಬದುಕಿಸೋದು ಹ್ಯಾಗೆ ಅಂತ ಯೋಚಿಸೋದು ಬಿಟ್ಟು ಜಾತಿ, ಧರ್ಮ ಅಂತ ಯೋಚನಿ ಮಾಡ್ತೀಯಲ್ಲಾ ರಿಂದತ್ತಿ? ಅವರಿಗೇನಾದ್ರೂ ಹೆಚ್ಚು ಕಡಿಮಿ ಆದರೆ ಗತಿ ಏನು?"

"ಅಯ್ಯೋ ಪುಣ್ಯಾತ್ಮ, ಮೀಟಿಂಗ್ ಬಿಟ್ಟು ಬರಲಾರದ ಮುಂಡೆಗಂಡ ನಿನಗ್ಯಾಕೆ ಅವರ ಚಿಂತಿ? ಕ್ಷಣ ಹೊತ್ತು ಬಿಡದೆ ದೇವರ ಧ್ಯಾನ ಮಾಡಿದ ಪುಣ್ಯಾತ್ಮರು ಅವರು. ಭಕ್ತಿಯಿಂದ ಭಗವಂತನ್ನ ಕೊಂಡಾಡಿದ ಜೀವ ಅದು. ತನ್ನ ಭಕ್ತರನ್ನು ಆ ಭಗವಂತ ಯಾವತ್ತೂ ಕೈ ಬಿಡಲ್ಲ, ತಿಳ್ಕೋ. ನಿನ್ನ ಕೈಲೆ ಆಗಲ್ಲ ಅಂದರೆ ಜಗತ್ತು ನಿಂತು ಹೋಗಲ್ಲ. ಮತ್ತೊಂದು ದಾರಿ ತೋರಿಸ್ತಾನೆ. ನೀನೇನೂ ಬೇಜಾರು ಮಾಡಿಕೋ ಬೇಡೋ ನಮ್ಮಪ್ಪ, ನಿನ್ನ ಮೀಟಿಂಗ್ ನೀನು ಮಾಡ್ಕೋ."

"ಹಂಗಲ್ಲ ರಿಂದತ್ತಿ..." ನಾನು ಮಾತು ಮುಂದುವರೆಸುವುದರೊಳಗೆ ಆಕೆ ಫೋನ್ ಕಟ್ ಮಾಡಿದಳು. ನಾನು ನಿರುಪಾಯನಾಗಿ ಸುಮ್ಮನೆ ಕುಳಿತೆ.

ಮುಂದೆ ಭಗವಂತ ತನ್ನ ಭಕ್ತನನ್ನು ಕಾಪಾಡಿದನೆ ಅಥವಾ ಇಲ್ಲವೆ ಎಂದು ತಿಳಿದುಕೊಳ್ಳುವ ಶಕ್ತಿಯಾಗಲಿ, ಧೈರ್ಯವಾಗಲಿ ನನ್ನಲ್ಲಿ ಇರಲಿಲ್ಲ.

25ನೇ ಅಕ್ಟೋಬರ್ 2011

ಪೂರ್ಣಾಹುತಿ

ಬೆಳಗ್ಗೆ ಎಚ್ಚರವಾಗಿ ಕಣ್ಣು ತೆರೆದ ತಕ್ಷಣ ಅಂಕಿತಾ ಮಾಡುವ ಮೊದಲ ಕೆಲಸವೆಂದರೆ, ಪಕ್ಕದಲ್ಲಿಟ್ಟಿದ್ದ ಮೊಬೈಲನ್ನು ಕೈಗೆತ್ತಿಕೊಂಡು, ಹಿಂದಿನ ರಾತ್ರಿ ಮಲಗುವುದಕ್ಕೆ ಮುಂಚೆ ಫೇಸ್‌ಬುಕ್ಕಿನಲ್ಲಿ ಹಾಕಿದ ಸ್ಟೇಟಸ್ ಅಥವಾ ಫೋಟೋವನ್ನು ಎಷ್ಟು ಜನ ಲೈಕ್ ಮಾಡಿದ್ದಾರೆ, ಎಷ್ಟು ಜನ ಕಾಮೆಂಟ್ ಹಾಕಿದ್ದಾರೆ ಎಂದು ನೋಡಿ ಪುಳಕಗೊಳ್ಳುವುದು. ಇತರ ಸ್ನೇಹಿತರು ಯಾವ ಹೊಸದಾದ ಫೋಟೋ ಹಾಕಿದ್ದಾರೆ, ಯಾವ ಸ್ಟೇಟಸ್ ಹಾಕಿದ್ದಾರೆ ಎಂದು ಗಮನಿಸಿ, ಇಷ್ಟವಾದ ಒಂದೆರಡಕ್ಕೆ ಲೈಕ್ ಒತ್ತಿ, ತನಗಿಂತಲೂ ಹೆಚ್ಚು ಲೈಕ್‌ಗಳನ್ನು ಪಡೆದ ಗೆಳತಿಯರ ಬಗ್ಗೆ ಅಸೂಯೆಪಟ್ಟು, 'ಇದಕ್ಕಿಂತಲೂ ಹೆಚ್ಚಿನ ಲೈಕ್ ಬರುವಂತಹ ಫೋಟೋ ಈವೊತ್ತು ಹಾಕುತ್ತೇನೆ' ಎಂದು ನಿರ್ಧರಿಸುತ್ತಾಳೆ. ಹೊಸತಾಗಿ ಯಾರಾದರೂ ಫ್ರೆಂಡ್ ರಿಕ್ವೆಸ್ಟ್ ಕಳುಹಿಸಿದ್ದರೆ, ಅವರ ವೈಯಕ್ತಿಕ ವಿವರಗಳನ್ನು ಜಾಲಾಡಿ, ಯಾವ ಗೆಳೆಯರು ಅವರ ಮ್ಯೂಚುಯಲ್ ಫ್ರೆಂಡ್‌ಗಳಾಗಿದ್ದಾರೆ ಎಂದು ನೋಡಿ, ಅನಂತರ ಸ್ನೇಹಿತರಾಗಿ ಒಪ್ಪಿಕೊಳ್ಳುತ್ತಾಳೆ. ಹುಡುಗರನ್ನು ಅಷ್ಟು ಸುಲಭವಾಗಿ ಒಪ್ಪಿಕೊಳ್ಳುವುದಿಲ್ಲ. ಅವರ ಒಂದೆರಡು ಫೋಟೋಗಳನ್ನು ನೋಡಿ, 'ಸ್ಮಾರ್ಟ್' ಅನ್ನಿಸಿದರೆ ಮಾತ್ರ ಗೆಳೆಯನಾಗಿ ಸ್ವೀಕರಿಸುತ್ತಾಳೆ. ಹುಬ್ಬುಗಳ ಮಧ್ಯದಲ್ಲಿ ಕುಂಕುಮವಿಟ್ಟುಕೊಂಡಂತಹ, ಇಷ್ಟಗಲ ಚೌಕಟ್ಟಿನ ಚಸ್ಮಾ ಧರಿಸಿದಂತಹ, ಈಗಾಗಲೇ ಒಂದಿಷ್ಟು ಬೊಜ್ಜು ಗಳಿಸಿಕೊಂಡುಬಿಟ್ಟಿರುವಂತಹ, ಆಧುನಿಕವೆನ್ನಿಸದ ಉಡುಗೆ ತೊಟ್ಟ 'ಔಟ್‌ಡೇಟೆಡ್'

ಹುಡುಗರನ್ನು ಖಂಡಿತವಾಗಿಯೂ ಗೆಳೆಯರಾಗಿ ಸ್ವೀಕರಿಸುವುದಿಲ್ಲ. ಸ್ವಲ್ಪ ವಯಸ್ಸಾದ ಗಂಡಸರನ್ನಂತೂ ತನ್ನ ಸ್ನೇಹವಲಯದಿಂದ ದೂರವಿಡುತ್ತಾಳೆ. ಗೆಳತಿಯರ ವಿಷಯದಲ್ಲಿ ಅಷ್ಟೊಂದು ಕಟ್ಟುನಿಟ್ಟು ನಿಯಮವಿಲ್ಲ. ತನ್ನ ಗೆಳತಿಯರ ಆಂಟಿಗಳೂ ಒಂದಿಬ್ಬರು ಅವಳ ಸ್ನೇಹವಲಯದಲ್ಲಿದ್ದಾರೆ. ಮೊದಮೊದಲು ಅಪರಿಚಿತ ವ್ಯಕ್ತಿಗಳ ಸ್ನೇಹಾಹ್ವಾನವನ್ನು ಸ್ವೀಕರಿಸಲು ಹಿಂಜರಿಯುತ್ತಿದ್ದಳು. ಈಗ ಅಷ್ಟೆಲ್ಲಾ ಹೆದರಿಕೊಳ್ಳುವ ಅಗತ್ಯವಿಲ್ಲ, ಅಭ್ಯಾಸವಾಗಿದೆ. ಆದರೆ ಯಾರಾದರೂ ಅತಿರೇಕಕ್ಕೆ ವರ್ತಿಸಲು ಶುರು ಮಾಡಿ, ಅಶ್ಲೀಲ ಕಾಮೆಂಟು, ಫೋಟೋಗಳನ್ನು ಹಾಕಿದರೆ, ಅವರನ್ನು ಮುಲಾಜಿಲ್ಲದೆ ಸ್ನೇಹಿತರ ಪಟ್ಟಿಯಿಂದ ಕಳಚಿ ಬಿಡುತ್ತಾಳೆ. ಎಲ್ಲಾ ಸ್ನೇಹಿತರಿಗೆ 'ಗುಡ್ ಮಾರ್ನಿಂಗ್' ಅಂತ ಹೇಳಿಯೇ ಹಾಸಿಗೆಯಿಂದ ಮೇಲಕ್ಕೆ ಏಳುತ್ತಾಳೆ. ಇವೆಲ್ಲಾ ಮುಗಿಯುವಷ್ಟರಲ್ಲಿ ಮುಕ್ಕಾಲು ಗಂಟೆಯಾದರೂ ಆಗಿರುತ್ತದೆ. ಅವರಮ್ಮ ಕುಸುಮಾ ಈ ವೇಳೆಗಾಗಲೇ ಹತ್ತಾರು ಬಾರಿ "ಅಂಕಿ, ಎದ್ದೇಳೆ! ಸೂರ್ಯ ನಡುನೆತ್ತಿಗೆ ಬಂದಾಯ್ತು. ನಿಂಗೇ ಆಫೀಸಿಗೆ ತಡ ಆಗ್ತದೆ ನೋಡು" ಅಂಥ ಸಿಟ್ಟಿನಿಂದ ಹೇಳಿಯಾಗಿರುತ್ತದೆ. ಅಲ್ಲಿಗೇ ಸಿಟ್ಟು ನಿಲ್ಲುವುದಿಲ್ಲ. "ಕರಾಗ್ರೇ ವಸತೇ ಲಕ್ಷ್ಮೀ, ಕರಮಧ್ಯೆ ಸರಸ್ವತಿ, ಕರಮೂಲೇ ಗೌರಿ ಅಂತ ಎದ್ದ ತಕ್ಷಣ ಅಂಗೈ ನೋಡಿಕೊಂಡು ಹೇಳ್ಬೇಕು. ನೀನು ನೋಡಿದ್ರೆ ಕರಾಗ್ರ, ಕರಮಧ್ಯ, ಕರಮೂಲೆನಾಗೆ ಮೊಬೈಲ್ ಇಟ್ಟುಗೊಂಡಿರ್ತಿ" ಅಂತ ಬೈಯುತ್ತಾಳೆ. ಕುಸುಮಾ ಅತ್ಯಂತ ದ್ವೇಷಿಸುವುದು ಮೊಬೈಲ್ ಎನ್ನುವುದು ಇಬ್ಬರಿಗೂ ಗೊತ್ತು.

ಕುಸುಮಾ ಮೊಬೈಲ್ ಬಳಸುವುದಿಲ್ಲ. "ನಮ್ಮಪ್ಪ-ಅಮ್ಮ ಯಾವತ್ತಾದ್ರೂ ಮೊಬೈಲ್ ಫೋನ್ ಇಟ್ಟುಗೊಂಡಿದ್ರಾ? ಅದಿಲ್ಲದೇನೆ ಒಳ್ಳೆ ಬದುಕು ಮಾಡಿಲ್ಲೇನು? ಈಗಿನವರದೆಲ್ಲಾ ಅತಿರೇಕ. ಬೇಡದ್ದನ್ನೆಲ್ಲಾ ಕೊಂಡುಕೊಳ್ಳೋ ಚಟ" ಅಂತ ವಟಗುಟ್ಟುತ್ತಾಳೆ. ಮನೆಯಲ್ಲಿ ಅವಳ ಗಂಡ ಬದುಕಿದ್ದಾಗ ಕೊಂಡ ಲ್ಯಾಂಡ್‌ಲೈನ್ ಮಾತ್ರ ಆವಶ್ಯಕತೆ ಬಿದ್ದಾಗ ಬಳಸುತ್ತಾಳೆ. ಅವಳಿಗೆ ಆಧುನಿಕವಾದ ಸಂಗತಿಗಳ ಬಗ್ಗೆ ಅಸಡ್ಡೆ. ಈಗಲೂ ಲಕ್ಷಣವಾಗಿ ಬಟ್ಟೆ ಒಗೆಯುತ್ತಾಳೆ, ವಾಷಿಂಗ್ ಮಷಿನ್ ಕೊಂಡಿಲ್ಲ. ಈ ಆಧುನಿಕ ಮನೆಯಲ್ಲಿ ಒರಳು-ಕಲ್ಲು ಇಲ್ಲ ಎಂಬ ಕಾರಣಕ್ಕಾಗಿ ರುಬ್ಬುವ ಯಂತ್ರ ಕೊಂಡಿದ್ದಾಳೆಯೇ ಹೊರತು, ಅದೇನಾದರೂ ಇದ್ದಿದ್ದರೆ ಲಕ್ಷಣವಾಗಿ ದೋಸೆ ಹಿಟ್ಟು ರುಬ್ಬುತ್ತಿದ್ದಳು. ಎಷ್ಟು ಸಾಧ್ಯವೋ ಅಷ್ಟು ಯಂತ್ರಗಳಿಂದ ಕಳಚಿಕೊಳ್ಳುವ ಹೋರಾಟ ಮಾಡುತ್ತಾಳೆ. ಅಂಕಿತಾ ಮೈಗಳ್ಳಿ. ಎಷ್ಟೇ ಅವಲತ್ತುಕೊಂಡರೂ ಕೆಲಸ ಮಾಡುವುದಿಲ್ಲ. ಒಮ್ಮೊಮ್ಮೆ ಕುಸುಮಾ ರಾಶಿ ಬಟ್ಟೆ ಒಗೆದು, ಮೈಕೈ ನೋವಾದಾಗ ಯಾರಿಗೆ ಹೇಳಿಕೊಳ್ಳಬೇಕೋ ತೋಚದೆ ಮುಸುಕೆಳೆದು ಮಲಗಿ ಬಿಡುತ್ತಾಳೆ.

ಅಂಕಿತಾಗೆ ಅಮ್ಮನ ಸ್ವಭಾವ ಅರ್ಥವಾಗುವುದಿಲ್ಲ. ತನ್ನ ಮೇಲಿನ ಸಿಟ್ಟನ್ನು ತೋರಿಸಿಕೊಳ್ಳಲಿಕ್ಕಾಗಿಯೇ ಆಕೆ ಮೊಬೈಲ್ ಕೊಂಡಿಲ್ಲವೆಂಬ ಅನುಮಾನ ಅವಳಿಗಿದೆ.

ಯಾವಾಗಲೋ ಒಮ್ಮೆ ಕನ್ನಡ ದಿನಪತ್ರಿಕೆಯಲ್ಲಿ ಬಂದ 'ಮೊಬೈಲ್‌ನಿಂದಾಗಿ ಗುಬ್ಬಿಗಳು ಮಾಯವಾದವೆ?' ಎಂಬ ಲೇಖನವನ್ನು ಮಗಳಿಗೆ ತೋರಿಸಿ, "ಚಿಕ್ಕಂದಿನಲ್ಲಿ ನಮ್ಮ ಮನೆ ಮುಂದೆ ನೂರಾರು ಗುಬ್ಬಚ್ಚಿ ಬಂದು ಕೂಡುತ್ತಿದ್ದವು ಗೊತ್ತಾ? ನಿಮ್ಮಂತಹವರ ಮೊಬೈಲ್ ಹುಚ್ಚಿನಿಂದಾಗಿ ಎಂಥಾ ಅನಾಹುತ ಆಗಿದೆ ನೋಡು" ಎಂದು ಅತ್ಯಂತ ಬೇಸರದ ಧ್ವನಿಯಲ್ಲಿ ಹೇಳಿದ್ದಳು. ಎಲ್ಲಾ ಗುಬ್ಬಿಗಳು ಮಾಯವಾಗುವುದಕ್ಕೆ ತಾನೇ ಕಾರಣವೆನ್ನುವಂತಹ ಧ್ವನಿಯ ಅವಳ ಮಾತು ಅಂಕಿತಾಗೆ ತಟ್ಟಿತ್ತು. "ಇಷ್ಟು ದಿನ ನಿಂಗೆ ಯಾವತ್ತೂ ಗುಬ್ಬಿಗಳು ಕಾಣಿಸ್ತಿಲ್ಲ ಅಂತ ನೆನಪಾಗಿರ್ಲಿಲ್ಲ. ಈಗ ಈ ಲೇಖನ ನೋಡಿದ ತಕ್ಷಣ ಗುಬ್ಬಿಗಳ ಮೇಲೆ ಪ್ರೀತಿ ಉಕ್ಕಿ ಬರ್ತದೆ ನೋಡು! ಈವತ್ತು ಡೈನೋಸರ್‌ಗಳೂ ಈ ಭೂಮಿ ಮೇಲೆ ಇಲ್ಲ. ಆದರೆ ಬದುಕು ನಡೀತಾ ಅದಲ್ಲಾ?" ಎಂದು ಎಡವಟ್ಟಾಗಿ ಮಾತನಾಡಿದ್ದಳು. ಕುಸುಮಾಗೆ ತನ್ನ ಅಸಹಾಯಕತೆಯಿಂದ ದುಃಖವಾಗಿತ್ತು. "ಮೊಂಡು ಮಾತು ಆಡೋರಿಗೆ ಏನು ಹೇಳಿದ್ರೂ ತಿಳಿಯಂಗಿಲ್ಲ" ಅಂತ ಒದರಾಡಿದ್ದಳು.

ಅಂಕಿತಾಗೆ ತನ್ನ ಮೊದಲ ಮೊಬೈಲ್ ಫೋನನ್ನು ಅಮ್ಮನಿಂದ ಕೊಡಿಸಿ ಕೊಳ್ಳುವುದು ಸುಲಭದ ಸಂಗತಿಯಾಗಿರಲಿಲ್ಲ. ಮೊಬೈಲ್ ಕೊಡಿಸಿದರೆ ಮಕ್ಕಳು ಹಾಳಾಗುತ್ತಾರೆಂಬ ವಿಚಾರ ಕುಸುಮಾಳ ತಲೆಯಲ್ಲಿ ಬೇರು ಬಿಟ್ಟಿತ್ತು. "ನೀನು ಏನು ಮಾಡಿದ್ರೂ ಕೊಡಿಸಲ್ಲ" ಅಂತ ಹಠ ಹಿಡಿದುಬಿಟ್ಟಳು. ಆದರೆ ಹಠದ ವಿಚಾರದಲ್ಲಿ ಅಂಕಿತಾ ಯಾವುದಕ್ಕೆ ಕಡಿಮೆ? ಕುಸುಮಾಳ ಮಗಳು ಆಕೆ. ತನ್ನ ಯಾರೆಲ್ಲಾ ಗೆಳೆಯರ ಬಳಿ ಈಗಾಗಲೇ ಮೊಬೈಲ್ ಇದೆ, ಅದರಿಂದ ಎಷ್ಟೆಲ್ಲಾ ಅನುಕೂಲ, ತಾನು ಈ ಮಹಾನಗರದಲ್ಲಿ ಏನಾದರೂ ಕಷ್ಟಕ್ಕೆ ಸಿಕ್ಕಿಬಿದ್ದರೆ ನಿನಗೆ ತಿಳಿಸುವುದು ಹೇಗೆ – ಇತ್ಯಾದಿ ವಿವರಣೆಗಳನ್ನು ಕೊಟ್ಟರೂ ಕುಸುಮಾ ಜಗ್ಗಲಿಲ್ಲ. ಕೊನೆಗೆ ಊಟ–ತಿಂಡಿ ಬಿಟ್ಟು ಉಪವಾಸ ಸತ್ಯಾಗ್ರಹ ಶುರುವಿಟ್ಟಳು. 'ಹೊಟ್ಟೆ ಸುಟ್ಟರೆ ಸೊಟ್ಟಗೆ ಬರ್ತಾಳೆ' ಅಂತ ಕುಸುಮಾ ಕೂಡಾ ಹಠ ಹಿಡಿದಳು. ಆದರೆ ಎರಡು ದಿನ ಮಾತು ಬಿಟ್ಟು, ಅನ್ನ–ನೀರು ಮುಟ್ಟದೆ ಮಗಳು ಹಾಸಿಗೆ ಹಿಡಿದು ಬಿಟ್ಟಾಗ ಕಂಗಾಲಾದಳು.

ಎಷ್ಟಾದರೂ ತಾಯಿ ಕರುಳು! ಊಟವನ್ನು ತಟ್ಟೆಯಲ್ಲಿ ಹಾಕಿಕೊಂಡು ಮಗಳ ಬಳಿ ಹೋಗಿ ಪ್ರೀತಿಯಿಂದ ಬಲವಂತ ಮಾಡಿದಳು. ಅಂಕಿತಾ ಮುಸುಕು ತೆಗೆಯಲಿಲ್ಲ. ಕೊನೆಗೆ ಸಿಟ್ಟು ಮಾಡಿಕೊಂಡು, ತಾಯಿಯ ಅಧಿಕಾರವನ್ನು ಚಲಾಯಿಸಲು ನೋಡಿದಳು. ಅದಕ್ಕೂ ಅಂಕಿತಾ ಜಗ್ಗಲಿಲ್ಲ. ಗಂಡನನ್ನು ಕಳೆದುಕೊಂಡ ತನಗೆ ಅವಳೊಬ್ಬಳೇ ದಿಕ್ಕು, ಅವಳಿಗೆ ತಾನೊಬ್ಬಳೇ ದಿಕ್ಕು ಎಂಬ ಸತ್ಯ ಯಾವಾಗಲೂ ಕುಸುಮಾಳ ಮನಸ್ಸಿನಲ್ಲಿ ಧ್ವನಿಸುತ್ತಲೇ ಇರುತ್ತದೆ. ಅದು ಒಮ್ಮೊಮ್ಮೆ ದುಃಖಕ್ಕೆ ತಿರುಗಿ, ಸಿಟ್ಟಿನಲ್ಲಿ ಕೊನೆಗೊಳ್ಳುತ್ತದೆ. ಅದೇ ರೀತಿ ಈ ಬಾರಿಯೂ ನಡೆದು,

ಊಟದ ತಟ್ಟೆಯನ್ನು ಮೂಲೆಗೆ ತಳ್ಳಿ, ಮಗಳ ಮೈಕೈಗೆಲ್ಲಾ ದಬದಬನೆ ಗುದ್ದಿ, ತಾನೇ ಅಳುತ್ತಾ ಕುಳಿತು ಬಿಟ್ಟಳು. ಅದಕ್ಕೂ ಮಗಳು ಕರಗಲಿಲ್ಲ. ಅಳುತ್ತಾ ಕುಳಿತ ತಾಯಿಯನ್ನು ಸಮಾಧಾನ ಮಾಡಲು ಹೋಗಲಿಲ್ಲ. ಮೈಕೈ ನೋಯುವಂತೆ ಏಟು ತಿಂದರೂ ಅಳುವನ್ನು ಹತ್ತಿಟ್ಟುಕೊಂಡು ತನ್ನ ಹಠವನ್ನು ಮುಂದುವರಿಸಿದಳು. ವಯಸ್ಸಿಗೆ ಬಂದ ಮಗಳು ಕೊನೆಗೂ ಗೆದ್ದಳು! ಮರುದಿನ ಮೊಬೈಲ್ ಫೋನ್ ಮನೆಗೆ ಬಂತು. ಅಂಕಿತಾ ಖುಷಿಯಲ್ಲಿ ಮುಳುಗಿ ಹೋದಳು. ಆ ಮೊಬೈಲಿನ ಎಲ್ಲ ಸವಲತ್ತನ್ನೂ ಅನುಭವಿಸುತ್ತಾ ಅಂಕಿತಾ ಸಂಭ್ರಮ ಪಡುವುದನ್ನು ಕಂಡಾಗ, ಕುಸುಮಾ ಸಂಕಟದಿಂದ ಕುಸಿದು ಹೋಗುತ್ತಿದ್ದಳು.

ಮೊದಮೊದಲು ಯಾವುದೇ ಕರೆ ಬಂದರೂ, ಯಾವುದೇ ಮೆಸೇಜ್ ಬಂದರೂ "ಯಾರದು? ಎಲ್ಲಿ ನಿಂಗೆ ಅವರ ಪರಿಚಯ ಆಯ್ತು?" ಎಂದು ಮಗಳನ್ನು ಕೇಳಿ, ಅವಳು ಉತ್ತರ ಹೇಳುವ ತನಕ ತಳಮಳಿಸುತ್ತಿದ್ದಳು. ಅಮ್ಮನ ಈ ವಿಚಾರಣೆ ಅಂಕಿತಾಳ ಸಹನೆಯನ್ನು ಕೆಣಕುತ್ತಿತ್ತು. ತನಗೆ ಗೊತ್ತಿರುವವರೆಲ್ಲಾ ಅಮ್ಮನಿಗೆ ಗೊತ್ತೇ ಇರಬೇಕೆಂದರೆ ಹೇಗೆ? ಅದೂ ಹುಡುಗರ ಹೆಸರನ್ನು ಹೇಳಿದರಂತೂ ರಾದ್ಧಾಂತ ಮಾಡಿಬಿಡುತ್ತಿದ್ದಳು. "ಅವನಿಗೂ ನಿನಗೂ ಏನು ಸಂಬಂಧ?" ಅಂತ ಕೆದಕಿ ಕೆದಕಿ ಕೇಳಿ ಕಿರಿಕಿರಿ ಮಾಡುತ್ತಿದ್ದಳು. ಅಂಕಿತಾ ನಿಧಾನಕ್ಕೆ ಯಾವುದೇ ಕರೆ ಬಂದರೂ ಅಮ್ಮಗೆ ಗೊತ್ತಿರುವ ಗೆಳೆಯರ ಹೆಸರುಗಳನ್ನು ಮಾತ್ರ ಹೇಳಲು ಶುರುವಿಟ್ಟಳು. ಕುಸುಮಾ ಸಾಮಾನ್ಯದವಳೆ? ಅವಳು ಹೇಳಿದ ಹೆಸರಿನ ಗೆಳೆಯರಿಗೆ ಫೋನ್ ಮಾಡಿ "ಆರೋಗ್ಯ ಏನಮ್ಮ? ಓದು ಹೆಂಗೆ ಸಾಗಿದೆ?" ಅಂತೆಲ್ಲಾ ಹಗೂರಕ್ಕೆ ವಿಚಾರಿಸಿ, ಆಮೇಲೆ "ನಮ್ಮ ಅಂಕಿಗೆ ಫೋನ್ ಮಾಡಿದ್ದಿಯೇನಮ್ಮಾ?" ಎಂದು ಕೇಳಿ, ಅವರು "ಇಲ್ಲ ಆಂಟಿ" ಅಂದರೆ, ಇಡೀ ದಿನ ಮನೆಯಲ್ಲಿ ದೊಡ್ಡ ಜಗಳ, ಉಪವಾಸ, ಅಳು ಎಲ್ಲಾ ನಡೆಯುತ್ತಿತ್ತು. ಇತ್ತೀಚೆಗೆ ಅವೆಲ್ಲಾ ನಿಂತಿವೆ. ಅದೆಷ್ಟು ದಿನ ಕುಸುಮಾ ಹಠ ಸಾಧಿಸಿಯಾಳು? ಆ ವಯಸ್ಸೂ ಇಲ್ಲ, ಆ ಶಕ್ತಿಯೂ ಇಲ್ಲ. ಆದರೂ ಅಂಕಿತಾಳ ಮೊಬೈಲ್ ತಡೆಯಿಲ್ಲದೆ ಹೊತ್ತಲ್ಲದ ಹೊತ್ತಿನಲ್ಲಿ ಕುಂಯ್ ಕುಂಯ್ ಸದ್ದು ಮಾಡುವಾಗ ಕುಸುಮಾಳ ರಕ್ತದೊತ್ತಡ ಹೆಚ್ಚುತ್ತದೆ. ಅವಳಿಲ್ಲದ ಹೊತ್ತಿನಲ್ಲಿ ಅದರಲ್ಲಿ ಏನು ಬಂದಿದೆ ಎಂದು ನೋಡುವ ಕುತೂಹಲವಾದರೂ, ಅದನ್ನು ಹೇಗೆ ಉಪಯೋಗಿಸಬೇಕೆಂದು ಅವಳಿಗೆ ಗೊತ್ತಿಲ್ಲದ ಕಾರಣ ಸುಮ್ಮನಾಗುತ್ತಾಳೆ. ಇತ್ತೀಚೆಗಂತೂ ಅಂಕಿತಾ ತನ್ನ ಮೊಬೈಲನ್ನು ಬಚ್ಚಲು ಮನೆ, ಶೌಚಾಲಯಕ್ಕೂ ತೆಗೆದುಕೊಂಡು ಹೋಗುತ್ತಾಳೆ. ಕಮೋಡಿನ ಮೇಲೆ ಅವಳು ಶೌಚಕ್ಕೆ ಕುಳಿತು ಮೊಬೈಲ್ ನೋಡುವಾಗ ಕೈ ಜಾರಿ ಅದರಲ್ಲಿ ಬಿದ್ದು ಬಿಡಲಿ ಎಂಬ ಕೆಟ್ಟ ಆಲೋಚನೆಯೂ ಕುಸುಮಾಗೆ ಬರುತ್ತದೆ.

ಅಮ್ಮ ತನಗೆ ಮೊದಲ ಮೊಬೈಲ್ ಕೊಡಿಸಲು ಮಾಡಿದ ರಾದ್ಧಾಂತವನ್ನು ಅಂಕಿತಾ ಅಷ್ಟು ಸುಲಭವಾಗಿ ಮರೆಯುವುದು ಸಾಧ್ಯವಿರಲಿಲ್ಲ. ಆದ್ದರಿಂದ ಬಿ.ಎ. ಮುಗಿಸಿ, ರಿಸೆಪ್ಷನಿಸ್ಟ್ ಉದ್ಯೋಗಕ್ಕೆ ಸೇರಿ, ಮೊದಲ ತಿಂಗಳ ಸಂಬಳ ಬಂದ ತಕ್ಷಣ ಭರ್ಜರಿ ಮೊಬೈಲನ್ನು ಕಂತಿನಲ್ಲಿ ಕೊಂಡು, ಅವರಮ್ಮನಿಗೆ ಹೇಳುವುದಕ್ಕೂ ಹೋಗದೆ ಬಳಸಲಾರಂಭಿಸಿದಳು. ಎರಡು ದಿನದ ನಂತರವೇ ಕುಸುಮಾಗೆ ಗೊತ್ತಾಗಿದ್ದು. ಕೆಂಡಾಮಂಡಲವಾಗಿ ಹೋದಳು. "ಹೇಳದೆ ತೊಗೊಳ್ಳೋ ಅಷ್ಟು ಬೆಳೆದು ಬಿಟ್ಟಿಯೇನೆ?" ಎಂದು ದಬಾಯಿಸಿದ್ದಳು. ಅಂಕಿತಾ ತುಟಿಯಂಚಿನಲ್ಲಿ ನಕ್ಕಿದ್ದಳು. "ಹೇಳಿದ್ರೆ ನೀನು ಬ್ಯಾಡ ಅಂತಿದ್ದಿ" ಎಂದು ಎದುರುತ್ತರಿಸಿದಳು. "ನಾನು ಸಾವಿರಾರು ರೂಪಾಯಿ ಬಡಿದು ಕೊಡಿಸಿದ ಹಳೆ ಮೊಬೈಲು ಈಗೇನು ಮಾಡ್ತೀಯೆ? ಉಪ್ಪಿನಕಾಯಿ ಹಾಕಿ ನೆಕ್ತೀಯೇನೆ?" ಎಂದು ಕಿರುಚಿದಳು. ಅದಕ್ಕೆ ಒಂದಿಷ್ಟೂ ಸಿಟ್ಟಾಗದ ಅಂಕಿತಾ ಅತ್ಯಂತ ಶಾಂತ ಸ್ವರದಲ್ಲಿ "ಅಮ್ಮ, ಅದನ್ನ ನೀನು ಇಟ್ಟುಗೋ... ನೀನು ಹೊರಗೆ ಹೋದಾಗ ಉಪಯೋಗಕ್ಕೆ ಬರ್ತದೆ" ಎಂದು ಹೇಳಿದ್ದಳು. ಕುಸುಮಾ ಒಪ್ಪಿರಲಿಲ್ಲ. "ನನಗೆ ಈ ಸುಡುಗಾಡು ಯಂತ್ರಗಳು ಬೇಡ. ನೀನೇ ಅವನ್ನ ಅನುಭವಿಸಿ ಸುಖ ಪಡು" ಎಂದು ಅಸಹನೆಯಿಂದ ಹೇಳಿ, ಗಂಡನ ಫೋಟೋದ ಮುಂದೆ ಕುಳಿತು ಮುಸಿ ಮುಸಿ ಅತ್ತಿದ್ದಳು. "ನನ್ನ ಕೈಲೆ ಈಕಿನ್ನ ನಿಭಾಯಿಸೋಕ್ಕೆ ಆಗಲ್ಲ. ನಡುಮಧ್ಯ ನೀರಾಗೆ ಕೈಬಿಟ್ಟು ಹೋಗಿಬಿಟ್ರಿ" ಎಂದು ಗಂಡನಿಗೂ ಒಂದಿಷ್ಟು ಬೈದಳು. "ಇಲ್ಲಿ ನೋಡ್ರಿ, ನನ್ನ 'ವಿಧವೆ' ಅಂತ ಮಂಗಳ ಕಾರ್ಯಗಳಿಂದ ದೂರ ತಳ್ಳಿದ ಎಲ್ಲಾ ಕ್ರೂರ ಮನುಷ್ಯರ ಮೇಲೆ ಆಣೆ ಮಾಡಿ ಹೇಳ್ತೀನಿ, ನಾನು ಸತ್ತರೂ ಈ ಮೊಬೈಲ್ ಕೊಳ್ಳಲ್ಲ" ಎಂದು ಶಪಥ ಮಾಡಿ, ಸಮಾಧಾನ ಮಾಡಿಕೊಂಡು ಎದ್ದಿದ್ದಳು.

ಮರುದಿನ ಅಡಿಗೆ ಪಾತ್ರೆಗಳನ್ನು ತೊಳೆಯಲು ಬಂದ ನಿಂಗಮ್ಮನಿಗೆ ತನ್ನ ಹಳೆಯ ಮೊಬೈಲನ್ನು ಅಂಕಿತಾ ಕೊಟ್ಟುಬಿಟ್ಟಳು. ಅವಳಿಗೆ ವಿಪರೀತ ಖುಷಿಯಾಗಿ ಬಿಟ್ಟಿತು. "ಕುಸುಮಕ್ಕ, ನೀವು ಏನೇ ಹೇಳ್ರಿ... ನಿಮ್ಮ ಮಗಳ ಕೈ ದೊಡ್ಡದು. ದೇವರು ಆಕಿನ್ನ ಸುಖವಾಗಿ ಇಟ್ಟಿರ್ಲಿ ಕಣ್ರವ್ವಾ" ಎಂದು ಹೇಳಿ ಕುಸುಮಾಳ ಹೊಟ್ಟೆಗೆ ಇನ್ನಷ್ಟು ಬೆಂಕಿ ಸುರಿದಿದ್ದಳು. ಆವತ್ತಿನಿಂದ ನಿಂಗಮ್ಮ, "ಅಂಕವ್ವಾ, ಇದರಾಗೆ ನನ್ನ ಮಗಳ ನಂಬರು ಹಾಕಿ ಕೊಡವ್ವ", "ಬೆಳಿಗ್ಗೆ ಏಳೋದಕ್ಕೆ ಅಲಾರಂ ಇಡಬೋದಂತೆ, ಹೌದೇನ್ರವ್ವಾ?" ಎಂದೆಲ್ಲಾ ಅಂಕಿತಾಳನ್ನು ವಿಚಾರಿಸಿಕೊಳ್ಳಲಾರಂಭಿಸಿದ್ದಳು.

>>>

ನಾಲ್ಕು ದಿನಗಳ ರಜೆ ಒಟ್ಟಾಗಿ ಬಂದಿತ್ತು. ಸ್ವಾತಂತ್ರ್ಯ ದಿನಾಚರಣೆ, ವರಮಹಾಲಕ್ಷ್ಮಿ ಹಬ್ಬ, ಶನಿವಾರ ಮತ್ತು ಆದಿತ್ಯವಾರ ಕೂಡಿ ಬಂದಿದ್ದವು. ವಾಹನ

ಸಂಚಾರದ ಕರ್ಕಶ ಸದ್ದೆಲ್ಲಾ ಅಡಗಿ, ಹಕ್ಕಿಗಳ ಕೂಗೂ ಕಿವಿಗೆ ಕೇಳಿಸಲಾರಂಭಿಸಿತ್ತು. ಮೋಡಗಟ್ಟಿದ ವಾತಾವರಣ ಇದ್ದುದರಿಂದ ತಣ್ಣಗಿತ್ತು. ರಸ್ತೆಯಲ್ಲಿದ್ದ ಕೆಂಡಸಂಪಿಗೆ ಮರದಲ್ಲಿ ಸಾಕಷ್ಟು ಹೂ ಅರಳಿ, ಅದರ ಪರಿಮಳ ಗಾಳಿಯಲ್ಲಿ ಬೆರೆತಿತ್ತು. ಬೇಗನೆ ಏಳುವುದಕ್ಕೆ ಯಾರಿಗೂ ಮನಸ್ಸಾಗದ ಶುಭ್ರ ದಿನವದು. ಈ ದಿನ ಕುಸುಮಾ ಮಗಳ ವಿಷಯವಾಗಿ ಸ್ವಲ್ಪ ಮೃದುವಾಗಿದ್ದಳು. ಬೆಳಗ್ಗೆ ಅವಳು ಏಳುವ ಹೊತ್ತಿಗೆ ಸರಿಯಾಗಿ, ಹಾಸಿಗೆಯ ಪಕ್ಕ ಕುಳಿತು, ಅವಳ ಬೆನ್ನು ಸವರುತ್ತಾ, ಕೂದಲಿನಲ್ಲಿ ನವಿರಾಗಿ ಕೈಯಾಡಿಸುತ್ತಾ, ಆಗೊಮ್ಮೆ ಈಗೊಮ್ಮೆ ಅವಳ ಕೆನ್ನೆಗೆ ಮುತ್ತು ಕೊಡುತ್ತಾ ಏಳುವಂತೆ ಪುಸಲಾಯಿಸುತ್ತಿದ್ದಳು. ಅಂಕಿತಾಗೂ ಅಮ್ಮನ ಮುದ್ದುಗರೆಯುವಿಕೆ ಇಷ್ಟವಾಗಿ ತೊಡೆಗೆ ಆತುಕೊಂಡು ಮಲಗಿ 'ಊಂ, ಊಂ' ಅನ್ನುತ್ತಾ ತಾಯಿಯ ಸ್ಪರ್ಶದ ಸುಖವನ್ನು ಸವಿಯುತ್ತಾ ಮಲಗಿದ್ದಳು. ಅವಳಿಗೆ ಇಷ್ಟವಾದ ಉಪ್ಪಾಭಾತನ್ನು ಮಾಡುವುದೆಂದು ಕುಸುಮಾ ಆಲೋಚನೆ ಮಾಡಿದ್ದಳು. ಯಾವುದೇ ಕಾರಣಕ್ಕೂ ಈ ದಿನ ಇಬ್ಬರ ಮಧ್ಯೆ ಜಗಳ ಮೂಡುವುದು ಬೇಡವೆಂದು ದೇವರಲ್ಲಿ ಬೇಡಿಕೊಂಡಿದ್ದಳು.

ನಾಲ್ಕು ದಿನದ ರಜೆ ಬಂದಾಗ, ಮೊದಲ ದಿನವೇ ಮಗಳನ್ನು ಬೇಗನೆ ಏಳಿಸುವುದು ಕಷ್ಟವೆಂದು ಕುಸುಮಾಗೆ ಗೊತ್ತು. ಆದರೆ ದೇವಸ್ಥಾನದವರು ಸುದರ್ಶನ ಹೋಮವನ್ನು ಈ ದಿನವೇ ಹಮ್ಮಿಕೊಂಡಿದ್ದರು, ಅದೂ ಬೆಂಗಳೂರಿನ ಉತ್ತರ ದಿಕ್ಕಿನ ಒಂದು ಹೊಸ ಬಡಾವಣೆಯಲ್ಲಿರುವ ದೇವಸ್ಥಾನದಲ್ಲಿ. ಆ ಜಾಗ ಕುಸುಮಾಗೆ ಅಷ್ಟಾಗಿ ಪರಿಚಯವಿಲ್ಲ. ಬೆಂಗಳೂರಿಗೆ ಬಂದು ಮೂವತ್ತು ವರ್ಷವಾಗುತ್ತಾ ಬಂದರೂ, ಈ ದೈತ್ಯ ಊರಿನ ಎಲ್ಲಾ ಭಾಗಗಳು ಗೊತ್ತೆಂದು ಯಾರಿಗಾದರೂ ಹೇಗೆ ಹೇಳಲು ಸಾಧ್ಯ? ಅಲ್ಲಿಗೆ ಹೋಗುವ ಬಸ್ಸಿನ ವಿವರಗಳನ್ನು ಮುಂಚೆಯೇ ಸಂಗ್ರಹಿಸಿದ್ದಳು. ದೇವಸ್ಥಾನವನ್ನು ಹುಡುಕಲೂ ಒಂದಿಷ್ಟು ಸಮಯ ಬೇಕಾಗುತ್ತದಲ್ಲವೆ? ಆದ್ದರಿಂದ ಇನ್ನಿಲ್ಲದಂತೆ ಮಗಳನ್ನು ಮುದ್ದುಗರೆಯುತ್ತಾ, ಬೇಗನೆ ಏಳುವಂತೆ ಪುಸಲಾಯಿಸುತ್ತಿದ್ದಳು.

ಕುಸುಮಾಗೆ ದೈವಭಕ್ತಿ ಹೆಚ್ಚು. ಆದ್ದರಿಂದ ಸಾಕಷ್ಟು ದೇವಸ್ಥಾನಗಳಿಗೆ ಭೇಟಿ ಕೊಡುತ್ತಿರುತ್ತಾಳೆ. ಮುಖ್ಯವೆನ್ನಿಸಿದ ಧಾರ್ಮಿಕ ಕಾರ್ಯಕ್ರಮಗಳನ್ನು ತಪ್ಪಿಸಿಕೊಳ್ಳುವುದಿಲ್ಲ. ಗಂಡ ಬದುಕಿದ್ದಾಗ ಈ ಬಗ್ಗೆ ಅಷ್ಟೇನೂ ಆಸಕ್ತಿ ಇರದಿದ್ದರೂ, ಇದ್ದಕ್ಕಿದ್ದಂತೆಯೇ ಒಂದು ದಿನ ಆತ ಇಲ್ಲವಾದಾಗ, ಆ ನಿರ್ವಾತವನ್ನು ಹೇಗೆ ತುಂಬುವುದೆಂಬ ಗೊಂದಲದೊಳಗೆ ಈ ಹೊಸ ಪ್ರವೃತ್ತಿ ಸೇರಿಕೊಂಡಿತ್ತು. ಅದು ಅವಳಿಗೆ ಸಾಕಷ್ಟು ಸಮಾಧಾನವನ್ನೂ ಕೊಡುತ್ತಿತ್ತು.

ಬದುಕಿನ ನಿರ್ವಹಣೆಗೆ ತೊಂದರೆಯಾಗದಷ್ಟು ಗಳಿಸಿದ ನಂತರವೇ ಗಂಡ ಸತ್ತಿದ್ದ. ಸಮಸ್ಯೆಯಾದದ್ದು ಹಣಕಾಸಿನ ವಿಷಯದಲ್ಲಿ ಅಲ್ಲ. ಆದರೆ ನಿತ್ಯದಂತೆ

ಅವನು ಸಂಜೆಗೆ ಮನೆಗೆ ಬರುವುದಿಲ್ಲ ಎಂಬ ಭಾವವೇ ಅವಳನ್ನು ತಲ್ಲಣಕ್ಕೆ ಸಿಕ್ಕಿಸಿ, ಖಿನ್ನತೆಗೆ ನೂಕುತ್ತಿತ್ತು. ಆ ಹೊತ್ತಿನಲ್ಲಿಯೇ ಯಾರೋ ಕೆಲಸಕ್ಕೆ ಸೇರಲು ಸೂಚಿಸಿದ್ದರು. ಗಂಡ ಖಾಸಗಿ ಕಂಪನಿಯಲ್ಲಿ ಕೆಲಸ ಮಾಡಿದ್ದನಾದ್ದರಿಂದ, ಅಲ್ಲಿಯೇ ಅನುಕಂಪದ ನೆಲೆಯಲ್ಲಿ ಕೆಲಸ ಸಿಕ್ಕುವುದು ಸಾಧ್ಯವಿರಲಿಲ್ಲ. ಜೊತೆಗೆ ಕುಸುಮಾ ಅಷ್ಟೇನೂ ಓದಿದವಳಲ್ಲ. ಬಿ.ಎ. ಮುಗಿಸಿಕೊಂಡಿದ್ದಳು. ಯಾವುದೋ ಕಾನ್ವೆಂಟಿನಲ್ಲಿ ಅವಳನ್ನು ಪರಿಚಯದವರೊಬ್ಬರು ಸೇರಿಸಿದ್ದರು. ಆದರೆ ಕೆಲಸದ ಮೊದಲ ದಿನವೇ ಅವಳಿಗೆ ಕೈಕಾಲಲ್ಲಿ ನಡುಕ ಬಂದಿತ್ತು. ತರಗತಿಯಲ್ಲಿ ಇಂಗ್ಲಿಷಿನಲ್ಲಿ ನಿರರ್ಗಳವಾಗಿ ಮಾತನಾಡುವುದು ಅವಳಿಗೆ ಸಾಧ್ಯವಾಗಲಿಲ್ಲ. ಬಾಣಲೆಯಿಂದ ಬೆಂಕಿಗೆ ಬಿದ್ದಂತೆ ಒದ್ದಾಡಿದ್ದಳು. ಮೂರು ದಿನಕ್ಕೆ ಆ ಕೆಲಸ ಕೈ ಬಿಟ್ಟಳು. ಮತ್ತೆ ಮನೆಯಲ್ಲಿ ಒಂಟಿತನ, ಖಿನ್ನತೆ... ಅವನ ನೆನಪು ಅವಳನ್ನು ಹಣ್ಣು ಮಾಡಲಾರಂಭಿಸಿದವು. ಈ ಹೊತ್ತಿನಲ್ಲಿಯೇ ದೇವಸ್ಥಾನಗಳು, ಧಾರ್ಮಿಕ ಕಾರ್ಯಕ್ರಮಗಳು ಅವಳ ಕೈ ಹಿಡಿದಿದ್ದವು. ಮನಸ್ಸಿಗೆ ಸಾಕಷ್ಟು ನೆಮ್ಮದಿಯನ್ನು ತಂದಿದ್ದವು.

ಆಗಿನ್ನೂ ಮಗಳು ಐದನೆಯ ತರಗತಿಯನ್ನು ಓದುತ್ತಿದ್ದಳು. ಅಪ್ಪನಿಲ್ಲವೆಂಬ ಭಾವವನ್ನು ಗ್ರಹಿಸುವ ಶಕ್ತಿಯಿನ್ನೂ ಅವಳಿಗೆ ದಕ್ಕಿರಲಿಲ್ಲ. ಭಯದಿಂದ ಅಮ್ಮನಿಗೆ ಆತುಕೊಂಡಿದ್ದಳು. ಅಪ್ಪ-ಅಮ್ಮ ಎರಡೂ ಆಗಿ ತನ್ನ ಮಗಳನ್ನು ಕುಸುಮಾ ದಕ್ಕಿಸಿಕೊಂಡಿದ್ದಳು. ಅವಳಿಗೆ ಯಾವುದೇ ರೀತಿಯಿಂದಲೂ ನೋವಾಗದಂತೆ ನೋಡಿಕೊಂಡಿದ್ದಳು. ಕಷ್ಟಪಟ್ಟರೂ ಆ ದಿನಗಳೇ ಚೆನ್ನಾಗಿದ್ದವೆಂದು ಅವಳಿಗೆ ಅನ್ನಿಸುತ್ತದೆ. ಈಗ ಅಂಕಿತಾ ತನ್ನ ಹಿಡಿತಕ್ಕೆ ಸಿಗುವುದಿಲ್ಲ. ಎಲ್ಲದಕ್ಕೂ ವಾದಿಸುತ್ತಾಳೆ, ಪ್ರೀತಿಯೇ ಇಲ್ಲದವಳಂತೆ ವರ್ತಿಸುತ್ತಾಳೆ. ಕುಸುಮಾಳ ತಲೆನೋವಿಗೆ ಕಾರಣವಾಗುತ್ತಾಳೆ.

ಸುದರ್ಶನ ಹೋಮಕ್ಕೆ ಮಗಳನ್ನು ಕರೆದುಕೊಂಡು ಹೋಗಲೇಬೇಕಾದ್ದಕ್ಕೆ ಎರಡು ಮುಖ್ಯ ಕಾರಣಗಳಿದ್ದವು. ಆಕೆ ಬಹುವಾಗಿ ನಂಬುವ ಸೋಮಯಾಜಿಗಳು ಈ ಹೋಮದ ಹೊಗೆ ಅಂಕಿತಾಗೆ ತಾಕಿದರೆ ಮೃದುವಾಗುತ್ತಾಳೆ ಎಂದು ತಿಳಿಸಿದ್ದರು. ಪೂರ್ಣಾಹುತಿಯ ವೇಳೆ, ಆ ಆಹುತಿಯ ಸ್ಪರ್ಶದಿಂದ ಅವಳನ್ನು ಕಾಡುತ್ತಿರುವ ದುಷ್ಟಗ್ರಹಗಳು ದೂರವಾಗುತ್ತವೆಂದು ತಿಳಿಸಿದ್ದರು. ಸೋಮಯಾಜಿಯವರ ಮಾತು ಹಲವಾರು ಬಾರಿ ಸತ್ಯವಾಗಿದೆ. ತನ್ನ ಕಷ್ಟದ ದಿನಗಳಲ್ಲಿ ಸಾಕಷ್ಟು ಬಾರಿ ಕುಸುಮಾ ಅವರ ಬಳಿ ಹೋಗಿ, ಅವರ ಸಮಾಧಾನದ ಮಾತುಗಳಿಂದ ಬದುಕನ್ನು ಮತ್ತೆ ಕೈಗೆತ್ತಿಕೊಳ್ಳುವ ಆತ್ಮಸ್ಥೈರ್ಯವನ್ನು ಪಡೆದುಕೊಂಡು ಬಂದಿದ್ದಾಳೆ.

ಎರಡನೆಯದಾಗಿ ಕುಸುಮಾ ಈಗ ಮಗಳಿಗೆ ಒಳ್ಳೆಯ ಗಂಡನ್ನು ಹುಡುಕಲು ಶುರುವಿಟ್ಟಿದ್ದಳು. ಮಗಳು ಈಗಾಗಲೇ ನೋಡಿಕೊಂಡು ಬಿಟ್ಟಿದ್ದಾಳೇನೋ ಎಂಬ ಅನುಮಾನವಿತ್ತು. ಯಾವುದೋ ಒಂದು ದಿನ ಧೈರ್ಯ ಮಾಡಿ ಮಗಳಲ್ಲಿ

ಕೇಳಿಯೂ ಬಿಟ್ಟಳು. ಎತ್ತಲೋ ಒಂದೆರಡು ಕ್ಷಣ ಕಣ್ಣನ್ನು ನೆಟ್ಟು ನೋಡಿದ ಅಂಕಿತಾ "ಆಯ್ತಮ್ಮ, ನೀನೇ ಹುಡುಕು" ಎಂದು ಬಿಟ್ಟಿದ್ದಳು. ಮಗಳು ಯಾವುದೋ ಹಳೆಯ ಸಂಬಂಧದಲ್ಲಿ ಸೋತಿರಬೇಕು ಎಂದು ಅನ್ನಿಸಿದರೂ, ಅದನ್ನು ಕೆದಕಿ ಕೇಳುವ ಧೈರ್ಯ ಕುಸುಮಾಗಿರಲಿಲ್ಲ. ಕೇಳಿದರೂ ಅವಳು ಹೇಳುವುದಿಲ್ಲವೆಂದು ಗೊತ್ತು. ಈ ಸದ್ಯ ಅವಳು ಹೊಸ ಗಂಡಿಗೆ ಒಪ್ಪಿಗೆ ಕೊಟ್ಟಿದ್ದಾಳಲ್ಲಾ, ಅದೇ ಸಾಕು, ಕಾಲ ಎಲ್ಲ ಗಾಯಗಳನ್ನು ಮಾಗಿಸುತ್ತದೆ ಎಂಬ ಗೆಲುವಿನಲ್ಲಿ ಅನ್ವೇಷಣೆ ಶುರು ಮಾಡಿಕೊಂಡಳು. ಸಮುದಾಯದವರೆಲ್ಲಾ ಸೇರುವ ಇಂತಹ ಧಾರ್ಮಿಕ ಕಾರ್ಯಕ್ರಮಗಳಲ್ಲಿ ಹುಡುಗಿ ನಾಲ್ಕು ಜನರ ಮುಂದೆ ಓಡಾಡಿದರೆ ಯಾವುದೋ ಒಂದು ಸಂಬಂಧ ಕೂಡಿ ಬರುತ್ತದೆಂಬುದು ಆಕೆಯ ಆಸೆಯಾಗಿತ್ತು. ಅಷ್ಟಕ್ಕೂ ಅಂಕಿತಾಗೆ ಏನು ಕಡಿಮೆಯಾಗಿದೆ? ಅವಳು ಯಾವತ್ತೂ ಧರಿಸುವ ಆಧುನಿಕ ಉಡುಪುಗಳು ಕುಸುಮಾಗೆ ಅಷ್ಟೇನೂ ಇಷ್ಟವಾಗುವುದಿಲ್ಲ. ಯಾವತ್ತೋ ಒಂದು ದಿನ ಮನಸ್ಸು ಬಂದು ಸೀರೆ ಉಟ್ಟರೆ, ಸಿರಿಗೌರಿಯಂತೆ ಕಾಣುತ್ತಾಳೆ. ನನ್ನಂತೆ ಗಿಡ್ಡಿಯೂ ಅಲ್ಲ. ಅವರಪ್ಪನ ಎತ್ತರ. ಕಬ್ಬಿನ ಜಲ್ಲೆಯಂತೆ ರಸವತ್ತಾಗಿ ಬೆಳೆದು ನಿಂತಿದ್ದಾಳೆ. ಈ ದಿನಗಳಲ್ಲಿ ಹುಡುಗಿ ಸಿಗುವುದಿಲ್ಲ ಅಂತ ಗಂಡುಗಳು ಬಾಯಿಬಾಯಿ ಬಿಡುತ್ತವೆ. ಮದುವೆ ಮಾಡಲು ತನಗೆ ಅಂತಹ ಕಷ್ಟವೂ ಆಗಲಿಕ್ಕಿಲ್ಲ.

ಗಂಡ ಸತ್ತರೂ ನನ್ನ ಕೈ ಬಿಡಲಿಲ್ಲ. ಇನ್ಶೂರನ್ಸ್, ಪ್ರಾವಿಡೆಂಟ್ ಫಂಡ್, ಗ್ರಾಚುಟಿ ಅಂತೆಲ್ಲಾ ಸಾಕಷ್ಟು ಹಣ ಕುಸುಮಾಳ ಕೈ ಸೇರಿತ್ತು. ಆದರೆ ಈ ಹಣವೇ ಸಾಕಷ್ಟು ತಲೆನೋವನ್ನೂ ಅವಳಿಗೆ ತಂದು ಕೊಟ್ಟಿತ್ತು. ಬಂಧು ಬಳಗದವರೆಲ್ಲಾ ಏನೋ ಅನುಕಂಪ ಹೇಳುವ ಸೋಗಿನಲ್ಲಿ ಬಂದು ಸಾಲ ಕೇಳಲು ಶುರುವಿಟ್ಟರು. ಅಂತಹ ದುಃಖದ ವೇಳೆಯಲ್ಲಿಯೂ ಕುಸುಮಾ ಹಣದ ವಿಷಯದಲ್ಲಿ ಹುಷಾರಾದಳು. ಬಂಧು-ಬಳಗದವರನ್ನೆಲ್ಲಾ ಸರಿಯಾದ ದೂರದಲ್ಲಿಟ್ಟಳು. ಮುಲಾಜಿಲ್ಲದೆ ಯಾರಿಗೂ ಸಾಲ ಕೊಡುವುದಿಲ್ಲ ಎಂದು ಹೇಳಿಬಿಟ್ಟಳು. ಆ ತರಹದ ಕಠಿಣತೆಯಿಂದಾಗಿ ಸಾಕಷ್ಟು ಬಂಧು-ಬಳಗದವರನ್ನು ಕಳೆದುಕೊಳ್ಳಬೇಕಾಯಿತು. ಆದರೂ ಅಡ್ಡಿಯಿಲ್ಲ. ಮೋಸ ಹೋಗಲಿಲ್ಲ. ಈಗೇನಿದ್ದರೂ ಅಮ್ಮಗೆ ಮಗಳು, ಮಗಳಿಗೆ ಅಮ್ಮ - ಅಷ್ಟೇ!

ಕುಸುಮಾ ಒಳ್ಳೆಯ ಸೀರೆಯನ್ನು ಧರಿಸಿ ಹೊರಡುವ ವೇಳೆಗೆ ಸರಿಯಾಗಿ ಅಂಕಿತಾ ಎದ್ದು ವಾಷ್‌ಬೇಸಿನ್ ಬಳಿ ನಿಧಾನಕ್ಕೆ ಹಲ್ಲುಜ್ಜುತ್ತಾ ನಿಂತಿದ್ದಳು. ತಿಂಡಿ ತಿನ್ನುವುದಕ್ಕೆ ಜ್ಞಾಪಿಸಿ, ಎಲ್ಲಾ ಫ್ಯಾನು-ಲೈಟು ಮತ್ತು ಗೀಜರ್‌ಗಳನ್ನು ಆರಿಸಲು ಎರಡೆರಡು ಬಾರಿ ಎಚ್ಚರಿಸಿ, "ಹುಷಾರೇ ಅಂಕಿ. ಬಡಾನ ಬಂದು ಬಿಡು. ಪೂರ್ಣಾಹುತಿ ಹೊತ್ತಿಗೆ ನೀನು ಇರಲೇಬೇಕು. ಮಧ್ಯ ಒಂದು ಸಲ ಫೋನ್ ಮಾಡ್ತೀನಿ" ಎಂದು ಹೇಳಿ ಹೊರಡಲು ಅಣಿಯಾದಾಗ, ಅಂಕಿತಾ ಅವರಮ್ಮನ ಕಡೆ ನೋಡಿ 'ಒಂದು

ನಿಮಿಷ ಇರು' ಎಂಬಂತೆ ಸಂಜ್ಞೆ ಮಾಡಿ ನಿಲ್ಲಿಸಿದಳು. ಬಾಯಿಯಲ್ಲಿ ಬ್ರಷ್ಷು–ನೊರೆ ತುಂಬಿಕೊಂಡಂತೆಯೇ, ಅಮ್ಮನ ಸೀರೆಯ ನಿರಿಗೆಯನ್ನು ಸರಿಯಾಗಿಸಿದಳು. ತನ್ನ ರೂಮಿಗೆ ಹೋಗಿ, ಒಂದು ಸುಗಂಧದ ಬಾಟಲಿಯನ್ನು ತಂದು ಅವರಮ್ಮ ಬೇಡ, ಬೇಡವೆಂದು ಹೇಳಿದರೂ ಕೇಳದೆ ಆಕೆಯ ಸೀರೆಗೆ ಸಿಂಪಡಿಸಿದಳು. ಅನಂತರ ತುಸು ಲಘು ಬಣ್ಣದ ತುಟಿ ಬಣ್ಣವನ್ನು ಅವರಮ್ಮನ ತುಟಿಗೆ ಹಗೂರಕ್ಕೆ ಬಳಿದು, ಆಕೆಯ ಹುಬ್ಬು, ರೆಪ್ಪೆಯ ಕೂದಲುಗಳನ್ನು ತೀಡಿ, ಒಂದೆರಡು ದಿಕ್ಕಿನಿಂದ ಆಕೆಯನ್ನು ನೋಡಿ ಪರೀಕ್ಷಿಸಿ, ವಾಷ್‌ಬೇಸನ್ನಿಗೆ ಹೋಗಿ ಬಾಯಿ ತೊಳೆದುಕೊಂಡು, "ಹುಷಾರೆ ಕುಸುಮೀ" ಎಂದು ಅವರಮ್ಮನ ಧ್ವನಿಯಲ್ಲಿಯೇ ಉಲಿದು, ನಕ್ಕು ಅಪ್ಪಣೆಯನ್ನು ಕೊಟ್ಟಳು. ಕುಸುಮಾ ಅವಳ ತಲೆಗೊಂದು ಮೊಟಕಿ, "ನಿನ್ನ ತಲೆಹರಟೆ ನಿಲ್ಲಲಿಲ್ಲ ನೋಡು" ಎಂದು ಹೇಳಿದಳು. ನಂತರ ಅನುಮಾನದಿಂದ, "ಇವೆಲ್ಲಾ ಬ್ಯಾಡ ಅಂದ್ರೂ ನೀನು ಕೇಳಲ್ಲ ನೋಡು. ನಿನ್ನ ಹಠ ನಿಂಗೆ. ಹಿರಿಯರು ನಾನು ಹಿಂಗೆ ಅಲಂಕಾರ ಮಾಡಿಕೊಳ್ಳೋದು ನೋಡಿದ್ರೆ ಸಿಟ್ಟಾಗ್ತಾರೆ ಅನ್ನಿಸ್ತದೇ ಅಂಕಿ" ಅಂತ ಹುಸಿಮುನಿಸು ತೋರಿಸಿದಳು. ಅಂಕಿತಾ ಯಾವುದೇ ರೀತಿಯಿಂದಲೂ ತಲೆ ಕೆಡಿಸಿಕೊಳ್ಳದೆ, "ಸಿಟ್ಟು ಮಾಡಿಕೊಂಡರೆ ಮಾಡಿಕೊಳ್ಳಿ ಬಿಡು" ಎಂದು ಹೇಳಿದಳು. ಈ ಮಗಳಿಗೆ ಬುದ್ಧಿ ಹೇಳುವದರಲ್ಲಿ ಅರ್ಥವಿಲ್ಲವೆಂದು ಕುಸುಮಾ ಸಿಟಿ ಬಸ್ಸು ಹಿಡಿಯಲು ಹೊರಟಳು.

ಮಗಳಿಗೆ ಒಂದು ಹೊಂಡಾ ಆಕ್ಟಿವಾ ಕೊಡಿಸಿದ್ದಾಳಾದರೂ, ಅಮ್ಮನನ್ನೂ ಕೂಡಿಸಿಕೊಂಡು ಡಬ್ಬಲ್ ಹೊಡೆಯಲು ಅಂಕಿತಾ ಹಿಂಜರಿಯುತ್ತಾಳೆ. ಕುಸುಮಾ ಒಂದೇ ಕಡೆಗೆ ಎರಡೂ ಕಾಲುಗಳನ್ನು ಹಾಕಿಕೊಂಡು ಕೂತರೆ, ಗಾಡಿ ಓಡಿಸುವಾಗ ಸಮತೋಲನ ಕಾಯ್ದುಕೊಳ್ಳುವುದು ಸಾಧ್ಯವಾಗುವುದಿಲ್ಲ. ಆಕಡೆ, ಈಕಡೆ ಕಾಲು ಹಾಕಿಕೊಂಡು ಕೂಡಲು ಅನುಕೂಲವಾಗುವಂತೆ ಚೂಡಿದಾರ್ ಹಾಕಿಕೊಳ್ಳಲು ಕುಸುಮಾ ಒಪ್ಪಿಲ್ಲ. ಜೊತೆಗೆ ಕುಸುಮಾ ಧಡೂತಿ ಹೆಂಗಸು. ಎಷ್ಟೇ ಮನೆಕೆಲಸಗಳನ್ನು ಮಾಡಿಕೊಂಡರೂ ದೇಹದ ಕೊಬ್ಬನ್ನು ಆಕೆಗೆ ಕಡಿಮೆ ಮಾಡಲು ಸಾಧ್ಯವಾಗಿಲ್ಲ. "ನಿಮ್ಮ ವಂಶದ ಗುಣ ಅದು. ನೀವೇನು ಮಾಡೋಕೆ ಆಗುತ್ತೆ?" ಅಂತ ಡಾಕ್ಟರರೂ ತಾರಮ್ಮಯ್ಯ ಮಾಡಿಬಿಟ್ಟಿದ್ದರು. ವಂಶದ ಕಾಣಿಕೆಯಾಗಿ ಸಕ್ಕರೆ ಕಾಯಿಲೆ ಮತ್ತು ರಕ್ತದೊತ್ತಡಗಳೂ ಅವಳಲ್ಲಿ ಸೇರಿಕೊಂಡಿವೆ. "ವಯಸ್ಸು ಆದಂತೆಲ್ಲಾ ಇವೆಲ್ಲಾ ಇದ್ದಿದ್ದೇ. ಗಂಡನೂ ಇಲ್ಲದ ಈ ಹೊತ್ತಿನಲ್ಲಿ ನಾನು ಯಾರನ್ನ ಮೆಚ್ಚಿಸಬೇಕಾಗ್ಯದೆ?" ಎಂದುಕೊಳ್ಳುತ್ತಾಳೆ. "ಅಂಕಿತಾಳಿಗೊಂದು ಒಳ್ಳೆಯ ಗಂಡು ಸಿಕ್ಕು ಮದುವೆಯಾದರೆ ಸಾಕು. ನೆಮ್ಮದಿಯಿಂದ ಕಣ್ಣು ಮುಚ್ಚಿ ಬಿಡುತ್ತೇನೆ" ಎಂದು ಸಮಾಧಾನ ಹೊಂದುತ್ತಾಳೆ.

ಅಂಕಿತಾಗೆ ದೇವಸ್ಥಾನಕ್ಕೆ ಹೋಗುವ ಇಷ್ಟವಿರಲಿಲ್ಲ. ಆದರೆ ಅಮ್ಮನ ಯಾವುದೇ ಆಸೆಗಳಿಗೆ ಇಲ್ಲವೆಂದು ಹೇಳಿದರೆ ಸಾಕು, ಅಳಲು ಶುರುವಿಟ್ಟು ಬಿಡುತ್ತಾಳೆ.

ಅವಳು ಅಳುವುದು ಕಂಡರೆ ಅಂಕಿತಾಗೆ ಸಹಿಸಲಾಗುವುದಿಲ್ಲ. ಮೊದಲೆಲ್ಲಾ ಅಮ್ಮ ಅಳುವುದನ್ನು ಕಂಡಾಗ ಅಂಕಿತಾಗೆ ಭಯವಾಗುತ್ತಿತ್ತು, ಹೆದರಿಕೆಯಿಂದ ನಡುಗುತ್ತಿದ್ದಳು. ಆದರೆ ಇದೇ ಪ್ರವೃತ್ತಿ ಮತ್ತೆ ಮತ್ತೆ ಪುನರಾವರ್ತನೆಯಾದ ಮೇಲೆ, ಅಂಕಿತಾಗೆ ತನ್ನ ಅಮ್ಮ ಅಳುವನ್ನು ಅಸ್ತ್ರ ಮಾಡಿಕೊಂಡು ಮಣಿಸಲು ಪ್ರಯತ್ನಿಸುತ್ತಾಳೆ ಎಂಬ ಸತ್ಯ ಹೊಳೆದು ಹೆದರುವುದನ್ನು ನಿಲ್ಲಿಸಿದ್ದಾಳೆ. ತಾನು ಅಮ್ಮನ ಅಳುವಿಗೆ ಮಣಿದರೆ, ಯುದ್ಧದಲ್ಲಿ ಆಕೆ ಗೆದ್ದು ಬಿಡುತ್ತಾಳೆ ಎಂಬ ಸತ್ಯ ಮನದಟ್ಟಾಗಿದೆ. ಒಮ್ಮೆ ಮಣಿದೆವೆಂದರೆ ನಷ್ಟ ಮಣಿದವರಿಗೇ ಅಲ್ಲವೆ? ಆದ್ದರಿಂದ ಆಕೆ ಅತ್ತರೂ ಪ್ರತಿಕ್ರಿಯಿಸದೆ ಸುಮ್ಮನೆ ಇದ್ದು ಬಿಡುತ್ತಾಳೆ.

ಆದರೆ ಅಮ್ಮನ ಬಗ್ಗೆ ಪಾಪ ಅನ್ನಿಸುತ್ತದೆ. ಅಪ್ಪ ಸತ್ತ ಮೇಲೆ ಅವಳು ಪಟ್ಟ ಕಷ್ಟ, ಹೋರಾಟವೆಲ್ಲವೂ ಅಂಕಿತಾಳ ಕಣ್ಣ ಮುಂದೆ ಸುಳಿದಾಡುತ್ತದೆ, ನೋವಾಗುತ್ತದೆ. ಅಪ್ಪನ ನೆನಪೇ ಸರಿಯಾಗಿ ಇಲ್ಲದ ಅಂಕಿತಾಗೆ, ಅಮ್ಮನೇ ಸರ್ವಸ್ವ. ಆದ್ದರಿಂದ ಒಮ್ಮೊಮ್ಮೆ ಮಣಿಯುತ್ತಾಳೆ. ಈಗ ಒಂದು ವಾರದಿಂದ ಅಮ್ಮ ಈ ಸುದರ್ಶನ ಹೋಮದ ಬಗ್ಗೆ ಹೇಳುತ್ತಲೇ ಬಂದಿದ್ದಳು. ಆಗೊಮ್ಮೆ ಈಗೊಮ್ಮೆ ಮುದ್ದುಗರೆಯುತ್ತಾ ಹೇಳಿದ್ದಳು. ಆದ್ದರಿಂದಲೇ ಅಂಕಿತಾ ಬರುವುದಕ್ಕೆ ಒಪ್ಪಿದ್ದಳು.

ಆದರೆ ಅಮ್ಮ ದೇವಸ್ಥಾನಕ್ಕೆ ಹೋದ ಮೇಲೆ ಯಾಕೋ ಅಲ್ಲಿಗೆ ಹೋಗುವುದಕ್ಕೆ ಉತ್ಸಾಹವೇ ಮೂಡಲಿಲ್ಲ. ನೆರೆತ ಕೂದಲಿನ ಹಿರಿಯರ ಮಧ್ಯೆ ಕಾಲ ಕಳೆಯುವುದು ನಿಜಕ್ಕೂ ಬೇಸರದ ವಿಷಯ. ಎಲ್ಲರೂ ತಮ್ಮ ಹಕ್ಕೆನ್ನುವಂತೆ ಬಂದು ತನ್ನ ಪೂರ್ವಾಪರ ವಿಚಾರಿಸುತ್ತಾರೆ. ಯಾರೋ ಸೀರೆ ಉಟ್ಟ ಹುಡುಗಿಯೊಬ್ಬಳು ಒಂದು ಭಕ್ತಿಗೀತೆ ಹಾಡಿದರೆ ಸಾಕು, ಎಲ್ಲರೂ ಹೊಗಳಲು ಶುರುವಿಟ್ಟುಕೊಳ್ಳುತ್ತಾರೆ. 'ಶೀಲಾ ಕೆ ಜವಾನಿ' ಹಾಡಿಗೆ ತಾನು ಹೇಗೆ ಮೈಚಳಿ ಬಿಟ್ಟು ಕುಣಿಯಬಲ್ಲೆ ಎಂಬ ವಿಷಯ ಅಲ್ಲಿ ಎಲ್ಲರಿಗೂ ಗೌಣವಾಗುತ್ತದೆ. ತಮ್ಮ ರುಚಿಯೇ ಶ್ರೇಷ್ಠವೆನ್ನುವ ಜನರ ಗುಂಪದು.

ಕಾಫಿ ಕುಡಿಯುವಾಗ ಅಂಕಿತಾಗೆ ಒಂದು ಆಲೋಚನೆ ಬಂತು. ಗೆಳೆಯರ ಸಲಹೆಯನ್ನು ಕೇಳಿ ಬಿಡೋಣ ಅಂತ ನಿರ್ಧರಿಸಿದಳು. ಕಾಫಿ ಪೂರ್ತಿ ಕುಡಿಯುವುದನ್ನೂ ನಿಲ್ಲಿಸಿ, ಮೊಬೈಲ್ ಕೈಗೆತ್ತಿಕೊಂಡು ಸ್ಟೇಟಸ್ ಹಾಕಿದಳು. "ಅಮ್ಮ ಯಾವುದೋ ದೇವಸ್ಥಾನಕ್ಕೆ ಬರಲೇ ಬೇಕೆಂದು ಹೇಳಿ ಹೋಗಿದ್ದಾಳೆ. ನನಗದು ಮಹಾ ಬೋರಿಂಗ್! ಹೋಗಲೋ, ಬಿಡಲೋ? ಬರೀ ಲೈಕ್ ಒತ್ತ ಬೇಡಿ, ಕಾಮೆಂಟ್ ಹಾಕಿ" ಎಂದು ವಿವರವಾಗಿ ಬರೆದಳು. ಹಾಕಿದ ಮರು ಕ್ಷಣವೇ ನಾಲ್ಕು ಲೈಕ್ ಬಂದವು. "ಸ್ಟುಪಿಡ್" ಎಂದು ಬೈದು, ಮೊಬೈಲನ್ನು ಹಾಸಿಗೆಯ ಮೇಲೆ ಒಗೆದು ಸ್ನಾನಕ್ಕೆ ಹೊರಟಳು. ತುಂಬಾ ತಡ ಮಾಡಿದರೆ ಅಮ್ಮ ಬೈಯುತ್ತಾಳೆಂದು ಅವಳಿಗೆ ಗೊತ್ತು. ಅವಳು ಬೈದರೆ ಹೆದರಿಕೆಯಾಗುವುದಿಲ್ಲ, ಬೇಸರವಾಗುತ್ತದೆ.

ಅಮ್ಮನ ಸ್ವಭಾವ ಅಂಕಿತಾಗೆ ಅರ್ಥವಾಗುವುದಿಲ್ಲ. ಚಿಕ್ಕ ಪುಟ್ಟ ಸಂಗತಿಗಳಿಗೆಲ್ಲಾ ಹಠ ಹಿಡಿದು ಬಿಡುತ್ತಾಳೆ. ಮೊಬೈಲ್ ಬಳಸಿದರೆ ಆಗುವ ಅನುಕೂಲಗಳು ಅವಳಿಗೆ ಮುಖ್ಯವಾಗುವುದೇ ಇಲ್ಲ, ಅದನ್ನು ಬಳಸಬಾರದೆನ್ನುವ ತನ್ನ ಹಠವೇ ಎಲ್ಲವನ್ನೂ ನುಂಗಿ ಹಾಕಿಬಿಡುತ್ತದೆ. ಅವಳ ಹಠದ ಮುಂದೆ ಯಾವ ವಿವೇಚನೆಯೂ ನಡೆಯುವುದಿಲ್ಲ. ಮುಂಚೆ ಅಮ್ಮ ಹೀಗಿರಲಿಲ್ಲ. ಬರೀ ಪ್ರೀತಿಯನ್ನು ಸುರಿಸುವ ಜಲಪಾತದಂತಿದ್ದಳು. ಯಾವಾಗ ಅಪ್ಪ ಸತ್ತನೋ, ಆಗಿನಿಂದ ಇವಳ ವರ್ತನೆ ಬದಲಾಯ್ತು. ಯಾವುದೋ ದೊಡ್ಡ ಜವಾಬ್ದಾರಿಯೊಂದು ತನ್ನ ತಲೆಯ ಮೇಲೆ ಕೂತುಬಿಟ್ಟಂತೆ ಗಂಭೀರಳಾಗಿಬಿಟ್ಟಳು. ಮುಖದಲ್ಲಿನ ನಗೆಯನ್ನೇ ಕಳೆದುಕೊಂಡುಬಿಟ್ಟಳು. ಏನು ಮಾಡಬೇಕೆಂದರೂ ಅನುಮಾನ. ಯಾರನ್ನೂ ನಂಬುವುದಕ್ಕೆ ಸಿದ್ಧವಿಲ್ಲ. ಹೊಸತರ ಬಗ್ಗೆ ಹಿಂಜರಿಕೆ. ಬದಲಾವಣೆಯೆಂದರೆ ಭಯ.

ಸ್ನಾನ ಮಾಡಿ ಹೊರಬಂದಾಗ ಮೊದಲು ಹಾಸಿಗೆಯ ಮೇಲಿದ್ದ ಮೊಬೈಲನ್ನು ಎತ್ತಿಕೊಂಡಳು. ನೂರಾ ಇಪ್ಪತ್ತು ಕಾಮೆಂಟುಗಳು ಮತ್ತು ಇನ್ನೂರೈವತ್ತು ಲೈಕುಗಳು! ಗೆಳೆಯರ ಬಗ್ಗೆ ಖುಷಿಯಿಂದ ಹೃದಯ ತುಂಬಿ ಬಂತು. 'ದೇವಸ್ಥಾನ ಮಹಾ ಬೋರಿಂಗ್! ಹೋಗಬೇಡ', 'ಶಿವನ ಸಮುದ್ರದಲ್ಲಿ ನೀರು ತುಂಬಿ ಹರೀತಾ ಇದೆ. ಎಲ್ಲರೂ ಬೈಕಿನಲ್ಲಿ ಹೋಗ್ತಿದೀವಿ. ಅಲ್ಲಿಯೇ ಸ್ನಾನ. ನೀನೂ ಬಂದು ಬಿಡು', 'ರೋಹಿತ್ ಮನೆಯಲ್ಲಿ ದೊಡ್ಡ ಪಾರ್ಟಿ ಮಾಡ್ತಿದೀವಿ. ನೀನೂ ಬಾ. ದೇವಸ್ಥಾನ ಎಲ್ಲಾ ಬೇಡ' ಇತ್ಯಾದಿ ಹಲವಾರು ಮೆಸೇಜ್‌ಗಳು ಬಂದಿದ್ದವು. ತನ್ನ ಬಗ್ಗೆ ಗೆಳೆಯರಿಗೆ ಎಷ್ಟೊಂದು ಕಾಳಜಿ! ಎಷ್ಟೊಂದು ಉತ್ಸಾಹ!! ಅವರ ಈ ಸ್ನೇಹಕ್ಕೆ ಬೆಲೆ ಕಟ್ಟಲು ಆದೀತೆ? ದೇವಸ್ಥಾನಕ್ಕೆ ಹೋಗುವುದು ಬೇಡವೆನ್ನುವ ನಿರ್ಧಾರ ಹಗೂರಕ್ಕೆ ಅವಳಲ್ಲಿ ಹರಳುಗಟ್ಟಲು ಶುರುವಿಟ್ಟಿತು.

ಮೈ ಒರೆಸಿಕೊಂಡು, ಕೂದಲನ್ನು ಒಣಗಿಸಿಕೊಳ್ಳುವಾಗ ಅಂಕಿತಾಗೆ ಬೆತ್ತಲೆಯಾಗಿ ತನ್ನ ರೂಪವನ್ನು ನಿಲುವುಗನ್ನಡಿಯಲ್ಲಿ ನೋಡಿಕೊಳ್ಳುವ ಅಭ್ಯಾಸವಿದೆ. ಬೇರೆ ಬೇರೆ ಕೋನಗಳಿಂದ ತನ್ನ ದೇಹವನ್ನು ಪ್ರತಿನಿತ್ಯ ನೋಡಿಕೊಳ್ಳುತ್ತಾಳೆ. ಈವತ್ತೂ ಹಾಗೇ ಕನ್ನಡಿಯ ಮುಂದೆ ನಿಂತಾಗ ಒಂದು ಪೋಲಿ ಆಲೋಚನೆ ಬಂತು. ಮೊಬೈಲ್ ತೆಗೆದುಕೊಂಡು ಮುಖದಿಂದ ಎದೆಯ ಸೀಳಿನ ತನಕ ಕಾಣುವಂತಹ ಒಂದು ಫೋಟೋ ತೆಗೆದಳು. ಮುಖದಲ್ಲಿ ನಗುವಿರಬಾರದು. ಏನೋ ಗಂಭೀರವಾದ ನೋಟದಲ್ಲಿ ಯಾರನ್ನೋ ಕೆಣಕುತ್ತಿರುವಂತಹ ಭಾವವಿರಬೇಕು. ಕೂದಲು ಬೆನ್ನ ಹಿಂದೆ ಹರಡಿರಲಿ. ಹಿನ್ನೆಲೆಯಲ್ಲಿ ಅಸ್ಪಷ್ಟವಾಗಿ ಹಾಸಿಗೆ, ಅದರ ಮೇಲೆ ಮೈ ಒರೆಸಿಕೊಂಡು ಒಗೆದ ಟವೆಲು ಕಾಣಬೇಕು. ಒಟ್ಟಾರೆ ಏನೋ ಕಂಡಂತಾಗಬೇಕು, ಆದರೆ ಏನೂ ಕಾಣಿಸಬಾರದು. ತನ್ನ ಲ್ಯಾಪ್‌ಟಾಪಿಗೆ ಆ ಫೋಟೋವನ್ನು

ಹಾಕಿ ಫೋಟೋಶಾಪಿನಲ್ಲಿ ಎಡಿಟ್ ಮಾಡಿದಳು. ಮೈಯ ಬಣ್ಣವನ್ನು ಒಂದಿಷ್ಟು ಹೆಚ್ಚಿಸಿದಳು. ಸರಿಯಾದ ಸ್ಥಳಕ್ಕೆ ಕ್ರಾಪ್ ಮಾಡಿದಳು. ನೋಡಿದ ಹುಡುಗರಿಗೆ ತಾನು ಬೆತ್ತಲೆಯಾಗಿ ನಿಂತು ತೆಗೆದುಕೊಂಡ ಫೋಟೋ ಅದೆಂದು ಅನ್ನಿಸಿ ಕಿಕ್ ಕೊಡಬೇಕು, ಆದರೆ ಏನನ್ನೂ ತೋರಿಸಬಾರದು. ಒಟ್ಟಾರೆ ಒಂದು ಪುಟ್ಟ ಅಲೆಯನ್ನು ಗೆಳೆಯರ ಮಧ್ಯದಲ್ಲಿ ಈ ಫೋಟೋ ಸೃಷ್ಟಿಸಬೇಕು. ಈವತ್ತು ಅವರೆಲ್ಲರೂ ಅದರ ಬಗ್ಗೆ ಬಿಸಿಬಿಸಿಯಾಗಿ ಮಾತನಾಡಬೇಕು.

"ನಿಮ್ಮೆಲ್ಲರ ಸಲಹೆಗಳಿಗೆ ನನ್ನ ಧನ್ಯವಾದಗಳು. ನನ್ನ ನಿರ್ಧಾರವನ್ನು ಹಗುರಗೊಳಿಸಿಬಿಟ್ಟಿರಿ. ದೇವಸ್ಥಾನಕ್ಕೆ ಹೋಗುವುದು ಬೇಡವೆಂದು ನಿರ್ಧರಿಸಿಬಿಟ್ಟೆ! ಹೊಟ್ಟೆನೋವು ಎಂದು ಅಮ್ಮನಿಗೆ ಸುಳ್ಳು ಹೇಳಿಬಿಡುತ್ತೇನೆ. ಆದ್ದರಿಂದ ಮಧ್ಯಾಹ್ನದ ತನಕ ಮನೆಯಲ್ಲಿ ಒಬ್ಬಳೇ! ನಿಮ್ಮಲ್ಲಿ ಯಾರ ಗುಂಪನ್ನು ಸೇರಿಕೊಳ್ಳಬೇಕೆಂಬ ನಿರ್ಧಾರವನ್ನು ಶೀಘ್ರವೇ ಮಾಡುತ್ತೇನೆ. ನಿಮ್ಮೆಲ್ಲರ ಸಹಾಯಕ್ಕಾಗಿ ಈ ಹೊಸ ಫೋಟೋ ನನ್ನ ಕಾಣಿಕೆ! ಹೇಗಿದೆ?" ಎಂದು ಸ್ಟೇಟಸ್ ಬರೆದು, ಫೋಟೋಶಾಪಿನಲ್ಲಿ ತಿದ್ದಿದ ಹೊಸ ಫೋಟೋವನ್ನು ಹಾಕಿದಳು. ರಪರಪನೆ ಲೈಕ್‌ಗಳು ಬರಲಾರಂಭಿಸಿದವು. ಜೇನುಗೂಡಿಗೆ ಕಲ್ಲು ಒಗೆದ ಭಾವ ಅಂಕಿತಾಗೆ ಮೂಡಿತು. ತನ್ನ ತುಂಟಾಟಕ್ಕೆ ಹೆಮ್ಮೆಯೆನ್ನಿಸಿ ಹತ್ತಿಕ್ಕಲಾಗದ ನಗೆಯೊಂದು ಅವಳ ಮುಖದಲ್ಲಿ ಮೂಡಿತು. ಅಮ್ಮ ಮಾಡಿದ ಉಪ್ಪಾಭಾತ್ ತಿನ್ನಲು ಅಡಿಗೆ ಮನೆಗೆ ಹೋದಳು.

ಉಪ್ಪಾಭಾತ್ ರುಚಿಯಾಗಿತ್ತು. ಅಮ್ಮ ಮಾಡಿದ ಅಡುಗೆಯ ರುಚಿಗೆ ಸಮಾನವಾದದ್ದು ಯಾವುದೂ ಇಲ್ಲ ಎಂದು ಅಂಕಿತಾಗೆ ಗೊತ್ತು. ಈವತ್ತು ಬರಲ್ಲ ಅಂತ ಹೇಳಿದಾಗ ಅಮ್ಮಗೆ ಬೇಜಾರಾಗುತ್ತೇನೋ? ಒಂದು ವಾರದಿಂದ ಇದರ ಬಗ್ಗೆ ಹೇಳುತ್ತಾ ಬಂದಿದ್ದಾಳೆ. ಮತ್ತೆ ಅಳೋದಕ್ಕೆ ಶುರು ಮಾಡ್ತಾಳೆ. ಒಮ್ಮೆ ಹೋಗಿ ಬಂದು ಬಿಟ್ಟರೆ ಖುಷಿಯಾಗ್ತಾಳೆ. ಆದರದು ನನಗೆ ಇಷ್ಟವಿಲ್ಲ. ಊಹೂಂ! ಅವಳ ಅಳುವಿಗೆ ನಾನು ಬಗ್ಗಬಾರದು. ಅದು ಅವಳು ನನ್ನ ಮೇಲೆ ಪ್ರಯೋಗಿಸುವ ಅಸ್ತ್ರ. ನನ್ನತನವನ್ನು ನಾಶ ಮಾಡುವುದಕ್ಕೆ ಅವಳು ಉಪಯೋಗಿಸುವ ಹತಾರ. ಅದಕ್ಕೆ ಕರಗಬಾರದು. ನಾನು ಗಟ್ಟಿಯಾಗಬೇಕು. ಅಮ್ಮ ಬೇರೆ, ನಾನೇ ಬೇರೆ. ಮೊಬೈಲ್ ಕುಯ್‌ಗುಟ್ಟುತ್ತಲೇ ಇತ್ತು. ಸಿಕ್ಕಾಪಟ್ಟೆ ಲೈಕ್‌ಗಳೂ, ಕಾಮೆಂಟ್‌ಗಳೂ ಬಂದು ಬೀಳುತ್ತಿದ್ದವು. ಉಪ್ಪಾಭಾತು ತಿನ್ನುವ ಕೈಯಿಂದಲೇ ತಟ್ಟೆ ಹಿಡಿದುಕೊಂಡು, ಎಡಗೈಯಲ್ಲಿ ಮೊಬೈಲ್ ತೆಗೆದುಕೊಂಡು ನೋಡಿದಳು. ಮುನ್ನೂರಾ ಹದಿನಾರು ಲೈಕ್‌ಗಳು! ಅಕೋ ಮುನ್ನೂರಾ ಹದಿನೇಳು ಬಂದೇ ಬಿಟ್ಟಿತು!! ಆಗಲೇ ಕಾಮೆಂಟುಗಳು ಐವತ್ತು ದಾಟಿವೆ. ನಲವತ್ಮೂರು ಜನ ಫೋಟೋವನ್ನು ಶೇರ್ ಮಾಡಿಕೊಂಡಿದ್ದಾರೆ. ಅಂಕಿತಾಗೆ ಖುಷಿಯಿಂದ ಮುಖದಲ್ಲಿ ಹತ್ತಿಕ್ಕಲಾರದ

ನಗೆಯರಳಿತು. ಎಲ್ಲಾ ಕಾಮೆಂಟ್‌ಗಳಿಗೆ ಈವತ್ತು ಪ್ರತಿಕ್ರಿಯಿಸಬೇಕು. ಅಕೋ, ಐವತ್ನಾಲ್ಕನೆಯ ಕಾಮೆಂಟೂ ಬಂತು! "ನಮ್ಮ ಪ್ರಿಯಾಂಕಾ ಛೋಪ್ರಾ!!"

ಅಂಕಿತಾಳ ಒಂಟಿತನವನ್ನು ಕತ್ತರಿಸುವಂತೆ ಕರೆಗಂಟೆ ಅಪಸ್ವರದಲ್ಲಿ ಕಿರುಚಿತು. ಉಪ್ಮಾಭಾತಿನ ತಟ್ಟೆಯನ್ನು ಹಿಡಿದುಕೊಂಡೇ ಬಾಗಿಲಿನ ಬಳಿ ನಡೆದಳು. ಬಾಗಿಲಿಗಿದ್ದ ಪುಟ್ಟ ಮಸೂರದ ಮೂಲಕ ಹೊರಗಿನವರು ಯಾರೆಂದು ನೋಡಿದಳು. ತುಂಬಾ ಪರಿಚಿತ ಮುಖ. ಆದರೆ ಯಾರೆಂದು ತಿಳಿಯಲಿಲ್ಲ. ಬಾಗಿಲು ತೆಗೆಯುವುದಕ್ಕೆ ಹಿಂಜರಿದಳು. "ಯಾರು?" ಎಂದು ಕೇಳಿದಳು. "ಉದಯ್, ಉದಯ್ ಸ್ವರೂಪ್" ಎಂದು ಅವನು ಉತ್ತರಿಸಿ ನಕ್ಕ. ಅವನು ನಗುಮುಖದ ಕೆನ್ನೆಯ ಗುಳಿಯನ್ನು ನೋಡಿದ ತಕ್ಷಣಕ್ಕೆ ನೆನಪಿಗೆ ಬಂತು. ಫೇಸ್ ಬುಕ್ ಗೆಳೆಯ. ಅದೇ ನಗುಮುಖದ ಫೋಟೋ ಅವನ ಪ್ರೊಫೈಲ್‌ನಲ್ಲಿದೆ. ಸಾಕಷ್ಟು ಬಾರಿ ನನ್ನೊಡನೆ ಚಾಟ್ ಮಾಡಿದ್ದಾನೆ. ತನ್ನ ಹೊಸ ಫೋಟೋ ಹಾಕಿದರೆ ಲೈಕ್ ಒತ್ತುವ ಮೊದಲಿಗ ಅವನೇ! ಹಿಂದೊಮ್ಮೆ ಅವನು ನೀಲಿ ಜೀನ್ಸ್ ಹಾಕಿಕೊಂಡು, ಬೆತ್ತಲೆ ಎದೆಯಲ್ಲಿ ತನ್ನ ಮಜಭೂತಾದ ಮಜಲ್ಸ್ ತೋರಿಸಿಕೊಂಡು, ಹೊಟ್ಟೆಯ ಸಿಕ್ಸ್ ಪ್ಯಾಕ್‌ಗಳನ್ನು ಸ್ಪಷ್ಟವಾಗಿ ತೋರಿಸಿದ ಸಲ್ಮಾನ್‌ಖಾನ್ ಫೋಟೋಕ್ಕೆ ಸೂಪರ್ ಲೈಕ್ ಕಾಮೆಂಟು ಹಾಕಿದ್ದು ನೆನಪಿಗೆ ಬಂತು. ಆದರೆ ಇದೇ ಮೊದಲ ಸಲ ಅವನನ್ನು ಮುಖತಃ ಭೇಟಿಯಾಗುತ್ತಿರುವುದು. ಧೈರ್ಯ ಬಂತು. ನಗುತ್ತಾ ಬಾಗಿಲು ತೆಗೆದಳು. "ಇದೇನು, ಇಲ್ಲಿ?" ಎಂದು ಅಚ್ಚರಿಯಿಂದ ಕೇಳಿದಳು.

ಮುಂದೆ ನಡೆದ ಘಟನೆ ಅವಳ ಕಲ್ಪನೆಗೆ ಮೀರಿದ್ದಾಗಿತ್ತು. ಉದಯ್ ಅವಳ ಬಾಯನ್ನು ಮುಚ್ಚಿದ್ದೇ ಮನೆಯೊಳಕ್ಕೆ ದರದರನೆ ಎಳೆದುಕೊಂಡು ಹೋದ. ಉಪ್ಪಿಟ್ಟಿನ ತಟ್ಟೆ ಅವಳ ಕೈಯಿಂದ ಜಾರಿ ಬಿದ್ದು, ಮನೆಯ ತುಂಬೆಲ್ಲಾ ಚೆಲ್ಲಾಡಿತು. ಅವನ ಹಿಂದೆಯೇ ಮತ್ತಿಬ್ಬರು ಹರೆಯದ ಹುಡುಗರು ಕೈಯಲ್ಲಿ ಹಗ್ಗವನ್ನು ಹಿಡಿದುಕೊಂಡು ಒಳನುಗ್ಗಿ, ಬಾಗಿಲಿನ ಚಿಲಕವನ್ನು ಜಡಿದರು.

>>>

ನಾಲ್ಕು ದಿನ ಸಾಲಾಗಿ ರಜೆಗಳಿದ್ದರಿಂದ ರಸ್ತೆಗಳು ಖಾಲಿ ಹೊಡೆಯುತ್ತಿದ್ದವು. ಸಿಟಿ ಬಸ್ಸುಗಳೂ ಖಾಲಿಯಾಗಿದ್ದವು. ಕುಸುಮಾ ಸ್ವಲ್ಪ ಬೇಗನೆಯೇ ದೇವಸ್ಥಾನವನ್ನು ತಲುಪಿದ್ದಳು. ಬೆಂಗಳೂರಿನ ಈ ಉತ್ತರ ಭಾಗ ಅವಳಿಗೆ ಅಷ್ಟಾಗಿ ಪರಿಚಿತವಲ್ಲ. ಅವರಿವರನ್ನು ಕೇಳಿಕೊಂಡು ಅಲ್ಲಿಗೆ ಹೋಗಬೇಕಾಯ್ತು. ಆದರೆ ದೇವಸ್ಥಾನದಲ್ಲಿ ಸಾಕಷ್ಟು ಪರಿಚಿತರು ಕಂಡ ಮೇಲೆ ಖುಷಿಯಾಯ್ತು. "ಒಬ್ಬರೇ ಬಂದ್ರಾ?" ಎಂದು ಒಂದಿಬ್ಬರು ಕೇಳಿದಾಗ, "ಇಲ್ಲ, ಮಗಳು ಆಮೇಲಕ್ಕೆ ಬರ್ತಾಳೆ" ಎಂದು

ಉತ್ತರಿಸಿದಳು. ಆದರೆ ಒಳಗೊಳಗೇ ಅನುಮಾನ – ಬರ್ತಾಳೋ, ಕೈ ಕೊಡ್ತಾಳೋ! ಆದಷ್ಟು ಬೇಗನೆ ಒಮ್ಮೆ ಫೋನ್ ಮಾಡಿ ಎಚ್ಚರಿಸಬೇಕು. ಪೂರ್ಣಾಹುತಿಯ ಹೊತ್ತಿಗೆ ಬಂದರೆ ಸಾಕು. ಹೋಮದ ಹೊಗೆ ಅವಳಿಗೆ ತಾಕಿದರೆ ಸಾಕು, ಎಲ್ಲಾ ಕಷ್ಟಗಳು ಪರಿಹಾರವಾಗುತ್ತವೆಂದು ಸೋಮಯಾಜಿಗಳು ಹೇಳಿದ್ದಾರೆ.

ಹೋಮ ಶುರುವಾಯ್ತು. ಜನರು ಸೇರಲಾರಂಭಿಸಿದರು. ಮಂತ್ರಗಳು ಎಲ್ಲರಿಗೂ ಕೇಳಿಸುವಂತೆ ಸೊಗಸಾದ ಧ್ವನಿವರ್ಧಕಗಳನ್ನು ಅಳವಡಿಸಿದ್ದರು. ಹೋಮಕುಂಡದ ಮುಂದೆ ಹಾಕಿದ ಬಣ್ಣದ ರಂಗೋಲಿ ಅತ್ಯಂತ ಕಲಾತ್ಮಕವಾಗಿತ್ತು, ವರ್ಣರಂಜಿತವಾಗಿತ್ತು. ಯಾರೋ ಹರೆಯದ ಹುಡುಗನೊಬ್ಬ ಅದರ ಫೋಟೋ ತೆಗೆದುಕೊಳ್ಳುತ್ತಿದ್ದ. ಹುಡುಗ ಲಕ್ಷಣವಾಗಿದ್ದ. ಅಂಕಿತಾಗಿಂತ ಸ್ವಲ್ಪ ಎತ್ತರ. ಇಂತಹ ಹುಡುಗ ಅಂಕಿತಾಗೆ ಒಳ್ಳೆಯ ಜೋಡಿಯಾಗುತ್ತಾನೆಂದು ಕುಸುಮಾಗೆ ಅನ್ನಿಸಿತು. ಯಾರೆಂದು ತಿಳಿದುಕೊಳ್ಳಲು ಅವರಿವರ ಬಳಿ ವಿಚಾರಿಸಲಾರಂಭಿಸಿದಳು.

ಸೋಮಯಾಜಿಗಳು ಭರ್ಜರಿ ಬಣ್ಣದ ಕೆಂಪು ರೇಷ್ಮೆ ಮಡಿಯನ್ನುಟ್ಟುಕೊಂಡು ಬಂದು ಹೋಮ ಮಾಡಿಸುತ್ತಿದ್ದರು. ಎತ್ತರದ ಗಂಟಲಿನಲ್ಲಿ ಶ್ಲೋಕಗಳನ್ನು ಹೇಳುತ್ತಾ, ಒಬ್ಬೊಬ್ಬರಾಗಿ ದೇವರನ್ನು ಕರೆದು 'ಸ್ವಾಹಾ' ಎನ್ನುತ್ತಿದ್ದರು. ಹೋಮಕ್ಕೆ ಹೆಚ್ಚು ಹಣವನ್ನು ನೀಡಿದ ದಂಪತಿ ಮಣೆಯ ಮೇಲೆ ಕುಳಿತಿದ್ದರು. ಅವರಿಬ್ಬರೂ ಕೈಹಿಡಿದುಕೊಂಡು, ಉದ್ದ ಕಟ್ಟಿಗೆಯ ಸೌಟಿನಿಂದ ತುಪ್ಪವನ್ನು ಹೋಮಕುಂಡಕ್ಕೆ ಸುರಿಯುತ್ತಿದ್ದರು. ಹವಿಸ್ಸು ಸ್ವೀಕರಿಸಿದ ದೇವತೆ ತೃಪ್ತಿಯಿಂದ ನಾಲಿಗೆಯನ್ನು ಚಪ್ಪರಿಸುವ ರೀತಿಯಲ್ಲಿ ಬೆಂಕಿಯ ಕೆನ್ನಾಲಿಗೆಗಳು ಮೇಲಕ್ಕೆ ಏಳುತ್ತಿದ್ದವು.

ಸಾಕಷ್ಟು ದೇವರುಗಳು ಬಂದು ಹೋದರೂ ಅಂಕಿತಾ ಬರಲಿಲ್ಲ. ಕುಸುಮಾಳ ಅನುಮಾನ ದಟ್ಟವಾಗಲಾರಂಭಿಸಿತು. ಬರಲ್ಲ ಈ ರಂಡೆ, ನಂಗೊತ್ತು. ಯಾವತ್ತೂ ಹಠ ಸಾಧಿಸ್ತಾಳೆ. ಅಮ್ಮ ಯಾವುದಕ್ಕೂ ಬೇಡ. ಕಾಲ ಕಸ. ಇಷ್ಟು ಕಷ್ಟ ಪಟ್ಟು ಇವಳನ್ನು ಬೆಳೆಸಿದ್ರೂ ಅದರ ಬಗ್ಗೆ ಗೌರವ ಇಲ್ಲ. ಎಲ್ಲಾ ಹೋಮ ಕುಂಡದಲ್ಲಿ ತುಪ್ಪ ಸುರಿದಂತೆ ವ್ಯರ್ಥ! ಚಿಕ್ಕವಳಿದ್ದಾಗ ಎಷ್ಟು ಪ್ರೀತಿ ತೋರಿಸ್ತಾ ಇದ್ದಳು. ನಾನು ಕರೆದ ಕಡೆಯಲ್ಲೆಲ್ಲಾ ಬರೋಳು. ಎಷ್ಟು ಪ್ರೀತಿ ಮಾಡಿದ್ರೂ ಸುಮ್ಮನಿರೋಳು. ಹೆಣ್ಣುಮಕ್ಕಳು ದೊಡ್ಡವರಾಗಬಾರದು. ತಾಯಂದಿರನ್ನ ದ್ವೇಷ ಮಾಡ್ತಾವೆ. ಅವು ದೊಡ್ಡವರಾಗೋದರೊಳಗೆ ಇನ್ನೊಂದು ಮಗು ಮಾಡಿಕೊಂಡು ಬಿಡಬೇಕು. ಪ್ರೀತಿಯನ್ನು ಯಾವುದೇ ತಕರಾರಿಲ್ಲದೆ ಸ್ವೀಕರಿಸುವ ಒಂದು ಪುಟ್ಟ ಮಗು ಹೆಣ್ಣಿನ ಬಳಿ ಯಾವಾಗಲೂ ಇರಬೇಕು.

ಸೋಮಯಾಜಿಗಳ ಮೊಬೈಲ್ ಕರೆ ಸದ್ದು ಮಾಡಿತು. ಆ ಸದ್ದು ಇಡೀ ಧ್ವನಿವರ್ಧಕದ ಮೂಲಕ ಎಲ್ಲರಿಗೂ ಕೇಳಿಸಿತ್ತು. ಸರದಿಯಲ್ಲಿ ನಿಂತ ದೇವರುಗಳನ್ನು

ಬಿಟ್ಟು, ಫೋನಿನಲ್ಲಿ ಗಟ್ಟಿ ಧ್ವನಿಯಲ್ಲಿ ಮಾತನಾಡಿದರು. ಮಂತ್ರ ಹೇಳಿದರೂ ಅಷ್ಟೇ, ಬರೀ ಮಾತನಾಡಿದರೂ ಅಷ್ಟೆ, ಅವರದು ಸ್ಪಷ್ಟ ಉಚ್ಚಾರ. ಫೋನ್ ಮುಗಿದ ತಕ್ಷಣ ಮತ್ತೆ ದೇವರುಗಳ ಸರತಿಯ ಕಡೆಗೆ ಗಮನ ಹರಿಸಿದರು. ಪೂರ್ಣಾಹುತಿಗೆ ಇನ್ನೇನು ಅರ್ಧ ಗಂಟೆ ಉಳಿದಿರಬಹುದು. ಅಂಕಿತಾ ಇನ್ನೂ ಪತ್ತೆ ಇಲ್ಲ. ಆಗಲೇ ಪೂರ್ಣಾಹುತಿಯ ಇಡಿಗಾಯಿಯನ್ನು ಎಲ್ಲರಿಗೂ ಮುಟ್ಟಲು ಕಳುಹಿಸಿ ಕೊಟ್ಟರು.

ಕುಸುಮಾ ಫೋನ್ ಮಾಡಲು ಎದ್ದಳು. ದೇವಸ್ಥಾನದಲ್ಲಿದ್ದ ಎಲ್ಲರ ಬಳಿ ಮೊಬೈಲ್ ಇರುವುದು ಅವಳಿಗೆ ಕಾಣಿಸುತ್ತಿತ್ತು. ಆದರೆ ಅದನ್ನು ಪಡೆದು ಫೋನ್ ಮಾಡಲು ಅವಳಿಗೆ ಮುಜುಗರ. “ಯಾಕೆ, ನಿಮ್ಮ ಮೊಬೈಲ್ ಮರೆತು ಬಂದೀರಾ?” ಎಂದು ತಕ್ಷಣ ಕೇಳುತ್ತಾರೆ. ಅವರಿಗೆ ತನ್ನ ಬಳಿ ಮೊಬೈಲ್ ಇಲ್ಲ ಎಂದು ಹೇಳಲು ಸಂಕೋಚವಾಗುತ್ತದೆ. ಮರೆತು ಬಂದಿರುವೆನೆಂದು ಸುಳ್ಳು ಹೇಳಲೂ ಅವಳಿಗೆ ಸಾಧ್ಯವಿಲ್ಲ. ಆದ್ದರಿಂದ ಹೊರಗೆ ಹೋಗಿ ಯಾವುದಾದರೂ ಟೆಲಿಫೋನ್ ಬೂತಿನಲ್ಲಿ ಫೋನ್ ಮಾಡುವುದು ಒಳ್ಳೆಯದು.

ಅದು ಬೆಂಗಳೂರಿನ ಹೊರ ಬಡಾವಣೆಯಾಗಿತ್ತು. ಕುಸುಮಾಗೆ ಅಷ್ಟೊಂದು ಪರಿಚಿತವಾದ ಸ್ಥಳವದಲ್ಲ. ಓಣಿಯ ಕೊನೆಯ ತನಕ ಬಂದು ನೋಡಿದಳು. ಯಾವುದೇ ಅಂಗಡಿಗಳು ಕಾಣಿಸಲಿಲ್ಲ. ಯಾರೋ ಹಾದಿಯಲ್ಲಿ ಹೋಗುತ್ತಿದ್ದ ಹೆಣ್ಣು ಮಗಳನ್ನು ತಡೆದು “ಇಲ್ಲಿ ಎಸ್‌ಟಿಡಿ ಬೂತ್ ಎಲ್ಲದಮ್ಮಾ?” ಎಂದು ಕೇಳಿದಳು. ಅಂಕಿತಾಳ ವಯಸ್ಸಿನ ಹುಡುಗಿಯವಳು. “ಆಂಟಿ, ಇಲ್ಲೆಲ್ಲೂ ನೋಡಿದ ನೆನಪಿಲ್ಲ. ಈಗ ಮೊಬೈಲ್ ಬಂದ ಮೇಲೆ ಅಂಥಾ ಅಂಗಡಿಗಳು ಕಡಿಮೆಯಾಗ್ತಿವೆ ಅಲ್ವಾ ಆಂಟಿ?” ಎಂದು ಕೇಳಿದಳು. ಕುಸುಮಾ ಪೆಚ್ಚು ನಗೆಯನ್ನು ಬೀರಿದಳು. “ಅರ್ಜೆಂಟ್ ಆಗಿ ನನ್ನ ಮಗಳಿಗೆ ಫೋನ್ ಮಾಡ್ಬೇಕಿತ್ತಮ್ಮಾ... ಅದಕ್ಕೇ ಕೇಳಿದೆ” ಎಂದು ಸಂಕೋಚದಿಂದ ಹೇಳಿದಳು. “ಅಯ್ಯೋ ಅದಕ್ಕೆ ಯಾಕೆ ಸಂಕೋಚ? ನನ್ನ ಫೋನ್ ಬಳಸಿ, ಪರವಾಗಿಲ್ಲ” ಎಂದು ಫೋನ್ ಕೊಡಲು ಬಂದಳು. ಥೇಟ್ ಅಂಕಿತಾಳ ಬಳಿ ಇರುವಂತಹದೇ ಫೋನದು! ತಕ್ಷಣ ಕುಸುಮಾಳ ಸ್ವಾಭಿಮಾನ ಜಾಗೃತಗೊಂಡಿತು. “ಬೇಡಮ್ಮ ಬೇಡ! ಇಲ್ಲೇ ಎಲ್ಲನ್ನಾ ಫೋನ್ ಅಂಗಡಿ ಇದ್ದೇ ಇರ್ತದೆ. ನೀನು ಅಂಥಾ ಅಂಗಡಿ ಬಳಸಲ್ಲ ನೋಡು, ಅದಕ್ಕೇ ಗೊತ್ತಿಲ್ಲ” ಎಂದು ಹಮ್ಮಿನಿಂದ ಹೇಳಿದಳು. ಆ ಹುಡುಗಿ ಸುಮ್ಮನಾದಳು. ಪೆಚ್ಚು ನಗೆ ಬೀರಿ ಮುಂದೆ ನಡೆದುಬಿಟ್ಟಳು. ಆದರೆ ಸ್ವಲ್ಪ ದೂರ ಹೋದ ಮೇಲೆ “ಆಂಟಿ...” ಎಂದು ಕೂಗಿದಳು. “ಆ ಮೂರನೇ ಕ್ರಾಸಿನಲ್ಲಿ ಒಂದು ದೊಡ್ಡ ಬಿಲ್ಡಿಂಗ್ ಅದೆ. ಹಳೇ ಕಾಲದ ಬಿಲ್ಡಿಂಗು. ಆ ಬಿಲ್ಡಿಂಗಿನ ಮೇಲೆ ಒಂದು ದೊಡ್ಡ ಮೊಬೈಲ್ ಟವರ್ ಅದೆ. ಅದರಲ್ಲಿ ನಾಲ್ಕನೇ ಫ್ಲೋರಿನಾಗೆ ಒಂದು ಎಸ್‌ಟಿಡಿ ಬೂತ್ ಅದೆ. ಅದು ಆಕ್ಚುವಲಿ

ಜೆರಾಕ್ಸ್ ಅಂಗಡಿ. ಫೋನೂ ಕೂಡಾ ಇಟ್ಟುಗೊಂಡಾರೆ. ಆದರೆ ತೆಗೆದಿರ್ತಾರೋ ಇಲ್ವೋ ಗೊತ್ತಿಲ್ಲ. ನಾಲ್ಕು ದಿನ ರಜೆ ಬಂದದೆ ನೋಡಿ..." ಎಂದು ಹೇಳಿದಳು. ಕುಸುಮಾ "ನೋಡ್ತೀನಮ್ಮ..." ಎಂದು ಅವಳು ಹೇಳಿದ ದಿಕ್ಕಿನೆಡೆಗೆ ನಡೆದಳು.

ಮೂರನೇ ತಿರುವಿನಿಂದ ಸ್ವಲ್ಪ ದೂರದಲ್ಲಿಯೇ ಹಳೆಯ ಕಾಲದ ದೊಡ್ಡ ಕಟ್ಟಡವಿತ್ತು. ಒಳಗೆ ಸಾಕಷ್ಟು ಕಛೇರಿಗಳು ಇವೆಯೆಂದು ಹೊರಗೆ ನಿಲ್ಲಿಸಿದ ಬೋರ್ಡಿನಿಂದ ತಿಳಿಯುತ್ತಿತ್ತು. ಜನರ ಸಂಚಾರವೇ ಇರಲಿಲ್ಲ. ಆದರೂ ಕುಸುಮಾ ಧೈರ್ಯ ಮಾಡಿ ಅದರೊಳಗೆ ಹೊಕ್ಕಳು. ಇಡೀ ಕಟ್ಟಡ ನಿರ್ಜನವಾಗಿತ್ತು. ಅಂಗಡಿ ತೆರೆದಿರಲಿಕ್ಕಿಲ್ಲ ಎಂದನ್ನಿಸಿತು. ಆದರೂ ಮಗಳಿಗೆ ಫೋನ್ ಮಾಡಲೇ ಬೇಕಿತ್ತು. ನಾಲ್ಕನೆಯ ಮಹಡಿಗೆ ಹೋಗಲು ಲಿಫ್ಟ್ ಇತ್ತು. ಯಂತ್ರ ಬಳಸುವುದು ಬೇಡವೆಂದು ನಿರ್ಧರಿಸಿ, ಮೆಟ್ಟಿಲುಗಳನ್ನು ಹತ್ತಲು ಶುರುವಿಟ್ಟಳು. ಡಾಕ್ಟರರೂ ಆದಷ್ಟು ಲಿಫ್ಟ್ ಬಳಸಬೇಡಿ ಎಂದು ಹೇಳಿದ್ದರು. ಧಡೂತಿ ದೇಹ. ಸುಸ್ತಾಯ್ತು. ಎರಡನೆಯ ಮಹಡಿಯಲ್ಲಿ ಕುಳಿತು ಸ್ವಲ್ಪ ಸುಧಾರಿಸಿಕೊಂಡಳು. ಯಾರೋ ಒಂದಿಬ್ಬರು ಮಾತನಾಡುತ್ತಾ ಕೆಳಗೆ ಇಳಿದು ಹೋಗುತ್ತಿದ್ದರು. "ಎಸ್‌ಟಿಡಿ ಬೂತ್ ತೆಗೆದಿದೆಯೇನಪ್ಪಾ?" ಎಂದು ಅವರನ್ನು ಕೇಳಿದಳು. ಅವರಿಬ್ಬರಿಗೂ ಅನುಮಾನವಾಯ್ತು. ಒಬ್ಬ ತೆಗೆದಿತ್ತು ಎಂತಲೂ, ಇನ್ನೊಬ್ಬ ಇಲ್ಲವೆಂತಲೂ ಹೇಳಿದರು. ಕುಸುಮಾಗೆ ಅಂಗಡಿ ತೆರೆದಿರಬಹುದೆಂದು ಧೈರ್ಯ ಬಂತು. ಮತ್ತೆ ಮೆಟ್ಟಿಲುಗಳನ್ನು ಹತ್ತಲಾರಂಭಿಸಿದಳು.

ನಾಲ್ಕನೆಯ ಮಹಡಿಗೆ ಬರುವ ವೇಳೆಗೆ ಮೇಲಿನ ಉಸಿರು ಮೇಲೆ, ಕೆಳಗಿನ ಉಸಿರು ಕೆಳಗೆ ಆಯ್ತು. ಆಯಾಸದಿಂದ ದೀರ್ಘವಾಗಿ ಉಸಿರಾಡಲು ಶುರುವಿಟ್ಟಳು. ಎದೆ ಬಡಿತ ಕಿವಿಗೆ ಕೇಳಿಸುವಷ್ಟು ಜೋರಾಗಿತ್ತು. ರೇಲಿಂಗ್ ಹಿಡಿದುಕೊಂಡು ಸ್ವಲ್ಪ ಸುಧಾರಿಸಿಕೊಂಡಳು. ಆಗ ಜೆರಾಕ್ಸ್ ಅಂಗಡಿ ಕಣ್ಣಿಗೆ ಬಿತ್ತು. ಮುಚ್ಚಿತ್ತು. ಸಿಟ್ಟು ಬಂತು. ಆದರೆ ಸಿಟ್ಟನ್ನು ಯಾರ ಮೇಲೆ ಪ್ರಯೋಗಿಸಬೇಕೆಂದು ತಿಳಿಯಲಿಲ್ಲ. ತನ್ನ ಅಸಹಾಯಕತೆಗೆ ದುಃಖವಾಯ್ತು. ಯಾಕೋ ಕಣ್ಣುಗಳು ಮಂಜಾದವು. ಮಗಳಿಗೆ ನಾನು ಸತ್ತ ಮೇಲೆಯೇ ತನ್ನ ಪ್ರೀತಿ ಅರ್ಥವಾಗೋದು ಅಂತನ್ನಿಸಿ ನೋವಾಯ್ತು. ಮತ್ತೆ ನಾಲ್ಕು ಮಹಡಿಗಳನ್ನು ಇಳಿದು ಹೋಗಬೇಕಾಗಿತ್ತು. ಈ ಬಾರಿ ಮತ್ತೆ ಮೆಟ್ಟಿಲುಗಳ ಮೂಲಕ ಇಳಿಯುವ ಧೈರ್ಯವಾಗಲಿಲ್ಲ. ಲಿಫ್ಟಿನ ಕಡೆಗೆ ತೆರಳಿದಳು.

ಹಳೆಯ ಕಾಲದ ಲಿಫ್ಟ್ ಅದಾಗಿತ್ತು. ಹೊರಗಿನ ಕಟ್ಟಿಗೆಯ ಬಾಗಿಲನ್ನು ತೆರೆದರೆ, ಒಳಗಡೆ ಕಬ್ಬಿಣದ ಕಟಾಂಜನದ ಬಾಗಿಲಿತ್ತು. ಒಳಗೆ ಹೋಗಿ ಬಾಗಿಲನ್ನು ಹಾಕಿಕೊಂಡಳು. ಸೊನ್ನೆ ನಂಬರಿನ ಬಟನ್ನನ್ನು ಒತ್ತಿದಳು. ಯಾಕೋ ಲಿಫ್ಟ್ ಕದಲಲಿಲ್ಲ. "ಕೆಲಸ ಮಾಡ್ತಾ ಇದೆಯೋ ಇಲ್ಲವೋ?" ಎಂಬ ಅನುಮಾನ ಬಂತು.

ಇನ್ನೊಮ್ಮೆ ಗಟ್ಟಿಯಾಗಿ ಸೊನ್ನೆ ಎಂದು ಬರೆದ ಬಟನ್ ಒತ್ತಿದಳು. ಈಗದು ಕದಲಿತು. ನಿಂತ ನೆಲ ಹಗೂರಕ್ಕೆ ಕೆಳಗೆ ಇಳಿಯುವಾಗ ಅವಳಿಗೆ ಮೇಲಿನಿಂದ ಎತ್ತಿ ಒಗೆದಂತಹ ಭಯವಾಗುತ್ತೆ. ಆದರೂ ಲಿಫ್ಟ್ ಕೆಲಸ ಮಾಡುತ್ತಿದೆಯೆಂಬ ವಿಚಾರ ಅವಳಿಗೆ ಧೈರ್ಯ ನೀಡಿ, "ಒಂದೇ ನಿಮಿಷ ಅಷ್ಟೇ, ನೆಲ ಬಂದೇ ಬಿಡ್ತದೆ" ಎಂದು ಸಮಾಧಾನ ಮಾಡಿಕೊಂಡಳು.

ಎರಡು ಕ್ಷಣ ಲಿಫ್ಟ್ ಕೆಳಗೆ ಬಂದಿತ್ತೋ ಇಲ್ಲವೋ, ಅಚಾನಕ್ಕಾಗಿ ನಿಂತುಬಿಟ್ಟಿತು. ಲಿಫ್ಟಿನೊಳಗಿನ ದೀಪ ಆರಿ ಹೋಯ್ತು. ನೆಲಮಹಡಿ ಬಂದೇ ಬಿಟ್ಟಿತಾ ಎಂದು ಅಚ್ಚರಿಯಾಗಿ ಕಟಾಂಜನದ ಬಾಗಿಲು ತೆಗೆಯಲು ನೋಡಿದಳು. ಮಿಸುಕಾಡಲಿಲ್ಲ. ಅದರ ಹಿಂದೆ ಗೋಡೆಯಿತ್ತು. "ಇದೇನಪ್ಪಾ ಗ್ರಹಚಾರ" ಅಂತ ಭಯವಾಯ್ತು. ಕಳವಳದಿಂದ ಮತ್ತೆ ಅಲ್ಲಿದ್ದ ಎಲ್ಲಾ ಮಹಡಿಯ ಬಟನ್‌ಗಳನ್ನು ಒತ್ತಿದಳು. ಲಿಫ್ಟ್ ಮಿಸುಕಾಡಲಿಲ್ಲ. "ಯಾರಿದೀರ... ಲಿಫ್ಟ್ ಕೆಟ್ಟು ಹೋಗ್ಯದೆ..." ಎಂದು ಜೋರಾಗಿ ಕೂಗಿದಳು. ಯಾವುದೇ ಪ್ರತ್ಯುತ್ತರ ಬರಲಿಲ್ಲ.

>>>

ದೇವಸ್ಥಾನದಲ್ಲಿ ಪೂರ್ಣಾಹುತಿಯ ಸಮಯ ಬಂದೇಬಿಟ್ಟಿತು. ಸೇರಿದ ಸಮಸ್ತರಿಂದಲೂ ಮುಟ್ಟಿಸಿಕೊಂಡು ಪವಿತ್ರವಾದ ಇಡಿಗಾಯಿ ಈಗ ಸೋಮಯಾಜಿಯವರ ಕೈಗೆ ಬಂದು ಸೇರಿತು. ಅವರದರ ಮೇಲೆ ಕೈಯಿಟ್ಟು, ಕಣ್ಣುಮುಚ್ಚಿ ಪ್ರಾರ್ಥಿಸಿದರು. ಪೂರ್ಣಾಹುತಿಯ ಮಹತ್ವವನ್ನು ಹೇಳಲಾರಂಭಿಸಿದರು.

"ಈ ಇಡಿಗಾಯಿ ನಮ್ಮ ತಲೆಯಿದ್ದಂತೆ. ಇಡೀ ತಲೆಯನ್ನು ನಾವು ಅಗ್ನಿಗೆ ಅರ್ಪಿಸಲು ಸಿದ್ಧರಾಗುತ್ತಿದ್ದೇವೆ. ತಲೆಯೆಂದರೆ ನಮ್ಮ ಅಹಂಕಾರವೂ ಹೌದು. ನಮ್ಮ ಕಾಮ, ಕ್ರೋಧ, ಮೋಹ, ಲೋಭ, ಮದ, ಮತ್ಸರಗಳು ಹುಟ್ಟುವುದು ಈ ತಲೆಯಿಂದಲೇ ಆಗಿದೆ. ಅಂತಹ ತಲೆಯನ್ನು ನಾವು ನಮ್ಮ ದೇಹದಿಂದ ಬೇರ್ಪಡಿಸಿ ಈ ಅಗ್ನಿಗೆ ಅರ್ಪಿಸೋಣ. ಅದನ್ನು ಎಲ್ಲ ದೇವತೆಗಳೂ ಸ್ವೀಕರಿಸಲಿ. ನಮ್ಮ ಕಾಮ, ಕ್ರೋಧ, ಮೋಹ, ಲೋಭ, ಮದ, ಮತ್ಸರಗಳು ಸಂಹಾರವಾಗಲಿ" ಎಂದು ಹೇಳಿ ಆ ಪೂರ್ಣಾಹುತಿಯನ್ನು ಪುಣ್ಯಾರ್ಚನೆಗೆ ಕುಳಿತ ದಂಪತಿಗೆ ಕೊಟ್ಟರು. ಅದಕ್ಕೆ ಉಳಿದ ತುಪ್ಪವನ್ನೆಲ್ಲಾ ಸುರಿದರು.

"ಓಂ ಪೂರ್ಣಮದಃ ಪೂರ್ಣಮಿದಂ
ಪೂರ್ಣಾತ್ಪೂರ್ಣಮುದಚ್ಯತೇ।
ಪೂರ್ಣಸ್ಯ ಪೂರ್ಣಮಾದಾಯ
ಪೂರ್ಣಮೇವಾವಶಿಷ್ಯತೇ॥"

“ಅದೂ ಪೂರ್ಣ, ಇದೂ ಪೂರ್ಣ, ಪೂರ್ಣದಿಂದಲೇ ಪೂರ್ಣದ ಉದಯವಾಗಿದೆ. ಪೂರ್ಣದಿಂದ ಪೂರ್ಣವನ್ನು ಕಳೆದರೂ ಉಳಿಯುವುದು ಪೂರ್ಣವೇ ಆಗಿದೆ. ಓಂ ಶಾಂತಿಃ ಶಾಂತಿಃ ಶಾಂತಿಃ”

ಪೂರ್ಣಾಹುತಿಯನ್ನು ತೆಗೆದುಕೊಂಡು ಅಗ್ನಿ ಅತ್ಯಂತ ಸಂತೃಪ್ತಿಯಿಂದ ತನ್ನ ಸಹಸ್ರ ನಾಲಿಗೆಗಳನ್ನು ಗಗನಕ್ಕೆ ಮುಟ್ಟುವಂತೆ ಮೇಲಕ್ಕೆ ಎತ್ತಿತು. ನೆರೆದ ಭಕ್ತಾದಿಗಳೆಲ್ಲಾ ಪುಳಕದಿಂದ ಜಯಘೋಷವನ್ನು ಮಾಡಿ ಹೋಮಕುಂಡಕ್ಕೆ ಅಕ್ಷತೆಯನ್ನು ಹಾಕಿದರು. ಮಂಗಳವಾದ್ಯಗಳು ಅತ್ಯಂತ ಉನ್ನತಸ್ವರದಲ್ಲಿ ಮೊಳಗಿದವು.

>>>

ಅಂಕಿತಾಗೆ ಎಚ್ಚರವಾದಾಗ ಹೊರಗಡೆ ಧಾರಾಕಾರವಾಗಿ ಮಳೆ ಸುರಿಯುತ್ತಿತ್ತು. ಮೈಕೈಯೆಲ್ಲಾ ನೋವಿನಿಂದ ನುಲಿಯುತ್ತಿತ್ತು. ಚಳಿಯಾಗುತ್ತಿತ್ತು. ಹೊಟ್ಟೆಯ ಮೇಲೆ ಏನೋ ಹುಳ ಹರಿದಾಡುತ್ತಿರುವ ಅನುಭವವಾಯ್ತು. ಅದನ್ನು ಜಾಡಿಸಲು ಕೈ ಎತ್ತಲು ನೋಡಿದಳು. ಆಗಲಿಲ್ಲ. ಎರಡೂ ಕೈಗಳನ್ನು ಮಂಚಕ್ಕೆ ಕಟ್ಟಲಾಗಿತ್ತು. ಕಾಲುಗಳೂ ಅಲ್ಲಾಡದಂತೆ ಮಂಚದ ಇನ್ನೊಂದು ತುದಿಗೆ ಕಟ್ಟಲಾಗಿತ್ತು. ಚಳಿ ಹೆಚ್ಚಾಯ್ತು. ತಾನು ಬೆತ್ತಲೆಯಾಗಿರುವ ಸಂಗತಿ ಅವಳಿಗಾಗ ಅರಿವಾಯ್ತು. ಮೈ ಮುದುಡಿಕೊಂಡಳು. ನಡೆದ ಘಟನೆಗಳು ನೆನಪಾದವು. ಆ ಮೂವರೂ ತನ್ನ ಮೈಮೇಲೆ ಎರಗಿದ ಕ್ರೂರ ದೃಶ್ಯಗಳು ಕಣ್ಣಿನ ಮುಂದೆ ಬಂದವು. ವಿರೋಧಿಸಲು ತಾನು ಪ್ರಯತ್ನಿಸಿದಾಗ, ಎಂತಹದೋ ಕಬ್ಬಿಣದ ರಾಡಿನಿಂದ ಮೈಮೇಲೆ ಹೊಡೆದದ್ದು ಮಾತ್ರ ನೆನಪು. ಕಹಿ ನೆನಪಿನಿಂದ ಬೆಚ್ಚಿ “ಅಮ್ಮಾ...” ಎಂದು ಕಿರುಚಲು ಪ್ರಯತ್ನಿಸಿದಳು. ಸಾಧ್ಯವಾಗಲಿಲ್ಲ. ಬಾಯಿಯಲ್ಲಿ ಏನೋ ತುರುಕಿಬಿಟ್ಟಿದ್ದರು.

ಅವಳ ಬೆತ್ತಲೆ ಹೊಟ್ಟೆಯ ಹೊಕ್ಕಳಿನ ಮೇಲೆ ಮೊಬೈಲ್ ಒಗೆದು ಹೋಗಿದ್ದರು. ಮೆಸೇಜ್‌ಗಳು ಬಂದಾಗ, ಫೇಸ್ ಬುಕ್ಕಿನ ಲೈಕ್, ಕಾಮೆಂಟುಗಳು ಬಂದಾಗ ಅದು ಕುಂಯ್‌ಗುಡುತ್ತಿತ್ತು. ಯಾವುದೋ ಕಾಲ್ ಬಂದು ರಿಂಗಣಿಸಿತು. ಅಂಕಿತಾಗೆ ತನ್ನ ಅಸಹಾಯಕತೆಯಿಂದ ದುಃಖವಾಯ್ತು. ಉಸಿರಾಟದಿಂದ ಹೊಟ್ಟೆಯನ್ನು ಮೇಲೆ ಕೆಳಗೆ ಮಾಡಿ ಮೊಬೈಲನ್ನು ಬಾಯಿಯ ಹತ್ತಿರ ತಂದುಕೊಳ್ಳಲು ನೋಡಿದಳು. ಆ ಒದ್ದಾಟದಲ್ಲಿ ಮೊಬೈಲ್ ಕೆಳಕ್ಕೆ ಬಿತ್ತು. ಗೋಡೆಯ ಮೇಲಿದ್ದ ಗಡಿಯಾರವನ್ನು ಗಮನಿಸಿದಳು. ಆಗಲೇ ಮಧ್ಯಾಹ್ನ ಒಂದು ಗಂಟೆ ದಾಟಿತ್ತು. ಅಮ್ಮ ಇನ್ನೇನು ವಾಪಾಸು ಬಂದು ಬಿಡುತ್ತಾಳೆ ಎಂಬ ಧೈರ್ಯ ಬಂತು. ತನ್ನನ್ನು ಕಾಪಾಡುತ್ತಾಳೆ. ಈ ನರಕದಿಂದ ಪಾರು ಮಾಡುತ್ತಾಳೆ. “ಅಮ್ಮಾ, ಬಡಾನ ಬಾರಮ್ಮಾ... ನನ್ನ ಕಾಪಾಡಮ್ಮ... ಹೆಲ್ಪ್ ಮಿ ಪ್ಲೀಜ್...” ಎಂದು ಅವಳು ಮನಸ್ಸಿನಲ್ಲಿ ಅಂದುಕೊಳ್ಳುವಾಗ

ಕಣ್ಣಿನಿಂದ ನೀರು ಧಾರಾಕಾರವಾಗಿ ಜಾರಲಾರಂಭಿಸಿತ್ತು. ದೇಹದ ನೋವು ಹೆಚ್ಚಾಗಿ ಕೆಲವೇ ಕ್ಷಣಗಳಲ್ಲಿ ಅವಳಿಗೆ ಮತ್ತೆ ಎಚ್ಚರ ತಪ್ಪಿತು.

>>>

ಕುಸುಮಾಗೆ ಎಚ್ಚರವಾದಾಗ ಎಲ್ಲಿರುವೆನೆಂದು ತಿಳಿಯಲಿಲ್ಲ. ಹಸಿವೆಯಿಂದ ಸಂಕಟವಾಗುತ್ತಿತ್ತು. ಗಂಟಲು ಒಣಗಿ, ನೀರು ಬೇಕೆನ್ನಿಸುತ್ತಿತ್ತು. ಎದ್ದೇಳಲು ನೋಡಿದಳು, ಶಕ್ತಿ ಸಾಲಲಿಲ್ಲ. ಮಲಗಿದಲ್ಲಿಯೇ ಮಗ್ಗಲು ಬದಲಿಸಿದಳು. ಕಟಾಂಜನದ ಬಾಗಿಲುಗಳು ತೋಳಿಗೆ ಬಡಿದವು. ಹಗೂರಕ್ಕೆ ತಾನು ಎಲ್ಲಿರುವೆನೆಂದು ಅರ್ಥವಾಯ್ತು. ಆರಡಿಯ ವಿಸ್ತೀರ್ಣದ ಆ ಲಿಫ್ಟಿನ ಡಬ್ಬಿಯಲ್ಲಿಯೇ ತಾನು ಇನ್ನೂ ಇರುವುದು ಕಂಡು ದುಃಖವಾಯ್ತು. ಸಹಾಯಕ್ಕಾಗಿ ಕೂಗಿ, ಕೂಗಿ ಯಾವಾಗಲೋ ಎಚ್ಚರ ತಪ್ಪಿರಬೇಕು. ಈಗ ಮತ್ತೆ ಕೂಗೋಣವೆಂದು ಬಲವನ್ನೆಲ್ಲಾ ಕ್ರೋಡೀಕರಿಸಿಕೊಂಡಳು. ಆದರೆ ಧ್ವನಿ ಬರಲೇ ಇಲ್ಲ. ಗಂಟಲು ಒಣಗಿ ಹೋಗಿತ್ತು. ಕಣ್ಣು ಮುಚ್ಚಿ ಭಗವಂತನನ್ನು ಧ್ಯಾನಿಸಿದಳು. ಕಣ್ಣ ಮುಂದೆ ಅಂಕಿತಾಳ ಚಿತ್ರ ತೇಲಿ ಬಂತು. ಕೊಂಚ ಧೈರ್ಯ ಮೂಡಿತು. ಅಂಕಿ ಬಂದೇ ಬರ್ತಾಳೆ. ಅಮ್ಮನ್ನ ಹುಡುಕಿಕೊಂಡು ಬರ್ತಾಳೆ. ನನ್ನ ಬಿಡಿಸಿಕೊಳ್ತಾಳೆ ಎಂಬ ಸಮಾಧಾನವನ್ನು ಮಾಡಿಕೊಂಡಳು. "ಅಂಕಿ, ಬಡಾನೆ ಬಾರಮ್ಮಾ... ನನ್ನ ಈ ಕಷ್ಟದಿಂದ ಕಾಪಾಡಮ್ಮ..." ಎಂದು ಮನಸ್ಸಿನಲ್ಲಿ ಅಂದುಕೊಳ್ಳುವಾಗ, ಸಂಕಟ ಮತ್ತೆ ಹೆಚ್ಚಿದಂತಾಗಿ ಕಣ್ಣುಗಳು ಮುಚ್ಚಿಕೊಂಡವು. ಕಣ್ಣಾಲಿಗಳನ್ನು ತುಂಬಿದ್ದ ನೀರು, ರೆಪ್ಪೆ ಮುಚ್ಚಿಕೊಂಡಿದ್ದರಿಂದ ಹಗೂರಕ್ಕೆ ಗಲ್ಲದ ಮೇಲೆ ಉರುಳಿದವು.

>>>

ನಾಲ್ಕು ದಿನದ ನಂತರವೇ ಎರಡೂ ಹೆಣಗಳು ಪತ್ತೆಯಾದವು.

ಸೋಮವಾರ ಬೆಳಗ್ಗೆ ನಿಧಾನಕ್ಕೆ ಹಳೆಯ ಕಟ್ಟಡ ಜನರಿಂದ ತುಂಬಿಕೊಳ್ಳ ತೊಡಗಿತು. ಜನರು ಲಿಫ್ಟ್ ಬಳಸಲು ಪ್ರಯತ್ನಿಸಿದರಾದರೂ ಅದು ಕೆಲಸ ಮಾಡುತ್ತಿರಲಿಲ್ಲ. ಎಲ್ಲಿಯೋ ಮಧ್ಯದ ಮಹಡಿಯಲ್ಲಿ ಸಿಕ್ಕಿಹಾಕಿಕೊಂಡಿತ್ತು. ಅದು ಯಾವತ್ತಿನ ಸಮಸ್ಯೆಯಾದ್ದರಿಂದ, ಮನಸ್ಸಿನಲ್ಲಿಯೇ ಬೈಯ್ದುಕೊಂಡು ಮೆಟ್ಟಿಲುಗಳನ್ನು ಬಳಸಿದರು. ಜೆರಾಕ್ಸ್ ಅಂಗಡಿ ತೆರೆದುಕೊಂಡಿತು. ಎಲ್ಲರೂ ಕಾಫಿ ಕುಡಿಯುತ್ತಾ ತಾವು ರಜೆಯನ್ನು ಕಳೆದ ಬಗೆಯನ್ನು ಹಂಚಿಕೊಳ್ಳಲಾರಂಭಿಸಿದರು. ಯಾರೋ ಒಂದಿಬ್ಬರು ಹಿರಿಯರು ಮಾತ್ರ ಲಿಫ್ಟ್ ಕೆಲಸ ಮಾಡದೇ ಇದ್ದುದರಿಂದ ಮೆಟ್ಟಿಲುಗಳನ್ನು ಹತ್ತಿ ಸುಸ್ತಾಗಿ, ಮೆಂಟೇನನ್ಸ್ ವಿಭಾಗಕ್ಕೆ ಕಂಪ್ಲೇಂಟ್ ಮಾಡಿದರು.

ಲಿಫ್ಟ್ ರಿಪೇರಿಯವನು ಬಂದಾಗ ಆಗಲೇ ಹನ್ನೆರಡು ದಾಟಿತ್ತು. ಅವನೂ ರಜೆಯ ಸಲುವಾಗಿ ತನ್ನೂರಿಗೆ ಹೋಗಿದ್ದ. ಅವನು ಕೆಲಸಕ್ಕೆ ಬರುವುದರೊಳಗೆ ಇಪ್ಪತ್ತು ಕಾಲ್‌ಗಳು ಅವನ ಮೊಬೈಲಿಗೆ ಬಂದು, ತಲೆ ಕೆಟ್ಟಂತಾಗಿ, ಕಟ್ಟಡ ಸೇರುವ ತನಕ ಯಾವುದೇ ಕರೆಗಳನ್ನು ಸ್ವೀಕರಿಸಲಿಲ್ಲ. "ಎರಡು ದಿನ ಖುಷಿಯಾಗಿ ಇರೋದಕ್ಕೂ ಜನ ಬಿಡಲ್ಲ" ಎಂದು ಮನಸ್ಸಿನಲ್ಲಿಯೇ ಬೈಯ್ದುಕೊಂಡ. ಆ ಲಿಫ್ಟಿನ ಸಮಸ್ಯೆಗಳು ಅವನಿಗೆ ಚೆನ್ನಾಗಿ ಗೊತ್ತಿತ್ತು. ಹಳೆಯದಾಗಿದೆ, ಹೊಸ ಲಿಫ್ಟ್ ಕೊಳ್ಳಿರಿ ಎಂದು ಬಡಿದುಕೊಂಡರೂ ಕಟ್ಟಡದ ಯಜಮಾನ ಕಿವಿಗೊಟ್ಟಿರಲಿಲ್ಲ. ಎಲ್ಲರನ್ನೂ ಹಳಿದುಕೊಳ್ಳುತ್ತಾ ಲಿಫ್ಟ್ ಸರಿ ಮಾಡಿದ. ಅದರ ಬಾಗಿಲನ್ನು ತೆರೆದಿದ್ದೇ ಹೌಹಾರಿ ಬಿಟ್ಟ. ಯಾರೋ ಅಪರಿಚಿತ ಧಡೂತಿ ಹೆಂಗಸಿನ ಹೆಣವನ್ನು ಕಂಡಿದ್ದೇ ಅವನಿಗೆ ಕೈಕಾಲಲ್ಲೆಲ್ಲಾ ನಡುಕ ಬಂದು ಬಿಟ್ಟಿತು. ಹೆಣವಾಗಲೇ ಕಪ್ಪು ಬಣ್ಣಕ್ಕೆ ತಿರುಗಿ, ವಾಸನೆ ಹೊಡೆಯುತ್ತಿತ್ತು. ಆ ಕೆಟ್ಟ ವಾಸನೆಯ ಮಧ್ಯದಲ್ಲಿ ಅವಳ ಸೀರೆಯ ಒಂದಿಷ್ಟು ಸುಗಂಧದ ಪರಿಮಳವೂ ವಾತಾವರಣದಲ್ಲಿ ಬೆರೆತಿತ್ತು.

ಅರ್ಧ ಗಂಟೆಯಲ್ಲಿ ಪೋಲೀಸರು ಬಂದರು. ಇನ್ಸ್‌ಪೆಕ್ಟರಿಗೆ ಅದು ನಾಲ್ಕು ದಿನಗಳ ಕೆಳಗೇ ಸಿಕ್ಕು ಬಿದ್ದ ದೇಹವೆಂಬುದು ಅರ್ಥವಾಯ್ತು. ಹಗೂರಕ್ಕೆ ಪರಿಶೀಲನೆ ಮಾಡಿದರು. ಲಿಫ್ಟಿನಲ್ಲಿ ಸಿಕ್ಕಿ ಬಿದ್ದಾಗ ಈ ಹೆಂಗಸು ಯಾರಿಗೂ ಯಾಕೆ ಫೋನ್ ಮಾಡಲಿಲ್ಲ ಎಂಬ ಅಚ್ಚರಿಯಾಯ್ತು. ಲಿಫ್ಟಿನಲ್ಲಿ ದೊಡ್ಡದಾಗಿ "ಲಿಫ್ಟ್ ಕೆಟ್ಟು ಹೋದರೆ ಈ ನಂಬರಿಗೆ ಕರೆ ಮಾಡಿ, ಧೈರ್ಯಗೆಡಬೇಡಿ" ಎಂದು ಬರೆಯಲಾಗಿತ್ತು. ಈ ಲಿಫ್ಟಿನಲ್ಲಿ ಸಿಗ್ನಲ್‌ಗಳಿಲ್ಲವೆ ಎಂದು ಪರೀಕ್ಷಿಸಿದರು. ತಮ್ಮ ಮೊಬೈಲಿನಲ್ಲಿ ಸಿಗ್ನಲ್ ಭರಪೂರವಾಗಿತ್ತು. ಸಹೋದ್ಯೋಗಿಗಳೊಡನೆ ಕೇಳಿದರು. ಅವರ ಮೊಬೈಲಿನಲ್ಲಿಯೂ ಸಿಗ್ನಲ್ ಪೂರ್ತಿಯಾಗಿತ್ತು. ಈ ಕಟ್ಟಡದ ಮೇಲೆಯೇ ಮೊಬೈಲ್ ಟವರ್ ಇರುವುದು ನೆನಪಾಯ್ತು. ಅನುಮಾನ ಬಂದು ಆ ಹೆಣದ ಹೆಗಲಲ್ಲಿ ಇದ್ದ ಬ್ಯಾಗನ್ನು ಹಗೂರಕ್ಕೆ ತೆಗೆದು ಪರಿಶೀಲಿಸಿದರು. ಯಾವುದೇ ಮೊಬೈಲ್ ಇರಲಿಲ್ಲ. "ಏನು ದಡ್ಡ ಹೆಣ್ಣು ಮಗಳು ಕಣ್ರಿ ಈಕಿ. ಒಂದು ಮೊಬೈಲ್ ಹಿಡಕೊಂಡು ಓಡಾಡಬೇಕು ಅಂತ ಗೊತ್ತಾಗಲ್ಲೇನ್ರಿ" ಎಂದು ತನ್ನ ಸಹೋದ್ಯೋಗಿಗಳ ಮುಂದೆ ಬೈದರು. ಅದರಲ್ಲಿ ಒಬ್ಬ ಪೇದೆ ಅಮಾಯಕ ಧ್ವನಿಯಲ್ಲಿ "ಲಿಫ್ಟ್‌ನಲ್ಲೇ ಫೋನ್ ಇದ್ದಿದ್ರೆ ಹಿಂಗೆ ಆಗ್ತಾ ಇರಲಿಲ್ಲ ಅಲ್ವೇನ್ ಸಾರ್? ಫೋನ್ ಇಲ್ಲದೇ ಇರೋ ಲಿಫ್ಟ್‌ನ ಸರಕಾರ ಒಪ್ಪಿಗೋಬಾರದು" ಎಂದು ಕಾನೂನಿನ ಎಡವಟ್ಟು ಮಾತನ್ನಾಡಿದ. ಇನ್ಸ್‌ಪೆಕ್ಟರಿಗೆ ರೇಗಿತು. "ಈಗ ಫೋನ್ ಇಲ್ಲದೇ ಇರೋ ಲಿಫ್ಟ್‌ಗಳು ಸಾವಿರಾರು ಅದಾವಲ್ರೀ? ಅದಕ್ಕೇನು ಮಾಡ್ತೀರಿ?" ಎಂದು ಉಗಿದರು. ಪೇದೆ ತೆಪ್ಪಗಾದ.

ಹಣದ ಬ್ಯಾಗಿನಲ್ಲಿದ್ದ ಪುಟ್ಟ ಪುಸ್ತಕದ ಮೂಲಕ ಅವರ ಮನೆಯ ವಿಳಾಸ ಪತ್ತೆಯಾಯ್ತು. ಆ ಪುಟ್ಟ ಪುಸ್ತಕದಲ್ಲಿ ಹಲವಾರು ಟೆಲಿಫೋನ್ ನಂಬರ್‌ಗಳಿದ್ದವು. ಅವರಿಗೆ ಕಾಲ್ ಮಾಡಿದಾಗ ಆ ಹೆಣ್ಣು ಮಗಳ ಹೆಸರು 'ಕುಸುಮಾ' ಎಂದು ತಿಳಿದು ಬಂತು. ಅವಳಿಗೊಬ್ಬ ಮಗಳಿರುವುದು ಪತ್ತೆಯಾಯ್ತು. ಅವರೆಲ್ಲಾ ಖಾತರಿ ಪಡಿಸಿದ ವಿಳಾಸವನ್ನು ನಮೂದಿಸಿಕೊಂಡರು. ಬೆಂಗಳೂರಿನ ದಕ್ಷಿಣ ಭಾಗದ ಪೊಲೀಸ್ ಠಾಣೆಗೆ ವಿಷಯವನ್ನು ತಿಳಿಸಿ, ಆ ವಿಳಾಸಕ್ಕೆ ಹೋಗಿ ತಕ್ಷಣವೇ ಸುದ್ದಿಯನ್ನು ಮುಟ್ಟಿಸಲು ತಿಳಿಸಿದರು. ಪುಟ್ಟ ಪುಸ್ತಕದಲ್ಲಿದ್ದ ಕೆಲವು ನಂಬರುಗಳಿಗೆ ಕರೆ ಮಾಡಿದಾಗ, ವಿಷಯ ತಿಳಿದು ಆಘಾತಗೊಂಡ ಒಂದಿಬ್ಬರು ತಾವು ತಕ್ಷಣವೇ ಬರುವುದಾಗಿ ಒಪ್ಪಿಕೊಂಡರು.

>>>

ಹರೆಯದ ಹೆಣ್ಣು ಮಗಳ ಬೆತ್ತಲೆ ದೇಹವನ್ನು ಹಾಸಿಗೆಯಲ್ಲಿ ನೋಡಿದಾಗ ಅದು ಸಾಮೂಹಿಕ ಅತ್ಯಾಚಾರವೆಂಬುದು ಇನ್ಸ್‌ಪೆಕ್ಟರ್‌ಗೆ ಅರ್ಥವಾಯ್ತು. ಇನ್ನೂ ಇಪ್ಪತ್ತೈದು ದಾಟದ ಎಳೆಯ ಹುಡುಗಿ. ಮೈತುಂಬಾ ರಕ್ತದ ಕಲೆಗಳು ಮೂಡಿದ್ದವು. ರಕ್ತ ಒಣಗಿ ಕಪ್ಪು ಬಣ್ಣಕ್ಕೆ ತಿರುಗಿತ್ತು. ನೊಣಗಳು ಮುಕ್ಕರಿದ್ದವು. ಹೀಗೆ ಮನೆಯೊಳಗೆ ಬಂದು ಸಾಮೂಹಿಕ ಅತ್ಯಾಚಾರ ಮಾಡುವಷ್ಟು ಕಾಲ ಕೆಟ್ಟು ಹೋಗಿರುವುದರ ಬಗ್ಗೆ ವಿಷಾದವಾಯ್ತು. ಆಟೋಲಾಕ್ ಇರುವ ಮನೆಯದಾದ್ದರಿಂದ ಬಾಗಿಲನ್ನು ಒಡೆದೇ ಪ್ರವೇಶಿಸಬೇಕಾಯ್ತು. ಯಾವತ್ತಿನಂತೆ ಏನಾದರೂ ಕುರುಹುಗಳು ಸಿಗುತ್ತವೇನೋ ಎಂದು ಹಾಸಿಗೆಯ ಸುತ್ತಲೂ ಹುಡುಕಾಡಿದರು. ಮಂಚದ ಕೆಳಗೆ ಬಿದ್ದಿದ್ದ ಮೊಬೈಲ್ ಸಿಕ್ಕಿತು. ಬ್ಯಾಟರಿ ಎಂದೋ ತೀರಿ ಹೋಗಿತ್ತು. ಮನೆಯ ಸುತ್ತಲೂ ಕಣ್ಣಾಡಿಸಿದಾಗ ಚಾರ್ಜರ್ ಕಂಡು ಬಂತು. ಅದಕ್ಕೆ ಜೋಡಿಸಿ, ಮೊಬೈಲ್‌ಗೆ ಜೀವ ತರಿಸಿದಾಗ ಫೇಸ್‌ಬುಕ್ ಐಕಾನಿನಲ್ಲಿ ಎರಡು ಸಾವಿರಕ್ಕೂ ಹೆಚ್ಚು ಲೈಕ್ ಮತ್ತು ಮೆಸೇಜ್‌ಗಳು ಬಂದಿರುವುದು ತಿಳಿಯಿತು. ಫೇಸ್‌ಬುಕ್ ಓಪನ್ ಮಾಡಿದರು. ಕುತ್ತಿಗೆಯಿಂದ ಮೊಣಕಾಲಿನ ತನಕದ ಅವಳ ಪೂರ್ತಿ ಬೆತ್ತಲೆಯ ದೇಹದ ಚಿತ್ರವೊಂದು ಅವಳ ಕವರ್ ಇಮೇಜಾಗಿ ಇಡೀ ಟೈಮ್‌ಲೈನಿನ ತಲೆಚಿತ್ರವಾಗಿ ಆವರಿಸಿರುವುದು ಕಂಡು ಬಂತು. ಅದೇ ಮಂಚ, ಅದೇ ದೇಹ. ಬಹುಶಃ ಅತ್ಯಾಚಾರ ಮಾಡಿದ ನಂತರ ಕಿಡಿಗೇಡಿಗಳು ಅವಳ ಬೆತ್ತಲೆ ಫೋಟೋ ತೆಗೆದು, ಅದನ್ನೇ ಅವಳ ಕವರ್ ಚಿತ್ರವಾಗಿ ಹಾಕಿರಬೇಕೆಂದು ಅರ್ಥ ಮಾಡಿಕೊಂಡರು. ಆದರೆ ಆ ಫೋಟೋಕ್ಕೆ ಎರಡು ಸಾವಿರಕ್ಕೂ ಹೆಚ್ಚು ಲೈಕ್ ಮತ್ತು ಕಾಮೆಂಟುಗಳನ್ನು ನೋಡಿ ಬೇಸರವಾಯ್ತು. ಅದಕ್ಕೂ "ಬೋಲ್ಡ್ ಅಂಡ್ ಬ್ಯೂಟಿಫುಲ್" ಎಂಬ ಅನೇಕ ಕಾಮೆಂಟುಗಳು ಬಂದಿದ್ದವು. ಆ

ಚಿತ್ರ ಒಂದು ಸಾವಿರಕ್ಕೂ ಹೆಚ್ಚು ಶೇರ್ ಆಗಿ ಇಡೀ ಜಗತ್ತಿನಾದ್ಯಾಂತ ಹರಿದಾಡಿತ್ತು. ಅದೇ ದಿನ ಫೇಸ್‌ಬುಕ್ಕಿನಲ್ಲಿ ನಡೆದ ಇತರ ಚಟುವಟಿಕೆಗಳ ಕಡೆಗೆ ಇನ್ಸ್‌ಪೆಕ್ಟರ್ ಕಣ್ಣು ಹಾಯಿಸಿದರು. "ಅಮ್ಮ ವಾಪಾಸಾಗುವ ತನಕ ತಾನು ಮನೆಯಲ್ಲಿ ಏಕಾಂಗಿ" ಎಂಬರ್ಥದ ಸ್ಟೇಟಸ್ ಮೆಸೇಜ್ ಅವರ ಕಣ್ಣಿಗೆ ಬಿತ್ತು. ಒಂದಿಷ್ಟು ತುಂಟತನದ, ಆದರೆ ಸೊಗಸಾದ ಫೋಟೋವೊಂದನ್ನು ಆ ಸ್ಟೇಟಸ್ಸಿನ ಜೊತೆಗೆ ಹಾಕಲಾಗಿತ್ತು. ಆ ಸ್ಟೇಟಸ್ಸಿಗೂ ಸಾವಿರಕ್ಕೂ ಹೆಚ್ಚು ಲೈಕ್‌ಗಳು ಬಂದಿದ್ದವು. ಅಪರಾಧಿ ಜಗತ್ತಿನ ವಿಶೇಷ ಅನುಭವ ಇರುವ ಅವರಿಗೆ, ಕಿಡಿಗೇಡಿಗಳು ಮನೆಗೆ ಬಂದು ಅತ್ಯಾಚಾರವೆಸಗಲು ಆ ಪುಟ್ಟ ವಾಕ್ಯವೇ ಕಾರಣವೆಂಬುದು ತಕ್ಷಣವೇ ಹೊಳೆದು ಹೋಯ್ತು.

"ಹರೆಯದ ಮಕ್ಕಳಿಗೆ ಮೊಬೈಲ್ ಕೊಡಿಸಬ್ಯಾಡ್ರಿ ಅಂದ್ರೂ ಈ ಅಪ್ಪ-ಅಮ್ಮ ಕೇಳಂಗಿಲ್ಲ. ಈ ಮಕ್ಕಳಿಗೆ ಅದನ್ನು ಹೆಂಗೆ ಜ್ವಾಪಾನ ಮಾಡಿಕೊಂಡು ಬಳಸಬೇಕು ಅನ್ನೋದು ಗೊತ್ತಾಗಂಗಿಲ್ಲ. ನೋಡ್ರಿ ಈಗ ಎಂಥಾ ಅನಾಹುತ ಆಗ್ಯದೆ!" ಎಂದು ಸಹೋದ್ಯೋಗಿಗಳ ಮುಂದೆ ಮೊಬೈಲ್ ತೋರಿಸಿ ಸಿಟ್ಟಿನ ಮಾತುಗಳನ್ನಾಡುವಾಗ, ಅವರು ಮನಸ್ಸಿನಲ್ಲಿ ಯಾವಾಗಲೂ ಮೊಬೈಲ್ ಜೊತೆಯಲ್ಲಿಯೇ ಇರುವ ತಮ್ಮ ಹರೆಯದ ಮಗಳ ಮೇಲೆ ವಿಪರೀತ ಸಿಟ್ಟಾಗುತ್ತಿದ್ದರು.

"ಫ್ರೆಂಡ್ ಲಿಸ್ಟ್‌ನಾಗೆ ಯಾರಿದಾರೆ ಅಂತ ನೋಡಿ, ಇನ್‌ಕ್ವಯರಿ ಮಾಡಿ ಹಿಡಿಯೋಕಾಗಲ್ವಾ ಸಾರ್?" ಎಂದು ಪೇದೆ ಕೇಳಿದ.

"ನಾಲ್ಕು ಸಾವಿರದ ಚಿಲ್ಲರೆ ಫ್ರೆಂಡ್ಸ್‌ಗಳಿದ್ದಾರ್ರೀ ಈ ಹುಡುಗೀಗೆ... ಅವರು ಒಬ್ಬರು ಲೈಕ್ ಮಾಡಿದ್ರೂ ಸಾಕು, ಅವರ ಸಾವಿರ ಜನ ಸ್ನೇಹಿತರಿಗೆ ಈ ಸ್ಟೇಟಸ್ ಕಾಣಿಸ್ತದೆ. ಎಷ್ಟು ಜನನ್ನ ಇನ್‌ಕ್ವಯರಿ ಮಾಡ್ತೀರಿ ಹೇಳ್ರಿ? ಯಾವ ಸೂಳೆಮಗ ಅಂಥಾ ದುಬಾರಿ ಇನ್‌ಕ್ವಯರಿಗೆ ಹಣ ಕೊಡ್ತಾನೆ?" ಎಂದು ಪೇದೆಯ ಅಜ್ಞಾನಕ್ಕೆ ಬೈದರು.

ಮೇಲಧಿಕಾರಿಯ ಅವಹೇಳನದ ಮಾತಿಗೆ ಒಂದಿಷ್ಟೂ ತಲೆಕೆಡಿಸಿಕೊಳ್ಳದ ಪೇದೆ, "ಅಷ್ಟು ಸಾವಿರ ಜನ ಫ್ರೆಂಡ್ಸ್ ಇದ್ದರೂ, ಒಬ್ಬರನ್ನಾ ಈ ನಾಲ್ಕು ದಿನದಾಗೆ ಒಂದು ಸಲ ಈಕಿ ಹಂಗ್ಯಾಕೆ ಬೆತ್ತಲೆ ಫೋಟೋ ಹಾಕ್ಯಾಳೆ ಅಂತ ವಿಚಾರಿಸಿಕೊಂಡು ಹೋಗೋಕೆ ಮನೆಗೆ ಬಂದಿಲ್ಲಲ್ಲಾ ಸಾರ್?" ಎಂದು ಅಚ್ಚರಿಯನ್ನು ವ್ಯಕ್ತಪಡಿಸಿದ.

21ನೇ ಆಗಸ್ಟ್ 2013

ದ್ರೌಪದಮ್ಮನ ಕಥಿ

ದೇವಪ್ರಿಯೆಯ ಗೆಜ್ಜೆಯ ಸದ್ದನ್ನು ಕೇಳಿಯೇ ದ್ರೌಪದಿಗೆ ಯಾವುದೋ ಪ್ರಮುಖ ಸುದ್ದಿಯಿದೆಯೆಂದು ಆತಂಕವಾಗತೊಡಗಿತು. ಅವಳು ಹಿತ್ತಲಿನಿಂದ ಮಲಗುವ ಕೋಣೆಗೆ ವೇಗವಾಗಿ ಹೆಜ್ಜೆ ಹಾಕುತ್ತಿರಬೇಕು. ಗೆಜ್ಜೆಯ ಸದ್ದು ನಿಧಾನಕ್ಕೆ ಶುರುವಾಗಿ ಈಗ ಹತ್ತಿರವಾಗುತ್ತಿತ್ತು. ಭೀಮ ಕೋಣೆಯಲ್ಲಿದ್ದರೆ ನೇರವಾಗಿ ಒಳಗೆ ಬರಲು ಹಿಂಜರಿಯುತ್ತಾಳೆ. ಆದರೆ ಈಗವನು ಇರುವುದಿಲ್ಲವೆನ್ನುವುದು ಅಂತಃಪುರದವರಿಗೆ ಗೊತ್ತು. ಭೀಮ ಇತ್ತೀಚೆಗೆ ಬಹು ಬೇಗನೆ ಎದ್ದು ಸೋಮಯಾಗಕ್ಕೆ ಹೋಗಿಬಿಡುತ್ತಾನೆ. ಸೂರ್ಯ ಹುಟ್ಟುವ ಸಮಯಕ್ಕೆ ಸರಿಯಾಗಿ ಯಮುನೆಯ ದಡದಲ್ಲಿ ಈ ಯಜ್ಞ ಮಾಡಬೇಕಂತೆ. ಮಕ್ಕಳಾಗಲು ನೂರು ಸೋಮಯಾಗಗಳನ್ನು ಮಾಡಬೇಕೆಂದು ಋಷಿಗಳು ಅವನಿಗೆ ಹೇಳಿದ್ದಾರೆ. ಇದು ಎಷ್ಟನೆಯದೋ? ದ್ರೌಪದಿಯಂತೂ ಲೆಕ್ಕವಿಟ್ಟಿಲ್ಲ. ನೋವು ನೀಡುವ ಸಂಗತಿಗಳ ಕಡೆಗೆ ಗಮನ ಕೊಡದೆ ಬದುಕಬೇಕು. ಮದುವೆಯಾಗಿ ಮೂರು ವರ್ಷಗಳಾದರೂ ಇನ್ನೂ ಮಕ್ಕಳಾಗಿಲ್ಲವೆಂಬ ನೋವು ಇತ್ತೀಚೆಗೆ ಅವನನ್ನು ಒಳಗೇ ಕೊರೆಯುತ್ತಿದೆ ಎಂಬ ಅರಿವು ದ್ರೌಪದಿಗಿದೆ. ತನ್ನ ದೋಷವಲ್ಲವೆಂದು ಅವನಿಗೆ ಗೊತ್ತು. ಈಗಾಗಲೇ ಒಬ್ಬ ಮಗ ನನ್ನ ಮದುವೆಗೂ ಮುಂಚೆ ಅವನಿಗೆ ಹುಟ್ಟಿದ್ದಾನಂತೆ. ರಾಕ್ಷಸ ಕುಲದ ಹೆಣ್ಣಿನ ಗರ್ಭ. ಆದ್ದರಿಂದ ಅವನ ಈ ಶತ ಸೋಮಯಾಗವೆಲ್ಲವೂ ತನ್ನ ದೋಷ

ನಿವಾರಣೆಗಾಗಿ ಎಂಬ ಸಂಗತಿ ದ್ರೌಪದಿಯ ಹೃದಯವನ್ನು ತಿವಿಯುತ್ತದೆ. ಏಳು ದಿನಕ್ಕೆ ಒಂದು ಸೋಮಯಾಗ ಪೂರ್ತಿಯಾಗುತ್ತದೆ. ಪುಣ್ಯಕ್ಕೆ ನಾನೂ ಪ್ರತಿದಿನವೂ ಆ ಯಾಗದಲ್ಲಿ ಭಾಗವಹಿಸಬೇಕೆಂಬ ನಿಯಮವಿಲ್ಲವಂತೆ. ಕೊನೆಯ ದಿನ ಪೂರ್ಣಾಹುತಿಗೆ ಹೋದರೆ ಸಾಕೆಂದು ಹೇಳಿದ್ದಾರೆ. ನಾವು ಮಾಡದ ತಪ್ಪಿಗೆ ಪ್ರಾಯಶ್ಚಿತ್ತವೆಂಬಂತೆ ಎಲ್ಲರ ಮುಂದೆ ಕುಳಿತುಕೊಂಡು, ಕೀಲುಗೊಂಬೆಯ ಹಾಗೆ ಬ್ರಾಹ್ಮಣರು ಹೇಳಿದಂತೆ ಮಾಡುವುದು ಅತ್ಯಂತ ಅವಮಾನಕರ ಸಂಗತಿ. ಯಜ್ಞವಲ್ಕೆಗೆ ಯಾಗವೆಂದರೆ ಬೇಸರ. ಅಪ್ಪನೂ ಇಂತಹದೇ ಯಾಗವೊಂದನ್ನು ಮಾಡಿದ ಮೇಲೆಯೇ ನಾನು ಮತ್ತು ದೃಷ್ಟ ಹುಟ್ಟಿದ್ದಲ್ಲವೆ? ಅಂದರೆ ನಮ್ಮ ವಂಶದಲ್ಲಿಯೇ ಸಂತಾನದ ಸಮಸ್ಯೆಯಿದೆಯೆ?

ಭೀಮ ಎಂದೂ ಮತ್ತೊಬ್ಬರ ಮನಸ್ಸನ್ನು ನೋಯಿಸುವವನಲ್ಲ. ಆದ್ದರಿಂದ ಬಾಯಿ ಬಿಟ್ಟು ಒಮ್ಮೆಯೂ ತನ್ನ ಮೇಲೆ ಗೂಬೆ ಕೂರಿಸಿಲ್ಲ. ಆದರೆ ಅಂತಹ ಸೂಕ್ಷ್ಮ ಸಂಗತಿಗಳು ದ್ರೌಪದಿಗೆ ತಿಳಿಯುವುದಿಲ್ಲವೆ? ಭೀಮ ಬಾಯಿ ಬಿಡದಿದ್ದರೂ ಕುಂತಿ ಸುಮ್ಮನಿರುತ್ತಾಳೆಯೆ? "ಭಲೋ ಹೆಣ್ಣಿಗೆ ಎಲ್ಲೋ ಒಂದು ಹನಿ ಸಿಡಿದ್ರೆ ಸಾಕು ನೋಡು, ಮುಟ್ಟು ನಿಂತು ಬಿಡ್ತದೆ. ನಾನು ಮೂರೂ ಮಕ್ಕಳು ಹಡೆದಿದ್ದು ಹಂಗೇ ನೋಡವ್ವಾ, ನನ್ನ ತಂಗಿ ಮಾದ್ರೀನೂ ಅಷ್ಟೆ. ಹೋಗ್ಲಿ ಬಿಡಮ್ಮ, ನಮ್ಮ ಸುದ್ದಿ ಬ್ಯಾಡ. ಆ ಸುಡುಗಾಡು ರಾಕ್ಷಸ ಕುಲದ ಹುಡುಗಿ ಆಕಿ, ಹಿಡಿಂಬಿ ಅಂತಾರೆ ಆ ಮಂದಿ, ಆಕೀನೂ ಅಷ್ಟೇ ನೋಡು. ನಮ್ಮ ಭೀಮ ಆಕಿನ್ನ ಕೂಡಿ ಸರಿಯಾಗಿ ಏಳು ತಿಂಗಳು ಆಗಿಲ್ಲವ್ವಾ, ದೆವ್ವನಂಥಾ ಮಗನ್ನ ಹಡದು ಕೊಟ್ಟುಬಿಟ್ಟಳು. ಅಂಥಾ ದೊಡ್ಡ ಪಿಂಡನ್ನ ಹೊಟ್ಟಿನಾಗೆ ಹೆಂಗೆ ಇಟ್ಟುಕೊಂಡಿದ್ದಳಪ್ಪ ಅಂತ ನೆನೆಸಿಕೊಂಡ್ರೆ ಮೈ ಜುಂ ಅಂತದೆ" ಅಂತ ವಾರಿಗೆಯವರ ಜೊತೆ ಪಗಡೆಯಾಡುತ್ತಾ ಹೆಮ್ಮೆಯಿಂದ ಕತೆ ಹೇಳುತ್ತಿರುತ್ತಾಳೆ. ತನಗೆ ಕೇಳಲಿ ಎಂದೇ ಧ್ವನಿ ಎತ್ತರಿಸಿರುತ್ತಾಳೆ. ಪಿಸುಗುಟ್ಟಿದರೂ ಸುದ್ದಿಯಾಗುವ ಈ ಅಂತಃಪುರದಲ್ಲಿ ಎತ್ತರದ ಧ್ವನಿಯಾದರೂ ಯಾಕೆ ಬೇಕು?

ಮದುವೆಯಾಗಿ ನಾಲ್ಕು ವರ್ಷ ಮಕ್ಕಳಿಲ್ಲದೆ ಅತ್ತೆಯೂ ಒದ್ದಾಡಿದ್ದರಲ್ಲವೆ? ನಂತರ ನಿಯೋಗದಿಂದಂತಲ್ಲವೆ ಉಳಿದ ಮಕ್ಕಳು ಹುಟ್ಟಿದ್ದು? ಆದರೂ ಮತ್ತೊಬ್ಬ ಹೆಣ್ಣಿನ ಮೇಲೆ ಈ ಕಹಿ ಉಗುಳುವ ಮನಸ್ಸು ಹೇಗೆ ಬರುತ್ತದೆ? ಇಲ್ಲ ಇಲ್ಲ, ಕುಂತಿ ಎಂದೂ ಬಂಜೆತನವನ್ನು ಅನುಭವಿಸಿಲ್ಲ. ಅಷ್ಟು ವರ್ಷ ಮಕ್ಕಳಿಲ್ಲದೆ ಇದ್ದರೂ ತನ್ನದೇನೂ ದೋಷವಿಲ್ಲವೆಂದು ಆಕೆಗೆ ಚೆನ್ನಾಗಿ ಗೊತ್ತಿತ್ತು. ಅದಕ್ಕೇ ಏನೋ, ಎಲ್ಲರನ್ನೂ ಧೈರ್ಯದಿಂದ ಎದುರಿಸಿದ್ದಾಳೆ. ಮದುವೆಗೆ ಮುಂಚೆಯೇ ಕರ್ಣ ಹುಟ್ಟಿದ್ದನಂತೆ, ಕಾನೀನದಲ್ಲಿ. ಯಾರೂ ಈ ವಿಷಯದ ಬಗ್ಗೆ ಅರಮನೆಯಲ್ಲಿ ಮಾತನಾಡುವುದಿಲ್ಲ. ಅಪ್ರಿಯ ಸತ್ಯಕ್ಕೆ ಕಠಿಣ ಶಿಕ್ಷೆ ಕಾದಿರುತ್ತದೆಂದು ಎಲ್ಲರಿಗೂ

ಗೊತ್ತು. ಅರಮನೆಯ ವಿಷಯವಾದ್ದರಿಂದ ಕೆಂಡದ ಮೇಲೆ ಬೂದಿ ಮುಚ್ಚಿದ್ದಾರೆ, ಅಷ್ಟೆ. ಉಳಿದವರ ಮಾತಿರಲಿ, ಕರ್ಣನಿಗೂ ಈ ವಿಷಯ ಗೊತ್ತಂತೆ. ಆದರೆ ಸಾಕಿ ಸಲಹಿದ ರಾಧೆಯ ಮೇಲೆಚಯೇ ಅವನಿಗೆ ಪ್ರೀತಿಯಂತೆ. ದೇವಪ್ರಿಯೆ ಹೇಳುವ ತನಕ ತನಗೂ ಆ ವಿಷಯ ಗೊತ್ತಿರಲಿಲ್ಲ. ಈಗಲೂ ಹಸ್ತಿನಾವತಿಯ ಸೂತಕೇರಿಯಲ್ಲಿ ಗಂಗಾ ನದಿಯಲ್ಲಿ ಏನಾದರೂ ಹರಿದು ಬರುತ್ತಿರುವುದು ಕಂಡರೆ "ಇನ್ನೊಂದು ಕೂಸು ಬಂತೇನೋ ನೋಡ್ರೋ, ರಾಶಿ ರಾಶಿ ಬೆಳ್ಳಿ-ಬಂಗಾರ ಇಟ್ಟು ಬಿಟ್ಟಿರ್ತಾರೆ" ಅಂತಾರೆ ಎಂದು ಪಿಸುಗುಟ್ಟಿ 'ಕಿಸಕ್' ಎಂದು ನಕ್ಕಿದ್ದಳು. "ನದಿ ಅಂದ್ರೆ ಗಂಗೆ ನೋಡ್ರವ್ವಾ... ಈ ಯಮುನೆ ಅದಕ್ಕೆ ಸಮ ಅಲ್ಲ" ಅಂತ ದೇವಪ್ರಿಯೆ ನನಗಾಗಿ ಬಿಟ್ಟು ಬಂದ ಹಸ್ತಿನಾವತಿಯನ್ನು ನೆನೆಯುತ್ತಾಳೆ. ಹುಟ್ಟಿದ ಮಗುವನ್ನು ನದಿಯಲ್ಲಿ ತೇಲಿ ಬಿಡುವ ಕಲ್ಲೆದೆಯ ಕುಂತಿಯಿಂದ ಒಳ್ಳೆಯ ಮಾತನ್ನು ನಿರೀಕ್ಷಿಸುವುದಾದರೂ ಹೇಗೆ ಸಾಧ್ಯ? ಮರ್ಯಾದೆಯೆಂಬುದು ಹಡೆದ ಮಗುವಿಗಿಂತಲೂ ದೊಡ್ಡದೆ?

ಭೀಮ ನಸುಕಿನಲ್ಲಿ ಎದ್ದಾಗ ದ್ರೌಪದಿಗೂ ಎಚ್ಚರವಾಗುತ್ತದಾದರೂ, ಕಣ್ಣನ್ನು ತೆರೆಯದೆ ಸದ್ದನ್ನು ಆಲಿಸುತ್ತಿರುತ್ತಾಳೆ. ಅವನು ನಡೆದಾಡುತ್ತಿದ್ದರೆ ಒನಕೆ ಕುಟ್ಟಿದಂತೆ ಸದ್ದಾಗುತ್ತಿರುತ್ತದೆ. ಯಮುನೆಯ ಸದ್ದಿನೊಂದಿಗೆ ಅವನ ನಡೆದಾಡುವ ಸದ್ದು ಸೇರಿ ವಿಚಿತ್ರ ನಾದ ಮೂಡುತ್ತಿರುತ್ತದೆ. ನಡೆದಾಡುವಾಗ ಹತ್ತಿರದಲ್ಲಿರುವ ವಸ್ತುಗಳನ್ನು ನೋಡದೆ ಬಡಿಸಿಕೊಳ್ಳುವುದು ಅವನಿಗೆ ಅಭ್ಯಾಸ. ಬಡಿದ ವಸ್ತುಗಳು ಮುರಿದು ಹೋದರೂ ಅದರ ಖಬರಿಲ್ಲದಂತೆ ತನ್ನ ಕೆಲಸದಲ್ಲಿ ಮುಂದುವರೆಯುತ್ತಾನೆ. ಭೀಮನೆಂದರೆ ಶಕ್ತಿ. ಅವನ ಹತ್ತಿರ ಬಂದ ನಿರ್ಜೀವ ವಸ್ತುವಿಗೂ ಆ ಶಕ್ತಿಯ ಅನುಭವವಾಗುವಂತಹ ದೈತ್ಯತೆ. ಒಮ್ಮೊಮ್ಮೆ ಎಡವಿ ರಕ್ತ ಬಂದಿದ್ದರೂ ಅವನದನ್ನು ಗಮನಿಸಿರುವುದಿಲ್ಲ. ದ್ರೌಪದಿ ಸಿಟ್ಟು ಮಾಡಿಕೊಂಡರೂ ನಕ್ಕು ಸುಮ್ಮನಾಗಿಬಿಡುತ್ತಾನೆ.

ಅವನ ಸೋಮಯಾಗದ ಎಲ್ಲ ತಯಾರಿಗಳೂ ದ್ರೌಪದಿಗೆ ಪರೋಕ್ಷವಾಗಿ ಶೂಲದಂತೆ ಚುಚ್ಚುತ್ತವೆ. ಸಾಮಾನ್ಯವಾಗಿ ಭೀಮ ಏಳುವುದು ತಡವಾಗಿ. ತನ್ನ ಇತರ ಅಣ್ಣ-ತಮ್ಮಂದಿರಂತೆ ಬೇಗನೆ ಏಳುವ ಅಭ್ಯಾಸ ಅವನದಲ್ಲ. ರಾತ್ರಿ ಹೊಟ್ಟೆ ತುಂಬ ಊಟ ಮಾಡಿ, ಒಂದಿಷ್ಟು ಸುರೆಯನ್ನು ತೆಗೆದುಕೊಂಡರೆ ಆಯ್ತು. ಅವನ ಕಣ್ಣು ಎಳೆಯಲಾರಂಭಿಸುತ್ತದೆ. ತಲೆಯನ್ನು ದಿಂಬಿಗೆ ಇಟ್ಟ ಮರುಕ್ಷಣವೇ ಗಾಢ ನಿದ್ದೆಯಲ್ಲಿ ಮಲಗಿಬಿಡುತ್ತಾನೆ. ಅವನಿಗೆ ಉಗ್ರವಾಗಿ ಗೊರಕೆ ಹೊಡೆಯುವ ಹವ್ಯಾಸವಿದೆ. ಅದಕ್ಕೆ ಹೊಂದಿಕೊಳ್ಳಲು ದ್ರೌಪದಿಗೆ ಬಹಳ ಕಾಲ ಬೇಕಾಯ್ತು. ಮೊದಮೊದಲು ಆ ಗೊರಕೆಯ ಸದ್ದಿಗೆ ನಿದ್ದೆಯಿಲ್ಲದೆ ಒದ್ದಾಡುತ್ತಿದ್ದಳು. ಒಂದೆರಡು ನಿಮಿಷ ನಿದ್ದೆ ಬಂದರೂ, ತಕ್ಷಣ ಯಾರೋ ಹತ್ತಿರದಲ್ಲಿಯೇ ಕೂಗಿದಂತಾಗಿ ಎಚ್ಚರವಾಗಿ ಬಿಡುತ್ತಿತ್ತು. ಈಗ ಹಾಗಲ್ಲ. ಆ ಗೊರಕೆಯ ಸದ್ದು ಅವಳಿಗೆ ಧೈರ್ಯ ನೀಡುತ್ತದೆ.

ಲಾಲಿಹಾಡಿನಂತೆ ಕೇಳುವ ಲಯಬದ್ಧವಾದ ಆ ಗೊರಕೆಯ ನಿನಾದದಲ್ಲಿಯೇ ಅವಳು ನಿದ್ದೆಗೆ ಜಾರುತ್ತಾಳೆ.

ಅರ್ಜುನನ ನಿದ್ದೆಗೆ ಗೊರಕೆಯಿಲ್ಲ. ಅವನು ನಿದ್ದೆ ಮಾಡುತ್ತಿದ್ದಾನೆಯೋ, ಎಚ್ಚರಿರುವನೋ ಎಂಬುದೂ ತಿಳಿಯುವುದಿಲ್ಲ. ಸಣ್ಣ ಸದ್ದಿಗೂ ಎದ್ದು ತೀಕ್ಷ್ಣ ನೋಟದಿಂದ ಇಡೀ ಕೋಣೆಯನ್ನು ಗಮನಿಸುತ್ತಾನೆ. ಎಲ್ಲಾ ಗಳಿಗೆಯಲ್ಲೂ ಅದೇ ಜಾಗೃತವಾದ ಮನಸ್ಸು. ಯಾವ ಹೊತ್ತಿನಲ್ಲಾದರೂ ಶತ್ರುವನ್ನು ಎದುರಿಸಬೇಕಾದ ತಯಾರಿ ಅವನದು. ಅವನು ಮೈಮರೆಯುವುದು ಅಪರೂಪ. ಅದಕ್ಕೆ ಗೆಳೆಯ ಕೃಷ್ಣ ಬರಬೇಕು. ಅವನೊಡನೆ ಕುಡಿದು, ತಿಂದು, ಬೇಟೆಯಾಡಿ, ಬೆಳಗಿನವರೆಗೆ ಅವನ ಕೋಣೆಯಲ್ಲಿಯೇ ಕುಳಿತು ಹರಟೆ ಹೊಡೆಯುತ್ತಾನೆ. ತನ್ನೊಡನೆಯೂ ಹೊಂದದ ಮೈಮರೆಯುವಿಕೆಯನ್ನು ಅವನು ಕೃಷ್ಣನ ಸಾನ್ನಿಧ್ಯದಲ್ಲಿ ಹೊಂದುತ್ತಾನೆಂಬ ಕಹಿಸತ್ಯದ ಅರಿವಾದಂತೆಲ್ಲಾ ದ್ರೌಪದಿ ಸವತಿ ಮತ್ಸರದಿಂದ ಕುದಿಯುತ್ತಾಳೆ. ಗೆಳೆಯನು ಹೆಂಡತಿಗಿಂತಲೂ ಹೆಚ್ಚು ಖುಷಿ ಕೊಡುವವನಾಗಿರಬಾರದು. ಇವರಿಬ್ಬರ ಸ್ನೇಹ ಬಹು ಹಳೆಯದಂತೂ ಅಲ್ಲ. ತನ್ನ ಸ್ವಯಂವರದಲ್ಲಿಯೇ ಮೊದಲ ಬಾರಿಗೆ ಅವರಿಬ್ಬರೂ ಭೇಟಿಯಾಗಿದ್ದು. ಇವನೇ ಮನೆಗೆ ಬಂದು ತನ್ನ ಅತ್ತೆಯ ಮಕ್ಕಳೆಲ್ಲರನ್ನೂ ಪರಿಚಯಿಸಿಕೊಂಡು ತನ್ನ ಪರಿಚಯವನ್ನು ಹೇಳಿಕೊಂಡನಲ್ಲ, ನಾನೂ ಎದುರಿಗಿದ್ದೆ. ಯಾರಿಗೆ ಯಾರು ಸಖನಾಗುತ್ತಾರೋ ಬಲ್ಲವರು ಯಾರು? ಭಿನ್ನ ಲಿಂಗದ ಬಾಹ್ಯ ಆಕರ್ಷಣೆ ಕೆಲವು ದಿನಗಳು ಮಾತ್ರ. ಅಂತರಂಗದ ಸೆಳೆತಕ್ಕೆ ಲಿಂಗಭೇದವಿರುವುದಿಲ್ಲ. ಇವರಿಬ್ಬರದೂ ಕ್ಷಣ ಬಿಟ್ಟಿರದ ಗೆಳೆತನ. ಮದುವೆಯಾದ ಮೇಲೆ ಕೃಷ್ಣ ದ್ವಾರಕೆಗೆ ಹೋಗುವುದನ್ನೇ ಮರೆತು ಇಲ್ಲಿಯೆ ನಮ್ಮೊಡನೆ ಉಳಿದುಬಿಟ್ಟನಲ್ಲ? ಧರ್ಮನಿಗೆ ರಾಜ್ಯಾಭಿಷೇಕ ಮಾಡಲೂ ಅವನು ಬೇಕು, ಇಂದ್ರಪ್ರಸ್ಥವನ್ನು ಕಟ್ಟಲೂ ಅವನು ಬೇಕು. ನಾಲ್ಕು ತಿಂಗಳು ಇವನೂ ದ್ವಾರಕೆಯಲ್ಲಿ ಇದ್ದನಂತಲ್ಲ, ಅವನ ತಂಗಿಯೊಡನೆ ಚಕ್ಕಂದವಾಡುತ್ತ.

ಭೀಮನಿಗಾದರೋ ಹಳೆಯ ನಂಟಿನಿಂದ ಹುಟ್ಟಿದ 'ಘಟೋತ್ಕಚ'ನನ್ನು ಜಗತ್ತಿಗೆ ಜ್ಞಾಪಿಸಿ ತನ್ನ ಪುರುಷತ್ವವನ್ನು ಸಾರಿಕೊಳ್ಳುವ ಅವಕಾಶವಿದೆ. ಆದರೆ ಈ ಅರ್ಜುನನನಿಗೆ ಅಂತಹ ಯಾವ ಇತಿಹಾಸವೂ ಇರಲಿಲ್ಲವಲ್ಲ! ಕುಂತಿ ಹದ್ದಿನ ಕಣ್ಣಿನಲ್ಲಿ ಮಕ್ಕಳು ಹೆಣ್ಣಿನ ಸ್ನೇಹ ಮಾಡದಂತೆ ಕಾದಿದ್ದಾಳೆ. ಸ್ವಯಂವರದಲ್ಲಿ ಅಷ್ಟು ಕ್ಲಿಷ್ಟವಾದ ಸ್ಪರ್ಧೆಯನ್ನು ಗೆದ್ದ ತನಗೆ ಮೂರು ವರ್ಷವಾದರೂ ಮಕ್ಕಳಾಗಿಲ್ಲ ಎನ್ನುವ ಕಹಿ ಅರ್ಜುನನ ಮರ್ಯಾದೆಗೆ ಕುಂದು ತಂದಂತಾಯ್ತು. ಹೇಗಾದರೂ ಮಾಡಿ ಬೇರೆ ಹೆಣ್ಣಿನ ಸಹವಾಸ ಮಾಡಲೇ ಬೇಕಿತ್ತು. ಅಮ್ಮನ ಕಣ್ಣೆದುರಿನಲ್ಲಿ ಅದು ಸಾಧ್ಯವಿಲ್ಲವೆಂದು ಗೊತ್ತು. ಅದಕ್ಕಾಗಿ ದೂರ ಹೋಗಲು ನೆಪ ಬೇಕಿತ್ತು.

ನಾರದರು ಮಾಡಿದ ನಿಯಮವನ್ನು ಬಳಸಿಕೊಂಡು ಹೋಗಿದ್ದ. ಆಗಿನ್ನೂ ನಾರದರು ಆ ನಿಯಮ ಮಾಡಿ ಸರಿಯಾಗಿ ಒಂದು ವಾರವೂ ಆಗಿರಲಿಲ್ಲವಲ್ಲವೆ? ಬಿಲ್ಲನ್ನು ತರುವ ನೆಪಕ್ಕೆ ಆಯುಧ ಶಾಲೆ ಹೊಕ್ಕ. ಯಾರೋ ಪುಡಿಕಳ್ಳರು ಒಂದಿಷ್ಟು ಬ್ರಾಹ್ಮಣರ ಗೋವುಗಳನ್ನು ಕದ್ದು ಓಡಿ ಹೋಗುತ್ತಿದ್ದರಂತೆ, ಅದಕ್ಕೆ ಬಿಲ್ಲು ಬೇಕಿತ್ತಂತೆ. ಅಲ್ಲಿ ನಾವಿಬ್ಬರೂ ಇದ್ದೀವೆಂದು ಗೊತ್ತಿದ್ದರೂ ಒಳಗೆ ಬಂದನಂತೆ. ನಿಯಮ ಪರಿಪಾಲನೆಯ ಬಗ್ಗೆ ಅಷ್ಟೊಂದು ನಿಯತ್ತಿದ್ದರೆ ಭೀಮನಿಗೆ ಹೇಳಿದ್ದರೂ ಈ ಪುಡಿಕಳ್ಳರನ್ನು ಹೊಡೆದು ಹಾಕುತ್ತಿದ್ದ. ಅವನಿಗಂತೂ ಈ ಬಿಲ್ಲು ಬಾಣದ ಶೃಂಗಾರ ಬೇಕಿಲ್ಲವಲ್ಲ. ಅದೂ ಹೋಗಲಿ, ಬೇರೆ ಧನುಸ್ಸು ಕೈಗೆ ಸಿಗುತ್ತಿರಲಿಲ್ಲವೆ? ಹೊಸ ಹೆಣ್ಣುಗಳ ಸಹವಾಸ ಮಾಡಲು ನೆಪ ಬೇಕಿತ್ತು, ಅದಕ್ಕೆ ನಾರದರ ನಿಯಮವನ್ನು ಬಳಸಿಕೊಂಡ. ಇವನು ಒಳಗೆ ಬಂದಿದ್ದು, ನಮ್ಮನ್ನು ನೋಡಿದ್ದು ನಮ್ಮಿಬ್ಬರಿಗೂ ಗೊತ್ತಾಗಿರಲಿಲ್ಲ. ತೆಪ್ಪಗೆ ಸುಮ್ಮನಿದ್ದರೂ ನಡೆದುಹೋಗುತ್ತಿತ್ತು. ಆದರೆ ತಾನೆಷ್ಟು ನಿಷ್ಠೆಯಿಂದ ನಾರದರ ನಿಯಮವನ್ನು ಪರಿಪಾಲಿಸುತ್ತಿದ್ದೇನೆಂಬಂತೆ ಎಲ್ಲರ ಮುಂದೆ ತಾನೇ ಹೇಳಿಕೊಂಡು, ದೇಶ ಸುತ್ತಲು ಸಿದ್ಧನಾದ. ಅದಕ್ಕೆ ಕೃಷ್ಣನ ಕುಮ್ಮಕ್ಕೂ ಇತ್ತು. ಹಲವು ಹೆಣ್ಣುಗಳ ರುಚಿ ನೋಡುವುದೆಂದರೆ ಏನೆಂದು ಗೆಳೆಯನಿಗೆ ರಸವತ್ತಾಗಿ ವರ್ಣಿಸಿ ಆಸೆ ಹುಟ್ಟಿಸಿರಬೇಕು. ಮೊದಲೇ ಮಾತುಗಾರ. ಗಂಡುಗಳಿಗೆ ತಾವು ಒಡನಾಡಿದ ಹೆಣ್ಣುಗಳ ಬಗ್ಗೆ ಗೆಳೆಯರ ಮುಂದೆ ಹೇಳಿಕೊಳ್ಳುವುದು ಹೆಮ್ಮೆಯ ಸಂಗತಿ. ಹಾದರದ ವಿಷಯವಾದರಂತೂ ಇನ್ನಷ್ಟು ಉತ್ಸಾಹ. ಇದ್ದ ಸಂಗತಿಯನ್ನು ಇನ್ನಷ್ಟು ವೈಭವೀಕರಿಸಿ ತಮ್ಮ ಪುರುಷತ್ವವನ್ನು ಮೆರೆಸಿಕೊಳ್ಳುವ ಚಟ.

ನಾರದರ ನಿಯಮ ಪಾಲಿಸುವುದೇ ಮುಖ್ಯವಾಗಿದ್ದರೆ ಇಡೀ ಒಂದು ವರ್ಷ ವನಗಳಲ್ಲಿ ಬ್ರಹ್ಮಚಾರಿಯಾಗಿ ಸಂಚರಿಸಬೇಕಿತ್ತು. ಇವನು ವನವನ್ನು ಸುತ್ತುವುದು ಬಿಟ್ಟು, ಊರೂರಿಗೆ ಹೆಣ್ಣುಗಳನ್ನು ಹುಡುಕಿಕೊಂಡು ಹೋದ. ಅವಳ್ಯಾರೋ ಉಲೂಪಿಯಂತೆ, ನಾಗರ ಕುಲದವಳು. ಕಟ್ಟುಮಸ್ತಾದ ಇವನ ಅಂಗ ಸೌಷ್ಟವಕ್ಕೆ ಮರುಳಾಗದ ಹೆಣ್ಣು ಯಾರು? ಮಾತಿನಲ್ಲಿಯೂ ಹೆಣ್ಣನ್ನು ಗೆಲ್ಲುವ ಸ್ವಭಾವ ಇವನದು. "ನಿನ್ನ ಮ್ಯಾಲೆ ಆಸಿಪಟ್ಟು ಬಂದೀನಿ. ನೀನು ಇಲ್ಲ ಅಂದ್ರೆ ನಾನು ಬದುಕಿ ಉಳಿಯಂಗಿಲ್ಲ. ನಾನು ಸತ್ತರೆ ನಿಂಗೆ ಇನ್ನೂ ದೊಡ್ಡ ಪಾಪ ಬರಂಗಿಲ್ಲೇನು? ನನ್ನ ಸ್ವೀಕಾರ ಮಾಡಿದಿ ಅಂದ್ರೆ, ಒಂದು ಜೀವ ಉಳಿಸಿದಂಗೆ ಆಗ್ತದೆ. ಆ ಪುಣ್ಯದ ಮುಂದೆ ಎಂಥಾ ಪಾಪನೂ ಕರಗಿ ಹೋಗ್ತದೆ. ನೀನು ಕಣ್ಣು ಮುಚ್ಚಿ ಒಪ್ಪಿಗೋ... ಅದೆಲ್ಲಾ ಕಟ್ಟುಪಾಡು ನಿಮ್ಮ ದೇಶದಾಗೆ ಮಾತ್ರ ಇರ್ತದೆ. ಇಲ್ಲಿ ನಮ್ಮ ದೇಶದ ನಿಯಮಕ್ಕೆ ತಕ್ಕಂಗೆ ನೀನು ನಡಕೋಬೇಕು" ಅಂತ ಬಣ್ಣದ ಮಾತಿಂದ ಒಪ್ಪಿಸಿ ಕೂಡಿದಳಂತೆ. ಇವನಿಗೆ ಅರ್ಪಿಸಿಕೊಳ್ಳುವ ಆತುರ ಅವಳಿಗೆ. ತಾನೂ

ಮದುವೆಯ ಹೊಸತರಲ್ಲಿ ಇವನಿಗೇ ಹೆಚ್ಚು ತನ್ನನ್ನು ಅರ್ಪಿಸಿಕೊಂಡಿದ್ದೇನಲ್ಲವೆ? ಉಳಿದವರೊಡನೆ ಏಕಾಂತದಲ್ಲಿದ್ದಾಗಲೂ ಇವನ ರೂಪವನ್ನು ಊಹಿಸಿಕೊಂಡು ಸುಖಿಸುತ್ತಿದ್ದೇನಲ್ಲವೆ? ಉಲೂಪಿಯನ್ನು ದೂಷಿಸುವುದು ತಪ್ಪು. ಕೂಡಿದ ಮೊದಲ ಸಲಕ್ಕೇ ಮುಟ್ಟು ನಿಂತಿತಂತೆ. ಇವನಿಗೆ ಧೈರ್ಯ ಬಂದುಬಿಟ್ಟಿತು. ದೋಷ ತನ್ನದೇನೂ ಇಲ್ಲ, ಅದೆಲ್ಲಾ ದ್ರೌಪದಿಯದು. ಪಾಂಚಾಲ ರಾಜ್ಯದ ಕುವರಿ ಪಾಂಚಾಲಿಯದು! ಮಗು ಹುಟ್ಟುವ ತನಕವಾದರೂ ಇರು ಎಂದು ಉಲೂಪಿ ಬೇಡಿಕೊಂಡರೂ ಒಪ್ಪಲಿಲ್ಲವಂತೆ. ಹೊರಟುಬಿಟ್ಟ; ಹೊಸಹೆಣ್ಣುಗಳನ್ನು ಮೇಯುವುದಕ್ಕೆ. ಅನಂತರ ಮಣಿಪುರದ ಹೆಣ್ಣು. ಅವಳಿಗೂ ಗರ್ಭ ಕಟ್ಟಿತಂತೆ. ಇನ್ನು ಇವನನ್ನು ಹಿಡಿಯುವರಾರು? ದಕ್ಷಿಣದ ಕಡೆಗೆ ಹೊರಟು ಅಲ್ಲಿ ಐದು ಹೆಣ್ಣುಗಳೊಡನೆ ಯಥೇಚ್ಛವಾಗಿ ಕಾಲ ಕಳೆದನಂತೆ. "ಪರಿಪೂರ್ಣನಾದ ಗಂಡಿನ ಕಾಲನ್ನು ಕಾಡುಪ್ರಾಣಿ ಹಂಗೆ ನೆಕ್ಕಿದ್ರೆ ಶಾಪಮುಕ್ತಿ ಸಿಗ್ತದೆ ಅಂತ ಹಿರೇರು ಹೇಳ್ತಾರೆ" ಅಂತ ಐದೂ ಜನ ಹೇಳಿದ್ರಂತೆ, ಯಾವುದೋ ದೊಡ್ಡ ಸರೋವರ ಇರೋ ಊರಿನ ಹುಡಿಗೇರು. ಇವನು ಆ ಮಾತನ್ನು ಮನ್ನಿಸಿ ಅವರಿಗೆ ಸಹಾಯ ಮಾಡುವ ಸಲುವಾಗಿ ಒಪ್ಪಿಕೊಂಡನಂತೆ! ಕಾಲನ್ನು ನೆಕ್ಕುವುದು ಮೈಥುನದ ಒಂದು ಕ್ರಿಯೆ ಎಂಬುದು ತಿಳಿಯದ ಮುಗ್ಧನೇನಲ್ಲ ಅರ್ಜುನ. ಆದರೂ ಇವರಿಗೆ ಶಾಪ ವಿಮೋಚನೆ ಮಾಡುವುದು ಆರ್ಯನಾದ ತನ್ನ ಧರ್ಮ ಅಂತಂದುಕೊಂಡನಂತೆ. ತನ್ನೆಲ್ಲಾ ಭೋಗಕ್ಕೆ ಧರ್ಮದ ನೆಪ ಒಡ್ಡುವ ಜಾಣತನ ಇವನಿಗೆ ಕರಗತವಾಗಿತ್ತು. ಅಷ್ಟು ಹೆಣ್ಣನ್ನು ಅನುಭವಿಸಿದರೂ ದಾಹ ತಣಿಯಲಿಲ್ಲ.

ಯಾದವರ ಹೆಣ್ಣುಗಳು ಬಹು ಸೊಗಸು ಎಂದು ಕೃಷ್ಣ ಇವನಿಗೆ ಆಸೆ ಹುಟ್ಟಿಸಿದ್ದನಂತೆ. ಸೀದಾ ದ್ವಾರಕೆಗೆ ಹೋದ. ಬಲರಾಮನ ಕೋಪವನ್ನು ಎದುರಿಸುವ ಭಯದಿಂದ ಸನ್ಯಾಸಿಯ ವೇಷ ಧರಿಸಿದ್ದನಂತೆ. ಮತ್ತೊಮ್ಮೆ ಧರ್ಮದ ದುರ್ಬಳಕೆ ಮಾಡಲು ಹಿಂಜರಿಯಲಿಲ್ಲ. ಸುಭದ್ರೆ ಸೇವೆ ಮಾಡುವ ನೆಪದಲ್ಲಿ ಅವನ ಬಳಿ ಹೋಗಿ ಕೂಡುತ್ತಿದ್ದಳಂತೆ. ಅವಳ ಗರ್ಭವೂ ನಿಂತಿತು. ಮೂರು ತಿಂಗಳು ತುಂಬುತ್ತಲೇ ಏನೂ ಬಾಯಿಬಿಟ್ಟು ಹೇಳದಿದ್ದರೂ ಎಲ್ಲರಿಗೂ ಗುಟ್ಟು ರಟ್ಟಾಗುತ್ತದೆಂಬ ಭಯವಾಯ್ತು. ಆಗಲೇ ಸುಭದ್ರೆ ಮನಿಯಾಗೆ ವಾಂತಿ ಮಾಡೋದು, ತಲೆ ಸುತ್ತಿ ಬರ್ತದೆ ಅಂತ ಮಲಗೋದು, ನಿದ್ದಿ ಬರಲ್ಲ ಅಂತ ಒದ್ದಾಡೋದು, ಯಾವಾಗಲೂ ಬೇರೇದೇ ಲೋಕದಾಗೆ ಇದ್ದಂಗೆ ಇರೋದು ನೋಡಿ ರುಕ್ಮಿಣಿ, ದೇವಕಿಗೆ ಅನುಮಾನ ಬಂತಂತೆ. ಬಸಿರು, ಹಾದರಗಳನ್ನ ಈ ಅರಮನೆಯೊಳಗೆ ಎಷ್ಟು ದಿನ ಅಂತ ಮುಚ್ಚಿಡಲು ಸಾಧ್ಯ? ಜಬರದಸ್ತಿನಿಂದ ಕೇಳಿದ್ರೆ ಹುಳ್ಳಗೆ ಬಾಯಿಬಿಟ್ಟಳಂತೆ. ಕೃಷ್ಣನ ಮುಂದೆ ನಿಜ ಸಂಗತಿ ಹೇಳಿ, "ಏನು

ಮಾಡಬೇಕೋ ಗೊತ್ತಾಗ್ತಾ ಇಲ್ಲ" ಅಂತ ಅವರೂ ಕೈಕೈ ಹಿಸುಕಿಕೊಂಡರಂತೆ. ಕೃಷ್ಣ "ಏನೂ ಅನಾಹುತ ಆಗಿಲ್ಲ. ಎಲ್ಲಾ ಒಳ್ಳೇದಕ್ಕೇ ಆಗ್ಯದೆ. ನೀವು ಸ್ವಲ್ಪ ಸುಮ್ಮನಿರಿ" ಅಂತ ಹೆಂಗಸರಿಗೆ ಬೈಯ್ದನಂತೆ. ಅನಂತರ ಗೆಳೆಯನ್ನ ಕಂಡು, ಸುಮ್ಮನೆ ತಂಗಿಯನ್ನು ಕಟ್ಟಿಕೊಂಡು ಇಂದ್ರಪ್ರಸ್ಥಕ್ಕೆ ತಕ್ಷಣವೇ ಓಡಿ ಹೋಗಿಬಿಡು, ಉಳಿದದ್ದು ನಾನು ನೋಡಿಕೊಂತೀನಿ ಅಂತ ಸೂಚಿಸಿದನಂತೆ. ರಾತ್ರೋರಾತ್ರಿ ಗಾಂಧಾರ ವಿವಾಹ ಮಾಡಿ ಒಳ್ಳೆ ರಥ ಮಾಡಿ ಕಳುಹಿಸಿಬಿಟ್ಟನಂತೆ.

ಇಷ್ಟೆಲ್ಲಾ ಸಾಹಸಗಳನ್ನು ಮಾಡಿದರೂ ಅವನು ಒಳಗೊಳಗೇ ತನಗೆ ಹೆದರುತ್ತಾನೆಂದು ಚೆನ್ನಾಗಿ ಗೊತ್ತು. ಒಂದು ವರ್ಷದ ಸ್ವೇಚ್ಛಾಚಾರ ಮಾಡಿದ ನಂತರ ಈಗ ನನ್ನನ್ನು ಎದುರಿಸಲು ಅಳುಕು ಶುರುವಾಯ್ತು. ದ್ರೌಪದಿಗೆ ಹಾಗೆ ಯೋಚಿಸುತ್ತಲೇ ನಗು ಬಂತು. ಪಾಂಚಾಲಿ ಕಡಿಮೆಯವಳೆ? ಇಡೀ ಆರ್ಯಾವರ್ತದ ಗಂಡು ಕುಲವೇ ಬಂದು ನೆರೆದಿತ್ತಲ್ಲ ತನ್ನನ್ನು ಪಡೆಯಲು, ಅಪ್ಪನ ಅರಮನೆಯಲ್ಲಿ. ಮುಪ್ಪಿನ ಜರಾಸಂಧನಿಂದ ಹಿಡಿದು, ನನಗಿಂತಲೂ ಚಿಕ್ಕ ವಯಸ್ಸಿನ ಶಿಶುಪಾಲನ ತನಕ. ಕರ್ಣ, ದುರ್ಯೋಧನ, ಶಕುನಿ, ಶಲ್ಯ, ಜಯದ್ರಥ... ವಯಸ್ಸಿನ ಖಬರು ಇಲ್ಲದೆ, ಕುಲದ ಅಂತರವಿಲ್ಲದೆ, ಅಂತಸ್ತಿನ ವ್ಯತ್ಯಾಸವಿಲ್ಲದೆ ಎಲ್ಲರೂ ಈ ಪಾಂಚಾಲಿಯನ್ನು ಆಶಿಸಿ ಜೊಲ್ಲು ಸುರಿಸಿಕೊಂಡು ಬಂದಿದ್ದರಲ್ಲವೆ? ಸ್ಪರ್ಧೆಯಲ್ಲಿ ಗೆಲ್ಲಲಾಗದೆ ಕುಂಡಿಯಲ್ಲಿ ಬಾಲವನ್ನು ಸಿಕ್ಕಿಸಿಕೊಂಡ ನಾಯಿಗಳಂತೆ ಎಲ್ಲರೂ ಹೊರಟುಹೋದರು. ಅರ್ಜುನ ಗೆದ್ದಾಗ ಅಸೂಯೆಯಿಂದ ಜಗಳವನ್ನೂ ಮಾಡಿದರಲ್ಲ! ಏನಿತ್ತು ಆಗ ಈ ಪಾಂಡವರ ಬಳಿ? ಇದ್ದ ಮನೆಯೂ ಸುಟ್ಟು, ಕೌರವರ ಮೋಸಕ್ಕೆ ಹೆದರಿಕೊಂಡು ಒಂದು ವರ್ಷ ಕಾಡುಮೇಡುಗಳಲ್ಲಿ ರಹಸ್ಯವಾಗಿ ಓಡಾಡಿ, ಬ್ರಾಹ್ಮಣ ವೇಷ ಧರಿಸಿ ನಮ್ಮೂರಿಗೆ ಬಂದಿದ್ದರಲ್ಲವೆ? ಯಾವುದೋ ಕುಂಬಾರನ ಮನೆಯಲ್ಲಿ ಬಾಡಿಗೆಗಿದ್ದರಲ್ಲ? ಅಪ್ಪ ಬಲವಂತದಿಂದ ಅರಮನೆಗೆ ಕರೆಸಿಕೊಂಡು ಊಟ-ಉಡಿಗೆ ನೋಡಿಕೊಂಡ. ನನ್ನನ್ನು ಗೆದ್ದ ಮೇಲೂ ಹಸ್ತಿನಾವತಿಗೆ ಹಿಂತಿರುಗಲು ಮೀನ-ಮೇಷ ಎಣಿಸಿ ಒಂದು ವರ್ಷ ಅರಮನೆಯಲ್ಲಿಯೇ ಕಳೆದರು. ಆ ಒಂದು ವರ್ಷ ಅಪ್ಪನೇ ಅಲ್ಲವೆ ಅವರನ್ನು ನೋಡಿಕೊಂಡಿದ್ದು? ತನ್ನನ್ನು ಹೆಡಮುರಿಗೆ ಕಟ್ಟಿ ದ್ರೋಣನ ಕಾಲಿಗೆ ಎಸೆದ ಅವಮಾನವನ್ನೂ ಮರೆತು, ಆ ವೀರನಿಗೆ ಅಪ್ಪ ಅಳಿಯತನದ ಗೌರವವನ್ನು ಹೆಮ್ಮೆಯಿಂದ ಕೊಟ್ಟನಲ್ಲವೆ? ಎಂದೂ ಅದರ ಬಗ್ಗೆ ಅಳಿಯನ ಮುಂದೆ ಕೊಂಕು ನುಡಿಯಲಿಲ್ಲ. "ನಿಮ್ಮ ರಾಜ್ಯ ನಿಮಗೆ ದಕ್ಕೋ ಹಂಗೆ ಎಲ್ಲಾ ಸಹಾಯಾನೂ ಮಾಡ್ತೀವಿ" ಅಂತ ಹುರಿದುಂಬಿಸಿದ್ದ. ಪಾಂಚಾಲರ ಸ್ವಭಾವವೇ ಅಂತಹದು. ಶಕ್ತಿಯನ್ನು ಎಲ್ಲ ಕಾಲಕ್ಕೂ ಗೌರವಿಸುತ್ತಾರೆ - ಅವರು ನಮ್ಮ ಗೆಳೆಯರಿರಲಿ, ವೈರಿಗಳೇ ಆಗಿರಲಿ. ಅಂತಹ ವಿಶಾಲ ದೃಷ್ಟಿಕೋನವಿಲ್ಲದೆ ಅಪ್ಪ ದೃಷ್ಟದ್ಯುಮ್ನನನ್ನು

ತನ್ನ ವೈರಿ ದ್ರೋಣರ ಬಳಿಯೇ ಶಿಷ್ಯತ್ವಕ್ಕೆ ಕಳುಹಿಸಲು ಯಾಕೆ ಆಸಕ್ತಿ ವಹಿಸುತ್ತಿದ್ದ? ಅಪ್ಪನಂತೆ ತಮ್ಮನಿಗೂ ಅವೇ ದೊಡ್ಡ ಗುಣಗಳು ಬಂದಿವೆ. ನನಗೆ ಅದು ಚೆನ್ನಾಗಿ ಗೊತ್ತಾಗಿದ್ದು ಸ್ವಯಂವರದಲ್ಲಿಯೇ.

ಅರ್ಜುನ ಬ್ರಾಹ್ಮಣರ ವೇಷದಿಂದ ಬಂದಿದ್ದನಲ್ಲವೆ? ಅವನು ಬಿಲ್ಲನ್ನು ಹೆದೆಯೇರಿಸಲು ಎದ್ದ ತಕ್ಷಣ ಎಲ್ಲ ಕ್ಷತ್ರಿಯರು ಗುಸುಗುಸು ಶುರು ಮಾಡಿಬಿಟ್ಟರಲ್ಲ! ತಮ್ಮ ಕೈಯಲ್ಲಿಯೇ ಆಗದ್ದು ಈ ಪುಟಗೋಸಿ ಬ್ರಾಹ್ಮಣನಿಂದೇನಾದೀತು ಎಂಬ ಅಹಂ ಎಲ್ಲರಿಗೂ ಇತ್ತು. ಆದರೂ ಒಂದು ವೇಳೆ ಹಾಗಾಗಿಬಿಟ್ಟರೆ ಎಂಬ ಅಳುಕು ಕೂಡಾ ಇತ್ತು. ಅರ್ಜುನನ ಮೈಕಟ್ಟೇ ಅಂತಹದು. ಹದಿನೆಂಟರ ಹರೆಯವದು. ದೇಹಕ್ಕೆ ಹೊಸದಾಗಿ ನೇಯ್ದು ಹಗ್ಗದ ಬಿರುಸಿತ್ತು. ಅದಕ್ಕೇ ಇರಬೇಕು, ನೆರೆದ ಜನಕ್ಕೆ ಸಣ್ಣಗೆ ಅನುಮಾನ ಹುಟ್ಟಿದ್ದು. ಅರ್ಜುನ ಜಾಣ. ಅದನ್ನವನು ಸೂಕ್ಷ್ಮವಾಗಿ ಅರ್ಥ ಮಾಡಿಕೊಂಡ. ಬಿಲ್ಲನ್ನು ಹೆದೆಯೇರಿಸುವುದಕ್ಕೆ ಮುಂಚೆ "ಬ್ರಾಹ್ಮಣರಿಗೆ ನಿಮ್ಮ ತಂಗಿನ್ನ ಕೊಡ್ತೀರೇನ್ರಿ?" ಎಂದು ವಿನಯಪೂರ್ವಕವಾಗಿ ಕೇಳಿದ. ತಾನು ಕ್ಷತ್ರಿಯನೆಂದು ಗೊತ್ತಿದ್ದರೂ ಗುಟ್ಟು ಬಿಟ್ಟುಕೊಡದ ಜಾಣತನ ಅವನದು. ಹಸ್ತಿನಾವತಿ ಬಿಟ್ಟು ಇನ್ನೂ ಎರಡು ವರ್ಷವೂ ಆಗಿರಲಿಲ್ಲವಂತೆ. ಯಾರಾದರೂ ಗುರುತು ಹಿಡಿಯಬಹುದು ಎಂಬ ಸಂಶಯದಿಂದ ಮೂಡಿದ ಚಾಣಾಕ್ಷ ಪ್ರಶ್ನೆ ಅದು. ಆ ಪ್ರಶ್ನೆಗೆ ದೃಷ್ಟ ಒಂದು ಕ್ಷಣವೂ ತಡವರಿಸದೆ ಉತ್ತರ ಕೊಟ್ಟನಲ್ಲ! "ನಿಮ್ಮ ಕುಲ ಯಾವುದು ಅನ್ನೋದು ನಮಗೆ ಮುಖ್ಯ ಆಗಂಗಿಲ್ಲ. ನೀವು ಬ್ರಾಹ್ಮಣ, ಕ್ಷತ್ರಿಯ, ವೈಶ್ಯ, ಶೂದ್ರ – ಯಾವುದೇ ಕುಲವಾಗಿದ್ರೂ ಅಡ್ಡಿ ಇಲ್ಲ. ಈ ಬಿಲ್ಲು ಎತ್ತಿ, ಆ ಮೀನಿಗೆ ಹೊಡೆಯೋ ಗಂಡಸು ನಮ್ಮ ತಂಗಿಗೆ ವರ ಆಗ್ತಾನೆ. ಅದಷ್ಟೇ ನಮ್ಮ ಸವಾಲು" ಅಂದಿದ್ದ. ಪಾಂಚಾಲರಿಗೆ ಕುಲ–ಗೋತ್ರಗಳು ಎಂದೂ ಮುಖ್ಯವಾಗಿರಲಿಲ್ಲ. ಸೂತಪುತ್ರ ಕರ್ಣನಿಗೂ ಬಿಲ್ಲನ್ನು ಹೆದೆಯೇರಿಸಲು ಅವಕಾಶ ನೀಡಲಿಲ್ಲವೇನು? ಅವನಿಗೂ ನನ್ನ ಮೇಲೆ ಆಸೆಯಿತ್ತಂತೆ. ಆದರೆ ಬಿಲ್ಲನ್ನು ಹೆದೆಯೇರಿಸಲು ಸಾಧ್ಯವಾಗದೆ ಅವಮಾನದಿಂದ ಕುದಿಯಲಾರಂಭಿಸಿದ. ತನಗೆ ದಕ್ಕಿಲ್ಲವೆಂದ ಮೇಲೆ ತೆಪ್ಪಗಿರಬೇಕು. ಇನ್ನೊಬ್ಬರಿಗೆ ದಕ್ಕಿದರೆ ಅದನ್ನು ನೋಡಿ ಸಂತೋಷಪಡಬೇಕು. ಸೋಲನ್ನು ಸ್ವೀಕರಿಸುವ ಸ್ವಭಾವ ಈ ಗಂಡಸರಿಗೆ ಯಾಕೆ ಬರುವುದಿಲ್ಲ? ಅರ್ಜುನ ಬಿಲ್ಲನ್ನು ಹೆದೆಯೇರಿಸಿ ನನ್ನನ್ನು ಗೆದ್ದ ತಕ್ಷಣ ಈರ್ಷೆಯಿಂದ ತನ್ನ ದುಷ್ಟ ಗೆಳೆಯರ ಜೊತೆ ಸೇರಿ ಕಾಲು ಕೆದರಿ ಜಗಳವಾಡಲು ನಿಂತ. ಅರ್ಜುನನ ಶೌರ್ಯದ ಮುಂದೆ ಅವನದ್ಯಾವ ಲೆಕ್ಕ? ಅರ್ಜುನ ನಾಲ್ಕು ಬಾಣಗಳನ್ನು ಬಿಟ್ಟ ತಕ್ಷಣ ಮೂರ್ಛೆ ಬಿದ್ದ. ಮೈಕೈಗೆಲ್ಲಾ ಅರ್ಜುನನ ಬಾಣಗಳು ನಾಟಿ, ಬದುಕಿದರೆ ಸಾಕೆಂದು ಹಸ್ತಿನಾವತಿಗೆ ಓಡಿಹೋದ.

ನನ್ನ ಧಮನಿಗಳಲ್ಲಿ ಸಂಚರಿಸುತ್ತಿರುವುದೂ ಆ ಪಾಂಚಾಲರ ರಕ್ತವೇ ಅಲ್ಲವೆ? ಪಾಂಚಾಲಿ ಎಂದೂ ಅಗ್ಗದ ಹೆಣ್ಣಲ್ಲ, ಪ್ರೀತಿಯಿಲ್ಲದ ಮೇಲೆ ಎಂತಹ ಸುರಸುಂದರಾಂಗ ಗಂಡಸಿನ ತೊಡೆಯ ಸ್ಪರ್ಶವೂ ಅವಳಿಗೆ ಮುದ ನೀಡುವುದಿಲ್ಲ. ಅದಕ್ಕೇ ಈ ಅರ್ಜುನನಿಗೆ ಹಲವು ಹೆಣ್ಣುಗಳನ್ನು ಗೆದ್ದು ಅನುಭವಿಸಿ ಬಂದ ಮೇಲೆಯೂ ಈ ದ್ರೌಪದಿಯನ್ನು ಎದುರಿಸಲು ಭಯ ಶುರುವಾಗಿದ್ದು. ಅವನು ಕಂಡು ಅನುಭವಿಸಿದ ಯಾವ ಹೆಣ್ಣಿಗೂ ಹೋಲಿಸಲಾಗದವಳು ನಾನೆಂದು ಅವನಿಗೆ ಗೊತ್ತು. ಹೊಸ ಹೆಂಡತಿಯ ಜೊತೆಯಲ್ಲಿ ಬಂದು ತನ್ನನ್ನು ಕಾಣುವುದಕ್ಕೆ ಒಳಗೇ ನಡುಕ ಶುರುವಾಗಿದೆ. ಅದಕ್ಕಾಗಿ ಸುಭದ್ರೆಗೆ ಗೊಲ್ಲರ ವೇಷ ಹಾಕಿ ಕಳುಹಿಸಿದ್ದ. ಯಾದವರು ಗೊಲ್ಲತನದ ವೃತ್ತಿಯವರೇ ಅಲ್ಲವೆ? ಅದಕ್ಕೇ ಅವಳಿಗೆ ಆ ವೇಷ ಹೊಂದುತ್ತದೆಂಬುದು ಅವನ ಎಣಿಕೆ. ಬರೀ ವೇಷ ಹಾಕಿಕೊಂಡರೆ ಗುಣ ಬರುತ್ತದೆಯೆ? ಕಷ್ಟವೆಂಬುದರ ಅರಿವೇ ಇಲ್ಲದೆ ಅರಮನೆಯಲ್ಲಿ ಸುಖದಲ್ಲಿ ಬೆಳೆದ ಸುಕೋಮಲ ದೇಹ ಅವಳದು. ತನಗೆ ತಿಳಿಯುವದಿಲ್ಲವೆ? ಆದರೂ ಅವನ ಪ್ರಯತ್ನ ಅವನು ಮಾಡಿದ. ಅವಳನ್ನು ತಾನು ಮೊದಲು ಸ್ವೀಕರಿಸಿದರೆ, ಉಳಿದದ್ದು ಸುಲಭ ಅಂತ ಅವನ ಅಂದಾಜು. ಇಂದ್ರಪ್ರಸ್ಥದ ಹೊರ ಭಾಗದಲ್ಲಿರುವ ಗೊಲ್ಲರಂತೆ. ದೇವಪ್ರಿಯೆಗೆ ಅವರೆಲ್ಲರ ಪರಿಚಯವಿದೆ.

ಆಗಲೇ ಆ ಘಟನೆ ನಡೆದು ಒಂದು ತಿಂಗಳ ಮೇಲೆ ಆಯ್ತಲ್ಲವೆ? ಅದೇ ತಾನೆ ಧರ್ಮರಾಯನ ವರ್ಷದ ಗಂಡನ ಪಾತ್ರ ಮುಗಿದು, ಭೀಮನ ಸರದಿ ಶುರುವಾಗಿತ್ತು. ಬೇಸಿಗೆ ಮುಗಿದು ಭರ್ಜರಿ ಮಳೆ ಇಳೆಗೆ ಹೊಯ್ಯುತ್ತಿದ್ದ ಕಾಲವದು. ಒಂದು ದಿನ ಬೆಳಗ್ಗೆ ದೇವಪ್ರಿಯೆ ಇದೇ ರೀತಿ ಗೆಜ್ಜೆಯ ಸದ್ದು ಮಾಡುತ್ತಾ ಬಂದಿದ್ದಳು. "ಗೊಲ್ಲರ ಹಟ್ಟಿ ಹೆಣ್ಮಕ್ಕಳು ನಿಮ್ಮನ್ನ ಕಾಣಲಿಕ್ಕೆ ಬಂದಾರೆ" ಎಂದು ಹೇಳಿ ನನ್ನನ್ನು ದಿಟ್ಟಿಸಿದ್ದಳು. ಭೀಮನಾಗಲೇ ಸೋಮಯಾಗಕ್ಕೆ ಹೋಗಿಯಾಗಿತ್ತು. ಅವಳ ನೋಟದಲ್ಲಿಯೇ ಬೇರೇನೋ ಹೇಳಲು ತವಕಿಸುತ್ತಿದ್ದಾಳೆ ಎಂದು ತನಗೆ ಗೊತ್ತಾಗಿತ್ತು. "ಇನ್ನೇನೆ?" ಎಂದಿದ್ದಕ್ಕೆ ಹಗೂರಕ್ಕೆ ಉಸುರಿದ್ದಳು. "ಹೊಸಾ ಹುಡುಗಿ ಒಬ್ಬಾಕಿ ಅವರ ಜೊತಿ ಬಂದಾಳೆ, ಅಂತಃಪುರದಾಗೆ ಕೆಲಸಕ್ಕೆ ಸೇರ್ತಾಳಂತೆ. ಆಕಿ ಗೊಲ್ಲರ ಹಟ್ಟಿಯಾಕಿ ಅಲ್ಲ. ನಮ್ಮ ಕಡಿಯಾಕಿನೂ ಅಲ್ಲ ಅಂತ ಅನ್ನಿಸ್ತದೆ. ಭಾಳ ಬೆಳ್ಳಗಿದಾಳೆ" ಎಂದಿದ್ದಳು. ಆಗಲೇ ದ್ರೌಪದಿಗೆ ಅದು ಸುಭದ್ರೆಯೆಂಬ ವಾಸನೆ ಹೊಡೆದಿತ್ತು. ಹದಿನೈದು ದಿನದ ಕೆಳಗೆ ಆಗಲೇ ದ್ವಾರಕೆಯಿಂದ ದೂತರು ಬಂದು ವಿಷಯ ತಿಳಿಸಿಹೋಗಿದ್ದರು. ಅರ್ಜುನ–ಸುಭದ್ರೆಯ ಗಾಂಧರ್ವ ವಿವಾಹ ನಡೆದು ಹೋಗಿತ್ತು. ಕೃಷ್ಣ–ರುಕ್ಮಿಣಿಯರೇ ಮುಂದೆ ನಿಂತು ಮದುವೆಗೆ ಪ್ರೋತ್ಸಾಹ ಕೊಟ್ಟಿದ್ದರಂತೆ. ಕುಂತಿಗೆ ಹಿಗ್ಗೋ ಹಿಗ್ಗು. ತವರಿನ ಸಂಬಂಧ ಯಾರಿಗೆ ಬೇಡ?

ಅದೂ ಈಗ ಯಾದವರು ಮೊದಲಿನಂತೆ ಬಡವರಲ್ಲ. ದ್ವಾರಕೆಯಲ್ಲಿ ಸಾಕಷ್ಟು ಧನ ಗಳಿಸಿದ್ದಾರಂತೆ. ಇಂದ್ರಪ್ರಸ್ಥ ಕಟ್ಟುವಾಗ ನಾವೇ ನೋಡಿದೆವಲ್ಲ? ಬಂಡಿಗಟ್ಟಲೆ ಧನ-ಕನಕವನ್ನು ಕೃಷ್ಣ ಅಲ್ಲಿಂದ ತರಿಸಿದ. ಅದಕ್ಕೆ ಯಾರೂ ಅಲ್ಲಿ ಅಪಸ್ವರವೆತ್ತಲಿಲ್ಲವಂತೆ. ಅಂತಹ ವೈಭವವುಳ್ಳ ಯಾದವರ ಸಹವಾಸ ಯಾರಿಗೆ ಬೇಡ? ಗೋವು ಕಾಯುವ ಗೊಲ್ಲರಾದರೇನು? ಕ್ಷತ್ರಿಯರೂ ಅಸೂಯೆ ಪಡುವಂತಹ ಸಂಪತ್ತು ಯಾದವರಿಗೆ ಬಂದಿದೆ. ಆದ್ದರಿಂದಲೇ ತಮ್ಮನ್ನೂ ಕ್ಷತ್ರಿಯರೆಂದೇ ಸ್ವೀಕರಿಸಿ ಎಂದು ಎಲ್ಲರ ಮುಂದೆ ಹೇಳಿಕೊಳ್ಳುತ್ತಿದ್ದಾರಂತೆ. ಇಲ್ಲಿಯವರು ಅಷ್ಟು ಸುಮ್ಮನೆ ಗೊಲ್ಲರನ್ನು ಒಪ್ಪಿಕೊಳ್ಳುತ್ತಾರೆಯೆ? ಶೌರ್ಯದಿಂದ ಕ್ಷತ್ರಿಯರೆನ್ನಿಸಿಕೊಳ್ಳಬಹುದೇ ಹೊರತು ಸಂಪತ್ತು ಗಳಿಸಿ ಕ್ಷತ್ರಿಯರಾಗಬಹುದೆ?

ಸಂಪತ್ತಿನ ಜೊತೆಜೊತೆಗೆ ಸಮಸ್ಯೆಗಳೂ ಬರುತ್ತವೆ, ಬಡತನದಲ್ಲಿ ಎಂದೂ ಕಾಣದಿದ್ದ ವಿಶೇಷ ಸಮಸ್ಯೆಗಳು. ಯಾವುದೂ ಪುಕ್ಕಟೆ ಸಿಗುವುದಿಲ್ಲ ಈ ಭೂಮಿಯಲ್ಲಿ. ಒಮ್ಮಿಂದೊಮ್ಮೆಲೆ ಹಣ ಸಿಕ್ಕಿದ್ದೇ ಯಾದವರ ಹುಡುಗರು ಕುಡಿತ, ಜೂಜು, ವ್ಯಭಿಚಾರಕ್ಕೆ ಇಳಿದುಬಿಟ್ಟಿದ್ದಾರಂತೆ. ಎಲ್ಲೋ ದೂರದಲ್ಲಿ ದೇಶ ಕಟ್ಟಿಕೊಂಡಿದ್ದಾರೆ. ಸಮುದ್ರದ ತೀರವಂತೆ. ಹೇಗಿರುತ್ತದೆಯೋ ಸಮುದ್ರವೆಂಬುದು? ನಮ್ಮ ಗಂಗೆಗಿಂತಲೂ ದೊಡ್ಡದಿರುತ್ತದೆಯೆ? ಇರಲಿಕ್ಕಿಲ್ಲ. ಕೃಷ್ಣನ ಹತ್ತಿರ ಕೇಳಬೇಕು. ಆ ಪ್ರದೇಶದಲ್ಲಿ ಯುದ್ಧಕ್ಕೆ ಬರುವ ರಾಜರೂ ಕಡಿಮೆ ಇರಬೇಕು. ಹಗಲು-ರಾತ್ರಿ ಬರೀ ಮೋಜಿನಲ್ಲಿ ಕಳೆಯುತ್ತಿದ್ದಾರಂತೆ. ಇದು ಮುಂದೆ ವಿನಾಶಕ್ಕೆ ದಾರಿ ಮಾಡಿಕೊಡುತ್ತದೆಂದು ಕೃಷ್ಣನಿಗೆ ಚೆನ್ನಾಗಿ ಗೊತ್ತು. ಮುಂದೇನಾಗಬಹುದು ಎಂದು ಚೆನ್ನಾಗಿ ತಿಳಿಯುವ ಶಕ್ತಿ ಅವನಿಗಿದೆ. ಆದರೆ ಅವನ ಮಾತಿಗೆ ಅಲ್ಲಿ ಯಾರೂ ಬೆಲೆ ಕೊಡುವುದಿಲ್ಲ. ಸಿರಿತನದ ಮದದಲ್ಲಿ ಕೊಬ್ಬಿದ ಹರೆಯಕ್ಕೆ ಬುದ್ಧಿ ಮಾತುಗಳು ಅರ್ಥವಾಗುವುದಿಲ್ಲ. ಕೃಷ್ಣನದು ಉತ್ಸಾಹದ ವ್ಯಕ್ತಿತ್ವ, ಚೈತನ್ಯದ ಚಿಲುಮೆಯವನು. ಯಾವಾಗಲೂ ಏನಾದರೂ ಹೊಸ ಯೋಜನೆಯಲ್ಲಿರಲು ಅವನ ಜೀವ ತುಡಿಯುತ್ತದೆ. ಅದಕ್ಕಾಗಿಯೇ ಮತ್ತೆ ಮತ್ತೆ ನಮ್ಮಲ್ಲಿಗೆ ಓಡಿಬರುತ್ತಾನೆ. ಪಾಂಡವರು ಅವನ ಬುದ್ಧಿಶಕ್ತಿ, ತಾಕತ್ತನ್ನು ಗೌರವಿಸುತ್ತಾರೆ. ಅರ್ಜುನನ ಸ್ನೇಹ ಅವನನ್ನು ಎಳೆದು ತರುತ್ತದೆ. ಅರ್ಜುನನಿಗೂ ಸುರಾಪಾನ ಪ್ರಿಯವೇ, ಆದರೆ ವ್ಯಸನಿಯಲ್ಲ. ಅಣ್ಣನಂತೆ ಜೂಜಿನ ಹುಚ್ಚೂ ಇವನಿಗಿಲ್ಲ. ಬಿಲ್ಲು ಹಿಡಿದು ನಿಂತರೆ ಆ ಇಂದ್ರನೂ ಹೆದರಿ ಓಡಿ ಹೋಗುವ ನಿಪುಣತೆಯಿದೆ. ಆದ್ದರಿಂದಲೇ ತಂಗಿಗೆ ಇವನೇ ಸರಿ ಅಂತ ಕೃಷ್ಣ ನಿರ್ಧರಿಸಿರಬೇಕು. ಯಾದವ ಗಂಡುಗಳ ಸಹವಾಸವೇ ಬೇಡವೆಂದು ಯೋಚಿಸಿ, ಅರ್ಜುನನಿಗೆ ಅವಳನ್ನು ಜೊತೆ ಮಾಡಿಸಿರಬೇಕು. ಎಷ್ಟೊಂದು ಸಲ ಇಂದ್ರಪ್ರಸ್ಥಕ್ಕೆ ಬಂದು ನನ್ನ ಆತಿಥ್ಯ ಸ್ವೀಕರಿಸಿದ ಕೃಷ್ಣನಿಗೆ, ಒಮ್ಮೆಯಾದರೂ ನನಗೆ ಸವತಿಯನ್ನು

ತರುವುದು ಉಂಡಮನೆಗೆ ಜಂತಿ ಎಣಿಸಿದಂತೆ ಅನ್ನಿಸಲಿಲ್ಲವೆ? ಒಟ್ಟಾರೆ ದ್ರೌಪದಿಯ ಅದೃಷ್ಟ ಕೆಟ್ಟದ್ದು.

ಸುಭದ್ರೆಯ ಚೆಲುವನ್ನು ನೋಡಿ ದ್ರೌಪದಿಗೂ ಅಸೂಯೆಯಾಗಿತ್ತು. "ನಂಗಿಂತಲೂ ಆಕೀನೆ ಛೇಷಿದ್ದಾಳೆ" ಅನ್ನಿಸಿ ವಿಷಾದವಾಗಿತ್ತು. ಒಂದೆರಡು ಬಾರಿ ದೇವಪ್ರಿಯೆಯ ಮುಂದೆ ಆ ವಿಷಯವನ್ನು ಕೆದಕಿಯೂ ನೋಡಿದಳು. ಒಡತಿಗೆ ಅಪ್ರಿಯವಾದ ಸತ್ಯವನ್ನು ಹೇಳಲು ಹೆದರಿದ ದೇವಪ್ರಿಯೆ "ಬರೀ ಬಣ್ಣ ಇದ್ರೆ ಆಯ್ತೇನ್ರಿ ಅವ್ವಾರೆ? ನಿಮ್ಮ ಮುಖದ ಕಳೆ ಆಕಿಗೆಲ್ಲದೆ ಬಿಡ್ರಿ" ಎಂದು ತನ್ನನ್ನು ಸಮಾಧಾನಪಡಿಸಿದ್ದಳು. ಅವಳ ಮಾತೂ ಸರಿಯೆ. ಬರೀ ನೋಡಲು ಸುಂದರವಾಗಿದ್ದುಬಿಟ್ಟರೆ ಆಯ್ತೆ? ಬಾಯಿಬಿಟ್ಟರೆ ಸಾಕು, ಬಣ್ಣಗೇಡು. "ಅಕ್ಕ, ನಿಮ್ಮ ಸೇವಾ ಮಾಡಿಕೊಂಡು ಇರ್ತೀನಿ" ಅಂತ ಸುಭದ್ರೆ ಮುದ್ದು ಮುದ್ದಾಗಿ ಮಾತನಾಡುವುದನ್ನು ನೋಡಿದಾಗ, ಇವಳಿಗೆ ಬದುಕಿನ ಅನುಭವ ಕಡಿಮೆ ಅನ್ನಿಸಿಬಿಟ್ಟಿತು. ಕೃಷ್ಣನೋ, ಅರ್ಜುನನೋ ಈ ಮಾತುಗಳನ್ನು ಹೇಳಿಕೊಟ್ಟಿರಬೇಕು. ಗಿಣಿಪಾಠದಂತೆ ನನಗೆ ಒಪ್ಪಿಸಿದಳು. ಸುಖವಾಗಿ ಅಪ್ಪ-ಅಮ್ಮನ ಆರೈಕೆಯಲ್ಲಿ ಬೆಳೆದ ಹುಡುಗಿ. ಐದು ಗಂಡಂದಿರನ್ನು ಸಂಭಾಳಿಸುವ ಈ ಬೆಂಕಿಯ ಮಗಳೆಲ್ಲಿ, ಬೆಂಕಿ ತಾಗಿದರೆ ಕರಗಿ ಹೋಗುವ ಈ ಬೆಣ್ಣೆಯ ಮುದ್ದೆಯೆಲ್ಲಿ? ಇವಳೇನಿದ್ದರೂ ಗಂಡಿನ ಜೊತೆ ಮುದ್ದು ಮಾಡಿಸಿಕೊಳ್ಳಲು ಸರಿ. ಪಾಂಚಾಲಿಯ ಗತ್ತು, ಸೂಕ್ಷ್ಮತೆ ಇವಳಿಗಿಲ್ಲ ಎಂದು ಸಮಾಧಾನವಾಗಿತ್ತು. ಕುಂತಿಯಂತೂ ಸೊಸೆಯ ಗಲ್ಲವನ್ನು ಸವರಿ, ನೆಟಿಗೆ ಮುರಿದು ಮುದ್ದು ಮಾಡಿದ್ದೇ ಮಾಡಿದ್ದು. ಅವಳಿಗಾಗಿಯೇ ಬೇರೊಂದು ಮನೆಯನ್ನೂ ಮಾಡಿಸುವುದಕ್ಕೆ ಒಪ್ಪಿಕೊಂಡುಬಿಟ್ಟಳು. ಒಪ್ಪುವುದೇನು ಬಂತು, ಐದೂ ಮಕ್ಕಳು ಈಗ ಬೆಳೆದಿದ್ದಾರೆ. ಈಗವಳ ಮಾತನ್ನು ಯಾರು ಕೇಳುತ್ತಾರೆ, ಅದೂ ಹೆಣ್ಣಿನ ವಿಷಯದಲ್ಲಿ?

ಸುಭದ್ರೆಯನ್ನು ಸ್ವೀಕರಿಸುವ ನಾಟಕವಾಡಿ, ವಾಪಸ್ ಅಂತಃಪುರಕ್ಕೆ ಬಂದಾಗ ದೇವಪ್ರಿಯೆ ಹಗೂರಕ್ಕೆ ಉಸುರಿದ್ದಳು – "ಆಕಿ ಮೂರು ತಿಂಗಳು ಬಸುರಿ ಇರ್ಬೇಕು ಅವ್ವಾರೆ. ಸಣ್ಣಗೆ ಹೊಟ್ಟಿ ಕಾಣಿಸ್ಲಿಕ್ಕೆ ಶುರುವಾಗ್ಯದೆ". ದ್ರೌಪದಿಗೆ ಹೊಟ್ಟೆಯಲ್ಲಿ ನೆಲ್ಲುಮೊಸರು ಕಲಸಿದಂತಾಗಿತ್ತು. ಮೂರು ಮಕ್ಕಳ ತಾಯಿ ದೇವಪ್ರಿಯೆಗೆ ಕಂಡಂತೆ, ತನಗೆ ಆ ಉಬ್ಬಿದ ಹೊಟ್ಟೆ ಕಣ್ಣಿಗೆ ಬಿದ್ದೇ ಇರಲಿಲ್ಲ ಎಂಬುದು ಅರ್ಥವಾಗಿ ಬಂಜೆತನದ ಶೂಲ ಎದೆಗೆ ನೆಟ್ಟಂತಾಗಿ ಕುಸಿದಿದ್ದಳು. ಊಲೂಪಿ, ಚಿತ್ರಾಂಗದೆಯರ ವಿಷಯ ಬೇರೆ. ಅವರಿಗೆ ಗರ್ಭ ಕಟ್ಟಿದ ವಿಷಯ ದೂತರ ಮೂಲಕ ತಿಳಿದಾಗ ಅಂತಹ ಖೇದವೇನೂ ಆಗಿರಲಿಲ್ಲ. ಅವರೆಲ್ಲೋ ದೂರದ ದೇಶದಲ್ಲಿ ತಮ್ಮ ತಂದೆಯ ಅರಮನೆಯಲ್ಲಿ ವಾಸಿಸುವವರು. ನೇರವಾಗಿ

ಇಂದ್ರಪ್ರಸ್ಥಕ್ಕೆ ಬಂದು ತಮ್ಮೊಡನೆ ಇರಲು ನಿರಾಕರಿಸಿದವರು. ಸುಭದ್ರೆಯ ವಿಷಯ ಬೇರೆ. ದಿನನಿತ್ಯ ಅವಳ ಮುಖವನ್ನು ನೋಡಬೇಕು, ಅವಳ ಉಬ್ಬಿದ ಹೊಟ್ಟೆಯನ್ನು ನೋಡಬೇಕು, ಅಸೂಯೆ ಆಗಿಲ್ಲವೆಂಬಂತೆ ನಾಟಕವಾಡಬೇಕು.

ಕುಂತಿಯಂತೂ ಮೊದಲ ಬಾಣಂತನವನ್ನು ತಾನೇ ನಿಂತು ಮಾಡುವ ಹುಮ್ಮಸ್ಸಿನಲ್ಲಿ ಓಡಾಡತೊಡಗಿದ್ದಾಳೆ. "ಗಂಡು ಕೂಸೇ ಹುಟ್ಟೋದು. ನಮ್ಮ ವಂಶದಾಗೆ ಹೆಣ್ಣು ಹುಟ್ಟಿದ್ದೇ ಅಪರೂಪ" ಅಂತ ಹೇಳಿಕೊಂಡು ತಿರುಗಾಡುತ್ತಿದ್ದಾಳೆ. ಭೀಮ ಮತ್ತಿಷ್ಟು ಖಿನ್ನನಾಗಿದ್ದಾನೆ. ನಕುಲ, ಸಹದೇವ ಆಗಲೇ ಬೇರೆ ಪತ್ನಿಯರನ್ನು ಮಾಡಿಕೊಳ್ಳುವ ಯೋಜನೆ ಹಾಕತೊಡಗಿದ್ದಾರೆ. ಹಿರಿಯನಾದ ಅರ್ಜುನನು ಕಿರಿಯರಿಗೆ ಹೆಣ್ಣನ್ನು ಅನುಭವಿಸುವ ಸುಲಭದ ದಾರಿ ತೋರಿಸಿಕೊಟ್ಟಾಯಿತಲ್ಲ? ಇನ್ನು ಸುಮ್ಮನಿರುವರೆ? ಆದರೆ ತನಗವರಿಬ್ಬರ ಬಗ್ಗೆ ಎಂದೂ ಅಸೂಯೆಯ ಭಾವವೇ ಬರಲಿಲ್ಲವೆಂದೆನಿಸಿ ದ್ರೌಪದಿಗೆ ಸಣ್ಣಗೆ ನಗು ಬರುತ್ತದೆ. ತಾಯಿಯೊಬ್ಬಳು ಬೆತ್ತಲೆ ಮಗುವಿನ ಜೊತೆ ಆಟವಾಡಿದಂತೆಯೇ ಅವರೊಡನೆ ಏಕಾಂತದಲ್ಲಿ ಕಾಲ ಕಳೆಯುತ್ತೇನೆ. ಆದರೆ ಅರ್ಜುನನ ವಿಷಯದಲ್ಲಿ ಮಾತ್ರ ತನ್ನ ಅಧಿಕಾರ ಬೇಕೆಂದು ತಾನೇಕೆ ಬಯಸುತ್ತೇನೆ? ತನ್ನನ್ನು ಅವನೇ ಗೆದ್ದವನೆಂಬ ಕಾರಣವೆ? ಭೀಮ ತನ್ನನ್ನು ಗೆಲ್ಲಲಿಲ್ಲ ಎಂಬ ಕಾರಣಕ್ಕೆ ಅವನ ಮೇಲೆ ನನಗೆ ಮೊದಮೊದಲು ಅಗ್ಗದ ಮನೋಭಾವವಿತ್ತೆ? ಈಗಲೂ ಧರ್ಮರಾಯನನ್ನು ತಾನೇ ಇಷ್ಟಪಟ್ಟು ಕೂಡಲು ಆತುರ ತೋರಿಸುವುದಿಲ್ಲವೇಕೆ? ಯಾಕೋ ಈಗ ಈ ಕಾಮದ ಬಗ್ಗೆಯೇ ಆಸಕ್ತಿ ಮುದುಡುತ್ತಿದೆ. ಎಲ್ಲ ಕೂಡುವಿಕೆಯ ಕೊನೆಯ ಉದ್ದೇಶ ಸಂತಾನದ ಅಪೇಕ್ಷೆಯೆಂದೇ ಅನ್ನುವರಲ್ಲವೆ? ಹಾಗಿದ್ದರೆ ಐದು ಗಂಡಂದಿರಿಂದಲೂ ಫಲವತಿಯಾಗದ ನಾನು ಈಗ ಯಾರಿಗೂ ಮುಖ್ಯವಾಗುವುದೇ ಇಲ್ಲವೆ? ಸುಭದ್ರೆಯ ಮಗನೇ ಮುಂದೆ ಪಾಂಡವರ ವಂಶದ ವಾರಸುದಾರನಾಗುತ್ತಾನೆಯೆ? ಅವನಿಗೇ ಮೊದಲು ಕನ್ಯೆಯನ್ನು ಪಾಂಡವರು ತರುತ್ತಾರೆಯೆ? ತನಗೆ ಮಕ್ಕಳಾದರೂ ಯಾವ ಮಹತ್ವವೂ ಅವಕ್ಕಿಲ್ಲದಂತೆ ಕಳೆದು ಹೋಗುತ್ತವೆಯೆ? ಪಾಂಚಾಲರ ವಂಶಾವಳಿಗೆ ಮಹತ್ವವಿಲ್ಲದೆ, ಯಾದವರ ವಂಶವೇ ಪಾಂಡವ ಕುಲವನ್ನು ಮುಂದುವರೆಸುತ್ತದೆಯೆ? ಭವಿಷ್ಯವನ್ನು ನೆನೆದು ದ್ರೌಪದಿಗೆ ಏಕಾಂತದಲ್ಲಿ ಒಮ್ಮೊಮ್ಮೆ ದುಃಖ ಉಕ್ಕಿ ಬರುತ್ತದೆ.

ದ್ರೌಪದಿ ಅಷ್ಟು ಸುಲಭವಾಗಿ ಯಾರ ಮುಂದೆಯೂ ತನ್ನ ದುಃಖವನ್ನು ತೋಡಿಕೊಳ್ಳುವುದಿಲ್ಲ. ಅಳುವುದು, ಬೇಡುವುದು ಕ್ಷತ್ರಿಯ ಹೆಣ್ಣಿಗೆ ಶೋಭಿಸುವುದಿಲ್ಲ. ಆದರೆ ಅಂದು ನಾರದರು ಬಂದಾಗ ಮಾತ್ರ ದುಃಖದ ಕಟ್ಟೆಯೊಡೆದಂತೆ ಅವರ ಪಾದಗಳ ಮೇಲೆ ತಲೆಯಿಟ್ಟು ಅತ್ತಿದ್ದಳು. ಲೋಕ ಸಂಚಾರದ ಈ ಮಹರ್ಷಿಗಳು ಆಗೊಮ್ಮೆ ಈಗೊಮ್ಮೆ ತಮ್ಮಲ್ಲಿಗೂ ಬರುವ ಪರಿಪಾಠವಿತ್ತು. ಅಪ್ಪನ ಮನೆಗೂ

ಒಂದೆರಡು ಬಾರಿ ಬಂದಿದ್ದರು. ಅವರ ಅನುಭವ ಲೋಕ ದೊಡ್ಡದು. ಜಗತ್ತಿನ ದರ್ಶನ ನಿರಂತರವಾಗಿ ಮಾಡುತ್ತಾರಾದ್ದರಿಂದ ಅಹಂಕಾರವಿಲ್ಲ. ಯಾರು ನೋಡಿದರೂ ಗೌರವದಿಂದ ತಲೆಬಾಗಿಸಬೇಕೆನ್ನುವ ಸಾತ್ವಿಕ ವರ್ಚಸ್ಸು ಅವರಿಗಿದೆ. ಅಂದು ಅವರು ಬಂದಾಗ ಧರ್ಮರಾಯನ ಉತ್ಸಾಹಕ್ಕೆ ಕಡಿವಾಣವಿಲ್ಲದಾಗಿತ್ತು. ಧರ್ಮದ ಬಗ್ಗೆ ಮಾತನಾಡಲು, ದೇಶ-ವಿದೇಶದ ಕತೆ ಕೇಳಲು ಹೊಸಬರೊಬ್ಬರು ಸಿಕ್ಕರಲ್ಲ - ಇನ್ನೇನು ಬೇಕು ಅವನಿಗೆ? ಭರ್ಜರಿಯಾಗಿ ಅವರನ್ನು ಸ್ವಾಗತಿಸಿದ. ವೇದ ಪಠಣವೂ ನಡೆಯಿತು. ಬ್ರಾಹ್ಮಣರಿಗೆ ಅನ್ನದಾನವೂ ಇತ್ತು.

ಎಲ್ಲ ಮುಗಿದ ಮೇಲೆ ನಾರದರು ಐವರನ್ನೂ ಕೂಡಿಸಿಕೊಂಡು ಮಾತನಾಡಲು ಶುರು ಮಾಡಿದರು. ನನಗೂ ಹೇಳಿ ಕಳುಹಿಸಿದರು. ಹೂವು, ಹಣ್ಣಿನ ಹರಿವಾಣವನ್ನು ಒಯ್ದು ಅವರಿಗೆ ಸಮರ್ಪಿಸಿ ನಮಸ್ಕಾರ ಮಾಡಿದೆ. "ಮನಿ ತುಂಬ ಮಕ್ಕಳು ಆಗಲವ್ವಾ" ಎಂದು ಅವರ ಬಾಯಿಂದ ಬಂದಿದ್ದೇ ತಡ, ನನಗೆ ದುಃಖ ಒತ್ತರಿಸಿಕೊಂಡು ಬಂತು. ಯಾವ ಸಂಕೋಚವೂ ಇಲ್ಲದಂತೆ ಅವರ ಪಾದಕ್ಕೆ ತಲೆಯಿಟ್ಟು ಅಳಲಾರಂಭಿಸಿದೆ. ಅವರು ಮಾತನಾಡದೆ ಹಗೂರಕ್ಕೆ ನನ್ನ ತಲೆಯ ಮೇಲೆ ಕೈಯಿಟ್ಟಿದ್ದರು. ಅಳುವು ಒಂದು ಹಂತಕ್ಕೆ ಬಂದ ಮೇಲೆ, ಕಣ್ಣೊರೆಸಿಕೊಂಡು ದೂರ ಸರಿದು ಕುಳಿತೆ. ನಾರದರಿಗೆ ನನ್ನ ಸ್ಥಿತಿ ಅರ್ಥವಾಗಿತ್ತು. ಐದೂ ಜನರನ್ನು ಹೊರಕ್ಕೆ ಕಳುಹಿಸಿದರು.

"ಅಷ್ಟು ಯಾಕೆ ದುಃಖ ಪಡ್ತೀಯವ್ವಾ? ಕೊಡೋ ದೇವರು ಈವತ್ತಲ್ಲಾ ನಾಳೆ ಕೊಟ್ಟೇ ಕೊಡ್ತಾನೆ. ಸಮಾಧಾನ ಮಾಡ್ಕೋ. ದೊಡ್ಡ ಸಾಮ್ರಾಜ್ಯಕ್ಕೆ ರಾಣಿ ನೀನು. ಹಿಂಗೆ ಅಳೋದು ನಿಂಗೆ ಛಂದ ಕಾಣಲ್ಲ" ಎಂದು ನಿಧಾನಕ್ಕೆ ಹೇಳಿದರು.

"ಇನ್ನೆಷ್ಟು ದಿನ ಅಂತ ಸಮಾಧಾನ ಮಾಡ್ಕೊಳ್ಳಿ ಬುದ್ಧಿ. ಆಗಲೇ ಆರು ವರ್ಷ ಆಯ್ತು. ಐದೈದು ಜನನ್ನ ಮದುವಿ ಮಾಡಿಕೊಂಡರೂ ಹೊಟ್ಟಿ ಕಟ್ಟಲಿಲ್ಲ. ಎಲ್ಲಾರೂ ನಂದೇ ದೋಷ ಅದೆ ಅನ್ನಲಿಕ್ಕೆ ಶುರು ಮಾಡ್ಯಾರೆ."

"ಭಗವಂತನ ಸೃಷ್ಟಿನಾಗೆ ಯಾವ ದೋಷಾನೂ ಇರಲ್ಲ ತಂಗಿ. ನೋಡೋ ನಮ್ಮ ಕಣ್ಣಿನ ಸಮಸ್ಯಾ ಅದು."

"ಹಂಗಾರೆ ಬುದ್ಧಿ, ನನ್ನ ಸಮಸ್ಯಾಕ್ಕೆ ಸರಿಯಾದ ಪರಿಹಾರ ಏನು ಅಂತ ಹೇಳ್ರಿ."

"ನೋಡವ್ವಾ, ಒಂದು ಮಾತು ಹೇಳ್ತೀನಿ. ನೀನೇ ಅರ್ಥ ಮಾಡ್ಕೋ... ಭೂಮಿ ತಾಯಿ ಮೇಲೆ ಬೀಜ ಮೊಳಕಿ ಒಡೀಬೇಕು ಅಂದ್ರೆ ನೀರೂ ಬೇಕು, ಬಿಸಿಲೂ ಬೇಕು. ಒಂದಿದ್ದು ಒಂದಿಲ್ಲ ಅಂದ್ರೆ ನಡಿಯಂಗಿಲ್ಲ. ಮಳಿ ಇಲ್ಲದಂಗೆ ಬರ ಬಂದ್ರೂ ಬೀಜ ಒಣಗಿ ಹೋಗ್ತದೆ. ಹಂಗೇನೆ ಬಿಸಿಲಿನ ಝಳ ಇಲ್ಲದಂಗೆ ಬರೀ ಮಳೀ

ಸುರುದ್ರೆ ಯಾವ ಬೀಜ ಮೊಳಕೆ ಒಡೀತದೆ ಹೇಳು? ಧೋಧೋ ಅಂತ ಸುರಿಯೋ ಜಲಪಾತದ ನೀರು ಬೀಳೋ ಕಡಿ ಹುಲ್ಲು ಬೆಳದಿದ್ದು ನೋಡೀಯೇನು?"

ಅವರ ಮಾತು ದ್ರೌಪದಿಗೆ ಅರ್ಥವಾಗಲು ಹಲವು ಕ್ಷಣಗಳು ಹಿಡಿದವು. ತಾನು ಅರ್ಥ ಮಾಡಿಕೊಂಡಿದ್ದು ಸರಿಯೋ ತಪ್ಪೋ ಅಂತ ಬಿಡಿಸಿ ಕೇಳಲು ಸಂಕೋಚ ಅಡ್ಡಿ ಬಂತು. ಎಷ್ಟಾದರೂ ಮದುವೆಯಾಗದ ಖುಷಿ.

"ನಾನು ಏನು ಮಾಡಬೇಕು ಹೇಳ್ರಿ ಬುದ್ಧಿ. ಈ ದುಃಖ ತಡೀಲಾರೆ."

"ದುಃಖ ತಡಕೊಳ್ಳೋದು ಅಭ್ಯಾಸ ಮಾಡಿಕೋಬೇಕವ್ವಾ... ಈವೊತ್ತು ಮಕ್ಕಳಿಲ್ಲ ಅಂತ ಅಳ್ತಿ, ನಾಳೆ ಮತ್ತೇನೋ ಕಷ್ಟ ಬಂತು ಅಂತ ಅಳೋದಕ್ಕೆ ಶುರು ಮಾಡ್ತಿ. ಕಷ್ಟನ್ನ ಎದುರಿಸೋದು ಕಲಿತುಕೊಂಡರೆ ಜಾಸ್ತಿ ದುಃಖ ಆಗೋದಿಲ್ಲ, ಅದೇ ಮದ್ದು. ಅವು ಬದುಕಿನಾಗೆ ಬರ್ತಾನೇ ಇರ್ತಾವೆ. ಯಾರು ಬ್ಯಾಡ ಅಂದ್ರೂ ಕೇಳಂಗಿಲ್ಲ."

"ಈ ಬಂಜೆತನದ ಕಷ್ಟದಿಂದ ನನ್ನ ಪಾರು ಮಾಡ್ರಿ ಬುದ್ಧಿ. ಉಳಿದ ಕಷ್ಟಗಳು ಎಷ್ಟೇ ಬರಲಿ, ಎದುರಿಸ್ತೀನಿ."

ನಾರದರು ಸಣ್ಣಗೆ ನಕ್ಕರು.

"ಹಂಗೇ ಆಗಲವ್ವ, ನಿನ್ನ ಐದೂ ಜನ ಗಂಡಂದಿರನ್ನ ಕರಿ. ನಂಗೆ ತಿಳಿದದ್ದು ನಾನು ಹೇಳ್ತೀನಿ. ಉಳಿದದ್ದು ಆ ಶ್ರೀಹರಿ ಇಚ್ಛಾ" ಎಂದರು. ಐವರೂ ಬಂದರು. ಎಂದೂ ಅಳದ ದ್ರೌಪದಿ ಹೀಗೆ ದುಃಖಿಸಿ ಅತ್ತಿದ್ದು ಅವರೆಲ್ಲರನ್ನೂ ಕಂಗಾಲು ಮಾಡಿತ್ತು. ಭೀಮ ಅವಳ ಮುಖವನ್ನು ಅತ್ಯಂತ ಸ್ನೇಹಭಾವದಿಂದ ನೋಡಿದ. ನಾರದರು ನಿಧಾನಕ್ಕೆ ಮಾತು ಶುರು ಮಾಡಿದರು.

"ನಿಮ್ಮಮ್ಮ ಹೇಳಿದ್ಲು ಅಂತ ಐದೂ ಜನ ಒಬ್ಬಾಕಿನ್ನೇ ಮದುವಿ ಮಾಡಿಕೊಂಡ್ರಿ ಖರೆ. ಆದ್ರೆ ಅದು ನಿಮ್ಮ ಜನಗಳ ರೂಢಿ ಅಲ್ಲ. ಇರಲಿ, ತಪ್ಪೇನೂ ಇಲ್ಲ. ಅಮ್ಮನ ಮಾತು ಕೇಳೋದು ಆಗ ಮುಖ್ಯ ಇತ್ತು. ಆದ್ರೆ ಇಲ್ಲಿ ಒಂದು ಮಾತು ಹೇಳಬೇಕು ಅಂತೀನಿ. ರೂಢಿ ಅಲ್ಲದ್ದನ್ನ ಅನುಸರಿಸೋವಾಗ, ಅದರಿಂದ ಹುಟ್ಟೋ ಸಮಸ್ಯಾಗಳಿಗೂ ಒಂದು ಪರಿಹಾರ ಮಾಡಿಕೋಬೇಕಾಗ್ತದೆ. ಅಂಥಾದ್ದೇ ಒಂದು ಪರಿಹಾರ ನಿಮಗೆ ಹೇಳ್ತೀನಿ. ಎಲ್ಲಾರಿಗೂ ಒಳ್ಳೇದು ಆಗಬೇಕು ಅಂದ್ರೆ ಅದನ್ನ ಪ್ರಶ್ನೆ ಮಾಡದಂಗೆ ಅನುಸರಿಸಬೇಕು" ಎಂದು ಎಲ್ಲರ ಮುಖ ನೋಡಿದರು. ಐವರೂ ತಲೆ ಹಾಕಿ ಒಪ್ಪಿಕೊಂಡರು. ನಾರದರ ವರ್ಚಸ್ಸೇ ಅಂತಹದು. ಎದುರು ಆಡುವುದು ಸಾಧ್ಯವಿಲ್ಲ.

"ನೋಡ್ರಪ್ಪ, ಹೆಣ್ಣು ಮಾಯೆ ಅಂತ ಎಲ್ಲಾರೂ ಹೇಳ್ತಾರೆ. ಒಡಹುಟ್ಟಿದ ಅಣ್ಣಾ ತಮ್ಮಂದಿರಾಗೂ ವೈರತ್ವ ತಂದಿಟ್ಟು ಬಿಡ್ತಾಳೆ. ಈ ರಾಜ್ಯ ನಿಂತಿರೋದೇ ನಿಮ್ಮ ಐದೂ ಜನರ ಒಗ್ಗಟ್ಟಿನಿಂದಾಗಿ. ಒಂದೇ ಸಲಕ್ಕೆ ಒಬ್ಬರಿಗಿಂತಾ ಹೆಚ್ಚು ಜನ ಈಕಿ ಮ್ಯಾಲೆ ಅಧಿಕಾರ ಚಲಾಯಿಸಲಿಕ್ಕೆ ಹೋದರೆ, ಜಗಳ ಬಂದೇ ಬರ್ತದೆ. ಹಿಂದಕ್ಕೆ

ಇಬ್ಬರು ರಾಕ್ಷಸರು, ಸುಂದೋಪಸುಂದರು ಅಂತ ಅವರ ಹೆಸರು, ಭಲೋ ಪ್ರೀತಿಯಿಂದ ಇದ್ದ ಅಣ್ಣ ತಮ್ಮಂದಿರು, ಯಾರೋ ಒಬ್ಬ ಹಾಡು ಹೇಳೋ ಹೆಣ್ಮಗಳ ಸಲುವಾಗಿ ಬಡದಾಡಿಕೊಂಡು ಸತ್ತರಂತೆ. ಅದು ನಿಮ್ಮ ಮಧ್ಯ ಆಗೋದಕ್ಕೆ ನೀವು ಬಿಡಬಾರದು. ಈವತ್ತಿನಿಂದ ನೀವು ಒಬ್ಬರು ಒಂದು ವರ್ಷ ಅನ್ನೋ ಹಂಗೆ ಈಕಿಗೆ ಗಂಡ ಆಗಿ ಬಾಳ್ವೆ ಮಾಡಬೇಕು. ನಿಮ್ಮ ನಿಮ್ಮ ಪಾಳಿ ಬರೋ ತನಕ ಆಕಿನ್ನ ಮುಟ್ಟೋ ಹಂಗಿಲ್ಲ. ಒಂದು ವ್ಯಾಳೆ ಪ್ರಮಾದ ಆಯ್ತು ಅಂದ್ರೆ, ಶಿಕ್ಷಾ ಅನುಭವಿಸಬೇಕು. ಶಿಕ್ಷಾದ ಭಯ ಇಲ್ಲಾ ಅಂದ್ರೆ ಯಾವ ನಿಯಮಕ್ಕೂ ಗೌರವ ಸಿಗಂಗಿಲ್ಲ. ನಿಯಮ ಮುರಿದೋರು ಒಂದು ವರ್ಷ ವನವಾಸ ಮಾಡಬೇಕು. ಜೊತೀಗೆ ಇನ್ನೊಂದು ಹೆಣ್ಣಿನ್ನ ಮುಟ್ಟದಂಗೆ ಬ್ರಹ್ಮಚಾರಿ ಜೀವನ ಮಾಡಬೇಕು. ಚಾಚೂ ತಪ್ಪದಂತೆ ನೀವೆಲ್ಲಾ ಈ ನಿಯಮ ಅನುಸರಿಸಿದ್ರೆ ಮಂಗಳ ಆಗ್ತದೆ. ಇಲ್ಲಾ ಅಂದ್ರೆ ಈಕಿ ದುಃಖದ ಶಾಪ ನಿಮಗೆಲ್ಲಾ ತಟ್ತದೆ. ಅದು ಈ ವಂಶಕ್ಕೆ ಒಳ್ಳೇದು ಮಾಡಲ್ಲ" ಎಂದು ಸ್ಪಷ್ಟವಾಗಿ ಹೇಳಿದ್ದರು. ಎಲ್ಲರೂ ಅದಕ್ಕೆ ತಲೆಯಾಡಿಸಿದ್ದರು. ಆದರೆ ನಾರದರು ತಿರುಗಿ ಹೋದ ಮೇಲೆ, ಅರ್ಜುನನೇ ಇರಬೇಕು, "ನಾಕು ವರ್ಷ ಏನೂ ಇಲ್ಲದೆ ತೆಪ್ಪಗೆ ಇರೋದು ಹೆಂಗೆ ಆಗ್ತದೆ?" ಎಂದಿದ್ದು ದ್ರೌಪದಿಗೆ ಕೇಳಿಸಿತ್ತು. ಆದರೆ ಅವನ ಮೇಲೆ ಸಿಟ್ಟು ಬಂದಿರಲಿಲ್ಲ. ತನಗೂ ನಾಲ್ಕು ವರ್ಷ ಅರ್ಜುನನ ಸ್ಪರ್ಶವಿಲ್ಲದೆ ಬದುಕುವುದು ಹೇಗೆಂದು ಒಳಗೊಳಗೇ ಖೇದವಾಗಿತ್ತಲ್ಲವೆ? ಆದರೆ ಮನಸ್ಸು ಗಟ್ಟಿ ಮಾಡಿಕೊಂಡಿದ್ದೆ. ಋಷಿಮುನಿಗಳು ಹೇಳಿದ್ದನ್ನು ನಡೆಸಲೇ ಬೇಕಿತ್ತು. ಈ ಬಂಜೆತನದಿಂದ ಪಾರಾದರೆ ಸಾಕಿತ್ತು. ಒಂದು ಹೂವಿನಂಥಾ ಮಗು ಒಡಲು ತುಂಬಿದರೆ ಆಯ್ತು, ಈ ಪಾಂಚಾಲಿಗೆ ಬೇರೇನೂ ಬೇಡ. ಮೊದಲಿನಂತೆ ಈಗ ಗಂಡಿನ ಸುಖ ನನ್ನನ್ನು ಅಷ್ಟಾಗಿ ಆಕರ್ಷಿಸುತ್ತಿಲ್ಲ. ಇಷ್ಟು ಕಾಲ ಕುಂಭದ್ರೋಣ ಮಳೆಯಂತೆ ಅದನ್ನು ಅನುಭವಿಸಿದ್ದು ಈ ದೇಹಕ್ಕೆ ಸಾಕು.

ನಾರದರು ಹೇಳಿ ಹೋಗಿ ಒಂದು ವರ್ಷದ ಮೇಲಾಯ್ತು. ಧರ್ಮರಾಯನ ಸರದಿ ಮುಗಿದು ಈಗ ಭೀಮನ ಪಾಳಿ ಶುರುವಾಗಿ ತಿಂಗಳ ಮೇಲಾಯಿತು. ಆದರೂ ಹೊಟ್ಟೆ ನಿಲ್ಲಲಿಲ್ಲ. ಋಷಿಗಳ ಮಾತೂ ಸುಳ್ಳಾಗುವಷ್ಟು ಖೊಟ್ಟಿ ನಸೀಬಿನವಳೆ ಈ ಪಾಂಚಾಲಿ? ಅಮ್ಮ ಪೃಷತಿಯೂ ಇದೇ ಸಂಕಟದಿಂದ ಒದ್ದಾಡಿದ್ದಳೆ? ಆದರೆ ಅಪ್ಪ ಎಂದೂ ಅರ್ಜುನನಂತೆ ಹಲವು ಹೆಣ್ಣುಗಳ ಹಿಂದೆ ಹೋಗಿ ತನ್ನ ಪುರುಷತ್ವವನ್ನು ಪರೀಕ್ಷಿಸಿಕೊಳ್ಳಲಿಲ್ಲ. ಶ್ರದ್ಧೆಯಿಂದ ಯಜ್ಞ ಮಾಡಿ ನಮ್ಮಿಬ್ಬರನ್ನು ಪಡೆದುಕೊಂಡ. ಅಮ್ಮನಿಗೆ ಮೋಸ ಮಾಡಲಿಲ್ಲ. ಅದಕ್ಕೇ ತನಗೆ ಭೀಮನ ಬಗ್ಗೆ ಇತ್ತೀಚೆಗೆ ಪ್ರೀತಿ ಹೆಚ್ಚುತ್ತಿರುವುದು. ಭೀಮನಿಗೆ ಅರ್ಜುನನ ಈ ಹೆಣ್ಣುಗಳ ಬೇಟೆಯ ವಿಷಯ ಗೊತ್ತಿದೆ. ಹಲವು ಮಕ್ಕಳ ತಂದೆಯಾಗಿದ್ದಾನೆಂದೂ ತಿಳಿದಿದೆ. ತನಗಿಂತಲೂ

ಒಂದು ವರ್ಷ ಚಿಕ್ಕವನ ಪ್ರತಾಪಗಳು ಒಳಗೇ ಮುಳ್ಳ ಮೊನೆಯಂತೆ ಅವನನ್ನು ಚುಚ್ಚುತ್ತಿವೆ. ಆದರೆ ಭೀಮ ಬಾಯಿ ಬಿಡುವ ಪೈಕಿಯಲ್ಲ. ಯಾರೋ ಅವನಿಗೆ ನೂರು ಸೋಮಯಾಗಗಳನ್ನು ಮಾಡಿದರೆ ಮಕ್ಕಳಾಗುತ್ತವೆಂದು ಹೇಳಿದ್ದಾರಂತೆ. ತಪ್ಪದೆ ಮಾಡುತ್ತಿದ್ದಾನೆ. ಇತ್ತೀಚೆಗೆ ಹಾಸಿಗೆಗೆ ದೇಹ ಚಾಚಿದ ತಕ್ಷಣ ಅವನಿಗೆ ನಿದ್ದೆ ಬರುವುದಿಲ್ಲ. ಹೊರಳಾಡುತ್ತಾನೆ.

ಗೆಜ್ಜೆಯ ಸದ್ದು ಮಲಗುವ ಕೋಣೆಯೊಳಕ್ಕೆ ಬಂತು. ದ್ರೌಪದಿ ಎದ್ದು ಕುಳಿತಳು. ದೇವಪ್ರಿಯೆಯ ಮುಖದಲ್ಲಿ ಎಂತಹದೋ ಕುತೂಹಲವಿತ್ತು. ದ್ರೌಪದಿಯ ಹತ್ತಿರ ಬಂದು ಅವಳ ಕೈ ಹಿಡಿದುಕೊಂಡಳು. “ಅವ್ವಾರೇ, ಸ್ವಲ್ಪ ಹಿತ್ತಿಲ ಕಡೀಗೆ ಬರ್ರಿ” ಎಂದು ಹೆಚ್ಚು ಕಡಿಮೆ ಎಳೆದುಕೊಂಡೇ ಹೊರಟಳು. ಅವಳ ವರ್ತನೆಯಲ್ಲಿದ್ದ ಉದ್ವೇಗಕ್ಕೆ ದ್ರೌಪದಿಗೆ ಏನೆಂದು ಕೇಳುವ ಮನಸ್ಸಾಗಲಿಲ್ಲ. ಮೋಹನ ಮುರಳಿಗೆ ಒಲಿವ ಹಸುವಿನಂತೆ ಅವಳನ್ನು ಹಿಂಬಾಲಿಸಿದಳು. ಅಂತಃಪುರದ ಹಿತ್ತಲ ಬಾಗಿಲ ಬಳಿಯಿದ್ದ ಬಾವಿಯ ಬಳಿ ಕರೆದುಕೊಂಡು ಬಂದಳು. ಅವಳು ಒಗೆಯುತ್ತಿದ್ದ ತನ್ನ ಬಟ್ಟೆಗಳ ರಾಶಿ ಇನ್ನೂ ಅಲ್ಲೇ ಇತ್ತು. ಕೆಲಸವನ್ನು ಅರ್ಧಕ್ಕೇ ಬಿಟ್ಟು ಬಂದಿದ್ದಳು. ಹತ್ತಿರದಲ್ಲಿದ್ದ ಬೇವಿನ ಮರದ ಬಳಿ ಬಂದರು. ದೇವಪ್ರಿಯೆ ಒಂದು ಸಲ ಸುತ್ತಲೂ ನೋಡಿದಳು. ಯಾರೂ ಇರಲಿಲ್ಲ. ಹಗೂರಕ್ಕೆ ಪೊಟರೆಯಿಂದ ಒಂದು ಕಟ್ಟಿಗೆಯ ಪಾತ್ರೆಯನ್ನು ತೆಗೆದಳು. ಅದರ ಸುತ್ತಲೂ ಸೊಗಸಾದ ಮಕ್ಕಳ ಆಟಿಗೆಗಳ ಚಿತ್ರಗಳನ್ನು ಕೆತ್ತಿದ್ದರು. ಅದರಲ್ಲಿ ಹಿಟ್ಟಿನಿಂದ ಮಾಡಿದ ಒಣಗಿದ ಬಿಳಿಯ ಎಲೆಗಳು ಸಾಕಷ್ಟಿದ್ದವು. ಚಿಕ್ಕ ಚಿಕ್ಕ ಮಾವಿನ ಎಲೆಗಳ ಆಕಾರದಲ್ಲಿದ್ದ ಬಿಳಿಯ ಎಲೆಗಳವು.

ಆ ಪಾತ್ರೆಯನ್ನು ದ್ರೌಪದಿಯ ಮುಂದಿಟ್ಟು “ಒಂದು ಸಲ ಇದರ ಮ್ಯಾಲೆ ಕಾಲ್ಮಡೀರಿ ಅವ್ವಾರೆ” ಎಂದು ಹೇಳಿ ಸಂತಸದ ನಗೆಯನ್ನು ನಕ್ಕಳು. ದ್ರೌಪದಿಗೆ ಈಗ ವಿಷಯ ಅರ್ಥವಾಗಿತ್ತು. ಎದೆ ಬಡಿದುಕೊಳ್ಳಲಾರಂಭಿಸಿತು. “ಹೌದೇನೆ?” ಎಂದು ನಂಬಲಾರದವಳಂತೆ ದೇವಪ್ರಿಯೆಯನ್ನು ಕೇಳಿದಳು. ಅವಳು ನಗುತ್ತಲೇ “ಹಂಗನಿಸ್ಲಿಕ್ಕೆ ಹತ್ತದೆ. ಒಂದು ಸಲ ಪರೀಕ್ಷಾ ಮಾಡೇ ಬಿಡೋಣ ಅವ್ವಾರೆ, ನಷ್ಟ ಆಗೋದು ಏನದೆ?” ಎಂದಳು. ದ್ರೌಪದಿ ಅವಳ ಕೈಗಳನ್ನು ಗಟ್ಟಿಯಾಗಿ ಹಿಡಿದುಕೊಂಡಳು. ಅವಳ ತನುವೆಲ್ಲಾ ಸಣ್ಣಗೆ ಕಂಪಿಸುತ್ತಿತ್ತು. ಆಕೆಗೆ ಧೈರ್ಯ ತುಂಬುವಂತೆ ದೇವಪ್ರಿಯೆ ಅವಳ ಬೆನ್ನನ್ನು ನೇವರಿಸುತ್ತಿದ್ದಳು. ದ್ರೌಪದಿ ಆ ಪಾತ್ರೆಯನ್ನು ಗಿಡದ ಹಿಂದೆ ತೆಗೆದುಕೊಂಡು ಹೋಗಿ, ಭಗವಂತನನ್ನು ಮನದಲ್ಲಿ ಸ್ಮರಿಸುತ್ತಾ, ಆ ಪಾತ್ರೆಯ ಮೇಲೆ ಕುಳಿತು ಮೂತ್ರ ವಿಸರ್ಜಿಸಿ, ಗೆಳತಿಯನ್ನು ಕರೆದಳು. ಇಬ್ಬರೂ ಅತ್ಯಂತ ಕಾತುರದಿಂದ ಎಲೆಗಳನ್ನು ನೋಡಲಾರಂಭಿಸಿದರು. ಒಂದು, ಎರಡು, ಮೂರು... ಕ್ಷಣಗಣನೆ ಶುರುವಾಯ್ತು. ಸೂರ್ಯ ನಿಧಾನಕ್ಕೆ

ಖಾಂಡವಪ್ರಸ್ಥದ ಕಾಡುಗಳ ಮೇಲೇರುತ್ತಿದ್ದ. ಮಳೆಗಾಲದ ಯಮುನೆಯ ಆರ್ಭಟದ ಸದ್ದು ಕೇಳುತ್ತಿತ್ತು. ದ್ರೌಪದಿ ಆತಂಕವನ್ನು ತಾಳಲಾರದೆ ಕಣ್ಣು ಮುಚ್ಚಿದಳು.

"ಎಲಿಗಳು ಹಸಿರಾದ್ವು ಅವ್ವಾರೆ. ಕಣ್ಣು ಬಿಡ್ರಿ" ಎಂದು ದೇವಪ್ರಿಯೆ ಸಂತೋಷದಿಂದ ಕೂಗಿದಳು. ದ್ರೌಪದಿ ನಿಧಾನಕ್ಕೆ ಕಣ್ಣು ತೆರೆದಳು. ಬಿಳಿಯ ಹಿಟ್ಟಿನ ಎಲೆಗಳು ಹಸಿರಾಗುತ್ತಿದ್ದವು. ಚಿಗುರು ಹಸಿರಿನಿಂದ ದಟ್ಟ ಹಸಿರು ಬಣ್ಣಕ್ಕೆ ತಿರುಗುತ್ತಿದ್ದವು. ಇದು ಕಣ್ಕಟ್ಟು ಅಲ್ಲವೆಂದು ದೃಢಪಡಿಸಿಕೊಳ್ಳಲು ದ್ರೌಪದಿ ಒಮ್ಮೆ ಕಣ್ಣು ಹೊಸೆದುಕೊಂಡಳು. ಊಹೂಂ, ಸುಳ್ಳಲ್ಲ. ಎಲೆಗಳು ಹಸಿರಾಗುತ್ತಿವೆ. "ಅಂತೂ ದೇವರು ಕಣ್ಣು ಬಿಟ್ಟನಲ್ಲ ಅವ್ವಾರೆ" ಎಂದು ದೇವಪ್ರಿಯೆ ಸಂಭ್ರಮದಿಂದ ಹೇಳಿದಳು. ದ್ರೌಪದಿಗೆ ಕಣ್ಣಿನಲ್ಲಿ ನೀರು. "ಭೀಮ, ಭೀಮ... ನಿನ್ನ ಪ್ರೀತಿ ದೊಡ್ಡದೋ" ಎಂದು ಭೀಮನ ಹೆಸರನ್ನು ಉಚ್ಚರಿಸಿದಂತೆಲ್ಲಾ ತಡೆಯಿಲ್ಲದಂತೆ ಕಣ್ಣೀರು. ಭೀಮನ ಮೇಲೆ ಪ್ರೀತಿ ಒತ್ತಿ ಬರುತ್ತಿತ್ತು. "ಅಳಬೇಡ್ರಿ ಅವ್ವಾರೆ, ನಡೀರಿ. ಸಂತೋಷದ ಸುದ್ದಿ ದೊಡ್ಡ ಅವ್ವಾರಿಗೂ ಹೇಳಿ ಬರ್ತೀನಿ" ಎಂದು ದೇವಪ್ರಿಯೆ ಅವಳನ್ನು ಒಳಗೆ ಕರೆದುಕೊಂಡು ಹೋದಳು. "ದೇವಿ, ನಂಗೇ ಬರಲಾರದ ಅನುಮಾನ ನಿಂಗೆ ಹೆಂಗೆ ಬಂತೆ?" ಎಂದು ದ್ರೌಪದಿ ಕುತೂಹಲದಿಂದ ಕೇಳಿದಳು. "ಎರಡು ಪಕ್ಷ ಕಳೆದು ಏಳು ದಿನ ಆಯ್ತು ಅವ್ವಾರೆ. ಈವತ್ತೂ ನಿಮ್ಮ ಒಳಗಿನ ಬಟ್ಟೆ ಮೈಲಿಗಿ ಆಗಿಲ್ಲ. ಸಣ್ಣ ಒಡತಿ ಬಂದ ಗದ್ದಲದಾಗ ನಿಮಗೂ ಆ ಕಡಿ ಧ್ಯಾಸ ಹೋಗಿಲ್ಲ, ನಂಗೂ ಹೋಗಿದ್ದಿಲ್ಲ. ಈವತ್ತು ಬಟ್ಟೆ ಒಗೀಬೇಕಾರ ತಕ್ಷಣ ಹೊಳೆದುಬಿಡ್ತು ನೋಡ್ರಿ. ಅದಕ್ಕೇ ಹಿಟ್ಟಿನ ಎಲಿಗಳನ್ನ ಮಾಡಿಕೊಂಡು ಬಂದೆ" ಎಂದಳು. ದ್ರೌಪದಿ ಕೃತಜ್ಞತೆಯಿಂದ ಅವಳೆಡೆಗೆ ನೋಡಿದಳು. ದೇವಪ್ರಿಯೆಯು ದ್ರೌಪದಿಯನ್ನು ಮಲಗುವ ಕೋಣೆಯಲ್ಲಿ ಬಿಟ್ಟು ಹೊರನಡೆದಳು.

ಇದು ಕನಸೋ ನನಸೋ ತಿಳಿಯದಂತೆ ದಿಗ್ಭ್ರಮೆಯಲ್ಲಿ ದ್ರೌಪದಿ ಕುಳಿತಿದ್ದಳು. ನಾರದರನ್ನು ಮನಸ್ಸಿನಲ್ಲಿಯೇ ನೆನೆದಳು. "ಬುದ್ಧಿ, ನಿಮ್ಮ ಮಾತು ಸತ್ಯ ಆಯ್ತು. ಅವಸರ ಮಾಡಿಕೊಂಡು ನಿಮ್ಮನ್ನ ಅನುಮಾನಿಸಿದೆ. ನನ್ನ ತಪ್ಪನ್ನ ಹೊಟ್ಯಾಗೆ ಹಾಕ್ಕೊಳ್ರಿ" ಎಂದು ಕೂತಲ್ಲಿಯೇ ಕೈಮುಗಿದಳು. ಭೀಮನಿಗಾಗಿ ಜೀವ ಹಾತೊರೆಯಲಾರಂಭಿಸಿತು. "ಭೀಮ, ಈವತ್ತಿನಿಂದ ನೀನು ಸುಖವಾಗಿ ನಿದ್ದಿ ಮಾಡು. ಯಾವ ಅಂಜಿಕೀನೂ ಬೇಡ. ಈ ಪಾಂಚಾಲಿ ಬಂಜೆಯಲ್ಲ. ಪೂರ್ತಿ ಹೆಣ್ಣು. ನಿನ್ನ ಮಗನನ್ನ ಇನ್ನ ಎಂಟು ತಿಂಗಳಿಗೆ ಕೈಗೆ ಕೊಡ್ತೀನಿ. ನಿನ್ನಗೇ ಇರೋ ದಷ್ಟಪುಷ್ಟ ಗಂಡನ್ನ ಕೊಡ್ತೀನಿ. ನನ್ನ ನಂಬು" ಎಂದು ಕಂಬನಿ ತುಂಬಿ ಹೇಳಲಾರಂಭಿಸಿದಳು.

ಕುಂತಿ ಓಡುನಡಿಗೆಯಲ್ಲಿಯೇ ಬಂದಳು. ಎಷ್ಟೇ ವಯಸ್ಸಾದರೂ ಈಗಲೂ ಅವಳ ನಡಿಗೆಯ ವೇಗಕ್ಕೆ ಸಮಗಟ್ಟುವುದು ದ್ರೌಪದಿಗೆ ಸಾಧ್ಯವಿಲ್ಲ. ಅವಳ ಹಿಂದೆ

ಗೆಜ್ಜೆಯ ಸದ್ದಿನೊಂದಿಗೆ ದೇವಪ್ರಿಯೆ. ಕುಂತಿಯು ದ್ರೌಪದಿಯ ಹೊಟ್ಟೆಯ ಮೇಲಿನ ಬಟ್ಟೆಯನ್ನು ಸರಿಸಿ, ಹಗೂರಕ್ಕೆ ಕೈ ಸವರಿದಳು. "ದೇವರು ಕಣ್ಣು ಬಿಟ್ಟನಲ್ಲವ್ವಾ ನನ್ನ ಕೂಸಿನ ಮೇಲೆ" ಎಂದು ಹನಿಗಣ್ಣಾಗಿಸಿಕೊಂಡು, ದ್ರೌಪದಿಯನ್ನು ಅಪ್ಪಿಕೊಂಡು ತಲೆ ಸವರಲಾರಂಭಿಸಿದಳು. ನಂತರ ಅವಳ ಗಲ್ಲವನ್ನು ಸವರಿ, ನೆಟಿಗೆ ಮುರಿದಳು. "ಹತ್ತು ಹೆಣ್ಣುಗಳು ಈ ಅರಮನೀಗೆ ಬಂದು ನೂರು ಮಕ್ಕಳು ಹಡೀಲಿ. ಆದರೆ ನೀನು ಹಿರೇ ಸೊಸಿ. ನಿನ್ನ ಮಗ ನಂಗೆ ನಿಜವಾದ ಮೊಮ್ಮಗ ಆಗ್ತಾನೆ. ಈ ಪಾಂಡವಪುರವನ್ನ ಆಳ್ತಾನೆ" ಎಂದಳು. ನಂತರ ನಿಧಾನಕ್ಕೆ ಕಣ್ಣು ಒರೆಸಿಕೊಂಡು ದೇವಪ್ರಿಯೆಗೆ, "ತಂಗೀ, ಹೋಗಿ ನಮ್ಮ ಧರ್ಮಪ್ಪನ್ನ ಕರಕೊಂಡು ಬಾ. ಯಾರೋ ಋಷಿ ಹತ್ತಿರ ಕುಂತುಗೊಂಡು ಹರಟಿ ಹೊಡೀತಾ ಅವ್ನೆ. ಅಪ್ಪ ಆಗೋ ಸುದ್ದಿ ಹೇಳಿದ್ರೆ ಹಿಗ್ತದೆ ನನ್ನ ಕೂಸು" ಎಂದಳು. ದ್ರೌಪದಿ ಈಗ ಕುಂತಿಯ ಮಾತಿನ ಅರ್ಥವನ್ನು ಗ್ರಹಿಸಿದಳು. ತಕ್ಷಣ ಪ್ರತಿಕ್ರಿಯಿಸಿದಳು. "ಅತ್ತಿ, ಇದು ಧರ್ಮಂದಲ್ಲ, ಭೀಮಂದು. ಆತನ್ನ ಗಂಡ ಮಾಡಿಕೊಂಡ ದಿನ ಕೂಡ ನಾನು ಮುಟ್ಟಾಗಿದ್ದೆ" ಎಂದು ಖಾರವಾಗಿ ಹೇಳಿದಳು. ಕುಂತಿಗೆ ಈಗ ವಿಷಯ ಅರ್ಥವಾಗಿತ್ತು. "ತಂಗಿ, ನೀನು ಒಂಚೂರು ಹೊರಗೆ ಹೋಗವ್ವಾ. ನಾವಿಬ್ಬರು ಏನೋ ಮಾತಾಡಬೇಕು" ಎಂದು ದೇವಪ್ರಿಯೆಯನ್ನು ಹೊರಗಟ್ಟಿದಳು. ಆಕೆ ಅನುಮಾನದಿಂದ ದ್ರೌಪದಿಯ ಮುಖವನ್ನು ನೋಡುತ್ತಲೇ ಹೊರನಡೆದಳು. ಕುಂತಿ ಈಗ ಎದ್ದು ನಿಂತು ತೀಕ್ಷ್ಣವಾಗಿ ದ್ರೌಪದಿಯನ್ನು ನೋಡುತ್ತಾ, ದ್ರೌಪದಿಯ ಹೆಗಲೆರಡನ್ನು ತನ್ನ ಕೈಗಳಿಂದ ಅಮುಕಿ "ಇದು ನಮ್ಮ ಧರ್ಮಪ್ಪಂದೇ... ಮುಂದಿಂದು ಭೀಮಂದು..." ಎಂದು ಅಧಿಕಾರದಿಂದ ಹೇಳಿದಳು. ದ್ರೌಪದಿ ಹಗೂರಕ್ಕೆ ನಕ್ಕಳು. "ಅತ್ತಿ, ಯಾರಿಗೆ ಬಸುರಿ ಆದೆ ಅಂತ ನಂಗೆ ಗೊತ್ತಿರ್ತದಾ ಇಲ್ಲಾ ನಿಮಗೆ ಗೊತ್ತಾಗ್ತದಾ? ಅರ್ಜುನ ಒಂದು ವರ್ಷ ಊರು ಅಲೆದು ಬಂದು ತಿಂಗಳ ಮೇಲಾಯ್ತು. ಭೀಮನ ಜೊತಿ ಇರಲಿಕ್ಕೆ ಶುರು ಮಾಡಿದ ತಿಂಗಳ ಮೇಲೆ ಈಗ ಬಸುರು ಕಟ್ಟದೆ. ಈ ಕೂಸು ಯಾರದು ಅಂತ ಜನಕ್ಕೆ ಗೊತ್ತಾಗಂಗಿಲ್ಲೇನು?" ಎಂದು ಅಷ್ಟೇ ದೃಢವಾಗಿ ಉತ್ತರಿಸಿದಳು.

"ನೀನು ಯಾರಿಗೇ ಬಸುರಿ ಆಗು, ಆ ಕೂಸು ಮಾತ್ರ ನಮ್ಮ ಧರ್ಮಪ್ಪಂದು. ಅವನಿಗೆ ಅವರಪ್ಪ ಅನುಭವಿಸಿದ ದುಃಖ ಬರೋದು ಬ್ಯಾಡ. ನಾನು ಕಂಡಿದ್ದೇ ರಗಡ ಅದೆ, ನೀನೂ ಅದನ್ನ ಕಾಣೋದು ಬ್ಯಾಡ. ನನ್ನ ಯಾವ ಮಕ್ಕಳೂ ಜೊಳ್ಳು ಅಂತ ಈ ಜನ ಮಾತಾಡೋ ಹಂಗಿಲ್ಲ. ಈಗ ನಿಂಗೆ ಆಗಿರೋದು ಒಂದು ತಿಂಗಳಲ್ಲ, ಎರಡು ತಿಂಗಳು. ಈ ಕೂಸು ಹತ್ತು ತಿಂಗಳಿಗೆ ಹುಟ್ತದೆ. ಇದು ಪಾಂಡವರ ಮರ್ಯಾದಿ ಪ್ರಶ್ನೆ" ಕುಂತಿಯ ಧ್ವನಿ ಇನ್ನಷ್ಟು ಬಿರುಸಾಯ್ತು. ದ್ರೌಪದಿಗೆ ಈಗ ಪರಿಸ್ಥಿತಿ ಅರ್ಥವಾಗಲಾರಂಭಿಸಿತು. "ಅತ್ತಿ, ಈವತ್ತು ಅಧಿಕಾರದಿಂದ ನೀವು

ನನ್ನ ಬಾಯಿ ಮುಚ್ಚಿಸಬೋದು, ಆದರೆ ಮಂದೀದಲ್ಲ. ನಾಳೆ ಬೆಳಗ್ಗೆ ಹುಟ್ಟೋ ಈ ಕೂಸಿನ ಮೈಕಟ್ಟು ನೋಡಿದ್ರೆ ಸಾಕು, ಮಂದೀಗೆ ಇದು ಯಾರ ಬೀಜದ್ದು ಅಂತ ಗೊತ್ತಾಗ್ತದೆ. ಪಗಡಿ ಆಟ ಆಡಿ, ಹರಟಿ ಹೊಡೆಯೋ ಮೈಕಟ್ಟಿನ ಮಗು ನಂಗೆ ಹುಟ್ಟಲ್ಲ. ವಿಂಧ್ಯ ಪರ್ವತವನ್ನೇ ಪ್ರತಿಭಟಿಸುವಂಥಾ ಪ್ರತಿವಿಂಧ್ಯ ಹುಟ್ತಾನೆ. ಆಗ ಏನು ಮಾಡ್ತೀರಿ?" ಎಂದು ನಕ್ಕಳು. "ಗುಟ್ಟು ಹೆಂಗೆ ಹೊಟ್ಟಿನಾಗೆ ಬಚ್ಚಿಟ್ಟುಕೋಬೇಕು ಅನ್ನೋದನ್ನ ನಂಗೆ ಕಲಿಸ್ಲಿಕ್ಕೆ ಬರಬೇಡ ನೀನು. ರಾಜಮನಿತನದಾಗೆ ಇವೆಲ್ಲಾ ಇರೋವೆ. ಅದನ್ನ ನಾನು ನೋಡ್ಕೊಳ್ತೀನಿ. ಆದರೆ ಈ ಗುಟ್ಟು ಮಾತ್ರ ನಮ್ಮಿಬ್ಬರ ಮಧ್ಯೆ ಇರ್ತದೆ. ಈ ಕೋಣೆಯಿಂದ ಹೊರಗೆ ಹೋಗಲ್ಲ. ತಿಳೀತೇನೆ? ಯಾವತ್ತೂ ನನ್ನ ಮಕ್ಕಳು ನನ್ನ ಮಾತು ಮೀರಿಲ್ಲ. ಸೊಸಿಯಾಗಿ ಬಂದಾಕಿ ನೀನೂ ನನ್ನ ಮಾತು ಮೀರೋ ಹಂಗೆ ಇಲ್ಲ. ಗೊತ್ತಾತ?" ಕುಂತಿ ಜಬರಿಸಿದಳು.

"ಭೀಮಂಗೆ ಹೇಳೇ ಹೇಳ್ತೀನಿ" ದ್ರೌಪದಿ ಕಡೆಯ ಅಸ್ತ್ರವನ್ನು ಉಪಯೋಗಿಸಿದಳು.

"ಖಬರ್‌ದಾರ್, ರಾಜಮನಿತನಾದ ಪ್ರಶ್ನಾ ಅದೆ ಇದು. ಮನಸಿಗೆ ಬಂದಂಗೆ ನಡಿಯೋ ಹಂಗಿಲ್ಲ. ಈವತ್ತು ನಾವು ಮಸಿ ಬಳದ್ರೆ, ನೂರಾರು ವರ್ಷ ಆದ್ರೂ ಆ ಕಲೆ ಹೋಗಂಗಿಲ್ಲ. ಹುಟ್ಟಿಸಿದ ಅಪ್ಪಂಗೂ ಗೊತ್ತಾಗದೇ ಇರೋ ಸತ್ಯಗಳು ಇಲ್ಲಿ ಬೇಕಾದಷ್ಟು ಇರ್ತವೆ. ಒಂದು ಕೂಸು ಹುಟ್ಟಿಸಿದೋನಿಗೆ ಇನ್ನೊಂದು ಹುಟ್ಟಿಸೋದು ಕಷ್ಟ ಇಲ್ಲ. ಹಡೆಯೋದು ನಿಂಗೂ ಕಷ್ಟ ಅಲ್ಲ. ಇನ್ನೊಂದು ವರ್ಷ ಕಾಯಲಿ ಅವನು. ಅಷ್ಟರಾಗೆ ನೂರನೇ ಯಾಗವನ್ನೂ ಮಾಡಿ ಮುಗಿಸಿರ್ತಾನೆ. ಎಲ್ಲಾ ಹೊಂದಾಣಿಕಿ ಆಗ್ತದೆ."

ದ್ರೌಪದಿ ವಿಷಾದದಿಂದ ಕುಂತಿಯ ಮುಖವನ್ನು ನೋಡಿದಳು. ಬಿರುಸು ನೋಟವನ್ನು ಬೀರಿ ಕುಂತಿ ದಡದಡನೆ ಕೋಣೆಯಿಂದ ಹೊರನಡೆದಳು. ಗೆಜ್ಜೆಯ ಸದ್ದು ಹಗೂರಕ್ಕೆ ಶುರುವಾಗಿ ತಾರಕದಲ್ಲಿ ಅವಳ ಎದೆಯೊಳಗೆ ಮೊರೆಯಲಾರಂಭಿಸಿತು.

"ಏನಾಯ್ತ್ರಿ ಅವ್ವಾರೆ? ಇಷ್ಟು ದಿನ ಕೂಸಿಲ್ಲ ಅಂತ ಬ್ಯಾಸರ ಮಾಡಿಕೊಂಡಿದ್ರಿ. ಈಗ ಕೂಸು ಹುಟ್ತದೆ ಅಂತ ಗೊತ್ತಾದ ಮೇಲೂ ಯಾಕ ಬ್ಯಾಸರ ಮಾಡಿಕೊಂಡೀರಿ?"

"ದೇವಿ, ನನ್ನ ಹಣೇಬರಹ ಭಾಳ ಖೊಟ್ಟಿ ಅದೆ ಅನ್ನಿಸ್ತದೆ ನೋಡೆ. ಸುಖ ಬಂದರೂ ಅಳಬೇಕು, ದುಃಖ ಬಂದ್ರೂ ಅಳಬೇಕು. ಮುಂದೆ ಜೀವನದಾಗೆ ಅನುಭವಿಸೋದು ಇನ್ನೂ ಏನೇನು ಕಾದುಕೊಂಡು ಕೂತದೋ ಅಂತ ಅಂಜಿಕಿ ಬರ್ತದೆ" ಎಂದಳು. ಗೋಡೆಯ ಮೇಲಿನ ಹಲ್ಲಿ ಲೊಚಗುಟ್ಟಿತು.

26ನೇ ಆಗಸ್ಟ್ 2012

ಇವತ್ತು ಬೇರೆ

ನಮ್ಮ ಮನೆಗೆ ಅಂಟಿಕೊಂಡಂತೆಯೇ ನಮ್ಮದೇ ಇನ್ನೊಂದು ಮನೆಯಿತ್ತು. ಎರಡೂ ಮನೆಗಳೂ ತಾತನಿಂದ ಪಡೆದವುಗಳೇ ಆಗಿದ್ದವು. ನಾವಿದ್ದಿದ್ದು ತಾತನ ಮನೆಯ ಪಡಸಾಲೆಯಾದರೆ, ಇನ್ನೊಂದು ನಡುಮನೆಯಾಗಿತ್ತಂತೆ. ಆದ್ದರಿಂದ ಇವೆರಡೂ ಮನೆಗಳನ್ನು ಬೇರ್ಪಡಿಸಿದ್ದು ಕೇವಲ ಒಂದು ದೊಡ್ಡ ಬಾಗಿಲಾಗಿತ್ತು. ಆ ಬಾಗಿಲನ್ನು ತೆರೆದರೆ ಎರಡೂ ಮನೆಗಳನ್ನೂ ಒಂದು ಮಾಡಬಹುದಾಗಿತ್ತು. ಆ ಬಾಗಿಲಿಗೆ ಆ ಮನೆಯಿಂದಲೂ ಚಿಲಕ ಹಾಕಬಹುದಾಗಿತ್ತು, ನಮ್ಮ ಮನೆಯಿಂದಲೂ ಚಿಲಕ ಹಾಕಬಹುದಾಗಿತ್ತು. ಆ ಬಾಗಿಲಿನಲ್ಲಿ ಸಾಕಷ್ಟು ಪುಟ್ಟ ತೂತುಗಳು ಇದ್ದವಾದ್ದರಿಂದ ಕಣ್ಣಿಟ್ಟು ನೋಡಿದರೆ ಆ ನಡುಮನೆಯಲ್ಲಿ ನಡೆಯುತ್ತಿರುವ ಸಂಗತಿಗಳು ನಮಗೆ ಗೊತ್ತಾಗುತ್ತಿತ್ತು, ಹಾಗೇ ನಮ್ಮ ನಡುಮನೆಯ ಘಟನಾವಳಿಗಳನ್ನು ಅಲ್ಲಿಂದ ನೋಡಬಹುದಾಗಿತ್ತು. ಮಾತುಗಳಲ್ಲಿ ಏನೂ ಗುಟ್ಟು ಮಾಡುವಂತಿರಲಿಲ್ಲ. ನಮ್ಮ ಪಕ್ಕದಲ್ಲಿಯೇ ಮಾತನಾಡಿದಷ್ಟು ಸ್ಪಷ್ಟವಾಗಿ ಆ ಮನೆಯ ಮಾತುಗಳು ಕೇಳಿಸುತ್ತಿದ್ದವು.

ಹೊಸ ಮನೆ ಕಟ್ಟಲು ಅಪ್ಪ ಅಷ್ಟೊಂದೇನೂ ಶ್ರಮ ಪಟ್ಟಿರಲಿಲ್ಲ. ಹಳೆಯ ಮನೆಯ ಸೂರನ್ನೇ ಒಂದಿಷ್ಟು ಗಟ್ಟಿ ಮಾಡಿ, ಬಾಗಿಲಿಗೆ ಬಣ್ಣ ಬಡಿದು, ಗೋಡೆಗಳನ್ನು ಭದ್ರಪಡಿಸಿದ್ದಷ್ಟೇ ಆತನ 'ಮನೆ ಕಟ್ಟಿ ನೋಡು' ಅನುಭವ. ಅಷ್ಟಕ್ಕೇ ತನ್ನ ಸಂಪಾದನೆಯನ್ನೆಲ್ಲಾ ಸುರಿದು, ಒಂದಿಷ್ಟು ಸಾಲವನ್ನೂ ಮಾಡಿಕೊಂಡಿದ್ದ. ಇಷ್ಟಾದರೂ

ಆ ಮನೆ ಅಲ್ಲಲ್ಲಿ ಸೋರುತ್ತಿತ್ತು. ಅಪ್ಪ ರಿಪೇರಿ ಮಾಡಿಸುತ್ತಲೇ ಹೋಗುತ್ತಿದ್ದ. ಈ ಹೊಸ ಮನೆ ನಮ್ಮನೆಗಿಂತಲೂ ದೊಡ್ಡದಿತ್ತು ಮತ್ತು ಗಾಳಿ ಬೆಳಕು ಜಾಸ್ತಿ ಬರುತ್ತಿತ್ತು. ಆದರೆ ಅದನ್ನೇ ನಾವು ಬಾಡಿಗೆಗೆ ಕೊಡುತ್ತಿದ್ದೆವು. ನಾವು ಮಕ್ಕಳು "ಆ ಹೊಸ ಮನೆಯಲ್ಲಿಯೇ ನಾವಿರೋಣ, ಈಗಿರುವ ಮನೆಯನ್ನು ಬಾಡಿಗೆಗೆ ಕೊಡೋಣ" ಎಂದು ಹಠ ಮಾಡಿದರೆ, "ಈ ಮನಿಯಾಗೆ ನಮ್ಮನ್ನು ಬಿಟ್ಟು ಬೇರೆ ಯಾರು ತಾನೆ ಇರೋದಕ್ಕೆ ಒಪ್ಪುತಾರೆ?" ಅಂತ ಅಪ್ಪ ತಮಾಷೆ ಮಾಡುತ್ತಿದ್ದ. ನಾವಿದ್ದ ಮನೆಗೆ ಒಂದು ಕೋಣೆಯೂ ಇರಲಿಲ್ಲ, ಬೆಳಕು ಬರಲು ಆಸ್ಪದವೂ ಹೆಚ್ಚಿರಲಿಲ್ಲ. ಮಳೆ ಬಂದರಂತೂ ದೇವರ ಸಂಪುಷ್ಟವೂ ತೋಯ್ದು ಆತನೂ ಸಣ್ಣಗೆ ನಡುಗುತ್ತಿದ್ದ.

ಬಾಡಿಗೆಗೆ ಕೊಡುತ್ತಿದ್ದೆವೆಂದಾಕ್ಷಣ ಅಂತಹ ಹೆಚ್ಚಿನ ಹಣವೇನೂ ಬರುತ್ತಿರಲಿಲ್ಲ. ತಿಂಗಳಿಗೆ ಅಬ್ಬಬ್ಬಾ ಎಂದರೆ ನೂರು ರೂಪಾಯಿ! ಅಪ್ಪ-ಅಮ್ಮಗೆ ಬಾಡಿಗೆಯಿಂದ ಬರುವ ಹಣಕ್ಕಿಂತಲೂ ಮುಖ್ಯವಾಗಿ ಬೇರೆ ಹಲವು ಕಡ್ಡಾಯಗಳನ್ನು ಪಾಲಿಸುವ ಮಂದಿಯೇ ಬೇಕಿತ್ತು. ಯಾವುದೇ ಮುಲಾಜಿಲ್ಲದಂತೆ "ಬ್ರಾಹ್ಮಣರಿಗೆ ಮಾತ್ರ ನಾವು ಕೊಡೋದು. ಬೇರೆ ಯಾವ ಜನಕ್ಕೂ ಕೊಡಲ್ಲ" ಅಂತ ಢಾಣಾ ಡಂಗುರವಾಗಿ ಸಾರುತ್ತಿದ್ದರು. ವಾಸಿಸಲು ಬರುವವರಿಗೆ "ಬೆಳ್ಳುಳ್ಳಿ ಈರುಳ್ಳಿ ಬಳಸುವಂತಿಲ್ಲ, ದಿನವೂ ಸ್ನಾನ ಮಾಡಬೇಕು, ದೇವರ ಪೂಜೆ ಮಾಡಬೇಕು, ನಮ್ಮ ಮನೆಯಲ್ಲಿ ಏನಾದರೂ ಸಮಾರಾಧನೆಯಾದರೆ ನಿಮ್ಮ ಮನೆಯಲ್ಲೂ ಊಟಕ್ಕೆ ಎಲೆ ಹಾಕಲು ಒಪ್ಪಬೇಕು (ಅವರ ಮನೆಯ ಸಮಾರಂಭಕ್ಕೆ ನಮ್ಮ ಮನೆಯನ್ನು ಬಳಸಿಕೊಳ್ಳಲು ಯಾವ ಅಡ್ಡಿಯೂ ಇಲ್ಲ)" – ಮುಂತಾದ ಎಲ್ಲಾ ಕಟ್ಟಳೆಗಳನ್ನು ತಿಳಿಸಿ, ಮನೆಯ ಯಜಮಾನಿಗೆ "ಮುಟ್ಟಾದ್ರೆ ಮೂರೂ ದಿನ ಹೊರಗೆ ಕೂತುಗೋಬೇಕು ನೋಡಮ್ಮ. ಬೇಕಂದ್ರೆ ನಮ್ಮನೆಯಾಗೆ ಮಾಡಿದ ಅಡಿಗಿ ನಿಮಗೆ ಕೊಡ್ತೇವಿ" ಎಂದು ಅಂತಿಮ ನಿಯಮವನ್ನು ನಮ್ಮಮ್ಮ ಸಾರುತ್ತಿದ್ದಳು. ವಾಸಿಸಲು ಬರುವವರು ಇದಕ್ಕೆಲ್ಲಾ ಒಪ್ಪಿದರೆ ಸಾಕಿತ್ತು, ಬಾಡಿಗೆಯ ಹಣದ ಬಗ್ಗೆ ಅಂತಹ ದೊಡ್ಡ ಚರ್ಚೆಯೇನೂ ಆಗುತ್ತಿರಲಿಲ್ಲ. ಒಂದಿಷ್ಟು ಹೆಚ್ಚು ಕಡಿಮೆ ಕೊಟ್ಟರೆ ಯಾರಿಗೂ ಬೇಸರವಾಗುತ್ತಿರಲಿಲ್ಲ.

ಈ ಎಲ್ಲಾ ನಿಯಮಗಳಿಗೆ ಒಪ್ಪಿಕೊಂಡು ಶ್ರೀಲಕ್ಷ್ಮಿ-ಕಿಟ್ಟಪ್ಪ ದಂಪತಿಗಳು ನಮ್ಮ ಮನೆಗೆ ಬಂದಾಗ ನನಗೆ ಮತ್ತು ನನ್ನಕ್ಕನಿಗೆ ಅತ್ಯಂತ ಖುಷಿಯಾಗಿತ್ತು. ಏಕೆಂದರೆ ಕಿಟ್ಟಪ್ಪನ ಹತ್ತಿರ ಒಂದು ಸೊಗಸಾದ ಟೇಪ್ ರಿಕಾರ್ಡರ್ ಇತ್ತು. ನಮ್ಮ ಮನೆಯಲ್ಲಿ ಯಾವಾಗಲೂ 'ಗೊರ್ರ್' ಎನ್ನುವ, ಅಪರೂಪಕ್ಕೆ ಮನಸ್ಸು ಸರಿಯಾಗಿದ್ದಾಗ ಮಾತ್ರ ಹಾಡುವ ರೇಡಿಯೋ ಮಾತ್ರ ಇತ್ತು. ಅದನ್ನೇ ರಿಪೇರಿ ಮಾಡಿಸಲು ತಯಾರಿಲ್ಲದ ಅಪ್ಪನಿಂದ ಟೇಪ್ ರಿಕಾರ್ಡರ್ ನಿರೀಕ್ಷಿಸುವುದು ಸಾಧ್ಯವೇ ಇರಲಿಲ್ಲ. ಆದ್ದರಿಂದ ಒಂದು ಪುಟ್ಟ ಕ್ಯಾಸೆಟ್ ಹಾಕಿದರೆ ಸಾಕು, ನಮಗೆ ಬೇಕಾದ ಹಾಡು ಹಾಡುವ ಈ

ಜಾದೂ ಪೆಟ್ಟಿಗೆ ನಮಗೆ ಅತ್ಯಂತ ಆಕರ್ಷಕ ಸಂಗತಿಯಾಗಿತ್ತು. ಕಿಟ್ಟಪ್ಪನ ಬಳಿ ಸಾಕಷ್ಟು ಸಿನಿಮಾ ಹಾಡಿನ ಕ್ಯಾಸೆಟ್‌ಗಳಿದ್ದವು. ಮನೆಗೆ ಬಂದ ದಿನ ಸಂಜೆಯೇ ನಮಗೆ ಆತ ಅವೆಲ್ಲವನ್ನೂ ತೋರಿಸಿದ್ದ. ತೆಲುಗು ಹೊಸ ಹೊಸ ಸಿನಿಮಾಗಳ ಹಾಡುಗಳು, ಕನ್ನಡ ಸಿನಿಮಾ ಹಾಡುಗಳು, ದೇವರನಾಮ, ಘಂಟಸಾಲ ಹೇಳಿದ ಭಗವದ್ಗೀತೆ – ಮುಂತಾದ ಹಲವಾರು ಅಮೂಲ್ಯ ಕ್ಯಾಸೆಟ್‌ಗಳು ಆತನ ಬಳಿಯಿದ್ದವು. ನಾವು ಬೇಕೆಂದಾಗಲೆಲ್ಲಾ ಹಾಡು ಹಚ್ಚುವುದಾಗಿಯೂ ಆತ ಒಪ್ಪಿಕೊಂಡ ಮೇಲೆ ಬೇರೇನು ಬೇಕು ಹೇಳಿ? ನಮ್ಮಪ್ಪನೂ ಕಿಟ್ಟಪ್ಪನಂತೆ ಇರಬೇಕಿತ್ತು ಎಂದು ಅನ್ನಿಸಿಬಿಟ್ಟಿತು.

ನಾವು ಶಾಲೆಯಿಂದ ಬಂದ ತಕ್ಷಣ ಬೇಕಾದ ಹಾಡನ್ನು ಕೇಳಿ ಹಾಕಿಸಿಕೊಳ್ಳುತ್ತಿದ್ದೆವು. ಆ ಹಾಡಿಗೆ ನಾನೂ ಮತ್ತು ಅಕ್ಕ ನಮ್ಮ ಮನೆಯಲ್ಲಿ ಸೊಗಸಾಗಿ ನೃತ್ಯ ಮಾಡುತ್ತಿದ್ದೆವು. ನಾನು ನಾಗೇಶ್ವರ ರಾವ್ ಆದರೆ, ಅಕ್ಕ ಶ್ರೀದೇವಿ. ನಾನು ರಾಜ್‌ಕುಮಾರ್ ಆದರೆ, ಅಕ್ಕ ಜಯಂತಿ ಇಲ್ಲವೇ ಭಾರತಿ. ಅಕ್ಕ ಮಲೆನಾಡ ಹುಡುಗಿಯಾದರೆ, ನಾನು ಬಯಲುಸೀಮೆ ಹುಡುಗ. ಒಮ್ಮೊಮ್ಮೆ ಈ ಹಾಳು ಸಿನಿಮಾ ಹಾಡುಗಳನ್ನೆಲ್ಲಾ ಬಿಟ್ಟು ದೇವರನಾಮ ಹಾಕಿದರೆ ಅಮ್ಮ ಮೈಮೇಲೆ ಆವೇಶ ಬಂದವಳಂತೆ ತನ್ನ ಧ್ವನಿಯನ್ನೂ ಜೊತೆಗೂಡಿಸುತ್ತಿದ್ದಳು. ರಾತ್ರಿಯ ಹೊತ್ತು ನಾವೆಲ್ಲಾ ಮಲಗಿಕೊಂಡಾಗ ಸಣ್ಣ ಧ್ವನಿಯಲ್ಲಿ ಹಳೆಯ ಹಿಂದಿ ಹಾಡುಗಳು ಜೋಗುಳ ಹಾಡುತ್ತಿದ್ದವು. ನಾನು ಮತ್ತು ಅಕ್ಕ ಸೇರಿ ಕಿಟ್ಟಪ್ಪನ ಮನೆಯಲ್ಲಿದ್ದ ಎಲ್ಲಾ ಕ್ಯಾಸೆಟ್ಟುಗಳಿಗೂ ಒಂದೊಂದು ಸಂಖ್ಯೆಯನ್ನು ಕೊಟ್ಟು, ಅವುಗಳ ಪಟ್ಟಿಯನ್ನು ಒಂದು ನೋಟ್ ಪುಸ್ತಕದಲ್ಲಿ ಬರೆದಿಟ್ಟೆವು.

ಕಿಟ್ಟಪ್ಪ ನೋಡಲು ಚೆನ್ನಾಗಿದ್ದ. ಸಣ್ಣನೆಯ ಒಂದೆಳೆ ಮೀಸೆಯನ್ನಂತೂ ಅತ್ಯಂತ ಜತನದಿಂದ ನೋಡಿಕೊಳ್ಳುತ್ತಿದ್ದ. ಇಸ್ತ್ರಿ ಮಾಡದೆ ಯಾವ ಬಟ್ಟೆಗಳನ್ನೂ ಧರಿಸುತ್ತಿರಲಿಲ್ಲ. ಪಾಲಿಶ್ ಮಾಡದೆ ಶೂ ಹಾಕುತ್ತಿರಲಿಲ್ಲ. ಕೊರಳಲ್ಲಿ ಒಂದೆಳೆ ಬಂಗಾರದ ಚೈನು ಫಳಫಳ ಹೊಳೆಯುತ್ತಿತ್ತು. ಮಾತನಾಡುವಾಗ ಅವನ ಕಣ್ಣಿನ ತೀಕ್ಷ್ಣ ನೋಟ, ಫಳ್ಳನೆ ನಕ್ಕುಬಿಡುವ ಅವನ ಶೈಲಿ, ಯಾರನ್ನಾದರೂ ನಿರ್ಭಿಡೆಯಿಂದ ಮಾತನಾಡಿಸುವ ಅವನ ಸ್ವಭಾವದಿಂದಾಗಿ ಓಣಿಯಲ್ಲಿನ ಎಲ್ಲರೂ ಕಿಟ್ಟಪ್ಪನನ್ನು ಇಷ್ಟಪಡುವಂತಾಯ್ತು.

ಶ್ರೀಲಕ್ಷ್ಮಿ ಮಾತ್ರ ತುಂಬಾ ಮಕೀಣ ಸ್ವಭಾವದವಳು. ನೋಡಲು ಅತ್ಯಂತ ಲಕ್ಷಣವಾಗಿದ್ದಳಾದರೂ, ಅವಳು ಒಂದು ರೀತಿ ಮಂಕು ಕವಿದವಳಂತೆ ಇರುತ್ತಿದ್ದಳು. ಯಾರೊಂದಿಗೂ ಮಾತನಾಡುವ ಆಸಕ್ತಿಯನ್ನವಳು ತೋರಿಸುತ್ತಿರಲಿಲ್ಲ. ತನ್ನ ಪಾಡಿಗೆ ತಾನು ಬಾವಿಯಲ್ಲಿ ನೀರು ಸೇದಿಕೊಳ್ಳುತ್ತಿದ್ದಳು. ಯಾರ ಮನೆಗೂ ಹರಟೆಗೆ ಬರುತ್ತಿರಲಿಲ್ಲ. ಅಪರೂಪಕ್ಕೆ ಯಾರಾದರೂ ಎದುರಾದರೂ ಪೆಚ್ಚು ನಗೆಯೊಂದನ್ನು ಚೆಲ್ಲಿ ಸುಮ್ಮನಾಗಿ ಬಿಡುತ್ತಿದ್ದಳು. ಐದು ವರ್ಷದ ಮಗ ಅನಿರುದ್ಧನನ್ನು ಯಾರ

ಮನೆಗೂ ಹೋಗಲು ಬಿಡುತ್ತಿರಲಿಲ್ಲ. ಅವಳ ಈ ಸ್ವಭಾವವನ್ನು ನೋಡಿ ರೋಸಿದ ಅಮ್ಮ "ಎಂಥಾ ಗಂಡಿಗೆ ದೇವರು ಎಂಥಾ ಹೆಣ್ಣನ್ನ ಜೋಡಿ ಮಾಡಿರ್ತಾನೆ ನೋಡು" ಎಂದು ನಿರ್ಣಯವನ್ನೂ ಕೊಟ್ಟುಬಿಟ್ಟಳು.

ಹಾಗೆ ನೋಡಿದರೆ ಈ ಶ್ರೀಲಕ್ಷ್ಮಿ ನಮಗೆ ಅಷ್ಟಾಗಿ ತಿಳಿಯದ ಹೆಣ್ಣೇನೂ ಆಗಿರಲಿಲ್ಲ. ಅವರಪ್ಪ ಹನುಮಂತ ರಾವ್ ಊರಿನ ಕೊನೆಯಲ್ಲಿ ವಾಸಿಸುತ್ತಿದ್ದರು. ಅಷ್ಟಾಗಿ ಊರವರ ಜೊತೆಯಲ್ಲಿ ಅವರು ಬೆರೆಯುತ್ತಿರಲಿಲ್ಲವಾದ್ದರಿಂದ ನಮಗೆ ಹೊಕ್ಕು ಬಳಕೆಯಿರಲಿಲ್ಲ. ಅವಳ ಮದುವೆಗೂ ಅಪ್ಪ-ಅಮ್ಮ ಹೋಗಿ ಅಕ್ಷತೆ ಹಾಕಿ ಬಂದಿದ್ದರು. ಆಮೇಲಕ್ಕೆ ಅವರ ಸುದ್ದಿ ನಮಗೆ ಅಷ್ಟಾಗಿ ತಿಳಿದಿರಲಿಲ್ಲ. ಹೊಸಪೇಟೆಯಲ್ಲಿಯೇ ಕಿಟ್ಟಪ್ಪ ತುಂಬಾ ವರ್ಷ ಕೆಲಸ ಮಾಡಿದ್ದ. ಆಮೇಲೆ ನಮ್ಮೂರಿಗೆ ವರ್ಗವಾಗಿತ್ತು. ಅದಕ್ಕಾಗಿ ನಮ್ಮ ಮನೆಗೆ ಬಾಡಿಗೆಗೆ ಬಂದಿದ್ದ. ಅಪ್ಪನಿಗೆ ಹನುಮಂತ ರಾವ್ ಪರಿಚಯ ಸುಮಾರಾಗಿ ಇತ್ತು.

>>>

ಪೀರ್ಲು ಹಬ್ಬ ನಾಳೆ ಅಂದ್ರೆ ಈವತ್ತು 'ಕತ್ತಲು ರಾತ್ರಿ'. ಅಲಾಯಿಕುಣಿಯಲ್ಲಿ ಬೆಂಕಿ ಹಾಕಿ, ಅದರ ಸುತ್ತಲೂ ದೇವರನ್ನು ಹೆಗಲಿಗೇರಿಸಿಕೊಂಡು ರಾತ್ರಿಯೆಲ್ಲಾ ಕುಣಿಯುವುದು ವಾಡಿಕೆ. ದೇವರು ಮೈಮೇಲೆ ಬಂದರೆ ಹಾಗೇ ನಿಗಿನಿಗಿಸುವ ಆ ಬೆಂಕಿಯ ಮೇಲೆ ಬರಿಗಾಲಿನಲ್ಲಿ ಸುತ್ತಿ ಬರುವ ಪವಾಡ ನಡೆಯುವ ದಿನವದು. ಸುತ್ತಮುತ್ತಲ ಊರಿನಲ್ಲಿ ಯಾರುಯಾರಿಗೆ ದೆವ್ವ ಹಿಡಿದಿದೆಯೋ ಅವರನ್ನೆಲ್ಲಾ ಕರೆಸಿ, ಮಂತ್ರಿಸಿದ ಬೂದಿಯನ್ನು ಉಗ್ಗಿ ದೆವ್ವಗಳನ್ನು ಓಡಿಸುವ ರಾತ್ರಿಯದು. 'ಹೊರಟೆ, ಹೊರಟೆ' ಅಂತ ಥರಾವರಿ ದೆವ್ವಗಳು ಕೂಗಿ ಚೀರಿ ಮನುಷ್ಯರ ದೇಹವನ್ನು ಬಿಟ್ಟು ಬೇವಿನ ಮರವನ್ನು ಸೇರಿಕೊಳ್ಳುವ ಜಾದೂ ನಡೆಯುವ ದಿನವದು.

ಸಂಜೆಯವರೆಗೆ ಈ ಎಲ್ಲಾ ಮೈ ನವಿರೇಳಿಸುವ ಸಂಗತಿಗಳನ್ನು ನೋಡಿ, ಜಾತ್ರೆಯಲ್ಲಿ ಸಿಕ್ಕಸಿಕ್ಕದ್ದನ್ನೆಲ್ಲಾ ತಿಂದು ಬಂದು ರಾತ್ರಿ ಮಲಗಿಕೊಂಡರೂ, ಹತ್ತಕ್ಕೆಲ್ಲಾ ನನಗೆ ಎಚ್ಚರವಾಯ್ತು. ಪಾಯಿಖಾನೆಗೆ ಹೋಗಲೇ ಬೇಕೆನ್ನಿಸುವಷ್ಟು ಅವಸರವಾಯ್ತು. ಆದರೆ ಅದು ಅಷ್ಟು ಸುಲಭದ ಸಂಗತಿಯಾಗಿರಲೇ ಇಲ್ಲ. ನಮ್ಮ ಮನೆಯ ಪಾಯಿಖಾನೆ ಹಿತ್ತಲಿನಲ್ಲಿ ಸ್ವಲ್ಪ ದೂರ ನಡೆದ ಮೇಲೆ ಸಿಗುತ್ತಿತ್ತು. ಬಾವಿಯ ಮುಂದೆ ಹಾದು, ದಾಳಿಂಬೆ ಗಿಡ ದಾಟಿ, ಕಿಟ್ಟಪ್ಪ ಮನೆಯ ಮುಂದೆ ಸಾಗಿ, ಅಲ್ಲಿಂದ ಪಾಳುಬಿದ್ದ ಹಿತ್ತಲ ಮೂಲಕ ಹೋದರೆ ಮೂಗು ಮುಚ್ಚಿಕೊಳ್ಳುವಂತಹ ಕೆಟ್ಟ ವಾಸನೆ ಬರುತ್ತಿತ್ತು. ಅವೇ ನಮ್ಮ ಎರಡು ಪಾಯಿಖಾನೆಗಳು. ಒಂದು ನಮಗೆ, ಮತ್ತೊಂದು ಬಾಡಿಗೆಯವರಿಗೆ. ಆದರೆ ಆ ಪಾಳು ಬಿದ್ದ ಹಿತ್ತಲಿನಲ್ಲಿ ಒಂದು ರಾಕ್ಷಸಾಕಾರದ

ಬೇವಿನ ಮರವಿತ್ತು. ಸುತ್ತಮುತ್ತಲಿನ ಮನೆಗಳಿಗೆಲ್ಲಾ ತನ್ನ ಚಾಮರವನ್ನು ಬೀಸುವ ದೈತ್ಯ ಮರವದು. ಅದರಲ್ಲಿ ನೂರಾರು ದೆವ್ವಗಳಿದ್ದವು. ಬಿಳಿಯ ಬಟ್ಟೆ ಧರಿಸಿ ಅವು ಓಡಾಡುವುದನ್ನು, ಇದ್ದಕ್ಕಿದ್ದಂತೆ ಮಾಯವಾಗುವುದನ್ನು, ಬೇವಿನ ಕೊಂಬೆಗಳಿಗೆ ಉರುಳು ಹಾಕಿಕೊಂಡು ಜೋತಾಡುವುದನ್ನು ಅಮ್ಮ ಹಲವಾರು ಬಾರಿ ರೋಚಕ ಕತೆಯಾಗಿ ಹೇಳಿದ್ದಳು. ಅಂತಹ ಬೇವಿನಮರವನ್ನು ದಾಟಿ ಹೋಗಿ ಪಾಯಿಖಾನೆ ಸೇರಬೇಕಲ್ಲ ಅದು ನನ್ನ ಸಂಕಟವಾಗಿತ್ತು.

ಅಮ್ಮನನ್ನು ಎಬ್ಬಿಸಿ, ಅವಳು ಹಿತ್ತಲಿನಲ್ಲಿ ನಿಲ್ಲುವಂತೆ ಬೇಡಿಕೊಂಡೆ. ಅಮ್ಮನಿಗೂ ಸಾಕಾಗಿತ್ತೆಂದು ಕಾಣುತ್ತದೆ. "ದೊಡ್ಡವನಾಗಿಯಪ್ಪ, ಇನ್ನೂ ಏನು ಹೆದರಿಕೆ?" ಅಂತ ಬೈಯ್ದು ಮಗ್ಗಲಾದಳು. ಬೇರೆ ದಾರಿ ಕಾಣದೆ ಹೆದರುತ್ತ ಹೆದರುತ್ತಲೇ ಪಾಯಿಖಾನೆಗೆ ಹೋದೆ. ಮನಸ್ಸಿನಲ್ಲಿಯೇ ಭೂತರಾಯರ ಸ್ಮರಣೆ ಮಾಡುತ್ತಿದ್ದೆ.

ಪಾಯಿಖಾನೆಯ ಬಾಗಿಲಿಗೆ ಒಂದು ಪುಟ್ಟ ತೂತಿತ್ತು. ಅದರಲ್ಲಿ ಕಣ್ಣಲ್ಲಿ ಕಣ್ಣಿಟ್ಟು ನೋಡುತ್ತಿದ್ದೆ. ಹೊರಗೆ ದೆವ್ವವೊಂದು ಕಂಡೇ ಬಿಡುತ್ತದೆಂಬ ನಂಬಿಕೆ ನನಗಿತ್ತು. ಒಂದು ಹತ್ತು ನಿಮಿಷವಾಗಿತ್ತೋ ಇಲ್ಲವೋ, ಒಂದು ಸಾಕ್ಷಾತ್ ದೆವ್ವ ಬಾವಿಯ ಬಳಿ ಬಂತು. ಕತ್ತಲಿನಲ್ಲಿ ಅದರ ಚಲನಗಳು ಮಸುಕು ಮಸುಕಾಗಿ ಕಾಣುತ್ತಿತ್ತು. ಬೀದಿಯ ದೀಪ ಕೆಟ್ಟು ಪಳಕ್ ಪಳಕ್ ಎಂದು ಬೆಳಕು ಚೆಲ್ಲುತ್ತಿದ್ದರೆ ಆ ದೆವ್ವ ಕೊಂಚ ವೇಗವಾಗಿ ನಡೆದಂತೆ ಕಾಣುತ್ತಿತ್ತು. ಅದು ನನ್ನ ಪಾಯಿಖಾನೆಯ ಬಳಿಯೇ ಬರಲಾರಂಭಿಸಿತು. ನನಗೆ ಕೂಗಲೂ ಶಕ್ತಿಯಿಲ್ಲದಷ್ಟು ಭಯವಾಗುತ್ತಿತ್ತು. ಖಂಡಿತವಾಗಿಯೂ ನಾನು ಸತ್ತು ಹೋಗಿ ಬಿಡುತ್ತೇನೆಂದು ಖಾತರಿಯಾಗಲಾರಂಭಿಸಿತು.

ಆ ದೆವ್ವ ತೂರಾಡುತ್ತಾ ಬಂದು ದಾಳಿಂಬೆ ಮರದ ಕಾಲುವೆಯ ಬಳಿ ದೊಪ್ಪೆಂದು ಬಿತ್ತು. ಮತ್ತದು ಏಳಲಿಲ್ಲ. ನಾನು ಹಾಗೇ ತುಂಬಾ ಹೊತ್ತು ಅದು ಏಳುತ್ತದೆಂದು ಕಾಯುತ್ತಿದ್ದೆ. ಬಹುಶಃ ಮಾಯವಾಗಿ ಬೇವಿನ ಮರ ಸೇರಿಕೊಂಡಿದೆಯೇನೋ ಎಂಬ ಅನುಮಾನ. ನಾನು ಎಷ್ಟು ಹೊತ್ತಾದರೂ ಬರಲಿಲ್ಲವೆಂದು ಯಾರಾದರೂ ಮನೆಯಿಂದ ಹೊರಬರುತ್ತಾರೇನೋ ಎಂದು ಕಾಯತೊಡಗಿದೆ. ಊಹೂಂ! ಯಾರೂ ಬರುತ್ತಿಲ್ಲ. ಗೊರಕೆ ಹೊಡೆದು ನಿದ್ದೆ ಮಾಡುತ್ತಿರಬೇಕು.

ಎಷ್ಟು ಹೊತ್ತೆಂದು ಪಾಯಿಖಾನೆಯಲ್ಲಿ ಕುಳಿತಿರಲು ಸಾಧ್ಯ? ಕೊನೆಗೆ ಇದ್ದ ಬದ್ದ ಧೈರ್ಯವನ್ನೆಲ್ಲಾ ಒಟ್ಟುಗೂಡಿಸಿ, ಬಾಗಿಲು ತೆಗೆದಿದ್ದೇ ಮನೆಯ ಕಡೆ ಓಡಿದೆ. ಆ ಓಟದಲ್ಲಿಯೇ ದೆವ್ವ ಬಿದ್ದ ಜಾಗದ ಕಡೆ ಕಣ್ಣು ಹಾಯಿಸಿದ್ದೆ. ಅನುಮಾನವೇ ಇಲ್ಲ, ದೆವ್ವವೊಂದು ಆ ಬಚ್ಚಲ ಮನೆಯ ನೀರಿನ ಕಾಲುವೆಯಲ್ಲಿ ಬಿದ್ದಿತ್ತು. ಹಗೂರಕ್ಕೆ ನನ್ನೆಡೆಗೆ ಕೈ ಚಾಚಿತು. ನಾನು ಸೀದಾ ಮನೆಗೆ ನುಗ್ಗಿ ಹಿತ್ತಲ ಬಾಗಿಲು ಹಾಕಿಕೊಂಡು ಬಿಟ್ಟೆ. ಕಾಲನ್ನೂ ತೊಳೆದುಕೊಳ್ಳದೆ ಅಮ್ಮ-ಅಪ್ಪರ ಬಳಿ ಹೋಗಿ ಅಳುವ ಧ್ವನಿಯಲ್ಲಿ

'ದೆವ್ವ, ದೆವ್ವ' ಎಂದು ನಡುಗಲಾರಂಭಿಸಿದೆ. ನನ್ನ ಭಯದ ಧ್ವನಿಗೆ ಬೆದರಿದ ಅವರು ಏನಾಯಿತೆಂದು ವಿಚಾರಿಸಿಕೊಂಡರು. ಕಾಲುವೆಯಲ್ಲಿ ಬಿದ್ದ ದೆವ್ವದ ಸಂಗತಿಯನ್ನು ಹೇಳಿದೆ. ಅಪ್ಪ ಏನೆಂದು ನೋಡಲು ಎದ್ದೇ ಬಿಟ್ಟ. ಅಮ್ಮ "ದೆವ್ವದ ಸಹವಾಸ ಬೇಡರಿ" ಎಂದು ಕೂಗಿದಳು. ಕೇಳಲಿಲ್ಲ. ಕೈಯಲ್ಲಿ ಕಂದೀಲು ಹಿಡಿದುಕೊಂಡು ಹಿತ್ತಲಿಗೆ ಹೋದ. ಅಮ್ಮ, ನಾನು ಹೆದರುತ್ತಲೇ ಹಿತ್ತಲ ಬಾಗಿಲ ಬಳಿ ಹೋದೆವು.

ಅಪ್ಪ ದೆವ್ವದ ಹತ್ತಿರ ಹೋಗಿ ಅದರ ಮುಖಕ್ಕೆ ಬೆಳಕು ಬಿಟ್ಟ. ಅಪ್ಪನಿಗೆ ಪರಿಸ್ಥಿತಿ ಅರ್ಥವಾಯ್ತು. "ಕಿಟ್ಟಪ" ಎಂದು ದೆವ್ವಕ್ಕೆ ಕೂಗಿದ. "ಆತನ ವೇಷದಾಗೆ ಬಂದದೇನ್ರಿ?" ಎಂದು ಅಮ್ಮ ಇನ್ನೂ ಅನುಮಾನದಲ್ಲಿ ಕೇಳಿದಳು. ಅಪ್ಪ ನಮ್ಮ ಮಾತಿಗೆ ಗಮನ ಕೊಡದೆ ಆ ದೆವ್ವವನ್ನು ಅಲುಗಾಡಿಸುತ್ತಾ "ಕಿಟ್ಟಪ್ಪ, ಕಿಟ್ಟಪ್ಪ" ಎನ್ನಲಾರಂಭಿಸಿದ. ಅದು ಎಚ್ಚರ ತಪ್ಪಿ ಮಲಗಿತ್ತು.

ಅಮ್ಮಗೆ ಈಗ ಧೈರ್ಯ ಬಂತು. ಅಪ್ಪನ ಬಳಿ ಹೋದಳು. ನಾನೂ ಹಿಂಬಾಲಿಸಿದೆ. "ಏನಾಗಿದೆ ರ್ರೀ" ಎಂದು ಕೇಳಿದಳು. "ಕುಡಿದು ಬಿದ್ದಾನೆ" ಎಂದು ಅಪ್ಪ ಅಸಹ್ಯದಿಂದ ಹೇಳಿದ. "ಆತನ ಕೊರಳಾಗಿನ ಬಂಗಾರದ ಸರಕ್ಕೂ ಕೊಳಚೆ ಅಂಟದಲ್ರೀ" ಎಂದು ಅಮ್ಮ ಕಸಿವಿಸಿಗೊಂಡಳು. ಕಿಟ್ಟಪ್ಪನ ಮನೆಯ ಬಾಗಿಲನ್ನು ಅಪ್ಪ ಬಡಿಯಲಾರಂಭಿಸಿದ. "ನಿಮ್ಮ ಮನೆಯವರು ಇಲ್ಲಿ ಬಿದ್ದಾರೆ. ಬಾಗಿಲು ತೆಗೀರಿ" ಎಂದು ಕೂಗಿದ. ಒಳಗಡೆ ಯಾರೋ ಎದ್ದ ಸದ್ದಾಯಿತು. ಆದರೆ ಕೂಗಿಗೆ ಓಗೊಡಲಿಲ್ಲ. ಈ ಬಾರಿ ಅಮ್ಮ ಬಾಗಿಲು ಬಡಿದು "ಶ್ರೀಲಕ್ಷ್ಮೀ, ಸ್ವಲ್ಪ ಬಾಗಿಲು ತೆಗಿಯವ್ವಾ... ನಿನ್ನ ಗಂಡ ಕುಡುದು ಇಲ್ಲಿ ಕಾಲುವಿನಾಗೆ ಬಿದ್ದಾನೆ..." ಎಂದು ಜೋರಾಗಿ ಕೂಗಿದಳು. ಊಹೂಂ, ಬಾಗಿಲು ತೆರೆಯಲಿಲ್ಲ. ನಾನು ಪರಿಸ್ಥಿತಿಯನ್ನು ಅರ್ಥ ಮಾಡಿಕೊಂಡು, ಮನೆಯೊಳಗೆ ಓಡಿಹೋಗಿ ನಮ್ಮಿಬ್ಬರ ಮನೆಯ ಬಾಗಿಲಿಗೆ ಕಿವಿಯಿಟ್ಟು ಆಲಿಸಿದೆ. ಶ್ರೀಲಕ್ಷ್ಮಿ ಅಕ್ಕ ಅಳುತ್ತಿರುವುದು ಸ್ಪಷ್ಟವಾಗಿ ಕೇಳಿಸುತ್ತಿತ್ತು. ಬಾಗಿಲ ಸಂದಿಗೆ ಕಣ್ಣಿಟ್ಟು ಒಳಗೆ ನೋಡಿದೆ. ಮೂಲೆಯಲ್ಲಿ ಒಬ್ಬಳೇ ತನ್ನ ಮಗ ಅನಿರುದ್ಧನನ್ನು ಗಟ್ಟಿಯಾಗಿ ತಬ್ಬಿಕೊಂಡು ಸಣ್ಣಗೆ ನಡುಗುತ್ತಾ ಕುಳಿತಿರುವುದು ಕಾಣಿಸಿತು.

ಓಣಿಯ ಜನರೆಲ್ಲಾ ಸೇರಿ, ತಲೆಗೊಂದರಂತೆ ಮಾತನಾಡಲಾರಂಭಿಸಿದರು. ಆದರೆ ಯಾರಿಗೂ ಕುಡುಕರ ವಿಷಯ ಸರಿಯಾಗಿ ಗೊತ್ತಿರಲಿಲ್ಲ. ಯಾರ್‍ಯಾರೋ ಹೋಗಿ ಬಾಗಿಲು ಬಡೆದು, ತಮ್ಮ ಹೆಸರನ್ನು ಹೇಳಿದರೂ ಶ್ರೀಲಕ್ಷ್ಮಿ ಬಾಗಿಲು ತೆರೆಯಲಿಲ್ಲ. ಹಾಗೆ ಕೊಳಚೆಯಲ್ಲಿ ಬಿದ್ದ ಆ ವ್ಯಕ್ತಿಯನ್ನು ಮನೆಯೊಳಗೆ ಕರೆದುಕೊಂಡು ಹೋಗುವುದಕ್ಕೆ ಬೇರೆ ಯಾರಿಗೂ ಮನಸ್ಸಿರಲಿಲ್ಲ. ಯಾರೋ ಒಂದು ಕೊಡ ನೀರು ಸುರುವಿದರೆ ಆತನಿಗೆ ಎಚ್ಚರ ಬರುತ್ತದೆಂದು ಹೇಳಿದರು. ಯಾಕೋ ಅಪ್ಪ ಅವೆಲ್ಲಾ ಬೇಡವೆಂದು ಹೇಳಿ, ನನ್ನನ್ನು ಕರೆದುಕೊಂಡು ಹನುಮಂತ ರಾವ್ ಮನೆಗೆ ಹೊರಟ.

ಊರಿನಿಂದ ಹೊರಗಿರುವ ಮನೆಯದು. ಬಸ್ ನಿಲ್ದಾಣವನ್ನು ದಾಟಿ, ಸಿನಿಮಾ ಮಂದಿರವನ್ನೂ ದಾಟಿ ಹೋದರೆ ಅವರ ಮನೆ ಸಿಗುತ್ತಿತ್ತು. ಅವರಾಗಲೇ ನಿದ್ದೆ ಮಾಡಿಯಾಗಿತ್ತು. ಅಪ್ಪ ಬಾಗಿಲನ್ನು ಹತ್ತಾರು ಸಲ ಬಡಿದ ನಂತರ ಹನುಮಂತರಾವ್ ಎದ್ದುಬಂದರು. ಬೋಳು ಹಣೆಯ, ದಷ್ಟಪುಷ್ಟ ದೇಹದ, ಎತ್ತರದ ನಿಲುವನ್ನು ಹೊಂದಿದವರು ಅವರು. "ನೀವು ಸ್ವಲ್ಪ ಮನೆಗೆ ಬರಬೇಕು" ಎಂದು ಅಪ್ಪ ಮೆತ್ತಗೆ ಹೇಳಿದರು. ಹನುಮಂತರಾವ್ ಬೇರೇನೂ ಪ್ರಶ್ನೆಗಳನ್ನು ಹಾಕದೆ ನಮ್ಮೊಡನೆ ಹೊರಟು ಬಿಟ್ಟರು. ಅವರ ಹೆಂಡತಿ ಒಳಗಿನಿಂದಲೇ "ಯಾತಕ್ಕಂತೆ, ಈ ನಡುರಾತ್ರಿನಾಗೆ ಯಾತಕ್ಕಂತೆ..." ಎಂದು ಕೇಳಿದರೂ ಅವರಿಗೆ ಯಾವ ಉತ್ತರವನ್ನೂ ಕೊಡದೆ ಹನುಮಂತ ರಾವ್ ನಮ್ಮೊಡನೆ ನಡೆದುಬಿಟ್ಟರು. ಅರ್ಧ ದಾರಿಯ ತನಕ ನಡೆದ ಮೇಲೆ ದುರ್ಗಮ್ಮನ ಗುಡಿ ಬಂತು. ಯಾಕೋ ಸುಸ್ತಾದವರಂತೆ ಹನುಮಂತರಾವ್ ಅಲ್ಲಿದ್ದ ಕಲ್ಲಿನ ಮೇಲೆ ಕುಳಿತುಕೊಂಡರು. ಅಪ್ಪ ಮತ್ತು ನಾನು ಸುಮ್ಮನೆ ಅವರ ಮುಖವನ್ನು ನೋಡುತ್ತಾ ನಿಂತುಬಿಟ್ಟೆವು. "ಕಣ್ಮರೆಯಲ್ಲಿದ್ದ. ಹೆಂಗೋ ದುಃಖ ನುಂಗಿ ಕೊಂಡಿದ್ವಿ. ಈಗ ನಮ್ಮ ಮರ್ಯಾದಿ ಕಳೀಲಿಕ್ಕೆ ಈ ಊರಿಗೇ ಬಂದುಬಿಟ್ಟ" ಎಂದು ತಮ್ಮ ಅಗಲವಾದ ಬೋಳು ಹಣೆಯನ್ನು ಚಚ್ಚಿಕೊಂಡರು. ಅಪ್ಪ ಅವರ ಬೆನ್ನನ್ನು ಸವರಿ ಸಮಾಧಾನ ಮಾಡಿದ.

ತನ್ನಪ್ಪನ ಧ್ವನಿಯನ್ನು ಕೇಳಿದ್ದೇ ಶ್ರೀಲಕ್ಷ್ಮಿ ಬಾಗಿಲು ತೆರೆದಳು. ಓಣಿಯವರೆಲ್ಲಾ ಸೇರಿ ಕಿಟ್ಟಪ್ಪನನ್ನು ಮನೆಯೊಳಗೆ ಸೇರಿಸಿದರು. ಆ ರಾತ್ರಿ ನಾನು ಮತ್ತು ಅಕ್ಕ ನಡು ಬಾಗಿಲಿಗೆ ಕಿವಿ ಹಚ್ಚಿ ತುಂಬಾ ಹೊತ್ತು ಕಾದೆವು. ಬರೀ ಗುಸುಗುಸು ಸದ್ದು, ಮುಸಿ ಮುಸಿ ಅಳು ಕೇಳಿಸುತ್ತಿತ್ತೇ ಹೊರತು, ಯಾವುದೂ ಸ್ಪಷ್ಟವಾಗಿ ಗೊತ್ತಾಗುತ್ತಿರಲಿಲ್ಲ. ಅಪ್ಪ ನಮಗೆ "ಮಲಗಿಕೊಳ್ರೋ ಸಾಕಿನ್ನ" ಎಂದು ಬೈದ ಮೇಲೆ ತೆಪ್ಪಗೆ ಮಲಗಿಕೊಂಡೆವು. ಇನ್ನೇನು ನನಗೆ ನಿದ್ದೆ ಹತ್ತುತ್ತಿದೆ ಎನ್ನುವಾಗ ಅಮ್ಮ ಸಣ್ಣನೆಯ ಧ್ವನಿಯಲ್ಲಿ ಅಪ್ಪನ ಮುಂದೆ "ಉಳ್ಳಾಗಡ್ಡಿ ತಿಂತೀರ, ಬೆಳ್ಳುಳ್ಳಿ ತಿಂತೀರ ಅಂತ ಕೇಳಿದ್ವಿ. ಕುಡೀತೀಯೇನಪ್ಪಾ ಅಂತ ಕೇಳೋದಕ್ಕೆ ಗೊತ್ತಾಗಲಿಲ್ಲ ನೋಡ್ರಿ" ಎಂದು ಪೇಚಾಡಿದಳು.

ಆದರೆ ಮರುದಿನ ಏನೂ ನಡೆದಿಲ್ಲವೆನ್ನುವಂತೆ ಕಿಟ್ಟಪ್ಪ ಎಲ್ಲರೊಂದಿಗೂ ನಗುನಗುತ್ತಾ ವ್ಯವಹರಿಸಿದ. "ಊಟ ಆಯ್ತೇನು ಅತ್ತೆ? ಹೊಸ ಸಿನಿಮಾ ನೋಡಿದ್ಯಾ ನೀಲಕ್ಕಾ?" ಎಂದು ಅತ್ಯಂತ ಉತ್ಸಾಹದಲ್ಲಿ ಎಲ್ಲರನ್ನೂ ಮಾತನಾಡಿಸಿದ. ಮಧ್ಯಾಹ್ನಕ್ಕೆಲ್ಲಾ ಒಂದು ಹೊಸ ಕಾರ್ಯಕ್ರಮವನ್ನೂ ಹಮ್ಮಿಕೊಂಡ. ಒಂದು ಖಾಲಿ ಕ್ಯಾಸೆಟ್ಟನ್ನು ಕೊಂಡು ತಂದು ಎಲ್ಲರಿಂದಲೂ ಹಾಡಿಸಲು ಶುರುವಿಟ್ಟ. ಓಣಿಯ ಹಿರಿ-ಕಿರಿಯರೆಲ್ಲರೂ ಹೊಸ ಹುರುಪಿನಿಂದ ಭಾಗವಹಿಸಿದರು. ಯಾರಾದರೂ ಹಾಡುವುದು, ಅದನ್ನು ಮತ್ತೆ ಎಲ್ಲರೆದುರಿಗೂ ಹಾಡಿಸಿ ತೋರಿಸುವುದು. ತಮ್ಮ

ಧ್ವನಿಯನ್ನು ಕೇಳಿದ್ದೇ ವಿಚಿತ್ರ ರೋಮಾಂಚನಕ್ಕೆ ಒಳಗಾಗುತ್ತಿದ್ದ ಹೆಂಗಸರು, "ಈ ಧ್ವನಿ ನಂದಂತೂ ಅಲ್ಲೇ ಅಲ್ಲ ಬಿಡು. ಹಿಂಗದೇನೆ?" ಎಂದು ಹುಸಿ ವಾದವನ್ನು ಮಾಡುತ್ತಿದ್ದರು. ಅಕ್ಕನೂ ಒಂದು ಛಂದದ ಸಿನಿಮಾ ಹಾಡು ಹೇಳಿ ಎಲ್ಲರಿಂದಲೂ ಶಹಬ್ಬಾಸ್ ಅನ್ನಿಸಿಕೊಂಡಳು. ಆದರೆ ನನಗೆ ಹಾಡಲು ಬರುತ್ತಿರಲಿಲ್ಲ. ಆದರೆ ನನ್ನ ಧ್ವನಿಯೂ ಟೇಪ್ ರಿಕಾರ್ಡರಿನಲ್ಲಿ ಮೂಡದಿದ್ದರೆ ಹೇಗೆ? ನಾನೂ ಏನಾದರೂ ಹೇಳುತ್ತೀನೆಂದು ಹಠ ಹಿಡಿದೆ. ಕಡೆಗೆ ಅಮ್ಮ ಒಂದು ಉಪಾಯ ಮಾಡಿ "ನೀನು ವೆಂಕಟೇಶ್ವರ ಸ್ತೋತ್ರ ಹೇಳು. ಸ್ಪಷ್ಟವಾಗಿ ಹೇಳ್ಬೇಕು" ಎಂದು ಸೂಚಿಸಿದಳು. ನನಗೋ ಅನುಮಾನ. 'ಬರೀ ಹಾಡುಗಳು ಮಾತ್ರ ರೆಕಾರ್ಡ್ ಆಗುತ್ತೋ ಅಥವಾ ಸ್ತೋತ್ರ ಹೇಳಿದರೂ ರೆಕಾರ್ಡ್ ಆಗುತ್ತೋ?' ಅಂತ. ಕಿಟ್ಟಪ್ಪ ಧೈರ್ಯವನ್ನು ತುಂಬಿದ. ಅಂತೂ ನನ್ನ ಧ್ವನಿಯೂ ರೆಕಾರ್ಡ್ ಆಗಿ ಖುಷಿಪಟ್ಟೆ. ಕಿಟ್ಟಪ್ಪ ತನ್ನ ಹೆಂಡತಿ ಶ್ರೀಲಕ್ಷ್ಮಿಯನ್ನು ಹಾಡಲು ಕೇಳಿದ. ಅವಳು ಮಾತ್ರ ಎಷ್ಟೇ ಬಲವಂತ ಮಾಡಿದರೂ ಹಾಡಲಿಲ್ಲ. ಬರೀ ನಮಗೆಲ್ಲರಿಗೂ ಕಾಫಿ ಮಾಡಿಕೊಟ್ಟಳು.

ಆ ರಾತ್ರಿ ಎಲ್ಲರ ಊಟವಾದ ಮೇಲೆ ಬಾವಿ ನೀರು ಸೇದುವ ಸದ್ದಾಯ್ತು. ಅಮ್ಮ ಹಿತ್ತಿಲ ಬಾಗಿಲು ತೆಗೆದು ನೋಡಿದರೆ ಶ್ರೀಲಕ್ಷ್ಮಿ ಒಬ್ಬಳೇ ನೀರು ಸೇದುತ್ತಿದ್ದಳು. ಅಮ್ಮಗೆ ಅದೇನನ್ನಿಸಿತೋ ಗೊತ್ತಿಲ್ಲ, ತಾನೂ ಹಗ್ಗಕ್ಕೆ ಕೈ ನೀಡಿದಳು. "ಬೇಡ ಅತ್ತೆ, ನೀವು ಯಾಕೆ ಒದ್ದಾಡ್ತೀರ" ಎಂದು ಶ್ರೀಲಕ್ಷ್ಮಿ ನಿರಾಕರಿಸಿದಳು. ಆದರೆ ಅಮ್ಮ "ನೀನು ಸುಮ್ಮನೆ ಇರು, ಹಠ ಮಾಡಬೇಡ" ಎಂದು ಹೇಳಿ ಸಹಾಯವನ್ನು ಮುಂದುವರೆಸಿದಳು. ನೀರೆಲ್ಲಾ ಸೇದುವುದು ಮುಗಿಯುವ ತನಕ ಒಬ್ಬರೂ ಮಾತನಾಡಲಿಲ್ಲ. ಬರೀ ಬಾವಿಯ ಗಾಲಿಯ ಏಕತಾನತೆಯ ಸದ್ದು. ಎಲ್ಲೋ ದೂರದಲ್ಲಿ ರಾಮದೇವರ ಗುಡಿಯಲ್ಲಿ ಭಜನೆಯ ಸದ್ದು. ಕೊನೆಯಲ್ಲಿ ಅಮ್ಮ ಹಗ್ಗವನ್ನು ಗುಂಡಗೆ ಸುತ್ತಿ, ಶ್ರೀಲಕ್ಷ್ಮಿಯ ಹೆಗಲಿಗೆ ಹಾಕಿ, ಹಾಗೆಯೇ ಆಕೆಯ ಗಲ್ಲವನ್ನು ಸವರಿ "ದೇವರ ಮೇಲೆ ಭಾರ ಹಾಕು. ಎಲ್ಲಾ ಸರಿ ಹೋಗ್ತದೆ" ಎಂದು ಅಭಯವನ್ನಿತ್ತಳು. ಮನೆಗೆ ಬಂದ ಅಮ್ಮ "ಎಂಥಾ ಒಳ್ಳೆ ಹುಡುಗಿಗೆ ಎಂಥವನು ಕಲೆ ಬಿದ್ದ ಅಂತೀನಿ" ಎಂದು ಪೇಚಾಡಿದಳು.

ಶ್ರೀಲಕ್ಷ್ಮಿ ದೇವರ ಮೇಲೆ ಭಾರ ಹಾಕಿದಳೋ ಇಲ್ಲವೋ ಗೊತ್ತಿಲ್ಲ. ಆದರೆ ಕಿಟ್ಟಪ್ಪ ಅಂತೂ ಸರಿ ದಾರಿಗೆ ಬರಲಿಲ್ಲ. ಅವನ ಕುಡಿತ ಮಿತಿಮೀರಿ ಹೋಯಿತು. ದಿನ ಬಿಟ್ಟು ದಿನ ಕುಡಿದು ಎಲ್ಲೆಂದರಲ್ಲಿ ಬೀಳುತ್ತಿದ್ದ. ಮೊದಲ ಸಲ ರೂಮಿನ ಬಾಗಿಲನ್ನೂ ತೆಗೆಯಲು ಹಿಂಜರಿದಿದ್ದ ಶ್ರೀಲಕ್ಷ್ಮಿ ಎಷ್ಟು ದಿನವಂತ ಅದನ್ನು ಮುಂದುವರೆಸಿಯಾಳು? ರಾತ್ರಿ ಒಂಬತ್ತಾದರೂ ಅವನ ಪತ್ತೆಯಿಲ್ಲವೆಂದರೆ ಕಂಗಾಲಾಗುತ್ತಿದ್ದಳು. ಕೆಲವೊಮ್ಮೆ ಯಾರು ಯಾರೋ ಮಂದಿ ಅವಳ ಮನೆಗೆ

ಬಂದು, "ನಿಮ್ಮ ಯಜಮಾನರು ಸಂತೆಕಟ್ಟೆ ಹತ್ತಿರ ಕುಡಿದು ಬಿದ್ದಾರೆ. ಮೈಯಾಗೆ ಜ್ಞಾನ ಇಲ್ಲ" ಎಂದು ಹೇಳುತ್ತಿದ್ದರು. ಬೇರೆ ದಾರಿ ಕಾಣದೆ ತನ್ನ ಪುಟ್ಟ ಮಗನನ್ನು ಕರೆದುಕೊಂಡು ಕಿಟ್ಟಪ್ಪನನ್ನು ಹುಡುಕಲು ಹೋಗುತ್ತಿದ್ದಳು. ಅಮ್ಮ, ನಾವೆಲ್ಲಾ ನಮ್ಮ ಕಟ್ಟೆಯ ಮೇಲೆ ಕುಳಿತಿದ್ದರೆ ತಲೆ ಬಗ್ಗಿಸಿಕೊಂಡು ಹೋಗಿಬಿಡುತ್ತಿದ್ದಳು. ಅಮ್ಮನೇ ಅವಳನ್ನು ಮಾತಾಡಿಸಿ, "ಕಿಟ್ಟಪ್ಪನ್ನ ಕರಕೊಂಡು ಬರಲಿಕ್ಕೆ ಹೊಂಟೇನವ್ವಾ?" ಎಂದು ಕೇಳುತ್ತಿದ್ದಳು. ಅದಕ್ಕವಳು ಪೆಚ್ಚು ನಗೆಯನ್ನು ನಗುತ್ತಿದ್ದಳು. ಮೊದ ಮೊದಲಿಗೆ ನನ್ನನ್ನೋ, ಅಪ್ಪನನ್ನೋ ಅವಳೊಂದಿಗೆ ಹೋಗಿ ಬರಲು ಅಮ್ಮ ಹೇಳುತ್ತಿದ್ದಳು. ಆದರೆ ದಿನ ನಿತ್ಯದ ಸಮಸ್ಯೆಗೆ ಎಷ್ಟಂತ ಬೇರೆಯವರು ಸಹಾಯ ಮಾಡಲು ಸಾಧ್ಯ? ಶ್ರೀಲಕ್ಷ್ಮಿಯನ್ನು ಅನುಕಂಪದಿಂದ ನೋಡುವುದನ್ನು ಬಿಟ್ಟರೆ ನಮಗೆ ಬೇರೇನೂ ಮಾಡಲು ತೋಚುತ್ತಿರಲಿಲ್ಲ. ವರ್ಷ ಕಳೆಯುವದರಲ್ಲಿ ಕಿಟ್ಟಪ್ಪ ರೋಗಗ್ರಸ್ಥನಂತೆ ಕಾಣಲಾರಂಭಿಸಿದ. ಮೊದಲಿನ ದಿನಗಳಂತೆ ಮತ್ತೆ ಮರುದಿನ ಉತ್ಸಾಹದಿಂದ ಎಲ್ಲರನ್ನೂ ಮಾತನಾಡಿಸುವ ಶಕ್ತಿ, ಉತ್ಸಾಹವೂ ಅವನಲ್ಲಿ ಇರಲಿಲ್ಲ. ಮನೆಯ ಸಾಕಷ್ಟು ಸಾಮಾನುಗಳನ್ನು ಮಾರಿ ಕುಡಿಯುತ್ತಿದ್ದಾನೆಂದು ನಮಗೆ ಗೊತ್ತಾಗುತ್ತಿತ್ತು. ಕೆಲವೊಮ್ಮೆ ಬೇರೆಯವರ ಮನೆಯ ಸಾಮಾನುಗಳನ್ನು ಕದಿಯುತ್ತಿದ್ದಾನೆಂಬ ಅನುಮಾನವನ್ನು ಅವರಿವರು ವ್ಯಕ್ತಪಡಿಸಲಾರಂಭಿಸಿದರು. ಆದರೆ ನಮ್ಮ ಮನಿಯಲ್ಲಿ ಎಂದೂ ಅಂತಹ ಕಳ್ಳತನ ಆಗಲಿಲ್ಲ. ಆಫೀಸಿಗೆ ಹೋಗುವುದನ್ನು ಕಡಿಮೆ ಮಾಡಿದ. ವಾರಕ್ಕೆ ಒಂದೆರಡು ಬಾರಿಯಾದರೂ ಮನೆಯಲ್ಲಿ ಉಳಿಯಲಾರಂಭಿಸಿದ. ಚಿಕ್ಕ ಪುಟ್ಟದ್ದಕ್ಕೆಲ್ಲಾ ಮನೆಯಲ್ಲಿ ರೇಗುತ್ತಿದ್ದ. ಮೊದಲಿನಂತೆ ಟೇಪ್ ರಿಕಾರ್ಡರ್ ಹಾಕಿ ನಮ್ಮನ್ನೆಲ್ಲಾ ರಂಜಿಸುತ್ತಿರಲಿಲ್ಲ. ಅವನ ಕೊರಳ ಬಂಗಾರದ ಚೈನು ಮಾಯವಾಯ್ತು.

ಇವೆಲ್ಲದರ ಜೊತೆಗೆ ನಮ್ಮ ಅಪ್ಪ-ಅಮ್ಮನಿಗೆ ಹೊಸತೊಂದು ಸಮಸ್ಯೆ ಶುರುವಾಯ್ತು. ಕಿಟ್ಟಪ್ಪ ಬಾಡಿಗೆ ಕೊಡುವುದನ್ನು ನಿಲ್ಲಿಸಿದ. ಮೊದಮೊದಲು ತಡವಾಗಿ ಕೊಡುವುದು ಶುರುವಾಗಿ ಕೊನೆಗೆ ಕೊಡುವುದನ್ನೇ ಪೂರ್ತಿ ನಿಲ್ಲಿಸಿಬಿಟ್ಟ. ಅಮ್ಮ ಮನೆಯಲ್ಲಿ ರೇಗಲು ಆರಂಭಿಸಿದಳು. ಅಪ್ಪ ಮಾತ್ರ ಯಾವತ್ತಿನಂತೆ ಶಾಂತಚಿತ್ತ. "ಕಷ್ಟದಲ್ಲಿ ಇದಾನೆ. ಈಗ ನಾನು ಕಠಿಣ ಆಗಲಾರೆ" ಅಂತ ಹೇಳಿ, ಯಾವತ್ತೂ ಆತನನ್ನು ಬಾಡಿಗೆ ಕೇಳಲಿಲ್ಲ. ಇದು ಸುಮಾರು ಆರು ತಿಂಗಳ ಕಾಲ ನಡೆಯಿತು. ಅಕ್ಕಪಕ್ಕದವರ ಮುಂದೆ ಗೋಳಾಡಿದ ಅಮ್ಮ, ಶ್ರೀಲಕ್ಷ್ಮಿಗೂ ಸೂಕ್ಷ್ಮವಾಗಿ ತಿಳಿಸಿ, ಮನೆಯಲ್ಲಿ ಗಟ್ಟಿಗಟ್ಟಿಯಾಗಿ "ನಿಮ್ಮಪ್ಪ ಧರ್ಮಛತ್ರ ಕಟ್ಟಿಸಿದಾರಪ್ಪ" ಎಂದು ಕೂಗಿದ್ದೂ ಆಯ್ತು. ಅಪ್ಪ ಮಾತ್ರ ಗಟ್ಟಿ ಕಲ್ಲು. ಅಮ್ಮ ಎಷ್ಟೇ ಗೊಣಗಾಡಿದರೂ ಅಪ್ಪನ ಒಪ್ಪಿಗೆಯಿಲ್ಲದೆ ಎಂದೂ ತನ್ನದೇ ನಿರ್ಧಾರ ತೆಗೆದುಕೊಳ್ಳುತ್ತಿರಲಿಲ್ಲ. ಆದ್ದರಿಂದ ನೇರವಾಗಿ ಕಿಟ್ಟಪ್ಪನನ್ನೇ ಜಕ್ಕಿಸಿ ಕೇಳಲಿಲ್ಲ.

ಆದರೆ ಶ್ರೀಲಕ್ಷ್ಮಿಯ ಅಪ್ಪ ಒಂದು ಸಲ ಗಂಡಿ ನರಸಿಂಹಸ್ವಾಮಿಯ ಗುಡಿಯಲ್ಲಿ ಸಿಕ್ಕ. ಆತ ಸ್ವಂತ ಮನೆ, ಬಾಗಿಲು, ಹೊಲ ಇರುವ ಸ್ಥಿತಿವಂತ. ಅಮ್ಮನಿಗೆ ಅವನನ್ನೇ ಕೇಳಿ ಹಣ ಪಡೆಯುವ ಆಸೆಯಾಯಿತು. ಗರುಡಗಂಬದ ಬಳಿ ಆತ ಸುತ್ತುವಾಗ ತಡೆದು ಕೇಳಿದಳು. "ಎಷ್ಟಾದ್ರೂ ನಮ್ಮದೂ ಬಡ ಕುಟುಂಬ ನೋಡ್ರಿ. ತಿಂಗಳ ಕೊನಿ ಬಂತೂ ಅಂದರೆ ಎರಡೂ ಹೊತ್ತು ಹೊಟ್ಟೆ ತುಂಬಾ ಊಟ ಮಾಡಲಿಕ್ಕೆ ಪರದಾಡಬೇಕಾಗ್ತದೆ. ಮಕ್ಕಳೂ ದೊಡ್ಡವರು ಆಗ್ತಿದಾರೆ. ನೀವು ಸ್ವಲ್ಪ ದೊಡ್ಡ ಮನಸ್ಸು ಮಾಡಿ ಆ ಬಾಡಿಗೆ ಹಣ ಎಲ್ಲಾ ಕೊಡಬೇಕು" ಎಂದು ವಿನಯದಿಂದ ಬೇಡಿಕೊಂಡಳು. ಆದರೆ ಆತ ಮಾತ್ರ ಅಮ್ಮನ ಕೋರಿಕೆಗೆ ಒಂಚೂರೂ ಕರಗಲಿಲ್ಲ. "ಅದು ಆಕಿ ಸಂಸಾರ, ನಂದಲ್ಲ. ನಿಮಗೆ, ಅವರಿಗೆ ಸೇರಿದ ವ್ಯವಹಾರ ಇದು. ದಯಮಾಡಿ ನನ್ನ ಇದರಾಗೆ ಎಳೀಬ್ಯಾಡ್ರಿ. ನಿಮಗ ಬೇಡ ಅನ್ನಿಸಿದ್ರೆ ಅವರನ್ನ ಮನೆಯಿಂದ ಒದ್ದು ಓಡಿಸ್ರಿ. ನಾ ನಿಮಗೆ ಒಂದು ಮಾತೂ ಆಡಲ್ಲ" ಎಂದು ಹೇಳಿ ಸರಸರನೆ ಮೆಟ್ಟಿಲುಗಳನ್ನು ಹತ್ತಿ ದೇವಸ್ಥಾನದ ಒಳಹೊಕ್ಕು 'ಢಣ್...' ಎಂದು ಜೋರಾಗಿ ಗಂಟೆ ಬಾರಿಸಿದ.

ಹೀಗಿರುವಾಗ ಕಿಟ್ಟಪ್ಪನಿಗೆ ದೂರದ ಗಂಗಾವತಿಗೆ ವರ್ಗಾವಣೆ ಆಯ್ತು. ಅಮ್ಮಗೆ ಸುದ್ದಿ ಕೇಳಿದ್ದೇ ಜೀವ ಹೋದಂತಾಯ್ತು. ಎಲ್ಲಾ ಮುಳುಗಿಸಿ ಹೊರಟುಹೋದರೆ ಗತಿಯೇನು? ಈ ಸುದಾಮನಂತಹ ಗಂಡನನ್ನು ನಂಬಿಕೊಂಡರೆ ಆರುನೂರು ರೂಪಾಯಿಗೆ ಚೌರವಾಗುತ್ತೆ. ಮಕ್ಕಳ ತಟ್ಟೆಗೆ ಒಂದು ಚಮಚ ತುಪ್ಪ ಹಾಕುವಾಗಲೂ ಕೈ ಹಿಡಿದು ಉಳಿತಾಯ ಮಾಡುವವಳು ನಾನು. ಅಂತಹ ಹೊತ್ತಲ್ಲಿ ಹೀಗೆ ಯಾರೋ ಪರಾಯದವರು ನಮ್ಮ ಹಣವನ್ನು ನುಂಗಿದ್ದನ್ನು ನೋಡುತ್ತಾ ಕುಳಿತುಕೊಳ್ಳುವುದು ಹೇಗೆ? ಹಗಲೂ ರಾತ್ರಿ ಯೋಚನೆ ಮಾಡಿ ಒಂದು ನಿರ್ಧಾರಕ್ಕೆ ಬಂದಳು. ಆವತ್ತು ರಾತ್ರಿ ನಾವೆಲ್ಲಾ ಊಟಕ್ಕೆ ಕುಳಿತಾಗ ಅಪ್ಪ ಕೊನೆಯದಾಗಿ ಮಜ್ಜಿಗೆ ಕೇಳಿದ. ಅಮ್ಮ ಮಜ್ಜಿಗೆಯ ಪಾತ್ರೆಯನ್ನು ಕೈಯಲ್ಲಿ ಹಿಡಿದುಕೊಂಡು, "ಒಂದು ಮಾತು ಹೇಳ್ತೀನಿ. ನಡೆಸಿಕೊಡಬೇಕು. ಅವರು ಈ ಶನಿವಾರ ಗಂಗಾವತಿಗೆ ಹೊರಟು ಹೋಗ್ತಿದಾರೆ. ಕೈಯಾಗೆ ಅವರ ಹತ್ತಿರ ಹಣ ಕೂಡಾ ಇಲ್ಲ. ಬೆಳ್ಳಿ ಬಂಗಾರಾನೂ ಮಾರಿಕೊಂಡು ಆಗ್ಯದೆ. ಇನ್ನ ಈವಾಗ ಹಂಗೇ ಹೋಗಲಿಕ್ಕೆ ಬಿಟ್ಟರೆ ಮತ್ತೆ ಈ ಹಣ ನಮ್ಮ ಕೈಗೆ ಸಿಗಂಗಿಲ್ಲ. ಅವರು ಊರಿಗೆ ಹೋಗೋ ಮುಂದೆ ಆ ಟೇಪ್ ರಿಕಾರ್ಡರ್ ನಮ್ಮನಿಯಾಗೆ ಇಟ್ಟು ಹೋಗಬೇಕು ಅಂತ ಹೇಳ್ರಿ. ಎಲ್ಲಾ ಕ್ಯಾಸೆಟ್ ಸಮೇತ ಕೊಡಲಿ. ದುಡ್ಡಂತೂ ಇಲ್ಲ. ಹೋಗಲಿ, ಇದಾದ್ರೂ ಒಂದು ಸಾಮಾನು ಅಂತ ಮನಿಯಾಗೆ ಇರಲಿ. ಮಕ್ಕಳನ್ನಾ ಕೇಳಿಕೊಂಡಿರಲಿ" ಎಂದು ಮಜ್ಜಿಗೆಯ ಪಾತ್ರೆಯಲ್ಲಿ ಸೌಟನ್ನು ಅಲ್ಲಾಡಿಸಲಾರಂಭಿಸಿದಳು. ಅಪ್ಪ ಅದಕ್ಕೆ ಎದುರು ಮಾತನಾಡಲಿಲ್ಲ. ಅಮ್ಮ ಮತ್ತೊಮ್ಮೆ ಸಿಟ್ಟಿನಿಂದ "ಬಾಯಿ ಬಿಡರಿ" ಎಂದಳು. ಅಪ್ಪ

ಅದಕ್ಕೂ ಮಾತನಾಡಲಿಲ್ಲ. ಅಮ್ಮ ಸೌಟಿನಿಂದ ಮಜ್ಜಿಗೆಯನ್ನು ಇನ್ನಷ್ಟು ಜೋರಾಗಿ ಸದ್ದು ಬರುವಂತೆ ಕಲಸಲಾರಂಭಿಸಿದಳು. ಕೊನೆಗೆ ಸಿಟ್ಟು ನೆತ್ತಿಗೇರಿ, "ಹೆಂಡತಿ ಮಕ್ಕಳಿಗಿಂತಾ ಆ ಪರಾಯದವರು ಹೆಚ್ಚಾದ್ರೇನ್ರಿ?" ಎಂದು ಕೂಗಿದಳು. ಅಪ್ಪ ಕೈಯನ್ನು ತೀರ್ಥದ ಬೊಗಸೆ ಮಾಡಿಕೊಂಡು, ಎಡಗೈಯಿಂದ ಅದರಲ್ಲಿ ಒಂದಿಷ್ಟು ನೀರು ಹಾಕಿಕೊಂಡು, ಕಡೆಯ ಆಚಮನ ಮಾಡಿ ಎದ್ದುಬಿಟ್ಟ. ಮಜ್ಜಿಗೆಯ ಅನ್ನ ತಟ್ಟೆಯಲ್ಲಿ ಹಾಗೇ ಉಳಿದುಬಿಟ್ಟಿತು. ಆತ ಬಚ್ಚಲು ಮನೆಗೆ ಹೋಗಿದ್ದೇ, ಅಮ್ಮ ಒಬ್ಬಳೇ ಕುಳಿತು ಅಳಲಾರಂಭಿಸಿದಳು. ಆ ರಾತ್ರಿ ಆಕೆ ಊಟ ಮಾಡಲಿಲ್ಲ. ಅಂತಹ ಸೊಗಸಾದ ಟೇಪ್ ರಿಕಾರ್ಡರ್ ತೆಗೆದುಕೊಳ್ಳುವ ಭರ್ಜರಿ ಸಲಹೆಯನ್ನೂ ಅಪ್ಪ ನಿರಾಕರಿಸುತ್ತಿದ್ದಾನಲ್ಲ ಅಂತ ನನಗೂ, ಅಕ್ಕನಿಗೂ ಅಪ್ಪನ ಮೇಲೆ ಸಿಟ್ಟು ಬಂತು.

ಕಿಟ್ಟಪ್ಪನ ಸಂಸಾರ ಊರಿಗೆ ಹೋಗುವ ದಿನ ಬಂತು. ಒಂದೊಂದಾಗಿ ಎಲ್ಲಾ ಸಾಮಾನುಗಳ ಗಂಟುಮೂಟೆ ಕಟ್ಟಲಾರಂಭಿಸಿದರು. ಶನಿವಾರದ ದಿನ ಲಾರಿಯೂ ಬಂತು. ಅದಕ್ಕೆ ಒಂದೊಂದಾಗಿ ಸಾಮಾನುಗಳನ್ನು ಪೇರಿಸಲಾರಂಭಿಸಿದರು. ಎಲ್ಲವೂ ಮುಗಿದ ಮೇಲೆ ಮೊದಲಿಗೆ ಶ್ರೀಲಕ್ಷ್ಮಿ ತನ್ನ ಮಗನೊಂದಿಗೆ ಬಂದು ಊರಿಗೆ ಹೋಗುತ್ತಿರುವ ಸಂಗತಿಯನ್ನು ತಿಳಿಸಿ, ಅಮ್ಮನಿಗೆ ನಮಸ್ಕಾರ ಮಾಡಿದಳು. "ಮುತ್ತೈದೆ ಸಾವಿತ್ರಿ ಆಗಿ ನೂರು ಕಾಲ ಬಾಳಮ್ಮ" ಎಂದು ಅಮ್ಮ ಯಥಾಪ್ರಕಾರ ಹರಸಿದಳು. ದೇವರ ಮನೆಯಿಂದ ಫಲಮಂತ್ರಾಕ್ಷತೆಯನ್ನು ತಂದು ಅವರಿಬ್ಬರ ತಲೆಗೂ ಹಾಕಿ, ಅನಿರುದ್ಧನಿಗೆ ತಿನ್ನಲು ರಾಮದೇವರ ಪ್ರಸಾದದ ಉಂಡಿಯನ್ನು ಕೊಟ್ಟಳು. ಅಪ್ಪನಿಗೂ ನಮಸ್ಕಾರ ಮಾಡಿದಾಗ ಆತ ಸುಮ್ಮನೆ ಆಕೆಯ ತಲೆಯನ್ನು ಮುಟ್ಟಿ, ಕಣ್ಣುಗಳನ್ನು ಮುಚ್ಚಿಕೊಂಡ.

ಸ್ವಲ್ಪೇ ಸಮಯಕ್ಕೆ ಕಿಟ್ಟಪ್ಪ ಬಂದ. ಕೈಯಲ್ಲಿ ಟೇಪ್ ರಿಕಾರ್ಡರ್ ಮತ್ತು ಕ್ಯಾಸೆಟ್ಟಿನ ಡಬ್ಬ. ಜೊತೆಗೆ ನಾನು–ಅಕ್ಕ ಸೇರಿ ಬರೆದ ಕ್ಯಾಸೆಟ್ಟಿನ ವಿವರಗಳ ಪುಸ್ತಕ. ಅದನ್ನು ತಂದು ಅಪ್ಪನ ಕಾಲು ಮುಂದೆ ಇಟ್ಟ. "ಕಷ್ಟದಾಗೆ ಇದೀನಿ. ಇದೊಂದೇ ನನ್ನ ಹತ್ತಿರ ಉಳಿದಿರೋದು. ದಯಮಾಡಿ ಒಪ್ಪಿಸ್ಗೋಬೇಕು" ಎಂದು ಬೇಡಿಕೊಂಡ. ಅಮ್ಮ ಮತ್ತು ನಮ್ಮ ಕಣ್ಣುಗಳು ಆಸೆಯಿಂದ ಫಳಫಳ ಹೊಳೆದವು. ಅಷ್ಟು ದಿನ ನಮ್ಮನ್ನು ರಂಜಿಸಿದ ಆ ಮಾಯಾಪೆಟ್ಟಿಗೆ ನಮ್ಮ ಮನೆಯಲ್ಲಿಯೇ ಇರುವ ಒಂದು ಸುವರ್ಣಾವಕಾಶ ಅದು. ಅಪ್ಪ ಎಲ್ಲಿ ನಿರಾಕರಿಸುತ್ತಾನೋ ಎಂಬ ಅನುಮಾನ. ತದೇಕಚಿತ್ತದಿಂದ ಅಪ್ಪನನ್ನೇ ನೋಡಲಾರಂಭಿಸಿದೆವು.

ಅಪ್ಪ ತನ್ನ ನಿರ್ಧಾರವನ್ನು ಕಿಂಚಿತ್ತೂ ಬದಲಾಯಿಸಲಿಲ್ಲ. ಅದೆಲ್ಲವನ್ನೂ ನಿರಾಕರಿಸಿಬಿಟ್ಟ. "ನಿನ್ನ ಮನಸ್ಸಿನಾಗೆ ನಮ್ಮ ಬಾಡಿಗಿ ಕೊಡಬೇಕು ಅಂತ ಇದ್ದರೆ ಆಯ್ತು. ಯಾವತ್ತು ಕೈಲಾಗುತ್ತೋ ಆವತ್ತು ಕೊಡುವಂತಿ. ಈ ಟೇಪ್ ರಿಕಾರ್ಡರ್

ನಮಗೆ ಬೇಡ. ಇಷ್ಟು ದಿನ ಪುಕ್ಕಟ್ಟೆ ಕೇಳೀವಲ್ಲ, ಅಷ್ಟು ಸಾಕು" ಎಂದು ಅವನ್ನೆತ್ತಿ ಆತನ ಕೈಗೆ ಕೊಟ್ಟುಬಿಟ್ಟ. ಅಮ್ಮ ಸದ್ದಾಗುವಂತೆ ಹೆಜ್ಜೆಗಳನ್ನು ಹಾಕುತ್ತಾ ದೇವರ ಮನೆಗೆ ಹೋಗಿ ಕುಳಿತುಕೊಂಡುಬಿಟ್ಟಳು. ಕಿಟ್ಟಪ್ಪ ಮತ್ತೇನೂ ಮಾತನಾಡದೆ ಸುಮ್ಮನೆ ತಲೆ ಬಗ್ಗಿಸಿ ನಿಂತಿದ್ದ. ನಂತರ ಆ ಟೇಪ್ ರಿಕಾರ್ಡರ್ ಎತ್ತಿಕೊಂಡ. "ಬರ್ತೀನಿ" ಎಂದು ಹೇಳುವಾಗ ಅವನ ಕಣ್ಣುಗಳು ಮಂಜಾಗಿದ್ದವು.

ಕಿಟ್ಟಪ್ಪನ ಸಂಸಾರ ಗಂಗಾವತಿಗೆ ಹೋಗಿದ್ದೇ ಬಂತು, ಅನಂತರ ನಮಗೆ ಹಣ ಬರಲಿಲ್ಲ. ಅದಕ್ಕೆ ಬದಲು ಅವರ ಸಂಸಾರ ಹೇಗೆ ದಿನದಿಂದ ದಿನಕ್ಕೆ ಅವನತಿ ಹೊಂದುತ್ತಿದೆಯೆಂಬ ಸುದ್ದಿಗಳು ನಮ್ಮನ್ನು ತಲುಪುತಿದ್ದವು. "ತಿನ್ನೋದಕ್ಕೂ ಕಷ್ಟ ಅಂತೆ" ಅಂತ ಯಾರೋ ಪಿಸುಗುಟ್ಟಿದ್ದರು. ನಾವು ನಮ್ಮ ಸಾಲ ತಿರುಗಿ ಬರುತ್ತದೆಂಬ ಆಸೆಯನ್ನು ಕೈ ಬಿಟ್ಟಿದ್ದೆವು. ಆ ಸಂಗತಿ ನೆನಪಾದಾಗಲೆಲ್ಲಾ ಅಮ್ಮನಿಗೆ ಅಪ್ಪನ ಮೇಲೆ ಸಿಟ್ಟು ಬರುತ್ತಿತ್ತು. ಒಮ್ಮೆ ಅತ್ತೆಯ ಮಗಳ ಮದುವೆಗೆ ಹೋಗಿದ್ದೆವು. ಬಳ್ಳಾರಿಯಲ್ಲಿತ್ತು. ಎಲ್ಲಾ ಸಂಬಂಧಿಕರೂ ಸೇರಿದ್ದರಿಂದ ಖುಷಿ ಖುಷಿಯ ವಾತಾವರಣ ಮೂಡಿತ್ತು. ದೇವರ ಸಮಾರಾಧನೆಯ ದಿನ ಊಟ ಮುಗಿದ ಮೇಲೆ ನಾನೂ ಅಕ್ಕ ಇಬ್ಬರೂ ಸೇರಿ ಬಬ್ರುವಾಹನ ಸಿನಿಮಾದ ವಾಕ್‌ಸಮರಕ್ಕೆ ಅಭಿನಯಿಸಿದೆವು. ಅಕ್ಕ ಅರ್ಜುನ, ನಾನು ಬಬ್ರುವಾಹನ. ಮದುವೆ ಮನೆಯಲ್ಲಿ ಟೇಪ್ ರಿಕಾರ್ಡರ್ ಇದ್ದದ್ದರಿಂದ ಕೇಳಿದ ಹಾಡನ್ನು ಹಾಕುತ್ತಿದ್ದರು. ಆದರೆ ಈ ಹಾಡು ತುಂಬಾ ಬಾರಿ ಹಾಕಿದ್ದರಿಂದಲೋ ಏನೋ, 'ಹೋಗೋ ಹೋಗೆಲೊ ಶಿಖಂಡಿ' ಎಂದು ಬಬ್ರುವಾಹನ ಹೇಳಿದ್ದೇ ಟೇಪ್ ರಿಕಾರ್ಡರ್ ಗಕ್ ಎಂದು ನಿಲ್ಲುತ್ತಿತ್ತು. ಮೂರು ಬಾರಿ ರಿವೈಂಡ್ ಮಾಡಿದರೂ ಮತ್ತದೇ ಸಮಸ್ಯೆ. ಅಕ್ಕಗೆ ರೋಸಿಹೋಯ್ತು. "ಅದೆಷ್ಟು ಸಲ ಶಿಖಂಡಿ ಅಂತ ಅನ್ನಿಸಿಗೊಳ್ಳಲಿ. ಈ ಸಲ ನಾನು ಬಬ್ರುವಾಹನ, ನೀನು ಅರ್ಜುನ" ಎಂದು ಹಠ ಹಿಡಿದಳು. "ಬಬ್ರುವಾಹನನ ಡ್ರೆಸ್ ಹಾಕ್ಕೋಂಡಿನಲ್ಲವ್ವಾ?" ಎಂದು ನನ್ನ ವಾದ. "ಅದೇನು ವ್ಯತ್ಯಾಸ ಬಿಡು. ಅದೇ ಪಂಚೆ, ಕಿರೀಟ, ಬಿಲ್ಲು, ಬಾಣ" ಅಂತ ಅಕ್ಕನ ಸಮರ್ಥನೆ. ನೆರೆದಿದ್ದ ಎಲ್ಲರೂ ನಮ್ಮ ಮಾತಿಗೆ ನಗುತ್ತಿದ್ದರು.

ಹಾಗೆ ನಾವೆಲ್ಲಾ ಗುಂಪುಗೂಡಿ ನೆರೆದ ಹೊತ್ತಲ್ಲಿ ಅತ್ತೆ ಒಂದಿಷ್ಟು ಹಣವನ್ನು ಸೆರಗಲ್ಲಿ ತುಂಬಿಕೊಂಡು ಬಂದು ಅಪ್ಪನ ಕೈಯಲ್ಲಿಟ್ಟಳು. "ಅಣ್ಣ, ಮದುವೆ ಮನೆ ರೊಕ್ಕದ ವ್ಯವಹಾರ ಎಲ್ಲಾ ನೀನೇ ನೋಡಿಕೋ. ನನ್ನ ಹತ್ತಿರ ಕೂಡಾ ಒಂದು ದಮ್ಮಡಿ ರೊಕ್ಕ ಇಟ್ಟುಗೊಳ್ಳದಂಗೆ ನಿಂಗೇ ಆ ಜವಾಬ್ದಾರಿ ವಹಿಸೀನಿ" ಎಂದಳು. ಗಂಡನನ್ನು ಚಿಕ್ಕ ವಯಸ್ಸಿನಲ್ಲಿಯೇ ಕಳೆದುಕೊಂಡ ಅತ್ತೆಯ ಮೇಲೆ ಅಪ್ಪನಿಗೆ ಯಾವಾಗಲೂ ಪ್ರೀತಿ. "ಹಾಗೇ ಆಗಲೇಳು. ರೊಕ್ಕ ಯಾರಿಗೆ ಬೇಕಂದ್ರೂ ನನ್ನ ಹತ್ತಿರ ಬರಲಿ" ಎಂದು ಅಪ್ಪ ಪ್ರೀತಿಯಿಂದ ಜವಾಬ್ದಾರಿಯನ್ನು ಒಪ್ಪಿಕೊಂಡರು.

ಅಮ್ಮನಿಗೆ ಅದು ಯಾವ ಸಂಕಟ ಕೆರಳಿಸಿತೋ ಗೊತ್ತಿಲ್ಲ, ಸಿರ್ರನೆ ಸಿಡುಕಿಬಿಟ್ಟಳು. "ಅಯ್ಯಯಪ್ಪಾ, ವ್ಯವಹಾರದ ವಿಷಯ ಇವರಿಗೆ ಏನೂ ಹೇಳಬೇಡ್ರಿ. ಇದ್ದುಬದ್ದಿದ್ದೆಲ್ಲಾ ದಾನ ಮಾಡಿ ಸನ್ಯಾಸ ತೊಗೊಳ್ಳೋ ಜಾತಿ ಅದು. ಏನೋ ನಾನು ಒಬ್ಬಾಕಿ ಇದೀನಿ ಅಂತ ಸಂಸಾರ ತೂಗಿಸಿಕೊಂಡು ಹೋಗ್ತಾ ಅದೆ" ಎಂದು ಯಾವುದೇ ಅಳುಕಿಲ್ಲದಂತೆ ಎಲ್ಲರಿಗೂ ಕೇಳುವಂತೆ ಹೇಳಿಬಿಟ್ಟಳು. ಯಾರಿಗೂ ಏನು ಮಾತಾಡಬೇಕೆಂದು ತೋಚಲಿಲ್ಲ. ಅಪ್ಪ ಆ ಎಲ್ಲಾ ಹಣವನ್ನು ಅತ್ತೆಗೆ ವಾಪಾಸು ಕೊಟ್ಟುಬಿಟ್ಟ. "ಬೇರೆ ಯಾರನ್ನಾ ವ್ಯವಹಾರಸ್ಥರಿಗೆ ಕೊಡಮ್ಮಾ. ನಾನು ಬೇಡ. ಆಕಿ ಹೇಳೋದ್ರಾಗೂ ಅರ್ಥ ಅದೆ. ನಾನು ಬೇಕಂದ್ರೆ ಉಗ್ರಾಣದ ಜವಾಬ್ದಾರಿ ತೊಗೊಳ್ತೀನಿ" ಎಂದುಬಿಟ್ಟ. ಅತ್ತೆ ಮತ್ತೆ ಎಷ್ಟೇ ಕೇಳಿಕೊಂಡರೂ ಒಪ್ಪಿಕೊಳ್ಳಲಿಲ್ಲ.

ಎರಡು ವರ್ಷವಾಗಿರಲಿಲ್ಲ. ಒಂದು ದಿನ ಕೆಟ್ಟ ವಾರ್ತೆ ಬಂದೇಬಿಟ್ಟಿತು. ಕಿಟ್ಟಪ್ಪ ತೀರಿಕೊಂಡಿದ್ದ. ಕಡೆಗೂ ಜೀವವನ್ನು ಆ ಸುಡುಗಾಡು ಹೆಂಡಕ್ಕೆ ಆಹುತಿ ಕೊಟ್ಟಿದ್ದ. ಆತ ಸತ್ತ ದುಃಖಕ್ಕೆ ಅಳಬೇಕೋ, ನಮ್ಮ ಸಾಲ ತೀರದ್ದಕ್ಕೆ ಅಳಬೇಕೋ ತಿಳಿಯದಂತಾಗಿತ್ತು. ಇನ್ನು ಹಣ ಸಿಗುವುದೇ ಇಲ್ಲ ಎಂಬ ಹತಾಶೆಯಿಂದ ಅಮ್ಮಗೆ ಅತ್ಯಂತ ದುಃಖವಾಗಿತ್ತು. ಆ ರಾತ್ರಿ ಊಟ ಮುಗಿದು ಏಳುವಾಗ ಅಮ್ಮ ತನ್ನ ಸಂಕಟವನ್ನು ಹೊರಹಾಕಿಯೇ ಬಿಟ್ಟಳು. "ಒಳ್ಳೆ ಮನುಷ್ಯ ಅನ್ನಿಸ್ಕೋಬೇಕು ಅಂತ ಹಠ ನಿಮಗೆ. ಹೆಂಡತಿ ಮಕ್ಕಳ ಮಾತಿಗಿಂತಾ ನಾಲ್ಕು ಮಂದಿ ಮಧ್ಯ ಒಳ್ಳೆಯವರು ಆಗಬೇಕು ಅನ್ನೋ ಛಲ. ಆಗ್ರಿ, ಯಾರು ಬೇಡ ಅಂತಾರೆ. ನಾನು ಹಿಂಗೇ ಕೆಟ್ಟಾಕಿ ಆಗಿ ಉಳಿತೀನಿ. ಒಡ ಒಡ ಮಾತಾಡ್ತೀನಲ್ಲಾ, ಅಂದ ಮೇಲೆ ಕೆಟ್ಟಾಕೀನೆ. ನಿಮ್ಮ ಹಾಗೆ ಗುಮ್ಮನಗುಸುಕನ ಹಂಗೆ ವೇಷ ಹಾಕಿಕೊಂಡು ಬದುಕೋದಕ್ಕೆ ಬರೋದಿಲ್ಲ ನಂಗೆ" ಎಂದಳು. ಅಪ್ಪ ಯಥಾಪ್ರಕಾರ ಊಟ ಮುಗಿದ ತೀರ್ಥ ತೆಗೆದುಕೊಂಡು ಎದ್ದುಬಿಟ್ಟ.

ಕಿಟ್ಟಪ್ಪ ಸತ್ತು ಐದು ದಿನವಾಗಿತ್ತು. ಆವತ್ತು ಶನಿವಾರ. ನಮಗೆ ಮಧ್ಯಾಹ್ನ ಶಾಲೆಯಿರಲಿಲ್ಲ. ಅಕ್ಕ ಮತ್ತು ನಾನು ಶೋಭಳೀಕಾಯಿ ಆಟ ಆಡುತ್ತಾ ಕುಳಿತಿದ್ದೆವು. ಅಮ್ಮ ಅಲ್ಲೇ ಕಂಬಕ್ಕೆ ಒರಗಿ ಕುಳಿತು ತೆಲುಗು ವಾರಪತ್ರಿಕೆಯನ್ನು ಓದುತ್ತಿದ್ದಳು. ಆಗೊಮ್ಮೆ ಈಗೊಮ್ಮೆ ತನ್ನ ಕನ್ನಡಕದ ಮೂಲಕ ನಮ್ಮ ಕಡೆಯೂ, ಹೊರಬಾಗಿಲಿನ ಕಡೆಯೂ ನೋಡುತ್ತಿದ್ದಳು. ಆಗಲೇ ಅಪ್ಪ ಮಧ್ಯಾಹ್ನದ ಊಟಕ್ಕೆ ಬರುವ ವೇಳೆಯಾಗಿತ್ತು. ನಾನು ದಾಳ ಉರುಳಿಸುವುದರಲ್ಲಿ ಅನ್ಯಾಯ ಎಸಗುತ್ತಿದ್ದೇನೆ ಎಂದು ಅಕ್ಕ ಅಮ್ಮನಿಗೆ ನ್ಯಾಯ ಸಲ್ಲಿಸುತ್ತಿದ್ದಳು. ಅಕ್ಕನ ದೂರಿಗೆ ಬೇಸರಗೊಂಡ ಅಮ್ಮ, "ಸುಮ್ಮನೆ ಗಲಾಟೆ ಮಾಡದಂಗೆ ಆಡ್ಕೊಳ್ರಿ" ಎಂದು ಜಬರಿಸಿದಳು. "ನೀನು ಯಾವಾಗಲೂ ನಿನ್ನ ಮಗನ ಕಡಿ ಅಂತ ನಂಗೆ ಗೊತ್ತೇಳು" ಎಂದು ಅಕ್ಕ ಆಪಾದನೆಯನ್ನು ಹೊರಿಸಿದಳು. ಬೇಸಿಗೆಯ ಕಾಲವಾದ್ದರಿಂದ ಸಾಕಷ್ಟು

ನೊಣಗಳು ಪಡಸಾಲೆಯಲ್ಲಿ ಅಲ್ಲಲ್ಲಿ ಕುಳಿತುಕೊಂಡಿದ್ದವು. ಆಗ ಆಫೀಸಿನಿಂದ ಅಪ್ಪ ಬಂದರು. ಹೊರಗೆ ರಣರಣ ಬಿಸಿಲು. ಛತ್ರಿಯನ್ನು ಮಡಚಿ ಮೂಲೆಯಲ್ಲಿಟ್ಟು, ಕರ್ಚೀಫಿನಿಂದ ಬೆವರನ್ನು ಒರೆಸಿಕೊಂಡು, ತಮ್ಮ ಪ್ಯಾಂಟಿನ ಜೇಬಿನಿಂದ ಒಂದು ಬಿಳಿಯ ಕವರನ್ನು ತೆಗೆದು ಅಮ್ಮನ ಮುಂದಿಟ್ಟು ಕೈಕಾಲು ತೊಳೆದುಕೊಳ್ಳಲು ಬಚ್ಚಲಿಗೆ ಹೋದರು. "ಏನಿದು?" ಅಂತ ಅಮ್ಮ ಕೇಳಿದ್ದಕ್ಕೂ ಉತ್ತರಿಸಲಿಲ್ಲ. ಆ ಬಿಳಿಯ ಕವರಿನ ಮೇಲೆ ಒಂದು ಹೊಸ ವಿನ್ಯಾಸದ ಸ್ಟಾಂಪ್ ಅಂಟಿಸಿದ್ದು ನನ್ನ ಕಣ್ಣಿಗೆ ಬಿತ್ತು. ಆ ವೇಳೆಗಾಗಲೇ ನನ್ನಲ್ಲಿ ಸಾಕಷ್ಟು ಸ್ಟಾಂಪುಗಳ ಸಂಗ್ರಹವಿತ್ತು.

ಅಮ್ಮ ನಿಧಾನಕ್ಕೆ ಪತ್ರ ತೆಗೆದಳು. ಅದರಲ್ಲಿ ಆರುನೂರು ರೂಪಾಯಿಗಳ ಡ್ರಾಫ್ಟ್ ಇತ್ತು. ಅಪ್ಪನ ಹೆಸರಿಗೆ ಬರೆದಿತ್ತು. ಗಂಗಾವತಿಯಿಂದ ಬಂದಿತ್ತದು. ಜೊತೆಗೊಂದು ಪುಟ್ಟ ಪತ್ರ. ಅದರಲ್ಲಿ, "ಋಣ ಸಂದಾಯ ಮಾಡುತ್ತಿದ್ದೇನೆ. ವಿಳಂಬಕ್ಕೆ ಕ್ಷಮೆ ಇರಲಿ" ಎಂದಿತ್ತು. ಅಮ್ಮಗೆ ಏನು ಹೇಳಬೇಕೆಂದು ತೋಚಲಿಲ್ಲ. ಸ್ವಲ್ಪ ಹೊತ್ತು ಆ ಪತ್ರ, ಡ್ರಾಫ್ಟನ್ನು ಸವರುತ್ತಾ ಕುಳಿತಿದ್ದಳು. ನಂತರ ಸೀದಾ ದೇವರ ಮನೆಗೆ ಎದ್ದು ಹೋದಳು. ದೇವರ ಮುಂದೆ ತುಪ್ಪದ ದೀಪವನ್ನು ಹಚ್ಚಿಟ್ಟು, ನಮಸ್ಕಾರ ಮಾಡಿ, ಗಲ್ಲ ಗಲ್ಲ ಬಡಿದುಕೊಂಡಳು. ಆನಂತರ ಹೊರ ಬಂದು ಆಗ ತಾನೆ ತೊಳೆದುಕೊಂಡಿದ್ದ ಅಪ್ಪನ ತಣ್ಣನೆಯ ಕಾಲುಗಳನ್ನು ಮುಟ್ಟಿ ನಮಸ್ಕಾರ ಮಾಡಿದಳು. ಅಪ್ಪ ತಲೆ ಸವರಿದ ಮೇಲೆ ನಿಧಾನಕ್ಕೆ ಎದ್ದು ಅಪ್ಪನನ್ನು ಅಪ್ಪಿಕೊಂಡು ಆತನ ಎದೆಯ ಮೇಲೆ ತಲೆಯಿಟ್ಟು ಹಾಗೇ ಸ್ವಲ್ಪ ಹೊತ್ತು ನಿಂತಿದ್ದಳು. ಮತ್ತೆ ಆ ವಿಷಯದ ಬಗ್ಗೆ ಮಾತನಾಡಲಿಲ್ಲ. ಅಪ್ಪನಿಗೆ ಊಟಕ್ಕೆ ಬಡಿಸಲು ಸಿದ್ಧವಾದಳು.

ಅಪ್ಪ-ಅಮ್ಮ ಊಟದ ಗಡಿಬಿಡಿಯಲ್ಲಿರುವಾಗ ನಾನು ಮೆತ್ತಗೆ ಆ ಪತ್ರವನ್ನು ಎತ್ತಿಕೊಂಡೆ. ಆ ಫಳಫಳ ಹೊಳೆಯುವ ಹೊಸ ಸ್ಟಾಂಪು ನನಗೆ ಬೇಕಾಗಿತ್ತು. ಶ್ರವಣ ಬೆಳಗೊಳದ ಬಾಹುಬಲಿಯ ಸ್ಟಾಂಪದಾಗಿತ್ತು. ತಿಳಿ ನೀಲಿ ಆಗಸದ ಹಿನ್ನೆಲೆಯಲ್ಲಿ ಬಾಹುಬಲಿ ದಿಟ್ಟವಾಗಿ ನಿಂತ ಚಿತ್ರವದು. ಶಾಲೆಯಲ್ಲಿ ನನಗೆ ಆಗಲೇ ಬಾಹುಬಲಿಯ ಪಾಠವಾಗಿತ್ತು. ಆದ್ದರಿಂದ ಆ ಅಂಚೆ ಚೀಟಿಯ ಮೇಲೆ ಇನ್ನಷ್ಟು ಪ್ರೀತಿ ಮೂಡಿತ್ತು. ಹಗೂರಕ್ಕೆ ಅದನ್ನು ತೆಗೆಯಲಾರಂಭಿಸಿದೆ. ಅಪರೂಪಕ್ಕೆ ಅದರ ಮೇಲೆ ಅಂಚೆ ಕಛೇರಿಯವರ ಸೀಲು ಸ್ಪಷ್ಟವಾಗಿ ಮೂಡಿತ್ತು. ಗಂಗಾವತಿ ಎಂಬುದನ್ನು ಇಂಗ್ಲಿಷಿನಲ್ಲಿ ಓದಿ, ಪಿನ್‌ಕೋಡನ್ನು ಗಟ್ಟಿ ಮಾಡಿದ ಮೇಲೆ ದಿನಾಂಕದತ್ತ ನನ್ನ ಕಣ್ಣು ಹೋಯ್ತು. ಯಾಕೋ ಅನುಮಾನವಾಯ್ತು. ಬರೀ ಮೂರು ದಿನಗಳ ಹಿಂದಿನ ದಿನಾಂಕವದಾಗಿತ್ತು. ಕಿಟ್ಟಪ್ಪ ಸತ್ತು ಆಗಲೇ ಐದು ದಿನವಾಗಿತ್ತು. ಯಾಕೋ ನನಗೆ ಅನುಮಾನವಾಯ್ತು. ಊಟವಾದ ಮೇಲೆ, ಎಂಜಲೆಲೆಯನ್ನು ಬಿಸಾಡಲು ಅಮ್ಮ ಬೀದಿಗೆ ಹೋದಾಗ ನಾನು ಮೆತ್ತಗೆ ಅಪ್ಪನಿಗೆ ಪತ್ರವನ್ನು ತೋರಿಸಿ ನನ್ನ

ಅನುಮಾನವನ್ನು ತಿಳಿಸಿದೆ. ಅಪ್ಪ ಮತ್ತೊಮ್ಮೆ ಪತ್ರವನ್ನು ದಿಟ್ಟಿಸಿ ನೋಡಿದ. ಅವನಿಗೂ ಅನುಮಾನವಾಯ್ತು. ಕಿಟ್ಟಪ್ಪ ಸತ್ತಿದ್ದು ಸೋಮವಾರವಾಗಿತ್ತು. ಆದ್ದರಿಂದ ಅಂಚೆ ಕಛೇರಿಗೆ ರಜೆಯಿತ್ತು ಎಂಬ ಅನುಮಾನವೂ ಸಾಧ್ಯವಿರಲಿಲ್ಲ. "ಅಮ್ಮಗೆ ಈ ವಿಷಯ ಹೇಳಬೇಡ" ಅಂತ ಅಪ್ಪ ಹೇಳಿದ. ಗೋಣಲ್ಲಾಡಿಸಿದೆ.

ಸುಮಾರು ಹದಿನೈದು ದಿನಗಳ ನಂತರ ಅಪ್ಪ ನನ್ನನ್ನು ಹನುಮಂತರಾವ್ ಅವರ ಮನೆಗೆ ಕರೆದುಕೊಂಡು ಹೋದ. ಆಗ ಮಧ್ಯಾಹ್ನದ ರಣ ಬಿಸಿಲು ಕಳೆದು ತಂಪು ಮೂಡುತ್ತಿತ್ತು. ಊರ ಹೊರಗಿನ ಅವರ ಮನೆಗೆ ಹೋಗುವಾಗ ಸೂರ್ಯ ಕಂದುತ್ತಾ ಜಾರುತ್ತಿದ್ದ. ಮನೆಯ ಹಿತ್ತಲಿನಲ್ಲಿ ಬೆಳೆಸಿದ್ದ ನೂರಾರು ಗುಲಾಬಿ ಗಿಡಗಳ ಮಧ್ಯೆ ಹನುಮಂತರಾವ್ ಕುಳಿತಿದ್ದರು. ಅವರ ಹಿತ್ತಲಿಗೆ ಹಿನ್ನೆಲೆಯಾಗಿ ಕುರಿಮೊಟ್ಟೆ ಗುಡ್ಡವಿತ್ತು. ಅಲ್ಲಿ ಸೂರ್ಯ ಇಷ್ಟಿಷ್ಟೇ ಜಾರುತ್ತಿದ್ದ. ಕೆಂಪು ಎಲ್ಲೆಲ್ಲಿಯೂ ಚೆಲ್ಲಾಡಿತ್ತು.

ನಾವಿಬ್ಬರೂ ಹಿತ್ತಲಿಗೇ ಹೋದೆವು. ಹನುಮಂತರಾವ್ ಹಗೂರಕ್ಕೆ ಒಣಗಿದ ಎಲೆಗಳನ್ನು ಕೀಳುತ್ತಿದ್ದರು. ಪಾತಿಗಳನ್ನು ಸರಿ ಮಾಡುತ್ತಿದ್ದರು. ಉದುರಿ ಬಿದ್ದು ಒಣಗಿದ ಗುಲಾಬಿ ಹೂಗಳನ್ನು ಪುಡಿ ಮಾಡಿ ಪಾತಿಯ ಮಣ್ಣಿನಲ್ಲಿಯೇ ಸೇರಿಸುತ್ತಿದ್ದರು. ಕೆಲವು ರೆಂಬೆಗಳನ್ನು ಕತ್ತರಿಸುತ್ತಿದ್ದರು. ಮಧ್ಯಾಹ್ನದ ಬಿಸಿಲಿನಲ್ಲಿಯೂ ಕೆಲಸ ಮಾಡಿರಬೇಕು. ಅವರ ಮೈಯಿಂದ ಧಾರಾಕಾರವಾಗಿ ಬೆವರು ಸುರಿಯುತ್ತಿತ್ತು. ತುಂಬಾ ವಯಸ್ಸಾದವರಂತೆ, ಸುಸ್ತಾದವರಂತೆ ಕಾಣುತ್ತಿದ್ದರು.

ಅಪ್ಪ ಅವರ ಮುಂದೆ ಆ ಕವರನ್ನು ಇಟ್ಟು, "ನೀವಲ್ಲದೆ ಇನ್ನಾರೂ ಇದನ್ನ ಕಳುಹಿಸಿರಲಿಕ್ಕೆ ಸಾಧ್ಯವಿಲ್ಲ. ಕಿಟ್ಟಪ್ಪ ಸತ್ತ ಎರಡು ದಿನಕ್ಕೆ ಅಂಚೆ ಪೆಟ್ಟಿಗೆಯಲ್ಲಿ ಇದು ಬಿದ್ದದೆ. ನಮ್ಮೂರಿನ ಬ್ಯಾಂಕಿನ ಚೆಕ್ಕಿದು. ನನ್ನ ಹೆಂಡತಿ ಒಮ್ಮೆ ಕೇಳಿದಾಗ ಖಡಾಖಂಡಿತವಾಗಿ ಕೊಡೋದಿಲ್ಲ ಅಂತ ಹೇಳಿದ್ರಿ" ಎಂದರು. ಹನುಮಂತರಾವ್ ಗಿಡಗಳ ಒಣಗಿದ ಎಲೆಗಳನ್ನು ಕತ್ತರಿಸುತ್ತಲೇ, "ಇನ್ನೇನು ಮಾಡಲಿ ಹೇಳ್ರಿ? ಇಷ್ಟು ದಿನ ಆತ ಬದುಕಿದ್ದ. ಆಕಿಗೆ ಏನೇ ಕಷ್ಟ ಬಂದ್ರೂ ಮದುವಿ ಆದ ಮೇಲೆ ಮಗಳ ಸಂಸಾರಕ್ಕೂ ನನಗೂ ಸಂಬಂಧ ಇಲ್ಲ ಅಂತ ಮನಸ್ಸು ಕಲ್ಲು ಮಾಡಿಕೊಂಡು ಬದುಕಿದ್ದೆ. ಈಗ ಆತ ಸತ್ತಾನೆ. ಮಗಳ ಕಷ್ಟನ್ನ ನಾನಲ್ಲದೆ ಇನ್ನಾರು ನುಂಗಬೇಕು? ಈ ಇಳಿ ವಯಸ್ಸಿನಾಗೆ ಆಕಿ ಸಂಸಾರ ನನ್ನ ಕುತ್ತಿಗೀಗೆ ಬಿತ್ತು. ಸಂಸಾರ ವಹಿಸಿಗೊಂಡ ಮೇಲೆ ಸಾಲಾನೂ ನಂದೇ ಆಗ್ತದಲ್ಲ? ಮರ್ಯಾದೆಯಿಂದ ಬದುಕಬೇಕು ಅಂದ್ರೆ ಸಾಲ ತೀರಿಸಲೇ ಬೇಕು. ಇನ್ನೂ ಎಲ್ಲೆಲ್ಲಿ ಸಾಲ ಮಾಡಿಟ್ಟಾನೋ ಆ ರಂಡೆಗಂಡ ಅಂತ ನೆನಸಿಗೊಂಡರೆ ಎದಿ ಒಡೀತದೆ" ಎಂದು ಅಸಹಾಯಕ ಸಿಟ್ಟಿನಲ್ಲಿ ಹೇಳಿದರು. ಹೆಚ್ಚು ಹೊತ್ತು ಕುಳಿತುಕೊಳ್ಳದೆ ನಾವಿಬ್ಬರು ಮನೆಗೆ ಹಿಂತಿರುಗಿದೆವು.

ಮನೆಗೆ ಬಂದಿದ್ದೇ ಅಪ್ಪ ಕೈ-ಕಾಲು ತೊಳೆದುಕೊಂಡು, ದೇವರಿಗೆ ತುಪ್ಪದ ದೀಪ ಹಚ್ಚಿಟ್ಟು ನಮಸ್ಕಾರ ಮಾಡಿ ಗಲ್ಲ ಗಲ್ಲ ಬಡಿದುಕೊಂಡರು. "ಯಾಕ್ರಿ, ಏನಾಯ್ತು?" ಎಂದು ಅಮ್ಮ ಕೇಳಿದಳು. ಆಕೆಯ ಬಳಿ ಹೋದ ಅಪ್ಪ, ಅಮ್ಮನ ಎರಡೂ ಕೈಗಳನ್ನು ತನ್ನ ಕೈಯಲ್ಲಿ ಗಟ್ಟಿಯಾಗಿ ಹಿಡಿದುಕೊಂಡು ಒಂದು ಸ್ವಲ್ಪ ಹೊತ್ತು ಹಾಗೇ ಕಣ್ಣು ಮುಚ್ಚಿಕೊಂಡು ನಿಂತಿದ್ದರು. ಅನಂತರ ಅಮ್ಮನ ತಲೆ ಸವರಿ, "ಯಾಕೂ ಇಲ್ಲ. ಸುಮ್ಮನೆ ಮನಸ್ಸಿಗೆ ಏನೋ ಕಸಿವಿಸಿಯಾಗಿತ್ತು" ಎಂದು ಹೇಳಿ ನಕ್ಕುಬಿಟ್ಟರು.

ಒಂದೆರಡು ತಿಂಗಳ ನಂತರ ನಾನೂ ಮತ್ತು ಅಮ್ಮ ರಾಯರ ಮಠಕ್ಕೆ ಹೋಗುತ್ತಿದ್ದೆವು. ಮಾರ್ಗ ಮಧ್ಯದಲ್ಲಿ ಬಯಲು ಹನುಮಂತನ ಗುಡಿಯ ಕಟ್ಟೆಯ ಮೇಲೆ ಶ್ರೀಲಕ್ಷ್ಮಿ ಕುಳಿತಿದ್ದು ಕಾಣಿಸಿತು. ಆಕೆಯ ಮಗ ಅನಿರುದ್ಧ ಅಲ್ಲೇ ಮಣ್ಣಲ್ಲಿ ಆಡಿಕೊಳ್ಳುತ್ತಿದ್ದ. ದೊಡ್ಡ ಆಲದ ಮರವೊಂದು ನೆರಳು ಬೆಳಕಿನ ಹೊದಕಿಯನ್ನು ಅವರಿಬ್ಬರ ಮೇಲೆ ಹೊದಿಸಿತ್ತು. ಕಿಟ್ಟಪ್ಪ ಸತ್ತನೆಂದು ಗೊತ್ತಾದ ಮೇಲೆ ಅಮ್ಮನಿಗೆ ಸಾಲ ಮುಳುಗಿ ಹೋಯ್ತೆಂದು ಸಿಟ್ಟು ಬಂದಿದ್ದರೂ, ಶ್ರೀಲಕ್ಷ್ಮಿಯ ಪರಿಸ್ಥಿತಿಯ ಬಗ್ಗೆ ಸಾಕಷ್ಟು ಪೇಚಾಡಿದ್ದಳು. "ಸಣ್ಣ ಹುಡುಗಿ ಅವಳು. ಈ ಸುಡುಗಾಡು ರಂಡೆಗಂಡ ಅದೇನು ಕಷ್ಟ ತಂದಿಟ್ಟುಬಿಟ್ಟ ಅವಳಿಗೆ. ಗಾಯ ಮಾಯದಂಗೆ ಮಾಡಿಟ್ಟ" ಎಂದು ಪೇಚಾಡಿದ್ದಳು. ಅವಳನ್ನು ಮಾತನಾಡಿಸಲು ಗಂಗಾವತಿಗೆ ಹೋಗಬೇಕೆಂದು ಅಂದುಕೊಂಡರೂ ಹಣದ ಇಕ್ಕಟ್ಟಿನಿಂದ ಆಗಿರಲಿಲ್ಲ. ಈಗ ಊರಲ್ಲಿಯೇ ಸಿಕ್ಕಿದ್ದಳು.

ಅವಳ ಬಳಿ ಹೋದ ಅಮ್ಮ "ಶ್ರೀಲಕ್ಷ್ಮಿ, ಹೇಗಿದ್ದೀಯಮ್ಮ?" ಎಂದು ವಿಚಾರಿಸಿದಳು. ಅದಕ್ಕೆ ಶ್ರೀಲಕ್ಷ್ಮಿ ಯಾವುದೇ ಅಳುಕಿಲ್ಲದಂತೆ, "ಸುಖವಾಗಿದೀನಿ ಅತ್ತೆ. ಈಗ ಎಲ್ಲಾ ಛಲೋ ಅನ್ನಿಸಲಿಕ್ಕೆ ಹತ್ತದೆ. ರಾತ್ರಿ ಒಂಬತ್ತಕ್ಕೆಲ್ಲಾ ನಿದ್ದೆ ಮಾಡ್ತೀನಿ" ಎಂದಳು. ಅವಳ ಮಾತಿಗೆ ಬೆಚ್ಚಿಬಿದ್ದ ಅಮ್ಮ, "ಬಿಡ್ತೂ ಅನ್ನೇ ಮಾರಾಯ್ತಿ. ಗಂಡ ಸತ್ತು ಇನ್ನೂ ಎರಡು ತಿಂಗಳಾಗಿಲ್ಲ. ಇದೇನು ಮಾತು ಅಂತ ಆಡ್ತಿ" ಎಂದು ಬೈಯ್ದಳು. ಅಮ್ಮನ ಬೈಯ್ಗುಳಿಗೆ ಒಂದಿಷ್ಟೂ ವಿಚಲಿತಳಾಗದ ಶ್ರೀಲಕ್ಷ್ಮಿ ಒಂದು ಪೆಚ್ಚು ನಗೆಯನ್ನು ಚೆಲ್ಲಿದಳು. ಮಣ್ಣಿನಲ್ಲಿ ಆಡುತ್ತಿದ್ದ ಅನಿರುದ್ಧನಿಗೆ ಅದೇನು ಖುಷಿಯಾಯಿತೋ ಗೊತ್ತಿಲ್ಲ, ಒಂದು ಜೋರಾದ ಕೇಕೆ ಹಾಕಿ ಚಪ್ಪಾಳೆ ತಟ್ಟಿ ನಕ್ಕ.

01ನೇ ಆಗಸ್ಟ್ 2009

ಛಂದ ಪುಸ್ತಕ ಬಹುಮಾನ

ಪುಟ್ಟ ಪಾದದ ಗುರುತು – ಸುನಂದಾ ಪ್ರಕಾಶ ಕಡಮೆ – ₹ 120
ಈ ಕತೆಗಳ ಸಹವಾಸವೇ ಸಾಕು – ಅಲಕ ತೀರ್ಥಹಳ್ಳಿ – ₹ 60
ಹಟ್ಟಿಯೆಂಬ ಭೂಮಿಯ ತುಣುಕು – ಲೋಕೇಶ ಅಗಸನಕಟ್ಟೆ – ₹ 180
ಗೋಡೆಗೆ ಬರೆದ ನವಿಲು – ಸಂದೀಪ ನಾಯಕ – ₹ 60
ಮೊದಲ ಮಳೆಯ ಮಣ್ಣು – ಕಣಾದ ರಾಘವ – ₹ 140
ಆಟಿಕೆ – ಬಸವಣ್ಣೆಪ್ಪಾ ಕಂಬಾರ – ₹ 100
ಮಾಯಾಕೋಲಾಹಲ – ಮೌನೇಶ ಬಡಿಗೇರ – ₹ 140
ಕೇಪಿನ ಡಬ್ಬಿ – ಪದ್ಮನಾಭ ಭಟ್, ಶೇವ್ಕಾರ – ₹ 150
ಮನಸು ಅಭಿಸಾರಿಕೆ – ಶಾಂತಿ ಕೆ ಅಪ್ಪಣ್ಣ – ₹ 230
ದೇವರು ಕಚ್ಚಿದ ಸೇಬು – ದಯಾನಂದ – ₹ 140
ಧೂಪದ ಮಕ್ಕಳು – ಸ್ವಾಮಿ ಪೊನ್ನಾಚಿ – ₹ 130
ಡುಮಿಂಗ – ಶಶಿ ತರೀಕೆರೆ – ₹ 130
ಬಯಲರಸಿ ಹೊರಟವಳು – ಛಾಯಾ ಭಟ್ – ₹ 120
ಮಾಕೋನ ಏಕಾಂತ – ಕಾವ್ಯಾ ಕಡಮೆ – ₹ 130

ಕಥಾಸಂಕಲನ

ಶಕುಂತಳಾ – ಗುರುಪ್ರಸಾದ್ ಕಾಗಿನೆಲೆ – ₹ 80
ಜುಮುರು ಮಳೆ – ಸುಮಂಗಲಾ – ₹ 160
ಶಾಲಭಂಜಿಕೆ – ಡಾ. ಕೆ. ಎನ್. ಗಣೇಶಯ್ಯ – ₹ 130 (6ನೆಯ ಮುದ್ರಣ)
ಕಾರಂತಜ್ಜನಿಗೊಂದು ಪತ್ರ – ಸಚ್ಚಿದಾನಂದ ಹೆಗಡೆ – ₹ 150
ಹಕೂನ ಮಟಾಟ – ನಾಗರಾಜ ವಸ್ತಾರೆ – ₹ 80
ಕಾಲಿಟ್ಟಲ್ಲಿ ಕಾಲುದಾರಿ – ಸುಮಂಗಲಾ – ₹ 80
ಹುಲಿರಾಯ – ಕೀರ್ತಿರಾಜ್ – ₹ 80
ನಿರವಯವ – ನಾಗರಾಜ ವಸ್ತಾರೆ – ₹ 125
ಹನ್ನೊಂದನೇ ಅಡ್ಡರಸ್ತೆ – ಸುಮಂಗಲಾ – ₹ 170
ಗಾಳಿಗೆ ಮೆತ್ತಿದ ಬಣ್ಣ – ಕರ್ಕಿ ಕೃಷ್ಣಮೂರ್ತಿ – ₹ 120
ಕನ್ನಡಿ ಹರಳು – ಪದ್ಮನಾಭ ಭಟ್, ಶೇವ್ಕಾರ – ₹ 130
ಒಂದು ಚಿಟಿಕೆ ಮಣ್ಣು – ಲಕ್ಷ್ಮಣ ಬಾದಾಮಿ – ₹ 130
ಬಂಡಲ್ ಕತೆಗಳು – ಎಸ್ ಸುರೇಂದ್ರನಾಥ್ – ₹ 160
ದೇವರ ರಜಾ – ಗುರುಪ್ರಸಾದ್ ಕಾಗಿನೆಲೆ – ₹ 150

ಕಟ್ಟು ಕತೆಗಳು – ಎಸ್ ಸುರೇಂದ್ರನಾಥ್ – ₹ 210
ಮಡಿಲು (ನೀಳ್ಗತೆ) – ನಾಗರಾಜ ವಸ್ತಾರೆ – ₹ 15
ತಿರಾಮಿಸು – ಶಶಿ ತರೀಕೆರೆ – ₹ 210

ಪ್ರಬಂಧ

ಪೂರ್ವ ಪಶ್ಚಿಮ – ಎಂ. ಆರ್. ದತ್ತಾತ್ರಿ – ₹ 80
ರಾಗಿಮುದ್ದೆ – ರಘುನಾಥ ಚ. ಹ. – ₹ 120
ಕುಟ್ಟವಲಕ್ಕಿ / ಗೊಜ್ಜವಲಕ್ಕಿ – ಪ್ರಶಾಂತ ಆಡೂರ – ₹ 140 / ₹ 140
ಕಿಲಿಮಂಜಾರೋ – ಪ್ರಶಾಂತ್ ಬೀಚಿ – ₹ 80
ಮಿಸಳ್ ಭಾಜಿ – ಭಾರತಿ ಬಿ ವಿ – ₹ 190
ನೀ ಮಾಯೆಯೊಳಗೋ... – ವಿಕ್ರಮ ಹತ್ವಾರ – ₹ 120
ಸಾವೆಂಬ ಲಹರಿ – ಗುರುಪ್ರಸಾದ ಕಾಗಿನೆಲೆ – ₹ 140
ವೈದ್ಯ, ಮತ್ತೊಬ್ಬ – ಗುರುಪ್ರಸಾದ ಕಾಗಿನೆಲೆ – ₹ 120
ಅಪ್ಪನ ರ‍್ಯಾಲೀಸ್ ಸೈಕಲ್ – ದರ್ಶನ್ ಜಯಣ್ಣ – ₹ 110

ಅನುವಾದ

ದಿ ಚಾಯ್ಸ್ – ಈಡಿತ್ ಎವಾ ಎಗರ್ (ಜಯಶ್ರೀ ಭಟ್) – ₹ 280
ದೇಹವೇ ದೇಶ – ಗರಿಮಾ ಶ್ರೀವಾಸ್ತವ (ವಿಕ್ರಮ ವಿಸಾಜಿ) – ₹ 250
ಪರ್ಸೆಪೊಲಿಸ್– ಮಾರ್ಜಾನ್ ಸತ್ರಪಿ (ಪ್ರೀತಿ ನಾಗರಾಜ) – ₹ 395
ಗಾಳಿ ಪಳಗಿಸಿದ ಬಾಲಕ – ವಿಲಿಯಂ ಕಾಂಕ್ವಾಂಬಾ (ಕರುಣಾ ಬಿ ಎಸ್) – ₹ 180
ಅಮೋಸ್ ಫಾರ್ಚೂನ್ – ಎಲಿಝಬೆತ್ ಯೇಟ್ಸ್ (ಜಯಶ್ರೀ ಭಟ್) – ₹ 100
ನವ ಜೀವಗಳು – ವಿಲಿಯಂ ಡಾಲ್ರಿಂಪಲ್ (ನವೀನ ಗಂಗೋತ್ರಿ) – ₹ 250
ಮೈಕೆಲ್ ಕೆ – ಜೆ.ಎಂ. ಕುಟ್‌ಸೀ (ಸುನಿಲ್ ರಾವ್) – ₹ 170
ಲೇರಿಯೊಂಕ – ಹೆನ್ರಿ ಆರ್. ಓಲೆ ಕುಲೆಟ್ (ಪ್ರಶಾಂತ ಬೀಚಿ) – ₹ 140
ಅರೆಶತಮಾನದ ಮೌನ – ಯಾನ್ ರಫ್–ಓ'ಹರ್ನ್ (ಅರುಣ್) – ₹ 190
ಪರ್ವತದಲ್ಲಿ ಪವಾಡ – ನ್ಯಾಂಡೊ ಪರಾಡೊ (ಸಂಯುಕ್ತಾ ಪುಲಿಗಲ್) – ₹ 340
ಚಂದಿರ ಬೇಕೆಂದವನು – ಮಿಮಿ ಬೇರ್ಡ್ (ಪ್ರಜ್ಞಾ ಶಾಸ್ತ್ರಿ) – ₹ 180
ಬಂಡೂಲ – ವಿಕಿ ಕಾನ್‌ಸ್ಟಂಟೀನ್ ಕ್ರುಕ್ (ರಾಜ್ಯಶ್ರೀ ಕುಳಮರ್ವ) – ₹ 425
ರೆಬೆಲ್ ಸುಲ್ತಾನರು – ಮನು ಎಸ್ ಪಿಳ್ಳೈ (ಸಂಯುಕ್ತಾ ಪುಲಿಗಲ್) – ₹ 420
ಫಾಲೋಯಿಂಗ್ ಫಿಶ್ – ಸಮಂತ್ ಸುಬ್ರಮಣಿಯನ್ (ಸಹನಾ ಹೆಗಡೆ) – ₹ 280
ಜಗವ ಚುಂಬಿಸು – ಸುಬ್ರೊತೋ ಬಾಗ್ಚಿ (ವಂದನಾ ಪಿ ಸಿ) – ₹ 190

ಪರ್ದಾ ಅಂಡ್ ಪಾಲಿಗಮಿ – ಇಕ್ಬಾಲುನ್ನೀಸಾ ಹುಸೇನ್ (ದಾದಾಪೀರ್) – ₹ 380
ವಾಡಿವಾಸಲ್ – ಚಿ. ಸು. ಚೆಲ್ಲಪ್ಪ (ಸತ್ಯಕಿ) – ₹ 70
ನಾಲ್ಕನೇ ಎಕರೆ – ಶ್ರೀರಮಣ (ಅಜಯ್ ವರ್ಮಾ ಅಲ್ಲೂರಿ) – ₹ 100
ಮಾವೋನ ಕೊನೆಯ ನರ್ತಕ – ಲೀ ಕ್ವಿನ್‌ಶಿಂಗ್ (ಜಯಶ್ರೀ ಭಟ್) – ₹ 340
ಕೋಬಾಲ್ಟ್ ಬ್ಲೂ – ಸಚಿನ್ ಕುಂಡಲ್‌ಕರ್ (ಸಪ್ನಾ ಕಟ್ಟಿ) – ₹ 150

ವಸುಧೇಂದ್ರ

ಮನೀಷೆ – ಕತೆಗಳು – ₹ 120 (8ನೆಯ ಮುದ್ರಣ)
ಯುಗಾದಿ – ಕತೆಗಳು – ₹ 190 (9ನೆಯ ಮುದ್ರಣ)
ಚೇಳು – ಕತೆಗಳು – ₹ 120 (8ನೆಯ ಮುದ್ರಣ)
ಹಂಪಿ ಎಕ್ಸ್‌ಪ್ರೆಸ್ – ಕತೆಗಳು – ₹ 195 (9ನೆಯ ಮುದ್ರಣ)
ಮೋಹನಸ್ವಾಮಿ – ಕತೆಗಳು – ₹ 270 (7ನೆಯ ಮುದ್ರಣ)
ವಿಷಮ ಭಿನ್ನರಾಶಿ – ಕತೆಗಳು – ₹ 280 (4ನೆಯ ಮುದ್ರಣ)
ಕೋತಿಗಳು – ಪ್ರಬಂಧ – ₹ 120 (8ನೆಯ ಮುದ್ರಣ)
ನಮ್ಮಮ್ಮ ಅಂದ್ರೆ ನಂಗಿಷ್ಟ – ಪ್ರಬಂಧ – ₹ 75 (25ನೆಯ ಮುದ್ರಣ)
ರಕ್ಷಕ ಅನಾಥ – ಪ್ರಬಂಧ – ₹ 110 (5ನೆಯ ಮುದ್ರಣ)
ವರ್ಣಮಯ – ಪ್ರಬಂಧ – ₹ 200 (5ನೆಯ ಮುದ್ರಣ)
ಐದು ಪೈಸೆ ವರದಕ್ಷಿಣೆ – ಪ್ರಬಂಧ – ₹ 280 (5ನೆಯ ಮುದ್ರಣ)
ಹರಿಚಿತ್ತ ಸತ್ಯ – ಕಾದಂಬರಿ – ₹ 200 (6ನೆಯ ಮುದ್ರಣ)
ತೇಜೋ–ತುಂಗಭದ್ರಾ – ಕಾದಂಬರಿ – ₹ 450 (13ನೆಯ ಮುದ್ರಣ)
ಮಿಥುನ – ಶ್ರೀರಮಣರ ಕತೆಗಳು – ₹ 120 (8ನೆಯ ಮುದ್ರಣ)
ಎವರೆಸ್ಟ್ – ಜಾನ್ ಕ್ರಾಕೌರ್ – ₹ 420 (4ನೆಯ ಮುದ್ರಣ)

ಕಾದಂಬರಿ

ಎನ್ನ ಭವದ ಕೇಡು – ಎಸ್ ಸುರೇಂದ್ರನಾಥ್ – ₹ 75
ನ್ಯಾಸ – ಹರೀಶ ಹಾಗಲವಾಡಿ – ₹ 250
ಗುಣ – ಗುರುಪ್ರಸಾದ್ ಕಾಗಿನೆಲೆ – ₹ 150
ದ್ವೀಪವ ಬಯಸಿ – ಎಂ. ಆರ್. ದತ್ತಾತ್ರಿ – ₹ 320
ತಾರಾಬಾಯಿಯ ಪತ್ರ – ದತ್ತಾತ್ರಿ ಎಂ ಆರ್ – ₹ 160
ಅಗೆದಷ್ಟೂ ನಕ್ಷತ್ರ – ಸುಮಂಗಲಾ – ₹ 230
ಪ್ರಿಯೇ ಚಾರುಶೀಲೆ – ನಾಗರಾಜ ವಸ್ತಾರೆ – ₹ 295

ಋಷ್ಯಶೃಂಗ – ಹರೀಶ ಹಾಗಲವಾಡಿ – ₹ 125
ಅಂತು – ಪ್ರಕಾಶ ನಾಯಕ್ – ₹ 200
ಚುಕ್ಕಿ ಬೆಳಕಿನ ಜಾಡು – ಕರ್ಕಿ ಕೃಷ್ಣಮೂರ್ತಿ – ₹ 200
ಬರೀ ಎರಡು ರೆಕ್ಕೆ – ಸುನಂದಾ ಪ್ರಕಾಶ ಕಡಮೆ – ₹ 220
ದೀಪವಿರದ ದಾರಿಯಲ್ಲಿ – ಸುಶಾಂತ್ ಕೋಟ್ಯಾನ್ – ₹ 160
ದಾರಿ – ಕುಸುಮಾ ಆಯರಹಳ್ಳಿ – ₹ 395
ಬರೀ ಎರಡು ರೆಕ್ಕೆ – ಸುನಂದಾ ಪ್ರಕಾಶ ಕಡಮೆ – ₹ 260

ಕವಿತೆ

ಮದ್ಯಸಾರ – ಅಪಾರ – ₹ 60
ಪೂರ್ಣನ ಗರಿಗಳು – ಪೂರ್ಣಪ್ರಜ್ಞ – ₹ 30
ಹಲೋ ಹಲೋ ಚಂದಮಾಮ – ರಾಧೇಶ ತೋಳ್ಪಾಡಿ – ₹ 50

* ನಮ್ಮ ಪ್ರಕಟಣೆಯ ಎಲ್ಲ ಪುಸ್ತಕಗಳ ಪ್ರತಿಗಳೂ ಲಭ್ಯ
* ಪುಸ್ತಕದ ಪ್ರತಿಗಾಗಿ ವಾಟ್ಸಾಪ್ ಮಾಡಿ 98444 22782

ಓದಿ ಓದಿ ಮರುಳಾಗಿ!

ಛಂದ ಪುಸ್ತಕ ಬಹುಮಾನ

ಹೊಸ ಕತೆಗಾರರನ್ನು ಗುರುತಿಸುವ ಸಲುವಾಗಿ ನಮ್ಮ ಪ್ರಕಾಶನ ಸಂಸ್ಥೆಯು ಕಳೆದ ಹದಿಮೂರು ವರ್ಷಗಳಿಂದ ಕತೆಗಳ ಹಸ್ತಪ್ರತಿ ಸ್ಪರ್ಧೆಯನ್ನು ನಡೆಸುತ್ತಾ ಬಂದಿದೆ. ಈವರೆಗೆ ಒಂದೂ ಕಥಾಸಂಕಲನವನ್ನು ಪ್ರಕಟಿಸದವರು ಈ ಸ್ಪರ್ಧೆಯಲ್ಲಿ ಭಾಗವಹಿಸಬಹುದು. ಇತರ ಪ್ರಕಾರಗಳಲ್ಲಿ ಒಂದೆರಡು ಪುಸ್ತಕಗಳನ್ನು ಪ್ರಕಟ ಮಾಡಿದವರೂ ಇದರಲ್ಲಿ ಭಾಗವಹಿಸುವ ಅವಕಾಶವಿರುತ್ತದೆ. ಮೊದಲ ಸುತ್ತಿನ ಆಯ್ಕೆಯನ್ನು ಪ್ರಕಾಶನದ ಸದಸ್ಯರು ಮಾಡಿ, ಕೊನೆಯ ಆಯ್ಕೆಗಾಗಿ ಸುಮಾರು ಹತ್ತು ಹಸ್ತಪ್ರತಿಗಳನ್ನು ನಾಡಿನ ಹಿರಿಯ ಸಾಹಿತಿಗಳಿಗೆ ಒಪ್ಪಿಸುತ್ತಾರೆ. ಆಯ್ಕೆಯಾದ ಹಸ್ತಪ್ರತಿಯನ್ನು ಪುಸ್ತಕ ರೂಪದಲ್ಲಿ ಪ್ರಕಟಿಸಿ, ಪ್ರಶಸ್ತಿ ಪತ್ರ, ಫಲಕ ಹಾಗೂ ಮೂವತ್ತು ಸಾವಿರ ರೂಪಾಯಿ ಬಹುಮಾನವನ್ನು ನೀಡಲಾಗುತ್ತದೆ. ಈವರೆಗೂ ಈ ಪ್ರಶಸ್ತಿಯಲ್ಲಿ ಬಹುಮಾನ ಪಡೆದವರ ವಿವರಗಳ ಪಟ್ಟಿಯನ್ನು ಮುಂದಿನ ಪುಟದಲ್ಲಿ ನೀಡಿದ್ದೇವೆ.

ಇವರಲ್ಲಿ ಮೌನೇಶ ಬಡಿಗೇರ, ಶಾಂತಿ ಕೆ ಅಪ್ಪಣ್ಣ, ಪದ್ಮನಾಭ ಭಟ್ ಶೇವ್ಕಾರ ಮತ್ತು ಸ್ವಾಮಿ ಪೊನ್ನಾಚಿ ಅವರಿಗೆ ಕೇಂದ್ರ ಸಾಹಿತ್ಯ ಅಕಾಡೆಮಿಯ ಯುವ ಪುರಸ್ಕಾರ ದೊರೆತಿದೆ. ವಿನಯಾ, ಶಾಂತಿ ಕೆ ಅಪ್ಪಣ್ಣ ಮತ್ತು ಪದ್ಮನಾಭ ಭಟ್ ಶೇವ್ಕಾರರ ಪುಸ್ತಕಗಳಿಗೆ ಕರ್ನಾಟಕ ಸಾಹಿತ್ಯ ಅಕಾಡೆಮಿಯ ಪುಸ್ತಕ ಬಹುಮಾನ ಅಥವಾ ದತ್ತಿ ಬಹುಮಾನಗಳು ಸಂದಿವೆ. ಇನ್ನೂ ಹಲವಾರು ನಾಡಿನ ಪ್ರಮುಖ ಪ್ರಶಸ್ತಿ ಮತ್ತು ಬಹುಮಾನಗಳೂ ಈ ಕೃತಿಗಳಿಗೆ ಲಭ್ಯವಾಗಿವೆ.

ನೀವು ಈ ಸ್ಪರ್ಧೆಯಲ್ಲಿ ಭಾಗವಹಿಸಬೇಕೆ? ಹಾಗಿದ್ದರೆ ನಮ್ಮ ಮುಂದಿನ ವರ್ಷದ ಸ್ಪರ್ಧೆಯ ಆಹ್ವಾನವನ್ನು ಖ್ಯಾತ ಕನ್ನಡ ನಿಯತಕಾಲಿಕಗಳಲ್ಲಿ ಅಥವಾ ಸಾಮಾಜಿಕ ಜಾಲತಾಣಗಳಲ್ಲಿ ನಿರೀಕ್ಷಿಸಿರಿ. ಹೆಚ್ಚಿನ ವಿವರಗಳಿಗೆ 98444 22782 ಗೆ ಸಂದೇಶ ಕಳುಹಿಸಿರಿ.

ಛಂದ ಪುಸ್ತಕ ಬಹುಮಾನ ಪಡೆದ ಕೃತಿಗಳು

ಕತೆಗಾರರು	ಕಥಾಸಂಕಲನ	ತೀರ್ಪುಗಾರರು
ಸುನಂದಾ ಪ್ರಕಾಶ ಕಡಮೆ	ಪುಟ್ಟ ಪಾದದ ಗುರುತು	ಅಶೋಕ ಹೆಗಡೆ/ ಸುಮಂಗಲಾ
ಅಲಕ ತೀರ್ಥಹಳ್ಳಿ	ಈ ಕತೆಗಳ ಸಹವಾಸವೇ ಸಾಕು	ಕೇಶವ ಮಳಗಿ/ ಸುಮಂಗಲಾ
ಲೋಕೇಶ ಅಗಸನಕಟ್ಟೆ	ಹಟ್ಟಿಯೆಂಬ ಭೂಮಿಯ ತುಣುಕು	ಬೊಳುವಾರು ಮಹಮದ್ ಕುಂಞಿ
ವಿನಯಾ	ಊರ ಒಳಗಣ ಬಯಲು	ನೇಮಿಚಂದ್ರ
ಸಂದೀಪ ನಾಯಕ	ಗೋಡೆಗೆ ಬರೆದ ನವಿಲು	ಅಮರೇಶ ನುಗಡೋಣಿ
ಕಣಾದ ರಾಘವ	ಮೊದಲ ಮಳೆಯ ಮಣ್ಣು	ಕೆ. ಸತ್ಯನಾರಾಯಣ
ಬಸವಣ್ಣೆಪ್ಪಾ ಕಂಬಾರ	ಆಟಿಕೆ	ಕುಂ. ವೀರಭದ್ರಪ್ಪ
ಮೌನೇಶ ಬಡಿಗೇರ	ಮಾಯಾಕೋಲಾಹಲ	ಓ.ಎಲ್. ನಾಗಭೂಷಣಸ್ವಾಮಿ
ಪದ್ಮನಾಭ ಭಟ್ ಶೇವ್ಕಾರ	ಕೇಪಿನ ಡಬ್ಬಿ	ಎಂ. ಎಸ್. ಆಶಾದೇವಿ
ಶಾಂತಿ ಕೆ ಅಪ್ಪಣ್ಣ	ಮನಸು ಅಭಿಸಾರಿಕೆ	ಎಚ್.ಎಸ್. ರಾಘವೇಂದ್ರ ರಾವ್
ದಯಾನಂದ	ದೇವರು ಕಚ್ಚಿದ ಸೇಬು	ನಾ. ಡಿಸೋಜಾ
ಸ್ವಾಮಿ ಪೊನ್ನಾಚಿ	ಧೂಪದ ಮಕ್ಕಳು	ಎಂ. ಎಸ್. ಶ್ರೀರಾಮ್
ಶಶಿ ತರೀಕೆರೆ	ಡುಮಿಂಗ	ಲಲಿತಾ ಸಿದ್ಧಬಸವಯ್ಯ
ಛಾಯಾ ಭಟ್	ಬಯಲರಸಿ ಹೊರಟವಳು	ತಾರಿಣಿ ಶುಭದಾಯಿನಿ
ಕಾವ್ಯಾ ಕಡಮೆ	ಮಾಕೋನ ಏಕಾಂತ	ಟಿ.ಪಿ. ಅಶೋಕ